ಜಂಗಮಕೋಟೆ ಪುರುಷೋತ್ತಮ

ಜಂಗಮಕೋಟೆ ಪುರುಷೋತ್ತಮ ಅವರು ಮೂಲತಃ ತಮ್ಮ ಹಿರಿಯರ ಸ್ಥಳವಾದ ಬೆಂಗಳೂರಿನ ಸಮೀಪದ ಜಂಗಮಕೋಟೆಯವರಾದರೂ ಹುಟ್ಟಿನಿಂದ ಬೆಂಗಳೂರು ನಗರದವರೇ. ಸರ್ಕಾರಿ ಪ್ರೈಮರಿ ಸ್ಕೂಲಿನಲ್ಲಿ ಓದುವ ವಯಸ್ಸಿನಿಂದ ಹಿಡಿದು ವಿಶ್ವವಿಖ್ಯಾತ ವಿದ್ಯಾಸಂಸ್ಥೆ ಟಾಟಾ ಇನ್ಸಿಟ್ಯೂಟ್‌ನಲ್ಲಿ ಎಲೆಕ್ಟ್ರಿಕಲ್ ಎಂಜಿನೀಯರಿಂಗ್‌ನಲ್ಲಿ ಸಂಶೋಧನೆ ಮಾಡುವವರೆಗೂ ಬೆಂಗಳೂರಿನ ಬಹುಮುಖ ಬೆಳವಣಿಗೆಯನ್ನು ಸೂಕ್ಷ್ಮವಾಗಿ ಗಮನಿಸುತ್ತಾ ಬಂದಿರುವ ಪಕ್ಕಾ ಬೆಂಗಳೂರಿನ ಕನ್ನಡಿಗರು ಇವರು. ಸ್ಕೂಲ್ಲಿನಲ್ಲಿರುವಾಗಲೇ ಅಂದಿನ ಖ್ಯಾತ ಲೇಖಕರ ಕಾದಂಬರಿಗಳನ್ನು ಓದಿ ಅನುಭವಿಸಿದ ಇವರು ಕನ್ನಡದ ಮೇಲೆ ಅಪಾರವಾದ ಅಭಿಮಾನ ಬೆಳೆಸಿಕೊಂಡರು. ಬೆಂಗಳೂರಿನಲ್ಲಿ ಕನ್ನಡ ಭಾಷೆ ನಶಿಸಿ ಅದರ ಅಸ್ಥಿತ್ವವೇ ಅಲ್ಲಾಡತೊಡಗಿದಾಗ ಅನಕೃ, ತರಾಸು, ಎಂ ರಾಮಮೂರ್ತಿಯವರ ನೇತೃತ್ವದಲ್ಲಿ ನಡೆದ ಕನ್ನಡ ಚಳುವಳಿಯಿಂದ ಪ್ರಭಾವಿತರಾದವರು. ಹಾಗಾಗಿ ವಿದ್ಯಾರ್ಥಿ ಜೀವನದುದ್ದಕ್ಕೂ ಸ್ಕೂಲು ಮತ್ತು ಕಾಲೇಜಿನ ಕನ್ನಡ ಸಂಘಗಳಲ್ಲಿ ಸಕ್ರಿಯವಾಗಿ ತೊಡಗಿಸಿಕೊಂಡು ಕನ್ನಡವನ್ನು, ಕನ್ನಡಿಗರನ್ನು ಮಂಪರಿನಿಂದ ಹೊರಗೆ ತರುವ ಕಾಯಕದಲ್ಲಿ ತಮ್ಮ ಅಳಿಲು ಸೇವೆ ಮಾಡಿದ್ದಾರೆ.

ಜಂಗಮಕೋಟೆ ಪುರುಷೋತ್ತಮ ಅವರು ತಮ್ಮ ವಿದ್ಯಾಭ್ಯಾಸದ ನಂತರ ತಮ್ಮದೇ ಉದ್ಯಮವನ್ನು ಸ್ಥಾಪಿಸಿ ನೂರಾರು ಕನ್ನಡಿಗರಿಗೆ ಉದ್ಯೋಗ ಒದಗಿಸಿಕೊಟ್ಟರು. ಅದರ ಜೊತೆಗೆ ವಿವಿಧ ತಾಂತ್ರಿಕ ಕಾಲೇಜುಗಳಲ್ಲಿ ಉಪನ್ಯಾಸಕ ಮಟ್ಟದಿಂದ ಪ್ರಾಂಶುಪಾಲರ ಮಟ್ಟದವರೆಗೂ ಕೆಲಸ ಮಾಡಿ ಪಾಠ ಮಾಡುವ ಮೂಲಕ ಮನಸ್ಸಿನಲ್ಲಿರುವ ವಿಚಾರಗಳನ್ನು ನುಡಿಗಳಲ್ಲಿ ಸುಲಭವಾಗಿ ವ್ಯಕ್ತಪಡಿಸುವ ಕಲೆಯನ್ನು ರೂಢಿಸಿಕೊಂಡರು. ಅದರ ಪರಿಣಾಮವೇ ಆಗಾಗ ಮನಸ್ಸಿನಲ್ಲಿ ಹೊಮ್ಮುತ್ತಿದ್ದ ಭಾವನೆಗಳ ಪ್ರವಾಹಕ್ಕೆ ಪದಗಳ ರೂಪ ಕೊಟ್ಟು ಸಣ್ಣ ಕಥೆಗಳನ್ನು ಹೊಸೆದದ್ದು. ಹಾಗೆ ಬರೆದ ಕಥೆಗಳು ಕನ್ನಡದ ಮಾಸಿಕಗಳಲ್ಲಿ ಅಂಗೀಕೃತವಾಗಿ ಪ್ರಕಟಗೊಂಡಿದ್ದು ಅವರ ಬರೆಯುವ ಹವ್ಯಾಸವನ್ನು ಮುಂದುವರೆಸಿಕೊಂಡು ಹೋಗಲು ಉತ್ತೇಜಿಸಿತು. ಪ್ರೋತ್ಸಾಹಿಸುವ ಸಹಧರ್ಮಿಣಿ, ಅಪ್ಪನ ಕಥೆ ಬರೆಯುವ ಕಲೆಯ ಬಗ್ಗೆ ಅಭಿಮಾನ ಪಡುವ ಮಗ, ಮಗಳೇ ಇವರ ಉತ್ಸಾಹಕ್ಕೆ ಆಧಾರ.

ಪ್ರಾಧ್ಯಾಪಕ ವೃತ್ತಿಯಿಂದ ಹೊರಬಂದ ನಂತರ ಬರವಣಿಗೆಯನ್ನು ನಿಯಮಿತವಾಗಿ ಮುಂದುವರೆಸಿಕೊಂಡು ಬಂದಿರುವ ಇವರು, ಈಗ ಕನ್ನಡದಲ್ಲಿ ಆಡಿಯೋ ಬುಕ್ ಹೊರತರುತ್ತಿರುವ ಪಾಕೆಟ್ ಎಫ್‌ಎಂರವರ ಪೋರ್ಟಲ್‌ಗಾಗಿ ಕಾದಂಬರಿ ಒಂದನ್ನು ಬರೆಯುತ್ತಿದ್ದಾರೆ. ಪ್ರತಿನಿತ್ಯ ಒಂದು ಹೊಸ ಅಧ್ಯಾಯ ಅಪ್ ಲೋಡ್ ಮಾಡುವ ಅವರ ಕಥೆಗೆ ಓದುಗರಿಂದ ಉತ್ತೇಜಕರ ಪ್ರತಿಕ್ರಿಯೆ ಬಂದಿದೆ. ಕಥೆ ಬರೆಯುವ, ಓದುವ ಹವ್ಯಾಸದ ಜೊತೆಗೆ ಇವರಿಗೆ ಚಿತ್ರ ಬಿಡಿಸುವ, ಬಣ್ಣ ಹಚ್ಚುವ, ಸಂಗೀತ ಕೇಳುವ, ಹಾಡು ಹೇಳುವ ಇತರ ಹವ್ಯಾಸಗಳೂ ಇವೆ.

ಕೊಟ್ಟು ಹುಟ್ಟಿದವರ ಬದುಕು

(ಕತೆಗಳು)

ಜಂಗಮಕೋಟೆ ಪುರುಷೋತ್ತಮ

ಪಂಚಮಿ ಮೀಡಿಯಾ ಪಬ್ಲಿಕೇಷನ್ಸ್
ಬೆಂಗಳೂರು

ಕೊಟ್ಟು ಹುಟ್ಟದವರ ಬದುಕು (ಕತೆಗಳು)

ಲೇಖಕರು: ಜಂಗಮಕೋಟೆ ಪುರುಷೋತ್ತಮ

#57 ಬಿ, 18ನೇ ಮುಖ್ಯ ರಸ್ತೆ, 2ನೇ ಬ್ಲಾಕ್, (ಪಿಎಎಸ್ ಕಾಲೇಜ್ ಹಿಂಭಾಗ),
ಬನಶಂಕರಿ ಮೊದಲನೇ ಹಂತ, ಬೆಂಗಳೂರು–560050, ಮೊ: 9535174343

ಪ್ರಕಾಶಕರು :

ಪಂಚಮಿ ಮೀಡಿಯಾ ಪಬ್ಲಿಕೇಷನ್ಸ್

326, 'ಚೈತ್ರ', ಮೊದಲನೇ ಮಹಡಿ,
5ನೇ ತಿರುವು, 5ನೇ ಬ್ಲಾಕ್, ಬಿಎಸ್‌ಕೆ 3ನೇ ಹಂತ,
ಭುವನೇಶ್ವರಿ ನಗರ ಬೆಂಗಳೂರು–560085
Email: panchami.publications@gmail.com
ಮೊ: 9739561334

KOTTU HUTTADAVARA BADUKU
A Collection of short Stories
written By Jangamakote Purushottama

Publisher

Publisher- **PANCHAMI MEDIA PUBLICATIONS**
No: 326, Chaitra, 1st floor, 5th Cross, 5th Block,
BSK 3rd Stage, Bhuvaneshwari Nagar, Bangalore-560085,
Mob: 9739561334 , Email: panchami.publications@gmail.com

ಹಕ್ಕುಗಳು : ಲೇಖಕರು	Copy right: Author
ಪ್ರಥಮ ಮುದ್ರಣ : ೨೦೨೩	First impression: 2023
ಬೆಲೆ :೨೪೦ /-	Price:240 /-
ಪುಟಗಳು :೨೨೬	Pages: 226
ಕಾಗದ ಬಳಕೆ: ೭೦ ಜಿಎಸ್‌ಎಂ	Paper used: 70 GSM Maplitho
ಪುಸ್ತಕದ ಅಳತೆ : ೧/೮ ಡೆಮಿ	Book size: 1/8 Demy
ಐಎಸ್‌ಬಿಎನ್ :೯೭೮-೮೧-೯೬೦೨೬೮-೫-೧	ISBN: 978-81-960268-5-1

Cover, Layout Design & Printing: Vestacraft, Bengaluru
ಮುಖಪುಟ, ಒಳಪುಟ ವಿನ್ಯಾಸ, ಮುದ್ರಣ: ವೆಸ್ತಾಕ್ರಾಫ್ಟ್, ಬೆಂಗಳೂರು

ಮುನ್ನುಡಿ

ಶ್ರೀಯುತ ಜಂಗಮಕೋಟೆ ಪುರುಷೋತ್ತಮರ ಈ ಕತಾ ಸಂಗ್ರಹಕ್ಕೆ ಕೆಲವು ಮಾತುಗಳನ್ನು ಬರೆಯಲು ಸಂತೋಷವಾಗುತ್ತಿದೆ. ನನ್ನ ಮೇಲಿನ ಪ್ರೀತಿ, ಅಭಿಮಾನಗಳು ಅವರಿಗೆ ಮೊದಲಿನಿಂದಲೂ ಇರುವುದರಿಂದ ನನ್ನನ್ನು ಈ ಕೆಲಸಕ್ಕೆ ಹಚ್ಚಿದ್ದಾರೆಂದು ಭಾವಿಸಿದ್ದೇನೆ. ಅಷ್ಟೇ ಸ್ನೇಹ ವಿಶ್ವಾಸದಿಂದ ನನಗೆ ವಹಿಸಿರುವ ಕೆಲಸವನ್ನು ನಿರ್ವಹಿಸಲು ಪ್ರಯತ್ನಿಸಲು ಪ್ರಯತ್ನಿಸಿದ್ದೇನೆ.

ಪುರುಷೋತ್ತಮ ಒಳ್ಳೆಯ ಕತೆಗಾರರಾಗಬಲ್ಲ ಎಲ್ಲ ಸಾಧ್ಯತೆಗಳನ್ನೂ ಇಲ್ಲಿರುವ ಕತೆಗಳು ಸೂಚಿಸುತ್ತವೆ. ಸಂಗ್ರಹದಲ್ಲಿ ಸೇರುವ ಮೊದಲೇ ಕೆಲವು ಕತೆಗಳನ್ನು ನನಗೆ ಕೊಟ್ಟು ಓದಿಸಿದ್ದಾರೆ. ಅಭಿಪ್ರಾಯ ಕೇಳಿದ್ದಾರೆ, ನನ್ನೊಂದಿಗೆ ಚರ್ಚಿಸಿದ್ದಾರೆ, ತಿದ್ದಿದ್ದಾರೆ. ಇದರಿಂದಾಗಿ ಇಲ್ಲಿರುವ ಎಷ್ಟೋ ಕತೆಗಳು ನನಗೆ ತೀರಾ ಪರಿಚಿತವಾದುವು. ಆದ್ದರಿಂದಲೇ ಅವುಗಳ ಬಗ್ಗೆ ಬರೆಯಲು ಹಿಂಜರಿಕೆ. ನಮಗೆ ಗೊತ್ತಿಲ್ಲದವರ ಕುರಿತು ಮಾತನಾಡುವುದಕ್ಕೂ ಗೊತ್ತಿರುವ, ಪ್ರೀತಿಯುಳ್ಳವರ ಕುರಿತು ಮಾತನಾಡುವುದಕ್ಕೂ ಇರುವ ವ್ಯತ್ಯಾಸವೇ ಅವರ ಕೃತಿಗಳಿಗೂ ಅನ್ವಯಿಸುತ್ತದೆ. ಕೃತಿಯನ್ನು ವಿಮರ್ಶಿಸುವಾಗ ವಸ್ತುನಿಷ್ಠವಾಗಿರಬೇಕು ಎನ್ನುವ ಪ್ರಜ್ಞೆ ಕೆಲವು ಸಲ ಕೈಕೊಡಬಹುದು ಎನ್ನುವ ಭಯ ಇರುವ ಹಾಗೆಯೇ, ಆತ್ಮೀಯರು ಎನ್ನುವ ಕಾರಣಕ್ಕೆ ಕೃತಿಯ ಎಷ್ಟೋ ಒಳ್ಳೆಯ ವಿಚಾರಗಳು ತಲೆತಪ್ಪಿಸಿಕೊಳ್ಳುವ ಸಾಧ್ಯತೆಯೂ ಇದೆ. ಇಂತಹ ಇಕ್ಕಟ್ಟಿನ ಪರಿಸ್ಥಿತಿಗೆ ನನ್ನನ್ನು ಸಿಲುಕಿಸಿಕೊಂಡಿರುವೆನೇನೋ ಎನ್ನುವ ಭಾವನೆಯೂ ಕಾರಣವಾಗಿ ಇಷ್ಟು ಕಾಲ ಈ ಸಂಗ್ರಹ

ನನ್ನಲ್ಲೇ ಅಜ್ಞಾತವಾಗಿ ಉಳಿಯಬೇಕಾಯಿತು. ಈಗ ಅದೆಲ್ಲವನ್ನೂ ಬದಿಗೊತ್ತಿ ಬರೆಯುತ್ತಿದ್ದೇನೆ.

ಈ ಸಂಗ್ರಹದ ಮೊದಲ ಕತೆ 'ನಮ್ಮ ನಿಮ್ಮ ಮಧ್ಯೆ... ಹೀಗೂ ಇದೆ'. ಇದನ್ನು ಬಹಳ ಹಿಂದೆಯೇ ಓದಿದ್ದೆ. ಸಮಾಜದ ಶ್ರೀಮಂತ ವರ್ಗ ಮತ್ತು ರಾಜಕಾರಣಿಗಳಲ್ಲಿರುವ ಪರಸ್ಪರ ದ್ವೇಷ, ಅಸೂಯೆ, ಜಿದ್ದು, ಸಣ್ಣತನಗಳು ಹಾಗೂ ಅವರ ಅಮಾನವೀಯ ಗುಣಗಳಿಗೆ ಸಂಬಂಧಿಸಿದಂತೆ ಬರೆದ ಕತೆ. ನಾನು ತುಂಬಾ ಮೆಚ್ಚಿಕೊಂಡ ಕತೆ. ಕತೆ ಶುರುವಾಗುವುದೇ ಒಂದು ಬಾಂಬ್ ಸ್ಫೋಟದಿಂದ, ರಾಜಕಾರಣಿಗಳು ಮತ್ತು ಶ್ರೀಮಂತರೇ ಇರುವ ಪ್ರತಿಷ್ಠಿತ ಬಡಾವಣೆಯಲ್ಲಿ ಮಧ್ಯರಾತ್ರಿ ಬಾಂಬೊಂದು ಸ್ಫೋಟವಾಗುತ್ತದೆ. ಎಮ್ಮೆಲ್ಲೆ ಕೊಟ್ರ ಬಸವನ ಗೌಡನ ಮನೆಯ ಕಿಟಕಿ ಗಾಜುಗಳು ಒಡೆಯತ್ತವೆ. ಬಾಂಬ್ ಸ್ಫೋಟವಾದ ಜಾಗದಲ್ಲಿ ಭಾರೀ ಹೊಂಡವೊಂದು ಮೂಡಿರುತ್ತದೆ. ಗೌಡ ಹೇಳಿ ಕೇಳಿ ಎಮ್ಮೆಲ್ಲೆ, ಪಕ್ಕಾ ರಾಜಕಾರಣಿ. ಮುಂದೆ ತಾನು ಮುಖ್ಯಮಂತ್ರಿ ಆಗುವ ಕನಸು ಕಾಣುತ್ತಿರುವವನು. ಸದ್ಯದ ಮುಖ್ಯಮಂತ್ರಿಗೆ ಬೇಕಾದವನು. ಜೊತೆಗೆ ಸಾಕಷ್ಟು ಬೆಂಬಲಿಗರು ಅವನಿಗಿದ್ದಾರೆ. ಹೀಗಿರುವಾಗ ಅವನ ಮನೆ ಮುಂದೆ ಬಾಂಬ್ ಹಾಕುವುದೆಂದರೆ? ತನ್ನ ಬದ್ಧವೈರಿ ಗೃಹಸಚಿವ ವಿಷಕಂಠಯ್ಯನ ಕರಾಮತ್ತೇ ಇದು ಎಂದು ಭಾವಿಸುವುದು ಸಹಜ. ಅದಕ್ಕೆ ತಕ್ಕ ಹಾಗೆ ಹಿಂದಿನ ದಿನ ಪಾರ್ಟಿ ಮೀಟಿಂಗ್‌ನಲ್ಲಿ ಪರಸ್ಪರ ಕಿತ್ತಾಡಿರುತ್ತಾರೆ. ಜಗಳ ಕಾದಿದ್ದ ರಾತ್ರಿಯೇ ಬಾಂಬ್ ಹಾಕಬೇಕೆಂದರೆ? ವಿಷಕಂಠಯ್ಯ ತನ್ನನ್ನು ರಾಜಕೀಯವಾಗಿ ಮುಗಿಸುವ ಸಲುವಾಗಿಯೇ ಬಾಂಬ್ ಹಾಕಿಸಿದ್ದಾನೆ ಎಂದು ಕೊಟ್ರ ಬಸವನ ಗೌಡ ಭಾವಿಸುವುದು ಅರ್ಥಪೂರ್ಣವಾಗುತ್ತದೆ. ಆ ಕ್ಷಣವೇ ಗೌಡ ಚುರುಕಾಗುತ್ತಾನೆ. ಕಮೀಷನರ್‌ಗೆ ಪೋನ್ ಮಾಡಿದ ಅರ್ಧ ಗಂಟೆಯಲ್ಲೇ ಇನ್ಸ್‌ಪೆಕ್ಟರ್ ರಾಮಲಿಂಗರೆಡ್ಡಿ ಸ್ಥಳಕ್ಕೆ ಹಾಜರಾಗುತ್ತಾನೆ. ಕತೆ ಇಷ್ಟಕ್ಕೇ ಮುಗಿದಿದ್ದರೆ ಸಾಧಾರಣವೆನಿಸುತ್ತಿತ್ತು. ಅದು ತಿರುವು ಪಡೆಯುವುದೇ ಈ ಕ್ಷಣದಿಂದ. ಗೌಡನ ಆಜೂಬಾಜುವಿನಲ್ಲಿ ಅನೇಕ ಶ್ರೀಮಂತರ ಮನೆಗಳಿವೆ. ಸಿಲ್ಕ್ ವ್ಯಾಪಾರಿ ಕೃಷ್ಣದಾಸ್ ಚಾಬ್ರಿಯ, ಫ್ಯಾಕ್ಟರಿಯ ಮಾಲೀಕ ನವೀನ್ ಪಟೇಲ್, ಚೀಫ್ ಇಂಜಿನಿಯರ್ ಸಿದ್ದಣ್ಣನವರ್, ಫೈನಾನ್ಸಿಯರ್ ಗುಲಾಬ್ ಚಂದ್‌ದಾಗ ಹಾಗೂ ಸರ್ಜನ್ ಕಾಶೀನಾಥಪ್ಪ ಇವರುಗಳ ಮನೆಗಳೂ ಇವೆ. ಅವರ ಮನೆ ಗಾಜುಗಳೂ ಒಡೆದಿವೆ. ಚಾಬ್ರಿಯಾಗೆ ತನ್ನ ಪ್ರತಿಸ್ಪರ್ಧಿ ವಾಸ್ವಾನಿಯ ಮೇಲೆ ಗುಮಾನಿ ಇರುವಂತೆಯೇ ಚೀಫ್ ಇಂಜಿನೀಯರ್‌ಗೆ ಕಂಟ್ರಾಕ್ಟರ್ ಆಳ್ವನ ಮೇಲೆ ಅನುಮಾನವಿದೆ. ಸರ್ಜನ್‌ಗೆ ಮಗುವಿನ ಟ್ರೀಟ್ ಮೆಂಟಿಗೆ ಕರೆದುಕೊಂಡು ಬಂದು, ತನ್ನ ನರ್ಸಿಂಗ್ ಹೋಂನಲ್ಲಿ ಅದು ಸತ್ತುಹೋಗಿ,

ನರ್ಸಿಂಗ್ ಹೋಂ ಚಾರ್ಜುಗಳನ್ನು ಕೊಡದೆ ಬೆದರಿಕೆ ಹಾಕಿದ್ದ ಆ ಮಗುವಿನ ತಂದೆ ಹೈದರ್ ಮೇಲೆ ತುಂಬಾ ಅನುಮಾನವಿದೆ. ಹಾಗೇನೇ ಗುಲಾಬ್ ಚಂದ್ ದಾಗ ತನ್ನ ಸೊಸೆಯನ್ನು ತವರಿಗೆ ಅಟ್ಟಿ, ಮಗನಿಗೆ ಇನ್ನೊಂದು ಮದುವೆ ಮಾಡಿದ್ದರ ಪರಿಣಾಮವಾಗಿ ಮೊದಲ ಸೊಸೆಯ ಅಪ್ಪ ಖಂಡೇಲವಾಲ ತನ್ನ ಹಾಗೂ ಮಗನ ಮೇಲೆ ಹಾಕಿರುವ ಕೇಸುಗಳು, ಕಿರುಕುಳಗಳು ಮುಗಿಯದಷ್ಟು ಇರುವಾಗ ಇದ್ದಕ್ಕಿದ್ದ ಹಾಗೆ ಬಾಂಬ್ ಸ್ಫೋಟವಾದರೆ? ಇದರಿಂದ ಖಡೇಲ್ ವಾಲನ ಮೇಲಿದ್ದ ಅನುಮಾನ ಮತ್ತಷ್ಟು ಗಟ್ಟಿಯಾಗಿದೆ. ನವೀನ್ ಪಟೇಲನಿಗೆ ತನ್ನ ಫ್ಯಾಕ್ಟರಿಯ ಕಾರ್ಮಿಕ ನಾಯಕನ ಮೇಲೆ ಗುಮಾನಿ ಇದೆ. ಅವರವರ ಭಾವಕ್ಕೆ ತಕ್ಕಂತೆ ಯೋಚಿಸಲು ಅವಕಾಶ್ ಕೊಟ್ಟ ಬಾಂಬ್ ಸ್ಫೋಟದಿಂದ ಹೆಚ್ಚು ಲಾಭವಾಗುವುದು ಇನ್ಸ್‌ಪೆಕ್ಟರ್ ರಾಮಲಿಂಗ ರೆಡ್ಡಿಗೆ. ಕತೆಗೆ ಅಂತ್ಯವನ್ನು ತಂದು ಕೊಡುವವನೂ ರೆಡ್ಡಿಯೇ.

ಮೇಲ್ವರ್ಗದ ಜನರಲ್ಲಿ ಅಳವಾಗಿ ಬೇರೂರಿರುವ ಅನೇಕ ಸಂಗತಿಗಳನ್ನು ಪುರುಷೋತ್ತಮ ಅವರು ತುಂಬಾ ಸೂಕ್ಷ್ಮವಾಗಿ ಅಷ್ಟೇ ಪರಿಣಾಮಕಾರಿಯಾಗಿ ಹೊರತೆಗೆದಿದ್ದಾರೆ. ಅವರುಗಳ ಜೀವನ ಕ್ರಮ, ವ್ಯವಹಾರ ಚತುರತೆ, ಸ್ನೇಹದ ಸೋಗು, ಕಾಲೆಳೆಯುವ ಚಾಣತನ ಇವುಗಳನ್ನು ತಮ್ಮ ಸರಳವಾದ ಭಾಷೆಯ ಮೂಲಕ ಕಣ್ಣಮುಂದೆ ಕಡೆದು ನಿಲ್ಲಿಸುತ್ತಾರೆ. ಓದುಗನಿಗೂ ಕತೆಯ ಪಾತ್ರಗಳಿಗೂ ನೇರ ಸಂಪರ್ಕವನ್ನು ಕಲ್ಪಿಸಿ ಕೊಡುವ ಈ ಕತೆ, ವ್ಯಂಗ್ಯದಲ್ಲಿ ಮುಕ್ತಾಯವಾಗುತ್ತದೆ. ಭಾಷೆಯಲ್ಲಿ ಕ್ಲಿಷ್ಟತೆಯಾಗಲಿ, ಆಡಂಬರವಾಗಲಿ ಇರದೆ ಸರಳವಾಗಿದೆ. ಸರಾಗವಾಗಿ ಹರಿದು ತನ್ನ ಪಾತ್ರವನ್ನು ವಿಸ್ತರಿಸಿಕೊಳ್ಳುತ್ತಾ ಹೋಗುವ ನದಿಯ ಗಂಭೀರತೆ, ಆಳ, ಇಲ್ಲಿನ ಕತೆಗಳಿಗೆ ಇರುವುದರಿಂದಲೇ ಅವು ಓದುಗನನ್ನು ಹೆಚ್ಚು ಹೆಚ್ಚು ತೊಡಗಿಸಿಕೊಳ್ಳುತ್ತವೆ.

ಸಮಾಜದ ಕೆಳವರ್ಗದ ಜನರು ಹೋರಾಟ ನಡೆಸಿಯೇ ಬದುಕುತ್ತಿರುತ್ತಾರೆ. ಬದುಕಲು ನಡೆಸುವ ಹೋರಾಟ ಪ್ರತಿಫಲ ನೀಡದಿದ್ದಾಗ ಹೋರಾಟ ವ್ಯರ್ಥವಾಗುತ್ತದೆ. ಈ ತಿಳಿವಳಿಕೆ ಇದ್ದೂ ತನ್ನ ಬದುಕಿನಲ್ಲಿ ಅನಿರೀಕ್ಷಿತವಾಗಿ ಕೆಲಸ ಕಳೆದುಕೊಂಡು ಮತ್ತೆ ಅದನ್ನು ಪಡೆಯಲು ಹೆಣಗುವ – ಒಬ್ಬನ ಕತೆ 'ಕೊಟ್ಟು ಹುಟ್ಟದವರ ಬದುಕು' ಶಿವಣ್ಣ ಒಂದು ಕೆಮಿಕಲ್ ಫ್ಯಾಕ್ಟರಿಯಲ್ಲಿ ಸುಮಾರು ವರ್ಷಗಳಿಂದ ಕೆಲಸ ಮಾಡುತ್ತಿದ್ದವನು. ಪ್ರಾಮಾಣಿಕ, ಸಭ್ಯ, ಜೊತೆಗೆ ಫ್ಯಾಕ್ಟರಿ ಮಾಲೀಕನ ಮಾತಿಗೆ ಪ್ರತಿಯಾಡದೆ ದುಡಿಯುತ್ತಿದ್ದ ಸಜ್ಜನ. ನಿಷ್ಠಾವಂತನಾದ ಶಿವಣ್ಣ ಲ್ಯಾಬ್‌ನಲ್ಲಿ ಕೆಲಸ ಮಾಡುತ್ತಿದ್ದುದರಿಂದ ಅನಿಲದ ಹೊಗೆಯಿಂದಾಗಿ ಅವನ ಶ್ವಾಸಕೋಶಗಳು ದುರ್ಬಲವಾಗಿರುತ್ತವೆ.

ಮನೆಯಲ್ಲಿ ಅನಾರೋಗ್ಯದ ತಾಯಿ, ತನ್ನನ್ನೇ ನಂಬಿಕೊಂಡಿರುವ ಹೆಂಡತಿ ಮಕ್ಕಳಿಗೋಸ್ಕರ ತನ್ನ ಆರೋಗ್ಯವನ್ನೇ ಲೆಕ್ಕಿಸದೆ ದುಡಿಯುತ್ತಿರುತ್ತಾನೆ. ರಾಸಾಯನಿಕ ಕಾರ್ಖಾನೆಗಳಲ್ಲಿ ಸಾಮಾನ್ಯವಾಗಿ ಮಾಸ್ಕ್ ಹಾಗೂ ಗ್ಲೌಸ್ ನೀಡಿ ಕಾರ್ಮಿಕರಿಗೆ ತೊಂದರೆಯಾಗದಂತೆ ಎಚ್ಚರ ವಹಿಸಿರುತ್ತಾರೆ. ಆದರೆ ಶಿವಣ್ಣನ ಫ್ಯಾಕ್ಟರಿಯಲ್ಲಿ ಅದಾವುದೂ ಇರುವುದಿಲ್ಲ. ಜೊತೆಗೆ ಶಿವಣ್ಣ ಹಳೆಯ ಕಾಲದವನು. ಫ್ಯಾಕ್ಟರಿಯನ್ನು ಪ್ರಾರಂಭಿಸಿದ ಕಾಲದಿಂದಲೂ ಇರುವವನು. ಪರಿಸ್ಥಿತಿ ಹೀಗಿದ್ದೂ ಒಂದು ದಿನ ಶಿವಣ್ಣನ ಕೈ ಚೀಲದಲ್ಲಿ ಫ್ಯಾಕ್ಟರಿಯ ಒಂದು ವಸ್ತು ಸಿಕ್ಕು ಅವನು ಕದ್ದ ಆರೋಪದ ಮೇಲೆ ಕೆಲಸ ಕಳೆದುಕೊಳ್ಳುತ್ತಾನೆ. ಕತೆ ಇಲ್ಲಿಗೆ ಒಂದು ಘಟ್ಟ ಮುಟ್ಟುತ್ತದೆ. ಮುಂದಿನದು ಈ ಕತೆಗಾರರ ಅದ್ಭುತ ಕಲ್ಪನೆಯನ್ನು ನಿರೂಪಿಸುತ್ತದೆ. ಒಂದು ವಸ್ತುವಿನ ಸುತ್ತ ಕೆಲಸ ಮಾಡುವ ಮನಸ್ಸು ಆ ವ್ಯಕ್ತಿಯ ಒಳತೋಟಿಯಲ್ಲಿ ಕತೆಯ ಬಗೆಗಿನ ಎಲ್ಲ ಸೂಕ್ಷ್ಮಗಳ ಕಡೆಗೂ ಗಮನ ಹರಿಸಿರುತ್ತದೆ. ಕೆಲವೊಮ್ಮೆ ಅದು ದಕ್ಕದೆ ಹೋಗಬಹುದು. ಕೆಲವೊಮ್ಮೆ ಪ್ರಕಟಗೊಳ್ಳಲೂಬಹುದು. ಈ ಕತೆಯ ಮಟ್ಟಿಗೆ ಅದು ಲಭ್ಯವಾಗಿದೆ. ಹೆಚ್ಚು ವಿವರಗಳಿಗೆ ಹೋಗದೆ ಕತೆಗಾರರು ಅಪ್ರಜ್ಞಾಪೂರ್ವಕವಾಗಿ ಬೆಳೆದ ದುರಂತದ ಅಂತ್ಯ ನೀಡುತ್ತಾರೆ. ಇದರಿಂದಾಗಿಯೇ 'ಕೊಟ್ಟು ಹುಟ್ಟದವರ ಬದುಕು' ವಿಶೇಷವಾಗಿರುವುದು,

ನೆನಪು ವಾಸ್ತವಗಳಿಗೆ ಜಿಗಿಯುವ ಕತೆ 'ಬಯಸಿದವಳು', ಒಬ್ಬ ಪ್ರಸಿದ್ಧ ನಟ ಹಾಗೂ ಅವನು ಪ್ರೇಮಿಸಿದ ಹೆಣ್ಣೊಬ್ಬಳ ಸುತ್ತ ಹೆಣೆದ ಕತೆ ಇದು. ಜನಪ್ರಿಯತೆ ಗಳಿಸಿದಾಗ ನಟನನ್ನು ಬಯಸಿ ಬರುವ ಹೆಣ್ಣುಗಳು ಅನೇಕ. ಅವನ ಮಾತಿಗಾಗಿ, ಅವನ ದರ್ಶನಕ್ಕಾಗಿ ಅವನನ್ನೇ ಆರಾಧಿಸುತ್ತಾ ತುದಿಗಾಲಿನಲ್ಲಿ ನಿಂತ ಹೆಣ್ಣುಗಳಿಂದ ನೂರಾರು ಪತ್ರಗಳು ನಟನಿಗೆ ಬರುತ್ತವೆ. ಇವು ಯಾವುವೂ ಅವನನ್ನು ತಟ್ಟುವುದಿಲ್ಲ. ತಾನು ಮಾಲಾಳನ್ನು ಪ್ರೀತಿಸಿದ ಘಳಿಗೆಯಿಂದ ಅವಳು ತನ್ನನ್ನು ತಿರಸ್ಕರಿಸಿದವರೆಗೂ ಅಭಿಮಾನಿಗಳು ಬರೆದ ಪತ್ರಗಳ ಮೂಲಕ ಕತೆ ಬಿಚ್ಚಿಕೊಳ್ಳುತ್ತದೆ. ವಾಸ್ತವದಿಂದ ನೆನಪಿಗೆ ಜಿಗಿಯುವ ಮತ್ತು ನೆನಪಿನಿಂದ ವಾಸ್ತವಕ್ಕೆ ಇಳಿಯುವ ಜೀಕಾಟದಲ್ಲೇ ಕತೆ ಆಕಾರ ಪಡೆಯುತ್ತದೆ. ಆಧುನಿಕ ಬರಹಗಾರರ ತಂತ್ರವನ್ನು ಸಮರ್ಥವಾಗಿ ಬಳಸಿಕೊಂಡಿದ್ದಾರೆ. ದ್ವಂದ್ವದಲ್ಲಿ ಸಿಕ್ಕು ನೆಲೆಗಾಣದ ಮನಸ್ಥಿತಿ, ಹತಾಶೆ, ಮರೀಚಿಕೆಯಾಗಿಯೇ ಉಳಿದ ಪ್ರೀತಿ ವಾಸ್ತವದಲ್ಲಿ ದುರಂತವೆನಿಸುತ್ತದೆ. ಆದರೆ ವಾಸ್ತವದ ಬದುಕಿನಲ್ಲಿ ಬಂದ ಅಭಿಮಾನಿಗಳ ಪತ್ರಗಳೂ ಕೂಡ ಸೋಲನ್ನೇ ಅಣಕಿಸುತ್ತವೆ. ಇದೊಂದು ರೀತಿಯ ರೊಮ್ಯಾಂಟಿಕ್ ಬರವಣಿಗೆಯಿಂದ ಕೂಡಿದ ಕತೆ.

ಈ ಸಂಗ್ರಹದಲ್ಲಿ ಒಂದೆರಡು ಕತೆಗಳನ್ನು ಬಿಟ್ಟರೆ ಉಳಿದವು ಮನಸ್ಸಿಗೆ

ತಟ್ಟುತ್ತವೆ. 'ರೆಸ್ಕ್ಯೂ' ಎನ್ನುವ ಕತೆ ವಿಜ್ಞಾನಕ್ಕೆ ಸಂಬಂಧಿಸಿದ್ದು. ಖಗೋಳವಿಜ್ಞಾನದ ಸಾಧನೆ ಕುರಿತ ಅನೇಕ ಕತೆಗಳು ಕನ್ನಡ ಸಾಹಿತ್ಯದಲ್ಲಿ ಬಂದಿವೆ. ಪ್ರೀತಿ ಪ್ರೇಮ, ಆಸೆ ನಿರಾಸೆ ದ್ವಂದ್ವಗಳೇ ಸಾಮಾನ್ಯವಾಗಿ ವಸ್ತುಗಳಾಗಿರುವ ಕತೆಗಳೇ ಹೆಚ್ಚಾಗಿರುವ ಸಂದರ್ಭದಲ್ಲಿ ಆಕಾಶವನ್ನು ಬಗೆದು ನೋಡುವ, ಜಗತ್ತಿನಾಚೆಗಿನ ಸಮಾಚಾರವನ್ನು ಅರಿಯ ಬಯಸುವ ಮನಸ್ಸುಗಳು ಈ ನಿಟ್ಟಿನಲ್ಲಿ ಕೆಲಸಮಾಡುತ್ತಿರುವುದು ಸಂತೋಷದ ವಿಷಯ. ಈ ದೃಷ್ಟಿಯಿಂದ 'ರೆಸ್ಕ್ಯೂ' ಒಂದು ಉತ್ತಮ ಪ್ರಯತ್ನವೆಂದು ಹೇಳಬಹುದು. ಭೂಮಿಗಿಂತ ಇನ್ನೂರು ಪಟ್ಟು ಗಾತ್ರದ ಧೂಮಕೇತು ಒಂದು ಭೂಮಿಯ ಕಡೆಗೆ ಧಾವಿಸಿ ಬರುತ್ತಿದೆ ಎಂದು ತಿಳಿದಾಗ ಉಂಟಾಗುವ ಅಲ್ಲೋಲ ಕಲ್ಲೋಲಗಳನ್ನು ಕತೆಗಾರರು ತುಂಬಾ ಪ್ರಭಾವಯುತರಾಗಿ ಚಿತ್ರಿಸುತ್ತಾರೆ. ಧೂಮಕೇತುವನ್ನು ಭೂ ಗುರುತ್ವಾಕರ್ಷಣೆಯಿಂದ ತಪ್ಪಿಸುವುದು ಹೇಗೆ, ಅದರ ಪಥವನ್ನು ಬೇರೆಯ ದಿಕ್ಕಿಗೆ ತಿರುಗಿಸುವುದು ಹೇಗೆ ಎನ್ನುವ ಅನೇಕ ಪ್ರಶ್ನೆಗಳ ಜೊತೆಗೆ ಭೂಮಿಯ ಜನರನ್ನು ಹೇಗೆ ರಕ್ಷಿಸುವುದು ಎನ್ನುವ ಕಡೆಗೂ ಯೋಚಿಸುವಂತೆ ಮಾಡುತ್ತಾರೆ. ಕಡೆಯ ತನಕ ಕುತೂಹಲವನ್ನು ಕಾಯ್ದುಕೊಂಡು ಸಾಗುವ 'ರೆಸ್ಕ್ಯೂ' ಹೊಸ ಅನುಭವಗಳನ್ನು ಕೊಡುತ್ತದೆ.

ಕಡೆಯದಾಗಿ 'ಗೆಲುವು ಅನ್ನುವ ಸೋಲು' ಕತೆಯ ಬಗ್ಗೆ ಎರಡು ಮಾತು. ಪ್ರತಿಷ್ಠೆ ಮತ್ತು ಸರಳತೆ ಎರಡರ ಮುಖಾಮುಖಿ ಈ ಕತೆಯ ವಸ್ತು. ಶ್ರೀಮಂತಿಕೆಯಿಂದ ಬರಬಹುದಾದ ಗರ್ವ ಪ್ರತಿಷ್ಠೆಗಳಿಗೆ ಪಾತ್ರನಾದ ಸಂಜಯ್, ತನ್ನ ಸರಳತೆ ಮತ್ತು ಸ್ನೇಹ ಸ್ವಭಾವದಿಂದ ಆಕರ್ಷಿಸುವ ಗಿರೀಶ ಹಾಗೂ ಅವರ ಸಹಪಾಠಿ ಶೀಲಾರ ಸುತ್ತ ಗಂಭೀರವಾಗಿ ಸಾಗುವ ಈ ಕತೆಯಲ್ಲಿ ಕತೆಗಾರರು ಅವರವರ ಸ್ವಭಾವಗಳನ್ನು ತುಂಬಾ ಚೆನ್ನಾಗಿ ಚಿತ್ರಿಸಿದ್ದಾರೆ. ಶೀಲಾ ಸಹಜವಾಗಿ ಗಿರೀಶನನ್ನು ಪ್ರೀತಿಸುತ್ತಾಳೆ. ಗಿರೀಶನ ಬಡತನ, ಅವನ ಉಡುಪು ಶ್ರೀಮಂತನಾದ ಸಂಜಯನಿಗೆ ತಿರಸ್ಕಾರ ಹುಟ್ಟಿಸಿದರೂ, ಗಿರೀಶನ ಸರಳತೆಗೆ ಕರಗುವ ಹೆಣ್ಣುಗಳನ್ನು ಕಂಡಾಗ ಸಂಜಯ ಒಳಗೊಳಗೇ ಕರುಬುತ್ತಾನೆ. ಸಿಡಿಯುತ್ತಾನೆ. ಮೇಲಾಗಿ ಪ್ರತಿಸಲವೂ ವಿದ್ಯಾರ್ಥಿ ಸಂಘಕ್ಕೆ ಗಿರೀಶನೇ ಗೆಲ್ಲುತ್ತಿರುವುದು ಅವನ ಅಸಹನೆಗೆ ತುಪ್ಪ ಸುರಿದಂತಾಗುತ್ತದೆ. ಸಂಜಯನ ಬೆಂಬಲಿಗರು ಈ ಸಲದ ಚುನಾವಣೆಯಲ್ಲಿ ಅವನನ್ನು ಎತ್ತಿ ಕಟ್ಟಿ ಗಿರೀಶನ ಪ್ರತಿಸ್ಪರ್ಧಿಯಾಗಿ ನಿಲ್ಲಿಸುತ್ತಾರೆ. ಇದನ್ನು ಅರಿತ ಗಿರೀಶ, ಸಂಜಯನಿಗೆ ಆ ಸ್ಥಾನವನ್ನು ಬಿಟ್ಟುಕೊಡುತ್ತಾನೆ. ಇದು ಅವನ ಸ್ವಾಭಿಮಾನಕ್ಕೆ ಪೆಟ್ಟು ಬಿದ್ದಂತಾಗುತ್ತದೆ. ಛಲದಿಂದ ಗೆಲ್ಲಬೇಕು ಅಂದುಕೊಂಡವನಿಗೆ ಸೋಲಿಸದೇ ಬಂದ ಈ ಸ್ಥಾನ ಗಿರೀಶನ ಮೇಲಿನ ಮತ್ಸರಕ್ಕೆ ಇನ್ನಷ್ಟು ಕಾರಣವಾಗುತ್ತದೆ.

ಕತೆ ಬೆಳೆಯುತ್ತಾ ಹಲವಾರು ತಿರುವುಗಳನ್ನು ಪಡೆಯುತ್ತಾ ಗಿರೀಶನನ್ನು ಮದುವೆಯಾಗಬೇಕಿದ್ದ ಶೀಲ ಸಂಜಯನನ್ನು ವರಿಸುತ್ತಾಳೆ. ಸಂಜಯ್ ತಾನು ಗೆದ್ದೆನೆಂದು ಬೀಗುತ್ತಾನೆ. ಆದರೆ ಶೀಲ ನುಡಿಯುವ ಮಾತುಗಳು ಸಂಜಯನ ಅಹಂಕಾರವನ್ನು ಮುರಿಯುವುದಲ್ಲದೆ ಗಿರೀಶನ ದೊಡ್ಡತನವನ್ನು ಮೆರೆಸುತ್ತದೆ. ದುರಂತವೆಂದರೆ ಇವರಿಬ್ಬರ ನಡುವೆ ಸಿಕ್ಕಿದ ಶೀಲ ಮುಂದಿನ ಭವಿಷ್ಯವನ್ನು ನೆನೆದು ಮರುಗುತ್ತಾಳೆ.

ಪುರುಷೋತ್ತಮರ ಅನುಭವ ಸಾಮಗ್ರಿಯಿಂದ ಬಂದ ಈ ಕತೆಗಳನ್ನು ಓದಿದಾಗ ಒಬ್ಬ ನುರಿತ ಕತೆಗಾರರು ಎನಿಸುತ್ತದೆ. ಮೂಲತಃ ಪುರುಷೋತ್ತಮರ ಮನಸ್ಸು ನಗರ ಪ್ರಜ್ಞೆಗೆ ಕುರಿತದ್ದಾದ್ದರಿಂದ ಇಲ್ಲಿನ ಬದುಕನ್ನು ಚೆನ್ನಾಗಿ ಚಿತ್ರಿಸಬಲ್ಲರು. ಪ್ರಬಂಧ ಶೈಲಿಯ ಬರವಣಿಗೆಯಿಂದಾಗಿ ಕೆಲವು ಕತೆಗಳು ತೀವ್ರತೆಯನ್ನು ಕಳೆದುಕೊಳ್ಳುತ್ತವೆ. (ನಮ್ಮ ನಿಮ್ಮ ಮಧ್ಯೆ..ಹೀಗೂ ಇದೆ ಮತ್ತು ನನ್ನ ಕಥೆಯ ಕಥೆ) ಕತೆಗಳನ್ನು ಓದಿ ಮುಗಿಸಿದಾಗ ಮನಸ್ಸಿನಲ್ಲಿ ನಿಲ್ಲುವುದಿಲ್ಲ. ಹಗುರವಾದ ಭಾವನೆಯಲ್ಲಿ ಲೀನವಾಗಿಬಿಡುತ್ತದೆ. ಗಂಭೀರವಾದ ವಸ್ತುವಿದ್ದರೂ ಕತೆಗಾರರು ನಿರೂಪಕನಾಗಿ ಆಗಾಗ ಓದುಗನನ್ನು ಸೆಳೆದುಕೊಳ್ಳುವುದರಿಂದ ಕತೆ ತನ್ನ ಒಟ್ಟು ಗಾಂಭೀರ್ಯವನ್ನು ಕಳೆದುಕೊಳ್ಳುತ್ತದೆ. ಪುನರಾವರ್ತನೆಗೊಳ್ಳುವ ವಾಕ್ಯಗಳು, ಶಬ್ದಗಳು ಕತೆಯ ಮೈಕಟ್ಟನ್ನು ಸಡಿಲಗೊಳಿಸುತ್ತದೆ. ಇವೆಲ್ಲಾ ಇದ್ದೂ ಕತೆಗಳಿಗೆ ಓದಿಸಿಕೊಳ್ಳುವ ಗುಣವಿದೆ ಎಂದು ಧಾರಾಳವಾಗಿ ಹೇಳಬಹುದು.

ಪುರುಷೋತ್ತಮರ ಕತೆಗಳು, ಅವರ ಹಲವಾರು ಮಿತಿಯಿಂದಾಗಿ ಮಹತ್ತರವಾದದ್ದನ್ನು ಸಾಧಿಸ ಹೊರಡದಿದ್ದರೂ ಆ ದಿಕ್ಕಿನಲ್ಲಿ ಮೊದಲ ಹೆಜ್ಜೆ ಇಟ್ಟಿದ್ದಾರೆ ಎಂದು ಭಾವಿಸಿದ್ದೇನೆ. ಇವರ ಮುಂದಿನ ಕತೆಗಳಲ್ಲಿ ಹೆಚ್ಚು ಪ್ರಬುದ್ಧವಾದ, ಆಳವಾದ ಹಲವಾರು ಆಯಾಮಗಳನ್ನು ಸೃಷ್ಟಿಸುವಂತಹ ಅಥೆಂಟಿಕ್ಕಾದ ಪ್ರಜ್ಞಾವಂತ ವಿಚಾರಗಳು, ಪಾತ್ರಗಳು, ಸನ್ನಿವೇಶಗಳು ಮೂಡಿ ಬರಲಿ ಎಂದು ಹಾರೈಸುತ್ತೇನೆ.

– ಎಂ.ಎನ್. ವ್ಯಾಸರಾವ್

ಲೇಖಕರ ಮಾತುಗಳು

ಅರವತ್ತರ ದಶಕ. ನಾನು ಮಿಡ್ಲ್‌ಸ್ಕೂಲಿನಲ್ಲಿ ಓದುತ್ತಿದ್ದೆ. ಬೆಂಗಳೂರಿನಲ್ಲಿ ಅಳಿವು ಉಳಿವಿನ ಹೋರಾಟ ನಡೆಸುತ್ತಿದ್ದ ಕನ್ನಡ ಭಾಷೆಯ ದುರವಸ್ಥೆ ಈಗ ನಿಮಗೆ ಊಹೆಗೂ ಬರಲಾರದು. ಬಸವನಗುಡಿ ಸುತ್ತ ಮುತ್ತಲಿನ ಕೆಲವು ಬಡಾವಣೆಗಳನ್ನು ಮೀರಿ ದೂರ ಹೋದರೆ ಕನ್ನಡದಲ್ಲಿ ಮಾತನಾಡುವುದೇ ಅವಮಾನ ಅನ್ನುವ ವಾತಾವರಣ. ಕೆಲವು ಸಣ್ಣ ಬಡಾವಣೆಗಳಲ್ಲಿ ಕಾಣುತ್ತಿದ್ದ ತೆಲುಗು ಬಿಟ್ಟರೆ ಬೆಂಗಳೂರು ಆಗಿನ ಮದರಾಸಿನ ಒಂದು ತುಣುಕೋ ಏನೋ ಅನ್ನುವಷ್ಟು ತಮಿಳು ಭಾಷೆಯ ಪ್ರಾಬಲ್ಯವಿತ್ತು. ವರ್ಷಕ್ಕೆ ನಾಕೋ ಐದೋ ಕನ್ನಡ ಸಿನಿಮಾ ಬಿಟ್ಟರೆ ತಮಿಳಿನ, ತೆಲುಗಿನ ಸಿನಿಮಾಗಳದ್ದೇ ದರ್ಬಾರು. ನಮ್ಮ ರಾಜಧಾನಿಯಲ್ಲೇ ನಮ್ಮ ಮಾತೃಭಾಷೆಯ ದಾರುಣ ಪರಿಸ್ಥಿತಿ ಇದ್ದ ಸಂದರ್ಭದಲ್ಲಿ ಮನೆಯಲ್ಲೇ ಒಂದು ಸಣ್ಣ ಕನ್ನಡ ಕಾದಂಬರಿಗಳ, ಕನ್ನಡ ಮಾಸಿಕಗಳ "ವಾಣಿ ಪುಸ್ತಕ ಭಂಡಾರ" ಹೆಸರಿನ ಸರ್ಕ್ಯುಲೇಟಿಂಗ್ ಲೈಬ್ರರಿ ನಡೆಸುತ್ತಿದ್ದ ನಮ್ಮಣ್ಣ ಜಂಗಮಕೋಟೆ ಗುಂಡೂರಾವ್. ಸ್ಕೂಲು, ಗೆಳೆಯರೊಂದಿಗೆ ಬಯಲಿನಲ್ಲಿ ಆಟ ಬಿಟ್ಟರೆ ಮನರಂಜನೆ ಅಂತ ರೇಡಿಯೋ ಆಗಲೀ, ಟೀವಿಯಾಗಲೀ, ಈಗಿನಂತೆ ಮೊಬೈಲ್ ಆಗಲೀ ಏನೂ ಇರಲಿಲ್ಲ. ಹಾಗಾಗಿ ಸಮಯ ಕಳೆಯಲು ಕಾದಂಬರಿಗಳನ್ನು ಓದುವ ಅಭ್ಯಾಸ ಸ್ವಾಭಾವಿಕವಾಗಿ ಅಂಟಿಕೊಂಡು ಆಗಿನ ಕನ್ನಡದ ಎಲ್ಲಾ ಕತೆ ಬರೆಯುವ ದಿಗ್ಗಜರ ಕಾದಂಬರಿಗಳನ್ನು ಓದಿ ಪ್ರಭಾವಿತನಾದವನು ನಾನು. ಸಾವಿರಕ್ಕೂ ಮೀರಿ ಪುಸ್ತಕಗಳಿದ್ದ ನಮ್ಮ ಲೈಬ್ರರಿಯಲ್ಲಿ ನಾನು ಓದದೇ ಇದ್ದ ಪುಸ್ತಕವೇ ಇರಲಿಲ್ಲ.

ಮಧ್ಯಮ ವರ್ಗದ ಕುಟುಂಬದವನಾಗಿದ್ದರಿಂದ ಹೈಸ್ಕೂಲು

ಮುಗಿಸಿದ ತಕ್ಷಣ ವಿದ್ಯಾಭ್ಯಾಸ, ವಿದ್ಯಾಭ್ಯಾಸವೊಂದೇ ಜೀವನದ ಗುರಿಯಾಯಿತು, ಕಾದಂಬರಿ ಓದುವ ಹವ್ಯಾಸ ದೂರವಾಯಿತು. ಅಣ್ಣ ಮತ್ತು ಅವನ ಗೆಳೆಯರು ಸ್ಥಾಪಿಸಿದ್ದ 'ಕನ್ನಡಿಗರ ಕೂಟ', 'ಕರ್ನಾಟಕ ಕಲಾ ಮಂಡಳಿ'ಯ ಚಟುವಟಿಕೆಗಳ ಜೊತೆ ಸೇರಿದ್ದರಿಂದ ಹಾಡುವ, ನಾಟಕ ಆಡುವ, ಚಿತ್ರ ಬರೆದು ಬಣ್ಣ ಹಾಕುವ, ಹೆಚ್ಚು ಕಡಿಮೆ ನಿಂತು ಹೋಗಿದ್ದ ಕನ್ನಡ ಸಿನಿಮಾಗಳನ್ನು ಹೇಗೋ ಜೀವಂತವಾಗಿಡಲು ಹಳೆಯ ಚಲನ ಚಿತ್ರಗಳ ಉಚಿತ ಮರು ಪ್ರದರ್ಶನ, ಹೀಗೆ ಹತ್ತು ಹಲವಾರು ಕನ್ನಡಪರ ಕಾರ್ಯಕ್ರಮಗಳಲ್ಲಿ ಭಾಗವಹಿಸಿ ಕನ್ನಡದ ನಂಟನ್ನು ಉಳಿಸಿಕೊಂಡಿದ್ದೆ. ಬಿಎಂಎಸ್ ಇಂಜಿನಿಯರಿಂಗ್ ಕಾಲೇಜಿನಲ್ಲಿ, ಮುಂದೆ ಇಂಡಿಯನ್ ಇನ್ಸಿಟ್ಯೂಟ್ ಆಫ್ ಸೈನ್ಸ್‌ನಲ್ಲಿ ಓದುತ್ತಿದ್ದಾಗ ಅಲ್ಲಿಯ ಕನ್ನಡ ಸಂಘದ ಕಾರ್ಯದರ್ಶಿಯಾಗಿ ಹಲವಾರು ಕಾರ್ಯಕ್ರಮಗಳನ್ನು ಆಯೋಜಿಸಿ ನಮ್ಮ ಭಾಷೆಯ ಪರಿಚಯವನ್ನು ಹೊರ ರಾಜ್ಯಗಳ ವಿದ್ಯಾರ್ಥಿಗಳಿಗೆ ಮಾಡಿಸುವ ಮೂಲಕ ನನ್ನ ಕನ್ನಡ ಭಾಷಾಭಿಮಾನವನ್ನು ಅಷ್ಟಿಷ್ಟು ಜೀವಂತವಾಗಿ ಇಟ್ಟುಕೊಂಡಿದ್ದೆ.

ಮುಂದಿನ ಸುಮಾರು ಮೂರು ದಶಕಗಳ ಜೀವನ ಸಾಗಿಸುವ ಜಂಜಾಟದಲ್ಲಿ ನನ್ನಲ್ಲಿದ್ದ ಭಾಷೆಯ ತುಡಿತ ಒಳಗೇ ಸುಪ್ತವಾಗಿ ನಿದ್ರಿಸುತ್ತಿತ್ತು. ವಯಸ್ಸು ಐವತ್ತು ಮೀರಿದ ಮೇಲೆ ಬದುಕಿನ ಒತ್ತಡ ಸ್ವಲ್ಪ ಕಡಿಮೆಯಾಗಿ ನಿರಾಳವಾಗಿ ಇರುವಂತೆ ಆದಮೇಲೆ ಒಮ್ಮೆ ಇದ್ದಕ್ಕಿದ್ದಂತೆ ಕಾಲೇಜಿನ ದಿನಗಳಲ್ಲಿ ಯೋಚಿಸಿದ್ದ ಸಣ್ಣ ಕತೆಯ ಒಂದು ಹಂದರ ಮೇಲೆ ಮೇಲೆ ಮನಸಿನಲ್ಲಿ ಮೂಡಿ ತುಡಿಯತೊಡಗಿತು. ಅದರ ಒತ್ತಡ ಹೆಚ್ಚಾಗಿ ಒಂದು ದಿನ ಕೂತು 'ಬಯಸಿದವಳು' ಅಂತ ಒಂದು ಸಣ್ಣ ಕತೆ ಬರೆದೇ ಬಿಟ್ಟೆ, ನನ್ನ ಮೊದಲ ಓದುಗ ನನ್ನ ಧರ್ಮ ಪತ್ನಿ ಸಂಧ್ಯಾ. ನನಗೆ ಚಿಕ್ಕಂದಿನಲ್ಲಿ ಕತೆ ಪುಸ್ತಕ ಓದುವ ಗೀಳು ಇದ್ದಂತೆ ಸಂಧ್ಯಾಳಿಗೂ ಕಾದಂಬರಿ ಓದುವ ಹುಚ್ಚು. ಅವಳು ನನ್ನ ಮೊದಲ ಕತೆಯನ್ನು ಓದಿ ಮೆಚ್ಚುಗೆ ತೋರಿಸಿ ತಾನೇ ಅದನ್ನು ಮಾಸಿಕ ಒಂದಕ್ಕೆ ಕಳಿಸಿ ಬಂದಳು. ಇನ್ನೇನು ಅದನ್ನು ಹೆಚ್ಚು ಕಡಿಮೆ ಮರೆತೇ ಬಿಟ್ಟೆವು ಅನ್ನುವಂತಿದ್ದಾಗ ಅದು ಪ್ರಕಟಕ್ಕೆ ಆಯ್ಕೆಯಾಗಿದೆ ಎನ್ನುವ ಅಂಚೆ ಬಂತು. (ಆಗ ಮೈಲ್ ಅಂತ ಏನೂ ಇರಲಿಲ್ಲ) ನನ್ನ ಸಂತೋಷಕ್ಕೆ ಎಣೆಯಿರಲಿಲ್ಲ. ಅದು ಒಂದು ಮೈಲಿಗಲ್ಲು. ಅದಾದ ಮೇಲೆ ಮನಸ್ಸಿನಲ್ಲಿ ಆಗಾಗ ಮೂಡುತ್ತಿದ್ದ ಅನೇಕ ಭಾವನೆಗಳ ಆಧಾರದ ಮೇಲೆ ಅನೇಕ ಸಣ್ಣ ಕತೆಗಳನ್ನು ಬರೆದು ಪತ್ರಿಕೆಗಳಿಗೆ ಕಳಿಸತೊಡಗಿದೆ. ಬಹುಪಾಲು ಎಲ್ಲವೂ ಅಂಗೀಕೃತವಾಗಿ ಪ್ರಕಟಗೊಂಡಿದ್ದು ನನ್ನ ಸುದೈವ.

ನನ್ನ ಪ್ರೀತಿಯ ಭಾವ, ಕವಿ, ಕತೆಗಾರರು, ಕಾದಂಬರಿಕಾರರು ಆಗಿದ್ದ ಎಂ ಎನ್ ವ್ಯಾಸರಾವ್ ಅವರ ಉತ್ತೇಜನದ ಫಲವಾಗಿ ನಿಯಮಿತ ಪತ್ರಿಕೆಗಳಲ್ಲಿ ಪ್ರಕಟವಾಗಿದ್ದ ಕತೆಗಳನ್ನೊಳಗೊಂಡ ಸಂಕಲನ 1997ರಲ್ಲಿ "ನಮ್ಮ ನಿಮ್ಮ ಮಧ್ಯೆ ಹೀಗೂ ಇದೆ....." ಎಂಬ ಶೀರ್ಷಿಕೆಯಲ್ಲಿ ಹೊರಬಂದಿತ್ತು. ಅದು ಹೊರಬಂದು ಇಪ್ಪತ್ತೈದು ವರ್ಷಗಳು ಆಗಿಹೋಗಿರುವುದರಿಂದ ನನ್ನ ಪ್ರೀತಿಯ ಗೆಳೆಯರು, ಪ್ರಕಾಶಕರು ಆದ ಶ್ರೀಧರ್ ಬನವಾಸಿಯವರು ಕೆಲವು ಹೊಸ ಕತೆಗಳನ್ನು ಸೇರಿಸಿ ತಮ್ಮ ಪಂಚಮಿ ಮೀಡಿಯಾ ಪಬ್ಲಿಕೇಷನ್ ಮೂಲಕ "ಕೊಟ್ಟು ಹುಟ್ಟಿದವರ ಬದುಕು" ಎಂಬ ಹೊಸ ಶೀರ್ಷಿಕೆಯೊಂದಿಗೆ ಎರಡನೇ ಆವೃತ್ತಿಯನ್ನು ಹೊರತರುತ್ತಿದ್ದಾರೆ. ಈ ಹೊಸ ಆವೃತ್ತಿಯನ್ನೂ ಓದುಗರು ವಿಶ್ವಾಸದಿಂದ ಸ್ವಾಗತಿಸುತ್ತಾರೆ ಎಂದು ಭಾವಿಸಿದ್ದೇನೆ.

ನಾನು ಈ ಕತೆಗಳನ್ನೆಲ್ಲವನ್ನೂ ಬರೆದಿದ್ದು ಸುಮಾರು ತೊಂಭತ್ತರ ದಶಕದಲ್ಲಿ. ಆಗ ಈಗಿರುವ ಹಾಗೆ ಮೊಬೈಲ್, ಮೈಲ್, ಇತ್ಯಾದಿ ಅಂತಜಾಲ ತಾಣದ ಸುವಿಧಗಳು ಯಾವುವೂ ಇರಲಿಲ್ಲ. ಆದ್ದರಿಂದ ಕತೆಯಲ್ಲಿ ಬರುವ ಕೆಲವು ಸಂದರ್ಭಗಳು ಓದುಗರಿಗೆ ಸ್ವಲ್ಪ ವಿಚಿತ್ರವೆನಿಸುವ ಸಂಭವವಿದೆ. ಸುಮಾರು ಮೂವತ್ತು ವರ್ಷಗಳ ಹಿಂದೆ ಇದ್ದ ಪರಿಸ್ಥಿತಿಯನ್ನು ತಿಳಿದು ಅಥವಾ ಊಹಿಸಿ ಅರ್ಥಮಾಡಿಕೊಳ್ಳುತ್ತಾರೆ ಎಂದು ನಂಬಿರುವೆ.

ನನ್ನಲ್ಲಿರುವ ಬರಹಗಾರನನ್ನು ತಿವಿದು, ಎಬ್ಬಿಸಿ, ಮುಂದೆ ತಳ್ಳಿ, ಉತ್ತೇಜಿಸಿ, ಪ್ರೋತ್ಸಾಹಿಸಿ ಈ ಸಂಕಲನವನ್ನು ಹೊರತರಲು ಸಾಧ್ಯ ಮಾಡಿದ ಎಲ್ಲರಿಗೂ, ಹಾಗೂ ಮುಂದೆ ಬರಲಿರುವ ಕೃತಿಗಳಿಗೂ ಕಾರಣರಾಗುವ ಎಲ್ಲರಿಗೂ, ವಿಶೇಷವಾಗಿ ಶ್ರೀಧರ ಬನವಾಸಿ ಅವರಿಗೆ ನಾನು ಕೃತಜ್ಞನಾಗಿದ್ದೇನೆ.

– ಜಂಗಮಕೋಟೆ ಪುರುಷೋತ್ತಮ

ಕತೆಗಳು

ನಮ್ಮ ನಿಮ್ಮ ಮಧ್ಯೆ...
...ಹೀಗೂ ಇದೆ

ಅವತ್ತು ಅಮಾವಾಸ್ಯೆ ಇರಬೇಕು. ರಸ್ತೆಯಲ್ಲಿ ಮೊದಲೇ ಅಲ್ಲೊಂದು ಇಲ್ಲೊಂದು ದೀಪದ ಕಂಬಗಳು. ಮಿಣ ಮಿಣ ಎಂದು ದೀಪ ಉರಿಯುತ್ತಿದ್ದರೂ ರಸ್ತೆಯ ಮೇಲೆ ಬೀಳುವ ಬೆಳಕು ಸ್ವಲ್ಪವೇ. ಸಾಲದ್ದಕ್ಕೆ ಈ ಕೆಲಸಕ್ಕೆ ಬಾರದ ಸರಕಾರ 'ರಸ್ತೆ ಪಕ್ಕ ಮರಗಳನ್ನು ಬೆಳೆಸಿ' ಅಂತ ಕೋಟ್ಯಂತರ ರೂಪಾಯಿ ನುಂಗಿ ಹಾಕಿ ನೆಟ್ಟಿದ್ದ ಸಸಿಗಳಲ್ಲಿ ಕೆಲವು ಮರವಾಗಿ ಬೆಳೆದಿದ್ದು, ಬೀಳುವ ಸ್ವಲ್ಪ ಬೆಳಕನ್ನೂ ನುಂಗಿ ರಸ್ತೆಯ ಮೇಲೆ ಕತ್ತಲೆ–ಬೆಳಕುಗಳ ಜಾಲ ಮಾಡುತ್ತಿದ್ದವು. ಅವತ್ತು ಅಮಾವಾಸ್ಯೆ ಬೇರೆ! ಸುತ್ತಲೂ ಕತ್ತಲೆ ಇನ್ನೂ ಗಾಢವಾಗಿ ಕಾಣುತ್ತಿತ್ತು.

ದೇಶದಲ್ಲೇ ಸುಂದರವಾದ ನಗರ ಎಂದು ಕರೆಸಿಕೊಳ್ಳುವ ಈ ನಗರದಲ್ಲೇ ಬೀದಿ ದೀಪಗಳು ಈ ಅವಸ್ಥೆಯಾದರೆ ಇನ್ನು ಬಡ ಹಳ್ಳಿಗಳ ಗತಿ ಹೇಗಿರಬೇಡ? ಅದು ಬಿಡಿ. ನಗರದಲ್ಲೇ ಅದು ಶ್ರೀಮಂತರ ಬಡಾವಣೆ. ಬರೀ ಮಂತ್ರಿಗಳು, ಸರ್ಕಾರಿ ಅಧಿಕಾರಿಗಳು, ಬಿಜಿನೆಸ್ ಮ್ಯಾಗ್ನೆಟ್‌ಗಳು ಇಂಥವರೇ ವಾಸಿಸುವ ಜಾಗ. ಆದರೂ ಬೀದಿ ದೀಪಗಳೇಕೆ ಇಷ್ಟು ಕಮ್ಮಿ ಅಂತ ಕೇಳಬೇಡಿ. ನಮ್ಮ ನಿಮ್ಮ ತರ ಓವರ್ ಟೈಮ್ ಮಾಡೋ, ಅಪರೂಪಕ್ಕೆ ಸಿನಿಮಾ ನೋಡಿಯೋ, ಇಲ್ಲವೇ ಅಪ್ಪಿ ತಪ್ಪಿ ಬರುವ ಬಸ್ಸಿಗಾಗಿ ಮೂರು ತಾಸು ಕಾದು ಅದು ಬಾರದೆ ರಾತ್ರಿ ಲೇಟಾಗಿ ಕತ್ತಲಲ್ಲಿ ನಡೆದು ಬರುತ್ತಾರೆಯೇ? ಥಳಥಳ ಹೊಳೆಯುವ ಕಾರಲ್ಲಿ ನಾಲ್ಕು ಕಡೆ ಕಪ್ಪು ಗಾಜು ಏರಿಸಿ, ಕೋರೈಸುವ ಹೆಡ್‌ಲೈಟ್ ಹಾಕಿಕೊಂಡು ಜುಮ್ಮಂತ ಧಾವಿಸಿ ಹೊರಟು ಹೋಗುವ ಜನ ಇವರು. ರಸ್ತೆ ದೀಪದ ಅವಶ್ಯಕತೆಯಾದರೂ ಏನಿದೆ ಇವರಿಗೆ? ಇಷ್ಟರ ಮೇಲೆ ಮುಸ್ಸಂಜೆ ಆದರೆ ಸಾಕು ಎಲ್ಲಾ ಮನೆಗಳ ಗೇಟ್

ಕಂಬಗಳ ಮೇಲೂ ಥರಾವರಿ ನಮೂನೆಯ ಅಲಂಕಾರದ ಜೋಡಿ ದೀಪಗಳು ಜಗಜಗ ಉರಿದು ರಸ್ತೆಯನ್ನೇ ಬೆಳಗುತ್ತವೆ. ಯಾವ ಕಾರ್ಪೊರೇಷನ್ ರಸ್ತೆಯುದ್ದಕ್ಕೂ ಅಷ್ಟೊಂದು ದೀಪಗಳನ್ನು ಹಾಕಿ ನಿಭಾಯಿಸಕ್ಕೆ ಸಾಧ್ಯ? ಆದರೆ ಈಗ ಮಧ್ಯರಾತ್ರಿಯಾಗಿ ಎಲ್ಲರೂ ದೀಪವಾರಿಸಿ ಮಲಗಿದ್ದಾರೆ. ಅದಕ್ಕೆ ರಸ್ತೆಯೆಲ್ಲಾ ಕತ್ತಲು ಕತ್ತಲು ಮೇಲಾಗಿ ಅವತ್ತು ಅಮಾವಾಸ್ಯೆ ಬೇರೆ!

ಈ ಕತ್ತಲೆಯಲ್ಲಿ, ಮಧ್ಯರಾತ್ರಿಯಲ್ಲಿ, ಇಳಿಜಾರಿನ ಆ ರಸ್ತೆಯಲ್ಲಿ ಯಾವುದೋ ವಾಹನ ಸದ್ದಿಲ್ಲದೇ ಚಲಿಸುತ್ತಿದೆ. ನಮ್ಮ ಎಮ್ಮೆಲ್ಲೆ ಕೊಟ್ರ ಬಸವನಗೌಡನ ಮನೆ ಮುಂದೆ ಸ್ವಲ್ಪ ನಿಂತು ಒಳಗಿನಿಂದ ಏನೋ ವಸ್ತು ದಪ್ಪನೆ ಹೊರಗೆ ಬಿದ್ದಂತಾಯಿತು. ಪುನಃ ಅದು ಇಳಿಜಾರಿನಲ್ಲಿ ಸದ್ದಿಲ್ಲದೆ ಸಾಗಿ ರಸ್ತೆಯ ಕೊನೆಯ ಮೂಲೆಯಲ್ಲಿ ತಿರುಗಿ ಎಂಜಿನ್ ಸ್ಟಾರ್ಟ್ ಆಗಿ ವೇಗವಾಗಿ ಅಲ್ಲಿಂದ ಹೊರಟು ಹೋಯಿತು.

ಸ್ವಲ್ಪ ಹೊತ್ತು ಎಲ್ಲ ಕಡೆ ನಿಶ್ಯಬ್ಧ, ನೀರವತೆ ನೆಲೆಸಿತ್ತು. ನಂತರ ಇದ್ದಕ್ಕಿದ್ದಂತೆ "ಢಮಾರ್" ಎಂದು ಕಿವಿ ಗಡಚಿಕ್ಕುವ ಹಾಗೆ ದೊಡ್ಡ ಸ್ಫೋಟವಾಯಿತು! ಜೊತೆಗೇ ಸುತ್ತಲಿನ ನಾಲ್ಕಾರು ಮನೆಗಳ ಗಾಜುಗಳು ಫಳಾರನೇ ಸಿಡಿದು ಬಿದ್ದವು. ಅದರ ಹಿಂದೆಯೇ ಆ ಮನೆಗಳ ನಾಯಿಗಳು ಜೋರಾಗಿ ಬೊಗಳತೊಡಗಿ ಅದರಿಂದ ರಸ್ತೆಯಲ್ಲಿನ ಇತರ ಮನೆಗಳ ನಾಯಿಗಳೂ ಬೊಗಳಿ, ಒಂದು ಕ್ಷಣದ ಹಿಂದೆ ಇದ್ದ ನಿಶ್ಯಬ್ಧ ಕಲಕಿ ಹೋಗಿ ಸುತ್ತಲೂ ಗಲಭೆಯಿಂದ ತುಂಬಿ ಹೋಯಿತು.

ನಾಲ್ಕು ಪೆಗ್ ಇಳಿಸಿ, ಮತ್ತೇರಿ, ಮೆತ್ತನೆಯ ಮೆತ್ತೆಯ ಮೇಲೆ ಹೆಣದ ಹಾಗೆ ಮಲಗಿದ್ದ ಎಮ್ಮೆಲ್ಲೆ ಕೊಟ್ರ ಬಸವನ ಗೌಡ ಧಡಕ್ಕನೆ ಎದ್ದ. ಏನಾಯಿತು, ಎಲ್ಲಿದೀನಿ ಅಂತ ತಿಳಿಯಕ್ಕೆ ಅವನಿಗೆ ಒಂದು ಕ್ಷಣ ಬೇಕಾಯಿತು. ಪರಿಸ್ಥಿತಿಯ ಅರಿವಾದೊಡನೆ ಅವನಿಗೆ ಬಾಯೊಣಗಿ ಕೈಕಾಲು ತಣ್ಣಗಾದಂತಾಯಿತು. ಹಿಂದಿನ ರಾತ್ರಿ ಪಾರ್ಟಿ ಮೀಟಿಂಗ್‌ನಲ್ಲಿ ತನ್ನ ಬದ್ಧ ವೈರಿ ವಿಷಕಂಠಯ್ಯನ ಜೊತೆ ಕೈ ಕೈ ಮಿಲಾಯಿಸುವವರೆಗೂ ಜಗಳವಾಗಿತ್ತು. ನಂತರ ಮುಖ್ಯಮಂತ್ರಿಗಳ ಮನೆಯಲ್ಲಿ ವಿದೇಶಿ ವಿಸ್ಕಿಯೊಂದಿಗೆ ಹುರಿದ ಕೋಳಿ ತಿನ್ನುತ್ತಾ ಪಂಜಾಬು, ಕಾಶ್ಮೀರದ ಉಗ್ರಗಾಮಿಗಳು ನಮ್ಮೂರಲ್ಲೂ ಬಾಂಬ್ ಇಡಲು ಸನ್ನದ್ಧರಾಗುತ್ತಿದ್ದಾರೆ ಎನ್ನುವ ವಿಷಯ ಮಾತಾಡಿದ್ದು ನೆನಪಾಗಿ, ಅವರೇನಾದರೂ ಇಷ್ಟು ಬೇಗ ಬಾಂಬಿಟ್ಟರೇ? ಅಥವಾ ತಾನು ಮಂತ್ರಿಯಾಗಲು ನಡೆಸುತ್ತಿರುವ ಪ್ರಯತ್ನವನ್ನು ವಿರೋಧಿಸುತ್ತಿರುವ ಖದೀಮ ವಿಷಕಂಠಯ್ಯ ತನ್ನನ್ನು ಮುಗಿಸಲು ಮಾಡಿದ ಸಂಚೆ? ಏನೂ ತಿಳಿಯದಾದ ಗೌಡ. ಒಂದು ಕ್ಷಣ ತೀವ್ರ ಭಯ, ಜೊತೆಗೇ ತನಗೇನು ಆಗಿಲ್ಲ ಎನ್ನುವ ಸಮಾಧಾನ ಎರಡೂ ಸೇರಿ ಢವಢವಿಸುವ ಎದೆ

ಹಿಡಿದು ಪಕ್ಕದಲ್ಲಿದ್ದ ಡ್ರಾಯರಿಂದ ರಿವಾಲ್ವರ್ ತೆಗೆದು ನಡುಗುತ್ತಾ ಮೇಲೆದ್ದ. ಪಕ್ಕದಲ್ಲಿ ಮಲಗಿದ್ದ ಹೆಂಡತಿ ಅಷ್ಟರಲ್ಲಿ ಧಡಾರನೆ ಎದ್ದು, ಒಂದು ಕ್ಷಣ ಮೂಕವಾಗಿದ್ದು ನಂತರ "ಏನಾಯ್ತ್ರೀ?... ಏನಾಯ್ತ್ರೀ?" ಎಂದು ಜೋರಾಗಿ ಬಡಬಡಿಸಿದಳು.

ಅವಳ ಕಿರುಚಾಟಕ್ಕೆ ಕೋಪಗೊಂಡ ಗೌಡ ಅವಳ ಕಡೆಗೆ ತಿರುಗಿದ. ಜಾರಿದ ಸೆರಗಿನಿಂದಾಗಿ ಕಾಣುತ್ತಿದ್ದ ಅವಳ ಬೊಜ್ಜು ಹೊಟ್ಟೆ, ಸೊಂಟದ ಮಡಿಕೆಗಳು, ಜೋತಾಡುತ್ತಿದ್ದ ಅವಳ ಎದೆ ಒಂದು ಕ್ಷಣ ಅವನಲ್ಲಿ ಅಸಹ್ಯ ಬರಿಸಿದವು. ಮತ್ತೆ ಶಬ್ದದ ಭಯ ಮರುಕಳಿಸಿ ಕಿಟಕಿಯ ಹತ್ತಿರ ಬಂದು ಪರದೆ ಸರಿಸಿ ಬಾಲ್ಕನಿಯಿಂದಾಚೆ ರಸ್ತೆ ಕಡೆಗೆ ನೋಡಿದ. ರಸ್ತೆಯ ಕಡೆಗೆದ್ದ ಕಿಟಕಿಯ ಗಾಜುಗಳು ಒಡೆದು ಚೂರಾಗಿ ಬಾಲ್ಕನಿಯಲ್ಲೆಲ್ಲಾ ಚೆಲ್ಲಾಪಿಲ್ಲಿಯಾಗಿ ಬಿದ್ದಿದ್ದವು. ರಸ್ತೆಯಲ್ಲಿ ಹೊಗೆ ತುಂಬಿತ್ತು. ಹೊಗೆ ಮೇಲೇರಿ ಮೂಗೊಳಗೆ ನುಗ್ಗಿದಾಗ ಮದ್ದು ಸುಟ್ಟ ವಾಸನೆ ಖಚಿತವಾಯಿತು. ಗೌಡನಿಗೆ ಏನು ಮಾಡುವುದು ತಿಳಿಯಲಿಲ್ಲ. ಭಯ, ಗಾಬರಿಯಿಂದ ಮೊದಲೇ ನಶೆಯಲ್ಲಿದ್ದ ತಲೆ ಈಗ ಪೂರ್ತಿ ಖಾಲಿಯಾದಂತಾಯಿತು. ತನ್ನನ್ನು ಮುಗಿಸಲು ತನ್ನ ರಾಜಕೀಯ ವೈರಿ ಗೃಹಮಂತ್ರಿ ವಿಷಕಂಠಯ್ಯನ ಸಂಚೇ ಇದು ಎನ್ನುವುದರಲ್ಲಿ ಅವನಿಗೆ ಅನುಮಾನ ಉಳಿಯಲಿಲ್ಲ. ಜಂಘಾಬಲ ಉಡುಗಿ ನಿಲ್ಲಲು ತ್ರಾಣವಿಲ್ಲದಂತಾಯಿತು ಗೌಡನಿಗೆ. ಬಹಿರಂಗ ಭಾಷಣಗಳಲ್ಲಿ ಉಗ್ರಗಾಮಿಗಳನ್ನು ಎದುರಿಸಲು ದೇಶದ ಜನತೆ ಒಂದಾಗಬೇಕು, ಅವರ ಬೆದರಿಕೆಗಳಿಗೆ ನಾವು ಬಗ್ಗಬಾರದು ಎಂದು ಅಬ್ಬರಿಸುತ್ತಿದ್ದ ಗೌಡನಿಗೆ ಈಗ ಕಾಲುಗಳು ಅಸ್ಥಿರವಾದವು.

"ಯಾರೋ ಬಾಂಬ್ ಆಕಿದಾರೆ ಅಂತ ಕಾಣಿಸತ್ತೆ" ಗೌಡ ನಡುಗುವ ಗೊಗ್ಗರು ಧ್ವನಿಯಲ್ಲಿ ಹೆಂಡತಿಗೆ ಹೇಳಿದ.

"ಆಂ ಔದಾ.. ಏನ್ರೀ ಮಾಡೋದು ಈಗ? ಕೆಳಗೆ ಮಕ್ಳಿಗೆ ಏನಾಗೈತೋ ಏನೋ. ಅಯ್ಯೋ..."

"ಉಶ್... ಕೂಗಿಕೋ ಬೇಡ. ಸ್ವಲ್ಪ ಬಾಯಿ ಮುಚ್ಚು" – ಗೌಡ ಹೆಂಡತಿಯನ್ನು ಗದರಿದ.

"ಪೊಲೀಸರಿಗೆ ಫೋನ್ ಮಾಡ್ರೀ..." ಸ್ವಲ್ಪ ದನಿ ತಗ್ಗಿಸಿ ಹೇಳಿದಳು ಗೌಡತಿ.

ಅರೇ ಹೌದಲ್ಲ! ಅವಳಿಗೆ ಹೊಳೆದಿದ್ದು ತನಗೆ ಮೊದಲೇ ಹೊಳೆಯಲಿಲ್ಲವಲ್ಲ ಎಂದು ತನ್ನ ಮೇಲೆ ತಾನೇ ಸಿಡಿಮಿಡಿಕೊಳ್ಳುತ್ತಾ ಗೌಡ ರೂಮಿನ ಬಾಗಿಲು ತೆಗೆಯಲು ಹೋದ.

ಕೊಟ್ಟು ಹುಟ್ಟದವರ ಬದುಕು

"ರೀ, ಒರಗೆ ಓಗಬೇಡ್ರೀ..." ಹೆದರಿಕೆಯಿಂದ ಮತ್ತೆ ಚೀರಿದಳು ಹೆಂಡತಿ.

"ಫೋನ್ ಮಾಡಬೇಡವಾ?... ಬಾಯಿ ಬಡಕೋಬೇಡ ನೀನು, ಸುಮ್ಮಗಿರು" ಸಿಡುಕುತ್ತಾ ಗೌಡ ಬಾಗಿಲು ತೆಗೆದು ಮನೆಯ ಒಳ ಬಾಲ್ಕನಿಯಿಂದ ಹಾಲಿನ ಕಡೆಗೆ ನೋಡಿದ. ಮಬ್ಬು ಬೆಳಕಿನಲ್ಲಿ ಕೆಲಸದ ಸಿದ್ದ, ಸರಸ ಹೆದರಿ ನಡುಗುತ್ತಾ ಕುಳಿತಿದ್ದು ಕಾಣಿಸಿತು. ಮಗ ಮಗಳು ರೂಮಿನಿಂದ ಹೊರಗೆ ಬರಲು ಹೆದರಿದ್ದವರು ಅಪ್ಪನ ರೂಮಿನ ಬಾಗಿಲು ತೆಗೆದ ಸದ್ದು ಕೇಳಿ ದಢದಢ ಹೊರಗೆ ಬಂದರು. ಸಿದ್ದ ದೀಪ ಹಾಕಿದ. ಎಮ್ಮೆಲ್ಲೆಯ ಅಂತಸ್ತಿಗೆ ತಕ್ಕಂತೆ ವೈಭವಿಸುತ್ತಿದ್ದ ಹಾಲು ಝಗ್ಗನೆ ಬೆಳಗಿತು.

ಕರಿಮರದ ಹಿಡಿಯ ಗುಂಟ ಗೌಡ ಕಮಾನೀನಾಕಾರದ ಕಾರ್ಪೆಟ್ ಹಾಸಿದ ಅಮೃತಶಿಲೆಯ ಮೆಟ್ಟಿಲು ಹಿಡಿದು ಬರುತ್ತಿದ್ದಂತೆ "ಅಪ್ಪ.. ಅಪ್ಪ" ಅಂತ ಮಗಳು ಮಗುವಿನಂತೆ ಅಪ್ಪನಿಗೆ ಒತ್ತಿ ನಿಂತಳು. ಎಳೆಯ ವಯಸ್ಸಿನ ಮಗನು ಓಡಿ ಬಂದು ಈ ಪಕ್ಕ ನಿಂತ. ಗೌಡನಿಗೆ ಭಯದಿಂದ ಮೊದಲೇ ತಲೆ ಓಡುತ್ತಿಲ್ಲ. ಈಗ ಮಕ್ಕಳು ಬೇರೆ ಬಂದು ಕೈ ಕಾಲು ಆಡದಂತೆ ಅಂಟಿಕೊಂಡು ನಿಂತರು. ಆದರೆ ಮನೆಯ ಯಜಮಾನ ಆಗಿ ಹೆದರಿಕೆ ತೋರಿಸಿಕೊಳ್ಳುವುದು ಹೇಗೆ?

"ಬಿಡಿ... ಬಿಡಿ, ಸ್ವಲ್ಪ ಫೋನ್ ಮಾಡ್ತೀನಿ" ಕೊಸರಿಕೊಂಡು ಗೌಡ ಡ್ರಾಯಿಂಗ್ ರೂಮಿನ ಮೂಲೆಯಲ್ಲಿದ್ದ ಟೆಲಿಫೋನಿನ ಬಳಿ ಹೋದ. ಈಗ ನಾಯಿಗಳು ಒಂದೊಂದು ನಿಲ್ಲಿಸಿ ಪುನಃ ಎಲ್ಲವೂ ನಿಶ್ಯಬ್ಧವಾಗಿತ್ತು ಗೌಡ ಫೋನನ್ನು ಸಮೀಪಿಸುವುದನ್ನೇ ಕಾಯುತ್ತಿದ್ದಂತೆ ಅದು ಜೋರಾಗಿ "ಟ್ರಂ... ಟ್ರಂ..." ಎಂದು ಹೊಡೆದುಕೊಳ್ಳತೊಡಗಿತು. ಗೌಡ ಬೆದರಿ ಹಿಂದೆ ಎಗರಿದ. ಮತ್ತೆ ಸಾವರಿಸಿಕೊಂಡು ರಿಸಿವರನ್ನೆತ್ತಿ "ಅಲ್ಲೋ.." ಎಂದ.

"ಹಲೋ... ಹಲೋ, ಯಾರು, ಗೌಡ್ರಾ? ಗೌಡ್ರೇ, ನಾನು ಕೃಷ್ಣದಾಸ್ ಮಾತಾಡ್ತಿರೋದು. ಏನು ಸಾರ್ ಅದು ಶಬ್ದ? ನಮ್ಮನೆ ಗಾಜೆಲ್ಲಾ ಒಡೆದುಹೋಗಿದೆ. ಮನೆಯೊಳಗೆಲ್ಲಾ ಕಲ್ಲುಗಳು..." ಎದುರು ಮನೆಯ ಸಿಲ್ಕ್ ಮರ್ಚೆಂಟ್ ಕೃಷ್ಣದಾಸ್ ಛಾಬ್ರಿಯ ಬಡ ಬಡಿಸುತ್ತಿದ್ದ. ಎಲಾ! ಇವನು ಎದ್ದಿದ್ದು ನನ್ನ ರೂಮಿನಿಂದ ಗೊತ್ತಾಗಲಿಲ್ಲವೆಲ್ಲಾ ಎಂದು ಗೌಡ ಡ್ರಾಯಿಂಗ್ ರೂಮಿನ ಪರದೆ ಸರಿಸಿ ಹೊರಗೆ ನೋಡಿದ. ಚಾಬ್ರಿಯನ ಮನೆ ಒಂದೇ ಅಲ್ಲದೆ ಪಕ್ಕದ ಮನೆ ಚೀಫ್ ಇಂಜಿನಿಯರ್ ಸಿದ್ದಣ್ಣನವರ್, ಅವರ ಎದುರು ಮನೆ ಸರ್ಜನ್ ಕಾಶಿನಾಥಪ್ಪನ ಮನೆಯಲ್ಲೂ ದೀಪ ಕಾಣಿಸಿದವು. ಯಾರು ಹೊರಗೆ ಬರುವ ದಡ್ಡತನ ತೋರಿಸಿರಲಿಲ್ಲ!

ಕೊಟ್ಟು ಹುಟ್ಟದವರ ಬದುಕು

"ಔದು ಚಾಬ್ರಿಯಾ ಅವರೆ... ಯಾರೋ ಬಾಂಬ್ ಆಕಿದಾರೆ ಅಂತ ಕಾಣಿಸತ್ತೆ. ನಮ್ಮನೆ ಗಾಜುಗಳೂ ಒಡೆದವೆ. ನೋಡೋಣ ತಾಳಿ" ಅಂತ ಗೌಡ ರಿಸಿವರ್ ಕೆಳಗಿಟ್ಟ.

ಈ ಕಡೆ ಪಕ್ಕದ ಮನೆ ನವೀನ್ ಪಟೇಲ್, ಅವನ ಎದುರು ಮನೆಯ ಗುಲಾಬ್ ಚಾಂದ್ ದಾಗಾ ಕೂಡ ಎದ್ದು ದೀಪ ಹಾಕಿದ್ದರು. ಎಲ್ಲರೂ ತಮ್ಮನ್ನು ಬಿಟ್ಟು ಉಳಿದವರು ಬೇಕಾದರೆ ಹೊರಗೆ ಬರಲಿ ಎಂಬಂತೆ ಒಳಗೇ ಕೂತು ಪರದೆ ಸರಿಸಿ ಅಕ್ಕಪಕ್ಕದವರೊಡನೆ ಫೋನಿನಲ್ಲಿ ವಿಚಾರಿಸುತ್ತಿದ್ದರೇ ವಿನಹ ಹೊರಗೆ ಬಂದು ನೋಡುವ ಗಂಡಸುತನವನ್ನು ತೋರಿಸಿರಲಿಲ್ಲ. ಎಂಥಾ ಕಳ್ಳರು, ಕೊಲೆಗಡುಕರು ಇದ್ದಾರೋ ಹೊರಗೆ, ರಿಸ್ಕ್ ತೊಗೊಂಡು ಯಾಕೆ ಹೊರಗೆ ಬರಬೇಕು ಎಂದು ಹುಷಾರಾಗಿದ್ದರು. ಗೌಡನಿಗೂ ಅದೇ ಭಯ. ಹೊರಗೆ ಏನಾಗಿದೆಯೋ, ಯಾರಿದ್ದಾರೋ, ಹೋಗಬಹುದೋ, ಬೇಡವೋ ನಿರ್ಧರಿಸಲಾಗದೆ ಜೀವ ಕೈಲೆ ಹಿಡಿದುಕೊಂಡು ಆತಂಕ, ಭಯದಿಂದ ಚಡಪಡಿಸುತ್ತಾ ಕಿಟಕಿಯ ದೊಡ್ಡ ಪರದೆ ಸಂಧಿಯಿಂದ ಹೊರಗೆ ಮತ್ತೆ ಇಣುಕಿದ.

ತನ್ನ ಡ್ರಾಯಿಂಗ್ ರೂಮಿಗೆ ಶೋಭೆಯಾಗಿದ್ದ ಕಿಟಕಿಯ ದೊಡ್ಡ ದೊಡ್ಡ ಕಪ್ಪು ನಿಲುವು ಗಾಜುಗಳು ಒಡೆದು ಪುಡಿಪುಡಿಯಾಗಿರುವುದನ್ನು ನೋಡಿ ಕೋಪದಿಂದ ಅವಡು ಕಚ್ಚಿದ. ದೃಷ್ಟಿ ಮುಂದೆ ಬೀದಿ ಕಡೆಗೆ ಹಾಯಿಸಿದ. ಮುಸುಕಿದ್ದ ಹೊಗೆ ತೇಲಿ ಹೋಗಿ ರಸ್ತೆ ಸುಮಾರು ನಿಚ್ಚಳವಾಗಿತ್ತು. ಗೌಡ ಸ್ವಲ್ಪ ಧೈರ್ಯ ಮಾಡಿ ಗೇಟಿನ ಕಂಬದ ದೀಪ ಹಾಕಿದ. ಅದಕ್ಕೆ ಕಾಯುತ್ತಿದ್ದಂತೆ ಸುತ್ತ ನಾಲ್ಕಾರು ಮನೆಗಳ ಗೇಟಿನ ಕಂಬದ ದೀಪಗಳೂ ಹತ್ತಿಕೊಂಡು ರಸ್ತೆ ಝಗಝಗನೆ ಬೆಳಗಿತು.

ರಿವಾಲ್ವರ್ ಹಿಡಿದು ಗೌಡ ಪುನಃ ಕಿಟಕಿಯಿಂದಾಚೆ ನೋಡಿದ. ಹೊರಗೆ ಯಾರು ಬಚ್ಚಿಟ್ಟುಕೊಂಡಂತೆ ಕಾಣಲಿಲ್ಲ. ಎದುರಿಗೆ ಕಾಣುವಂತೆ ಯಾರು ಇಲ್ಲ ಎಂದು ಖಾತ್ರಿ ಮಾಡಿಕೊಂಡು ಗೌಡ ದರ್ಪವಾಗಿ ಹೇಳಿದ, "ಏಯ್ ಸಿದ್ದಾ, ಒರಗೋಗಿ ನೋಡೋ, ಯಾರಾದ್ರೂ ಅವ್ರಾಂತ"

ಎಷ್ಟಾದರೂ ಕೆಲಸದವನು ತಾನೇ? ಕಂಡವರನ್ನು ಬಾವಿಗೆ ತಳ್ಳಿ ಆಳ ನೋಡುವುದನ್ನು ಈ ಪುಢಾರಿಗೆ ಯಾರಾದರೂ ಹೇಳಿಕೊಡಬೇಕೆ? ಹದಿ ವಯಸ್ಸಿನ ಸಿದ್ಧ, ಪುಟ್ಟ ಹುಡುಗಿ ಸರಸಳನ್ನು ಮನೆ ಕೆಲಸಕ್ಕೆ ಅಂತ ತನ್ನ ಹಳ್ಳಿಯಿಂದ ಕರೆಸಿಕೊಂಡಿದ್ದ ಗೌಡ 'ಎಮ್ಮೆಲ್ಲೆ ಮನೆಯಾಗೆ ಕೆಲ್ಸ ಮಾಡ್ತಿದ್ರೆ ನಾಳೆ ಮಗಂಗೆ ಸರ್ಕಾರಿ ಕೆಲಸ ಕೊಡಿಸ್ತಾರೆ' ಅಂತ ಆಸೆಯಿಂದ ಸಿದ್ಧನ ವಿಧವೆ

ತಾಯಿ ಇಸ್ಕೂಲು ಬಿಟ್ಟು ಮನೆಗೆಲಸಕ್ಕೆ ಹೋಗಲು ಒಲ್ಲದ ಅವನನ್ನು ಬೈದು ಚಿಕ್ಕ ತಂಗಿ ಸರಸಳ ಜೊತೆ ಕಳಿಸಿದ್ದಳು. ಈಗ ಅವನು ಹೊರಗೆ ಹೋಗಿ ಯಾರಾದರೂ ಅವನ ತಲೆ ಒಡೆದರೆ ಯಾರಿಗೂ ನಷ್ಟ ಇಲ್ಲ. ಆದರೆ ಅದೇ ಗೌಡನ ಜೀವ? ಎಷ್ಟು ಅಮೂಲ್ಯ, ಏನು ಕಥೆ?

ಸಿದ್ದನಿಗೂ ಪ್ರಾಣ ಹಾರಿ ಹೋಗುವಷ್ಟು ಭಯ. ಆದರೆ ಬಡವರು ಭಯ ಅಂತ ಕೂತರೆ ಆಗುತ್ತಾ? ಸಿದ್ದ ಭಯದಿಂದಲೇ ಹೊರಗೆ ಹೋದ. ಅವನು ಮುಂಬಾಗಿಲು ತೆಗೆದು ಮತ್ತೆ ಮುಚ್ಚುವ ತನಕ ಗೌಡ ಯಾರಾದರೂ ಒಳಗೆ ನುಗ್ಗಿ ಯಾರು ಎಂದು ತನ್ನ ಗನ್ನಿನಿಂದ ಬಾಗಿಲಿಗೆ ಗುರಿ ಇಟ್ಟಿದ್ದ. ಎರಡು ನಿಮಿಷದಲ್ಲಿ ಸಿದ್ದ ಗೇಟ್ ಬಳಿ ಹೋಗಿ, ಸುತ್ತ ನೋಡಿ ಆ ಕಡೆ ಈ ಕಡೆ ಬಗ್ಗಿ ವಾಪಸು ಬಂದ.

"ಯಾರು ಇಲ್ಲಣ್ಣ" ಹೊರಗಿನಿಂದಲೇ ಅವನು ಕೂಗಿದ.

ಒಂದು ನಿಮಿಷ ಯೋಚಿಸಿ ಗೌಡ ಮನಸ್ಸು ಗಟ್ಟಿ ಮಾಡಿಕೊಂಡು ಬಾಗಿಲನ್ನು ನಿಧಾನವಾಗಿ ತೆಗೆದು ಎಚ್ಚರಿಕೆಯಿಂದ ಆ ಕಡೆ ಈ ಕಡೆ ನೋಡುತ್ತಾ ಹೊರಗೆ ಬಂದ. ಏನು ಆಗಲಿಲ್ಲ. ಸ್ವಲ್ಪ ಧೈರ್ಯ ಬಂದಂತಾಯಿತು. ಹುಷಾರಿನಿಂದ ನಡೆದು ಗೇಟಿನ ಹತ್ತಿರ ಬಂದು ಹೊರಗೆ ನೋಡಿದ. ಹಿಂದಿನಿಂದ ಮಕ್ಕಳೂ ಆಚೆ ಬಂದುದನ್ನು ನೋಡಿ ಗೌಡ ಗಾಬರಿಯಿಂದ "ಒಳೀಕೆ ಓಗ್ರೆ." ಎಂದು ಕಿರುಚಿದ. ಅವರಿಬ್ಬರೂ ಅಣಗಿಕೊಂಡು ಒಳಕ್ಕೆ ಓಡಿದ ಮೇಲೆ ಮತ್ತೆ ರಸ್ತೆಯನ್ನು ವೀಕ್ಷಿಸಿದ.

ಗೌಡನ ಮನೆ ಹಾಗೂ ಎಡಗಡೆ ಪಕ್ಕದ ಚೀಫ್ ಇಂಜಿನಿಯರ್ ಸಿದ್ದಣ್ಣನವರ್ ಮನೆಯ ಮಧ್ಯದ ಕಾಂಪೌಂಡಿನ ನೇರಕ್ಕೆ ರಸ್ತೆಯಲ್ಲಿ ಬಾಂಬ್ ಸಿಡಿದು ದೊಡ್ಡ ಹೊಂಡವಾಗಿತ್ತು. ರಸ್ತೆ ಕಿತ್ತು ಹೋಗಿ ಕಲ್ಲು ಮತ್ತು ಮಣ್ಣಿನ ಹೆಂಟೆಗಳು ದೂರ ದೂರದವರೆಗೂ ಸಿಡಿದಿದ್ದವು. ತನ್ನ ಮನೆಯಷ್ಟೇ ಅಲ್ಲ. ಸುತ್ತಲಿನ ಮನೆಗಳ ಗಾಜುಗಳು ಉಳಿದಿರುವುದು ಅಸಾಧ್ಯ ಅನಿಸಿ ಗೌಡನಿಗೆ ಸ್ವಲ್ಪ ಸಮಾಧಾನವಾಯಿತು.

ಎದುರು ಮನೆ ಬಾಗಿಲು ತೆಗೆಯಿತು. ಧಡಿಯ ಛಾಬ್ರಿಯ ಓಡುವಂತೆ ಧಡಧಡ ನಡೆಯುತ್ತಾ ಗೌಡನ ಬಳಿ ಬಂದ. ಪಟ್ಟಾಪಟ್ಟಿ ಪೈಜಾಮ ಬನಿಯನ್ ಧರಿಸಿದ್ದ ಡೊಳ್ಳು ಹೊಟ್ಟೆಯ ಅವನು ಓಡಿ ಬಂದ. ಆಯಾಸಕ್ಕಿಂತ ಭಯ, ಉದ್ವೇಗದಿಂದ ಏದುಸಿರು ಬಿಡುತ್ತಿದ್ದ. ರಸ್ತೆಯಲ್ಲಿದ್ದ ಹೊಂಡವನ್ನು ನೋಡಿ ಅವನ ಕಣ್ಣುಗಳು ಭಯದಿಂದ ಅಗಲವಾದವು.

"ಏನು ಗೌಡ್ರೇ... ಯಾರೋ ಮಾದರ್ ಛೋದ್ ನೋಡಿದ್ರಾ ಎಲ್ಲಾ

ಜಾಗ ಬಿಟ್ಟು ಇಲ್ಲಿ ಯಾಕೆ ಬಾಂಬ್ ಹಾಕಿದರೋ ಏನೋ.." ಅವನು ಮಾತಾಡುತ್ತಿದ್ದಂತೇ ಅಕ್ಕ ಪಕ್ಕದ ಮನೆಗಳ ಬಾಗಿಲುಗಳು ತೆಗೆದವು. ಸ್ವಲ್ಪ ಹೊತ್ತಿನಲ್ಲೇ ಪಟೇಲ್, ಗುಲಾಬ್ ಚಂದ್‌ದಾಗ, ಕಾಶಿನಾಥಪ್ಪ, ಸಿದ್ದಣ್ಣನವರ್, ಇನ್ನೂ ಇತರರು ಬಂದು ಸೇರಿದರು, ಎಲ್ಲರೂ ಭಾರಿ ಉದ್ವೇಗದಿಂದಿದ್ದರು. ಸರಿ ಆ ಥರದ ಸನ್ನಿವೇಶದಲ್ಲಿ ಅಂಥ ಶ್ರೀಮಂತರು, ಅಂಥ ಭಯಾನಕ ಘಟನೆ ನಡೆದಾಗ ಹೇಗೆ ವರ್ತಿಸಬಹುದೋ ಏನು ಮಾತನಾಡಬಹುದೋ ಹಾಗೆಯೇ ಎಲ್ಲಾ ನಡೆಯಿತು.

ಸುಮಾರು ಅರ್ಧ ಗಂಟೆ ಆಗಿರಬಹುದು. ಅವರೆಲ್ಲಾ ಸ್ಫೋಟದ ಬಗ್ಗೆ ಉದ್ವೇಗದಿಂದ ಬಿಸಿಬಿಸಿಯಾಗಿ ಚರ್ಚಿಸುತ್ತಿದ್ದಾಗ ರಸ್ತೆಯ ಕೊನೆಯಲ್ಲಿ ತಿರುಗಿಕೊಂಡು ಬಂದ ಯಾವುದೋ ವಾಹನದ ಬೆಳಕು ಕಾಣಿಸಿಕೊಂಡಿತು. ರಸ್ತೆ ಮಧ್ಯದಲ್ಲಿ ನಿಂತಿದ್ದ ಇವರ ಪ್ರಾಣ ಹಾರಿ ಹೋದಂತಾಯಿತು. ಉಗ್ರಗಾಮಿಗಳೇ ಮತ್ತೆ ಬರುತ್ತಿದ್ದರೆ? ಹಾ ಹಾ ಅನ್ನುವಷ್ಟರಲ್ಲಿ ಸಿಕ್ಕಿದವರು ಸಿಕ್ಕಿದ ಮನೆಗೆ ದಢದಢ ನುಗ್ಗಿ ಬಾಗಿಲು ಹಾಕಿಕೊಂಡರು. ಚರ್ಚೆಯ ಯಜಮಾನಿಕೆ ನಡೆಸುತ್ತಿದ್ದ ಗೌಡನೂ ಗಾಬರಿಯಾಗಿ ಮನೆಯೊಳಕ್ಕೆ ಓಡಿದನು. ಅವನ ಹಿಂದೆ ದಾಗ, ಪಟೇಲ್ ಇಬ್ಬರು ತಮ್ಮ ಮನೆಯವರಿಗೂ ಓಡುವ ವ್ಯವಧಾನವಿಲ್ಲದೆ ಅವನ ಮನೆಯೊಳಕ್ಕೆ ನುಗ್ಗಿದರು. ಗೌಡ ಬಾಗಿಲು ಭದ್ರಪಡಿಸಿ, ದೀಪವಾರಿಸಿ, ಉಸಿರು ಬಿಗಿ ಹಿಡಿದು ನಿಂತನು. ಬರುತ್ತಿದ್ದ ವಾಹನ ಗೌಡನ ಮನೆಯ ಮುಂದೇನೇ ನಿಲ್ಲಬೇಕೆ?! ದಡಬಡನೆ ಗೌಡ ರಿವಾಲ್ವರ್ ಹಿಡಿದು ಕಿಟಕಿಯ ಪಕ್ಕ ನಿಂತು ಮೆಲ್ಲಗೆ ಪರದೆಯ ಸಂಧಿಯಿಂದ ಹೊರಗೆ ನೋಡಿದ.

ಇನ್ಸ್‌ಪೆಕ್ಟರ್ ರಾಮಲಿಂಗ ರೆಡ್ಡಿ, ದಫೆದಾರ್ ಚಿನ್ನಪ್ಪ ಮತ್ತು ಪ್ಯಾದೆಗಳಿಬ್ಬರು ನಿಂತ ಜೀಪಿನಿಂದ ಇಳಿದರು.

"ಪೊಲೀಸ್... ಪೋಲೀಸ್ ಬಂದರು... ನಡೀರಿ" ಗೌಡ ಹೇಳಿದ.

ಇನ್ಸ್‌ಪೆಕ್ಟರ್ ರಾಮಲಿಂಗ ರೆಡ್ಡಿ ಹಾರು ಹೊಡೆದಿದ್ದ ಗೇಟ್ ಒಳಗೆ ಬಂದು ಬೆಲ್ ಮಾಡಿದ.

"ಯಾರು?" ಹುಷಾರಿನಿಂದ ಕೇಳಿದ ಗೌಡ. ಪೊಲೀಸ್ ವೇಷದ ಉಗ್ರಗಾಮಿಗಳಾಗಿದ್ದರೆ?

"ನಾನು ಸಾರ್. ಪೊಲೀಸ್ ಇನ್ಸ್‌ಪೆಕ್ಟರ್ ರಾಮಲಿಂಗ ರೆಡ್ಡಿ"

ರೆಡ್ಡಿಯ ಧ್ವನಿಯ ಪರಿಚಯವಿದ್ದ ಗೌಡ ತಕ್ಷಣ ಬಾಗಿಲು ತೆಗೆದ. ಬಾಗಿಲು ತುಂಬ ನಿಂತಿದ್ದ ಗೌಡನ ಧಡೂತಿ ದೇಹ, ಕೈಯಲ್ಲಿ ಗನ್ನು, ಅವನ ಹಿಂದೆ ಅವನಷ್ಟೇ ಧಡೂತಿ ದೇಹದ ಇನ್ನಿಬ್ಬರನ್ನು ನೋಡಿ ರೆಡ್ಡಿ ಒಂದು ಕ್ಷಣ

ಅಪ್ರತಿಭನಾದ ಪುನಃ ಸಾವರಿಸಿಕೊಂಡು,

"ನಮಸ್ಕಾರ ಸರ್. ಏನು ಸರ್ ಗಲಾಟೆ?" ಎನ್ನುವಷ್ಟರಲ್ಲಿ ಗೌಡ ಎಮ್ಮೆಲ್ಲೆ ಗತ್ತು ತುಂಬಿದ ದನಿಯಲ್ಲಿ "ಔದ್ರೀ... ದೊಡ್ಡ ಶಬ್ದವಾಯಿತು. ಯಾರೋ ರಾಸ್ಕಲ್‌ಗಳು ಬಾಂಬ್ ಆಕಿದಾರೆ. ಈಗ ಸುಮಾರು ಅರ್ಧ ಗಂಟೆ ಆಗಿರಬಹುದು. ಬನ್ನಿ ತೋರಿಸ್ತೀನಿ" – ಅನ್ನುತ್ತಾ ಗೇಟಿನ ಕಡೆಗೆ ನಡೆದ. ಗೌಡನೊಂದಿಗೆ ರೆಡ್ಡಿ ಹೆಜ್ಜೆ ಹಾಕುತ್ತಿದ್ದಂತೆ ಉಳಿದವರು ಅವರನ್ನು ಹಿಂಬಾಲಿಸಿದರು. ಓಡಿಹೋಗಿ ಮನೆಯಲ್ಲಿ ಅವಿತಿದ್ದ ಇತರರೂ ಒಬ್ಬೊಬ್ಬರಾಗಿ ಬಂದು ಕೂಡಿಕೊಂಡರು.

ಬಾಂಬ್ ಸಿಡಿದ ಜಾಗವನ್ನು ರೆಡ್ಡಿ ಪೊಲೀಸರಿಗೇ ವಿಶಿಷ್ಟವಾದ ವಿಚಿತ್ರ ರೀತಿಯಲ್ಲಿ ಪರಿಶೀಲಿಸಿದ. ತಿರುಗಿ ನೆರೆದವರ ಮುಖಗಳನ್ನು ಸೂಕ್ಷ್ಮವಾಗಿ ಅವಲೋಕಿಸಿದ. ಮತ್ತೆ ಸುತ್ತಮುತ್ತ ಪರೀಕ್ಷಿಸಿ ಗೌಡರ ಕಡೆಗೆ ತಿರುಗಿ ಧ್ವನಿಯಲ್ಲಿ ಗೌರವ ತುಂಬಿ ಕೇಳಿದ,

"ಏನಾದರೂ ಸುಳಿವಿದೆಯಾ ಸಾರ್? ಯಾರಾದರೂ ಕಾರು ಅಥವಾ ಸ್ಕೂಟರ್‌ನಲ್ಲಿ ಬಂದು... ಹೇಗೆ ಆಯಿತು ಅಂತ ಯಾರಿಗಾದರೂ ಸುಳಿವು ಸಿಕ್ಕಿದೆಯಾ..." – ರೆಡ್ಡಿ ಎಲ್ಲರ ಮುಖಗಳನ್ನು ಬಹಳ ಎಚ್ಚರಿಕೆಯಿಂದ ಪರೀಕ್ಷಿಸಿದ.

ಗೌಡ ಬಾಯಿ ಬಿಡುವಷ್ಟರಲ್ಲಿ ಭಾಬ್ರಿಯ ಬಾಂಬ್ ಸಿಡಿದ ಘಳಿಗೆಯಿಂದ ನಡೆದುದನ್ನು ಸವಿವರವಾಗಿ ಬಣ್ಣಿಸಿದ. "ಬಾಂಬ್ ಸಿಡಿದ ಸ್ವಲ್ಪ ಟೈಮಲ್ಲೇ ಗೌಡ್ರು ಗನ್ನು ಹಿಡಿದುಕೊಂಡು ಧೈರ್ಯವಾಗಿ ಆಚೆ ಬಂದ್ರು... "ಎಂದು ಹೇಳಿ, "ಆಮೇಲೆ ನಾನು ಓಡಿ ಬಂದೆ. ಆಮೇಲೆ ಉಳಿದವರು ಬಂದರು" ಎಂದು ಹೇಳುವುದನ್ನು ಮರೆಯಲಿಲ್ಲ.

"ನಿಮಗೆ ಯಾರು ತಿಳಿಸಿದರು ಇನ್ಸ್‌ಪೆಕ್ಟರ್?" ಪಟೇಲ್ ಕೇಳಿದ.

"ಒಬ್ಬರೇ ಹೊರಗೆ ಬಂದಿರಾ ಸಾರ್? ರಾತ್ರೀಲಿ ತುಂಬಾ ಡೇಂಜರ್ ಸರ್" ರೆಡ್ಡಿ ಪಟೇಲನ ಪ್ರಶ್ನೆ ನಿರ್ಲಕ್ಷಿಸಿ ಗೌಡನ ಬಗ್ಗೆ ಹೆಚ್ಚು ಕಾಳಜಿ ತೋರಿಸಿ ಕೇಳಿದ. ನಾಳೆ ಮಂತ್ರಿ ಆಗಲಿರುವ ಗೌಡನ ಬಗ್ಗೆ ಕಾಳಜಿ ತೋರಿಸಿದರೆ ಅದರ ಉಪಯೋಗ ಆಗದೇ ಇದ್ದೀತೇ?

ಎಲ್ಲರಿಗಿಂತ ಮೊದಲು ತಾನೇ ಹೊರಗೆ ಬರುವ ಧೈರ್ಯ ತೋರಿಸಿದ ತನ್ನ ಜಾಣತನಕ್ಕೆ ಈಗ ಗೌಡ ಮನಸ್ಸಿನಲ್ಲೇ ಹಿಗ್ಗಿದ. ಧ್ವನಿಯಲ್ಲಿ ಕೇವಲ ಎಮ್ಮೆಲ್ಲೆಗಳು ಸಾಧಿಸಬಹುದಾದ ಒಂಥರಾ ವಿನಯ ಗತ್ತು, ಕಾಳಜಿ ಬೆರೆಸಿ ಹೇಳಿದ.

"ಛೇ, ಛೇ. ಅಂಗಂದ್ರೆ ಎಂಗೇ? ನಾನೇ ಎದರಿ ಒಳಗಿದ್ದರೆ ಪಾಪ

ಉಳಿದವರು ಏನ್ಮಾಡ್ತಾರೆ? ಡೇಂಜರ್ ಇದ್ರೆ ರಿಸ್ಕ್ ತಗಂಡು ಎದುರಿಸಬೇಕು"

"ಇನ್ಸ್‌ಪೆಕ್ಟರಿಗೆ ನೀವು ಫೋನ್ ಮಾಡಿದ್ರಾ ಗೌಡ್ರೆ?" ಪಟೇಲ್ ಪುನಃ ಕೇಳಿದ.

"ಮಾಡಬೇಕೂಂತ ಇದ್ದೆ... ಹೌದು, ಯಾರು ಹೇಳಿದ್ದು ನಿಮಗೆ ರೆಡ್ಡಿ?" ಗೌಡನು ಕೇಳಿದ.

ಗೌಡನ ಮಾತು ಮುಗಿಯುವುದಕ್ಕೆ ಮುಂಚೇನೇ ರೆಡ್ಡಿ ತನ್ನ ವೈರ್‌ಲೆಸ್‌ನಿಂದ ಎಲ್ಲೆಲ್ಲಿಗೋ ಮಾತಾಡತೊಡಗಿದ್ದರಿಂದ ಗೌಡನ ಪ್ರಶ್ನೆಗೆ ಉತ್ತರಿಸಲಿಲ್ಲ ಎಂದು ತೋರುತ್ತದೆ ಅಥವಾ ಬೇಕಾಗೇ ಅವನು ತನ್ನ ಪ್ರಶ್ನೆಗೆ ಉತ್ತರ ಕೊಡಲಿಲ್ಲ ಅಂತ ಗೌಡನಿಗೆ ಅನುಮಾನವಾಯಿತು. ಇರಲಿ.

ಈಗ ರೆಡ್ಡಿಯ ಕೈಯಲ್ಲಿದ್ದ ವೈರ್‌ಲೆಸ್ ಡಬ್ಬಿಯಿಂದ ಗೊರ ಗೊರ... ವಟ ವಟ ಅಂತ ನಿಂತವರಿಗೆ ಅರ್ಥವಾಗದ ಏನೇನೋ ಶಬ್ದಗಳು ಬರತೊಡಗಿತು. ರೆಡ್ಡಿ ಮಾತ್ರ ಎಲ್ಲಾ ಅರ್ಥ ಮಾಡಿಕೊಂಡಂತೆ ಅದರೊಂದಿಗೆ ಮಾತನಾಡಿದ. ನಂತರ ಅದನ್ನು ನಿಲ್ಲಿಸಿ ಪ್ಯಾದೆಗಳಿಗೆ ಹೀಗೆ ಮಾಡಿ, ಹಾಗೆ ಮಾಡಿ ಅಂತ ಆಜ್ಞಾಪಿಸಿದ. ಈ ಕಡೆ ಆ ಕಡೆ ಓಡಾಡಿ ಏನೇನೋ ಪರೀಕ್ಷಿಸಿದ. ಒಟ್ಟಿನಲ್ಲಿ ಅವನು ಮಾಡುವುದನ್ನೆಲ್ಲಾ ಕುತೂಹಲದಿಂದ ನೋಡುತ್ತಾ ನೆರೆದಿದ್ದ ವಿ.ಐ.ಪಿ. ಜನಗಳಿಗೆ ಅವನು ತಮ್ಮ ಅಂತಸ್ತಿಗೆ ತಕ್ಕ ಪ್ರಾಮುಖ್ಯತೆ ಕೊಟ್ಟು ವಿಶೇಷ ಆಸ್ಥೆಯಿಂದ ತನಿಖೆ ನಡೆಸುತ್ತಾನೆ ಎಂಬ ತೃಪ್ತಿಯುಂಟಾಯಿತು.

ಮತ್ತರ್ಧ ಗಂಟೆ ಕಳಿಯುವುದರೊಳಗೆ ನಾಲ್ಕಾರು ಜೀಪಿನಲ್ಲಿ ಪೊಲೀಸ್ ಅಧಿಕಾರಿಗಳು ಬಂದಿಳಿದರು. ಅಲ್ಲವೇ ಮತ್ತೆ? ನಗರ ಎಂದೂ ಕಂಡು ಕೇಳಿರದ 'ಬಾಂಬ್ ಆಸ್ಫೋಟ' ಎನ್ನುವ ರೋಚಕ, ಭಯಾನಕ ಘಟನೆ ನಡೆದಿದೆ! ಅದು ಎಮ್ಮೆಲ್ಲೆಯ ಮನೆಯ ಮುಂದೆ! ನಗರದ ಅತಿ ಪ್ರತಿಷ್ಠಿತ ಬಡಾವಣೆಯಲ್ಲಿ!!

ಬಂದ ಅಧಿಕಾರಿಗಳು ಮೊದಲು ಎಮ್ಮೆಲ್ಲೆಗೆ ಗೌರವ ಸೂಚಿಸಿ, ದೇಶದಲ್ಲಿ ಹೆಚ್ಚುತ್ತಿರುವ ಭಯೋತ್ಪಾದನೆ ಬಗ್ಗೆ ಚಿಂತೆ ವ್ಯಕ್ತಪಡಿಸಿ, ಅದು ಕಾಶ್ಮೀರದಿಂದ ಇಷ್ಟು ದೂರವಿರುವ ತಮ್ಮ ನಗರದವರೆಗೂ ಹಬ್ಬಿದ್ದರ ಬಗ್ಗೆ ಆತಂಕ ವ್ಯಕ್ತಪಡಿಸಿ, ಎಮ್ಮೆಲ್ಲೆ ಹಾಗೂ ಇತರರ ಸಂಪೂರ್ಣ ರಕ್ಷಣೆ ಬಗ್ಗೆ ಭರವಸೆ ನೀಡಿದರು. ಅವರು ಇನ್ಸ್‌ಪೆಕ್ಟರ್ ರೆಡ್ಡಿಯಿಂದ ವಿವರಗಳನ್ನು ವಿಚಾರಿಸಿ, ಆಗಲೇ ಸಾಕಷ್ಟು ಸುಳುಹುಗಳು ಸಿಕ್ಕಿರುವುದಾಗಿಯೂ, ಅದರ ಆಧಾರದ ಮೇಲೆ ಈ ಸ್ಫೋಟದ ತಳ ಶೋಧಿಸದೆ ಬಿಡಲಾರೆವು ಎಂದು ಆಶ್ವಾಸನೆ ನೀಡಿದರು. ನಂತರ ಗುಂಪು ಗುಂಪಾಗಿ ನಿಂತು ತಮ್ಮ ತಮ್ಮಲ್ಲೇ ಚರ್ಚೆಯಲ್ಲಿ ಮುಳುಗಿದರು. ಎಲ್ಲರೂ ಎಮ್ಮೆಲ್ಲೆಯಂಥ ಪ್ರಮುಖ ವ್ಯಕ್ತಿಯ ನೆರೆಯವರಾದ ತಮ್ಮ ಅದೃಷ್ಟಕ್ಕೆ

ಸಂತೋಷಿಸಿದರು. ಅಂತೂ ಆ ರಾತ್ರಿ ಯಾರಿಗೂ ನೆಮ್ಮದಿ ಇಲ್ಲ. ಇಡೀ ರಾತ್ರಿ ಎಲ್ಲರೂ ದೀಪ ಹಾಕಿಕೊಂಡು ಭಯದಿಂದ ಜೀವ ಹಿಡಿದುಕೊಂಡೇ ಗುಸು ಗುಸು ಚರ್ಚಿಸುತ್ತಾ ಕೂತಿದ್ದರು.

ಎಷ್ಟು ಹೊತ್ತು ಹೀಗೆ ಇರಲು ಸಾಧ್ಯ? ಹೇಗೂ ಪೋಲೀಸ್ ಬಂದಾಯಿತೆಲ್ಲಾ? ಇನ್ನು ಭಯವಿಲ್ಲ. ಗೌಡ ಪೋಲೀಸ್ ಕಮಿಷನರನ್ನು ಕಂಡು ಬೆಳಗ್ಗೆ ತನಗೆ ಪಾರ್ಟಿ ಮೀಟಿಂಗ್ ಇರುವುದರಿಂದ ತಾನು ಸ್ವಲ್ಪ ರೆಸ್ಟ್ ತೊಗೋಬೇಕೆಂದೂ, ಬೆಳಗ್ಗೆ ಬಂದು ಅವರು ಅವನ ಹೇಳಿಕೆಯನ್ನು ತೆಗೆದುಕೊಳ್ಳಬಹುದೆಂದೂ ತನಿಖೆಗೆ ತನ್ನ ಸಂಪೂರ್ಣ ಸಹಕಾರ ಸಿಗುವುದೆಂದೂ ಹೇಳಿದ. ಅಕ್ಕಪಕ್ಕದ ಮನೆಯವರಿಗೂ ತಮ್ಮ ತಮ್ಮ ಹೇಳಿಕೆಗಳನ್ನು ನಿರ್ಭಯವಾಗಿ ಕೊಡಿ ಎಂದು ಆದೇಶಿಸಲು ಮರೆಯಲಿಲ್ಲ. ಎಲ್ಲರೂ ತಮ್ಮ ತಮ್ಮ ಮನೆಗಳನ್ನು ಸೇರಿದರು. ಪೋಲೀಸರು ಎಷ್ಟು ಹೊತ್ತಿನವರೆಗೂ ಇದ್ದರೋ ಏನೋ. ಗೌಡನಿಗಂತೂ ಆ ಭಯ, ಆತಂಕಗಳ ನಡುವೆಯೂ ನಿದ್ದೆ ಬಂದೇ ಬಿಟ್ಟಿತು.

ಅಂತೂ ನಗರದ ಸುರಕ್ಷಿತ, ಸುಂದರ ಹಾಗೂ ಶಾಂತಿಯಿಂದ ಕೂಡಿದ ಶ್ರೀಮಂತರ ಬಡಾವಣೆ ಎಂದು ಹೆಸರುವಾಸಿಯಾದ ಅಲ್ಲಿ, ಮುಖ್ಯವಾಗಿ ಎಮ್ಮೆಲ್ಲೆ ಕೊಟ್ರ ಬಸವನ ಗೌಡನ ಮನೆಯ ರಸ್ತೆಯ ಆಸುಪಾಸಿನಲ್ಲಿ ರಾತ್ರಿ ಭಯಾನಕವಾಗಿ ಕಳೆಯಿತು.

******

ಕದರಿ ರಾಮಣ್ಣ ಬೆಳಗಿನ ಕಾಫಿ ಹೀರುತ್ತಾ ಗೆಳೆಯ ರೆಡ್ಡಿಯಿಂದ ಬಂದ ಫೋನನ್ನು ಆಸಕ್ತಿಯಿಂದ ಆಲಿಸುತ್ತಿದ್ದ. ಪತ್ರಕರ್ತ, ಸಂಪಾದಕ ಗೆಳೆಯ ರಾಮಣ್ಣನ ಹತ್ತಿರ ಕೆಲವೇ ದಿನಗಳ ಹಿಂದೆ ರೆಡ್ಡಿ ತನ್ನ ಕಷ್ಟ ಹೇಳಿಕೊಂಡಿದ್ದ. ಅದನ್ನೇ ನೆನೆಸಿಕೊಂಡು ರಾಮಣ್ಣ ರೇಗಿಸಿದ.

"ಇನ್ನೇನಪ್ಪಾ... ಮೊನ್ನೆ ತಾನೇ ಗೋಳಾಡ್ತಿದ್ದೆಯೆಲ್ಲಾ? ವಿಐಪಿಗಳಿರೋ ರೇಂಜ್‌ಗೆ ಹಾಕಿ ಬಿಟ್ಟಿದ್ದಾರೆ, ಒಂದು ಪೆಟ್ಟಿ ಕೇಸ್ ಕೂಡಾ ಸಿಗಲ್ಲ, ನನ್ನ ಕೆರಿಯರ್ ರೆಕಾರ್ಡ್ ಹಾಳಾಯಿತು, ಒಂದು ತಂಟೆ ತಕರಾರಿಲ್ಲದ ಈ ಜಾಗದಲ್ಲಿ ಇನ್ನು ಆರು ತಿಂಗಳಿದ್ದರೆ ಸಿಗಲಿರುವ ಪ್ರಮೋಷನ್ ಖಂಡಿತ ನಿಂತು ಹೋಗತ್ತೆ ಅಂತಿದ್ದೆ? ಬಾಂಬೇ ಹಾಕಿಬಿಟ್ಟಿದ್ದಾರೆಲ್ಲಾ! ಇನ್ನೇನು ಬೇಕು?"

"ಇದುವರೆಗೂ ಕಳ್ಳತನ, ಗಲಾಟೆ ಏನು ಆಗಿರಲಿಲ್ಲ. ಸರಿ. ಹಾಗಂತ ಬಾಂಬ್ ಸಿಡಿಬೇಕಾ? ಮೊದಲೇ ಇಲಿ ಹೋದರೆ ಹುಲಿ ಹೋಯಿತು ಅಂತ ಗಲಾಟೆ ಎಬ್ಬಿಸುವ ಈ ಜಾಗದಲ್ಲಿ ಏನೇ ಆದರೂ ಕಷ್ಟ. ಈಗ ಈ ವಿಷಯ

ಚೀಫ್ ಮಿನಿಸ್ಟರ್ ವರೆಗೂ ಹೋಗಿದೆ. ಹೋಂ ಮಿನಿಸ್ಟರ್ ನಾಲ್ಕು ಸಾರಿ ಫೋನ್ ಮಾಡಿದಾರೆ. ಕಮಿಷನರ್ ಹೇಳಿದ್ರು, 'ಟಾಸ್ಕ್ ಫೋರ್ಸ್', ಅದೇ ಬಾಂಬ್ ತನಿಖೆಗೆ 'ವಿಶೇಷ ದಳ' ಮಾಡಿದಾರಂತೆ. ನನ್ನನ್ನು ಅದರ ಮುಖ್ಯಸ್ಥನಾಗಿ ನೇಮಿಸಿದ್ದಾರೆ. ಇದು ಕಾಶ್ಮೀರದ ಭಯೋತ್ಪಾದಕರದ್ದೋ, ಪಂಜಾಬಿನವರದ್ದೋ ಅಥವಾ ಶ್ರೀಲಂಕಾದವರದ್ದೋ... ಇಲ್ಲಾ ಇಲ್ಲಿಯದೇ ಯಾವುದಾದರೂ ಹೊಸ ಉಗ್ರಗಾಮಿಗಳ ಗುಂಪೋ ಅಂತ ಮೊದಲು ಕಂಡುಹಿಡಿ' ಅಂತ ಆಜ್ಞೆ ಮಾಡಿದ್ದಾರೆ. ಸ್ಪೆಷಲ್ ಗ್ರಾಂಟ್ ಕೊಡ್ತಾರಂತೆ ಈ ಆಪರೇಷನ್‌ಗೆ. ಖರ್ಚಿನ ಯೋಚನೆ ಮಾಡಬೇಡ, ಅಪರಾಧಿಗಳನ್ನು ಹಿಡಿಯಲೇಬೇಕು ಅಂತ ಕಟ್ಟುನಿಟ್ಟಾಗಿ ಹೇಳಿದ್ದಾರೆ. ಹೇಗಾದರೂ ಯಾರನ್ನಾದರೂ ಹಿಡಿಯದಿದ್ದರೆ ಅವರು ನನ್ನನ್ನು ಸುಮ್ಮನೆ ಬಿಡಲ್ಲ" ರೆಡ್ಡಿ ಹೇಳುತ್ತಲೇ ಇದ್ದ.

"ಹೂಂ! ಅಂದರೆ ತನಿಖೆಗಾಗಿ ನಿನಗೆ ಇನ್ನೂ ವಿಶೇಷ ಅಧಿಕಾರ, ಸವಲತ್ತು, ಹಣ ಎಲ್ಲಾ ಸಿಗುತ್ತೆ ಅನ್ನು! ಸರ್ಕಾರಿ ಹಣ, ಸರ್ಕಾರಿ ಕೆಲಸ. ಆನಂದವಾಗಿ ಅನುಭವಿಸಯ್ಯ" ರಾಮಣ್ಣ ನಗುತ್ತಾ ಹೇಳಿದ.

"ರಾಮು, ನನಗೆ ನಿನ್ನ ಸಹಾಯ ಬೇಕು. ವಿಷಯ ತುಂಬಾ ಕಾನ್ಫಿಡೆನ್ಷಿಯಲ್. ಆಮೇಲೆ ಭೇಟಿ ಮಾಡಿ ವಿವರವಾಗಿ ಹೇಳ್ತೀನಿ" ರೆಡ್ಡಿ ಗಂಭೀರವಾಗಿ ಹೇಳಿ ರಿಸೀವರ್ ಇಟ್ಟು ಸ್ವಲ್ಪ ಯೋಚನೆ ಮಾಡಿ, ಜೀಪೇರಿ ಮತ್ತೆ ಬಾಂಬ್ ಸಿಡಿದ ಜಾಗಕ್ಕೆ ಬಂದ.

ಸ್ಫೋಟ ರಾತ್ರಿ ಲೇಟಾಗಿ ಆಗಿದ್ದರಿಂದ ಬೆಳಗಿನ ಪೇಪರಿನಲ್ಲಿ ಸುದ್ದಿ ಬಂದಿರಲಿಲ್ಲ. ಆದರೆ ಇವೆಯಲ್ಲ ಈ ಮಧ್ಯಾಹ್ನದ ಚಿಲ್ಲರೆ ಪೇಪರ್ 'ದಳ್ಳುರಿ', ಸಾಯಂಕಾಲದ 'ಸಂಜೆಧ್ವನಿ' ಇತ್ಯಾದಿ, ಬಿಸಿ ಬಿಸಿಯಾಗಿ ಪ್ರಕಟಿಸಿ ಏನಾದರೂ ಕಥೆ ಬರೆದು ನಮ್ಮನ್ನು ಪೇಚಿಗೆ ಸಿಕ್ಕಿಸುತ್ತವೆ. ವಿಷಯ ತನ್ನ ಹಿಡಿತದಿಂದ ತಪ್ಪಿ ಪೆಡಂಭೂತ ಆಗುವುದರೊಳಗೆ ತನ್ನ ಕಾರ್ಯಗಳನ್ನು ಬೇಗ ಬೇಗ ಮಾಡಬೇಕು.

ರೆಡ್ಡಿ ಹೊಂಡದ ಬಳಿ ನಿಂತು ಸುತ್ತಲೂ ನೋಡಿದ. ಆ ರಸ್ತೆಯಲ್ಲಿ ಇರುವುದೇ ಎಂಟು ಬಂಗಲೆಗಳು. ನಾಕು ನಾಕು ಎದುರು ಬದುರು. ಎಲ್ಲಾ ಬಂಗಲೆಗಳಿಗೂ ಕಲ್ಲುಗಳು ಜೋರಾಗಿ ಬಡಿದು ಗಾಜುಗಳು ಜಖಂ ಆಗಿವೆ. ಗೌಡನ ಮನೆಯ ಎಡಗಡೆಗೆ ಚೀಫ್ ಇಂಜಿನೀಯರ್ ಮನೆ, ಬಲಗಡೆಗೆ ನವೀನ್ ಪಟೇಲ್ ಮನೆ. ಎದುರಿಗೆ ಚಾಬ್ರಿಯಾನ ಮನೆ. ಚಾಬ್ರಿಯಾ ಮನೆ ಎಡಗಡೆಗೆ ಕಾಶಿನಾಥಪ್ಪನವರ ಬಂಗಲೆ, ಬಲಗಡೆಗೆ ಗುಲಾಬ್ ಚಂದ್ನ ಮನೆ. ಕಾಶಿನಾಥಪ್ಪನವರ ಮನೆ ಆದಮೇಲೆ ರಸ್ತೆ ಡೆಡ್‌ಎಂಡ್ ಆಗಿ, ಕ್ರಾಸ್ ರೋಡಿನ

ತಿರುವಿದೆ. ಈ ಕಡೆ ಕೊನೆಯ ಸೈಟಿನಲ್ಲಿ ಮನೆ ತುಂಬಾ ಹಿಂದಕ್ಕಿರುವುದರಿಂದ ಅದಕ್ಕೆ ಏನು ಆಗಿರಲಿಲ್ಲ. ಅದರ ಎದುರು ಸೈಟ್ ಖಾಲಿ. ನಂತರ ಒಂದು ಅಡ್ಡರಸ್ತೆ. ಪುನಃ ಮನೆಗಳು. ಆದರೆ ಅವೆಲ್ಲಾ ತುಂಬಾ ದೂರ.

ಈಗ ಏಟು ಬಿದ್ದು ಜಖಂ ಆಗಿರುವ ಈ ಆರು ಮನೆಗಳವರ ಹೇಳಿಕೆ ತೊಗೋಬೇಕು ರೆಡ್ಡಿ. ಮೊದಲು ಗೌಡನ ಮನೆ ಮುಂದೆ ಬಂದು ನಿಂತ. ಸರಿ, ಅವನು ಸ್ಟೇಟ್ಮೆಂಟ್ ತೊಗೊಳ್ಳಲಿ. ಮನೆ ಒಳಗೆ ಏನಾಗಿದೆ ನೋಡೋಣ.

*****

ಗೌಡನಿಗೆ ಬೆಳಗ್ಗೆ ಎದ್ದಾಗ ತಲೆಭಾರ, ಕಣ್ಣುರಿ. ರಾತ್ರಿಯ ಘಟನೆ ಅವನನ್ನು ನಡುಗಿಸಿ ಬಿಟ್ಟಿತ್ತು. 'ಎಲಾ ನನ್ಮಗನೇ..! ಈ ವಿಷಕಂಠ ಇಲ್ಲಿವರೆಗೂ ಬಂದು ಬಿಟ್ಟನಾ? ಬಾಂಬು ಏನಾದ್ರೂ ಮನೆ ಮೇಲೆ ಬಿದ್ದಿದ್ದರೆ ನನ್ನ ಹೆಂಡತಿ ಮಕ್ಕಳ ಗತಿ ಏನಾಗ್ತಿತ್ತು? ಇನ್ನೇನು ಮಂತ್ರಿ ಆಗಲಿರುವ ತನ್ನ ಜೀವನಾನೇ ಮುಗಿದುಹೋಗ್ತಿತ್ತಲ್ಲಾ?! ಹಾಂ..! ಇವನಿಗೆ ಏನಾದರೂ ಮಾಡಲೇಬೇಕು' ಅಂತ ಅವಡುಕಚ್ಚಿದ. ಈ ಬಾಂಬ್ ಹಾಕ್ಸಿದ್ದು ವಿಷಕಂಠಾನೇ ಅಂತ ಪ್ರೂವ್ ಮಾಡಿ ಹೈಕಮಾಂಡಿಗೆ ಹೇಳಿ ಅವನನ್ನು ಪಾರ್ಟಿಯಿಂದ ಸಸ್ಪೆಂಡ್ ಮಾಡಿಸಬೇಕು. ಪೇಪರಿನಲ್ಲಿ ಬಿಸಿ ಬಿಸಿ ಸುದ್ದಿ ಹಾಕಿಸಿ ಅವನ ರಾಜಕೀಯ ಜೀವನ ಅಳಿಸಿ ಹೋಗುವ ಹಾಗೆ ಅಪಪ್ರಚಾರ ಮಾಡಿಸಬೇಕು. ಈ ಯೋಚನೆ ಬಂದಿದ್ದೇ ತಡ, ಗೌಡ ಚುರುಕಾದ. ಫೋನ್ ತಗೊಂಡು ತನ್ನ ಪರವಾದ ಎಮ್ಮೆಲ್ಲೆಗಳನ್ನೂ, ಪಾರ್ಟಿಯ ಕಾರ್ಯಕರ್ತರನ್ನೂ ಕರೆಸಿದ. ಮುಂದೆ ಅರ್ಧಗಂಟೆಯಲ್ಲಿ ಗೌಡ ಗುಪ್ತವಾಗಿ ತನ್ನವರೊಡನೆ ವಿಷಕಂಠಯ್ಯನ ರಾಜಕೀಯ ಮರಣ ಪತ್ರ ಸಿದ್ಧ ಮಾಡುತ್ತಿದ್ದ.

ಮೊದಲಿನಿಂದ, ಅಂದರೆ ಗೌಡನ ರಾಜಕೀಯ ಜೀವನ ಪ್ರಾರಂಭವಾದಾಗಿನಿಂದ ಅವನಿಗೆ ವಿಷಕಂಠಯ್ಯನ ಜೊತೆ ವಿರಸ. ಇಬ್ಬರೂ ಬದ್ಧ ವೈರಿಗಳು. ವಿಷಕಂಠಯ್ಯನ ಅದೃಷ್ಟ ಚೆನ್ನಾಗಿತ್ತು, ರಾಜಕೀಯ ಮಾಡಿ, ಅವರಿವರ ಕಾಲೆಳೆದು ಬೇಗ ಮೇಲೆ ಬಂದು ಮಂತ್ರಿಯೂ ಆಗಿಬಿಟ್ಟ. ಸದ್ಯಕ್ಕೆ ಅವನೇ ಗೃಹಮಂತ್ರಿ. ನಾಳೆ ತಾನೇ ಚೀಫ್ ಮಿನಿಸ್ಟರ್ ಆಗಲು ಕನಸು ಕಾಣುತ್ತಿರುವವನು. ಅವನ ಪ್ರತಿದ್ವಂದ್ವಿ ಕೊಟ್ರ ಬಸವನ ಗೌಡ ಮಾತ್ರ ನಿಧಾನವಾಗಿ ಆದರೆ ದೃಢವಾಗಿ ಮೇಲೇರಿದ. ಈಗ ಅವನ ಹೆಸರು ಚಾಲ್ತಿಯಲ್ಲಿತ್ತು. ಹೈಕಮಾಂಡಿಗೆ ಪ್ರೀತಿ ಪಾತ್ರ. ಈಗಿನ ಚೀಫ್ ಮಿನಿಸ್ಟರ್‌ಗೆ (ಅನಿವಾರ್ಯವಾಗಿ) ಅವನೇ ಬಲಗೈ! ಸದ್ಯದಲ್ಲೇ ಮಿನಿಸ್ಟರಾಗೋದು ಖಂಡಿತ ಅಂತ ಪತ್ರಿಕೆಗಳು ಬರೆಯುತ್ತಿವೆ. ಇದು ವಿಷಕಂಠಯ್ಯನಿಗೆ ನುಂಗಲಾರದ

ತುತ್ತು. ಹೇಗಾದರೂ ಗೌಡ ಮಂತ್ರಿಯಾಗುವುದನ್ನು ತಪ್ಪಿಸಬೇಕೆಂದು ಅವನು ಶತ ಪ್ರಯತ್ನ ಮಾಡುತ್ತಿರುವುದು ಪ್ರಪಂಚಕ್ಕೆ ತಿಳಿದ ವಿಷಯ. ಈಗ ಗೌಡನ ಮನೆಯ ಮುಂದೆ ಬಾಂಬ್! ಈ ಸುವರ್ಣ ಅವಕಾಶಾನ ಬಿಡ್ತಾನೆಯೇ? ಗೌಡನ ಕಡೆಯವರೆಲ್ಲಾ ಸೇರಿ ಪೋಲೀಸ್ ಕಂಪ್ಲೇಂಟ್, ಸಾಕ್ಷ್ಯ, ಪತ್ರಿಕಾ ಹೇಳಿಕೆ, ಹೈಕಮಾಂಡಿಗೆ ದೂರು ಎಲ್ಲಾ ಸಿದ್ಧ ಮಾಡಿದರು. ಚೀಫ್ ಮಿನಿಸ್ಟರ್‌ನ ಆಶೀರ್ವಾದವೂ ಇದ್ದುದರಿಂದ ಗೌಡನ ಪ್ರಕಾರ ಇದು ವಿಷಕಂಠಯ್ಯನ ರಾಜಕೀಯ ಜೀವನದ ಇತಿಶ್ರೀ. ಇನ್ನು ಅವನು ಕಾರಾಗೃಹದ ಕಂಬಿ ಎಣಿಸುವುದೇ ನಿಜ. ಈಗ ಅವರೆಲ್ಲ ಎದುರು ನೋಡುತ್ತಿರುವುದು ರಾಮಲಿಂಗ ರೆಡ್ಡಿಯ ಆಗಮನ ಮಾತ್ರ. ಆಮೇಲೆ ಹೈಕಮಾಂಡಿಗೆ ಬಂದು ಮನವಿ ಒಂದು ಪತ್ರಿಕಾ ಹೇಳಿಕೆ. ಅಷ್ಟೇ! ದಾಳ ಉರುಳಿಸಲು ಗೌಡ ಸಿದ್ಧನಾಗಿ ನಿಂತಿದ್ದ. ಇವರ ಕರಾಮತ್ತಿನ ಅರಿವಿಲ್ಲದ ರೆಡ್ಡಿ ಹೇಳಿಕೆ ಬರೆದುಕೊಳ್ಳಲು ಒಳಗೆ ಬಂದ.

******

ಎದುರುಗಡೆಯ ಚಾಬ್ರಿಯಾನ ಮನೆಯಲ್ಲೂ ಒಂದು ಸಣ್ಣ ಸಭೆ ಸೇರಿದೆ. ಚಾಬ್ರಿಯಾನ ಇಬ್ಬರು ತಮ್ಮಂದಿರೂ ಬಂದಿದ್ದಾರೆ. ಅವರ ತಂಗಿಯ ಗಂಡ ಗಿದ್ವಾನಿಯೂ ಇದ್ದಾನೆ. ಎಲ್ಲರೂ ಗಂಭೀರ! ಎಲ್ಲರ ಮುಖವೂ ಚಿಂತಾಕ್ರಾಂತ! ಆತಂಕದಿಂದ ಒಬ್ಬರನ್ನೊಬ್ಬರು ನೋಡ್ತಿದ್ದಾರೆ. ನಡುಮನೆಯ ಬಾಗಿಲಲ್ಲಿ ನಿಂತು ಗಟ್ಟಿಯಾಗಿ ಸಿಂಧಿಯಲ್ಲಿ ದೊಡ್ಡಣ್ಣನ ಹೆಂಡತಿ ರೇಶಿಮಾ ಭಾಬ್ರಿಯ ಹೇಳುತ್ತಿದ್ದಾಳೆ. "ಮೊದಲು ಆ ಅಂಗಡಿ ಬಿಟ್ಟು ಬೇರೆ ಕಡೆ ಮಾಡೋದು ಒಳ್ಳೇದು. ವ್ಯಾಪಾರ ಮಾಡಕ್ಕೆ ಅದೇ ಜಾಗ ಬೇಕಾ? ಜೀವ ಮುಖ್ಯ. ಆ ದುಷ್ಟ ಹರಾಮಿ ವಾಸವಾನಿ ಇಲ್ಲಿವರೆಗೂ ಬರ್ತಾನೆ ಅಂತ ಯಾರು ಎಣಿಸಿದ್ದರು? ಜಗಳ ಈ ಮಟ್ಟಕ್ಕೆ ಬಂದರೆ ಹೇಗೆ ನಿಭಾಯಿಸೋದು ?

ಹೌದು. ಅವಳು ಹೇಳುವುದು ಸರಿ. ಇವರು, ಅಂದರೆ ಈ ಭಾಬ್ರಿಯ ಕುಟುಂಬ ಕಳೆದ ಇಪ್ಪತ್ತು ವರ್ಷದಿಂದ ಎಪ್ಪತ್ತೈದು ರೂಪಾಯಿ ಬಾಡಿಗೆಗೆ ಪೇಟೆ ಮುಖ್ಯರಸ್ತೆಯಲ್ಲಿ ಇರೋ ವಾಸ್ವಾನಿಯ ಅಂಗಡೀಲಿ ಸಿಲ್ಕ್ ಸೀರೆಯ ವ್ಯಾಪಾರ ಮಾಡ್ತಿದಾರೆ. ನೂರಕ್ಕೆ ನೂರು ಲಾಭ ಬಂದು ಅಂಗಡಿಯಲ್ಲಿ ಶೋ, ಮನೆಯಲ್ಲಿ ವೈಭವ ಹೆಚ್ಚಾದರೂ ಐವತ್ತು ರೂಪಾಯಿಂದ ಎಪ್ಪತ್ತೈದು ರೂಪಾಯಿಗೆ ಇಪ್ಪತ್ತು ವರ್ಷಗಳಲ್ಲಿ ಅಂಗಡಿ ಬಾಡಿಗೇನೆ ಹೆಚ್ಚಿಸಲು ಉದಾರವಾಗಿ ಒಪ್ಪಿದ್ದು ಬಿಟ್ಟರೆ ವಾಸವಾನಿಗೆ ಇವರಿಂದ ಒಂದು ದಮ್ಮಡಿ ಲಾಭವಾಗಿರಲಿಲ್ಲ.

ಅಂಗಡೀನ ಇವರಿಗೆ ಬಾಡಿಗೆಗೆ ಕೊಡುವಾಗ ಸ್ವಲ್ಪ ಆರ್ಥಿಕವಾಗಿ ದೀನನಾಗಿದ್ದ ವಾಸ್ವಾನಿ ಈಗ ಶ್ರೀಮಂತ. ಇಪ್ಪತ್ತು ವರ್ಷಗಳಲ್ಲಿ ಎಷ್ಟೋ

ದುಡ್ಡು ಮಾಡಿದ. ಅವನ ಭವ್ಯವಾದ ಕನಸಿಗೆ ಅಡ್ಡಿ ಇತ್ತ ಒಳ್ಳೆಯ ಬಾಡಿಗೇನೂ ಕೊಡದ, ಅತ್ತ ದೊಡ್ಡ ಕಾಂಪ್ಲೆಕ್ಸ್ ಕಟ್ಟಿಸಲೂ ಬಿಡದ ಈ ಛಾಬ್ರಿಯರ ಸಿಲ್ಕ್ ಬಟ್ಟೆ ಅಂಗಡಿ. ಸರಿ. ದುಡ್ಡಿದ್ದವರಿಗೆ ಜಗಳವಾಡಲು ಕಾರಣ ಸಿಕ್ಕರೆ ಸಾಕೆಲ್ಲ? ಮಾತಲ್ಲಿ ಜಗಳ. ಕೋರ್ಟ್‌ನಲ್ಲಿ ಕೇಸು, ನೀರು ಕರೆಂಟು ಕೊಡುವುದರಲ್ಲಿ ತಗಾದೆ, ಪೊಲೀಸ್ ಗಲಾಟೆ, ಇತ್ಯಾದಿ ಇತ್ಯಾದಿ ಶುರುವಾಯಿತು. ಈ ಪೊಲೀಸನವರಿಗೆ, ಲಾಯರುಗಳಿಗೆ ಈ ತರ ಕೆಲವು ಕೇಸುಗಳು ಸಿಕ್ಕಿಬಿಟ್ಟರೆ ಸಾಕು. ಕೈತುಂಬಾ ಕಾಸು! ಪಾರ್ಟಿಗಳು ನಿಲ್ಲಿಸಲು ಒಪ್ಪಿದರೂ ಇವರು ಒಪ್ಪುವುದಿಲ್ಲ, ಬಿಡುವುದಿಲ್ಲ. ಜಗಳ ಈಗ ಐದು ವರ್ಷಗಳಿಂದ ತೀವ್ರವಾಗಿದೆ. ಅಂಗಡಿ ಮುಚ್ಚಿ ಮನೆಗೆ ಬಂದರೆ ರಾತ್ರಿ ನಿದ್ದೆ ಬಾರದೆ ಆತಂಕದಿಂದ ಒಂದೊಂದು ಸಲ ರಾತ್ರಿ ಅಂಗಡಿ ನೋಡಿಕೊಂಡು ಬರೋತರ ಆಗಿದೆ ಈ ಛಾಬ್ರಿಯಾಗಳಿಗೆ. ಈ ಜಗಳದಿಂದ ಅಷ್ಟು ತೀವ್ರವಾಗಿತ್ತು ಅವರ ಆತಂಕ.

ಈಗ ವಾರದ ಹಿಂದೆ ವ್ಯಾಪಾರ ಮಾಡಿಹೋದ ಕೆಲವರು ನಿನ್ನೆ ಎಂಟು ಸಾವಿರದ ಜರೀ ಸೀರೆ ಹರಿದುಕೊಂಡು ಬಂದು, ಅದನ್ನು ಬದಲಾಯಿಸಲು ಮಾಡಿದ ಗಲಾಟೆ, ಬದಲಾಯಿಸಲು ಇವರು ತಕರಾರು ಮಾಡಿದಾಗ ರೌಡಿಗಳಂತೆ ಹೆದರಿಸಿದ್ದರ ಹಿಂದೆ ಆ ಬದ್ಮಾಶ್ ವಾಸ್ವಾನಿ ಇದ್ದಾನೆ ಅಂತ ಬೇರೆ ತಿಳೀತು. ಕಳೆದ ಮೂರು ನಾಕು ತಿಂಗಳಲ್ಲಿ ಈ ರೀತಿಯ ಬೆಲೆಬಾಳೋ ಸೀರೆಗಳ ಬದಲಾವಣೆ ಹತ್ತು ಸಾರಿ ನಡೆದಿದ್ದು ಚಾಬ್ರಿಯಾಗಳಿಗೆ ಹೆದರಿಕೆ ಶುರುವಾಗಿದೆ. ಪ್ರತಿಸಲವೂ ಜಗಳ, ವಾದ. ಅದೂ ಒಮ್ಮೊಮ್ಮೆ ತೀರ ಜೋರಾಗಿ ಬೇರೆ ಗಿರಾಕಿಗಳ ಎದುರಿನಲ್ಲೇ! ಇದರಿಂದ ವ್ಯಾಪಾರದ ಮೇಲೆ ತೀವ್ರ ಪರಿಣಾಮ ಆಗ್ತಿದೆ. ಈಗ ನೋಡಿದರೆ ಮನೆ ಮುಂದೆ ಬಾಂಬ್!

"ಬಾಂಬ್ ಅವನೇ ಹಾಕ್ಸಿದಾನೆ ಅಂತ ಕಂಪ್ಲೇಂಟ್ ಕೊಡೋಣ"

"ಆ ಹರಾಮ್ ಖೋರಾನೇ ಹಾಕ್ಸಿರೋದು"

"ಅವನನ್ನು ಬಿಡಬಾರದು"

"ಈ ಪ್ರೂಫ್ ಹಿಡಕೊಂಡು ಜೈಲಿಗೆ ಹಾಕಿಸಬೇಕು"

"ಅದೇನು ದೊಡ್ಡದಲ್ಲ. ಸ್ವಲ್ಪ ಕೈ ಬೆಚ್ಚಗೆ ಮಾಡಿದ್ರೆ ಪೋಲೀಸ್ರು ಒಪ್ತಾರೆ. ಒಂದ್ಸಲ ಕೋಳ ಕೈಗೆ ಬಿದ್ರೆ ಮತ್ತೆ ಉಸಿರೆತ್ತಲ್ಲ, ಬದ್ಮಾಶ್"

ಹೀಗೇ ಹಲವಾರು ಮಾತುಗಳು ಬಂದವು. ಬದ್ಧವೈರಿಯ ಮೇಲೆ ಮುಯ್ಯಿ ತೀರಿಸಿಕೊಳ್ಳುವ ಅವಕಾಶ ಬಂದಿದೆ ಅಂತ ಅವರ ಮೆದುಳು ಚುರುಕಾಗಿ ಕೆಲಸ ಮಾಡಿತು. ಹೇಳಿ ಕೇಳಿ ಇವರದು ವ್ಯಾಪಾರೀ ಮೆದುಳು ಬೇರೆ! ಸರಿ. ಎಲ್ಲಾ ತಯಾರಾಯಿತು. ಬಾಂಬ್ ಎಸೆದದ್ದನ್ನು ಕಣ್ಣಾರೆ ಕಂಡೆ ಅಂತ ಸಾಕ್ಷ್ಯಿ

ಹೇಳಕ್ಕೆ ಒಬ್ಬ ತಮ್ಮ ಸಿದ್ಧನಾದ. ಆರೋಪದ ಉದ್ದೇಶ, ಕಾರ್ಯವಿಧಾನ, ಹೇಗೆ ಮಾಡಿಸಿದ್ದು, ಯಾರು ಮಾಡಿದ್ದು ಯಾರಾದರೂ ಅವರ ಹೇಳಿಕೆಗಳನ್ನು ಕೇಳಿದರೆ ದಂಗು ಬಡಿದು ಅಪರಾಧ ಹೇಗೆ ಆಯಿತು, ಯಾರು ಮಾಡಿದರು ಅನ್ನುವ ಬಗ್ಗೆ ಅನುಮಾನವೇ ಪಡಲಾರರು! ಆದರೆ ಈಗ ಛಾಬ್ರಿಯಾಗಳಿಗೆ ಬೇಕಾದ್ದು ಯಾರದೋ ಅನುಮಾನ, ನಂಬಿಕೆಗಳಲ್ಲ. ಪೋಲೀಸರು ಅನುಮಾನ ಪಡದೆ ನಂಬಿದರೆ ಸಾಕು. ಅವರನ್ನು ನಂಬಿಸಲು ಇವರು ಎಷ್ಟು ಹಣವಾದರೂ ಖರ್ಚು ಮಾಡಲು ಸಿದ್ಧ. ಜೇಬು ಬೆಚ್ಚಗೆ ಮಾಡಿಕೊಂಡು ಅವರು ಈ ಕೆಲಸ ಮಾಡಿದರೆ, ಛಾಬ್ರಿಯಾಗಳ ರೊಟ್ಟಿ ಜಾರಿ ತುಪ್ಪಕ್ಕೆ ಬಿದ್ದಂತೆಯೇ ಸರಿ! ಅವರೆಲ್ಲ ಈಗ ರೆಡ್ಡಿ ಬಂದು ಸ್ಟೇಟ್ಮೆಂಟ್ ತೊಗೊಳೋದನ್ನೇ ಕಾಯ್ತಿದಾರೆ.

******

ಪಕ್ಕದ ಮನೆ ಸರ್ಜನ್ ಕಾಶಿನಾಥಪ್ಪನವರ ವಿಷಯಾನೇ ಬೇರೆ. ಹೆಸರಾಂತ ಸರ್ಜನ್ ಆದ ಅವರಿಗೇ ಈಗ ಜ್ವರ ಬಂದಿರುವಂತಿದೆ. ಏನೋ ಯೋಚನೆ, ಏನೋ ಆತಂಕ ಅವರಿಗೆ. ಯಾಕೆ? ಅವರೇನು ಸಾಮಾನ್ಯ ಸರ್ಜನ್ ಅಲ್ಲ. ಎಷ್ಟೋ ಜನ ಕೊಲೆ ಮಾಡಿದವರಿಗೆ ಆಪತ್ಬಾಂಧವ ಅವರು. ಕೊಲೆ ನಡೆದ ಸಮಯದಲ್ಲಿ ಆರೋಪಿ ನಮ್ಮ ಆಸ್ಪತ್ರೆಯಲ್ಲಿ ದಾಖಲಾಗಿದ್ದ ಅಂತ ಕೋರ್ಟಿನಲ್ಲಿ ಸಾಕ್ಷಿ ಪುರಾವೆ ಕೊಟ್ಟು ಲಕ್ಷಾಂತರ ಪಡೆದು ಅನೇಕ ಕೊಲೆಗಡುಕರನ್ನು ನೇಣುಗಂಬದಿಂದ ತಪ್ಪಿಸಿದ್ದಾರೆ. ಅದಕ್ಕೇ ಅವರದು ನಗರದಲ್ಲೇ ಪ್ರತಿಷ್ಠಿತ, ವೈಭವೋಪೇತ ಆಸ್ಪತ್ರೆ. ಅದರಲ್ಲಿ ಏನುಂಟು, ಏನಿಲ್ಲ? ಮಗು ಹುಟ್ಟಿದಾಗಿನಿಂದ ಹಿಡಿದು ಮುದುಕನಾಗಿ ಸಾಯುವವರೆಗೂ ಬರಬಹುದಾದ ಪ್ರತಿಯೊಂದು ಖಾಯಿಲೆಯ ಚಿಕಿತ್ಸೆಗೂ ಬೇಕಾದ ಸಕಲ ಅನುಕೂಲಗಳಿವೆ. ರೋಗಿ ಆಸ್ಪತ್ರೆಯ ಒಳಗೆ ಬಂದರೆ ಸಾಕು. ತಲೆಕೂದಲಿನಿಂದ ಹಿಡಿದು ಕಾಲಿನ ಉಗುರಿನವರೆಗೂ ತರತರಾವರಿ ಟೆಸ್ಟ್ ಮಾಡಿಬಿಡುತ್ತಾರೆ. ರೋಗ ಎಲ್ಲೇ ಅಡಗಿಕೊಂಡಿದ್ದರೂ ಬಿಡದೆ ಹೊರಗೆಳೆದು ಹಾಕುತ್ತಾರೆ. ಅವರ ಟೆಸ್ಟ್ ರಿಪೋರ್ಟ್ ನೋಡಿದರೆ ಎಂತಹ ವ್ಯಕ್ತಿಯಾದರೂ ತನ್ನ ಆರೋಗ್ಯದ ಪ್ರಾಮುಖ್ಯತೆ ಬಗ್ಗೆ ಹೆಮ್ಮೆ ಪಡಲೇಬೇಕು ಹಾಗಿರುತ್ತೆ. ಕಾಶಿನಾಥಪ್ಪನವರ ಆಸ್ಪತ್ರೆಯಲ್ಲಿ ಚಿಕಿತ್ಸೆ ಪಡೆದೆ ಎಂದು ಹೇಳಿಕೊಳ್ಳೋದೇ ಒಂದು ಪ್ರತಿಷ್ಠೆಯ ವಿಷಯ ಎನ್ನುವಷ್ಟರಿಗಿದೆ ಅವರ ಖ್ಯಾತಿ!

ಮತ್ತೆ ಅವರಿಗೇನು ಚಿಂತೆ? ಉಳ್ಳವರಿಗೇ ಸ್ವಾಮಿ ಚಿಂತೆ! ಏನೂ ಗತಿಯಿಲ್ಲದವರಿಗೆ ಹೊಟ್ಟೆಯದೊಂದು ಬಿಟ್ಟರೆ ಬೇರೆ ಚಿಂತೆಯೇನಿರುತ್ತೆ? ಅವರು ದಿನಕ್ಕೆ ಕಡಿಮೆ ಅಂದರೆ ಆರು ಆಪರೇಷನ್ ಮಾಡುತ್ತಾರೆ. ಒಂದೊಂದು

ಆಪರೇಷನ್‌ಗೆ ಇಪ್ಪತ್ತೈದು ಸಾವಿರ ಫೀಸ್ ಹಾಕಿದರೂ ಕಡೇ ಪಕ್ಷ ಹತ್ತು ಸಾವಿರಕ್ಕಾದರೂ ರಸೀತಿ ಕೊಟ್ಟೇ ಕೊಡುತ್ತಾರೆ. ಮತ್ತೆ ನರ್ಸಿಂಗ್ ಹೋಂ ಫೀಸ್, ಬೆಡ್ ಚಾರ್ಜ್, ಫಿಸಿಷಿಯನ್ ಫೀಸ್. ಅನಸ್ತೇಷಿಸ್ಟ್ ಚಾರ್ಜ್, ನರ್ಸಿಂಗ್ ಚಾರ್ಜ್, ವಾರ್ಡ್‌ಬಾಯ್ ಚಾರ್ಜ್, ವಾಚ್ಮನ್ ಚಾರ್ಜ್, ಹೀಗೇ ಹತ್ತು ಹಲವು ಚಾರ್ಜುಗಳು, ಫೀಸುಗಳು ಪ್ರತ್ಯೇಕ! ಅವೆಲ್ಲಾ ಅವರಿಗವರಿಗೇ ಹೋಗತ್ತೆ ಅಂತ ಹೇಳ್ತಾರೆ. ದುಡ್ಡು ಸಂಪಾದಿಸುವ ಕಲೆ ಪ್ರಖ್ಯಾತಿ ಅವರಿಗಿದ್ದರೆ ನಮಗೇಕೆ ಅಸೂಯೆ? ಇಷ್ಟರ ಮೇಲೆ ಅವರಿಗೆ ಮಕ್ಕಳು ಇಲ್ಲ. ಇವರು ಹೀಗೆ ನ್ಯಾಯವಾಗಿ(!) ಬೆವರು ಸುರಿಸಿ ಸಂಪಾದಿಸಿದ ಹಣವನ್ನು ಪೋಲು ಮಾಡಿ ಇವರ ತಲೆ ಬಿಸಿ ಮಾಡಲು. ಹೌದು ಇಷ್ಟೆಲ್ಲಾ ಇದ್ದೂ ಅವರಿಗೇನು ಚಿಂತೆ, ಆತಂಕ? ಇದೆ. ಅದು ಹೀಗಾಗಿದೆ.

ನಿನ್ನೆಗೆ ಒಂದು ತಿಂಗಳ ಹಿಂದೆ ಒಂದು ಮಗು ಯಾರಿಗೂ ತಿಳಿಯದ ಬೇನೆಗೆ ತುತ್ತಾಗಿ ಇವರ ಆಸ್ಪತ್ರೆ ಸೇರಿತ್ತು. ಅದಕ್ಕೆ ಏನು ಕಾಯಿಲೆನೋ ಏನೇನೋ, ಹತ್ತಾರು ಡಾಕ್ಟರುಗಳು ಪ್ರಯತ್ನಿಸಿ ಕೈಬಿಟ್ಟಿದ್ದರು. ಒಬ್ಬೊಬ್ಬ ಡಾಕ್ಟರ್‌ಗಳು ಬರೆದ ಖಾಯಿಲೆಯ ಪರಿಶೀಲನೆಯ ಕಡತ ನೋಡಿ ಕಾಶಿನಾಥಪ್ಪನವರ ಕಣ್ಣು ಬೆಳ್ಳಗಾಯಿತು. ಅಂದರೆ ಇದು ಎಲ್ಲರೂ ಪ್ರಯತ್ನಿಸಿ ಕೈಬಿಟ್ಟಿದ್ದ ಕೇಸು! ಅಂದರೇ... ಅಸಹಾಯಕರಾಗಿ, ದೀನರಾಗಿ ಮಗುವಿನ ತಂದೆ ತಾಯಿಗಳು ತನ್ನಲ್ಲಿಗೆ ಬಂದಿದ್ದಾರೆ! ಅಂದರೇ... ಇದಕ್ಕಿಂತ ಸುಲಿಗೆಗೆ ಬೇಕೇ ಸದವಕಾಶ?

ಸರಿ. ಶುರುವಾಯಿತು. ಬೇಕಾದ್ದು ಬೇಡವಾದ್ದು ಟೆಸ್ಟ್‌ಗಳು, ಇನ್ವೆಸ್ಟಿಗೇಷನ್‌ಗಳು. ಹೊಟ್ಟೆಗೆ ಟ್ಯೂಬ್ ಬಿಟ್ಟು ಎಂಡೋಸ್ಕಪಿ ಎಂದರು– ಫೋಟೋ ಎಕ್ಸ್‌ರೇ ತೆಗೆದರು. ಆಂಜಿಯೋಗ್ರಾಂ ಅಂದರು– ಇಸಿಜಿ ತೆಗೆದರು. ಕ್ಯಾನ್ಸರ್ ಟ್ಯೂಮರ್ ಅಂದರು– ಬೈಯಪ್ಸಿ ಮಾಡಿದರು. ರಕ್ತ ಪರೀಕ್ಷೆ, ಮೂತ್ರ ಪರೀಕ್ಷೆ, ಮಲ ಪರೀಕ್ಷೆ, ಆ ಪರೀಕ್ಷೆ, ಈ ಪರೀಕ್ಷೆ... ಒಂದೇ ಎರಡೇ? ಅಬ್ಬಬ್ಬಾ, ಒಂದು ತಿಂಗಳಲ್ಲಿ ಅದಕ್ಕೆ ಮಾಡದ ಟೆಸ್ಟಿಲ್ಲ, ಕೊಡದ ಔಷಧವಿಲ್ಲ, ಓದು ಬಾರದ ಅದರ ತಂದೆ ತಾಯಿಗಳೇ ಸ್ವತಃ ಡಾಕ್ಟರುಗಳಾಗಿ ಹೋದರೇನೋ ಎನ್ನುವ ಭ್ರಮೆ ಹುಟ್ಟುವಂತೆ ವಿವಿಧ ಔಷಧಿಗಳ, ಟೆಸ್ಟ್‌ಗಳ ಹೆಸರುಗಳು ಅವರಿಗೆ ಬಾಯಿಪಾಠವಾಗಿ ಹೋದವು.

ಪಾಪ! ಮಗು ಎಷ್ಟು ದಿನ ತಡೆಯುತ್ತೆ? ಒಂದು ದಿನ ಅಲ್ಲಾಹನ ಪಾದ ಸೇರಿಹೋಯಿತು. ಫರ್ನಿಚರ್ ಅಂಗಡಿ ಇಟ್ಟಿದ್ದ ಅದರ ಅಪ್ಪ ಹೈದರ್ ಧಾರಾಳವಾಗಿ ಖರ್ಚು ಮಾಡಬಲ್ಲ ಎಂದು ಎಣಿಸಿದ್ದೇ ಕಾಶೀನಾಥಪ್ಪನವರ ತಪ್ಪಾಯಿತು. ಗಗನ ಮುಟ್ಟಿದ್ದ ನರ್ಸಿಂಗ್ ಹೋಂ ಬಿಲ್ ಮೊದಲು ಕಟ್ಟಿ

ಆಮೇಲೆ ಮಗುವಿನ ಶವ ಕೊಂಡೊಯ್ಯಿ ಎಂದು ಇವರು ಹೇಳಿದ್ದೇ ತಡ ದೀನನಾಗಿ ಗೋಳಿಡುತ್ತಿದ್ದ ಹೈದರ್ ಕೆರಳಿದ ಹುಲಿಯಂತೆ ಗರ್ಜಿಸಿದ್ದ. ಮಗುವನ್ನು ಮೊದಲು ಕೊಡಿ ಅಂತ ಗಲಾಟೆ ಎಬ್ಬಿಸಿದ. ಡಾಕ್ಟರರ ಖೂನಿ ಮಾಡಿಬಿಡ್ತೀನಿ ಅಂತ ಅಬ್ಬರಿಸಿದ. ಕಾಶಿನಾಥಪ್ಪ ಬಡಪೆಟ್ಟಿಗೆ ಅಂಜುವವರಲ್ಲ. ಹಣ ವಸೂಲಿಯಲ್ಲಿ ಇವರು ಯಾವ ಬಡ್ಡಿಮಗನಿಗೆ ಕಮ್ಮಿ? ಏಕ್ ದಂ ಆಗಲ್ಲ ಅಂದುಬಿಟ್ಟರು. ನೋಡು ನೋಡುತ್ತಿದ್ದಂತೆ ಹೈದರನ ಬಡಾವಣೆಯ ನೂರಾರು ಜನ ಆಸ್ಪತ್ರೆ ಬಳಿ ಸೇರಿದರು. ಗಲಾಟೆ ಜಾಸ್ತಿಯಾಗಿ ಪೊಲೀಸರು ಒಂದು ಬಲಪ್ರಯೋಗ ಮಾಡಬೇಕಾಯಿತು. ಆ ದಿನದ ಆಪರೇಷನ್ ಗಳನ್ನೆಲ್ಲಾ ಮುಂದೂಡಬೇಕಾಗಿ ಬಂದು ಡಾಕ್ಟರ್‌ಗೆ ಲಕ್ಷಾಂತರ ರೂಪಾಯಿಗಳು ನಷ್ಟವಾಯಿತು ಕಡೆಗೂ ಜಗ್ಗದ ಸರ್ಜನ್ ನರ್ಸಿಂಗ್ ಹೋಮ್ ಬಳಿ ಪೊಲೀಸ್ ಕಾವಲಿರಿಸಿ ಹೆಣ ಕೊಡದೇನೇ ಮನೆಗೆ ಬಂದಿದ್ದರು.

ಎಲಾ ಹೈದರ್! ಎಂಥೆಂಥವರನ್ನೋ ನಿಭಾಯಿಸಿದ ನನ್ನನ್ನೇ ಬೆದರಿಸಿ ಬಾಂಬ್ ಹಾಕಿ ಸಾಯಿಸಲು ಬಂದಿದ್ದೀಯಾ? ನೋಡ್ತೀನಿ ನಿನ್ನ ಒಂದು ಕೈ! ನನ್ನ ನರ್ಸಿಂಗ್ ಹೋಂ ಅಂದರೆ ಧರ್ಮಶಾಲೆ ಅಂದುಕೊಂಡೆಯಾ? ನಿನ್ನ ಕೊಬ್ಬಿಗೆ ಸರಿಯಾಗಿ ಕಲಿಸ್ತೀನಿ ಪಾಠ.

ಕಾಶಿನಾಥಪ್ಪ ಎದ್ದು ಲೆಟರ್ ಪ್ಯಾಡ್ ತೆಗೆದು ಪೊಲೀಸರಿಗೆ ವಿವರವಾದ ಕಂಪ್ಲೇಂಟ್ ಬರೆದರು. ಅವರು ತಮ್ಮೆಲ್ಲಾ ಪಾಂಡಿತ್ಯ ಉಪಯೋಗಿಸಿ ಹೇಗೆ ಹೈದರ್ ತಮ್ಮನ್ನು ಮುಗಿಸಲು ಸಂಚು ಮಾಡಿ ತಮ್ಮ ಮನೆಯ ಮೇಲೆ ಬಾಂಬ್ ಎಸೆಯಲು ಬಂದಿದ್ದ ಎಂದು ವಿವರವಾಗಿ, ನಿಖರವಾಗಿ, ಓದಿದರೆ ಯಾರಾದರೂ ನಂಬಲೇಬೇಕು ಎನ್ನುವಂತೆ ಬರೆದರು. ಪೊಲೀಸರೊಡನೆ ಬೇಕಾದಷ್ಟು ವ್ಯವಹರಿಸಿದ್ದ ಅವರಿಗೆ ಪೊಲೀಸರನ್ನು ನಂಬಿಸಲು ಶ್ರಮಪಡಬೇಕಾಗಿಲ್ಲ ಎಂದು ಗೊತ್ತು.

ಆದರೂ ಅವರಿಗೆ ಏನೋ ಒಳಗುದಿ, ಕಳವಳ. ಕಳೆದುಕೊಂಡ ಒಂದು ದಿನದ ಆದಾಯದೊಂದಿಗೆ ಪೊಲೀಸರಿಗೆ ಮತ್ತಷ್ಟು ಖರ್ಚು ಮಾಡಬೇಕಾಗುತ್ತೆ ಅಂತ ಜಿಗುಪ್ಸೆ. ಹೇಗೋ ಹೈದರ್‌ಗೆ ಬುದ್ಧಿ ಕಲಿಸಬಹುದು ಎನ್ನುವುದಷ್ಟೇ ಈಗ ಸಮಾಧಾನ. ಅವರು ರೆಡ್ಡಿಯ ಆಗಮನ ನಿರೀಕ್ಷಿಸುತ್ತಾ ಕೂತಿದ್ದಾರೆ.

ನೀವೇನಂತೀರಿ ಸ್ವಾಮಿ? ಬಡಪಾಯಿ ಹೈದರ್ ಮೇಲೆ ಕೊಲೆ ಪ್ರಯತ್ನದಂಥ ದೊಡ್ಡ ಆರೋಪ ಬಂದು ಅವನನ್ನು ಜೈಲಿಗೆ ಸೇರಿಸಲಿರುವ ಕಾಶಿನಾಥಪ್ಪನವರ ತಲೆಗೆ ಭೇಷ್ ಅಂತೀರಾ? ಹೌದು ಬಿಡಿ. ನಮಗೆ ನಿಮಗೆ ಅಂಥ ತಲೆ ಇಲ್ಲ. ಇದ್ದಿದ್ದರೆ ಅವರು ನರ್ಸಿಂಗ್ ಹೋಂ ಮಾಲೀಕರು

ನಾವಾಗುತ್ತಿರಲಿಲ್ಲವೇ?

ರಾಮಲಿಂಗ ರೆಡ್ಡಿ ಈಗೇನು ಮಾಡುತ್ತಿದ್ದಾನೆ? ಅಲ್ಲಿ ನೋಡಿ, ಗೌಡ, ಛಾಬ್ರಿಯರ ಹೇಳಿಕೆ ಜೊತೆಗೆ ಅವರ ಆದರದ ಆತಿಥ್ಯ ಸ್ವೀಕರಿಸಿ ಈಗ ಚೀಫ್ ಇಂಜಿನಿಯರ್ ಸಿದ್ದಣ್ಣನವರ್ ಮನೆಗೆ ಬರುತ್ತಿದ್ದಾನೆ. ಅವನ ಕೈಲಿರುವ ಚರ್ಮದ ಚೀಲ ಉಬ್ಬಿದೆ ಅಲ್ಲವೆ? ಇದ್ದರೆ ಇರಲಿ ನಮಗ್ಯಾಕೆ ಬಿಡಿ. ಈಗ ಚೀಫ್ ಇಂಜಿನಿಯರ್ ಸಾಹೇಬರು ಏನು ಮಾಡುತ್ತಾರೋ ನೋಡೋಣ.

****

ಚೀಫ್ ಇಂಜಿನೀಯರ್ ಸಾಹೇಬರು ಮನೆಯ ಡ್ರಾಯಿಂಗ್ ರೂಮಿನಲ್ಲಿರುವ ಮೆತ್ತನೆಯ ಸೋಫಾದ ಮೇಲೆ ಕೂತಿದ್ದಾರೆ. ಅವರ ಡ್ರಾಯಿಂಗ್ ರೂಮಿನ ವೈಭವ ವಿವರಿಸುವುದು ಈ ಪಾಮರನ ಸಾಮರ್ಥ್ಯಕ್ಕೆ ಮೀರಿದ್ದು. ನೀವೇ ಊಹಿಸಿಕೊಂಡು ಆನಂದಿಸಿ. ಜನರೇನೋ ಇವರು ತುಂಬಾ ಶಿಸ್ತು ಲಂಚ ತಿನ್ನುವುದಿಲ್ಲ ಅಂತಾರೆ. ಮಿತಿಯಿಲ್ಲದಷ್ಟು ಲಂಚ ತಿಂತಾರೆ ಅಂತಾನೂ ಹೇಳ್ತಾರೆ. ನಿಜ ಏನು ಅನ್ನೋದು ಲಂಚ ಕೊಡುವವರಿಗೆ ಮತ್ತು ತೊಗೊಳ್ಳುವವರಿಗೆ ಮಾತ್ರ ಗೊತ್ತು. ಕಂಟ್ರಾಕ್ಟರ್‌ಗಳು ಸರಿಯಾಗಿ ಕೆಲಸ ಮಾಡದಿದ್ದರೆ ಮುಲಾಜಿಲ್ಲದೆ ಅವರ ಬಿಲ್ಲುಗಳನ್ನು ಹಿಡಿಯುವುದು ಇವರ ಪ್ರವೃತ್ತಿ ಎಂದ ಮೇಲೆ ಲಂಚ ತಿಂತಾರೆ ಅಂತ ಹೇಗೆ ಹೇಳೋದು?

ಈಗೇನೋ ಕೋಟ್ಯಾಂತರ ಆಸ್ತಿ ಅವರಿಗಿರಬಹುದು. ಒಂದು ಕಾಲದಲ್ಲಿ ತೀರ ಬಡವರಾಗಿದ್ದು ಬಹಳ ಕಷ್ಟದಿಂದ ಇಂಜಿನೀಯರಿಂಗ್ ಪಾಸ್ ಮಾಡಿ ಸರ್ಕಾರಿ ಕೆಲಸ ಸೇರಿದರು ಅಂತಾರೆ– ಅವರನ್ನು ಮೊದಲಿನಿಂದ ತಿಳಿದವರು. ಆದರೆ ಮನುಷ್ಯ ಜೀವನದಲ್ಲಿ ಆರ್ಥಿಕವಾಗಿ ಮೇಲೆ ಇರಲೇಬಾರದು ಅಂದರೆ ಹೇಗೆ ಸ್ವಾಮಿ? ಬಡತನದಲ್ಲೇ ಬದುಕಿ ಸಾಯುವುದಿದ್ದರೆ ಈ ಸರ್ಕಾರಿ ಕೆಲಸಕ್ಕೆ ಯಾಕೆ ಸೇರಬೇಕು ಹೇಳಿ? ಯಾವುದಾದರೂ ಪ್ರೈವೇಟ್ ಪ್ರೈಮರಿ ಸ್ಕೂಲಿನ ಮೇಷ್ಟ್ರಂದರೆ ಸಾಕು. ಇನ್ನು ಈ ಪೇಪರಿನವರಿಗೂ ಬೇರೆ ಕೆಲಸವಿಲ್ಲ ಇಷ್ಟು ಬೇಗ ನಮ್ಮ ಸಾಹೇಬರು ಕೋಟ್ಯಧೀಶರಾಗಿದ್ದು ಹೇಗೆ ಅಂತ ಇಲ್ಲದ ಜಿಜ್ಞಾಸೆ ಮಾಡುತ್ತಾರೆ. ನಮ್ಮ ನಾಲಾಯಕ್ ವಿರೋಧ ಪಕ್ಷದವರು ಕೂಡ ಸಾರ್ವಜನಿಕರಿಗೆ ಉಪಯೋಗವಾಗುವ ವಿಷಯ ಬಿಟ್ಟು ಅಸೆಂಬ್ಲಿಯಲ್ಲಿ ಸುಮ್ಮನೆ ಇವರ ಮೇಲೆ ಆಗಾಗ ಭ್ರಷ್ಟಾಚಾರದ ಆರೋಪ ಮಾಡ್ತಾರೆ. ಏನೋ ಆಳುವ ಪಕ್ಷದ ಆರ್ಥಿಕ ಶಕ್ತಿಗೆ ಇವರು ತಮ್ಮ ಅಳಿಲು ಸೇವೆ ಸಲ್ಲಿಸುತ್ತಿರುವುದರಿಂದ ಬಚಾವ್ ಆಗಿದ್ದಾರೆ ಅಂತಾರೆ ಜನ. ಏನೋ ಬಿಡಿ ಸ್ವಾಮಿ. ನಮಗೆ ಈಚಲು ಮರದ ಕೆಳಗೆ ಕುಳಿತು ಮಜ್ಜಿಗೆ ಕುಡಿದು ಹೆಂಡ ಕುಡಿಯುತ್ತಿದ್ದಾರೆ ಅನ್ನಿಸಿಕೊಳ್ಳುವ ಕತೆ ಇದು. ವಿಷಯಕ್ಕೆ ಬರೋಣ.

ಕೊಟ್ಟು ಹುಟ್ಟದವರ ಬದುಕು

"ನಮಸ್ಕಾರ ಸಾರ್" ರೆಡ್ಡಿ ಒಳಗೆ ಬಂದು ನಮಸ್ಕರಿಸಿದ.

"ಓಹೋಹೊ ನಮಸ್ಕಾರ ರೆಡ್ಡಿಯವರೇ. ಬನ್ನಿ ಕುತ್ಕೋಳಿ" ಸಾಹೇಬರು ತಮ್ಮ ಹತ್ತಿರ ಸೋಫ ತೋರಿಸಿದರು.

ಸುತ್ತಲಿನ ವೈಭವ ರೆಡ್ಡಿಗೆ ಒಂದು ಕ್ಷಣ ಮಂಕು ಹಿಡಿಸಿತು. ಸೋಫಾದಾ ಮೆತ್ತನೆ ಅನುಭವ ಆನಂದಿಸುವುದರ ಬದಲು ಸಂಕೋಚದಿಂದ ಮುಜುಗರವಾಯಿತು ಅವನಿಗೆ. ಆದರೆ ಅವನು ಪೊಲೀಸ್ ಅಲ್ಲವೇ? ಅಧಿಕಾರಕ್ಕೆ, ಸುಖಕ್ಕೆ ತಕ್ಷಣ ಹೊಂದಿಕೊಂಡು ಬಿಡ್ತಾರೆ ಅವರು.

"ರಾಜು, ರೆಡ್ಡಿ ಅವರಿಗೆ ತಿಂಡಿ ತಂದು ಕೊಡು" ಸಾಹೇಬರು ಆರ್ಡರಿಸಿದರು.

"ನಾಷ್ಟಾ ಆಗಿದೆ ಸಾರ್" ರೆಡ್ಡಿ ಸಂಕೋಚಿಸಿದ.

"ಪರವಾಗಿಲ್ಲ ಸ್ವಲ್ಪ ತೊಗೋಳಿ" ಸಾಹೇಬರ ಉಪಚಾರ.

ತಿಂಡಿ, ಕಾಫಿ ರೆಡ್ಡಿಯ ನಿರೀಕ್ಷೆಗೂ ಮೀರಿ ರುಚಿರುಚಿಯಾಗಿದ್ದವು. ಲೋಕಾಭಿರಾಮದ ಮಾತಿನೊಂದಿಗೆ ತುಪ್ಪದಲ್ಲೇ ಮಾಡಿದ ಬಿಸಿ ತಿಂಡಿ, ಗಟ್ಟಿ ಹಾಲು ಹಾಕಿದ್ದ ಫಿಲ್ಟರ್ ಕಾಫಿ ಮುಗಿಸಿದ ಮೇಲೆ ರೆಡ್ಡಿ ವಿಷಯಕ್ಕೆ ಬಂದ.

"ಸಾರ್, ನಿನ್ನೆ ನಡೆದ ಬಾಂಬ್ ವಿಷಯದ ಬಗ್ಗೆ ನಿಮಗೆ ಯಾರ ಮೇಲಾದರೂ ಅನುಮಾನ ಇದೆಯಾ?"

"ಇದೇ ರೆಡ್ಡಿಯವರೇ, ನನಗೆ ನಮ್ಮ ಕಂಟ್ರಾಕ್ಟರ್ ರಂಗನಾಥ ಆಳ್ವನ ಮೇಲೆ ಅನುಮಾನವಿದೆ. ಅನುಮಾನವೇನು, ಅವನೇ ಮಾಡಿಸಿದ್ದಾನೆ ಅಂತ ನನಗೆ ಗ್ಯಾರಂಟಿ ಇದೆ" ತಾವು ಹೇಳಿದ್ದೇ ಸತ್ಯ ಅನ್ನುವ ಆತ್ಮವಿಶ್ವಾಸದ ಧ್ವನಿಯಲ್ಲಿ ಹೇಳಿದ್ದೀನೋ ಇಲ್ಲವೋ ಎಂದು ಸಾಹೇಬರು ರೆಡ್ಡಿಯ ಮುಖ ಪರೀಕ್ಷಿಸಿದರು. ರೆಡ್ಡಿ ನಂಬಲಿಲ್ಲ ಎಂದು ಗುಮಾನಿಯಾಗಿದೆ ಅವರಿಗೆ ಅಂತಿರಾ? ಇರಲಿ ನೋಡೋಣ.

ರೆಡ್ಡಿ ನಂಬಿದನೋ, ಬಿಟ್ಟನೋ. ಆದರೆ ಸಾಹೇಬರ ಮಾತು ಕೇಳಿ ತಕ್ಷಣ ಚುರುಕಾದ. ಇಲ್ಲಿಯೂ ಒಬ್ಬ ಅಪರಾಧಿ ನಿಗದಿಯಾಗಿದ್ದಾನೆ ಅಂತಾಯಿತು.

"ಯಾವ ಆಳ್ವ ಸಾರ್? ತಿರುಪತಿ ಕನ್ಸ್ಟ್ರಕ್ಷನ್ ಆಳ್ವಾರವರೇ?"

"ಹೌದು ಅವನೇ. ಅವನು ನಮ್ಮ ಡಿಪಾರ್ಟ್ಮೆಂಟಿನ ಇಪ್ಪತ್ತು ಕೋಟಿಯ ಒಂದು ಪ್ರಾಜೆಕ್ಟ್ ಕಾಂಟ್ರಾಕ್ಟ್ ತೊಗೊಂಡಿದಾನೆ..."

"ಅವರು ಯಾಕೆ ಬಾಂಬ್ ಹಾಕ್ತಾರೆ ಸಾರ್" ಆಶ್ಚರ್ಯದಿಂದ ಕೇಳಿದ ರೆಡ್ಡಿ.

"ನೋಡಿ ರೆಡ್ಡಿ, ಅದು ಆದದ್ದು ಹೀಗೆ. ತಿರುಪತಿ ಕನ್ಸ್ಟ್ರಕ್ಷನ್ ತೊಗೊಂಡ ಕೆಲಸ ಇನ್ನೂ ಸ್ವಲ್ಪ ಉಳಿದಿದೆ. ಸುಮಾರು ಮೂರೂವರೆ ಕೋಟಿ ರೂಪಾಯಿಗಳಷ್ಟು ಬಿಲ್ಲು ನಮ್ಮ ಹತ್ತಿರ ಪೇಮೆಂಟಿಗಾಗಿ ಪೆಂಡಿಂಗ್ ಇದೆ. ದಿನಾ ಬಂದು ಬಿಲ್ ಪಾಸ್ ಮಾಡಿ ಅಂತ ಒತ್ತಾಯಿಸುತ್ತಿದ್ದಾನೆ"

"ಹೂಂ..." ರೆಡ್ಡಿ ಹುಬ್ಬು ಸಂಕುಚಿಸಿ ಲಕ್ಷ್ಯವಿಟ್ಟು ಕೇಳಿದ.

"ನಾನು ಇನ್ಸಪೆಕ್ಷನ್‌ಗೆ ಹೋಗಿ ನೋಡಿದೆ. ಕೆಲಸ ಏನೇನೂ ಸಮರ್ಪಕವಾಗಿಲ್ಲ ನಿನ್ನ ಬಿಲ್ ಪಾಸ್ ಮಾಡಕ್ಕೆ ಆಗಲ್ಲ ಅಂತ ಹೇಳಿದೆ. ಯದ್ವಾತದ್ವ ನನ್ನ ಮೇಲೆ ರೇಗಾಡಿದ. ಮೇಲಿನಿಂದ ಒತ್ತಾಯ ತಂದ. ಕೆಲಸಾನೇ ಸರಿಯಾಗಿ ಮಾಡದೆ ಬಿಲ್ ಪಾಸ್ ಮಾಡಿದ್ರೆ ಸಿಕ್ಕಿ ಹಾಕಿಕೊಳ್ಳೋದು ನನ್ನ ತಲೆ ನೋಡಿ. ನಮ್ಮ ರಾಜ್ಯದ ಮುಖ್ಯವಾದ ಪ್ರಾಜೆಕ್ಟ್ ಅದು. ಏನಾದರೂ ಹೆಚ್ಚು ಕಮ್ಮಿ ಆದರೆ... ವಿರೋಧ ಪಕ್ಷದವರು ಕಣ್ಣಲ್ಲಿ ಎಣ್ಣೆ ಹಾಕಿಕೊಂಡು ಕಾಯ್ತಿದಾರೆ. ದೊಡ್ಡ ಗಲಾಟೆ ಆಗಿಬಿಡತ್ತೆ. ನಮ್ಮ ಕೆಲಸ ಅಂದ್ರೆ ಬೆಂಕಿ ಮೇಲೆ ಕೂತಂತೆ ನೋಡಿ..." ಸಾಹೇಬರು ಒಂದು ಕ್ಷಣ ತಡೆದರು. ತಾವು ಹೇಳುತ್ತಿರುವುದರ ಪರಿಣಾಮ ರೆಡ್ಡಿಯ ಮೇಲೆ ಸರಿಯಾಗಿ ಆಗುತ್ತಿದೆಯೋ ಇಲ್ಲವೋ ಅಂತ ಪರೀಕ್ಷಿಸಿದರು.

"ತ್ಚು...ತ್ಚು... ಹೌದು ಹೌದು" ರೆಡ್ಡಿ ತಲೆ ಆಡಿಸಿದ. "ಆದರೆ ಬಾಂಬಿಗೂ ಇವರಿಗೂ ಏನು ಸಂಬಂಧ ಅಂತೀರಾ"

"ಅವನ ಬಿಲ್ಲು ಈಗ ಮೂರು ನಾಕು ತಿಂಗಳು ಹಳೇದು. ಕೋಟ್ಯಂತರ ರೂಪಾಯಿಗಳು ನಿಂತು ಹೋದರೆ ನಾವು ಕೆಲಸ ಮಾಡುವುದು ಹೇಗೆ? ಹೇಗಾದರೂ ಪಾಸ್ ಮಾಡಿಬಿಡಿ ಅಂತ ಎಲ್ಲೆಲ್ಲಿಂದಲೋ ಒತ್ತಡ ತರುತ್ತಿದ್ದಾನೆ. ಏನೋ ನಮ್ಮ ಮಂತ್ರಿಗಳು ನಿಷ್ಪಕ್ಷಪಾತಿಗಳಾದ್ದರಿಂದ ನಾನು ಹೇಗೋ ನಿಭಾಯಿಸುತ್ತಿದ್ದೀನಿ. ಇಲ್ಲದಿದ್ದರೆ ಟ್ರಾನ್ಸಫರ್ ತೊಗೋಬೇಕು ಅಥವಾ ಕೆಲಸಕ್ಕೆ ರಾಜೀನಾಮೆ ಕೊಡಬೇಕು ಅಷ್ಟೇ"

ಮಂತ್ರಿಗಳ ಬ್ಯಾಂಕುಗಳಲ್ಲಿ ಈ ಸಾಹೇಬರೂ ಒಬ್ಬರು ಅಂತ ತಕ್ಷಣ ಅರ್ಥವಾಯಿತು ರೆಡ್ಡಿಗೆ. ಇಲ್ಲದಿದ್ದರೆ 'ಮೇಲಿನವರ' ಒತ್ತಾಯದ ವಿರುದ್ಧ ನಿಲ್ಲುವ ಭಂಡ ಧೈರ್ಯ ಈ ಪ್ರಾಣಿಗೆ ಹೇಗೆ ಬರುತ್ತೆ ಅಂದುಕೊಂಡ.

"ಅದೆಲ್ಲಾ ಸರಿ, ಆದರೆ ಆಳ್ವರಿಗೂ ಈ ಬಾಂಬಿಗೂ ಹೇಗೆ ಸಂಬಂಧ ಇದೆ ಅಂತೀರಾ? ನನಗೆ ಗೊತ್ತಾಗಲಿಲ್ಲ"

ಚೀಫ್ ಇಂಜಿನೀಯರ್ ಸ್ವಲ್ಪ ತಡೆದು ನಂತರ ಹೇಳಿದರು .

"ನೋಡಿ ರೆಡ್ಡಿಯವರೇ...ಇರೋ ವಿಷಯ ಹೇಳಿಬಿಡ್ತೀನಿ. ಈ ಆಳ್ವನಿಗೆ

ಒಬ್ಬ ರೌಡಿ ಮಗ ಇದಾನೆ. ಈಗಿನ ವಿರೋಧ ಪಕ್ಷದ ಯುವ ಘಟಕದ ಕಾರ್ಯದರ್ಶಿ ಅವನು. ಅವನ ಮೇಲೆ ಬಾರದ ಆಪಾದನೆಗಳಿಲ್ಲ. ಕೊಲೆ, ಲೂಟಿ, ಹಿಂಸೆ, ಅತ್ಯಾಚಾರ, ಡ್ರಗ್ ಪೆಡ್ಲಿಂಗ್, ಕಳ್ಳ ಸಾಗಾಣಿಕೆ... ಎಲ್ಲಾ"

"ಹೌದು, ಹೌದು." ರೆಡ್ಡಿ ತಲೆಯಾಡಿಸಿದ.

"ಆ ರೌಡಿ ನಿನ್ನೆ ನನ್ನ ಆಫೀಸಿಗೆ ಬಂದು ನನ್ನ ಸಿಕ್ಕಾಪಟ್ಟೆ ಬೈದು, ಗಲಾಟೆ ಮಾಡಿ ಬಿಲ್ ಪಾಸ್ ಮಾಡದಿದ್ದರೆ ಪರಿಣಾಮ ನೆಟ್ಟಗಾಗಲ್ಲ ಅಂತ ಬೆದರಿಕೆ ಹಾಕಿದ. ನಾನು ಬಗ್ಗಲಿಲ್ಲ..." ಅವನು ಚಪ್ಪಲಿಯಿಂದ ಸಾಹೇಬರನ್ನು ಥಳಿಸಿ ಬಿಲ್ ಪಾಸ್ ಮಾಡದಿದ್ದರೆ ಮತ್ತೆ ನೀನು ಆಫೀಸಿಗೆ ಬರಲಾಗದಂತೆ ಮಾಡುತ್ತೀನಿ ಅಂತ ಹೆದರಿಸಿದ್ದನ್ನು ಅವರು ಮುಚ್ಚಿಟ್ಟರು. ಹೇಗೆ ಹೇಳಿಕೊಳ್ಳುತ್ತಾರೆ ಬಿಡಿ. ಅಷ್ಟು ದೊಡ್ಡ ಸಾಹೇಬರು ತಮ್ಮ ಆಫೀಸಿನಲ್ಲಿ ತಮ್ಮ ಕೆಳಗಿನವರ ಎದುರಿನಲ್ಲೇ ಚಪ್ಪಲಿ ಏಟು ತಿಂದರು ಅಂದರೆ ನಾಚಿಕೆಗೇಡು ಅಲ್ಲವೇ? ಇರಲಿ.

"ನೀವು ಕಂಪ್ಲೇಂಟ್ ಕೊಟ್ಟಿದ್ದೀರಾ ಸರ್?" ರೆಡ್ಡಿ ಪೊಲೀಸ್ ಪ್ರಶ್ನೆ ಹಾಕಿದ.

"ಸರಿಹೋಯ್ತು. ಹೀಗೆ ಕಂಪ್ಲೇಂಟ್ ಕೊಡ್ತಾಹೋದ್ರೆ ದಿನಾ ಅದೇ ಕೆಲಸ ಆಗುತ್ತೆ" ಸಾಹೇಬರು ದೇಶಾವರಿ ನಕ್ಕು ಹೇಳಿದರು. "ಆದರೆ ಈ ಬಾಂಬ್ ಸಿಡಿದಿರೋದರ ಹಿಂದೆ ಆಳ್ವನ ಕೈವಾಡವಿರೋದರಲ್ಲಿ ಏನೂ ಸಂಶಯವಿಲ್ಲ.

"ಹೂಂ..." ರೆಡ್ಡಿ ಯೋಚನಾಮಗ್ನನಾದ. ಈಗ ಅವನೇನು ಮಾಡುವುದು? ಒಂದೇ ಅಪರಾಧಕ್ಕೆ ಎಷ್ಟು ಜನರನ್ನು ಸಿಕ್ಕಿಸುವುದು ಅಂತ ಯೋಚಿಸುತ್ತಿರಬಹುದೇನೋ?

ಮತ್ತೆ ಸ್ವಲ್ಪ ಹೊತ್ತು ಸುಮ್ಮನಿದ್ದು ಸಾಹೇಬರು ಹೇಳಿದರು "ರೆಡ್ಡಿ, ಆಳ್ವನನ್ನು ಅರೆಸ್ಟ್ ಮಾಡಿ ಸ್ವಲ್ಪ ಬಿಸಿ ತೋರಿಸಿ. ನಿಮ್ಮ ಕೆಲಸ ನೀವು ಮಾಡಿ. ನಾನು ನಿಮ್ಮನ್ನು ನೋಡಿಕೊಳ್ತೀನಿ. ಈ ರೌಡಿಗಳನ್ನ ಅವರನ್ನು ಸಾಕುವವರನ್ನ ಹಾಗೇ ಬಿಡಬೇಡಿ."

ರೆಡ್ಡಿಗೆ "ನಿಮ್ಮನ್ನು ನೋಡಿಕೊಳ್ತೀನಿ" ಅನ್ನುವ ಸಂದೇಶದ ಅರ್ಥವಾಯಿತು.

ಸ್ವಲ್ಪ ಹೊತ್ತಿನ ಸಮಾಲೋಚನೆಯ ನಂತರ ಹಸನ್ಮುಖಿಯಾಗಿ ರೆಡ್ಡಿ ಸಾಹೇಬರ ಮನೆ ಬಿಟ್ಟಾಗ ಅವನ ಚರ್ಮದ ಕೈಚೀಲ ಮತ್ತಷ್ಟು ಉಬ್ಬಿತ್ತು. ಆಳ್ವನಿಗೆ ಸರಿಯಾದ ಬಿಸಿ ಮುಟ್ಟಿಸುವುದಾಗಿ ಅವನು ಸಾಹೇಬರಿಗೆ ಭರವಸೆ ಕೊಟ್ಟಿದ್ದ. ಮೂರೂವರೆ ಕೋಟಿ ಬಿಲ್ ಪಾಸು ಮಾಡಲು ಪರ್ಸಂಟೇಜ್ ಕೊಡಲು ಒಪ್ಪದೆ ತನ್ನ ಮೇಲೆ ಮೇಲಿನವರಿಗೆ ದೂರು ಕೊಟ್ಟು ಬೆದರಿಸುತ್ತಿದ್ದ

ಆಳ್ವನಿಗೆ ಸರಿಯಾದ ಬುದ್ಧಿ ಕಲಿಸಿದೆ ಅಂತ ಸಾಹೇಬರೂ ಸಂತೃಪ್ತರಾದರು. ನಾಕು ದಿನ ಪೋಲೀಸರು, ಕೋರ್ಟು, ಕೇಸು, ಲಾಯರು ಅಂತ ಓಡಾಡಲಿ. ಬಂದು ಕಾಲಿಗೆ ಬಿದ್ದು ಕೊಡುವುದನ್ನು ಕೊಟ್ಟು ಬಿಲ್ ಪಾಸ್ ಮಾಡಿಸಿಕೊಂಡು ಹೋಗ್ತಾನೆ ಅಂದುಕೊಂಡರು.

ಅಲ್ಲವೇ ಮತ್ತೆ? ನೀವೇನು ಹೇಳ್ತಿರಿ ಸ್ವಾಮಿ? ನಾಲ್ಕು ಕಡೆಯಿಂದ ಏಟು ಬಿದ್ದು ಮೆತ್ತಗಾದ ಮೇಲೆ ಅಲ್ಲವೇ ಮನುಷ್ಯನಿಗೆ ಬುದ್ಧಿ ಬಂದು ಬದುಕುವ ದಾರಿ ಹೊಳೆಯೋದು? ಮುಂದಿನ ತಿಂಗಳು ರಿಟೈರ್ ಆಗುವ ಸಾಹೇಬರು ತಮ್ಮ ಭವಿಷ್ಯ ಭದ್ರ ಮಾಡಿಕೊಳ್ಳಲು ನಡೆಸಿದ ಈ ತಂತ್ರ ತಪ್ಪೇನಿಲ್ಲ ಬಿಡಿ. ನಾನು ನೀವು ಅವರ ಜಾಗದಲ್ಲಿದ್ದಿದ್ದರೆ ಹಾಗೇ ಮಾಡುತ್ತಿದ್ದೆವು. ಆದರೆ ಚೀಫ್ ಇಂಜಿನೀಯರ್ ಆಗುವ ಭಾಗ್ಯ ನಮಗಿಲ್ಲ ಅಷ್ಟೇ! ಯಾರು ಯಾರಿಗೆ ಎಷ್ಟು ಲಭ್ಯವೋ ಅಷ್ಟೇ!

ಪ್ರಸ್ತುತ ಇನ್ನಿಬ್ಬರು ಉಳಿದಿದ್ದಾರೆ ರೆಡ್ಡಿಯ ಗಮನದಲ್ಲಿ. ಒಂದು ಬಡ್ಡಿಗೆ ಹಣ ಕೊಟ್ಟು ಲೇವಾದೇವಿ ಮಾಡುವ... ಛೇ, ಕ್ಷಮಿಸಿ, ಮರ್ಯಾದೆಯಾಗಿ ಫೈನಾನ್ಸಿಯರ್ ಅನ್ನೋಣ.. 'ಫೈನಾನ್ಸಿಯರ್ ಗುಲಾಬ್ ಚಂದ್ ದಾಗ', ಎರಡು, ಫ್ಯಾಕ್ಟರಿ ಮಾಲೀಕ ನವೀನ್ ಪಟೇಲ್. ಯಾರ ವಿಷಯ ಮೊದಲು ತಿಳಿಯೋಣ? ಓಹೋ... ಚಡಪಡಿಸುತ್ತಾ ತರಾತುರಿಯಾಗಿ ಓಡಾಡುತ್ತಿರುವವನು ಗುಲಾಬ್ ಚಂದ್ ದಾಗ. ಬನ್ನಿ. ಅವನದೇನು ತೊಂದರೆಯೋ ನೋಡೋಣ.

****

ಗುಲಾಬ್ ಚಂದ್ ನಲವತ್ತರ ನವಯುವಕ. ಮೈಬಣ್ಣ ಗುಲಾಬಿಯದೇ ಆದರೂ ಅರೆ ನೆರೆತ ಕೂದಲಿಗೆ ಕಪ್ಪು ಬಣ್ಣ ಹಾಕಿಸಿ ಉದುರಿ ಹೋದ ಕೆಲವು ಹಲ್ಲುಗಳ ಜಾಗದಲ್ಲಿ ಚಿನ್ನದ ಹಲ್ಲುಗಳನ್ನು ಕಟ್ಟಿಸಿಕೊಂಡಿದ್ದರೂ ಹಿಡಿತಕ್ಕೆ ಸಿಗದ ಬೊಜ್ಜು ಹೊಟ್ಟೆ ಅವನ ವಯಸ್ಸನ್ನು ಊರಿಗೆಲ್ಲಾ ಸಾರಿ ಬಿಡುತ್ತದೆ. ಈಗ ಸದ್ಯಕ್ಕೆ ಅವನಿಗೆ ಹೊಟ್ಟೆಯಲ್ಲಿ ಅಲ್ಸರ್ ಆಗುವಷ್ಟು ಆತಂಕ, ಭಯ. ಅವನಿಗೂ ಬಾಂಬಿನದೇ ಭಯವಾ ಅಂತ ಕೇಳಲೇ ಬೇಡಿ. ಭಯ ಬಾಂಬಿನದಷ್ಟೇ ಅಲ್ಲ. ಬಾಂಬ್ ಹಾಕಿಸಿ ತನ್ನನ್ನು ಸಾಯಿಸಲು ಹೊರಟಿರುವ ತನ್ನ ಮೊದಲನೇ ಹೆಂಡತಿಯ ಅಪ್ಪ ಖಿಂಡೇಲವಾಲನದು. ತನ್ನನ್ನು ನೆಲಕ್ಕೆ ಹಾಕಿ ತುಳಿಯಲು ಏನು ಬೇಕಾದರೂ ಮಾಡಲು ರೆಡಿಯಿರುವ ಮಾವ.. ಕ್ಷಮಿಸಿ, ಎಕ್ಸ್- ಮಾವ, ಈಗ ತನ್ನನ್ನು ಸಾಯಿಸಲೆಂದೇ ಈ ಬಾಂಬ್ ಹಾಕಿಸಿರುವುದರಲ್ಲಿ ಅವನಿಗೆ ಎಳ್ಳಷ್ಟೂ ಅನುಮಾನವಿಲ್ಲ. ಅವನಿಗೆ ಈಗ ಕುಳಿತಿರಲು ಆಗುತ್ತಿಲ್ಲ. ಮಲಗಿರಲು ಆಗುತ್ತಿಲ್ಲ.

ಕೊಟ್ಟು ಹುಟ್ಟದವರ ಬದುಕು

"ಬೇಟಾ... ನೀನು ಹೋಗಿ ಪೊಲೀಸ್ ಕಂಪ್ಲೇಂಟ್ ಕೊಡು. ಖೂನಿಗಳನ್ನು ಹೇಗೆ ನಿಭಾಯಿಸಬೇಕೋ ಹಾಗೇ ನಿಭಾಯಿಸಬೇಕು. ಹೆದರಿ ಸುಮ್ಮನೆ ಇದ್ದರೆ ಜೀವ ಹೋಗುತ್ತೆ ಅಷ್ಟೇ" ಅಪ್ಪ ರಾಮ್‌ಚಂದ್ ಹೇಳಿದ.

ಒಂದು ಕಾಲದಲ್ಲಿ ರಾಮಚಂದ್ ಕೇವಲ ಐನೂರು ರೂಪಾಯಿ ಬಂಡವಾಳದಿಂದ ಬಡ್ಡಿ ವ್ಯಾಪಾರ ಶುರು ಮಾಡಿ ಆ ವ್ಯವಹಾರದಲ್ಲಿ 'ಪ್ರಚಂಡ' ಎನಿಸಿಕೊಂಡು ನೋಡು ನೋಡುತ್ತಿದ್ದಂತೆ ಮೇಲೇರಿದ. ಎಷ್ಟೋ ಲಕ್ಷಗಳು ಕೊಟ್ಟು ಈ ಬಡಾವಣೆಯಲ್ಲಿ ಸೈಟ್ ತೊಗೊಂಡು ಕಣ್ಣು ಕುಕ್ಕುವ ಭವ್ಯವಾದ ಬಂಗಲೆ ಕಟ್ಟಿಸಿದ್ದಾನೆ ಅಂದರೆ ಈಗ ಅವನು ಎಂಥಾ ಕುಳ ಅಂತ ನಿಮಗೇ ಗೊತ್ತಾಗುತ್ತೆ. ಅವನ ಒಬ್ಬನೇ ಮಗ ಗುಲಾಬ್ ಮೂವತ್ತು ವರ್ಷ ಆಗುವವರೆಗೂ ಮದುವೆಯಿಲ್ಲದೆ ಅಪ್ಪನ ಜೊತೆ ದುಡಿದ. ಸಾಧಾರಣವಾಗಿ ಮಾರ್ವಾಡಿ ಗಂಡುಗಳಿಗೆ ಹದಿನೆಂಟು ವರ್ಷಕ್ಕೆ ಮದುವೆಯಾಗಿ ಮೂವತ್ತು ವರ್ಷದ ಹೊತ್ತಿಗೆ ಆರು ಮಕ್ಕಳಿರುತ್ತವೆ. ಆದರೆ ಅದಕ್ಕೆ ಅಪವಾದವಾಗಿ ಗುಲಾಬ್ ಮದುವೆಗೆ ಒಪ್ಪದೆ ದಂಧೆ ಬೆಳೆಸುವುದರಲ್ಲೇ ಮುಳುಗಿದ್ದ. ಅದಕ್ಕೆ ರಾಮಚಂದ್‌ಗೆ ಮಗನ ಮೇಲೆ ಅಪರಿಮಿತ ಪ್ರೀತಿ.

ವಿಧಿ ನಿಯಮ ನೋಡಿ! ಇಂತಹ ಇಳಿ ವಯಸ್ಸಿನ ಗುಲಾಬ್‌ಗೆ ಮದರಾಸಿನ ಕೋಟ್ಯಧಿಪತಿ ಖಂಡೇಲವಾಲ ಎಳೆ ವಯಸ್ಸಿನ ತನ್ನ ಒಬ್ಬಳೇ ಮಗಳನ್ನು ಗಂಟು ಹಾಕಬೇಕೆ? ತನ್ನ ದುಡಿತದಿಂದ ಹಾಗೂ ಜಿಗುಟುತನದಿಂದ ಹಣ ಸಂಪಾದಿಸಿದ ಗಂಡು, ಹುಟ್ಟಿನಿಂದ ಹಣದಲ್ಲಿ ಹೊರಳಾಡಿ ಬೆಳೆದ ಹೆಣ್ಣು ಮದುವೆಯಾದರೆ ಒಟ್ಟಿಗೆ ಹೊಂದಿಕೊಂಡು ಬಾಳಲು ಆಗುವ ಸಂಕಷ್ಟಗಳು ನಮ್ಮ ನಿಮ್ಮ ಊಹೆಗೆ ನಿಲುಕದ್ದು.

ತನ್ನ ವ್ಯವಹಾರಕ್ಕೆ ಬೇಕು ಅಂತ ಹೇರಳ 'ದಹೇಜ್' ತೊಗೊಂಡ ಗುಲಾಬ್ ಮದುವೆಯಾದ ಮೊದಲ ಎರಡು ವರ್ಷ ಸುಮ್ಮನಿದ್ದ. ಒಂದು ಹೆಣ್ಣು ಮಗುವಾದ ಮೇಲೆ ಧೈರ್ಯ ಮಾಡಿ ಬಡ ಅಳಿಯ ಗುಲಾಬ್ ಚಂದ್ 'ಗಂಡ' ಗುಲಾಬ್ ಚಂದ್ ಆದ. ಅವಳು ಎದ್ದರೆ ತಪ್ಪು, ಕೂತರೆ ತಪ್ಪು, ನಿಂತರೆ ಮೂದಲಿಕೆ, ತಿಂದರೆ ಖರ್ಚು. ಅಯ್ಯೋ ಬಿಡಿ. ಅದೇನು ಹೇಳ್ತಿರಿ ಅವಳ ಜೀವನ. ಅವಳೇನು ಗತಿ ಕೆಟ್ಟವಳೇ..., ಮೂದಲಿಸಿಕೊಂಡು ಸುಮ್ಮನಿರಲು? ಸೀದಾ ಮಗುವನ್ನೆತ್ತಿಕೊಂಡು ಅಪ್ಪನ ಮನೆ ಸೇರಿ ತನ್ನ ಗತಿ ಹೇಳಿಕೊಂಡು ಗೊಳೋ ಎಂದು ಅತ್ತಳು. ಹೇರಳ ಹಣ ಗಳಿಸಿ ವ್ಯವಹಾರವನ್ನು ಮಕ್ಕಳಿಗೆ ವಹಿಸಿಕೊಟ್ಟು ಏನೂ ಕೆಲಸವಿಲ್ಲದೆ ಕುಳಿತಿದ್ದ ಖಂಡೇಲವಾಲನಿಗೆ ಈಗ ಒಂದು ಕೆಲಸ ಸಿಕ್ಕಿತು. ಅದು ತನ್ನ ಮುದ್ದು ಮಗಳನ್ನು ಹೀಯಾಳಿಸಿ ಮನೆಯಿಂದ

ಓಡಿಸಿದ ಈ ಗುಲಾಬ್‌ನ ಜೀವನದಲ್ಲಿ ನೆಮ್ಮದಿ ಇಲ್ಲದಂತೆ ಮಾಡುವುದು. ಸರೀಕರೆದುರು ಅವನು ತನ್ನ ಮಗಳ ಕಾಲು ಹಿಡಿಯುವ ಹಾಗೆ ಮಾಡ್ತೀನಿ ಅಂತ ಶಪಥ ಮಾಡಿ ಹೂಂಕರಿಸಿದ.

ಗುಲಾಬ್ ಚಂದ್‌ಗೆ ಅಂದಿನಿಂದ ನಿದ್ದೆ ಹಾರಿಹೋಯಿತು. ಹಣವಂತ, ಪ್ರಬಲ ಮಾವ ಏನು ಮಾಡುತ್ತಾನೋ ಎಂಬ ಭಯ. ದಹೇಜಿನಿಂದ ಬಿಜಿನೆಸ್ ಬೆಳೆದು ಈಗ ಚೆನ್ನಾಗಿರುವುದರಿಂದ, ಬಿಜಿನೆಸ್‌ನಲ್ಲಿ ಹೆಂಡತಿಯ ಹೆಸರಿರುವುದರಿಂದ ಭಾಗ ಕೇಳಿ ತನ್ನನ್ನು ಪಾಪರ್ ಮಾಡುತ್ತಾನೇನೋ ಅಂತ ಭಯ. ತನ್ನ ಜೊತೆ ವ್ಯವಹಾರ ಮಾಡುತ್ತಿರುವವರ ಮೇಲೆ ಒತ್ತಡ ತಂದು ತನ್ನ ವ್ಯವಹಾರವನ್ನೇ ಮುಳುಗಿಸಿ ದಿವಾಳಿಯಾಗುವಂತೆ ಮಾಡುತ್ತಾನೇನೋ ಅಂತ ಭಯ. ಸರಿ. ರಾತ್ರಿ ಹಗಲು ತನ್ನನ್ನು, ತನ್ನ ವ್ಯವಹಾರವನ್ನು ಭದ್ರ ಮಾಡಿಕೊಳ್ಳಲು ಹೆಣಗಾಡಿದ, ಬಿಜಿನೆಸ್ಸ್ನ ಹೆಸರು, ಕುಲ, ಗೋತ್ರ ಎಲ್ಲಾ ಬದಲಾದವು. ಮೊದಲಿನ ಬಿಜಿನೆಸ್ ಹೆಚ್ಚು ಕಡಿಮೆ ನಿಂತಿತು. ಖಂಡೇಲವಾಲನಿಗೆ ಸುದ್ದಿಯೇ ತಿಳಿಯದಂತೆ ಗುಲಾಬ್ ಇಲ್ಲಿಯ ಕೋರ್ಟಿನಿಂದ ಒಂದು ಖೋಟಾ ವಿಚ್ಛೇದನವನ್ನು ಪಡೆದಿದ್ದಾನೆಂದು ಅವನ ಸರೀಕರಲ್ಲಿ ಗುಸುಗುಸು ಸುದ್ದಿಯಿದೆ. ಆ ವಿಷಯ ನಮಗೆ ಬಿಡಿ. ನಾವೇನೋ ಅವನಿಗೆ ಹೆಣ್ಣು ಕೊಡಬೇಕೇ? ಈಗ ಗುಲಾಬ್‌ನ ಅದೃಷ್ಟ ಚೆನ್ನಾಗಿದೆ. ಅವನ ಸುದೈವದಿಂದ ವ್ಯವಹಾರದಲ್ಲಿ ಮುಟ್ಟಿದ್ದೆಲ್ಲಾ ಚಿನ್ನವಾಗಿ ನೋಡುವವರ ಕಣ್ಣು ಕುಕ್ಕುವಂತೆ ಬೆಳೆದಿದ್ದಾನೆ. ತನ್ನ ಹಿಂದಿನ ದಾಂಪತ್ಯ ಜೀವನ ಕಹಿಯಾದುದನ್ನು ಮರೆಯಬೇಕು ಎಂದು ಬೇರೆ ಜಾತಿಯ ಒಂದು ಹುಡುಗಿಯನ್ನು ಮದುವೆಯಾದೆ ಎಂದು ಹೇಳಿ ಮನೆಗೆ ಕರೆದುಕೊಂಡು ಬಂದಿದ್ದಾನೆ. ಪ್ರೀತಿಯ ಮಗನ ಬರಡು ಬಾಳನ್ನು ನೋಡಿ ದುಃಖಿಸುತ್ತಿದ್ದ ರಾಮ್‌ಚಂದ್ ಇದಕ್ಕೆ ತನ್ನ ಸಂಪೂರ್ಣ ಸಹಮತ ಕೊಟ್ಟಿದ್ದಾನೆ. ತನ್ನ ಗೆಳೆಯರು, ಬಂಧುಗಳ ಎದುರು "ಬಹೂ...ಬಹೂ" ಅಂತ ಅವಳನ್ನು ಮೃದುವಾಗಿ ಕೂಗಿ ಕರೆಯುತ್ತಾನೆ. ಈಗ ಅವಳಿಗೆ ಒಂದು ಗಂಡು ಮಗು ಕೂಡ ಆಗಿದೆ. ಎಲ್ಲಾ ಸರಿಯಾಯಿತೆಲ್ಲಾ, ಈಗೇನು ತೊಂದರೆ ಅಂತ ಕೇಳ್ತೀರಾ? ಅದು ಹೀಗೆ.

ಗುಲಾಬ್‌ನ ಜೀವನವನ್ನು ನರಕ ಮಾಡಿ ಅವನನ್ನು ನೆಮ್ಮದಿಯಿಂದ ನಿದ್ರಿಸಲು ಬಿಡಬಾರದು ಅಂತ ಹತ್ತು ವರ್ಷದಿಂದ ಛಲ ಸಾಧಿಸುತ್ತಿದ್ದ ಖಂಡೇಲವಾಲನಿಗೆ ಈಗ ಗುಲಾಬ್ ಮಾಡಿದ ಕುತಂತ್ರ ಗೊತ್ತಾಗಿ ಹೋಗಿದೆ. ತನ್ನ ಮಗಳು ಪಾಲುದಾರಳಾಗಿದ್ದ ವ್ಯವಹಾರವನ್ನು ಗುಲಾಬ್ ದಿವಾಳಿ ಎಬ್ಬಿಸಿದ್ದಾನೆ ಅಂತ ಅರಿತು ಉರಿದೆದ್ದಿದ್ದಾನೆ ಅವನು. ವಿಚ್ಛೇದನ ಕೊಡದೆ ಅವನನ್ನು ಸತಾಯಿಸಿ ಸಾಯಿಸಬೇಕು ಅಂದುಕೊಂಡಿದ್ದವನು

ಗುಲಾಬ್ ಖೋಟಾ ಡೈವೋರ್ಸ್ ಪಡೆದಿದ್ದಾನೆ ಅಂತ ತಿಳಿದು ಕೋಪದಿಂದ ದಾವಾಲನಾಗಿದ್ದಾನೆ. ಹೆಣ್ಣು ಹಡೆದ ತನ್ನ ಮುದ್ದು ಮಗಳನ್ನು ಮನೆಯಿಂದ ಹೊರಗೆ ಅಟ್ಟಿ ಬೇರೆ ಹುಡುಗಿಯನ್ನು ಮದುವೆಯಾಗಿ ಒಬ್ಬ ಬೇಟನನ್ನೂ ಪಡೆದಿದ್ದಾನೆಂದರೆ ಆ ಕೋಟ್ಯಧಿಪತಿ ಮಾವನಿಗೆ ಹೇಗಾಗಿರಬೇಡ ನೀವೇ ಯೋಚಿಸಿ. ಸರಿ ಶುರುವಾಯಿತು ಯುದ್ಧ! ಬೇಗಮಿ ಕೇಸು! ಅದರ ಹಿಂದೆ ಕೋರ್ಟಿಗೆ ಮೋಸ ಮಾಡಿ ವಿಚ್ಛೇದನ ಪಡೆದಿದ್ದಾನೆಂದು ಕೇಸು! ಮತ್ತದರ ಹಿಂದೆಯೇ ತಮ್ಮ ಮಗಳಿಗೆ ಈಗಿರುವ ಬಿಸಿನೆಸ್ನಲ್ಲಿ ಅರ್ಧಪಾಲು ಬರಬೇಕೆಂದು ಕೇಸು! ಮತ್ತದರ ಹಿಂದೆಯೇ ತಮ್ಮ ಮೊಮ್ಮಗಳಿಗೆ ಜೀವನಾಂಶ ಬರಬೇಕೆಂದು ಕೇಸು! ಅಯ್ಯೋ, ಯಾಕೆ ಬೇಕು ಈ ಗುಲಾಬ್ ಚಂದ್ ಅವಸ್ಥೆ? ಸಾಕಪ್ಪಾ ಈ ಶ್ರೀಮಂತರ ಜೀವನ ಅನ್ನಿಸಿಬಿಡುತ್ತೆ. ಈಗ ನೋಡಿದರೆ ಮನೆಯ ಮೇಲೆ ಬಾಂಬ್! ಗುಲಾಬ್‌ನ ಜಾಗದಲ್ಲಿ ನೀವಿದ್ದಿದ್ದರೆ ಈ ಕೆಲಸ ಖಂಡೇಲವಾಲನದೇ ಎಂದು ಪ್ರಮಾಣಿಸಿ ಹೇಳಲು ಕಣಿ ಕೇಳುತ್ತಿದ್ದಿರಾ?

ಖಂಡೇಲವಾಲನ ಕೋರ್ಟಿನ ದಾವೆಗಳಿಂದ ತಪ್ಪಿಸಿಕೊಳ್ಳಲು ಜೀವಕ್ಕೆ ಅಪಾಯ ತರುತ್ತಿರುವ ಅವನ ಭೀತಿಯಿಂದ ಪಾರಾಗಲು ಬೇರೆ ಅವಕಾಶ ಸಿಗುವುದು ದುರ್ಲಭ ಅಂತ ಗುಲಾಬ್‌ಗೆ ನಿಚ್ಚಳವಾಗಿ ಹೊಳೆಯಿತು. ಕೇವಲ ಈ ಪೊಲೀಸಿನವರು ತನ್ನೊಂದಿಗೆ ಶಾಮಿಲಾದರೆ ಸಾಕು ಖಾಂಡೇಲವಾಲ ಮತ್ತೆ ತನ್ನ ತಂಟೆಗೆ ಬರದಂತೆ ಮಾಡಬಹುದು ಎಂದು ಭಾವಿಸಿದ್ದಾನೆ ಗುಲಾಬ್. ಅವನ ದೃಷ್ಟಿಯಲ್ಲಿ ಅದು ಸರಿಯೇ. ಅಹಂಕಾರಿ ಹೆಂಡತಿಯಿಂದ ತಪ್ಪಿಸಿಕೊಂಡು, ನಿದ್ದೆಯಿಲ್ಲದ ರಾತ್ರಿಗಳಿಂದ ಮುಕ್ತಿ ಪಡೆದು ಸ್ವಲ್ಪ ಮನಶ್ಶಾಂತಿ ಕೊಳ್ಳಬೇಕಾದರೆ ಬೆಲೆ ತೆರಲೇಬೇಕು. ಈಗ ಆ ಬೆಲೆ ತೆರಲು ಗುಲಾಬ್ ತುದಿಗಾಲಲ್ಲಿ ನಿಂತಿದ್ದಾನೆ. ರೆಡ್ಡಿಯ ಅದೃಷ್ಟ ಅಂತೀರಾ? ಕರೆಕ್ಟ್.

ಈ ಅದೃಷ್ಟವಂತ ರೆಡ್ಡಿಯೇನೋ ಸರ್ಜನ್‌ರ ಜೊತೆ ಮಾಡಿಕೊಂಡಂತೆ ಈಗ ನವೀನ್ ಪಟೇಲನ ಜೊತೆ ಕೂಡ ಸಂಧಾನ ಮಾಡುತ್ತಿದ್ದಾನೆ ನೋಡಿ.

ಫ್ಯಾಕ್ಟರಿ ಮಾಲೀಕ ನವೀನ್ ಪಟೇಲನಿಗೆ ಒಂದು ವಾರದಿಂದ ಫ್ಯಾಕ್ಟರಿಯಲ್ಲಿ ತಲೆ ಸಿಡಿಯುವಷ್ಟು ತೊಂದರೆಗಳು. ಏನು ತೊಂದರೆ? ರೆಡ್ಡಿ ವಿಚಾರಿಸುತ್ತಿದ್ದಾನೆ. ನಾವು ಕೇಳೋಣ ಬನ್ನಿ.

"ಮಿ. ಪಟೇಲ್. ಬಾಂಬ್ ಸ್ಫೋಟಿಸಿದ್ದು ನಿಮ್ಮ ಫ್ಯಾಕ್ಟರಿಯ ಯೂನಿಯರ್ ಲೀಡರೇ ಅಂತ ಹೇಗೆ ಹೇಳ್ತೀರಿ?"

"ನೋಡಿ ಸಾರ್. ಒಂದು ವಾರದಿಂದ ನನ್ನ ಫ್ಯಾಕ್ಟರೀಲಿ ಸ್ಟ್ರೈಕ್ ನಡೀತಿದೆ. ಫ್ಯಾಕ್ಟರಿ ನಷ್ಟದಲ್ಲಿರೋದರಿಂದ ಸಂಬಳಾನೇ ಸರಿಯಾಗಿ ಕೊಡಲು ಆಗುತ್ತಿಲ್ಲ.

ಇನ್ನು ಬೋನಸ್ಸು, ಯುನಿಫಾರಂ, ಮೆಡಿಕಲ್ ಅಲೋಯನ್ಸ್, ಕ್ಯಾಂಟೀನ್ ಅಲೋಯನ್ಸ್ ಎಲ್ಲಾ ಹೇಗೆ ಕೊಡೋದು ಹೇಳಿ? 'ಎರಡು ಕೋಟಿ ವಹಿವಾಟಿನ ಫ್ಯಾಕ್ಟರೀಲಿ ನಷ್ಟ ಅಂದರೆ ಏನು ಸಾರ್. ನಂಬೋದು ಹೇಗೆ ಸಾರ್' ಅಂತಾನೇ ಯೂನಿಯನ್ ಲೀಡರ್. ನಾನು ಎಷ್ಟು ಹೇಳಿದರೂ ನಂಬದೆ ಮ್ಯಾನೇಜರ್‌ಗೆ ಹೊಡೆದು, ನನ್ನನ್ನು ಹೊಡೆಯಲು ಬಂದಿದ್ದ. ಈಗ ಫ್ಯಾಕ್ಟರಿ ಲಾಕ್‌ಔಟ್ ಮಾಡಿದ್ದೀನಿ. ಲಾಕ್‌ಔಟ್ ಮಾಡಿ ಕೆಲಸಗಾರರ ಹೊಟ್ಟೆಯ ಮೇಲೆ ಹೊಡೆದರೆ ನಿನ್ನ ಜೀವಸಹಿತ ಬಿಡಲ್ಲ ಅಂತ ಹೆದರಿಸಿದ್ದ. ಇದಕ್ಕಿಂತಾ ಇನ್ನೇನು ಬೇಕು ಹೇಳಿ ಪ್ರೂಫ್?"

"ಅದು ಸರಿ" ನಿಧಾನವಾಗಿ ಮನೆಯ ಸುತ್ತ ಕಣ್ಣಾಡಿಸಿದ ರೆಡ್ಡಿ.

"ಈ ಮನೆ ಯಾವಾಗ ಕಟ್ಟಿಸಿದ್ದು ಮಿ.ಪಟೇಲ್? ತುಂಬಾ ಹೊಸದಾಗಿ ಕಾಣ್ತಾ ಇದೆ?" ಅಂತ ಕೇಳಿದ.

"ಜಸ್ಟ್ ಆರು ತಿಂಗಳಾಯಿತು ಕಂಪ್ಲೀಟ್ ಆಗಿ. ಫರ್ನಿಚರ್ ಬಂದು ಇನ್ನೂ ತಿಂಗಳು ಆಗಿಲ್ಲ, ಬನ್ನಿ ಮನೆ ನೋಡುವಿರಂತೆ" ಗಾಳಕ್ಕೆ ಮೀನು ಸಿಕ್ಕಿದ ವಿಶ್ವಾಸದಲ್ಲಿ ಒಳಗೆ ಕರೆದ ಪಟೇಲ್.

ಒಂದೇ ನೋಟದಿಂದ ರೆಡ್ಡಿಗೆ ಮನೆ, ಫರ್ನಿಚರ್‌ಗಳನ್ನು ನೋಡಿ ಏನಿಲ್ಲ ಅಂದರೂ ಒಂದೈವತ್ತು ಲಕ್ಷ ಖರ್ಚಾಗಿದೆ ಅಂತ ಖಾತ್ರಿಯಾಯಿತು. ಫ್ಯಾಕ್ಟರಿಯ ಲಾಭ ಎಲ್ಲಿ ಹೋಗಿದೆ ಅಂತ ಅವನಿಗೆ ಬಿಡಿಸಿ ಹೇಳಬೇಕಾಗಲಿಲ್ಲ. ವ್ಯವಹಾರಸ್ಥ ಪಟೇಲನಿಗೂ ರೆಡ್ಡಿಯೊಂದಿಗೆ ಹೊಂದಾಣಿಕೆ ಮಾಡಿಕೊಳ್ಳಲು ಕಷ್ಟವಾಗಲಿಲ್ಲ. ಸ್ವಲ್ಪ ಜಾಸ್ತಿ ಹಣ ಕೈ ಬಿಟ್ಟಿತು ಅನಿಸಿದರೂ, ಕೊಲೆ ಮಾಡಲು ಪ್ರಯತ್ನಿಸಿದ ಆಪಾದನೆ ಮೇಲೆ ಯೂನಿಯನ್ ಲೀಡರ್ ಜೈಲು ಸೇರಿದರೆ ಅವನ ತೊಂದರೆ ತಪ್ಪುತ್ತದೆ ಅನ್ನುವ ಸಮಾಧಾನ ಖರ್ಚಾದುದಕ್ಕೆ ಬಾಧಿಸಲಿಲ್ಲ.

ರೆಡ್ಡಿ- ರಾಮಲಿಂಗ ರೆಡ್ಡಿ- ಪೊಲೀಸ್ ಇನ್ಸ್‌ಪೆಕ್ಟರ್ ರಾಮಲಿಂಗ ರೆಡ್ಡಿ- ಬಹಳ ಚುರುಕಾಗಿ ಕೆಲಸ ಮಾಡಿದ ಅಂದರೆ ನೀವು ಸ್ವಾಮಿ? ನಮ್ಮ ಪೊಲೀಸ್ ಇಲಾಖೆ ಹೆಮ್ಮೆ ಪಡುವ ಹಾಗೆ ಅವನು ಈ ಬಾಂಬ್ ಕೇಸ್ ನಿಭಾಯಿಸಿದ. ಬಡ್ತಿ ಮೇಲೆ ಬಡ್ತಿ ಪಡೆದು ಅವನು ಈಗಾಗಲೇ ಎಸ್ಪಿ ಆಗಿ ನಮ್ಮ ಮಾನ್ಯ ಮಂತ್ರಿ ಕೊಟ್ರ ಬಸವನ ಗೌಡರ ಚುನಾವಣಾ ಬಡಾವಣೆಯಲ್ಲಿ ಗತ್ತಿನಿಂದ ಅಧಿಕಾರ ನಡೆಸುತ್ತಿದ್ದಾನೆ. ಕಂಪ್ಲೇಂಟ್ ಕೊಟ್ಟ ಆರೂ ಜನರ ಕೇಸು ಕೋರ್ಟಿಗೆ ಹೋಗಲೇ ಇಲ್ಲ. ಅಷ್ಟೇಕೆ ಅವರ ಹೇಳಿಕೆ ಕೂಡ ಫೈಲಾಗಲಿಲ್ಲ. ಆದರೂ ಆರೋಪಿಗಳಿಗೆಲ್ಲಾ ಸುಸ್ತಾಗುವಷ್ಟು ಚುರುಕು ಮುಟ್ಟಿತು. ರಾಜಕೀಯದ ವಿಷಕಂಠಯ್ಯನ ಹತ್ತಿರ ಹುಷಾರಾಗಿ ವರ್ತಿಸುವುದನ್ನು ಬಿಟ್ಟರೆ ರೆಡ್ಡಿ ತನ್ನ

ಪ್ರತಿಭೆಯಿಂದ ಉಳಿದವರೆಲ್ಲರ ಸಮಸ್ಯೆಯನ್ನು ಪರಿಹರಿಸಿದ. ಹೇಗೆ? ಹೇಗೆ ಎಂದರೆ ಅದು ಚಾಲಾಕಿಯಾದ ರೆಡ್ಡಿಗೆ ಗೊತ್ತು. ನನಗೆ ಗೊತ್ತಿದ್ದರೆ ನಾನೂ ಅವನಂತೆ ಬಂಗಲೆ ಕಟ್ಟಿಸಿಕೊಂಡು, ಊರ ಹೊರಗೆ ಫಾರಂ ಕೊಂಡು ಕಾರು, ಬ್ಯಾಂಕ್ ಬ್ಯಾಲೆನ್ಸ್‌ಗಳೊಂದಿಗೆ ಮೆರೆಯಬಹುದಿತ್ತು. ಅದು ಸರಿ, ಆದರೆ ಕೇವಲ ಗೃಹಮಂತ್ರಿ ವಿಷಕಂಠಯ್ಯನ ಮೇಲೆ ಅನುಮಾನ ಬರುವಂತೆ ಬರೆದಿದ್ದು ಆಶ್ಚರ್ಯ! ಕೊಟ್ರ ಬಸವನಗೌಡ ಮಂತ್ರಿಯಾಗಿ ವಿಷಕಂಠಯ್ಯ ಮಂತ್ರಿ ಪದವಿ ಕಳೆದುಕೊಂಡು ಪಾರ್ಟಿಯಿಂದಲೂ ವಜವಾಗಿದ್ದು ಈಗ ಹಳೇ ವಿಷಯ.

ಮಂತ್ರಿಯ ಪದವಿ ಹಳೆಯದಾಗಿ ಅದರಲ್ಲಿ ಏನೂ ಮಜಾ ಇಲ್ಲ ಅಂತ ಕೊಟ್ರ ಬಸವನಗೌಡನ ವಕ್ರ ದೃಷ್ಟಿ ಈಗ ಮುಖ್ಯಮಂತ್ರಿಯ ಸಿಂಹಾಸನದ ಮೇಲೆ ಬಿದ್ದಿದೆ. ಹೇಗಾದರೂ ಮಾಡಿ ಈಗಿರುವ ಮುಖ್ಯಮಂತ್ರಿಯನ್ನು ಕೆಳಗುರುಳಿಸಿ ಆ ಜಾಗವನ್ನು ತಾನು ಆಕ್ರಮಿಸಬೇಕು ಎಂದು ಅವನು ಪಿತೂರಿ ನಡೆಸಿದ್ದಾನೆ. ಅವನಿಗೆ ಈಗ ಮುಖ್ಯ ಸಲಹೆಗಾರ ರೆಡ್ಡೀನೇ! ರೆಡ್ಡಿ ಹೇಗೆ ಮಂತ್ರಿಗೆ ಸಲಹೆಗಾರನಾದ ಅಂತ ಆಶ್ಚರ್ಯ ಪಡಬೇಡಿ ಅವನೇನು ಸಾಮಾನ್ಯನಲ್ಲ.

ಒಂದು ಗುಟ್ಟಿನ ವಿಷಯ ಸ್ವಾಮಿ, ನಿಮ್ಮಲ್ಲೇ ಇರಲಿ. ಆ ಅಮಾವಾಸ್ಯೆ ರಾತ್ರಿ ಸದ್ದಿಲ್ಲದೆ ಬಂದು ಬಾಂಬ್ ಎಸೆದು ಹೋದ ವ್ಯಕ್ತಿ, ಅದೇ ಜೀಪಿನಲ್ಲಿ ಹೆಡ್‌ಲ್ಯಾಂಪ್ ಆರಿಸಿ ಇಳಿಜಾರಲ್ಲಿ ಗಾಡಿ ನಡೆಸಿಕೊಂಡು ಬಂದವನು ನೋಡೋದಕ್ಕೆ ರೆಡ್ಡಿ ತರಾನೆ ಇದ್ದ ಅಂತ ನನ್ನ ಗುಮಾನಿ. ಆಶ್ಚರ್ಯ ಅಲ್ಲವೇ? ಬದುಕೋಕೆ, ಮೇಲೆ ಬರೋಕ್ಕೆ ಹಲವಾರು ದಾರಿ! ನಮಗೇಕೆ ಬಿಡಿ.

ಜೈ ಭಾರತ ಮಾತೇ!

ಕೊಟ್ಟು ಹುಟ್ಟದವರ ಬದುಕು

ಶಿವಣ್ಣನ ಕಣ್ಣುಗಳು ಕೆಂಪಡರಿದ್ದವು. ಕಾಲುಗಳು ಅಸ್ಥಿರವಾಗಿ ಅತ್ತಿತ್ತ ತೂರಾಡುತ್ತಿದ್ದವು. ಬಾಯನ್ನು ವಕ್ರ ಮಾಡಿಕೊಂಡು ಒಳಗೊಳಗೇ ಏನೋ ವಟಗುಟ್ಟುತ್ತಾ ಗಲ್ಲಿಯ ಪಕ್ಕದಲ್ಲಿ ಹರಿಯುತ್ತಿದ್ದ ಹೊಲಸು ನೀರನ್ನು ತುಳಿಯದಂತೆ, ಕಷ್ಟಪಟ್ಟು ಕಾಲು ಎಳೆಯುತ್ತಾ ಸಾಗಿದ. ರಾತ್ರಿ ಹನ್ನೊಂದು ಗಂಟೆ ಮೀರಿದ್ದರಿಂದ ಕೂಲಿ ಮಾಡುವ ಕೆಳವರ್ಗದ ಜನರೇ ಹೆಚ್ಚಾಗಿ ವಾಸ ಮಾಡುತ್ತಿದ್ದ ಕೊಳಗೇರಿಯ ಆ ಸಣ್ಣ ಗಲ್ಲಿ ನಿರ್ಜನವಾಗಿತ್ತು. ಅಲ್ಲೊಂದು ಇಲ್ಲೊಂದು ಜೋಪಡಿಗಳ ಕಿಂಡಿಗಳಲ್ಲಿ ಕಾಣುತ್ತಿದ್ದ ಬುಡ್ಡಿ ಬೆಳಕು ಬಿಟ್ಟರೆ ಉಳಿದಿದ್ದೆಲ್ಲಾ ಕತ್ತಲೆ.

‘ಈಗೇನು ಮಾಡೋದು? ಪಾರೋತಿಗೆ ವಿಷಯ ಹೇಗೆ ತಿಳಿಸೋದು’ ಅನ್ನೋದು ತಿಳಿಯದ ಅವನ ಮನಸ್ಸು ತಲ್ಲಣ ಗೊಳ್ಳುತ್ತಿತ್ತು. ‘ಬೋಳೀಮಗ ಸಾಯೇಬ, ನನ್ನ ಜೀವನಾನೇ ಹಾಳು ಮಾಡ್ಬಿಟ್ಟ. ಯಾವೋನೋ ಮಾಡಿದ ತೆಪ್ಪು.... ನನ್ನ ಮ್ಯಾಗೆ ಹೊರೆಸಿ ಕೆಲಸಕ್ಕೇ ಬರ್ಬೇಡಾಂತ ಏಳ್ಬಿಟ್ನಲ್ಲ! ಇಪ್ಪತ್ತು ವರ್ಸ ಗಾಣದ ಎತ್ತಿನಂಗೆ ತುಟಿ ಕಚ್ಚಿ ದುಡಿದಿದ್ನ ಕಸಕ್ಕಿಂತ ಕಡೆ ಮಾಡಿಬಿಟ್ನಲ್ಲಾ. ಒಂದೇ ಅತ್ನಾಗೆ ‘ಓಗು’ ಅನ್ಬಿಟ್ಟ. ಇನ್ನು ಮ್ಯಾಗೆ ನನ್ಗತಿ ಏನು? ಈ ವಯಸ್ನಾಗೆ ನಂಗೆ ಯಾರು ಬೇರೆ ಕೆಲ್ಸ ಕೊಡ್ತಾರೆ? ಆಯ್ತು. ಇನ್ನು ಮನೆಯಾಗೆ ಎಲ್ರೂ ಉಪ್ವಾಸ ಸಾಯ್ಬೇಕು’ ಮುಂದೆ ಜೀವನ ಏಗಿಸುವ ದಾರಿ ಕಾಣದೆ ಶಿವಣ್ಣನ ಮನಸ್ಸು ನಡುಗಿತು.

ಮನೆಯಲ್ಲಿ ವಯಸ್ಸಾದ ಖಾಯಿಲೆಯ ಅಪ್ಪ, ಕಷ್ಟದಲ್ಲಿ

ಹುಟ್ಟಿ ಬೆಳೆದು ವಯಸ್ಸು ಮೀರಿದ ತನ್ನ ಕೈ ಹಿಡಿದು ಕಷ್ಟವನ್ನೇ ಉಣ್ಣುತ್ತಿದ್ದ ಪಾರೋತಿ, ಇನ್ನೂ ಈಗ ಶಾಲೆಗೆ ಹೋಗಲು ಪ್ರಾರಂಭಿಸಿದ್ದ ಮಂಜ, ಅವನ ಬೆನ್ನ ಹಿಂದೆ ಹುಟ್ಟಿದ್ದ ಮೂರು ವರ್ಷದ ಶಾಂತಿ.

ಮಕ್ಕಳ ನೆನಪು ಬಂದೊಡನೇ ಶಿವಣ್ಣನ ಮನಸ್ಸು ಮತ್ತಷ್ಟು ವ್ಯಗ್ರವಾಯಿತು. ತನ್ನ ಕಣ್ಮಣಿಗಳಾಗಿದ್ದ ಅವರನ್ನು ಚೆನ್ನಾಗಿ ಓದಿಸಿ, ಬೆಳೆಸಬೇಕೆಂಬುದೇ ಅವನಿಗಿದ್ದಿದ್ದ ಮಹತ್ವಾಕಾಂಕ್ಷೆ. ತನ್ನ ಕಷ್ಟಗಳೇನೇ ಇರಲಿ, ಮಕ್ಕಳನ್ನು ನೋಡಿದ ಕೂಡಲೆ ಎಲ್ಲಾ ಮರೆಯುವಂಥ ಪ್ರೀತಿ, ವಾತ್ಸಲ್ಯ ಅವರ ಮೇಲೆ ಅವನಿಗೆ. ಇನ್ನು ಮುಂದೆ ಈ ಕಂದಮ್ಮಗಳ ಗತಿಯೇನು? ಅವರನ್ನು ಹೇಗೆ ನೋಡಿಕೊಳ್ಳಲಿ.

'ಅಯ್ಯೋ ಸಿವನೇ... ನಾನು ಏನು ತೆಪ್ಪು ಮಾಡಿದ್ದೆ? ನನಗೆ ಯಾಕೆ ಈ ಸಿಕ್ಸೆ?' ಅವನ ಮನಸ್ಸು ಹಲುಬಿತು. ಮನೆ ಖರ್ಚು ಏಗಿಸುವುದು ಹೇಗೆ ಎಂದು ಚಿಂತಿಸಿ ಚಿಂತಿಸಿ ಅವನು ಹಣ್ಣಾದ.

ಧುತ್ತೆಂದು ಎದುರು ನಿಂತ ನಾಳೆಯ ಪ್ರಶ್ನೆ ಕೊರೆಯುವ ಚಳಿಯಲ್ಲೂ ಶಿವಣ್ಣನಿಗೆ ಬೆವರು ತರಿಸಿತು. ಎದೆಯಲ್ಲಿ ಛಳಕು ಬಂದು ಮುಂದೆ ಹೆಜ್ಜೆ ಇಡಲು ಅಸಾಧ್ಯವಾಯಿತು. ಉದ್ವೇಗದಿಂದ ಉಸಿರಾಟ ಕಷ್ಟವಾಯಿತು. ಪಕ್ಕದ ಗೋಡೆಗೆ ಒರಗಿ, ಕಣ್ಣು ಮುಚ್ಚಿ, ಅವಡು ಕಚ್ಚಿ ಒಂದು ಕ್ಷಣ ಅವನು ಸುಧಾರಿಸಿಕೊಂಡ. ಈ ನಡುವೆ ಜಾಸ್ತಿಯಾಗುತ್ತಿದ್ದ ಎದೆ ನೋವು ಮರುಕಳಿಸಿ ತಡೆದುಕೊಳ್ಳಲಾಗದೆ 'ಅವ್ವಾ' ಎಂದು ಚೀರಬೇಕೆನಿಸಿತು. ನರನರವನ್ನೂ ಬಿಗಿಹಿಡಿದು ಬಾಯಿಯವರೆಗೂ ಬಂದ ಕೂಗನ್ನು ಅವನು ಒಳಕ್ಕೆ ಅದುಮಿದ. ತಲೆಯಲ್ಲಿ ಅಸಾಧ್ಯ ಒತ್ತಡ ಉಂಟಾಗಿ ಕಣ್ಣುಗಳು ಹೊರಗೆ ಬಂದೇ ಬಿಡುವುದೇನೋ ಎಂಬಂತಾಯಿತು. ಹಾಗೇ ಸುಮಾರು ಹೊತ್ತು ನಿಂತೇ ಇದ್ದ ಶಿವಣ್ಣ ಸ್ವಲ್ಪ ಮೇಲು ಅನಿಸಿದ ನಂತರ ಮಂಜು ಮಂಜಾಗಿದ್ದ ಕಣ್ಣನ್ನು ಬಲವಂತವಾಗಿ ಬಿಟ್ಟು ಮುಂದೆ ನಿಧಾನವಾಗಿ ಅಡಿಯಿಟ್ಟ. ಕೊಳಚೆಗೇರಿಯ ಕೊನೆಯ ಬಳಿ ಬಂದು ತಳಮಳವನ್ನು ನುಂಗಿಕೊಂಡು ಬಾಗಿಲು ಬಡೆದ.

ತಟ್ಟಿದ ತಕ್ಷಣ ಬಾಗಿಲು ಕಿರ್ರೆಂದು ಶಬ್ದ ಮಾಡುತ್ತಾ ತೆಗೆದುಕೊಂಡು ಪಾರೋತಿ ತನಗಾಗಿ ಕಾಯುತ್ತಿದ್ದಾಳೆ ಎಂದು ತಿಳಿಸಿತು. ಬುಡ್ಡಿ ಹಿಡಿದು ಬಾಗಿಲ ಬಳಿ ಬಂದ ಪಾರೋತಿ ಇವನು ಒಳಗೆ ಹೆಜ್ಜೆ ಇಡುತ್ತಿದ್ದಂತೆ ಗಬ್ಬೆಂದು ಬಡಿದ ಸಾರಾಯಿ ವಾಸನೆಗೆ ಹಿಮ್ಮೆಟ್ಟಿದಳು. ಆಶ್ಚರ್ಯ, ಆಘಾತದಿಂದ ಅವಳು ಬಾಯಿ ತೆಗೆಯುವಷ್ಟರಲ್ಲಿ ಶಿವಣ್ಣನೇ ಖಾಲಿ ಊಟದ ಡಬ್ಬಿ ಬ್ಯಾಗು ಅವಳ ಮುಂದೆ ಚಾಚಿ ಹೇಳಿದ.

"ತಾಟು ಮಡುಗು.. ಹಸಿವಾಗ್ತೈತೆ"

ಪಾರೋತಿ ಬಾಯಿಯವರೆಗೆ ಬಂದಿದ್ದ ಮಾತನ್ನು ಒಳಗೆ ನುಂಗಿಕೊಂಡು ಬುಡ್ಡಿ ಪಕ್ಕಕ್ಕಿಟ್ಟು, ಬ್ಯಾಗು ಕೈಗೆ ತೆಗೆದುಕೊಂಡು ಅಡಿಗೆಮನೆ ಎಂದು ಕರೆಸಿಕೊಳ್ಳುವ ಮೂಲೆಯ ಸಣ್ಣ ಕೋಣೆ ಹೊಕ್ಕಳು. ಶಿವಣ್ಣ ಒಂದು ನಿಮಿಷ ಸುಮ್ಮನೆ ನಿಂತು ಮಂಕಾಗಿ ಸುತ್ತಲೂ ನೋಡಿದ. ತುಂಬಿದ್ದ ಕತ್ತಲನ್ನು ಓಡಿಸಲಾಗದೆ ಬುಡ್ಡಿ ಮಿಣಮಿಣ ಅನ್ನುತ್ತಿತ್ತು. ಆ ಸಣ್ಣ ಕೋಣೆಯ ಬಣ್ಣ ಗೆಟ್ಟ ಗೋಡೆಯಲ್ಲಿ ಬಾಗಿಲಿದ್ದ ಜಾಗವೊಂದುಳಿದು ಉಳಿದೆಲ್ಲಾ ಜಾಗ ಕ್ಯಾಲೆಂಡರ್‌ಗಳು ಮತ್ತು ಇತರ ನೇತಾಡುತ್ತಿದ್ದ ವಸ್ತುಗಳಿಂದ ತುಂಬಿಹೋಗಿತ್ತು.

ಎದುರುಗಡೆ ಶಿವ ಪಾರ್ವತಿಯರ ಕ್ಯಾಲೆಂಡರ್‌ಗೆ ಕಟ್ಟು ಹಾಕಿದ ಫೋಟೋ, ಮದುವೆಯಾಗಿ ವರ್ಷಗಳಾದರೂ ಮಕ್ಕಳಾಗದೆ ಮಗನಿಗಾಗಿ ಹರಸಿಕೊಂಡು ಧರ್ಮಸ್ಥಳಕ್ಕೆ ಹೋಗಿದ್ದಾಗ ತಂದಿದ್ದ ಮಂಜುನಾಥನ ಫೋಟೋ, ಮೂಲೆಯಲ್ಲಿ ಬಗ್ಗಿ ನೋಡುತ್ತಿದ್ದ ತನ್ನಪ್ಪನ ಫೋಟೋ, ಒಟ್ಟಿನಲ್ಲಿ ಒಂದೇ ನೋಟದಲ್ಲಿ ಶಿವಣ್ಣನ ಸಕಲ ಸೌಭಾಗ್ಯವನ್ನೂ ಸಾರಿ ಹೇಳುತ್ತಿತ್ತು ಕೋಣೆಯ ಇರಸರಿಕೆ. ಮೂರು ಸಣ್ಣ ಕೋಣೆಗಳ ಈ ಅರಮನೆಯನ್ನು ಕಟ್ಟಲು ತಾನು ಪಟ್ಟ ಕಷ್ಟವೆಷ್ಟು! ಸೂರಿಗೆ ಹಾಕಲು ಬೇಕಾದ ತಗಡುಗಳನ್ನು ಕೊಳ್ಳಲು ಸಾಲಕೇಳಿ ಸಾಯೇಬ್ರಿಂದ ಎಷ್ಟು ಉಗಿಸಿಕೊಂಡಿದ್ದೆ. ನೆನಪುಗಳಿಂದ ಶಿವಣ್ಣನ ಕಣ್ಣು ನೀರು ತುಂಬಿ ಮಂಜಾಯಿತು.

ಪಕ್ಕದ ಸಣ್ಣ ಕೋಣೆಯಲ್ಲಿ ಅವ್ವ ಖಾಯಿಲೆಯಿಂದ ಕೆಮ್ಮಿಕೆಮ್ಮಿ ನರಳುತ್ತಿದ್ದಳು. ಮೂಲೆಯಲ್ಲಿ ಮಕ್ಕಳು ಮುದುರಿ ಮಲಗಿದ್ದರು. ಮಂಕನಂತೆ ಶಿವಣ್ಣ ಮಕ್ಕಳನ್ನು ಒಂದೇ ಸಮನೆ ದಿಟ್ಟಿಸಿದ. ನಿಶ್ಚಿಂತೆಯಿಂದ ನಿದ್ರಿಸುತ್ತಿದ್ದ ಅವರನ್ನು ನೋಡುತ್ತಾ ನೋಡುತ್ತಾ ಪ್ರೀತಿ ಉಕ್ಕಿ ಬಂತು. ಮುಂದೆ ಹೋಗಿ ಅವರ ಪಕ್ಕ ಕುಳಿತು ಮೈತಡವಿದ. ಬಾಗಿ ಇಬ್ಬರನ್ನೂ ಮುದ್ದಿಸಿದ. ನಿದ್ದೆಯಲ್ಲಿದ್ದ ಮಕ್ಕಳು ಕೊಸರಿಕೊಂಡು ಆ ಕಡೆ ತಿರುಗಿ ಮಲಗಿದವು. ಮಾತಾಡದೆ ಇವನನ್ನೇ ದಿಟ್ಟಿಸುತ್ತಾ ಅಡಿಗೆ ಮನೆಯ ಬಾಗಿಲಲ್ಲಿ ನಿಂತಳು ಪಾರೋತಿ

ಶಿವಣ್ಣ ಮೇಲೆದ್ದು ಶರ್ಟು ಕಳಚಿ ನೇತುಹಾಕಿ ಊಟಕ್ಕೆ ಕೂತ. ನಿತ್ಯದ ಮುದ್ದೆ, ಎಸರಿನ ಜಾಗದಲ್ಲಿ ಇಂದು ಅನ್ನ, ಸಾಂಬಾರ್, ಹೋಳಿಗೆ ಇತ್ತು. ಜೊತೆಗೆ 'ಸೀ' ಸಾರೂ ಇದ್ದಂತಿತ್ತು. ಪಾರೋತಿ ಕೆಲಸ ಮಾಡುತ್ತಿದ್ದ ಮನೆಯಲ್ಲಿ ಏನೋ ಹಬ್ಬವಿರಬೇಕು. ಮಾತಾಡದೆ ತಟ್ಟೆಗೆ ಕೈ ಹಾಕಿದ. ಗಂಟಲಲ್ಲಿ ಅನ್ನ ಇಳಿಯದಾಯಿತು. ತಿನ್ನಲಾಗದೆ ಕೊಸರಾಡುತ್ತಿದ್ದ ಅವನನ್ನು ನೋಡಿ ಪಾರೋತಿ ಹಿಂಜರಿಯುತ್ತಾ ಕೇಳಿದಳು.

"ಏನಾಯ್ತು ನಿನ್ಗೆ?... ಯಾಕೆ ಇಂಗಿದ್ದೀ?"

ಕೊಟ್ಟು ಹುಟ್ಟದವರ ಬದುಕು

ಶಿವಣ್ಣನಿಗೆ ದುಃಖ ಉಮ್ಮಳಿಸಿ ಬಂತು. ತನಗೆ ಬೆನ್ನೆಲುಬಿನಂತೆ ಆಸರೆಯಾಗಿ ನಿಂತು ಸಂಸಾರದ ಹೊರೆಯನ್ನು ತನಗಿಂತ ಹೆಚ್ಚು ಹೊತ್ತ ಪಾರೋತಿಯೊಬ್ಬಳೇ ತನಗಿರುವ ಬಂಧು ಎನಿಸಿತು. ನೀರೂರಿದ ಕಣ್ಣುಗಳಿಂದ ಮಂಕಾಗಿ ಅವಳನ್ನೇ ನೋಡಿದ.

"ಯಾಕೆ, ಯಾವತ್ತೂ ಇಲ್ಲದ್ದು ಇವತ್ತು ಕುಡ್ಯಕೆ ಏನಾಯ್ತು?" ನೋವಿನಿಂದ ಪಾರೋತಿ ಮತ್ತೆ ಕೇಳಿದಳು.

"ನಮ್ಮ ಸಾಯೇಬ್ರು... ನಾಳೆಯಿಂದ ಕೆಲಸಕ್ಕೆ ಬರಬೇಡ ಅಂದುಬಿಟ್ರು" ದುಃಖದಿಂದ ತೊದಲಿದ ಶಿವಣ್ಣ.

ಸಿಡಿಲಿನಂತೆ ಬಡಿದ ಅವನ ಮಾತಿಗೆ ಪಾರೋತಿ ಕಲ್ಲಿನಂತೆ ಕುಳಿತುಬಿಟ್ಟಳು. ಆಯ್ದು ತಿನ್ನುವ ಕೋಳಿಯ ಕಾಲು ಮುರಿದಂತೆ ಅವತ್ತಿನದನ್ನು ಅವತ್ತು ಹೊಂದಿಸಿಕೊಳ್ಳಲು ಕಷ್ಟಪಡುತ್ತಿದ್ದ ತನ್ನ ಸಂಸಾರದ ಕಾಲು ಮುರಿದಂತಾಯಿತಲ್ಲಾ, ಇನ್ನೇನು ಗತಿ ಎಂದು ಗರಬಡೆದವಳಂತೆ ಮೂಕಾಗಿ ಕೂತಳು. ಅವಳ ಕಣ್ಣುಗಳಲ್ಲೂ ನೀರೂರಿತು.

"ಯಾವೋನೋ ಬಡ್ಡೀಮಗ, ಸ್ಟೋರಿಂದ ಕೆಮಿಕಲ್ ಬಾಟ್ಲಿ ಕದ್ದು ನನ್ನ ಬಟ್ಟೆ ಕೆಳಗೆ ಮುಚ್ಚಿಟ್ಟಿದ್ದ... ನಾನು ಮಾಡಿದ್ದಲ್ಲ, ನಂದೇನು ತೆಪ್ಪಿಲ್ಲ ಅಂತ ಸಾಯೇಬ್ರಿಗೆ ಏಳಿದೆ... ಕೇಳ್ದೆ ಕೆಲಸದಿಂದ ತೆಗೆದೆ ಆಕ್ಬಿಟ್ರು" ಶಿವಣ್ಣ ದುಃಖದಿಂದ ಬಿಕ್ಕಳಿಸಿದ.

ಪಾರೋತಿ ಎಚ್ಚೆತ್ತಳು. ಕಂಗಾಲಾಗಿ ಕೂತಿದ್ದ ಅವನನ್ನು ನೋಡಿ ಅವಳಿಗೆ ಮರುಕ ಉಕ್ಕಿತು. ಧೈರ್ಯ ತುಂಬುವ ದನಿಯಲ್ಲಿ ಅವಳು, "ಓಗ್ಲಿ ಬುಡು. ಸುಮ್ಗೆ ಬೇಜಾರು ಮಾಡ್ಕಂಬೇಡ. ನಾವು ಎಷ್ಟು ಬೇಡ್ಕಂಬಂದಿರ್ತೀವೋ ಅಷ್ಟೇ ದಕ್ಕೋದು. ನಮ್ಮಮ್ಮಾವ್ರ ಪಕ್ಕದ್ಮನೆ ಕೆಲ್ಸ ಒಪ್ಕಂತೀನಿ, ನೂರೈವತ್ತು ಕೊಡ್ತಾರೆ. ಸದ್ಯಕ್ಕೆ ಎಂಗೋ ಮಾಡಾಣ. ಸಿವ ಸಾಯ ಮಾಡಿದ್ರೆ ಎಂಗೋ ನಡೀತದೆ." ಅಂದಳು.

ಮುಂದೆ ತಿನ್ನಲಾಗದೆ ಶಿವಣ್ಣ ಕೈ ತೊಳೆದು ಹಜಾರಕ್ಕೆ ಬಂದ. ಕಮಟು ಹಿಡಿದಿದ್ದ ದಿಂಬು ಕೈಲಿ ಹಿಡಿದು ಮಕ್ಕಳು ಮಲಗಿದ್ದೆಡೆ ಬಂದು ಇಬ್ಬರ ಮಧ್ಯೆ ದಿಂಬಿಟ್ಟು ಎರಡೂ ಕೈಯಿಂದ ಇಬ್ಬರನ್ನೂ ತಬ್ಬಿಕೊಂಡು ಮಲಗಿದ. ಮತ್ತೆ ಭಯ, ಕಳವಳ ಅವನನ್ನು ಮುತ್ತಿತು. ಕಪ್ಪು ಹಿಡಿದಿದ್ದ ತಗಡಿನ ಸೂರು ದಿಟ್ಟಿಸಿ ನೋಡುತ್ತಿದ್ದ ಅವನಿಗೆ ಸಾರಾಯಿಯ ಅಮಲಿನಲ್ಲಿ ಮಂಪರು ಬಂದಂತಾಯಿತು. ಪಾರೋತಿ ಅವ್ವನಿಗೆ ಏನೋ ಹೇಳುತ್ತಿದ್ದದು ಅಸ್ಪಷ್ಟವಾಗಿ ಕೇಳಿಸಿತು. ಕಣ್ಣು ಮುಚ್ಚಿ ಎಲ್ಲವನ್ನೂ ಮರೆತು ನಿದ್ರಿಸಲು ಪ್ರಯತ್ನಿಸಿದ. ಅವ್ವನ

ಕೆಮ್ಮು ಒಂದೇ ಸಮನೆ ಕೇಳುತ್ತಿತ್ತು.

ಮಂಪರು ನಿದ್ದೆಯಲ್ಲಿ ಶಿವಣ್ಣನಿಗೆ ಭಯಂಕರ ಕನಸುಗಳು! ಮುಂದಿನ ಅನಿಶ್ಚಿತ ಬದುಕು ವಿಕಾರ ರೂಪ ತಾಳಿ ಅವನನ್ನು ಬೆದರಿಸಿತು. ದುಃಖದಿಂದ ಎದೆ ಹಿಂಡಿದಂತಾಗುತ್ತಿತ್ತು. ಬೆಚ್ಚಿ ಬೆಚ್ಚಿ ಬಿದ್ದು ಎಚ್ಚರಗೊಳ್ಳುತ್ತಿದ್ದ.

ಮಧ್ಯರಾತ್ರಿ ಕಳೆದಿರಬಹುದು. ಸಾರಾಯಿ ನಶೆ ಇಳಿದು, ನಿದ್ದೆ ಬಾರದೆ ಶಿವಣ್ಣ ಪೂರ್ತಿ ಎಚ್ಚರಗೊಂಡ. ಕಿಟಕಿ ಮುಚ್ಚಿದ್ದರಿಂದ ಒಳಗೆ ಗುಬ್ಬೆಂದು ಉಸಿರು ಸಿಕ್ಕಿಹಾಕಿಕೊಂಡಂತಾಗಿ ಉಬ್ಬಸ ಬರುವಂತಾಯಿತು. ಮೈ ಸೆಟೆದು ಶ್ವಾಸಕ್ಕೆ ಏನೋ ಅಡ್ಡ ಬಂದಂತಾಗಿ ಒದ್ದಾಡಿದ. ಗಂಟಲು ಒಣಗಿ ಬಾಯಾರಿತು. 'ನೀರು ಬೇಕು' ಎಂದು ಪಾರೋತಿಯನ್ನು ಎಬ್ಬಿಸಲಿದ್ದವನು ಬಾಯ್ತೆರೆದು ಪುನಃ ಸುಮ್ಮನಾದ. ದಿನವೆಲ್ಲಾ ಮನೆಯ ಒಳಗೆ ಹೊರಗೆ ದುಡಿದು ಸುಣ್ಣವಾದ ಅವಳು ಆಗತಾನೆ ನಿದ್ದೆ ಹತ್ತಿ ಮಲಗಿದ್ದಂತೆ ಕಂಡಳು. ಯಾಕೆ ಎಬ್ಬಿಸಲಿ ಎಂದು ಸುಮ್ಮನಾದ. ಆದರೆ ಅವನ ಒಳಗುದಿ, ತಳಮಳ ಮಾತ್ರ ಕಡಿಮೆಯಾಗಲಿಲ್ಲ. ಕಣ್ಣ ಮುಂದೆ ಆ ದಿನ ಫ್ಯಾಕ್ಟರಿಯಲ್ಲಿ ನಡೆದ ಘಟನೆಗಳು ಪುನಃ ಮೂಡಿ ಬಂದು ಅವನು ನೋವಿನಿಂದ ಮುಖ ಹಿಂಡಿದ.

ಸಾಮಾನ್ಯವಾಗಿ ಹೆಚ್ಚು ಮಾತಾಡದೆ ತನ್ನ ಪಾಡಿಗೆ ತಾನು ಕೆಲಸ ಮಾಡಿಕೊಂಡು ಹೋಗುತ್ತಿದ್ದ ತನಗೇನು ಬಂತು ದರಿದ್ರ? ದೊಡ್ಡ ಸಾಯೆಬ್ರು ಬಂದು ಕೋಪದಿಂದ ಕೂಗಾಡ್ತಾ ಇದ್ದಾಗ ತಾನು ಎದುರು ಮಾತಾಡ್ಬೇಕಿತ್ತೇ? ಆದರೆ ಸುಮ್ಗೆ ಇರಕ್ಕೂ ಆಗ್ತಿರಲಿಲ್ಲ. ತಾನು ಮಾಡದೇ ಇದ್ದ ಕಳ್ಳತನದ ತಪ್ಪನ್ನು ತನ್ನ ಮೇಲೆ ಹೊರೆಸಿ ಸುಮ್ಮನೇ ಬೈತಿದ್ರು. ಕಡೆಗೆ ಸಹನೆ ಕಳೆದುಕೊಂಡು ಯಾರು ಕದ್ದರೋ ಅವರನ್ನು ಹಿಡಿದು ಬೈಯಿರಿ ಎಂದು ಜೋರಾಗಿಯೇ ಹೇಳಿಬಿಟ್ಟೆ. ಸಾಯೇಬರ ಎದುರಿಗೆ ಹಾಗೆ ಮಾತಾಡಬಾರದಿತ್ತು ಸರಿ. ಆದರೂ ಕೆಲಸದಿಂದ ತೆಗೆದು ಹಾಕುವಂಥ ದೊಡ್ಡ ಅಪರಾಧಾನ ಅದು?

"ನಿನ್ನ ಆರೋಗ್ಯ ಚಂದಾಗಿಲ್ಲ. ಮೊದಲ್ನಂಗೆ ಎರಡಾಳಿನ ಕೆಲ್ಸ ಮಾಡಲ್ಲ. ಆದರೂ ಇಪ್ಪತ್ತು ವರ್ಸ ಸೀನಿಯರ್ ಆಗಿರೋದರಿಂದ ನಿಂಗೆ ಸಂಬಳ ಜಾಸ್ತಿ ಕೊಡ್ಬೇಕಾಗಿದೆ. ಅದಕ್ಕೇ ಏನೋ ನೆಪಯೇಳಿ ನಿನ್ನ ತೆಗೆದಾಕಿದಾರೆ" ಅಂತ ಯೂನಿಯನ್ ಮೆಂಬರ್ ಸ್ಟೀಫನ್ ಹೇಳಿದ್ದ. ಅಕೌಂಟೆಂಟ್ ರಾಮಣ್ಣ ಯಾರೊಡನೆಯೂ ಹಾಗೆ ಹೇಳುತ್ತಿದ್ದಿದ್ದನ್ನು ಅವನು ಕೇಳಿಸಿಕೊಂಡನಂತೆ.

"ನೀನು ಭಯ ಬೀಳ್ಬೇಡ ಸಿವಣ್ಣ. ಈಗ ಸುಮ್ಗಿರು. ಯೂನಿಯನ್ ಸೆಕೆಟ್ರಿ ನೈಟ್ ಸಿಫ್ಟಿಗೆ ಬತ್ತಾನೆ. ನಾನು ಇವತ್ತು ರಾತ್ರೀನೇ ಕಮಿಟಿ ಮೀಟಿಂಗ್ ಮಾಡಿಸ್ತೀನಿ. ನಿನ್ನ ಕೆಲ್ಸಕ್ಕೆ ವಾಪಸ್ ತೊಗೋಳೋವರೆಗೂ ಬಿಡಲ್ಲ"

ರೋಷದಿಂದ ಅವನು ಹೇಳಿದ್ದ.

ಆದರೆ ದೊಡ್ಡ ಸಾಹೇಬರ ಹಠದ ಸ್ವಭಾವ ಚೆನ್ನಾಗಿ ತಿಳಿದಿದ್ದ ಶಿವಣ್ಣನಿಗೆ ಅವನ ಮಾತಿನ ಮೇಲೆ ಭರವಸೆಯನ್ನು ಬರಲಿಲ್ಲ. ಕಳೆದ ಮೂರು ತಿಂಗಳಿಂದ ತನ್ನ ಸಣ್ಣ ಸಣ್ಣ ತಪ್ಪುಗಳಿಗೂ 'ಮೆಮೋ' ಕೊಟ್ಟು 'ಎನ್ಕೈರಿ' ಮಾಡುತ್ತಿದ್ದುದರ ಹಿನ್ನಲೆ ಅವನಿಗೆ ಈಗ ಅರ್ಥವಾಗತೊಡಗಿತು.

'ನಂದೇನು ತಪ್ಪು?' ಶಿವಣ್ಣ ಯೋಚಿಸಿದ. 'ಇಷ್ಟು ವರ್ಷ ಆಸಿಡ್ ಹೋಗೇಲಿ ಕೆಲಸ ಮಾಡಿ ನಿನ್ನ ಶ್ವಾಸಕೋಶ ತೂತು ಬಿದ್ದು ಹೋಗಿದೆ. ಶ್ರಮವಾಗುವ ಕೆಲಸ ಮಾಡಬೇಡ' ಅಂತ ಡಾಕ್ಟರ್ ಹೇಳಿದ್ರು. ಫ್ಯಾಕ್ಟರಿ ಸುರುವಾದಾಗ ಈಗಿನಂತೆ ಮಾಸ್ಕ್, ಗ್ಲೌಜು ಎಲ್ಲಿ ಕೊಡ್ತಿದ್ರು? ಶೂಸು, ಫ್ಯಾನ್ ಯಾವ್ದೂ ಇರ್ಲಿಲ್ಲ. ಆದ್ರೂ ನಾನು ಭಯ ಬೀಳ್ದೆ ಧೈರ್ಯವಾಗಿ ಕೆಲ್ಸ ಮಾಡ್ಲಿಲ್ವಾ? ಇಪ್ಪತ್ತೇ ಜನರಿಂದ ಶುರುವಾದ ಫ್ಯಾಕ್ಟರೀಲಿ ನಾನೇ ಮುಖ್ಯ ಕೆಲಸಗಾರ. ಆಗ ಸಾಯೇಬ್ರೆ ಎದುರು ನಿಂತು ನನ್ಕೆಲ್ಸ ನೋಡಿ ಮೆಚ್ಕೋತಿದ್ರು. ಆದರೆ ಈಗೀಗ ಸ್ವಲ್ಪ ಭಾರ ಎತ್ತಿದರೆ ಎದೆಯಲ್ಲಿ ನೋವು ಬಂದು ಛಳುಕಿಂದ ಮೈ ಬೆವರು ಸುರಿಯುತ್ತೆ. ಮೊದ್ಲಿನ್ ತರ ಉತ್ಸಾಹವಾಗಿ ಕೆಲ್ಸ ಮಾಡಕ್ಕಾಗ್ತಿಲ್ಲ.

ಈಗ ಫ್ಯಾಕ್ಟರಿ ದೊಡ್ಡದಾಗಿದೆ. ಸಾವಿರ ಜನಕ್ಕೂ ಹೆಚ್ಚು ಕೆಲಸಗಾರರು ಮೂರು ಪಾಳಿಯಲ್ಲಿ ದುಡೀತಾರೆ. ವಿದ್ಯಾವಂತರಾದ ಹೊಸಬರು ಕೆಲಸಕ್ಕೆ ಸೇರಿಕೊಂಡಂತೆ ಓದು ಬರಹ ಬಾರದ ನಾನು ಹಿಂದೆ ಹಿಂದೆ ಹೋದೆ-ಸೀನಿಯರ್ ಹೆಲ್ಪರ್ ಆಗಿ. ಸಾಯೇಬ್ರೂ ಈಗ ಬಿಜಿಯಾಗಿ ಫ್ಯಾಕ್ಟರಿ ಒಳಕ್ಕೆ ಬರೋದೇ ನಿಲ್ಸಿದ್ರು. ಬಿಗುವಾಗಿ ಬರೀ ಆಫೀಸಿಗೆ ಮಾತ್ರ ಬಂದು ಹೋಗ್ತಿದ್ರು. ಪ್ರೊಡಕ್ಷನ್ ನೋಡಿಕೊಳ್ಳುವ ಸಣ್ಣ ಸಾಯೇಬ್ರುಗಳದ್ದೇ ಈಗ ಜೋರು! ಅವರ ಮರ್ಜಿ ಹಿಡಿದವರಿಗೆ ಬಡ್ತಿ, ಉಳಿದವರಿಗೆ ನೋಟಿಸ್. ಎಲ್ಲಾ ನೋಡ್ಕೊಂಡು ಸುಮ್ಗೆ ಇದ್ದ ನಾನು ಇವತ್ತ್ಯಾಕೆ ತಲೆಕೆಟ್ಟು ಬಾಯಿ ಮಾಡಿದೆ? ಅದು ಅಪರೂಪಕ್ಕೆ ಫ್ಯಾಕ್ಟರಿ ಒಳಕ್ಕೆ ಬಂದ ದೊಡ್ಡ ಸಾಯೇಬ್ರ ಎದುರು! ಈಗ ಕೆಲ್ಸ ಕಳ್ಕೊಂಡೆ, ನನ್ನ ಸಂಸಾರದ ಗತಿಯೇನು?

ಶಿವಣ್ಣನಿಗೆ ದುಃಖ ತಡೆದುಕೊಳ್ಳಲಾಗಲಿಲ್ಲ. ಎದೆಯಲ್ಲಿ ಬೆಂಕಿ ಬಿದ್ದಂತೆ ಉರಿ ಎದ್ದಿತು. ದುಃಖ ಉಮ್ಮಳಿಸಿ ಗಂಟಲಲ್ಲಿ ಉಸಿರು ಸಿಕ್ಕಿಹಾಕಿಕೊಂಡಂತಾಯಿತು. ಎದ್ದೇಳಲು ಪ್ರಯತ್ನಿಸಿದ. ಕೈಕಾಲುಗಳು ಜಡಗಟ್ಟಿ ಅಲುಗಾಡಿಸಲು ಅಸಾಧ್ಯವಾಯಿತು. ಬೆವರಿನಿಂದ ಮೈ ತೊಯ್ದು ಹಾಕಿದ್ದ ಬಟ್ಟೆ ಮೈಗಂಟಿತು. ಎದೆಯೊಳಗಿನ ಬೇನೆ ವಿಚಿತ್ರವಾಗಿ ಹೆಚ್ಚಿ ಎದೆ ಮರಗಟ್ಟಿದಂತಾಯಿತು. ಮಕ್ಕಳಿಗೆ ಎಚ್ಚರವಾಗಬಾರದೆಂದು ಅವನು ಹಲ್ಲು ಕಚ್ಚಿ ನೋವು ನುಂಗಿಕೊಂಡ. ಏಳಲು

ಮತ್ತೆ ಪ್ರಯತ್ನಿಸಿದ. ಸಾಧ್ಯವಾಗಲಿಲ್ಲ. ಶಕ್ತಿಯನ್ನೆಲ್ಲಾ ಒಗ್ಗೂಡಿಸಿ ಎದೆಯಲ್ಲಿ ಉಕ್ಕುತ್ತಿದ್ದ ದುಃಖ, ನೋವು, ತಳಮಳವನ್ನು ತಡೆಯುತ್ತಿದ್ದಂತೆ, ಅದುಮಿಬಿಟ್ಟ ಸ್ಪ್ರಿಂಗಿನಂತೆ ಚಿಮ್ಮಿ ಗಕ್ಕನೆ ಮೇಲೆದ್ದು ಕುಳಿತ.

ಶಿವಣ್ಣನಿಗೆ ಈಗ ನಿರಾಳವಾಯಿತು. ಜಡವಾಗಿದ್ದ ಕೈಕಾಲುಗಳು ಹಗುರವಾಗಿ ತೇಲುವಂತಾಯಿತು. ಇದುವರೆಗೂ ಕೊಲ್ಲುತ್ತಿದ್ದ ಎದೆ ನೋವು ತಟ್ಟನೆ ಮಾಯವಾದ್ದರಿಂದ ಅವನಿಗೆ ಆನಂದವಾಯಿತು. ಅವನು ಹೂವಿನಂತೆ ಮೇಲೆದ್ದು ನಿಂತ.

ರಾತ್ರಿ ಮೂರು ಘಂಟೆಯಾಗಿತ್ತು. ಈಗ ಫ್ಯಾಕ್ಟರಿಯಲ್ಲಿ ಯೂನಿಯನ್ ಲೀಡರ್ ಜೊತೆ ಮೀಟಿಂಗ್ ನಡೀತಿರಬಹುದು. ಅಲ್ಲಿ ತನ್ನ ಅಳಿವು ಉಳಿವುಗಳ ನಿರ್ಧಾರವಾಗುತ್ತಿದೆ! ತನ್ನ ಪರವಾಗಿ ಮಾತಾಡುವವರು ಯಾರಿರಬಹುದು? ಅಕಸ್ಮಾತ್ ಸ್ಟೀಫನ್ ಇಲ್ಲದಿದ್ದರೆ ತನ್ನ ಗತಿಯೇನು? ಶಿವಣ್ಣ ಗಾಬರಿಯಾದ. ತಕ್ಷಣ ತಾನೇ ಫ್ಯಾಕ್ಟರಿಗೆ ಹೋಗಿ ಅವರ ಮುಂದೆ ತನ್ನ ಅಹವಾಲು ಹೇಳಿಕೊಂಡು ತನ್ನನ್ನು ಉಳಿಸಿ ಎಂದು ಬೇಡಿಕೊಳ್ಳಬೇಕೆಂಬ ತೀವ್ರ ಆತುರವಾಯಿತು ಅವನಿಗೆ. ಈಗ ಹೊರಟರೆ ಇನ್ನರ್ಧ ಗಂಟೇಲಿ ಫ್ಯಾಕ್ಟರಿ ಸೇರಬಹುದು. ಇದನ್ನು ನಿರ್ಧರಿಸಿದ್ದೇ ತಡ ಶಿವಣ್ಣ ಮೆಲ್ಲನೆ ಹೆಜ್ಜೆಯಿಡುತ್ತಾ ಬಾಗಿಲನ್ನು ಸಮೀಪಿಸಿ ಸದ್ದು ಮಾಡಿದರೆ ಪಾರೋತಿ ಎಚ್ಚರಗೊಳ್ಳುತ್ತಾಳೆಂದು ಬೆಕ್ಕಿನಂತೆ ಸದ್ದಿಲ್ಲದೆ ಬಾಗಿಲು ಹಾದು ಹೊರಗೆ ಬಂದ.

ಪ್ರಪಂಚವೇ ನಿಶ್ಯಬ್ದವಾಗಿ ಮೈ ಮರೆತು ಮಲಗಿ ನಿದ್ರಿಸುತ್ತಿತ್ತು. 'ಊಂ... ಊಂ' ಎಂದು ದೂರದಲ್ಲೆಲ್ಲೋ ನಾಯಿ ಗೋಳಿಡುತ್ತಿತ್ತು. ಪಟಪಟನೆ ಬಾವಲಿಗಳು ಇವನ ಮೇಲೆ ಹಾದು ಹೋದವು. ಆ ಕಗ್ಗತ್ತಲಿನಲ್ಲೂ ಮನೆಯ ಮೇಲೆ ಕೂತು ಕರ್ಕಶವಾಗಿ ಕೂಗಿದ ಗೂಬೆ ಶಿವಣ್ಣನಿಗೆ ಸ್ಪಷ್ಟವಾಗಿ ಕಾಣಿಸಿತು. ಅದರ ಭಯಂಕರ ಕೂಗನ್ನು ಅಥವಾ ಭಯ ಹುಟ್ಟಿಸುವಂತಿದ್ದ ರಾತ್ರಿಯನ್ನು ಅವನು ಲಕ್ಷಿಸಲಿಲ್ಲ. ತನ್ನ ಸಂಸಾರವನ್ನು ಬೀದಿಪಾಲಾಗಲು ಬಿಡಬೇಡಿ ಎಂದು ಯುನಿಯನ್ ಲೀಡರನ್ನು ಬೇಡಿ ಕೆಲಸವನ್ನು ಮತ್ತೆ ಪಡೆಯಬೇಕೆನ್ನುವ ನಿರ್ಧಾರ ಅವನಿಗೆ ಧೈರ್ಯ ಕೊಟ್ಟಿತ್ತು. ದೇವರ ದಯದಿಂದ ಕೆಲಸ ಪುನಹ ಸಿಕ್ಕರೆ ಕಷ್ಟಪಟ್ಟು ದುಡಿದು ದೊಡ್ಡ ಸಾಹೇಬನ ಪ್ರೀತಿ ವಿಶ್ವಾಸಗಳನ್ನು ಮತ್ತೆ ಸಂಪಾದಿಸಿಕೊಳ್ಳಬೇಕೆಂದು ತನಗೆ ತಾನೇ ಹೇಳಿಕೊಳ್ಳುತ್ತಾ ಸರಸರನೇ ಫ್ಯಾಕ್ಟರಿಯ ಕಡೆಗೆ ಧಾವಿಸಿದ.

ಫ್ಯಾಕ್ಟರಿ ಸಮೀಪ ಬರುತ್ತಿದ್ದಂತೆ ಕತ್ತಲಿನಲ್ಲಿ ಮರೆಯಾಗಿ ನಿಂತು ಗೇಟಿನ ಮುಂದೆ ಬೀಡಿ ಸೇದುತ್ತಿದ್ದ ವಾಚ್ಮನ್ ನಾಯರ್‌ನನ್ನು ನೋಡಿದ ಶಿವಣ್ಣ,

ಕೆಲಸ ಕಳೆದುಕೊಂಡಿರುವ ತನ್ನನ್ನು ನಾಯರ್ ಒಳಗೆ ಖಂಡಿತಾ ಬಿಡಲಾರ ಎಂದು ಅವನಿಗೆ ಗೊತ್ತು. ಕಬ್ಬಿಣದ ಭಾರವಾದ ಗೇಟ್ಗಳನ್ನು ಭದ್ರವಾಗಿ ಹಾಕಿ ಅದರುದ್ದಕ್ಕೂ ಈ ಕಡೆಯಿಂದ ಆ ಕಡೆಗೆ ಪಹರೆ ಹಾಕುತ್ತಿದ್ದ ಅವನ ಕಣ್ಣು ತಪ್ಪಿಸಿ ಒಳಕ್ಕೆ ಹೇಗೆ ಹೋಗಲಿ ಎಂದು ಚಿಂತಿಸಿದ. ಮೀಟಿಂಗಿಗೆ ಸರಿಯಾದ ಸಮಯಕ್ಕೆ ಹೋಗದಿದ್ದರೆ ಕೆಲಸ ಕೆಡುತ್ತೆ. ಹೇಗಾದರೂ ಒಳಕ್ಕೆ ನುಗ್ಗಲೇಬೇಕು.

ಶಿವಣ್ಣ ಮನಸ್ಸು ಗಟ್ಟಿಮಾಡಿ ನಾಯರ್ ತನಗೆ ಬೆನ್ನು ಹಾಕಿ ನಡೆಯುತ್ತಿದ್ದಾಗ ಸೀದಾ ಗೇಟಿನೊಳಗೆ ನುಗ್ಗಿ ಫ್ಯಾಕ್ಟರಿಯ ಒಳಗೆ ಓಡಿದ. ಹೋಗುವಾಗ ಕಣ್ಣಿನ ಕೊನೆಯಿಂದ ನಾಯರ್‌ನನ್ನು ದೃಷ್ಟಿಸಿದಾಗ ಅವನು ತನ್ನದೇ ಯೋಚನೆಯಲ್ಲಿ ಮುಳುಗಿ ಬೀಡಿ 'ದಮ್' ಎಳೆಯುತ್ತಾ ತನ್ನ ಕಡೆಗೆ ಸ್ವಲ್ಪವೂ ಗಮನ ಕೊಡದಿದ್ದುದನ್ನು ನೋಡಿ ಸಮಾಧಾನಗೊಂಡ.

ಫ್ಯಾಕ್ಟರಿಯ ಮೂಲೆ ಮೂಲೆಯೂ ಶಿವಣ್ಣನಿಗೆ ಪರಿಚಿತ. ಯಾರ ಗಮನಕ್ಕೂ ಬಾರದಂತೆ ಕತ್ತಲಿನ ನೆರಳಿನಲ್ಲೇ ನಡೆಯುತ್ತಾ ಓಡಾಡುತ್ತಿದ್ದವರ ಗಮನ ತಪ್ಪಿಸಿ ತಾನು ಕೆಲಸ ಮಾಡುತ್ತಿದ್ದಲ್ಲಿಗೆ ಬಂದ. ಒಳಗೆ ಕೆಲಸ ಚಟುವಟಿಕೆಯಿಂದ ನಡೆಯುತ್ತಿತ್ತು. ರಾಸಾಯನಿಕಗಳ ಹೊಗೆಗೆ ಮುಖವಾಡ ಧರಿಸಿದ ಕೆಲಸಗಾರರು ಮಬ್ಬು ಮಬ್ಬಾದ ಬೆಳಕಿನಲ್ಲಿ ಪ್ರೇತಗಳಂತೆ ಚಲಿಸುತ್ತಿದ್ದರು. ಹೊಗೆ ಕಾರುತ್ತಿದ್ದ ಟ್ಯಾಂಕುಗಳನ್ನು ನಿರಾಳವಾಗಿ ಹಾದು ಮುಂದೆ ಹೋದ. ಎದುರಿಗೆ ಸಿಕ್ಕ ಕೆಲವು ಕೆಲಸಗಾರರನ್ನು ಕಂಡು ಪರಿಚಯದ ನಗೆ ನಕ್ಕ. ಮುಖವಾಡದ ಹಿಂದೆ ಅವರು ಪ್ರತಿಯಾಗಿ ನಕ್ಕರೋ ಇಲ್ಲವೋ ಎಂದು ಚಿಂತಿಸದೆ ಮುಂದೆ ಹೋದ.

ತಾನು ಕೆಲಸಕ್ಕೆ ಸೇರಿದಾಗ ಈ ಮುಖವಾಡಗಳನ್ನು ಎಲ್ಲಿ ಕೊಡುತ್ತಿದ್ದ ಈ ಜುಗ್ಗ ಸಾಹೇಬ? ಹೊಗೆಯಲ್ಲಿ ಕೆಮ್ಮಿಕೊಂಡೇ ಕೆಲಸ ಮಾಡುತ್ತಿದ್ದೆವು. ಫ್ಯಾಕ್ಟರಿ ದೊಡ್ಡದಾದಂತೆ ಎಲ್ಲಾ ಬದಲಾದವು. ಯೂನಿಯನ್ ಲೀಡರ್ ಸ್ಟ್ರೈಕ್ ಮಾಡಿಸಿ ಇವನ್ನೆಲ್ಲಾ ತರಿಸಿದ. ಬರೀ ಲಾಭದ ಲೆಕ್ಕಾಚಾರ ಹಾಕುತ್ತಿದ್ದ ಸಾಹೇಬ ಕೋಪದಿಂದ ಉರಿಯುತ್ತಲೇ ಇವರು ಹತ್ತು ಕೇಳಿದರೆ ಒಂದು ತರಿಸಿಕೊಟ್ಟು ಕಣ್ಣೊರೆಸುವ ಮಾತಾಡಿ ನಿಭಾಯಿಸುತ್ತಿದ್ದ. ಈ ಹೊಗೆಯಲ್ಲಿ ಕೆಲಸ ಮಾಡಿದರೆ ಶ್ವಾಸಕೋಶ ಹಾಳಾಗುತ್ತೆ ಎಂದು ತಿಳಿದಿದ್ದರೂ ತಾನು ಯಜಮಾನನ ಮೇಲಿದ್ದ ನಿಯತ್ತಿನಿಂದ ಹೊಗೆ ಲೆಕ್ಕಿಸದೆ ಕೆಲಸ ಮಾಡಿದ್ದೆ ಅದೂ ವರ್ಷಾನುಗಟ್ಟಲೆ! ಈಗೀಗ ಮಾತ್ರ ಎಲ್ಲರಂತೆ ಮುಖವಾಡ ಹಾಕದಿದ್ದರೆ ಹೊಗೆಯಲ್ಲಿ ಓಡಾಡಲು ಆಗುತ್ತಿರಲಿಲ್ಲ. ಆದರೂ ಇವತ್ತು ತನ್ನ ಭವಿಷ್ಯ ನಿರ್ಧಾರವಾಗುತ್ತೆ ಅನ್ನುವ ಆತಂಕದಲ್ಲಿ ಶಿವಣ್ಣ ಹೊಗೆಯನ್ನು ಲಕ್ಷ್ಯ ಮಾಡದೆ ನಡೆದು ಹೋದ. ಕೆಮ್ಮಾಗಲೀ ಕಣ್ಣು ಕತ್ತಲೆ ಇಟ್ಟು ಬರುವ ಆಯಾಸವಾಗಲಿ

ಆಗದೆ ಇದ್ದದ್ದು ತಾನಿನ್ನೂ ಆರೋಗ್ಯವಾಗಿದ್ದೀನಿ ಅಂತ ತೋರಿಸುತ್ತಿದೆ ಎಂದು ಖುಷಿ ಪಟ್ಟ.

ಪ್ರೊಡಕ್ಷನ್ ಇಂಜಿನಿಯರ್ ರೂಮಿನ ಮುಂದೆ ಬಂದು ನಿಂತ ಶಿವಣ್ಣ. ರಾತ್ರಿ ಪಾಳಿಯ ಪ್ರೊಡಕ್ಷನ್ ಇಂಜಿನಿಯರ್ ಇನ್ನೂ ಚಿಕ್ಕ ವಯಸ್ಸಿನವರಾದರೂ ತುಂಬಾ ಒಳ್ಳೆಯವರು. ಶಿವಣ್ಣ ಅಂದರೆ ಹಳೆಯ ಕೆಲಸಗಾರ ಅಂತ ತುಂಬಾ ವಿಶ್ವಾಸವಾಗಿ ನೋಡುತ್ತಿದ್ದರು. ಶಿವಣ್ಣನ ಆಸೆ ಚಿಗುರಿತು. ಇವರು ತನಗೆ ಸಹಾಯ ಮಾಡಲಾರರೇ ಅಂದುಕೊಂಡು ಅವರ ರೂಮಿನ ಗಾಜಿನ ಬಾಗಿಲು ಹಾದು ಒಳಗೆ ಬಂದು ನಿಂತ.

ಇಂಜಿನಿಯರ್ ಸಾಹೇಬರು ತದೇಕರಾಗಿ ತಲೆ ಬಗ್ಗಿಸಿ ಏನನ್ನೋ ಓದುತ್ತಿದ್ದರು. ಇವನು ಒಳಗೆ ಹೋದದ್ದನ್ನು ಅವರು ಗಮನಿಸಿದಂತೆ ಕಾಣಲಿಲ್ಲ. ಶಿವಣ್ಣ ಅವರ ಮುಂದಿದ್ದ ಪೇಪರ್‌ನ ಮೇಲೆ ಕಣ್ಣು ಕಣ್ಣಾಡಿಸಿದ. ಅದೇ! ಅದೇ ತನ್ನ ಕಾಗದ! ಬೆಳಗ್ಗೆ ತನ್ನನ್ನು ಕೆಲಸದಿಂದ ವಜಾ ಮಾಡಿಕೊಟ್ಟ ನೋಟಿಸು! ಇದೇ ಸಮಯ ಸಹಾಯ ಕೇಳಿಕೊಳ್ಳುವುದಕ್ಕೆ.

"ಸಾರ್, ನಂದೇನೂ ತಪ್ಪಿಲ್ಲ ಸಾರ್. ಯಾರೋ ಮಾಡಿದ್ ಹರ್ಕತ್ತು. ನನ್ನ ಮ್ಯಾಗೆ ಇಟ್ಟುಬುಟ್ಟವ್ರೆ. ತಾವು ದೊಡ್ ಮನಸ್ ಮಾಡಿ ಸಾಯೇಬ್ರಿಗೆ ಯೇಳಿ ಕೆಲ್ಸಕ್ಕೆ ವಾಪಸ್ಸು ತಗೋಳೋ ಅಂಗೆ ಮಾಡಿ ಸಾರ್" ಶಿವಣ್ಣ ಆದಷ್ಟು ನಮ್ರವಾಗಿ, ದೀನನಾಗಿ ಬಗ್ಗಿ ಕೇಳಿಕೊಂಡ.

ಇಂಜಿನಿಯರ್ ತಲೆ ಎತ್ತದಿದ್ದರೂ ಇವನ ಮಾತು ಕೇಳಿಸಿಕೊಂಡು ಪೇಪರ್ ಪಕ್ಕಕ್ಕಿಟ್ಟು 'ಏನು ಮಾಡುವುದು' ಎಂದು ಯೋಚಿಸುವವರಂತೆ ಕೂತರು. ತನ್ನ ಬೇಡಿಕೆ ಕೇಳಿದ ಮೇಲೆ ಅವರು ಏನನ್ನಾದರೂ ಮಾಡೇ ಮಾಡುತ್ತಾರೆಂಬ ನಂಬಿಕೆ ಶಿವಣ್ಣನಿಗಿತ್ತು. ಅವನು ಆಸೆಯ ಕಣ್ಣುಗಳಿಂದ ಅವರನ್ನೇ ನೋಡುತ್ತಾ ನಿಂತ. ಸ್ವಲ್ಪ ಹೊತ್ತು ಹಾಗೇ ಕೂತಿದ್ದ ಇಂಜಿನಿಯರ್ ದೀರ್ಘವಾಗಿ ನಿಟ್ಟುಸಿರಿಟ್ಟು, ಹಿಂದಕ್ಕೊರಗಿ ಕಣ್ಣುಮುಚ್ಚಿ ಬೆರಳುಗಳಿಂದ ಹಣೆಯನ್ನು ತೀಡಿಕೊಳ್ಳುತ್ತಾ ಕುಳಿತರು. ಏನನ್ನಾದರೂ ಗಾಢವಾಗಿ ಯೋಚಿಸುವಾಗ ಅವರು ಹಾಗೆ ಮಾಡುವುದು ಎಂದು ಗೊತ್ತಿದ್ದ ಶಿವಣ್ಣನಿಗೆ ಆಸೆ ಬಲವಾಯಿತು. ಇವರು ದೊಡ್ಡ ಸಾಹೇಬರನ್ನು ಎದುರಿಸಿ ತನ್ನ ಪರವಾಗಿ ಮಾತಾಡಬಲ್ಲರೇ ಎಂದು ಆತಂಕದಿಂದ ಚಡಪಡಿಸಿದ.

"ಪೂರ್ ಫೆಲೋ" ಮತ್ತೊಮ್ಮೆ ನಿಟ್ಟುಸಿರಿಟ್ಟು ಸಣ್ಣದನಿಯಲ್ಲಿ ಒಳಗೆ ಗೊಣಗಿಕೊಂಡರು ಇಂಜಿನಿಯರ್.

"ನೀವು ಎಂಗಾರ ಮಾಡಿ ಸಾರ್, ದೊಡ್ಡ ಸಾಯೇಬ್ರಿಗೆ..." ಶಿವಣ್ಣನ

ಮಾತು ಹೊಡೆದುಕೊಳ್ಳತೊಡಗಿದ. ಟೆಲಿಫೋನಿನಿಂದ ಅರ್ಧದಲ್ಲೇ ತುಂಡಾಯಿತು. ಇಂಜಿನಿಯರ್ ಬಾಗಿ ರಿಸೀವರ್ ಎತ್ತಿ 'ಹಲೋ' ಎಂದರು. ಆ ಕಡೆಯಿಂದ ಯಾರು ಏನು ಹೇಳಿದರೋ ಅವರ ಹುಬ್ಬು ಗಂಟಿಕ್ಕಿತು.

"ಕೆಲಸ ನಿಲ್ಲಿಸುವ ನಿರ್ಧಾರ ತೊಗೊಂಡಿದಾರ?! ಈಗ ಬಂದೆ" ಎಂದು ಗಡಬಡಿಸಿ ಮೇಲಿದ್ದರು. ಶಿವಣ್ಣ ವಿನಯವಾಗಿ ಪಕ್ಕಕ್ಕೆ ಸರಿದು ನಿಂತ ಒಂದು ಕ್ಷಣ ಇಂಜಿನಿಯರ್ ಯೋಚಿಸಿ, ಅಸಹಾಯಕರಂತೆ ಭುಜ ಕುಣಿಸಿ ಶಿವಣ್ಣನಿಗೆ ಏನು ಹೇಳದೆ ಬಾಗಿಲು ತಳ್ಳಿಕೊಂಡು ಆತುರವಾಗಿ ಹೊರಗೆ ಹೋದರು.

ಶಿವಣ್ಣ ಅಲ್ಲೇ ಕಾದ ನಿಂತ. ಸುಮಾರು ಹೊತ್ತಾದರೂ ಇಂಜಿನಿಯರ್ ಹಿಂತಿರುಗದೆ ಇದ್ದುದರಿಂದ ಅವನ ಹೃದಯ ದುಃಖದಿಂದ ಕುಸಿಯಿತು. ನಮ್ಮ ಕಾಲ ಕೆಟ್ಟದಾದ್ರೆ ಇಂಗೇಯ. ಯಾರು ಇಸ್ವಾಸ ತೋರ್ಸಲ್ಲ. ಯಾವಾಗ್ಲೂ ಪಿರೀತಿಯಿಂದ ಮಾತಾಡ್ಸಿ, ನಗ್ತಾ ನಗ್ತಾ ಇರ್ತಿದ್ದೋರು, ಇಂಗೆ ಒಂದು ಮಾತೂ ಯೇಳದೆ, ಅವಮಾನ ಮಾಡಿ ಒಂಟೋಗದಾ' ಎಂದು ಅವನಿಗೆ ಅತೀವ ದುಃಖವಾಯಿತು. ಕೆಲಸ ಕಳೆದುಕೊಂಡಿದ್ದಕ್ಕಿಂತ ಹೆಚ್ಚು ದುಃಖ ಅವನಿಗೆ ಇಂಜಿನಿಯರ್‌ರ ಈ ಅನಾದರಣೆಯಿಂದ ಉಂಟಾಯಿತು.

ದುಃಖದಿಂದ ಭಾರವಾದ ಹೃದಯ ಹೊತ್ತು ಕಾಲೆಳೆಯುತ್ತಾ ಶಿವಣ್ಣ ರೂಮಿನಿಂದ ಹೊರಬಂದ. ಯೂನಿಯನ್ ಸಭೆಗೆ ತುರ್ತಾಗಿ ಕರೆ ಬಂದಿದ್ದರಿಂದ ಕೆಲಸ ಮಾಡುತ್ತಿದ್ದ ಕಾರ್ಮಿಕರೆಲ್ಲರೂ ಇದ್ದ ಕೆಲಸ ಇದ್ದಂತೆ ಬಿಟ್ಟು ಹೊರಟಿದ್ದರು. ಈಗ ಎದುರು ಸಿಕ್ಕವರಿಗೆ ನಕ್ಕು ವಂದಿಸುವ ಸೌಜನ್ಯ ತೋರಿಸುವ ಮನಸಾಗಲಿಲ್ಲ ಅವನಿಗೆ. ದಂಡುದಂಡಾಗಿ ಹೋಗುತ್ತಿದ್ದ ಕೆಲಸಗಾರರು ಶಿವಣ್ಣನನ್ನು ಗಣನೆಗೆ ತಾರದೆ ಹೊರಟು ಹೋಗುತ್ತಿದ್ದುದು ನೋಡಿ ಅವನನ್ನು ಮತ್ತಷ್ಟು ಕಂಗೆಡಿಸಿತು. ತನ್ನ ಕಣ್ಣ ಮುಂದೆ ಕೆಲಸಕ್ಕೆ ಸೇರಿದ ಇವರಿಗೆ ಈಗ ತಾನು ವಜಾ ಆದ ಮಾತ್ರಕ್ಕೆ ಇಷ್ಟು ಅಸಡ್ಡೆಯೇ? 'ಅಯ್ಯೋ ಸಿವನೇ' ಅಂದುಕೊಂಡ.

ಯೂನಿಯನ್ ರೂಮಿನ ತುಂಬಾ ಜನ ತುಂಬಿದ್ದರು. ಇವರಿಂದ ಈಗ ಹೆಚ್ಚೇನು ನಿರೀಕ್ಷಿಸುವ ಸ್ಥಿತಿಯಲ್ಲಿರಲಿಲ್ಲ ಶಿವಣ್ಣ. ನಿಧಾನವಾಗಿ ನಡೆದು ಬಂದು ಒಳಗೆ ಜಾಗವಿಲ್ಲದೆ ಬಾಗಿಲಲ್ಲೇ ನಿಂತು ತಮ್ಮ ಲೀಡರ್‌ಗಳ ಮಾತುಗಳನ್ನು ಕುತೂಹಲದಿಂದ ಕೇಳುತ್ತಿದ್ದವರ ಹಿಂದೆ ನಿಂತ. ಒಳಗೆ ಜೋರಾಗಿ ಮಾತುಗಳು ನಡೆಯುತ್ತಿತ್ತು.

"ಇಪ್ಪತ್ತು ವರುಷಗಳು ಈ ಫ್ಯಾಕ್ಟರಿಗಾಗಿ ದುಡಿದ ಕೆಲಸಗಾರನನ್ನು ಏಕಾಏಕಿ ಹೀಗೆ ಕೆಲಸದಿಂದ ತೆಗೆಯುವುದು ಅಕ್ರಮ. ಇದನ್ನು ನಾವು

ಪ್ರತಿಭಟಿಸಲೇಬೇಕು" ಯೂನಿಯನ್ ಲೀಡರ್ ಧ್ವನಿಯೇರಿಸಿ ಹೇಳುತ್ತಿದ್ದ. ಶಿವಣ್ಣ ನಿರ್ವಿಕಾರವಾಗಿ ಸುಮ್ಮನೆ ನಿಂತು ಆಲಿಸಿದ. ಲೀಡರ್ ಮೇಲೆ ಲೀಡರ್‌ಗಳು ಇವನ ಬಗ್ಗೆ ಉದ್ರೇಕದಿಂದ ಮಾತಾಡಿದರು. ಶಿವಣ್ಣ ಹೇಗೆ ಫ್ಯಾಕ್ಟರಿ ಪ್ರಾರಂಭವಾದಾಗಿನಿಂದಲೂ ದುಡಿದು ಹಣ್ಣಾಗಿದ್ದಾನೆ. ಅವನ ಆರೋಗ್ಯ ಹದಗೆಡುವುದಕ್ಕೆ ಹೇಗೆ ಈ ದೊಡ್ಡ ಸಾಹೇಬನ ಆಸೆಬುರುಕತನವೇ ಕಾರಣ, ಶಿವಣ್ಣನನ್ನು, ಅವನ ಸಂಸಾರವನ್ನು ಕಾಪಾಡುವುದು ಕಾರ್ಮಿಕ ಬಂಧುಗಳ ಮುಖ್ಯ ಕರ್ತವ್ಯ, ಸುಳ್ಳು ಅಪರಾಧದ ಮೇಲೆ ವಜಾ ಆಗಿರುವ ಅವನನ್ನು ಉಳಿಸುವ ಬಗ್ಗೆ ತಾವು ತುರ್ತಾಗಿ ಮಾಡಬೇಕಾದ ಕಾರ್ಯಗಳು, ಇತ್ಯಾದಿಗಳ ಬಗ್ಗೆ ಉದ್ವೇಗದ ಚರ್ಚೆಗಳಾದುವು. ಎಷ್ಟೋ ಹೊತ್ತಿನ ಚರ್ಚೆಯಾದ ನಂತರ ಶಿವಣ್ಣನನ್ನು ಪುನಃ ಕೆಲಸಕ್ಕೆ ತೊಗೋಳೋವರೆಗೂ ಯಾರೂ ಕೆಲಸ ಮಾಡಬಾರದು ಎಂದು ನಿರ್ಧರಿಸಲಾಯಿತು.

ಶಿವಣ್ಣ ತನ್ನ ಕಿವಿಗಳನ್ನು ತಾನೇ ನಂಬದಾದ. ಅವನ ಹೃದಯ ತುಂಬಿ ಬಂತು. ತಾನೇನು ಒಬ್ಬಂಟಿಯಲ್ಲ! ಸವೆದು ಸುಣ್ಣವಾಗುವವರೆಗೂ ದುಡಿದಿದ್ದಕ್ಕೆ ಫ್ಯಾಕ್ಟರಿಯ ಮಾಲೀಕ ಬೆಲೆ ಕೊಡದಿದ್ದರೂ, ತನ್ನ ಸಹೋದ್ಯೋಗಿಗಳು ಗೌರವ ಪುರಸ್ಕಾರ ಕೊಡಲು ಪ್ರತಿಜ್ಞೆ ಮಾಡಿದ್ದನ್ನು ನೋಡಿ ಅವನು ಕೃತಜ್ಞತೆಯಿಂದ ಪರವಶನಾದ. ಮೂಕನಾಗಿ ಅವನು ಹಾಗೆಯೇ ಎಷ್ಟು ಹೊತ್ತು ನಿಂತಿದ್ದನೋ ಏನೋ?

"ಜಿಂದಾಬಾದ್, ಡೌನ್‌ವಿತ್" ಎಂಬ ಘೋಷಣೆಗಳು ಅವನನ್ನು ಎಚ್ಚರಿಸಿದವು. ಮುಂಜಾನೆ ಆರು ಗಂಟೆಯ ಶಿಫ್ಟಿಗೆ ಬಂದ ಕೆಲಸಗಾರರು ರಾತ್ರಿ ಶಿಫ್ಟ್‌ನವರೊಂದಿಗೆ ಸೇರಿ ನೋಡು ನೋಡುತ್ತಿದ್ದಂತೆ ಜನಸಾಗರವೇ ಆಗಿ ಹೋಯಿತು. 'ಜಿಂದಾಬಾದ್' ಕೂಗು ಮುಗಿಲು ಮುಟ್ಟಿತು. ಮಿಷಿನ್ಗಳು ಗಕ್ಕನೆ ಕೆಲಸ ನಿಲ್ಲಿಸಿ ಸ್ತಬ್ಧವಾದುವು. ಟೆಲಿಫೋನಿನಲ್ಲಿ ಫ್ಯಾಕ್ಟರಿಯಿಂದ ದೊಡ್ಡ ಸಾಹೇಬರ ಮನೆಗೂ, ಸಾಹೇಬರಿಂದ ಫ್ಯಾಕ್ಟರಿಗೂ ಬಿಸಿ ಬಿಸಿ ಮಾತುಕತೆಗಳಾದವು. ಸಾಹೇಬ ಕೋಪದಿಂದ ಕುದಿಯುತ್ತಾ ಗಡಿಗೆ ಮುಖ ಹೊತ್ತು ಬೆಂಜ್ ಕಾರಿನಲ್ಲಿ ಬಂದು ಅಲ್ಲಿದ್ದ ಪ್ರಕೋಪ ಪರಿಸ್ಥಿತಿಯನ್ನು ನೋಡಿ ವಿಧಿಯಿಲ್ಲದೆ ಮುಷ್ಕರ ನಡೆಸುತ್ತಿದ್ದ ಲೀಡರ್ಗಳ ಜೊತೆ ಸಂಧಾನದ ಮಾತಾಡಲು ಒಪ್ಪಿದ.

ನೂರಾರು ಜನರು ತನ್ನ ಹಿತಕ್ಕಾಗಿ ಹೊಡೆದಾಡುತ್ತಿದ್ದುದನ್ನು ನೋಡಿ ನಂಬಲಾಗದೆ ಅವಕ್ಕಾಗಿ ನಿಂತಿದ್ದ ಶಿವಣ್ಣ.

ತಾನೇ ದುಡಿದು ಬೆಳೆಸಿದ ಫ್ಯಾಕ್ಟರಿಯಲ್ಲಿ ತನ್ನಿಂದ ಇಷ್ಟೆಲ್ಲಾ

ಹಗರಣವಾಗುತ್ತಿದೆಯಲ್ಲಾ ಎಂದು ಮುಜುಗರದಿಂದ ಕುಗ್ಗಿ ಹೋದ ಅವನು. ಯಾರಿಗೂ ಮುಖ ತೋರಿಸದೆ ಇಲ್ಲಿಂದ ತಪ್ಪಿಸಿಕೊಂಡು ತಲೆ ಮರೆಸಿಕೊಂಡು ಓಡಿ ಹೋಗಲೇ ಎಂದು ವಿಹ್ವಲನಾಗಿ ಅತ್ತಿತ್ತ ನೋಡಿದ. ಸದ್ಯ ತಮ್ಮ ಭಾಷಣ, ಘೋಷಣೆಗಳ ಗಲಾಟೆಯಲ್ಲಿದ್ದ ಅವರು ಸ್ವತಃ ತಾನೇ ಬಂದು ನಿಂತಿದ್ದನ್ನು ಗಮನಿಸದೇ ಇದ್ದುದು ಒಳ್ಳೆಯದೇ ಆಯಿತು ಅಂದುಕೊಂಡು ಅವನು ಗೋಡೆಯ ಪಕ್ಕಕ್ಕೆ ಸರಿದು ಮರೆಯಾಗಿ ನಿಂತ.

ಅಷ್ಟರಲ್ಲಿ ದೊಡ್ಡ ಸಾಹೇಬನಿಗೂ ಯೂನಿಯನ್ ಲೀಡರ್‌ಗಳಿಗೂ ಸಂಧಾನವಾಯಿತು. ಲೀಡರ್‌ಗಳು ಆಚೆ ಬಂದು ಕಾಯುತ್ತಿದ್ದ ನೂರಾರು ಕಾರ್ಮಿಕರಿಗೆ ಶಿವಣ್ಣನನ್ನು ಕೆಲಸಕ್ಕೆ ವಾಪಸ್ಸು ತಗೊಳ್ಳಲು ದೊಡ್ಡ ಸಾಹೇಬ ಒಪ್ಪಿದ್ದನ್ನು ತಿಳಿಸಿದರು. ಕಾರ್ಮಿಕರು 'ಹೋ...' ಎಂದು ಕೂಗಿ ಜಯಘೋಷ ಮಾಡಿದರು. ಶಿವಣ್ಣ ತನ್ನ ಕಿವಿಗಳನ್ನು ತಾನೇ ನಂಬದವನಂತೆ ಗರಬಡೆದು ನಿಂತ. ತಾನೀಗ ಕೆಲಸ ಕಳೆದುಕೊಂಡು ಕಂಗಾಲಾಗಿದ್ದ ನಿರ್ಗತಿಕನಲ್ಲ! ಪುನಃ ತನಗೆ ಕೆಲಸ ದೊರಕಿತು! ತನ್ನ ಸಂಸಾರ ಈಗ ಬೀದಿ ಪಾಲಾಗುವುದಿಲ್ಲ. ನಿನ್ನೆ ಬೆಳಗ್ಗೆಯಿಂದ ನಡೆದುದೆಲ್ಲವೂ ಕನಸಿನಂತೆ ಅವನ ಮನಃಪಟಲದಲ್ಲಿ ಹಾದು ಹೋದವು. ಆನಂದದಿಂದ ಅವನು ಪುಳಕಿತನಾದ. ಈ ಸಿಹಿ ಸುದ್ದಿಯನ್ನು ಮೊದಲು ಪಾರೋತಿಗೆ ತಿಳಿಸಬೇಕು! ಪಾರೋತಿಗೆ ತಿಳಿಸುವ ಯೋಚನೆ ಬಂದಿದ್ದೇ ತಡ, ಶಿವಣ್ಣ ಅತ್ತಿತ್ತ ನೋಡದೆ ಫ್ಯಾಕ್ಟರಿಯ ಹೊರಗೆ ಓಡಿದ. ಅವನ ಕಾಲುಗಳಿಗೆ ಜಿಂಕೆಮರಿಯ ಲವಲವಿಕೆ ಬಂದಂತಿತ್ತು. ಗಾಳಿಯಲ್ಲಿ ತೇಲುವಂತೆ ಅವನು ಕಾಯುತ್ತಿದ್ದ ನಾಯರ್‌ನನ್ನು ಸಂಪೂರ್ಣ ನಿರ್ಲಕ್ಷಿಸಿ ಹೊರಗೆ ಧಾವಿಸಿದ. ಪ್ರಾಯಶಃ ಇಷ್ಟರಲ್ಲಿ ವಿಷಯ ತಿಳಿದಿದ್ದ ನಾಯರ್ ಇವನನ್ನು ತಡೆಯುವುದಿರಲಿ, ಇವನ ಕಡೆಗೆ ತಿರುಗಿ ನೋಡಲೂ ಇಲ್ಲ.

ಹೊರಗೆ ಸ್ವಚ್ಛವಾಗಿ ಬೆಳಕು ಮೂಡಿತ್ತು. ಪೂರ್ವದಲ್ಲಿ ಹೊಂಬಣ್ಣ ಮೂಡಿತ್ತು. ರಸ್ತೆಯಲ್ಲಿ ಜನರು ಸಡಗರದಿಂದ ಓಡಾಡುತ್ತಿದ್ದರು. ಬಣ್ಣ ಬಣ್ಣದ ಹಕ್ಕಿಗಳು ಚಿಲಿಪಿಲಿಗುಟ್ಟುತ್ತಾ ಗುಂಪು ಗುಂಪಾಗಿ ಬಾನಿನಲ್ಲಿ ಹಾರಾಡುತ್ತಿದ್ದವು. ಮುಂಜಾನೆಯ ತಣ್ಣಗೆ ಸುಳಿಗಾಳಿ ಬೀಸಿ ಕಚಗುಳಿ ಇಟ್ಟು ಆಹ್ಲಾದ ಉಂಟು ಮಾಡುತ್ತಿತ್ತು. ಪ್ರಪಂಚವೇ ಸ್ವರ್ಗದ ಒಂದು ತುಣುಕಿನಂತೆ ಕಾಣಿಸಿತು ಶಿವಣ್ಣನಿಗೆ.

ತನ್ನನ್ನು ಪುನಃ ಕೆಲಸಕ್ಕೆ ತೆಗೆದುಕೊಂಡ ವಿಷಯ ಕೇಳಿದಾಗ ಪಾರ್ವತಿಯ ಮುಖ ಆನಂದದಿಂದ ಹೇಗೆ ಅರಳಬಹುದು ಎಂದು ಕಲ್ಪಿಸಿಕೊಂಡು ರೋಮಾಂಚಿತನಾದ ಶಿವಣ್ಣ. ಕೊನೆಯಿಲ್ಲದ ಬಡತನದ ಬೇಗೆಯಿಂದ

ಕಂಗೆಟ್ಟಿದ್ದ ಅವಳ ಮುಖದಲ್ಲಿ ಮೂಡುವ ಸಿಹಿ ನಗುವನ್ನು ಊಹಿಸಿ ಊಹಿಸಿ ತಣಿಯದಾದ ಅವನು. ತನ್ನಲ್ಲೇ ನಗುತ್ತಾ ಕೊಳಗೇರಿಯ ಗಲ್ಲಿಗಳನ್ನು ಹಾದು ತನ್ನ ಜೋಪಡಿಯಿದ್ದ ಗಲ್ಲಿಗೆ ತಿರುಗಿದವನೇ ಗಕ್ಕನೆ ನಿಂತ.

ತನ್ನ ಜೋಪಡಿಯ ಮುಂದೆ ಜನಗಳ ಗುಂಪು! 'ಏನಾಯ್ತಪ್ಪ ಸಿವನೇ. ಇನ್ನೇನು ಸಿಕ್ಸೆ ಕೊಡ್ಬೇಡ ನನ್ನಪ್ಪ' ಅಂದುಕೊಳ್ಳುತ್ತಾ ಶಿವಣ್ಣ ಆತಂಕದಿಂದ ಜೋಪಡಿಯ ಬಳಿಗೆ ಧಾವಿಸಿದ. ಜನಗಳು ದುಃಖದಿಂದ ಕಣ್ಣೊರೆಸಿಕೊಳ್ಳುತ್ತಿದ್ದರು. ಅವನೆದೆ ಜೋರಾಗಿ ಹೊಡೆದುಕೊಂಡಿತು.

"ಅವ್ವ ಏನಾದರೂ ಸಿವನ ಪಾದ... ಅಥವಾ ಪಾರೂ..." ಮುಂದೆ ಯೋಚಿಸಲು ಸಾಧ್ಯವಾಗಲಿಲ್ಲ ಅವನಿಗೆ. ಉಸಿರು ಬಿಗಿ ಹಿಡಿದು ಅವನು ಜೋಪಡಿಯ ಬಾಗಿಲ ಬಳಿ ಬರುತ್ತಿದ್ದಂತೆ ಶೂನ್ಯದಲ್ಲಿ ನೋಟ ನೆಟ್ಟು ಕುಸಿದು ಕುಳಿತಿದ್ದ ಪಾರೋತಿ ಕಂಡಳು. ಅತ್ತು ಅತ್ತು ಅವಳ ಕಣ್ಣೀರು ಬತ್ತಿ ಹೋಗಿತ್ತು. ಅಂದರೇ... ಅವ್ವ!

"ಪಾರೋತಿ...ಪಾರೋತಿ, ಏನಾಯಿತೇ ಅವ್ವನಿಗೆ?" ಶಿವಣ್ಣ ಚೀರಿದ.

ಕಂಗೆಟ್ಟ ಮುಖ ಹೊತ್ತು ಶಿಲೆಯಂತೆ ಕುಳಿತಿದ್ದ ಪಾರ್ವತಿ ಉತ್ತರಿಸಲಿಲ್ಲ. ಅಕ್ಕ ಪಕ್ಕದ ಮನೆ ಹೆಂಗಸರು ಅವಳನ್ನು ಸಮಾಧಾನಿಸಲು ಪ್ರಯತ್ನಿಸುತ್ತಿದ್ದರು. ಶಿವಣ್ಣನಿಗೆ ದುಃಖ ತಡೆಯಲಾಗಲಿಲ್ಲ. "ಅವ್ವಾ..." ಎಂದು ಅವನು ಪ್ರಲಾಪಿಸುತ್ತಾ ಜೋಪಡಿಯೊಳಗೇ ನುಗ್ಗಿದವನೇ ಅಲ್ಲಿಯ ದೃಶ್ಯ ನೋಡಿ ಗೋಡೆಗೆ ಡಿಕ್ಕಿ ಹೊಡೆದವನಂತೆ ನಿಂತು ಬಿಟ್ಟ.

ಅವ್ವ ಭೋರಿಡುತ್ತಾ, ಹೊರಳಾಡಿ ಅಳುತ್ತಿದ್ದಳು. ಅವಳ ಸುತ್ತಲೂ ಕಣ್ಣೀರಿಡುತ್ತಾ ನಿಂತಿದ್ದ ಇತರರ ಮಧ್ಯೆ ಮಲಗಿತು – ತನ್ನ ಹೆಣ!

ನನ್ನ ಕಥೆಯ ಕಥೆ

ನಾನೊಂದು ಕಥೆ ಬರೀಬೇಕು ಅಂತ ನನಗೆ ಚಿಕ್ಕಂದಿನಿಂದ ತುಂಬಾ ಆಸೆ. ನಾನು ಕಥೆ ಬರೆದು, ಎಲ್ಲಾರೂ ಅದನ್ನ ಓದಿ ಆನಂದ, ಮೆಚ್ಚುಗೆಯಿಂದ ನನ್ನನ್ನು ಹೊಗಳಿ ನಾನು ತುಂಬಾ ಪ್ರಖ್ಯಾತಿಯಾದಂತೆ ನಾ ಕಂಡ ಹಗಲು ಕನಸು ಅದೆಷ್ಟು ಸಾರಿನೋ? ಆದರೆ ಕಥೇನಾ ಹೇಗೆ ಬರೆಯೋದು, ಯಾವುದರ ಮೇಲೆ ಬರೆಯೋದು ಅನ್ನೋದು ಮಾತ್ರ ಅರ್ಥವಾಗ್ತಿರಲಿಲ್ಲ. ಸ್ಕೂಲಿನಲ್ಲಿದ್ದಾಗ ತುಂಬಾ ಕಥೆ ಪುಸ್ತಕಗಳನ್ನು ಓದುತ್ತಿದ್ದ ನಾನು ಈ ಕಥೆ ಬರೆಯುವವರು ಎಷ್ಟು ನಿರಾಯಾಸವಾಗಿ, ಸುಲಭವಾಗಿ ನಮ್ಮಲ್ಲಿ ಮೂಡುವ ಭಾವನೆಗಳನ್ನು, ನಮ್ಮ ಸುತ್ತಲೂ ನಡೆಯುವ ಘಟನೆಗಳನ್ನು ಸರಳವಾದ ಪದಗಳಿಂದ ಕಣ್ಣಿನ ಮುಂದೆ ಕಟ್ಟುವಂತೆ ವರ್ಣಿಸಿ ಬರೆದು ಬಿಡ್ತಾರೆ ಅಂತ ಆಶ್ಚರ್ಯ ಪಡುತ್ತಿದ್ದೆ.

ಮನೆಯಲ್ಲಿ ಅನಿವಾರ್ಯ ಕೆಲಸವಿದ್ದು ಸ್ಕೂಲಿಗೆ ಸ್ವಲ್ಪ ಲೇಟಾಗಿ ಹೋದಾಗ ಮೇಷ್ಟ್ರು ಕೆಂಗಣ್ಣು ಬಿಟ್ಟು "ಯಾಕೋ, ಕತ್ತೇ ಬಡವಾ ಲೇಟು?" ಅಂತ ಗದರಿದಾಗ ಇದ್ದ ವಿಷಯ ಇದ್ದಂತೆ ಹೇಳಲೂ ಆಗದೆ ತೊದಲಿ ಬಾಸುಂಡೆ ಬರುವಂತೆ ಏಟು ತಿನ್ನುತ್ತಿದ್ದ ನಾನು, ರಸ್ತೆಯಲ್ಲಿ ಹಾವಾಟ ನೋಡುತ್ತಾ ಸಮಯದ ಪರಿವೆ ಇಲ್ಲದೆ ಅರ್ಧ ಗಂಟೆ ಲೇಟಾಗಿ ಬಂದ ವೆಂಕಟರಮಣ ಸರಾಗವಾಗಿ ಮನೆಯಲ್ಲಿ ಅಮ್ಮನ ಮೈ ಸರಿಯಿಲ್ಲದೆ, ಅಪ್ಪ ಆಫೀಸಿಗೆ ಹೋಗಿದ್ದರಿಂದ ತಾನೇ ಡಾಕ್ಟರಿಂದ ಔಷಧಿ ತಂದು ಕೊಟ್ಟು ಬರಲು ತಡವಾಯ್ತು ಅಂತ ಹೇಳಿ ಬೈಗಳ ಜಾಗದಲ್ಲಿ ಶಭಾಷ್‌ಗಿರಿ ಪಡೆದದ್ದು ನೋಡಿ

ಅವಕ್ಕಾಗುತ್ತಿದ್ದೆ. ಒಂದು ಸಣ್ಣ ಸುಳ್ಳನ್ನು ಜನ ನಂಬುವಂತೆ ಹೇಳಲು ಬರದ ನಾನು ಕಥೆ ಇನ್ನೇನು ಬರೀತೀನಿ ಮಣ್ಣು! ಅಂತ ನಿರಾಶನಾಗುತ್ತಿದ್ದೆನಾದರೂ ಪ್ರಖ್ಯಾತನಾಗುವ ಆಸೆನಾ ಬಿಡದೇ ಪೋಷಿಸುತಿದ್ದೆ.

ಮಿಡ್ಲ್ ಸ್ಕೂಲಿಂದ ಪಾಸ್ ಆಗಿ ಹೈಸ್ಕೂಲ್ಗೇರಿದಾಗ ಟೆಂಪರರಿಯಾಗಿ ಕಥೆ ಜಾಗದಲ್ಲಿ ಹಾಡು, ನಾಟಕಗಳ ಹುಚ್ಚು ಹಿಡಿಯಿತು. ಸಂಗೀತ ಕಲಿಯುತ್ತಿದ್ದ ಅಕ್ಕನಂತೆ ಮನೆಯಲ್ಲಿ ತ್ಯಾಗರಾಜರ ಕೀರ್ತನೆ ಹಾಡಲು ಶುರು ಮಾಡಿದರೆ ಅಪ್ಪನಿಂದ ಹಿಡಿದು ಕಡೇ ತಮ್ಮನವರೆಗೂ ಎಲ್ಲರೂ ಒಬ್ಬೊಬ್ಬರಾಗಿ ಎದ್ದು ಜಾಗ ಖಾಲಿ ಮಾಡೋರೆ! ಇಲ್ಲಾ, "ಸುಮ್ನೆ ಕಿರುಚಬೇಡ. ಡಿಸ್ಟರ್ಬ್ ಆಗತ್ತೆ" ಅಂತ ಗದರೋರು! ಈ ನಿರುತ್ತೇಜಕರವಾದ ವಾತಾವರಣದಲ್ಲಿ ನಾನು ಹೇಗೆ ದೊಡ್ಡ ಸಂಗೀತಗಾರನಾಗಿ ಪಿ.ಬಿ.ಶ್ರೀನಿವಾಸ್ ಥರ 'ಬಿಂಕದ ಸಿಂಗಾರಿ...' ಅಂತ ಬಿಂಕವಾಗಿ ಹಾಡಿ ಹೆಸರುವಾಸಿಯಾಗೋದು ಅಂತ ಸಿಡಿಮಿಡಿಗೊಳ್ಳುತ್ತಿದ್ದೆ.

"ನಮ್ಮನೇಲಿ ಏನ್ಮಾಡಕ್ಕೂ ಪ್ರೋತ್ಸಾಹ ಸಿಗಲ್ಲ" ಅಂತ ಅಮ್ಮನ ಮುಂದೆ ಗೊಣಗಾಡಿದಾಗ ದೇವರಿಗೆ ಹೂ ಪೋಣಿಸುತ್ತಾ ಕೂತಿದ್ದ ಅಮ್ಮ,

"ಒಂದೇ ಸಲಕ್ಕೆ ತ್ಯಾಗರಾಜರ ಕೀರ್ತನೆ ಹಾಡಕ್ಕಾಗಲ್ಲ. ಅದಕ್ಕೆ ನಿನ್ನಕ್ಕನ ಥರ ಆರೆಂಟು ವರ್ಷ ಸಂಗೀತ ಅಭ್ಯಾಸ ಮಾಡ್ಬೇಕು. ಹೇಳ್ತಾ ಹೇಳ್ತಾ ನಿನ್ನ ಗೊಗ್ಗರು ಧ್ವನಿ ಹಿಡಿತಕ್ಕೆ ಬರತ್ತೆ. ಬಾ ಇಲ್ಲಿ ದಾಸರ ದೇವರನಾಮಗಳನ್ನ ಹೇಳಿಕೊಡ್ತೀನಿ" ಅಂದಳು.

ಅವಳ ಮಾತುಗಳು ನನಗೆ ರುಚಿಸಲಿಲ್ಲ. ಮನೆ ಎದುರು ಆಂಜನೇಯನ ದೇವಸ್ಥಾನದಲ್ಲಿ ಪ್ರತಿವರ್ಷ ನಡೆಯುತ್ತಿದ್ದ ರಾಮನವಮಿ ಉತ್ಸವದಲ್ಲಿ ಹಾಡುತ್ತಿದ್ದ ಎಂ.ಎಸ್.ಎಸ್., ಎಂ.ಎಲ್.ವಿ., ಬಾಲಮುರಳಿ ಕೃಷ್ಣರ ಕಚೇರಿಯನ್ನು ಕೇಳಲು ಜನ ಮುಗಿಬೀಳುತ್ತಿದ್ದಂತೇ ನನ್ನ ಹಾಡುಗಳನ್ನೂ ಕೇಳಲು ಸಾವಿರಾರು ಸಂಖ್ಯೆಯಲ್ಲಿ ಜನರು ಬರುವಂತೆ ಹಾಡಿ ಹೆಸರು ಮಾಡಬೇಕೆಂದಿದ್ದ ನನ್ನ ಆಸೆಗೆ ತಣ್ಣೀರೆರಚಿದಂತಾಯಿತು. ಆರು ಎಂಟು ವರ್ಷ ಅಭ್ಯಾಸ ಮಾಡುವ ತಾಳ್ಮೆ ನನಗಿರಲಿಲ್ಲ. ಏನಾದರೂ ದಿಢೀರನೆ ಮಾಡಿ ಪ್ರಸಿದ್ಧಿಯಾಗಿ, ಜನರ ಕಣ್ಮಣಿಯಾಗಿ ಮೆರೆಯಬೇಕು ಅಂತ ನನಗೆ ಆತುರ! ಸರಿ. ಶಾಸ್ತ್ರೀಯ ಸಂಗೀತದ ಆಸೆ ಕೈಬಿಟ್ಟು ದಾಸರ ಪದಗಳಿಗೆ ಮೊರೆಹೊಕ್ಕೆ. ಅದರಲ್ಲೂ ಸಿನಿಮಾದ 'ಕಲ್ಲು ಸಕ್ಕರೆ ಕೊಳ್ಳಿರೋ...' 'ಯಾರಿಗೆ ಯಾರುಂಟು...' ಇತ್ಯಾದಿ ಜನಪ್ರಿಯ ಪದಗಳೇ ನನಗೆ ಬಲುಪ್ರಿಯ. ಹಾಡಿ ಹಾಡಿ ಗಂಟಲು ರಾಚಿಕೊಂಡರೂ ನಾನು ನಿಲ್ಲಿಸಲಿಲ್ಲ.

ಸ್ಕೂಲಿನಲ್ಲಿ, ಕನ್ನಡಿಗರ ಸಂಘದಲ್ಲಿ ಅಥವಾ ಇನ್ನೆಲ್ಲಾದರೂ 'ಲಘು ಸಂಗೀತ'ದ ಸ್ಪರ್ಧೆ ಕೇಳಿ ಬಂದರೆ ಅದರಿಂದ ಪ್ರಭಾವಿತನಾಗಿ, ಅದೇ

ಸ್ಫೂರ್ತಿಯಲ್ಲಿ ಘಂಟೆಗಟ್ಟಲೆ ಮನೆಯಲ್ಲಿ 'ಲಘು ಸಂಗೀತ' ಹಾಡುತ್ತ ಮನೆಯವರ ಕಿವಿ ಕೊರೆಯುತ್ತಿದ್ದೆ. ನರಸಿಂಹ ಸ್ವಾಮಿ, ಬೇಂದ್ರೆ, ಕುವೆಂಪು, ಶಿವರುದ್ರಪ್ಪನವರ ಭಾವಗೀತೆಗಳು ನನ್ನ ಕೈಲಿ... ಕ್ಷಮಿಸಿ, ನನ್ನ ಬಾಯಲ್ಲಿ ಕಗ್ಗೊಲೆಯಾದವು! ಆದರೂ ನಾನೇನು ಜಗ್ಗಲಿಲ್ಲ!

ಹಾಗೂ ಹೀಗೂ ಸ್ಕೂಲಿನ ವಾರ್ಷಿಕೋತ್ಸವದಲ್ಲಿ ನನ್ನದೇ 'ಸೋಲೋ' ಹಾಡಿಗೆ ಅವಕಾಶ ಗಿಟ್ಟಿಸಿಯೇ ಬಿಟ್ಟೆ! ಆಗ ಪ್ರಖ್ಯಾತವಾಗಿದ್ದ ಭಾವೈಕ್ಯತೆಯ ಚಿತ್ರಗೀತೆಯೊಂದನ್ನು ಹಾಡಲು ತಯಾರಿ ನಡೆಸಿದೆ. ಹಿರಿಯ ವಿದ್ಯಾರ್ಥಿಗಳಿಬ್ಬರಿಂದ ತಬಲ, ಹಾರ್ಮೋನಿಯಂ ನನಗೆ ಪಕ್ಕ ವಾದ್ಯಗಳು! ಅನೇಕ ದಿನಗಳ ಅಬ್ಬರದ ಅಭ್ಯಾಸದ ನಂತರ ನಾನು ಹೆದರುತ್ತಿದ್ದ ವಾರ್ಷಿಕೋತ್ಸವ ಬಂದೇ ಬಿಟ್ಟಿತು!

ಸ್ಟೇಜಿನ ಹಿಂದೆ ಬೆವರೊರೆಸಿಕೊಳ್ಳುತ್ತಾ ನಿಂತಿದ್ದ ನನಗೆ ನನ್ನ ಹಾಡಿನ ಮುಂಚಿನ ಕಾರ್ಯಕ್ರಮಗಳ ಪರಿವೆಯೇ ಇರಲಿಲ್ಲ. ದೇಶಭಕ್ತಿ ಗೀತೆ ಹಾಡುವುದಾಗಿ ನನ್ನ ಹೆಸರು ಪ್ರಕಟಿಸಿ ಮೇಷ್ಟ್ರು ಹಿಂದೆ ಬಂದ ಮೇಲೆ ನಾನು ಕನಸಿನಲ್ಲಿದ್ದಂತೆ ನಡೆದು ಹೋಗಿ ಮೈಕಿನ ಮುಂದೆ ನಿಂತೆ. ನನ್ನ ಸುತ್ತಲೂ ಒಂದು ಮಾರು ದೂರದಷ್ಟು ಬಿಟ್ಟು ಉಳಿದಿದ್ದೆಲ್ಲವೂ ಕತ್ತಲು ಕತ್ತಲಾಗಿ ಏನು ಕಾಣಿಸದೆ ಕಾಲುಗಳು ಥರಥರ ನಡುಗಲಾರಂಭಿಸಿತು. ಹಾಡು ಪ್ರಾರಂಭಿಸಿದೆ. ಧ್ವನಿ ನನ್ನದೋ, ಯಾರದೋ ಎಂದು ಅನುಮಾನ ಬರುವಂತೆ ಗೊಗ್ಗರು ಗೊಗ್ಗರಾಗಿ, ಹಿಡಿದು ಹಿಡಿದು ಬರುತ್ತಿತ್ತು. ಹುಡುಗರು ಜೋರಾಗಿ ಕೂಗಾಡಿ, ವಿಜಲ್ಲು ಹಾಕಿ ಗಲಾಟೆ ಮಾಡಲು ಶುರು ಮಾಡಿದರು. ಅವರ ಕೂಗಾಟ ಕೇಳಿ ಗಾಬರಿಗೆ ನನ್ನ ಧ್ವನಿ ಸಂಪೂರ್ಣ ನಿಂತೇ ಹೋಯಿತು. ಪ್ರಯತ್ನ ಪಟ್ಟರೂ ಬಾಯಿಂದ ಶಬ್ಧವೇ ಬರಲಿಲ್ಲ. ಹಾರ್ಮೋನಿಯಂ, ತಬಲ ಸೇರಿ ಹಾಡಿನ ಶೇಷಭಾಗವನ್ನು ವಾದ್ಯದಿಂದಲೇ ಬಾರಿಸಿ ಪೂರ್ತಿ ಮಾಡಿದ ಮೇಲೆ ಎದ್ದು ಒಳಗೆ ಹೋದೆವು. ಅವಮಾನದಿಂದ ನಾನು ಮೇಷ್ಟ್ರಿಗೆ ಮುಖ ತೋರಿಸದೆ, ಉಳಿದ ಕಾರ್ಯಕ್ರಮಗಳನ್ನೂ ನೋಡದೆ ಮನೆಗೆ ಬಂದುಬಿಟ್ಟೆ. ಅಷ್ಟಕ್ಕೇ ನಾನು ನನ್ನ ಸಂಗೀತದ ಸಾಹಸಕ್ಕೆ ತಿಲಾಂಜಲಿ ಇತ್ತಿದ್ದು ನಿಮ್ಮೆಲ್ಲರ ಸುಕೃತ!

ಆದರೆ ಈಗಲೂ ಮನೆಯಲ್ಲಿ, ಮುಖ್ಯವಾಗಿ ಸ್ನಾನದ ಮನೆಯಲ್ಲಿ ಸಂಗೀತಗಾರನಾಗುವ ನನ್ನ ಗುಪ್ತ ಆಸೆಯನ್ನು ಮನಸಾರೆ ಪೂರೈಸಿಕೊಳ್ಳುತ್ತೀನಿ. ಪಕ್ಕದ ಮನೆಯ ಯಶೋದಮ್ಮ ನನ್ನಾಕೆಯೊಂದಿಗೆ, "ಏನ್ರೀ ಪರವಾಗಿಲ್ಲ ನಿಮ್ಮೆಜಮಾನ್ರು ಚೆನ್ನಾಗಿ ಹಾಡ್ತಾರೆ" ಅಂತ ನನಗೆ ಕೇಳುವ ಹಾಗೇ ಕುಚೋದ್ಯವಾಡೋದು ನನಗೇನು ಬೇಸರವಿಲ್ಲ ಬಿಡಿ.

ಆದರೆ, ನಾಟಕದಲ್ಲಿ ಪಾತ್ರ ಮಾಡಿ ನಟಸಾರ್ವಭೌಮ ರಾಜ್‌ಕುಮಾರ್‌ಗೆ

ಪ್ರತಿಸ್ಪರ್ಧಿಯಾಗಿ ಬೆಳ್ಳಿತೆರೆಯ ಮೇಲೆ ಮೆರೆಯಬೇಕು ಅನ್ನೋ ನನ್ನಾಸೆ ತೀರ ಅಧ್ವಾನವಾಗಿ ಕೊನೆಗೊಂಡಿದ್ದು ಮಾತ್ರ ಒಂದು ದುರಂತ! ಪೀಚಾಗಿ, ಸಣ್ಣಕ್ಕಿದ್ದ ನನಗೆ ಬರೀ ಹುಡುಗರಿದ್ದ ನನ್ನ ಸ್ಕೂಲಿನ ನಾಟಕದಲ್ಲಿ ಹುಡುಗಿಯ ಪಾತ್ರವೊಂದನ್ನು ಕೊಟ್ಟರು. ಹೀರೋ ಆಗಲು ನಾನೇನು ಕಮ್ಮಿ ಎಂದು ನನಗೆ ಅಸಮಾಧಾನವೆನಿಸಿದರೂ ಮೇಷ್ಟ್ರಿಗೆ ಹಾಗೆ ಹೇಳಲು ಧೈರ್ಯ ಸಾಲದೆ ಹುಡುಗಿಯ ಪಾತ್ರಾನೇ ಒಪ್ಪಿಕೊಂಡಿದ್ದೆ. ಆ ನಾಟಕದಲ್ಲಿ ನನ್ನ ಪಾತ್ರವೇನೋ ಚಿಕ್ಕದು. ಆದರೆ ಅದನ್ನು ಅಭಿನಯಿಸಿದ ಮೇಲೆ ನಾನು ಸ್ನೇಹಿತರ ಕೈಲಿ ಸಿಕ್ಕಿ, ರೇಗಿಸಿಕೊಂಡು ನರಳಿದ ದಾರುಣ ಕಥೆ ಮಾತ್ರ ತುಂಬಾ ದೊಡ್ಡದು. ನಾಟಕ, ನಟನೆ ಎಂದರೆ ಬೆಚ್ಚುವಂತೆ ಮಾಡಿದರು ನನ್ನ.

ದೊಡ್ಡನಟನಾಗಿ, ನನ್ನ ದರ್ಶನಕ್ಕಾಗಿ ಸಾವಿರಾರು ಜನ ತಹತಹಸಿ ನುಗ್ಗಿ ಬರುವಂತೆ ಪ್ರಖ್ಯಾತ ಸಿನಿಮಾತಾರೆಯಾಗಬೇಕೆಂಬ ನನ್ನ ಆಸೆ ಇದರೊಂದಿಗೇ ಮಣ್ಣಾಯಿತು. ನಟನಾಗುವ ನನ್ನ ಅದಮ್ಯ ಬಯಕೆ, ಆ ಒಂದೇ ಹುಡುಗಿಯ ಪಾತ್ರದೊಂದಿಗೆ ಕೊನೆಗೊಳ್ಳುವಂತೆ ಮಾಡಿದ್ದರಲ್ಲಿ ನನ್ನ ಕ್ಲಾಸಿನ ಗೆಳೆಯರು ವಹಿಸಿದ ಪಾತ್ರ ನಿಜವಾಗಿಯೂ ದೊಡ್ಡದು ಮತ್ತು ಶ್ಲಾಘನೀಯ!

ಈ ನಿರಾಶೆಗಳೊಂದಿಗೇ ಕಾಲೇಜು ಏರಿದೆ. ಈ ಮಧ್ಯೆ ನಾನು ಆಗ ಬಯಸಿ, ಪ್ರಯತ್ನಿಸಿ, ಸೋತ ದುಸ್ಸಾಹಸಗಳಿಗೆ ಲೆಕ್ಕವೇ ಇಲ್ಲ!

ಪ್ರಕಾಶ ಪಡುಕೋಣೆ ವಿಶ್ವ ಚಾಂಪಿಯನ್ ಆದಾಗ ನಾನು ಸ್ಫೂರ್ತಿ ಪಡೆದು ಬ್ಯಾಡ್ಮಿಂಟನ್ ಟೀಮ್ ಸೇರಿ ನಾಲ್ಕಾರು ವರ್ಷ ಕೆಲವು ರ್‍ಯಾಕೆಟ್ ಹಾಳು ಮಾಡಿದೆ. ಒಂದಾದರೂ ಮ್ಯಾಚ್ ಗೆಲ್ಲುವ ಮಟ್ಟ ತಲುಪಲಾರದೆ ಅದನ್ನು ಕೈ ಬಿಟ್ಟೆ.

ವೆಂಕಟಪ್ಪ ಆರ್ಟ್ ಗ್ಯಾಲರಿಯಲ್ಲಿ ಶ್ರೀನಿವಾಸ ವರ್ಮನ ಪೇಯಿಂಟಿಂಗ್ ನೋಡಿಕೊಂಡು ಬಂದು ಉತ್ತೇಜಿತನಾಗಿ ಒಂದು ಬಾಕ್ಸ್ ಪೇಯಿಂಟ್, ಹಲವಾರು ಬ್ರಷ್ಗಳು ತಂದು ಡ್ರಾಯಿಂಗ್ ಹಾಳೆಗಳನ್ನು ಬಣ್ಣ ಬಣ್ಣವಾಗಿ ತುಂಬಿದೆ. ನೋಡಿದವರು ನಾನು ಚಿತ್ರಿಸಿದ ಪ್ರಕೃತಿ ಚಿತ್ರ ಅರ್ಥಮಾಡಿಕೊಳ್ಳುವುದಿರಲಿ, ಕಡೆಗೆ ಏನು ಅರ್ಥವಾಗದ 'ಮಾಡ್ರನ್ ಪೇಯಿಂಟಿಂಗ್' ಥರ ಇದೆ ಅಂತಾದರೂ ಹೇಳಬಾರದೆ?

"ಏನೇನು ಚೆನ್ನಾಗಿಲ್ಲ. ಈ ವಿದ್ಯೆಗಳನ್ನೆಲ್ಲಾ ಚಿಕ್ಕಂದಿನಿಂದಲೇ ಕಲೀಬೇಕು" ಅಂತ ಅಂದು ಬಲವಂತ ಮಾಡಿ ನನ್ನನ್ನು ಒಬ್ಬ ಪ್ರಸಿದ್ಧ ಕಲಾಕಾರನಾಗುವ ಅವಕಾಶದಿಂದ ತಪ್ಪಿಸಿದರು.

ಲಲಿತ ಕಲೆಗಳಲ್ಲಿದ್ದ ನನ್ನ ವ್ಯಾಮೋಹ ಬಿಡಲಾಗದೆ ನಾನು ವೀಣೆ, ಕೊಳಲು

ಕಲಿಯಲು ಪ್ರಾರಂಭಿಸಿ, ಅವೆಲ್ಲಾ ನಿಜವಾಗಿಯೂ ಕಷ್ಟಕರವಾದ ವಿದ್ಯೆಯೆಂದು ಅರಿತ ಮೇಲೆ ಗೌರವವಾಗಿ ಸುಮ್ಮನಾದೆ. ಆದರೆ ಸುಪ್ರಸಿದ್ಧನಾಗುವ ಹಾಗೆ ಏನು ಸಾಧಿಸಲಾಗಲಿಲ್ಲವಲ್ಲಾ ಅನ್ನುವ ಕೊರಗು ಮಾತ್ರ ನನ್ನನ್ನು ಒಳಗೆ ಬಾಧಿಸುತ್ತಿತ್ತು. ಆಗೆಲ್ಲಾ ಗುಟ್ಟಾಗಿ ರೂಮಿನಲ್ಲಿ ಕೂತು ಮಾಡಲು ಸಾಧ್ಯವಾಗುವ ಈ 'ಕಥೆ ಬರೆಯುವುದು' ನನ್ನನ್ನು ಆಕರ್ಷಿಸುತ್ತಲೇ ಇತ್ತು.

ಕಾಲೇಜಿನ ಕೊನೆಯ ವರ್ಷದಲ್ಲಿದ್ದಾಗ, ನಾನು ವಯಸ್ಸಿಗೆ ಸಹಜವಾಗಿ ಹುಡುಗಿಯರ ಬಗ್ಗೆ ಕನಸು ಕಾಣುವುದು ಜಾಸ್ತಿಯಾಗಿ, ನನ್ನ ಕನಸಿನ ರಾಣಿಯ ಮೇಲೆ ರೋಚಕವಾಗಿ ಒಂದು ಸಣ್ಣ ಕಥೆ ಬರೆದೆ ಬಿಟ್ಟೆ. ಮೇಲಿಂದ ಮೇಲೆ ನಾನೇ ಅದನ್ನು ಓದಿ ಓದಿ ರೋಮಾಂಚತನಾದೆ. ಆಹ್ಹಾ! ಕೊನೆಗೂ ನನಗೆ ಒಂದು ಅಮೂಲ್ಯವಾದ ಕಥೆ ಬರೆಯಲು ಸಾಧ್ಯವಾಯಿತು ಅಂತ ಹಿಗ್ಗಿ, ಹೊಸ ಬಿಳಿಹಾಳೆ ತಂದು, ನೀಟಾಗಿ ಕಾಪಿ ಮಾಡಿ, ದುಂಡಾಗಿ ಶೀರ್ಷಿಕೆ ಬರೆದು ಇದನ್ನು ಯಾವ ಪತ್ರಿಕೆಗೆ ಕಳಿಸಲಿ ಅಂತ ಚಿಂತಿಸಿ ಗೊಂದಲಕ್ಕೆ ಬಿದ್ದೆ. ತರಾಸು, ಭೈರಪ್ಪ, ತೇಜಸ್ವಿ ಮುಂತಾದ ಇನ್ನೂ ಅನೇಕ ಖ್ಯಾತ ಕಾದಂಬರಿಕಾರರ ಮುಖಗಳು ಸಾಲು ಸಾಲಾಗಿ ಕಣ್ಣ ಮುಂದೆ ಮೂಡಿ, ಇನ್ನು ಅವರ ಸಾಲಿನಲ್ಲಿ ನಾನು ಸೇರುವ ದಿನ ದೂರವಿಲ್ಲ ಎಂದು ನೆನೆದು ಅತ್ಯುತ್ಸಾಹಗೊಂಡೆ.

ಅಷ್ಟರಲ್ಲಿ ನನ್ನಕ್ಕ ಆಫೀಸಿನಿಂದ ಬಂದದ್ದನ್ನು ನೋಡಿ, ಅದೇ ಉತ್ಸಾಹದಿಂದ "ನೋಡೇ ಒಂದು ಕಥೆ ಬರ್ದಿದೀನಿ. ಯಾವುದಾದರೂ ಮ್ಯಾಗಜಿನ್‌ಗೆ ಕಳಿಸ್ತೀನಿ. ಹೇಗಿದೆ ಓದು" ಅಂತ ಕೊಟ್ಟೆ.

ಮೊದಲೇ ಆಯಾಸದಿಂದಿದ್ದ ಅವಳು ಅಷ್ಟೇನೂ ಉತ್ಸುಕ ತೋರಿಸದಿದ್ದರೂ ನಾನು ಹಿಡಿದರೆ ಜಿಗಣೆಯಂತೆ ಬಿಡುವುದಿಲ್ಲ ಅಂತ ಓದಲು ಶುರು ಮಾಡಿದಳು. ಎರಡು ಪೇಜ್ ಓದುವುದಕ್ಕಿಲ್ಲ ಮುಖ ಸಿಂಡರಿಸಿ,

"ಥೂ! ಏನೋ ಇದು. ಅಸಹ್ಯವಾಗಿ ಬರೆದಿದ್ದೀ. ಇಂಥಾದ್ದನ್ನ ಯಾರು ಓದ್ತಾರೆ, ಯಾರು ಪ್ರಕಟಿಸುತ್ತಾರೆ" ಅಂತ ನನ್ನ ಮೇಲೆ ಎಸೆದಳು.

ನನಗಾದ ಹೃದಯಾಘಾತ ವರ್ಣಿಸಕ್ಕೆ ಆಗಲ್ಲ. ಅವಳೇನು ಮಹಾ ದೊಡ್ಡ ವಿಮರ್ಶಕಿ, ಅವಳಿಗೇನು ತಿಳಿಯುತ್ತೆ ಅನಿಸಿದರೂ ಅವಳ ತೀವ್ರ ಪ್ರತಿಕ್ರಿಯೆ ನೋಡಿದ ಮೇಲೆ ಪತ್ರಿಕೆಗೆ ಕಳಿಸುವ ಧೈರ್ಯ ಬರಲಿಲ್ಲ. ಆಮೇಲೆ ಅದು ವಾಪಾಸ್ಸು ಬಂದರೆ ಆಗುವ ಅವಮಾನ, ಮುಖಭಂಗಕ್ಕಿಂತ ಸುಮ್ಮನಿರುವುದು ಮೇಲು ಅನಿಸಿ ನನ್ನ ಹಾರಿಹೋದ ಕನಸುಗಳನ್ನು ನೆನೆದು ದುಃಖಿಸಿ ಸುಮ್ಮನಾದೆ.

ಉರಿಯುವ ಗಾಯಕ್ಕೆ ಉಪ್ಪು ಹಚ್ಚಿದಂತೆ ನನ್ನೊಂದಿಗೆ ಓದುತ್ತಿದ್ದ ಸೆಕೆಂಡ್ ಕ್ಲಾಸ್ ದಡ್ಡ ವಾಸು ಬರೆದ ಹಾಸ್ಯ ಲೇಖನ ಕಾಲೇಜು ಮ್ಯಾಗಜಿನ್‌ನಲ್ಲಿ

ಪ್ರಕಟವಾಗಿ ಅವನಿಗಿದ್ದಷ್ಟೂ ಪ್ರತಿಭೆ ಬುದ್ದಿವಂತನಾದ ನನಗೆ ದೇವರು ಕೊಡಲಿಲ್ಲವಲ್ಲಾ ಅಂತ ಕೊರಗಿ ಒಳಗೇ ತುಂಬಾ ದುಃಖ ಪಟ್ಟೆ.

ಇವೆಲ್ಲ ಆಗಿ ಈಗ ಸುಮಾರು ಇಪ್ಪತ್ತು ವರ್ಷಗಳೇ ಆಗಿ ಹೋಗಿವೆ. ಮನೆಯಲ್ಲಿದ್ದ ಹಳೇ ಪೆಟ್ಟಿಗೆ ಝಾಡಿಸುತ್ತಿದ್ದ ನನ್ನಾಕೆ ಅವತ್ತು ಹಳದಿ ಬಣ್ಣಕ್ಕೆ ತಿರುಗಿದ್ದ ಕಾಗದ ಕಡತ ಒಂದನ್ನು ನೋಡಿ, ಅದೇ ಕಥೇನ ಓದಿ, ಆಶ್ಚರ್ಯದಿಂದ "ಏನ್ರೀ ಇದು,-- ನೀವು ಬರೆದಿದ್ದಾ? ಎಷ್ಟು ಚೆನ್ನಾಗಿದೇರಿ" ಅಂತ ಕಣ್ಣರಳಿಸಿ ಬಾಯ್ಬಿಟ್ಟಳು. ಮಲಗಿ ನಿದ್ರಿಸುತ್ತಿದ್ದ ನನ್ನ ಸಕಲ ಪಾಂಡಿತ್ಯಗಳೂ ದಿಢೀರನೆ ಎದ್ದು ನಿಂತವು.

ಅವಳೊಂದಿಗೆ ಒಂದು ಭಾನುವಾರದ ದೀರ್ಘ ಚರ್ಚೆಯ ನಂತರ ಅದನ್ನು ಈಗಿನ ಪ್ರಖ್ಯಾತವಾದ ಯಾವುದಾದರೂ ವಾರ ಪತ್ರಿಕೆಗೆ ಕಳಿಸೋದು ಅಂತ ನಿರ್ಧರಿಸಿ, ಆಫೀಸಿಗೆ ಒಂದು ದಿನ ರಜಾ ಹಾಕಿ, ಹೊಸದಾಗಿ ಬಿಳಿಹಾಳೆ ತಂದು, ದುಂಡಗೆ ಕಾಪಿ ಮಾಡಿದೆ. "ಇದು ನನ್ನ ಕಲ್ಪನೆಯ ಕಥೆ, ಯಾರನ್ನೂ ಆಧರಿಸಿದ್ದಲ್ಲ' ಅನ್ನುವ ನನ್ನ ಘೋಷಣಾ ಪತ್ರ ಬರೆಯುತ್ತಿರುವಾಗ 'ಇದು ನನ್ನನ್ನು ಕುರಿತು ನನ್ನ ಒಪ್ಪಿಗೆ ಪಡೆಯದೇ ಬರೆದಿದ್ದಾರೆ' ಅಂತ ಹೈಕೋರ್ಟ್, ಸುಪ್ರೀಂಕೋರ್ಟಿನಲ್ಲಿ ಯಾರಾದರೂ ರಿಟ್ ಹಾಕಿದರೆ, 'ಸಲ್ಮಾನ್ ರಶ್ದಿ' ಥರ ನಾನು ದೇಶದಾದ್ಯಂತ ಪ್ರಖ್ಯಾತನಾಗಬಹುದು ಅನಿಸಿ ಅದನ್ನು ಹೊಡೆದುಹಾಕಿದೆ. ನನ್ನವಳೇ ಬೇಕಾದಷ್ಟು ಅಂಚೆ ಚೀಟಿ ಅಂಟಿಸಿ ಸಡಗರದಿಂದ ಪೋಸ್ಟ್ ಮಾಡಿ ಬಂದಳು. "ರೀ, ಇನ್ನೊಂದು ಕವರು ತೊಗೊಂಡು ಇಷ್ಟೇ ಸ್ಟಾಂಪ್ ಹಚ್ಚಿ ನಿಮ್ಮ ಅಡ್ರೆಸ್ ಬರೆದು ಇದರೊಂದಿಗೆ ಇಟ್ಟು ಕಳಿಸಿ ಅಂತ ಪೋಸ್ಟಾಫೀಸಿನಲಿ ಸ್ಟ್ಯಾಂಪ್ ಕೊಡೋ ಹೆಂಗಸು ಹೇಳಿದಳು, ಹಾಗೆ ಮಾಡಿದೀನಿ" ಅಂತ ಅವಳು ಹೇಳಿದಾಗ, ನನಗೆ ಕಸಿವಿಸಿಯಾಯಿತು. ಆದರೂ ಸುಮ್ಮನಾದೆ.

ಸರಿ, ಅಂದಿನಿಂದ ಪೋಸ್ಟ್‌ಮ್ಯಾನ್‌ಗೆ ಕಾಯುವುದೇ ಕೆಲಸವಾಯಿತು. ಒಂದು ವಾರ ಆಫೀಸಿನಿಂದ ಮನೆಗೆ ಬಂದವನೇ 'ಪೋಸ್ಟ್ ಬಂತಾ' ಅಂತ ಕೇಳುತ್ತಿದ್ದೆ. 'ಇಲ್ಲ' ಅಂತ ಯಥಾಪ್ರಕಾರ ಅವಳ ಉತ್ತರ.

ಇಷ್ಟು ದಿವಸ ಉತ್ತರವಿಲ್ಲದ್ದರಿಂದ ನನ್ನ ಕಥೆ ಪ್ರಕಟಣೆಗೆ ಆಯ್ಕೆಯಾಗಿದೆ ಅನಿಸಿ ಹಿಗ್ಗಿದೆ. ಆತ್ಮೀಯರಾದ ಕೆಲವರಿಗೆ, ಆಫೀಸಿನ ಗೆಳೆಯರಿಗೆ ನನ್ನ ಕಥೆ ಬಗ್ಗೆ ತಿಳಿಸಿ ಇಷ್ಟರಲ್ಲೇ ಪ್ರಕಟವಾಗಬಹುದೆಂದು ಹೇಳಿ ಹೆಮ್ಮೆಯಿಂದ ಬೀಗಿದೆ. ಪ್ರಕಟಿಸುವುದಕ್ಕೆ ಕೆಲ ದಿನಗಳ ಮುಂಚೆ ಸಂಭಾವನೆಯೊಂದಿಗೆ ಪತ್ರಿಕೆಯವರ ಒಪ್ಪಿಗೆಯ ಪತ್ರ ಬರುವುದೆಂದು ಅವರಿವರಿಂದ ಕೇಳಿ ತಿಳಿದುಕೊಂಡಿದ್ದೆ. 'ಅಯ್ಯೋ, ಇಪ್ಪತ್ತು ವರ್ಷಗಳು ಅನ್ಯಾಯವಾಗಿ ನನ್ನಲ್ಲಿದ್ದ ಪ್ರತಿಭೇನ

ಬೆಳೆಯಗೊಡದೆ ವ್ಯರ್ಥಮಾಡಿದೆ. ಇಷ್ಟು ಹೊತ್ತಿಗೆ ನನ್ನ ಹೆಸರು ಎಷ್ಟು ಜನಜನಿತವಾಗಿರುತ್ತಿತ್ತೋ ಏನೋ' ಅಂತ ಮನದಲ್ಲೇ ಹಲುಬಿದೆ.

ಅಂದು ನನ್ನಾಕೆ ಅವಳಮ್ಮನ ಮನೆಗೆ ಹೋಗಿದ್ದಳು. ಮೈ ಸರಿಯಿಲ್ಲ ಅಂತ ನಾನೂ ಆಫೀಸಿಗೆ ಹೋಗದೆ ಮನೆಯಲ್ಲೇ ಕುಳಿತು 'ದೀಪಾವಳಿ ಸಂಚಿಕೆಗೆ ಒಂದು ಒಳ್ಳೆಯ ಕಥೆ ಕಳಿಸಿಕೊಡಿ' ಎಂದು ಅಕಸ್ಮಾತ್ ಪತ್ರಿಕೆಯವರು ಕೇಳಿದರೆ ರೆಡಿ ಇರಲಿ ಎಂದು ಕಥೆ ಬರೆಯುವ ತಯಾರಿಯಲ್ಲಿದ್ದೆ.

'ಪೋಸ್ಟ್' ಅಂತ ಕೂಗು ಕೇಳಿ ದಡಪಡಿಸಿ ಹೊರಗೆ ಹೋದೆ.

'ಅಯ್ಯೋ ಪಾಪ!' ಅನ್ನುವಂತೆ ನನ್ನನ್ನೇ ಕರುಣೆಯಿಂದ ನೋಡುತ್ತಾ ಪೋಸ್ಟ್‌ಮ್ಯಾನ್ ದಪ್ಪಗಿನ ಕವರ್ ಕೊಟ್ಟು ಹೋದ. ಒಳಗೆ ಬಂದು ಬಾಗಿಲು ಹಾಕಿ ಕುತೂಹಲದಿಂದ ಹರಿದು ನೋಡಿದೆ.

ಮುತ್ತಿನಂಥಾ ನನ್ನಕ್ಷರದ ನನ್ನ ಅಮೂಲ್ಯ ಪ್ರಥಮ ಕೃತಿ ನನ್ನನ್ನು ನೋಡಿ,

'ನಿನ್ನನ್ನು ಬಿಟ್ಟಿರಲಾರೆ' ಎಂಬಂತೆ ನಕ್ಕಿತು!!

ಬಯಸಿದವಳು

"ನಿನಗಾಗಿ ನಾನು ಸರ್ವಸ್ವವನ್ನು ಕೊಡಬಲ್ಲೆ. ತನು, ಮನ... ಧನ... ಪ್ರತಿಯೊಂದನ್ನೂ ಸಹ. ನನ್ನನ್ನೇ ನಾನು ನಿನಗೆ ಅರ್ಪಣೆ ಮಾಡಿಕೊಂಡಿದ್ದೇನೆ. ನಮ್ಮ ತಂದೆಗೆ ನಾನು ಒಬ್ಬಳೇ ಮಗಳು. ನಾನು ಹೇಳಿದ್ದರ ವಿರುದ್ಧ ಒಂದು ಮಾತನ್ನೂ ಸಹ ಆಡುವುದಿಲ್ಲ. ನೀನು ಒಮ್ಮೆ... ಒಂದು ಸಾರಿ ನನ್ನನ್ನೊಪ್ಪಿ ಹೂಂ ಎಂದರೆ ಸಾಕು, ನಾನು ಧನ್ಯಳಾಗುತ್ತೇನೆ. ದಯವಿಟ್ಟು... ಓಹ್ ದಯವಿಟ್ಟು ನಿನ್ನ ಕೃಪಾದೃಷ್ಟಿ ನನ್ನತ್ತ ಬೀರಿ ಒಮ್ಮೆ... ಒಂದೇ ಒಂದು ಸಲ ನನ್ನವನಾಗು. ನನಗೆ ಗೊತ್ತು, ನಿನ್ನಂತಹ ಸುಪ್ರಸಿದ್ಧ ನಟನಿಗೆ ನನ್ನಂಥ ಕಾಗದ ಬರೆಯುವವರು ಸಾವಿರಾರು ಜನ. ಆದರೆ ನನ್ನ ಪ್ರೀತಿ ಆರಾಧನೆ ಎಲ್ಲರಂತಲ್ಲ..."

ಅವನೊಮ್ಮೆ ಆಕಳಿಸಿ, ಮೈ ಮುರಿದ. ಓದುತ್ತಿದ್ದಾಗ ಗಂಟು ಹಾಕಿದ್ದ ನೀಳ ಹುಬ್ಬು ಬಾಗಿ ನಿಂತಿತು. ಆರಾಮ ಕುರ್ಚಿಗೆ ಒರಗಿ ಅವನೊಮ್ಮೆ ಮೇಜಿನ ಕಡೆ ನೋಡಿದ. ಸುಂದರವಾಗಿ ಅಲಂಕರಿಸಿದ್ದ ಹೂದಾನಿಯ ಪಕ್ಕ ಕಾಗದಗಳ ರಾಶಿಯೇ ಬಿದ್ದಿತ್ತು. ಅಬ್ಬ! ಇಷ್ಟೊಂದು ಓದಬೇಕೇ? ಎಲ್ಲವನ್ನೂ ಒತ್ತಟ್ಟಿಗೆ ತಳ್ಳಿ ಕಸದ ಬುಟ್ಟಿಗೆ ಎಸೆಯಬೇಕು ಎನ್ನಿಸಿತು ಅವನಿಗೆ. ಕಣ್ಣುಗಳು ಪುನಃ ಕೈಯಲ್ಲಿದ್ದ ಕಾಗದದ ಕಡೆಗೆ ತಿರುಗಿದವು.

"ನಿನ್ನಂಥ ಪ್ರಸಿದ್ಧ ನಟನಿಗೆ ನನ್ನಂಥ ಕಾಗದ ಬರೆಯುವವರು ಸಾವಿರಾರು ಜನ. ಆದರೆ ನನ್ನ ಪ್ರೀತಿ, ಆರಾಧನೆ ಎಲ್ಲರಂತಲ್ಲ..." ಅವನ ಒಳ ಮನಸ್ಸಿನಲ್ಲಿ ಯಾವುದೋ ರಾಗ ನುಡಿಯಿತು. ಹೌದು, ನಿನ್ನ ಪ್ರೀತಿ, ಆರಾಧನೆ ಎಲ್ಲರಂತಿರಲಿಲ್ಲ. ಪ್ರೀತಿ ಅಂದರೆ ಜನ ನೋಡಿ ನಗುವಷ್ಟು ಪ್ರೀತಿಸಿದೆ. ಆರಾಧನೆ ಅಂದರೆ ಹಗಲು, ಇರುಳು,

ಕನಸು, ಮನಸು, ಆಡುವ ಉಸಿರು... ಪ್ರತಿಯೊಂದರಲ್ಲೂ ಅವಳನ್ನೇ ಆರಾಧಿಸಿದೆ. ಅವಳನ್ನು ಮೊದಲು ನೋಡಿದ ದಿನ... ಅವನು ಅದನ್ನೆಂದಿಗೂ ಮರೆಯಲಾರ!

"ನಮಸ್ಕಾರ" ಕೋಮಲ ಕಂಠದಿಂದ ಅವಳು ಇವನನ್ನು ವಂದಿಸಿದಾಗ ಇವನು ಬೆರಗಾಗಿದ್ದ, ಬೆಪ್ಪಾಗಿದ್ದ. ಅವಳ ಸೌಂದರ್ಯಕ್ಕೆ ಮನಸೋತು ಹುಚ್ಚನಾದ. ಇವನನ್ನು ನೋಡಲು ಸುತ್ತಲೂ ನೆರೆದ ಜನರು ಏನೆಂದು ತಿಳಿದುಕೊಳ್ಳಬಹುದು ಅನ್ನುವ ಪರಿವೆಯು ಇಲ್ಲದೆ ಅವಳನ್ನೇ ದಿಟ್ಟಿಸಿ ನೋಡಿದ. ಆ ಹೊಂಬಣ್ಣದ ಚೆಲುವಿನ ಮುಖ, ಕೊರಳು ಬಳಸಿ ಮಲಗಿದ್ದ ಸರ, ಕೆಂಪಾದ ತುಟಿ ಗಲ್ಲ ಪ್ರತಿನಿತ್ಯ ಬಲ ಬೀಸುವ ಬಣ್ಣದ ಬಗೆಬಗೆ ಚಿಟ್ಟೆಗಳನ್ನು ನೋಡುತ್ತಿದ್ದ ಅವನಿಗೂ ಮತ್ತೇರಿಸುವ ಮಾದಕ ಸೌಂದರ್ಯ ಅವಳದು ಹೊರಗೆ ಪೋಲೀಸರು ಇವನನ್ನು ನೋಡಲು ಬಂದ ಜನರನ್ನು ತಡೆಯಲು ವಿಶ್ವ ಸಾಹಸ ಮಾಡುತ್ತಿದ್ದರು. ಇವನು ಅವಳೆಡೆ ಹೋಗಲು ತವಕಿಸುತ್ತಿದ್ದ ನೋಟವನ್ನು ಬೇರೆಡೆಗೆ ಸಾಗಿಸಲು ವಿಶ್ವಾಸ ಮಾಡುತ್ತಿದ್ದ ಪರಿಚಯವಾದ ಮೇಲೆ ಅವಳು ಇವನನ್ನು ಕೊಲ್ಲುವ ಮುಗುಳುನಗೆ ಬೀರಿ ಇವರಿಂದ ದೂರ ತೇಲಿ ತನ್ನ ಗೆಳತಿಯರೆಡೆಗೆ ಹೊರಟು ಹೋದಳು. ಇವನ ಬುದ್ಧಿ ಮನಸ್ಸು ಮಾತ್ರ ಶೂನ್ಯವಾಯಿತು. ಜನರ ಗಲಭೆ ತಡೆಯಲಾಗದೆ ಪೋಲೀಸರು ಲಾಟಿ ಏಟು ಪ್ರಾರಂಭಿಸಿದರು.

'ಪಟ... ಪಟ... ಪಟ್' ಅವನು ಕನಸಿನಿಂದ ಎಚ್ಚರಗೊಂಡ. ಬಾಗಿಲು ತೆಗೆದುಕೊಂಡಿತ್ತು. ಹೊರಗಿನಿಂದ ನುಗ್ಗಿ ಬಂದ ಗಾಳಿಗೆ ಕೆಲವು ಕಾಗದಗಳು ಹಾರಿ ಪಟಪಟನೆ ಕೆಳಗೆ ಬಿದ್ದಿದ್ದವು. ಕೈಯಲ್ಲಿದ್ದ ಕಾಗದವನ್ನು ಮುದುರಿ ಪಕ್ಕದಲ್ಲಿದ್ದ ಬುಟ್ಟಿಗೆ ಎಸೆದು ಬಾಗಿಲ ಕಡೆಗೆ ತಿರುಗಿದ.

"ಸರ್, ಕಾಲೇಜಿನ ಹುಡುಗಿಯರ ಗುಂಪೊಂದು ನಿಮ್ಮನ್ನು ನೋಡಲು ಬಂದಿದ್ದಾರೆ. ಎರಡು ನಿಮಿಷ ಸಾಕು ಅಂತಿದ್ದಾರೆ" ಅವನ ಸೆಕ್ರೆಟರಿ ವಿನಯವಾಗಿ ಭಿನ್ನಹಿಸಿದ.

ಅವನ ಹುಬ್ಬು ಗಂಟಿಕ್ಕಿತು. 'ಥೂ! ಏನು ಜನಾನೋ, ಒಂದೇ ಒಂದು ಘಳಿಗೆ ಸಹ ಆರಾಮವಾಗಿ ಕುಳಿತುಕೊಳ್ಳಕ್ಕೆ ಬಿಡಲ್ಲ'

"ಮಲಗಿಕೊಂಡಿದ್ದಾರೆ. ನೋಡಕ್ಕೆ ಆಗಲ್ಲ ಅಂತ ಹೇಳು"

ಅವನು ಬಾಗಿಲು ಮುಚ್ಚಿ ಹೋಗುವುದರಲ್ಲಿ ಅವನ ಮತ್ತೆ ಹೇಳಿದ. "ಒಂದು ಕಪ್ಪು ಚಾಯ್ ಕಳಿಸು"

ಮೇಲೆದ್ದು ಕೆಳಗೆ ಹಾರಿ ಬಿದ್ದಿದ್ದ ಕಾಗದಗಳನ್ನು ಆರಿಸುತ್ತಾ ಯೋಚಿಸಿದ. ಪ್ರಪಂಚವೇ ಇವನಿಗಾಗಿ ಹಾತೊರೆಯುತ್ತಿದೆ. ಬೇರೆ ಬೇರೆ ಬಣ್ಣ, ವಯಸ್ಸು, ಪ್ರದೇಶ, ಬುಡಕಟ್ಟಿಗೆ ಸೇರಿದ ಎಲ್ಲಾ ರೀತಿಯ ಜನರೂ ಇವನ ಆರಾಧಕರು. ರಜತ ಪರದೆಯ ಮೇಲೆ ಕಾಣುವ ಇವನ ಚೆಲುವು, ಯೌವ್ವನಕ್ಕೆ ಜನ ಹುಚ್ಚರಾಗುತ್ತಿದ್ದರು.

ಕೊಟ್ಟು ಹುಟ್ಟದವರ ಬದುಕು

ಒಮ್ಮೆ ಬಹುಶಃ ಹೆಚ್ಚು ಕಡಿಮೆ ಇವನ ತಾಯಿಯ ವಯಸ್ಸಾಗಿರಬಹುದಾಗಿದ್ದ ಯಾವುದೋ ರಾಜವಂಶದ ಹೆಂಗಸೊಬ್ಬಳು ಕೇಳಿದ್ದಳು.

"ನೀನು ನನ್ನನ್ನು ಮದುವೆಯಾಗುವೆಯಾ? ನನ್ನ ಸಮಸ್ತ ಆಸ್ತಿ ನಿನ್ನದೇ" ಇವನ ವಿನಯಪೂರ್ವಕ ನಕಾರಕ್ಕೆ ಅವಳು ಕೋಪದಿಂದ ಬುಸುಗುಟ್ಟುತ್ತಾ ಹೊರಟು ಹೋಗಿದ್ದಳು.

ಹೊರಗೆ ಗೇಟಿನ ಸದ್ದಾಯಿತು. ಕಾಲೇಜಿನ ಹುಡುಗಿಯರು ಇವನನ್ನು ಕಾಣಲಾಗದೆ ನಿರಾಶರಾಗಿ ಹೋಗುತ್ತಿದ್ದರು. ಅವನು ಪುನಃ ಕುಳಿತುಕೊಂಡು, ಇನ್ನೊಂದು ಕಾಗದ ಒಡೆದು ಓದತೊಡಗಿದ.

"ಚೆಲುವ, ನೀನಿನ್ನೂ ಮದುವೆಯಾಗದ ನವ ತರುಣ. ಅಲ್ಲಿಯವರೆಗೂ ನಿನ್ನ ಚೆಲುವನ್ನು, ಯೌವ್ವನವನ್ನು ವ್ಯರ್ಥ ಮಾಡಬೇಡ. ದಾಂಪತ್ಯ ಸುಖದ ಅನುಭವ ನಾನು ಸಂಪೂರ್ಣ ಕೊಡುವೆ ಬಾ... ನನ್ನನ್ನು ನೀನು ಮದುವೆ ಆಗಬೇಕಿಲ್ಲ... ನನ್ನನ್ನು ನಮ್ಮ ಕಾಲೇಜಿನ ಮುಂಭಾಗದಲ್ಲಿ... ಇಷ್ಟು ಹೊತ್ತಿಗೆ ಸಂಧಿಸು"

ಅವನ ಮನಸ್ಸಿನಾಳದಲ್ಲಿನ ನೆನಪೊಂದು ಗುಂಯ್ಗುಟ್ಟಿತು.

"ಹಲೋ, ಏನು ಇವತ್ತಿನ ಸಂಜೆ ಪ್ರೋಗ್ರಾಮ್?... ಏನು ಇಲ್ವಾ? ಹಾಗಾದರೆ ಹೊರಗೆ ಎಲ್ಲಾದರೂ ಹೋಗಿ ಸುತ್ತಾಡಿಕೊಂಡು ಬರೋಣವಾ? ಇವತ್ತು ಸಂಜೆ ಇದ್ದ ಬೇರೆ ಎಲ್ಲಾ ಪ್ರೋಗ್ರಾಮ್ ಕ್ಯಾನ್ಸಲ್ ಮಾಡಿದ್ದೀನಿ... ಏನು? ಫ್ರೆಂಡ್ಸ್ ಬರ್ತಾರಾ? ಓಹ್, ಕಮಾನ್, ಒಂದು ದಿವಸ ಕರೆದರೆ ಬರೋದಕ್ಕೆ ಅಳ್ತೀಯೆಲ್ಲಾ?... ನೋ...ನೋ... ರೆಡಿಯಾಗಿರು. ಊಹೂಂ, ನಾಳೆ ಗೀಳೆ ಪ್ರಶ್ನೇನೇ ಇಲ್ಲ. ನಾನು ಬರ್ತೀನಿ. ನೀನು ರೆಡಿಯಾಗಿರಲೇಬೇಕು. ನಾನು ನಿಮ್ಮ ಕಾಲೇಜಿನ ಮುಂಭಾಗದಲ್ಲಿ... ಇಷ್ಟು ಹೊತ್ತಿಗೆ ಕಾಯ್ತಿರ್ತೀನಿ... ಓಕೇ?"

ಅಂದು ಸಂಜೆ ಅವನು ಅತ್ಯಂತ ಶ್ರದ್ಧೆಯಿಂದ ಅಲಂಕರಿಸಿಕೊಂಡು ಸಿದ್ಧನಾದ. ಕನ್ನಡಿಯ ಮುಂದೆ ನಿಂತಾಗ ಅವನಿಗೆ ಒಂದು ಕ್ಷಣ ಅವನ ಪ್ರತಿಬಿಂಬದ ಮೇಲೆ ಮೋಹ ಬಂದಂತಾಯಿತು. ಜನರನ್ನು ಕೊಲ್ಲುವ ರೂಪ ಅವನದು. ಹೆಂಗಸರಿರಲಿ, ಗಂಡಸರೂ ಮೋಹಗೊಳ್ಳುವಷ್ಟು ಚೆಲುವ ಅವನು. ಕಾಲೇಜಿನ ಮೆಟ್ಟಿಲು ಹತ್ತುತ್ತಿದ್ದಂತೇ ಅವನು ಮಾಡಿದ ನಾಲ್ಕಾರು ಎಳೆ ವಯಸ್ಸಿನ ಯುವಕನ ಪ್ರೇಮ ಕಥೆಯ ಸಿನಿಮಾಗಳು ಪ್ರಚಂಡ ಯಶಸ್ಸು ಗಳಿಸಿ ಇವನನ್ನು ಪ್ರಖ್ಯಾತಿ, ಪ್ರತಿಷ್ಠೆ ಹಾಗೂ ಐಶ್ವರ್ಯದ ಶಿಖರದ ಮೇಲೆ ಕೂಡಿಸಿದವು. ಯುವತಿಯರ ಕನಸಿನ ಅನಭಿಷಕ್ತ ಸಾಮ್ರಾಟ, ಸಿನಿಮಾ ಪ್ರಪಂಚ ಹಿಂದೆಂದೂ ಕಂಡಿರದಂತಹ ಬಹುಶಃ ಮುಂದೆ ಕಾಣಲಾಗದಂಥಾ ಉನ್ಮತ್ತ ಚೆಲುವಿನ, ಹದಿಹರೆಯದ ನಾಯಕ ನಟ ಎಂದು ಸಿನಿಮಾ ಪತ್ರಿಕೆಗಳು ಬಣ್ಣಿಸುತ್ತಿದ್ದವು. ಅವನು ಹೋದ

ಕಡೆ ವಾಹನಗಳ ಸಂಚಾರ ಸ್ತಬ್ಧವಾಗುತ್ತಿತ್ತು. ಕಾರಿನಲ್ಲಿ ಅವನು ಹೋಗುತ್ತಿದ್ದರೆ ಜನ ಬಹಳ ದಿನಗಳ ಪರಿಚಯಸ್ಥರಂತೆ ಹೆಸರು ಹಿಡಿದು ಕೂಗಿ ಕೈಬೀಸುತ್ತಿದ್ದರು. ಒಂದು ಕ್ಷಣ ನಿಂತರೆ ಆಟೋಗ್ರಾಫ್‌ಗಳ ಸೈನ್ಯವೇ ಇವನಿಗೆದುರಾಗುತ್ತಿತ್ತು.

ಅವನು ಉತ್ಸಾಹದಿಂದ ಕಾಲೇಜಿನ ಬಳಿ ಕಾದ... ಕಾದ... ಕಾದೇ ಕಾದ. ಜನರ ಮುತ್ತಿಗೆಗೆ ಭಯಪಟ್ಟು ನಾಲ್ಕೂ ಕಡೆ ಕಪ್ಪು ಗಾಜು ಏರಿಸಿ ಒಳಗೆ ಗಪ್ಪನೆ ಕೂತು ತಿರುಗಿ ತಿರುಗಿ ನೋಡಿ ಕತ್ತು ತಲೆ ನೋಯತೊಡಗಿತು. ಅವಳು ಬರಲೇ ಇಲ್ಲ. ನಿರಾಶೆ ಹಾಗೂ ಕೋಪದಿಂದ ಕುದಿಯುತ್ತಾ ಅವನು ನಗರದ ಪ್ರತಿಷ್ಠಿತ ಹೋಟೆಲಿನ ಮೂಲೆಯಲ್ಲಿ ಕೂತು ಡ್ರಿಂಕ್ ಆರ್ಡರ್ ಮಾಡಿದ್ದಾಗ ಅವಳು ಅಲ್ಲೇ ಕಣ್ಣಿಗೆ ಬಿದ್ದಿದ್ದಳು. ಕಿಲಕಿಲ ನಗುತ್ತಾ ಕುಳಿತಿದ್ದ ತನ್ನ ಗೆಳತಿಯರ ಗುಂಪಿನಿಂದ ನಡೆದು ಇವನ ಕಡೆಗೆ ಬರುತ್ತಿದ್ದಂತೆಯೇ ಇವನು ಕರಗಿ ನೀರಾಗಿ ಹೋದ. ಅವನ ಬುದ್ಧಿ ಸಂಪೂರ್ಣ ಅವಳ ವಶವಾಯಿತು. ಅವಳು ಹತ್ತಿರ ಬಂದು ಕಿವಿಯ ಹತ್ತಿರ ಪಿಸುಗುಟ್ಟಿದ್ದಳು.

"ನೀನೂ ಇಲ್ಲಿಗೇ ಹೇಗೆ ಬಂದೆ!? ವೆರಿ ಸಾರೀ... ನನ್ನ ಫ್ರೆಂಡ್ಸ್ ತುಂಬಾ ಬಲವಂತ ಮಾಡಿ ಈ ಪಾರ್ಟಿಗೆ ಕರೆದುಕೊಂಡು ಬಂದುಬಿಟ್ಟರು"

ಪಾಪ! ಅವನಿಗೆ ಅವಳ ತಪ್ಪನ್ನು ಗಮನಿಸುವುದಿರಲಿ, ತಾನು ಎಲ್ಲಿದ್ದೇನೆ ಅನ್ನುವುದನ್ನೂ ಸಹ ಮರೆತುಬಿಟ್ಟಿದ್ದ. ಮುಂದೆ ಎಷ್ಟೋ ಸಲ ಅವಳೊಡನೆ ಹೋಟೆಲು, ಪಾರ್ಟಿ, ಸಿನಿಮಾ, ಮನರಂಜನೆಯ ಸ್ಥಳಗಳಿಗೆ ಅಲೆದಿದ್ದಾಗ ಅವಳು "ಪಾಪ! ಅವತ್ತು ಒಂದು ಗಂಟೆ ನನಗಾಗಿ ಕಾದಿದ್ದ ಮಹಾಶಯರು ಇವತ್ತು ಹತ್ತೇ ಹತ್ತು ನಿಮಿಷ ಬರಲು ಲೇಟಾದರೆ ಮುನಿಸಿಕೊಂಡುಬಿಟ್ಟಿದ್ದೀರೆಲ್ಲಾ?" ಎಂದು ಅವನನ್ನು ರೇಗಿಸುತ್ತಿದ್ದುದುಂಟು.

ಆಗಾಗ ಅವನು ಏಕಾಂತದ ಉಪಯೋಗ ಪಡೆದುಕೊಳ್ಳುವ ಸಲುವಾಗಿ ಸಲುಗೆಯಿಂದ ವರ್ತಿಸುವುದಕ್ಕೆ ಪ್ರಯತ್ನಿಸುವುದರಲ್ಲಿ ಅವಳು ಗಂಭೀರವಾಗಿ ಅವನಿಂದ ದೂರ ಸರಿದು ಬಿಡುತ್ತಿದ್ದಳು. ಕೈಗೆ ಸಿಕ್ಕೂ ಸಿಗದಂತಿರುತ್ತಿದ್ದ ಅವಳ ಮೇಲಿನ ಇವನ ಹುಚ್ಚು ದಿನ ದಿನಕ್ಕೂ ಹೆಚ್ಚಾಗುತ್ತಿತ್ತು.

"ಸಾಹೇಬ್... ಚಾಯ್"

"ಆಂ" ಅವನು ಎಚ್ಚರಗೊಂಡ. ಅಡುಗೆಯವ ಚಹವನ್ನು ಟಿಪಾಯಿಯ ಮೇಲಿಟ್ಟು ಹೊರಟು ಹೋದ. ಕೈಲಿದ್ದ ಕಾಗದ ಕಸದ ಬುಟ್ಟಿ ಸೇರಿತು. ಚಹ ಒಂದು ಕೈಲಿ ಹಿಡಿದು ಕುಡಿಯುತ್ತ ಮತ್ತೆರಡು ಕಾಗದಗಳನ್ನೋದಿದ. ಅವನ ಭಾವಚಿತ್ರ ಬೇಡಿ ಬಂದಿದ್ದ ಪತ್ರಗಳು ಅವು. ಅವನಿಗೆ ನಗು ಬಂತು. ಯಾವ ಹಳ್ಳಿಯ ಯಾವ ಮೂಲೆ ನೋಡಿದರೂ ಅವನ ಚಿತ್ರವಿರುವ ಭಿತ್ತಿ ಪತ್ರಗಳಿರುತ್ತವೆ. ಯಾವ ಪತ್ರಿಕೆ ತಿರುವಿ ಹಾಕಿದರೂ ಇವನ ವಿವಿಧ ಭಂಗಿಗಳ ಭಾವಚಿತ್ರವಿರುತ್ತವೆ.

ಅಂತಹುದರಲ್ಲಿ ತಮ್ಮದೇ ಆದ ಅವನ ಭಾವಚಿತ್ರವೊಂದನ್ನು ಇಟ್ಟುಕೊಳ್ಳಬೇಕೆಂದು ಜನರ ಬಯಕೆ.

ಜನರ ಈ ಹುಚ್ಚು ಪ್ರೀತಿ ಅವನಿಗೆ ಅಭಿಮಾನವೆನಿಸಿದರೂ ಕೆಲವೊಮ್ಮೆ ಬೇಸರ, ಜಿಗುಪ್ಸೆ, ಕೋಪ ಉಂಟು ಮಾಡುತ್ತಿದ್ದವು. ಒಮ್ಮೆಯಂತೂ ಜಯಭೇರಿ ಹೊಡೆದಿದ್ದ ಯಾವುದೋ ಅವನ ಚಿತ್ರದ ಬೆಳ್ಳಿ ಹಬ್ಬದ ಸಮಾರಂಭದಲ್ಲಿ ಒಬ್ಬ ಯುವತಿ ಇವನಡೆಗೆ ಬಂದು ಬಗ್ಗಿ ಸೆರಗೆತ್ತಿ ನಗ್ನವಾಗಿದ್ದ ಅವಳ ಬೆನ್ನಿನ ಮೇಲೆ ಸಹಿ ಹಾಕಬೇಕೆಂದು ಬೇಡಿದ್ದಳು. ಇವನು ಒಂದು ಕ್ಷಣ ಅಪ್ರತಿಭನಾಗಿ ನಿಂತುಬಿಟ್ಟಿದ್ದ. ಥೂ!, ಜನರ ಹುಚ್ಚಿಗೆ ಮಿತಿ ಬೇಡವೇ? ಕೋಪದಿಂದ ಮೂಕನಾದ. ಚೆನ್ನಾಗಿ ಛೀಮಾರಿ ಹಾಕಿ ಅವಳನ್ನು ಹಿಂದೆ ಕಳಿಸಿದ್ದ. ಸ್ತ್ರೀ ಕುಲಕ್ಕೆ ಅವಮಾನ ಇಂತಹವರಿಂದ.

ಆದರೆ ಅದೇ ಮಾಲಾ? ಅವಳು ಒಮ್ಮೆಯಾದರೂ ಸಲುಗೆಯಿಂದ ಮರ್ಯಾದೆಯ ಮೇರೆ ಬಿಟ್ಟು ಮುಂದೆ ಬಂದಿರಲಿಲ್ಲ. ಇವನ ಚೆಲುವಿನಲ್ಲಿ ಅವಳಿಗೆ ಮೆಚ್ಚುಗೆ ಇದ್ದರೂ ಆಕರ್ಷಣೆ ಇದೆ ಎಂದು ಅವನಿಗೇ ಅನ್ನಿಸುತ್ತಿರಲಿಲ್ಲ. ಇವನು ಅವಳಿಗಾಗಿ ಹಾತೊರೆದು ಮುಂದುವರೆದಷ್ಟೂ ಅವಳು ಇವನಿಂದ ದೂರ ದೂರ ಸರಿಯುತ್ತಿದ್ದಳು. ಅವಳ ಈ ಮೊಂಡು ನಡತೆ ಇವನಲ್ಲಿ ಮತ್ತಷ್ಟು ಮೆಚ್ಚುಗೆಯ ಅಲೆಗಳನ್ನೆಬ್ಬಿಸುತ್ತಿತ್ತು. ಮೊದಲಿಗೆ ಇವನೇನು ಸನ್ಯಾಸಿಯಂತಿರಲಿಲ್ಲ. ಇವನಿಗೆ ಆಕರ್ಷಕವಾಗಿ ಕಂಡ ಹುಡುಗಿಯರಿಗೆಲ್ಲಾ ತನ್ನ ಚೆಲುವಿನ ಗಾಳ ಹಾಕಿ ಸೆರೆ ಹಿಡಿದು ಮನಸಾರೆ ಅವರೊಡನೆ ಆನಂದಿಸಿ ಬೇಸರವಾದಾಗ ಬೇರೆ ಚೆಲುವೆಯರತ್ತ ಹಾರುತ್ತಿದ್ದ ಭ್ರಮರದಂತಿದ್ದ ಅವನು ಅವಳ ಪರಿಚಯವಾದ ಮೇಲೆ ಬೇರೆ ಹುಡುಗಿಯರ ಬಗ್ಗೆ ಆಸಕ್ತಿ ಕೂಡ ತೋರಿಸುತ್ತಿರಲಿಲ್ಲ. ತನ್ನ ರೂಪ, ಯೌವ್ವನದಿಂದ ಮಾಲಾಳನ್ನು ಬಗ್ಗಿಸಿ ತಾನಾಗಿ ಅವಳು ಒಲಿಯುವಂತೆ ಮಾಡಬೇಕೆಂಬುದು ಅವನ ಹಠ ಹಾಗೂ ಆದ್ಯ ಗುರಿಯಾಯಿತು. ಹಗಲಿರುಳು ಅವಳ ಬಗ್ಗೆ ಚಿಂತಿಸಿ ತಲೆಕೆಡಿಸಿಕೊಂಡ ಅವನು. ಅವನ ದೇಹದ ಕಣಕಣದಲ್ಲೂ ಅವಳೇ ಸೇರಿಹೋದಳು. ಹಗಲು, ಇರುಳು ಅವಳದೇ ಧ್ಯಾನವಾಯಿತು ಅವನಿಗೆ. ಮಾಲಾ ಎಂದಿದ್ದರೂ ತನ್ನವಳೇ ಎನ್ನುವುದರಲ್ಲಿ ಅವನಿಗೆ ಸ್ವಲ್ಪವೂ ಸಂಶಯವಿರಲಿಲ್ಲ. ಅವಳ ಮನೆಯವರು ಚಿನ್ನದ ಗಣಿಯಾದ ಇವನಿಗೆ ಅವಳನ್ನು ಧಾರೆಯೆರೆದುಕೊಡಲು ತುದಿಗಾಲಲ್ಲಿ ನಿಂತಿದ್ದರು. ಆದರೆ ಇವನೇ ಮೈತ್ರಿ ಗಾಢವಾಗಲಿ, ತನ್ನ ಚೆಲುವಿನ ಜಾದೂ ಅವಳ ಮೇಲೆ ಪ್ರಬಲವಾಗಿ ತಾನು ಅವಳಿಗಾಗಿ ಹಗಲಿರುಳೂ ಹಂಬಲಿಸುವಂತೆ ಅವಳು ತನ್ನನ್ನು ಬಯಸಿ ವಿರಹದಿಂದ ತಹತಹಿಸುವಂತಾಗಲಿ ಎಂದು ದಿನ ಮುಂದೂಡುತ್ತಿದ್ದ.

ನೀಳವಾಗಿ ಒಂದು ಸಲ ನಿಟ್ಟುಸಿರು ಬಿಟ್ಟು ಕಪ್ಪಿನಲ್ಲಿದ್ದ ಚಹ ಎಲ್ಲವನ್ನು

ಒಂದೇ ಸಲಕ್ಕೆ ಕುಡಿದು ಪಕ್ಕಕ್ಕಿಟ್ಟ, ಸಿಗರೇಟ್ ಕೈಲಿ ಹಿಡಿದು ಲೈಟರ್‌ಗಾಗಿ ತಡಕಾಡಿದ.

ಒಂದು ಕ್ಷಣ ತಡೆದ... ಲೈಟರ್ ಹಿಡಿದು ಮುಂದೆ ನಿಂತ ಅವಳ ಚೆಲುವಿನ ಬಳ್ಳಿಯಂತಹ ದೇಹ ಅವನನ್ನು ಕಾಡಿತು. ಲೈಟರ್ ಹಿಡಿದು ಅವಳು ಹಚ್ಚಿದ ಬೆಂಕಿಯಲ್ಲಿ ಸಿಗರೇಟ್ ಉರಿಯುವುದಕ್ಕಿಂತ ಜೋರಾಗಿ ಅವಳ ಚೆಲುವಿನ ಕಾವಿನಿಂದ, ಅವಳ ಮೇಲಿನ ಇವನ ಬಯಕೆಯ ಬೇಗೆಯಿಂದ ಮೈ ಮನಸ್ಸುಗಳು ಬೆಂದು ಹೋಗುತ್ತಿತ್ತು. ಎಲಿಫೆಂಟಾ ಗುಹೆಗಳಿಗೆ ಭೇಟಿ ಇತ್ತಿದ್ದಾಗ ನಿರ್ಜನ ದ್ವೀಪದಲ್ಲಿ ಇಬ್ಬರೇ ನಸುಗತ್ತಲಿನಲ್ಲಿ ಅಲೆಯುತ್ತಾ ಇದ್ದಾಗ ಅವಳ ಒಡನಾಟದಿಂದ ಅವನಿಗೆ ಹೆಂಡ ಕುಡಿದಂತೆ ಮತ್ತೇರಿತ್ತು. ಪ್ರಾಚೀನ ಭವ್ಯಕಲಾಕೃತಿಗಳ ಹಿನ್ನೆಲೆಯಲ್ಲಿ ಅವಳ ಸೌಂದರ್ಯ ದ್ವಿಗುಣಿಸಿತ್ತು. ಸೀರೆಯಲ್ಲಿ ಅವಳ ಅಪೂರ್ವ ಸೌಂದರ್ಯ ಸ್ಪಷ್ಟವಾಗಿ ಕಾಣುತ್ತಿತ್ತು. ಆ ಏಕಾಂತದ ಉಪಯೋಗ ಪಡೆಯಲು ಅವನು ಮಾಡಿದ ಪ್ರಯತ್ನವನ್ನೆಲ್ಲಾ ಅವಳು ಜಾಣತನದಿಂದ ತಪ್ಪಿಸಿಕೊಂಡಿದ್ದಳು.

ಜೋರಾಗಿ ತಲೆ ಕೊಡವಿ ಅವನು ಮೇಲೆದ್ದು, ಡ್ರಾ ಎಳೆದು ಲೈಟರ್ ತೆಗೆದುಕೊಂಡು ಸಿಗರೇಟ್ ಹಚ್ಚಿದ. ಅವನ ಕೈಗಳು ಮತ್ತೊಂದು ಕಾಗದವನ್ನು ಒಡೆದವು.

"ನಿಮ್ಮ ಭಾವಚಿತ್ರದ ಮುಂದೆ ತಾನು ಗಂಟೆಗಟ್ಟಲೆ ಕಳೆಯುತ್ತೇನೆ. ನನ್ನ ನಿಮ್ಮ ಮಿಲನದ ಕನಸಿನಲ್ಲೇ ದಿನದ ಬಹುಭಾಗ ಕಳೆದು ಹೋಗುತ್ತದೆ. ನಮ್ಮ ಮನೆಯಲ್ಲಿ ಮದುವೆಯಾಗೆಂದು ಒತ್ತಾಯಿಸುತ್ತಿದ್ದಾರೆ. ಆದರೆ ಅವರಿಗೇನು ಗೊತ್ತು? ನಾನು ನಿಮಗಾಗಿ ಕಾದರಿಸಿದ ಪುಷ್ಪವೆಂದು! ನೀವೊಬ್ಬರಿದ್ದರೆ ಈ ತಂದೆ, ತಾಯಿ, ಬಂಧು, ಬಳಗ ಯಾರೂ ಬೇಡ. ಅವರನಷ್ಟೇ ಏಕೆ? ಈ ಪ್ರಪಂಚವನ್ನೇ ಬಿಟ್ಟು ನಿಮ್ಮೆಡೆಗೆ ಓಡಿ ಬರುತ್ತೇನೆ. ದಯವಿಟ್ಟು ಒಂದು ಸಲ, ಒಂದೇ ಒಂದು ಸಲ ವಿಚಾರ ಮಾಡಿ. ನಿಮ್ಮ ನಕಾರ ನನ್ನ ಜೀವನಕ್ಕೆ ಅಂತ್ಯವಾಗುತ್ತದೆ. ನಾನು ನಿಮ್ಮ ವಿರಹದ ಈ ನೋವನ್ನು ಭರಿಸಿ ಬಾಳಲಾರೆ"

"ದಯವಿಟ್ಟು... ಒಮ್ಮೆ... ಒಂದು ಸಲ ವಿಚಾರ ಮಾಡು. ನಿನ್ನ ನಕಾರ ನನ್ನ ಬಾಳಿಗೆ ಅಂಧಕಾರ ತರುತ್ತದೆ..." ಅವನ ಮನಸ್ಸು ಪ್ರತಿಧ್ವನಿಸಿತು.

"ಓಹ್! ನಟರೇ, ನೀವು ರಜತ ಪರದೆಯ ಮೇಲೆ ಆಡಬೇಕಾದ ಮಾತುಗಳನ್ನು ತಪ್ಪಿ ನನ್ನ ಮುಂದೆ ಅಡುತ್ತಿರುವಂತಿದೆ" ನಗುನಗುತ್ತಾ ಅವಳು ಹೇಳಿದ್ದಳು. ಸ್ವಲ್ಪವಾದರೂ ಗಂಭೀರವಾಗಿ ಪರಿಗಣಿಸಬಾರದಿತ್ತೇ?

"ಇಲ್ಲ ಮಾಲಾ, ನಾನು ನಿಜವಾಗಿಯೂ ಹೇಳುತ್ತಿದ್ದೇನೆ" ಅವನು ದೈನ್ಯದಿಂದ ಅವಳನ್ನು ಬೇಡಿದ್ದ, ಕಾಡಿದ್ದ, ಪ್ರಾರ್ಥಿಸಿದ್ದ, ಮಗುವಿನಂತೆ ಹಠ ಮಾಡಿದ್ದ. ಅವಳು ತನ್ನ ನಿರ್ಧಾರದಿಂದ ಬದಲಾಗಲೇ ಇಲ್ಲ. ಕಡೆಗೆ ಇವನ

ಬಲವಂತಕ್ಕೆ ಬೇಸರಗೊಂಡು ಅವಳು ಮತ್ತೊಮ್ಮೆ ತನ್ನನ್ನು ನೋಡಲು ಬರಬೇಡಿ ಎಂದು ಸೂಚಿಸಿದ್ದಳು. ಓಹ್! ಎಂಥಾ ಕಟುಕಿ. ಅವನು ಏನನ್ನು ಬೇಕಾದರೂ ಬಿಡಬಲ್ಲವನಾಗಿದ್ದ. ಆದರೆ ಅವಳನ್ನು ಒಂದು ದಿನ ನೋಡದೆ ಇರಲು ಸಾಧ್ಯವೇ? ಆ ಯೋಚನೆಯೇ ಅವನನ್ನು ವಿವಶನನ್ನಾಗಿ ಮಾಡಿತ್ತು.

ಅವನ ಹುಬ್ಬು ಬಿಗಿದುಕೊಂಡು ತಲೆ ಬಿಸಿಯಾಯಿತು. ಬಾಟಲಿನಿಂದ ಒಂದು ಪೆಗ್ ಸ್ಕಾಚ್ ವಿಸ್ಕಿ ಬಗ್ಗಿಸಿ ಗಟಗಟನೆ ಕುಡಿದು ಆಯಾಸದಿಂದ ಹಿಂದಕ್ಕೆ ಒರಗಿದ. ಇನ್ನೂ ಬಹಳಷ್ಟು ಕಾಗದಗಳು ಕಾದು ಕುಳಿತಿದ್ದವು. ತನಗೆ ಬರುತ್ತಿದ್ದ ಅಭಿಮಾನಿಗಳ ಕಾಗದಗಳನ್ನು ತಾನೇ ಒಡೆದು ಓದಬೇಕೆಂದು ಸೆಕ್ರೆಟರಿಗೆ ಕಟ್ಟು ಮಾಡಿದ್ದ. ಅಕಸ್ಮಾತ್ ತಾನು ಜೀವ ಹಿಡಿದು ಕಾಯುತ್ತಿರುವ ಅವಳ ಕಾಗದವೇನಾದರೂ ಬಂದರೆ?

ಅವನು ಮತ್ತೊಂದು ಕಾಗದ ಕೈಗೆ ತೆಗೆದುಕೊಂಡ. ಅದೇ ಪುರಾಣ. 'ನಾನು ನಿನ್ನನ್ನು ಪ್ರೀತಿಸುತ್ತೀನಿ..', 'ಪೂಜಿಸುತ್ತೀನಿ..', 'ನನ್ನವನಾಗು..' ಎಲ್ಲಾ ಇವೇ. ಬಡವರಿಂದ ಅಷ್ಟೈಶ್ವರ್ಯದ ಒಡತಿಯವರೆಗೂ, ಮುಗ್ಧತೆಯಿಂದ ಆಗತಾನೇ ವಯಸ್ಕರಾಗುತ್ತಿದ್ದ ಹದಿ ಹರೆಯದ ಹುಡುಗಿಯರಿಂದ ಹಿಡಿದು ಮೂವತ್ತು ದಾಟಿದ್ದ ಹೆಂಗಸರಿಂದಲೂ ಅವನಿಗೆ ವೈವಿಧ್ಯದಿಂದ ಕೂಡಿದ ಆರಾಧನಾ ಪತ್ರಗಳು ಬರುತ್ತಿದ್ದವು.

'ನಿಮ್ಮನ್ನು ಮುಖತಃ ಕಂಡು ಮಾತಾಡಬೇಕು'

'ನಿಮ್ಮ ಒಂದು ಪ್ರೇಮ ಕಟಾಕ್ಷಕ್ಕಾಗಿಯೇ ನಾನಿನ್ನು ಜೀವ ಬಿಗಿ ಹಿಡಿದು ಕಾದಿದ್ದೀನಿ'

'ನೀವೇ ನನ್ನ ಉಸಿರು...' ಇತ್ಯಾದಿ.

ಇಷ್ಟೊಂದು ಜನರನ್ನು ಮರಳು ಮಾಡಿದ್ದೀನಿ ಎಂಬ ಒಣ ಜಂಬವೇ ಅವನಿಗೆ ಶಾಪವಾಗಿತ್ತು. ನೆನಪುಗಳಿಂದ ಗಾಸಿಗೊಂಡ ಅವನ ಮೆದುಳು ಬಿಸಿಯೇರಿತು. ತಲೆಯನ್ನು ಹೊತ್ತುಕೊಂಡು ಮುಂದೆ ಕಣ್ಣೋಡಿಸಿದ.

'ಈ ಚಿತ್ರದಲ್ಲಿ ನೀವು ನನ್ನನ್ನು ಸಂಪೂರ್ಣ ಮರಳುಗೊಳಿಸಿದ್ದೀರಿ. ನನ್ನ ಕನಸಿನ ಆಸೆಗಳೆಲ್ಲದರ ಸಾಕಾರ ನೀವು. ನಿಮ್ಮ ಮುಖ ನನ್ನನ್ನು ಹುಚ್ಚು ಮಾಡುತ್ತದೆ. ನಿಮ್ಮ ನಿಲುವು... ಆಕಾರ... ರೂಪು... ನನ್ನನ್ನು ಕೊಲ್ಲಲೆಂದೇ ದೇವರು ನಿಮಗೆ ಕೊಟ್ಟಿರಬೇಕು. ನಿಮ್ಮ ಆ ಒರಟು ಕೆನ್ನೆಯ ಮೇಲೆ ಪ್ರೇಮದ ಸಂಕೇತವನ್ನು ಮೂಡಿಸುವ ಭಾಗ್ಯವನ್ನು ನನಗೆ ಕೊಡಿ. ಬದಲಾಗಿ ನಾನು ಏನನ್ನು ಕೇಳಿದರೂ ಕೊಡಲು ಸಿದ್ಧ...'

ಅವನ ಕೈಗಳು ಪ್ರಯತ್ನವಾಗಿ ಕೆನ್ನೆಯ ಮೇಲಾಡಿತು.

'ಛಟೀರ್...' ಏಟು ಬೆರಳು ಮೂಡುವಂತೆ ಬಿದ್ದಿದ್ದವು ಕೆನ್ನೆಯ ಮೇಲೆ

– ಅವಳ ಕೋಮಲ ಕೈಗಳಿಂದ.

"ಈಡಿಯಟ್! ಬ್ರೂಟ್, ನಿನ್ನನ್ನು... ನಿನ್ನನ್ನು ಸಭ್ಯ ಅಂತ ತಿಳಿದಿದ್ದೆ. ನಿನ್ನ ರೂಪದಂತೆ ನಿನ್ನ ನಡತೆಯು ಸುಂದರ ಅಂತ ಭಾವಿಸಿದ್ದೆ. ಈಗ... ಈಗ, ನಿನ್ನ ಮುಖ ನೋಡೋಕ್ಕು ಅಸಹ್ಯ ಬರುತ್ತೆ" –ಕೋಪದಿಂದ ಅವಳ ಧ್ವನಿ ನಡುಗುತ್ತಿತ್ತು. ಅವಳ ಬಳ್ಳಿಯಂತಹ ದೇಹ ಕಂಪಿಸುತ್ತಿತ್ತು. ಕಣ್ಣುಗಳು ಕಿಡಿ ಕಾರುತ್ತಿದ್ದವು. ಅಸ್ತವ್ಯಸ್ತವಾದ ಬಟ್ಟೆಯಿಂದಾಗಿ ಕಾಣುತ್ತಿದ್ದ ಅವಳ ಮಾಟವಾದ ದೇಹ ಏರಿಳಿಯುತ್ತಿದ್ದ ಎದೆ ಅವನಿಗೆ ಹುಚ್ಚೇರಿಸುತ್ತಿತ್ತು.

"ಮಾಲಾ, ನೋಡು. ನಿನ್ನ ನಾನು ಪ್ರೀತಿಸುತ್ತೀನಿ ಮಾಲಾ. ಖಂಡಿತವಾಗಿಯೂ ಮಾಲಾ. ನನ್ನ ಮದುವೆಯಾಗು ಮಾಲಾ. ಈ ಮಳೆ, ಈ ರಾತ್ರಿ, ಚಳಿ... ಎಷ್ಟು ಸುಂದರವಾಗಿದೆ.. ನೀನು ಇದಕ್ಕಿಂತ ಸುಂದರವಾಗಿ ಕಾಣುತ್ತೀಯ..." ಅಸಂಬದ್ಧವಾಗಿ ತೊದಲಿದ ಅವನು.

'ಛಟೀಲ್' ಎಂದು ಹೊರಗೆ ಸಿಡಿಲು ಬಡಿಯಿತು. ಕಣ್ಣು ಕೋರೈಸುವಂತೆ ಬೆಳಕು ಮಿಂಚಿ ಕತ್ತಲೆಯ ಮೂಲೆಯಲ್ಲಿ ಮುದುರಿ ನಿಂತಿದ್ದ ಅವಳನ್ನು ನಿಚ್ಚಳವಾಗಿ ಎತ್ತಿ ತೋರಿಸಿತು. ಮದ್ಯ ಸೇವಿಸಿ ಸಂಪೂರ್ಣ ಮತ್ತೇರಿದ್ದ ಅವನು ತಪ್ಪು ಹೆಜ್ಜೆ ಹಾಕುತ್ತಾ ಅವಳನ್ನು ಸಮೀಪಿಸಿದ್ದ.

'ಬರಬೇಡ ಹತ್ತಿರ. ನಿನ್ನ ಬುದ್ಧಿ ನಿನ್ನ ಕೈಯಲ್ಲಿ ಇಲ್ಲ' ಚೀರಿದಳು ಮಾಲಾ

ಇವನು ಲಕ್ಷಿಸದೆ ತೂರಾಡುತ್ತಾ ಮುಂದೆ ಹೋದ.

"ಬೇಡ... ಬೇಡ" ಅವಳು ವಿವಶಳಾಗಿ ಅಲ್ಲಿಂದ ಓಡಿ ಹೋಗಲು ನೋಡಿದಳು. ಅವನು ಮುಂದೆ ಹೋಗಿ ಅವಳನ್ನು ಮೂಲೆಯಲ್ಲಿ ತನ್ನ ಬಲಿಷ್ಠ ಬಾಹುಗಳ ಮಧ್ಯೆ ಅಡ್ಡಗಟ್ಟಿ ಓಡಿ ಹೋಗಲಾಗದಂತೆ ಬಂಧಿಸಿದ. ಅಸಹಾಯಕಳಾಗಿ ಅವಳು ತಪ್ಪಿಸಿಕೊಳ್ಳಲು ಹೆಣಗಾಡಿದಳು.

"ದಯವಿಟ್ಟು ಬಿಡು... ಹೊರಟು ಹೋಗು ಇಲ್ಲಿಂದ... ಬಿಡು ನನ್ನ"

"ಮಾಲಾ..." ತನ್ನ ಕನಸುಗಳನ್ನೆಲ್ಲಾ ಅವಳಲ್ಲೇ ರೂಪುಗೊಂಡಂತೆ ಕಾಣಿಸಿತು ಅವನಿಗೆ. ಬಹಳ ದಿನಗಳಿಂದ ತನ್ನಿಂದ ತಪ್ಪಿಸಿಕೊಳ್ಳುತ್ತಿದ್ದ ಆ ಕನಸು ಇಂದು ತನ್ನ ಹತ್ತಿರದಲ್ಲಿ, ತುಂಬಾ ಹತ್ತಿರದಲ್ಲಿ, ತನ್ನ ಬಾಹುಗಳಲ್ಲೇ ಬಂಧನವಾಗಿದ್ದಂತೆ ಅನಿಸಿತು ಅವನಿಗೆ. ಮತ್ತೆಂದೂ ಬಿಡಲಾರೆ ಎಂಬಂತೆ ಅವನು ಬಿಗಿಯಾಗಿ ಅವಳನ್ನಪ್ಪಿಕೊಂಡ.

"ಹಾಂ" ತೋಳನ್ನು ಬಲವಾಗಿ ಕಚ್ಚಿದಳು ಮಾಲಾ. ನೋವಿನಿಂದ ಒಂದು ಕ್ಷಣ ಇವನ ತೋಳುಗಳು ಸಡಿಲವಾದವು ಮತ್ತೊಂದು ಕ್ಷಣದಲ್ಲಿ ಅವಳು ಅವನಿಂದ ದೂರ ಚಿಮ್ಮಿ ಹೊರಬಾಗಿಲಿನ ಬಳಿ ನಿಂತಿದ್ದಳು.

"ಸಾಕು ನಿನ್ನ ಸಹವಾಸ! ಇನ್ನು ನಿನ್ನ ನನ್ನ ಸ್ನೇಹಕ್ಕೆ ಎಂದೆಂದಿಗೂ

ನಮಸ್ಕಾರ. ನಾಳೆಯಿಂದ ನನ್ನ ಹೆಸರನ್ನು ಕನಸಿನಲ್ಲೂ ಸ್ಮರಿಸಬೇಡ" ಮಳೆಯಲ್ಲೇ ಓಡಿ ಕಾರು ಹತ್ತಿದಳು ಮಾಲಾ.

"ಮಾಲಾ... ಮಾಲಾ, ದಯವಿಟ್ಟು ಹೋಗಬೇಡ. ನೀನಿಲ್ಲದೆ ನಾನು ಬದುಕಿರಲಾರೆ" ವಿವಶನಾಗಿ ಕೂಗಿದ್ದ ಅವನು.

ಫಳಾರೆಂದು ಕೋರೈಸಿದ ಮಿಂಚೊಂದನ್ನು ನೋಡಲಾಗದೆ ಒಂದು ಕ್ಷಣ ಕಣ್ಣು ಮುಚ್ಚಿದ. ಮತ್ತೆ ಕಣ್ಣು ತೆಗೆದಾಗ ಕಾರು ಇರಲಿಲ್ಲ. ಎಂದೆಂದಿಗೂ ಅವನ ಹೃದಯವನ್ನು ಬರಿದು ಮಾಡಿ ಮಾಲಾ ಅವನಿಂದ ದೂರ ಹೊರಟು ಹೋಗಿದ್ದಳು.

ಮತ್ತೊಮ್ಮೆ ನೀಳವಾದ ನಿಟ್ಟುಸಿರೊಂದು ಅವನ ಹೃದಯದಿಂದ ಹೊರಬಂತು. ಭಾರವಾದ ಎದೆಯ ಮೇಲೆ ಅವನು ಕೈಯಾಡಿಸಿಕೊಂಡ. ಈ ಎದೆಯ ಮೇಲೆ ನಿಶ್ಚಿಂತೆಯಿಂದ ಮಲಗಲು ಪ್ರಪಂಚವೇ ಬಯಸುತ್ತದೆ. ಆದರೆ ತಾನು ಬಯಸಿದವಳು ಮಾತ್ರ ಅದನ್ನು ಬಯಸಲಿಲ್ಲ. ಅವಳು ತನ್ನ ಹೃದಯದಿಂದ ಎಂದೆಂದಿಗೂ ದೂರ! ಬಲು ದೂರ! ಮತ್ತೆ ಅವಳನ್ನು ಮೊದಲಿನಂತೆ ನೋಡಲೂ ಆಗದು!

ಅವನ ತಲೆ ಗರಗರ ತಿರುಗಿತು. ಹುಬ್ಬು ಗಂಟಿಕ್ಕಿ, ಹಲ್ಲು ಕಚ್ಚಿ ಅವನು ಮುಷ್ಟಿ ಬಿಗಿಮಾಡಿ ಕುಳಿತ. ಮೇಜಿನ ಮೇಲಿದ್ದ ಕಾಗದಗಳ ಕಡೆ ನಿಧಾನವಾಗಿ ತಿರುಗಿದ ಕಾಗದಗಳ ರಾಶಿ ಅವನನ್ನು ಅಣಕಿಸುತ್ತಿದ್ದಂತೆ ಕಂಡಿತು.

'ನೀವು ನನ್ನ ದೇವರು... ನಿಮಗಾಗಿ ನಾನು'

'ನಿಮ್ಮ ಪಾದದ ಬಳಿ ಇರಲು ಇಚ್ಚಿಸುವ ಪುಷ್ಪ ನಾನು...'

'ನೀವು ನಮ್ಮ ಸಂಘದ ಉದ್ಘಾಟನೆ ಮಾಡಬೇಕು...'

'ನಿಮ್ಮ ಭಾವಚಿತ್ರ ಕಳುಹಿಸಿಕೊಡಿ...'

'ಗಂಡ ಮಕ್ಕಳನ್ನು ಬಿಟ್ಟು ನಿಮ್ಮ ಬಳಿಗೆ ಬರಲು ಸಿದ್ಧವಿದ್ದೇನೆ...'

'ನಮ್ಮ ರಾಜ್ಯದ ಲಾಟರಿ ನೀವೇ ಎತ್ತಬೇಕು...'

' ....'

ತನ್ನನ್ನು ತಾನೇ ಎದುರಿಸಲಾರದಂತೆ ಅವನು ಮುಖ ಮುಚ್ಚಿ ಕುಳಿತ.

ರೆಸ್ಕ್ಯೂ

ಮುಸ್ಸಂಜೆಯ ಹೊಂಬೆಳಕಲ್ಲಿ ಹೇಲ್ ಯುನಿವರ್ಸಿಟಿಯ ವಿಸ್ತಾರವಾದ ಹಸಿರು ಉದ್ಯಾನ, ಸಿಮೆಂಟಿನ ಶುಭ್ರ ರಸ್ತೆಗಳು, ದೂರ ದೂರಕ್ಕೆ ಹರಡಿದ್ದ ಭವ್ಯ ಭವನಗಳು, ಬಣ್ಣ ಬಣ್ಣವಾಗಿ ಓಡಾಡುತ್ತಿದ್ದ ವಿದ್ಯಾರ್ಥಿಗಳು ಇವೆಲ್ಲ ಸೇರಿ ಸುಂದರವಾದ ಒಂದು ತೈಲ ಚಿತ್ರದಂತೆ ಕಾಣುತ್ತಿದ್ದವು, ಮುಖ್ಯರಸ್ತೆಯಲ್ಲಿ ಹೇಮಚಂದ್ರ ಕೈಯಲ್ಲಿ ತನ್ನ ಚಿಕ್ಕ ಬ್ರೀಫ್‌ಕೇಸ್ ಹಿಡಿದು ಆತುರವಾಗಿ ಕೇಂದ್ರ ಕಚೇರಿಯ ಕಡೆಗೆ ಧಾವಿಸುತ್ತಿದ್ದ. ಭಾರತದಿಂದ ಬೆಳಗ್ಗೆ ನ್ಯೂಯಾರ್ಕ್‌ಗೆ ಬಂದವನು ಸೀದಾ ಮರು ವಿಮಾನ ಹಿಡಿದು ಇಲ್ಲಿಗೆ ಬಂದಿದ್ದ. ಆಡಳಿತ ಕಛೇರಿಯ ದೊಡ್ಡ ಮೆಟ್ಟಿಲುಗಳನ್ನು ಓಡುವ ನಡಿಗೆಯಲ್ಲಿ ಏರಿ, ವಿಶಾಲವಾದ ಮುಖ್ಯದ್ವಾರವನ್ನು ದಾಟಿ ಸ್ವಾಗತಕಾರಿಣಿಯ ಬಳಿ ಬಂದು ನಿಂತನು.

“ಏನಾದರೂ ಸಹಾಯ ಬೇಕಾಗಿದೆಯಾ?” ವಿನಯವಾಗಿ ಮುಗುಳ್ನಗುತ್ತಾ ಕೇಳಿದಳು ಸ್ವಾಗತಕಾರಿಣಿ.

“ಪ್ರೊಫೆಸರ್ ಕೆನ್ ಆರ್ನಾಲ್ಡ್ ಅವರನ್ನು ನೋಡಬೇಕು”

“ತಾವು ಭಾರತದಿಂದ ಬಂದಿದ್ದೀರಾ? ಡಾ.ಹೇಮಚಂದ್ರ ಅವರೇ?” ಮುಗುಳ್ನಗೆ ಚೆಲ್ಲುತ್ತಾ ಮೆಲುವಾಗಿ ಕೇಳಿದಳು ಅವಳು.

“ಹೌದು. ಪ್ರೊಫೆಸರ್ ಜೊತೆ ನನ್ನ ಭೇಟಿ ನಿಷ್ಕರ್ಷೆಯಾಗಿದೆ”

“ದಯವಿಟ್ಟು ಇರಿ” ಎಂದು ಅವಳು ಫೋನಿನಲ್ಲಿ ಮಧುರವಾಗಿ ಯಾರೊಡನೆಯೋ ಮಾತನಾಡಿದಳು. ನಂತರ ಇವನ ಕಡೆ ತಿರುಗಿ,

ಕೊಟ್ಟು ಹುಟ್ಟದವರ ಬದುಕು

"ದಯವಿಟ್ಟು ಕುಳಿತುಕೊಳ್ಳಿ. ಪ್ರೊಫೆಸರ್‌ನ ಸಹೋದ್ಯೋಗಿ ಒಬ್ಬರು ನಿಮ್ಮನ್ನು ಕರೆದೊಯ್ಯಲು ಬರುತ್ತಾರೆ" ಅಂದಳು. ಹೇಮಚಂದ್ರ ಅಸಹನೆಯಿಂದ ಅಲ್ಲಿದ್ದ ಸೋಫಾದ ತುದಿಯಲ್ಲಿ ಕುಳಿತ, ಸುತ್ತಲಿನ ಮನೋಹರ ದೃಶ್ಯಗಳಾಗಲೀ, ಭವ್ಯವಾದ ಆ ಭವನದ ಸಜ್ಜಾಗಲೀ ಅವನ ಗಮನವನ್ನು ಸೆಳೆಯುವ ಮನಃಸ್ಥಿತಿಯಲ್ಲಿ ಅವನಿರಲಿಲ್ಲ. ಯಾವಾಗ ಪ್ರೊಫೆಸರರನ್ನು ನೋಡುತ್ತೀನೋ ಎಂದು ಚಡಪಡಿಸುತ್ತಾ ಕುಳಿತ. ಹಾಲು ಬಿಳುಪಿನ ಹೊಳೆಯುವ ಕ್ಯಾಡಿಲಾಕ್ ಕಾರೊಂದು ಬರ್ರನೇ ಬಂದು ನಿಂತಾಗ ಅವನು ಸಮಾಧಾನದ ನಿಟ್ಟುಸಿರು ಬಿಟ್ಟು ಸ್ವಾಗತಕಾರಿಣಿಗೆ ಧನ್ಯವಾದ ಹೇಳಿ ಓಡುತ್ತಾ ಹೋಗಿ ಕಾರೊಳಗೆ ಕೂತ.

ಸ್ವಲ್ಪ ಹೊತ್ತಿನಲ್ಲೇ ಹೇಮಚಂದ್ರ ಆಸ್ಟ್ರೋ ಫಿಸಿಕ್ಸ್ ವಿಭಾಗದತ್ತ ಬರ್ರನೇ ಧಾವಿಸುತ್ತಿದ್ದ. ಇತರ ವಿಜ್ಞಾನಿಗಳೊಂದಿಗೆ ಮಾತನಾಡುತ್ತಿದ್ದ ಪ್ರೊಫೆಸರ್ ಕೆನ್ ಅರ್ನಾಲ್ಡ್ ಇವನನ್ನು ಬರಮಾಡಿಕೊಂಡು ವಿಶ್ವಾಸದಿಂದ ಇವನ ಸಂಶೋಧನೆ ಬಗ್ಗೆ ಸಹೋದ್ಯೋಗಿ ಡಾ॥ ದೂರ್ವಾಸನ್‌ರ ಬಗ್ಗೆ ವಿಚಾರಿಸಿದರು. ಹೇಮಚಂದ್ರ ಚುಟುಕಾಗಿ ಉತ್ತರಿಸುತ್ತಾ ತಾಳ್ಮೆ ಇಲ್ಲದೆ ಚಡಪಡಿಸುವುದನ್ನು ಕಂಡು ಅವನನ್ನು ಗಾಜಿನ ಬಾಗಿಲು ತಳ್ಳಿ ಒಳಕ್ಕೆ ಕರೆದುಕೊಂಡು ಹೋದರು. ಗಾಜಿನ ಮೂಲಕ ಅವರು ಹೊರಗಿದ್ದ ಸಹೋದ್ಯೋಗಿಗಳಿಗೆ ಕಾಣಿಸುತ್ತಿದ್ದರಾದರೂ ಅವರಾಡುವ ಮಾತುಗಳು ಕೇಳಿಸುತ್ತಿರಲಿಲ್ಲ. ಹೇಮಚಂದ್ರ ಸ್ವಲ್ಪ ಹೊತ್ತು ಅವರಿಗೆ ಆತುರಾತುರವಾಗಿ ಏನನ್ನೋ ವಿವರಿಸಿದ. ನಂತರ ತನ್ನ ಬ್ರೀಫ್‌ಕೇಸ್‌ನಿಂದ ಕೆಲವು ಫೋಟೋ, ಉದ್ದುದ್ದವಾದ ಸಮೀಕರಣಗಳಿದ್ದ ಹಾಳೆಗಳನ್ನು ಅವರ ಮುಂದೆ ಹರಡಿ ಅದರಿಂದ ಏನನ್ನೋ ತೋರಿಸಿ ಮತ್ತೆ ವಿವರಿಸಿದ.

ಕುತೂಹಲದಿಂದ ಆಲಿಸುತ್ತಿದ್ದ ಪ್ರೊಫೆಸರ್ ಆಸಕ್ತಿ ಮೂಡಿ, ಏಕಾಗ್ರತೆಯಿಂದ ಕುಳಿತು ಕೇಳಿದರು. ಅವನು ತೋರಿಸಿದ ಹಾಳೆಗಳನ್ನು ಕೈಗೆ ತೆಗೆದುಕೊಂಡು ಸ್ವಲ್ಪ ಹೊತ್ತು ಅಭ್ಯಸಿಸಿ ಅವನಿಂದ ಕೆಲವು ವಿವರಗಳನ್ನು ಕೇಳಿದರು. ಮತ್ತೆ ಪೇಪರ್‌ಗಳನ್ನು ಪರಿಶೀಲಿಸುತ್ತಾ ಗಂಭೀರರಾದರು. ಸ್ವಲ್ಪ ಹೊತ್ತು ಯೋಚಿಸಿ ಪಕ್ಕಕ್ಕೆ ತಿರುಗಿ ಅಲ್ಲಿದ್ದ ಕಂಪ್ಯೂಟರ್‌ಗೆ ಅವನು ಕೊಟ್ಟ ಪೇಪರ್‌ನಿಂದ ಕೆಲವು ಮಾಹಿತಿ ಕೊಟ್ಟು ಏನನ್ನೊ ಲೆಕ್ಕಹಾಕಿ ನೋಡಿದರು. ಹೇಮಚಂದ್ರ ಅವರ ಪಕ್ಕದಲ್ಲಿ ನಿಂತು ತನ್ನ ಪೇಪರ್ ಹಾಗೂ ಕಂಪ್ಯೂಟರ್‌ನ ಮಾನಿಟರ್ ಕಡೆಗೆ ಕೈ ಬೆರಳು ತೋರಿಸಿ ಮತ್ತೆ ಏನನ್ನೋ ಹೇಳಿದನು.

ಪ್ರೊಫೆಸರ್ ಈಗ ಆಘಾತಗೊಂಡಂತೆ ಹಣೆಯಿಂದ ಬೆವರನ್ನು ಒರೆಸಿಕೊಂಡರು. ಹೊರಗೆ ಕುಳಿತು ಅವರನ್ನೇ ನೋಡುತ್ತಿದ್ದವರಿಗೆ ಅವನು ಅಂಥ ವಿಷಯವೇನು ಹೇಳುತ್ತಿರಬಹುದು, ನಸುನಗುತ್ತಿದ್ದ ಪ್ರೊಫೆಸರ್ ಮುಖವೇಕೆ ಕಾಪಿಟ್ಟಿತು ಎಂದು ತಿಳಿಯದೆ ಆಶ್ಚರ್ಯಗೊಂಡರು.

ಕೊಟ್ಟು ಹುಟ್ಟದವರ ಬದುಕು

ಸುಮಾರು ಎರಡು ಗಂಟೆ ಮುಚ್ಚಿದ್ದ ಬಾಗಿಲಿನ ಹಿಂದೆ ಅವರಿಬ್ಬರೂ ರಹಸ್ಯವಾಗಿ ಚರ್ಚಿಸಿದರು. ಉಳಿದವರಿಗೆ ಒಂದು ಯುಗವೇ ಕಳೆಯತೇನೋ ಎನಿಸುತ್ತಿದ್ದಾಗ ಇಬ್ಬರು ಹೊರಗೆ ಬಂದರು. ಹೊರಗಿದ್ದ ಎಲ್ಲ ವಿಜ್ಞಾನಿಗಳೂ ಇವರನ್ನು ಪ್ರಶ್ನಾರ್ಥಕವಾಗಿ ನೋಡಿದರು. ಪ್ರೊಫೆಸರ್ ಮಾತಾಡದೆ ಗಂಭೀರವಾಗಿ ತಮ್ಮ ಕುರ್ಚಿಗೆ ಹೋಗಿ ಶಿಲೆಯಂತೆ ಕುಳಿತರು. ಒಂದು ನಿಮಿಷ ಅಲ್ಲಿ ಪೂರ್ತಿ ನಿಶ್ಯಬ್ದ ಆವರಿಸಿತು. ನಂತರ ಪ್ರೊಫೆಸರ್ ಕಾಯುತ್ತಿದ್ದ ಸಹೋದ್ಯೋಗಿಗಳ ಕಡೆ ತಿರುಗಿ "ದಯವಿಟ್ಟು ಕ್ಷಮಿಸಿ, ಚರ್ಚೆಯನ್ನು ಇನ್ನೊಮ್ಮೆ ಮುಂದುವರಿಸೋಣ. ಬನ್ನಿ ಡಾ॥ಹೇಮಚಂದ್ರ" ಎಂದು ಸರಸರನೆ ಹೊರಗೆ ಹೊರಟರು. ಮತ್ತೆ ಎರಡು ನಿಮಿಷಗಳಲ್ಲಿ ಅವರು ಭವನದ ವಿಶಾಲವಾದ ಕಾರಿಡಾರ್ ಉದ್ದಕ್ಕೂ ನಡೆದು, ಲಿಫ್ಟ್ ಇಳಿದು ಕಾರಿನಲ್ಲಿ ಕೂತು ಮೌಂಟ್ ಪಲೋಮರ್ನಲ್ಲಿದ್ದ ಅಂತರೀಕ್ಷ ವೀಕ್ಷಣಾಲಯದ ಕಡೆಗೆ ಹೊರಟರು.

ಮೌಂಟ್ ಪಲೊಮರ್ನಲ್ಲಿರುವ ಪ್ರತಿಫಲನದ ಟೆಲಿಸ್ಕೋಪ್ ಪ್ರಪಂಚದಲ್ಲೇ ಅತಿ ದೊಡ್ಡದು. ಅನೇಕ ವಿಜ್ಞಾನಿಗಳು ಅದನ್ನು ಉಪಯೋಗಿಸಿ ದೂರ ದೂರದ ಗ್ಯಾಲಕ್ಸಿಗಳ ಬಗ್ಗೆ ಅಧ್ಯಯನ ಮಾಡುತ್ತಾರೆ. ಅಂತರಿಕ್ಷದ ಬಗ್ಗೆ ಅನೇಕ ರಹಸ್ಯವಾದ ಸಂಶೋಧನೆಯ ಕೆಲಸ ಮಾಡುತ್ತಿರುವ ಈ ವಿಭಾಗ ಪ್ರಪಂಚಕ್ಕೆ ನಮ್ಮ ವಿಶ್ವದ ಹುಟ್ಟಿನ ಬಗ್ಗೆ ಬಹಳ ಅಮೂಲ್ಯವಾದ ಮಾಹಿತಿಗಳನ್ನು ನೀಡಿ ಅತ್ಯುತ್ತಮ ಅಂತರಿಕ್ಷ ಸಂಶೋಧನಾ ವಿಭಾಗ ಎಂದು ಹೆಸರು ಮಾಡಿತ್ತು. ಪ್ರೊಫೆಸರ್ ಕೆನ್ ಅರ್ನಾಲ್ಡ್ ಆ ವಿಭಾಗದ ಮುಖ್ಯಸ್ಥರು. ವಿಶ್ವವಿಖ್ಯಾತ ಖಗೋಳಶಾಸ್ತ್ರಜ್ಞ, ಅಂತರಿಕ್ಷ ವಿಜ್ಞಾನದಲ್ಲಿ ಪರಿಣಿತ ಹಾಗೂ ನಾಸಾದ ಅಧ್ಯಕ್ಷರಾದ ಡಾ॥ ರಾಬರ್ಟ್ ಕೌನೆಯವರಿಗೆ ಸಲಹೆ ಕೊಡುವ, ವಿಶ್ವದ ಅಂತರಿಕ್ಷ ಸಂಶೋಧನೆಯ ದಿಕ್ಕೇ ಬದಲಿಸಬಲ್ಲಂಥ ಪ್ರಬಲ ವ್ಯಕ್ತಿ.

ಪ್ರೊಫೆಸರ್ ಆರ್ನಾಲ್ಡ್ ವೀಕ್ಷಣಾಲಯಕ್ಕೆ ಬಂದವರೇ ಕಾರ್ಯೋನ್ಮುಖರಾದರು. ನಾಸಾದ ಅಧ್ಯಕ್ಷ ಡಾ॥ ಕೌನೆಯವರನ್ನು ಹಾಟ್ ಲೈನ್ನಿಂದ ಸಂಪರ್ಕಿಸಿ, ಹೇಮಚಂದ್ರ ತಂದ ಸುದ್ದಿಯನ್ನು ಸಂಕ್ಷಿಪ್ತವಾಗಿ ಹೇಳಿ ತಕ್ಷಣ ಹೊರಟು ಬರಬೇಕೆಂದು ತಿಳಿಸಿದರು. ದಕ್ಷರಾದ ಕೆಲವು ವಿಜ್ಞಾನಿಗಳನ್ನು ಕರೆಯಿಸಿದರು. ನಂತರ ಅಬ್ಸರ್ವೇಟರಿಯ ಮುಖ್ಯಸ್ಥರನ್ನು ಕರೆದುಕೊಂಡು ಹೇಮಚಂದ್ರನೊಡನೆ ಟೆಲಿಸ್ಕೋಪ್ ರೂಮಿಗೆ ಹೋದರು. ಟೆಲಿಸ್ಕೋಪಿನ ಮೇಲೆ ಕೆಲಸ ಮಾಡುತ್ತಿದ್ದ ಎಲ್ಲಾ ವಿಜ್ಞಾನಿಗಳನ್ನು ಹೊರಕ್ಕೆ ಕಳಿಸಲಾಯಿತು. ಹೇಮಚಂದ್ರ ಹೇಳಿದಂತೆ, ಟೆಲಿಸ್ಕೋಪನ್ನು ದಿಗಂತದ ಯಾವ ದಿಕ್ಕಿಗೆ ಮುಖ ಮಾಡಿ ನಿಲ್ಲಿಸಬೇಕೆಂದು ಆಪರೇಟರ್ಗಳಿಗೆ ವಿವರಿಸಿದರು.

ಕೊಟ್ಟು ಹುಟ್ಟದವರ ಬದುಕು

ಮತ್ತರ್ಧ ಘಂಟೆಯಲ್ಲಿ ಹೇಮಚಂದ್ರ, ಪ್ರೊಫೆಸರ್ ಆರ್ನಾಲ್ಡ್ ಹಾಗೂ ಇತರ ಪ್ರಮುಖ ಅಂತರಿಕ್ಷ ವಿಜ್ಞಾನಿಗಳು ಟೆಲಿಸ್ಕೋಪ್ ಹಾಗೂ ಕಂಪ್ಯೂಟರ್ ಮೇಲೆ ಕೆಲಸ ಪ್ರಾರಂಭಿಸಿದರು. ಅವರ ಕೆಲಸ ರಾತ್ರಿಯೆಲ್ಲಾ ಸಾಗಿ ಬೆಳಗಿನ ಜಾವಕ್ಕೆ ಮುಟ್ಟಿತು. ಅಷ್ಟರಲ್ಲಿ 'ಲಾಂಗಲೆ'ಯ ನಾಸಾದ ಕಛೇರಿಯಿಂದ ವಿಶೇಷ ವಿಮಾನದಲ್ಲಿ ಡಾ॥ ಕೌನೆ ಹಾರಿ ಬಂದರು. ಅವರು ಒಳಕ್ಕೆ ಬರುವುದಕ್ಕೂ, "ಓಹ್! ಮೈ ಗಾಡ್!" ಅಂತ ಕಂಪ್ಯೂಟರ್‌ನ ಮುಂದೆ ಕುಳಿತ ಪ್ರೊಫೆಸರ್ ಆರ್ನಾಲ್ಡ್ ಉದ್ಗರಿಸುವುದಕ್ಕೂ ಸರಿಯಾಯಿತು.

ಡಾ॥ ಕೌನೆಯವರನ್ನು ನೋಡಿದೊಡನೆ ಪ್ರೊಫೆಸರ್ ಆರ್ನಾಲ್ಡ್ ಅವರ ತೋಳು ಹಿಡಿದು, ಹೆಚ್ಚು ಕಡಿಮೆ ದಬ್ಬಿಕೊಂಡು ತಮ್ಮ ಆಪ್ತ ಸಮಾಲೋಚನೆಯ ಕೋಣೆಯೊಳಕ್ಕೆ ಹೋಗಿ ಬಾಗಿಲು ಹಾಕಿಕೊಂಡರು. ಇವರು ಮಾಡುತ್ತಿರುವ ಕೆಲಸಗಳ ಬಗ್ಗೆ ಸ್ವಲ್ಪ ಅನುಮಾನ ಬಂದರೂ ಪೂರ್ತಿಯಾಗಿ ಅರ್ಥವಾಗದೆ ಉಳಿದ ವಿಜ್ಞಾನಿಗಳು ಕಕ್ಕಾಬಿಕ್ಕಿಯಾಗಿ ಹೇಮಚಂದ್ರನನ್ನು ಸುತ್ತುವರಿದು ಪ್ರಶ್ನಿಸತೊಡಗಿದರು. ಶಿಲೆಯಂತೆ ನಿಂತಿದ್ದ ಹೇಮಚಂದ್ರ ಯಾರ ಪ್ರಶ್ನೆಗೂ ಉತ್ತರಿಸಲಿಲ್ಲ.

ಮರುದಿನ ಡಾ॥ ಕೌನೆಯವರು ಅಮೆರಿಕಾದ ಅಧ್ಯಕ್ಷರನ್ನು ತುರ್ತಾಗಿ ಭೇಟಿಮಾಡಿ ಚರ್ಚಿಸಿದ ನಂತರ ಅಮೇರಿಕಾದ ಅಧ್ಯಕ್ಷರ ಹೆಸರಿನಲ್ಲಿ ಅವರ ಸೈಂಟಿಫಿಕ್ ಸೆಕ್ರೆಟರಿಯವರ ಕಛೇರಿಯಿಂದ ಪ್ರಪಂಚದ ಎಲ್ಲಾ ದೇಶಗಳ ಅಂತರಿಕ್ಷ ವಿಜ್ಞಾನದ ಮುಖ್ಯಸ್ಥರಿಗೂ, ಅಂತರಿಕ್ಷ ವಿಜ್ಞಾನ ವಿಭಾಗವಿಲ್ಲದ ದೇಶಗಳ ಪ್ರಧಾನಿಗಳಿಗೂ ಮಾನವ ಜನಾಂಗಕ್ಕೆ ಅತಿ ಮುಖ್ಯವಾದ ವಿಷಯ ಚರ್ಚಿಸಲು ಬರಬೇಕೆಂಬ ಆಹ್ವಾನ ಪತ್ರಿಕೆ ರವಾನಿಸಲ್ಪಟ್ಟಿತು.

******

ಹೇಮಚಂದ್ರ ಅಮೇರಿಕಾಗೆ ಧಾವಿಸುವುದಕ್ಕೆ ಒಂದು ತಿಂಗಳ ಮುಂಚೆ ರಾಮನಾಥ ತ್ರಿವೇದಿಗೆ ಗುರೂಜಿಯವರಿಂದ ತುರ್ತಾದ ಕರೆ ಬಂತು. ಏನು ಕೆಲಸವಿಲ್ಲದೆ ಗುರೂಜಿ ವಿಶ್ವ ಹಿಂದೂ ಪರಿಷತ್ತಿನ ಅಧ್ಯಕ್ಷನಾಗಿ ಬಿಡುವಿಲ್ಲದೆ ದುಡಿಯುವ ತನ್ನನ್ನು 'ಎಲ್ಲಾ ಕೆಲಸ ಬಿಟ್ಟು ಬಾ' ಎಂದು ಹೇಳಿ ಕಳಿಸಲಾರರು ಎಂದು, ಅವನು ಕೆಲಸಗಳನ್ನೆಲ್ಲಾ ಕೊಡವಿಕೊಂಡು ಬದರಿ ಕ್ಷೇತ್ರಕ್ಕೆ ತಕ್ಷಣ ಧಾವಿಸಿ ಬಂದಿದ್ದ. ಭಕ್ತಿಯಿಂದ ನಮಸ್ಕರಿಸಿ, ಹಣ್ಣುಗಳನ್ನು ಮುಂದಿಟ್ಟು ಕೈಮುಗಿದು ಪ್ರಶ್ನಾರ್ಥಕವಾಗಿ ಗುರೂಜಿಯವರ ಮುಖ ನೋಡಿದ.

ಗುರೂಜಿ ರಾಮಜನ್ಮಭೂಮಿಯಲ್ಲಿ ಕಟ್ಟಲಿರುವ ವಿವಾದಾತ್ಮಕವಾದ ದೇವಸ್ಥಾನದಂತಹ ವಿಷಯದ ಬಗ್ಗೆ ಮಾತನಾಡಲು ಕರೆಸಿರಲಾರರು ಎಂದು

ಅವನಿಗೆ ವಿಶ್ವಾಸವಿತ್ತು. ಇಪ್ಪತ್ತು ವರ್ಷಗಳಿಂದ ಗುರೂಜಿಯನ್ನು ಬಲ್ಲ ಅವನು ಜನಕಲ್ಯಾಣದ ಯಾವುದೋ ಗಹನವಾದ ವಿಷಯವಿದ್ದರೆ ಕರೆಸುವುದು ಎಂದು ತಿಳಿದಿದ್ದ. ಅವರಿಗಿದ್ದ ಅಪಾರವಾದ ಜ್ಯೋತಿಷ್ಯ ಜ್ಞಾನ, ತಪೋಬಲ, ದಿವ್ಯ ಶಕ್ತಿಗಳ ಸಹಾಯದಿಂದ ನಗರಗಳಲ್ಲಿ ಹೇರಳ ಸಂಪತ್ತು ಗಳಿಸಿ ಸುಖವಾಗಿರಬಹುದಾಗಿದ್ದ ಅವರು ಹಿಮಾವೃತವಾದ ಈ ಬದರಿಯ ಕೊರೆಯುವ ಚಳಿಯಲ್ಲಿ ಆಶ್ರಮ ಮಾಡಿಕೊಂಡು ಏಕಿದ್ದಾರೆಂದು ಹಲವಾರು ಸಾರಿ ಆಶ್ಚರ್ಯಪಡುತ್ತಿದ್ದ. ಈ ಜ್ಞಾನಿಗಳ, ಸಾಧುಸಂತರ ಬುಡವೇ ಅರ್ಥವಾಗುವುದಿಲ್ಲ ಎಂದು ಅವನು ಅವರ ಬಗ್ಗೆ ಗೌರವ, ಭಕ್ತಿ ಮಾತ್ರ ಉಳಿಸಿಕೊಂಡು ಉಳಿದ ವಿಷಯಗಳನ್ನು ತಲೆಯಿಂದ ಕೊಡವಿ ಬಿಡುತ್ತಿದ್ದ.

ದಿವ್ಯ ತೇಜಸ್ಸಿನಿಂದ ಹೊಳೆಯುತ್ತಿದ್ದ ಗುರೂಜಿ ಶಾಂತವಾದ ತಮ್ಮ ದೃಷ್ಟಿಯಿಂದ ಇವನಡೆಗೆ ನೋಡಿ ಹೇಳಿದರು.

"ತ್ರಿವೇದಿಯವರೇ, ಅತೀ ಗಂಭೀರವಾದ ವಿಷಯವೊಂದು ನಾವು ಪಂಚಾಂಗವನ್ನು ಗುಣಿಸಿ ಲೆಕ್ಕ ಹಾಕುತ್ತಿದ್ದಾಗ ತಿಳಿದುಬಂತು. ಇದು ಮಾನವ ಜನಾಂಗದ ಅಳಿವು ಉಳಿವಿನ ಪ್ರಶ್ನೆ. ಈ ಕೆಲಸದಲ್ಲಿ ನಮಗೆ ನಿಮ್ಮ ಸಹಾಯ ಬೇಕಾಗಿದೆ. ನೀವು ತಕ್ಷಣ ನಾವು ಹೇಳುವ ತಯಾರಿಗಳನ್ನು, ಕೆಲಸಗಳನ್ನು ಮಾಡಿಸಬೇಕು"

"ಆಜ್ಞೆ ಮಾಡಿ ಗುರೂಜಿ" ಬಗ್ಗಿದಂತೆಯೇ ಹೇಳಿದ ತ್ರಿವೇದಿ.

"ನಮ್ಮ ಲೆಕ್ಕಾಚಾರದ ಪ್ರಕಾರ ಇನ್ನು ಸುಮಾರು ಹನ್ನೊಂದು ತಿಂಗಳಲ್ಲಿ ಮಹಾಪ್ರಳಯವಾಗುತ್ತದೆ. ಬೆಂಕಿಯ ಮಳೆಯಾಗಿ, ನಮ್ಮ ಭೂಮಂಡಲವೇ ಸುಟ್ಟು ಭಸ್ಮವಾಗಬಹುದು. ಭಯಂಕರ ಭೂಕಂಪನದಿಂದ ಭೂಮಿ ಛಿದ್ರವಾಗಬಹುದು"

ತ್ರಿವೇದಿ ಅವಾಕ್ಕಾಗಿ ಬಾಯಿ ತೆರೆದು ಹಾಗೆ ನಿಂತ. ಬೆಂಕಿಯ ಮಳೆ! ಭೂಮಿಯೇ ಛಿದ್ರ! ಏನೂ ಅರ್ಥವಾಗದೆ ಅವನು ಮಿಕಿ ಮಿಕಿ ಗುರೂಜಿಯ ಮುಖ ನೋಡಿದ.

"ನಾವು ಹೇಳುತ್ತಿರುವುದು ನಿಜ ತ್ರಿವೇದಿಜೀ, ಪುನಃ ಪುನಃ ಲೆಕ್ಕ ಹಾಕಿ ನಾವು ಪರೀಕ್ಷಿಸಿದ್ದೇವೆ. ಎಲ್ಲೂ ತಪ್ಪಾಗಿಲ್ಲ ಎಲ್ಲಾ ಒಂಭತ್ತು ಗ್ರಹಗಳೂ ಒಂದೇ ದಿಕ್ಕಿನಿಂದ ಭೂಮಿಯನ್ನು ವಕ್ರದೃಷ್ಟಿಯಿಂದ ನೋಡುತ್ತಿವೆ. ಕ್ರೂರವಾದ ಕ್ಷುದ್ರಗ್ರಹವೊಂದು ನಮ್ಮ ಭೂಮಂಡಲವನ್ನು ಛಿದ್ರ ಮಾಡುವುದರಲ್ಲಿದೆ. ದುರಂತ ಸೂಚಕವಾದ ಧೂಮಕೇತುಗಳು ಆಕಾಶದಲ್ಲಿ ಕಾಣಿಸಿಕೊಳ್ಳುತ್ತವೆ. ಇದು ನಮ್ಮ ಭೂಮಂಡಲದ ಅವಸಾನ ಸಮೀಪಿಸಿ ಪ್ರಳಯವಾಗುವುದರ ಚಿಹ್ನೆ. ಈಗಿನಿಂದಲೇ ನಾವು ವಿಶ್ವದ

ಉಳಿವಿಗಾಗಿ ದೇಶದಾದ್ಯಂತ ಮಹಾಶಾಂತಿಗಳನ್ನು, ಹೋಮ ಹವನಗಳನ್ನು, ಅಖಂಡ ಪೂಜೆಗಳನ್ನು ಏರ್ಪಡಿಸಬೇಕು"

ತ್ರಿವೇದಿ ಏನು ಹೇಳಲೂ ತೋರದೆ ಮೂಕನಂತೆ ಸುಮ್ಮನೆ ನಿಂತ. ಅಯೋಧ್ಯೆಯ ರಾಮಮಂದಿರದ ವಿಷಯದಲ್ಲಿ ತಮ್ಮ ಸಂಸ್ಥೆ ತಳೆದ ನಿಲುವನ್ನೇ ಪ್ರಶ್ನಿಸಿ ಜನಗಳು ಅಸಮಾಧಾನಗೊಂಡಿದ್ದಾರೆ. ಈಗ ಈ ಅಸಂಬದ್ಧ ಪ್ರಳಯದ ವಿಷಯ ಪ್ರಸ್ತಾಪಿಸಿದರೆ ಜನರ ವಿಶ್ವಾಸ ಕಳೆದುಕೊಂಡು ಸಂಸ್ಥೆ ನಗೆಪಾಟಲಿಗೆ ಗುರಿಯಾಗುವುದಿಲ್ಲವೇ ಎಂದು ಚಿಂತಿಸಿದ. ಗುರುಗಳ ಮಾತನ್ನು ಎಷ್ಟು ನಂಬಬೇಕು ಎಷ್ಟು ಬಿಡಬೇಕು ತಿಳಿಯಲಿಲ್ಲ. ಇವನ ಅನುಮಾನವನ್ನು ಅರ್ಥ ಮಾಡಿಕೊಂಡವರಂತೆ ಗುರೂಜಿ ಹೇಳಿದರು.

"ತ್ರಿವೇದಿಯವರೇ, ಇದು ಅನುಮಾನ ಪಟ್ಟು ತಡ ಮಾಡುವ ವಿಷಯವಲ್ಲ. ದೇಶದ ಮೂಲೆ ಮೂಲೆಗಳಲ್ಲಿ ಆರು ತಿಂಗಳುಗಳ ಕಾಲ ಸತತವಾಗಿ ಗಣಪತಿ ಹೋಮ, ನವಗ್ರಹ ಹೋಮ, ಗಾಯತ್ರಿ ಹೋಮ ಮಾಡಿಸಿ ನವರಾತ್ರಿಯ ವಿಜಯದಶಮಿಯಂದು, ಅಂದು ಭೂಮಂಡಲಕ್ಕೆ ಬಹಳ ಕ್ರೂರವಾದ ದಿನವಾದ್ದರಿಂದ ಪೂರ್ಣಾಹುತಿ ಕೊಡಬೇಕು. ಇದಕ್ಕೆ ಪ್ರಾಯಶಃ ನೂರಾರು ಕೋಟಿ ರೂಪಾಯಿಗಳು ಬೇಕಾಗಬಹುದು. ಲಕ್ಷಾಂತರ ಜನರ ಸಹಾಯ ಬೇಕಾಗಬಹುದು"

"ಗುರೂಜಿ, ಅದೂ..., ಇಷ್ಟು ಸ್ವಲ್ಪ ಸಮಯದಲ್ಲಿ..." ತ್ರಿವೇದಿ ಇವರು ಹೇಳುವುದನ್ನು ನಂಬಲಾಗದೆ ತಡವರಿಸಿದ.

"ಪ್ರಧಾನ ಮಂತ್ರಿಯವರಿಗೆ ನಾವು ಹೇಳಿದೆವೆಂದು ತಿಳಿಸಿ ಎಲ್ಲಾ ತಯಾರಿ ಮಾಡಿಸಿ. ಇನ್ನೊಂದು ತಿಂಗಳಲ್ಲಿ ಪೂಜೆಗಳು ಪ್ರಾರಂಭವಾಗಬೇಕು. ಹೋಮ ನಡೆಸಲು ದೇಶದಾದ್ಯಂತ ಪ್ರಶಸ್ತವಾದ ಸ್ಥಳಗಳ ಆಯ್ಕೆ ಮಾಡಬೇಕು. ಅವಶ್ಯ ಬಂದರೆ ನಾವೇ ಪ್ರಧಾನಿಯವರನ್ನು ಸ್ವತಃ ಕಂಡು ಈ ವಿಷಯ ತಿಳಿಸುತ್ತೇವೆ"

"ಬೇಡ, ನಾನು ಪ್ರಧಾನಿ ಅವರಿಗೆ ತಿಳಿಸುತ್ತೇನೆ"

"ತಡಮಾಡಬೇಡಿ. ಹೋಮ, ಶಾಂತಿಕಾರ್ಯಗಳು ತ್ವರಿತವಾಗಿ ಪ್ರಾರಂಭವಾಗಬೇಕು"

ತ್ರಿವೇದಿ ಮೌನವಾಗಿ ತಲೆಯಾಡಿಸಿ ಗುರೂಜಿಗೆ ನಮಸ್ಕರಿಸಿ, ಚಿಂತಾಕ್ರಾಂತನಾಗಿ ಆಶ್ರಮದಿಂದ ಹೊರಗೆ ಬಂದ.

******

ಅಮೇರಿಕಾದ ಅಧ್ಯಕ್ಷರೇ ಕರೆ ಕಳುಹಿಸಿದ್ದರಿಂದ ಕೇವಲ ಒಂದು ವಾರದ

ಅವಧಿಯಲ್ಲಿ ಕೆಲಸಗಳು ವಿದ್ಯುತ್ ವೇಗದಲ್ಲಿ ನಡೆದು ನ್ಯೂಯಾರ್ಕಿನ ಆ ಭವ್ಯ ಸಭಾಂಗಣದಲ್ಲಿ ಎಲ್ಲಾ ದೇಶದ ಅಂತರಿಕ್ಷ ವಿಭಾಗದ ಮಂತ್ರಿಗಳು, ವಿಜ್ಞಾನಿಗಳು, ಅಧ್ಯಕ್ಷರು ಇಲ್ಲವೇ ಪ್ರಧಾನಿಗಳು ಸೇರಿದ್ದರು. ಅವರೊಂದಿಗೆ ಪ್ರಪಂಚದಲ್ಲೇ ಪ್ರಖ್ಯಾತರಾದ ಹಲವಾರು ವಿಜ್ಞಾನಿಗಳೂ, ನಾಸಾದ ಅಧ್ಯಕ್ಷರೂ, ಇತರರೂ ಸೇರಿದ್ದರು. ಅಮೇರಿಕಾದ ಸ್ಟೇಟ್ ಕಾರ್ಯದರ್ಶಿಯೇ ಎಲ್ಲರನ್ನೂ ಎದುರುಗೊಂಡರು. ವಿಷಯ ಭೂಮಿಯ ಉಳಿವಿಗೆ ಸಂಬಂಧಿಸಿದ್ದು ಎಂದು ಸೂಚ್ಯವಾಗಿ ಆಮಂತ್ರಣದಲ್ಲಿ ಬರೆದಿದ್ದರಿಂದ ಅಮೇರಿಕಾದ ಶತ್ರು ದೇಶಗಳು ತಮ್ಮ ಪ್ರತಿನಿಧಿಗಳನ್ನು ಕಳಿಸಿದ್ದರು.

ಸಭಾಂಗಣದಲ್ಲಿ ಒಂದು ದೊಡ್ಡ ಕಂಪ್ಯೂಟರ್ ಇಡಲಾಗಿತ್ತು. ಅದರ ಮಾನಿಟರ್‌ನ ಪರದೆಯ ಮೇಲೆ ಮೂಡುವ ಅಂಕೆಗಳನ್ನು ಬಂದಿದ್ದ ಪ್ರತಿಯೊಬ್ಬ ಪ್ರತಿನಿಧಿಯೂ ನೋಡಲು ಅನುಕೂಲವಾಗುವ ಹಾಗೆ ಪ್ರಾಜೆಕ್ಟರ್ ಹಾಕಿ ಸ್ಟೇಜಿನ ಮೇಲಿನ ದೊಡ್ಡ ಪರದೆಯ ಮೇಲೆ ಮೂಡಿಸುತ್ತಿದ್ದರು. ಹಾಗೂ ಪ್ರತಿಯೊಬ್ಬರು ಟೇಬಲ್ ಮೇಲೆ ಒಂದೊಂದು ಮಾನಿಟರ್‌ಗಳನ್ನು ಅಳವಡಿಸಿ ಕಂಪ್ಯೂಟರ್‌ಗೆ ಜೋಡಿಸಲಾಗಿತ್ತು.

ಇಷ್ಟು ತುರ್ತಾಗಿ ಈ ವಿಶ್ವಸಭೆ ನಡೆಸುವುದಕ್ಕೆ ಪ್ರಬಲವಾದ ಕಾರಣಗಳಿರಬೇಕೆಂದು ಸಭಾಂಗಣದ ಆಚೆ ನೂರಾರು ಪತ್ರಕರ್ತರು ವಿಶ್ವದ ಮೂಲೆ ಮೂಲೆಯಿಂದ ಬಂದು ನೆರೆದಿದ್ದರು. ಒಳಗೆ ಗುಸು ಗುಸು ಮಾತು. ಎಲ್ಲರ ಮುಖದಲ್ಲೂ ಪ್ರಶ್ನಾರ್ಥಕ ಚಿಹ್ನೆ. ವೇದಿಕೆಯ ಮೇಲೆ ಸಾಮಾನ್ಯವಾಗಿ ಕುಳಿತಿರುತ್ತಿದ್ದ ಆತಿಥೇಯ ದೇಶದ ಪ್ರತಿನಿಧಿಗಳಾರು ಇರಲಿಲ್ಲ.

ಪ್ರೊಫೆಸರ್ ಆರ್ನಾಲ್ಡ್ ವೇದಿಕೆಯ ಮೇಲೆರಿದ್ದನ್ನು ನೋಡಿ ಸಭಿಕರು ನಿಶ್ಯಬ್ದರಾದರು. ಪ್ರೊಫೆಸರ್ ನೇರವಾಗಿ ವಿಷಯಕ್ಕೆ ಬಂದರು, "ನೆರೆದಿರುವ ಸಕಲ ಗಣ್ಯರೇ, ಔಪಚಾರಿಕವಾಗಿ ಮಾತುಗಳನ್ನು ಆಡಲು ಸಮಯವಾಗಲೀ, ಮನಸ್ಸಾಗಲೀ ಇಲ್ಲದಿರುವುದರಿಂದ ನಾನು ನೇರವಾಗಿ ವಿಷಯಕ್ಕೆ ಬರುತ್ತೇನೆ. ಭಾರತದ ಪ್ರತಿಭಾವಂತ ಅಂತರಿಕ್ಷ ವಿಜ್ಞಾನಿ ಡಾ॥ ಹೇಮಚಂದ್ರ ಬಗ್ಗೆ ತಮಗೆಲ್ಲಾ ತಿಳಿದಿದೆ. ಕೇವಲ ಒಂದು ತಿಂಗಳ ಹಿಂದೆ ಇವರು ದಿಗಂತದ ಮೂಲೆಯಲ್ಲಿ, ಭೂಮಿಯಿಂದ ಸಾವಿರಾರು ಕೋಟಿ ಮೈಲಿ ದೂರದಲ್ಲಿ ಕಂಡು ಬಂದ "ಹೇಮ್ ಧೂಮಕೇತು"ವನ್ನು ಜಗತ್ತಿಗೆ ತಿಳಿಸಿದ್ದಾರೆ. ಅವರು ಆ ಧೂಮಕೇತುವಿನ ಮೇಲೆ ತಮ್ಮ ಅಧ್ಯಯನವನ್ನು ಮುಂದುವರೆಸಿ ಕೆಲವು ನಮಗೆ ಆತಂಕ ತರುವಂತಹ, ವಿಶ್ವಕ್ಕೇ ಕಂಟಕವಾಗಬಹುದೆಂದು ಶಂಕಿಸಲಾದ ಕೆಲವು ಮಾಹಿತಿಗಳನ್ನು ನಮ್ಮ ಮುಂದಿಡಲು ತಂದಿದ್ದಾರೆ. ಕಳೆದ ವಾರದಿಂದ,

ನಾವೂ ನಮ್ಮ ಆಬ್ಸರ್ವೇಟರಿಯಲ್ಲಿ ಇವರು ಹೇಳಿದ ವಿಷಯಗಳನ್ನು ಪರೀಕ್ಷೆ ಮಾಡಿ ನೋಡಿದ್ದೇವೆ, ಹಾಗೂ ಅದು ನಿಜವೇ ಎಂದು ತಿಳಿದುಬಂದಿದೆ. ವಿಶ್ವದ ಈ ವಿಜ್ಞಾನಿಗಳ ಸಮುದಾಯದ ಮುಂದೆ ತಮ್ಮ ವಿಷಯವನ್ನು ಡಾ॥ ಹೇಮಚಂದ್ರರವರು ಸ್ವತಃ ಮಂಡಿಸಲಿದ್ದಾರೆ. ಡಾ॥ ಹೇಮಚಂದ್ರ ಎಂದು ಹೇಮಚಂದ್ರನನ್ನು ವೇದಿಕೆಯ ಕಡೆಗೆ ಕರೆದರು.

ಸಭೆಯಲ್ಲಿ ಕುತೂಹಲದಿಂದ ಗುಜುಗುಜು ಶುರುವಾಯಿತು.

ಹೇಮಚಂದ್ರ ವೇದಿಕೆಯ ಮೇಲೇರಿ ಒಂದು ಕ್ಷಣ ಸುತ್ತಲೂ ನೋಡಿ, ಗಂಟಲು ಸರಿಮಾಡಿಕೊಂಡು ಹೇಳಿದ. "ಪ್ರಿಯ ವಿಜ್ಞಾನಿ ಸ್ನೇಹಿತರೇ, ಈಗ ನಾನು ಹೇಳಿರುವ ವಿಷಯವನ್ನು ಮತ್ತೆ ಮತ್ತೆ ಪರೀಕ್ಷೆ ಮಾಡಿ, ನಾಸಾದ ವಿಜ್ಞಾನಿಗಳಿಂದಲೂ ಪರೀಕ್ಷೆ ಮಾಡಿಸಿ ಸಂಪೂರ್ಣ ಸತ್ಯ ಎಂದು ಖಾತ್ರಿ ಮಾಡಿಕೊಂಡು ನಿಮ್ಮ ಮುಂದಿಡುತ್ತಿದ್ದೇನೆ"

ಮಾತಾಡುತ್ತಾ ಅವನು ತನ್ನ ಮುಂದಿದ್ದ ಸ್ವಿಚ್ಚೊಂದನ್ನು ಅದುಮಿದ. ಅವನ ಮುಂದಿದ್ದ, ಹಾಗೂ ಎಲ್ಲರ ಮೇಜಿನ ಮೇಲಿದ್ದ ಮಾನಿಟರ್ ಪರದೆಗಳು ಜೀವ ತಳೆದವು. ತನ್ನ ಕೀಬೋರ್ಡಿನಿಂದ ಅವನು ಕೆಲವು ಮನೆಗಳನ್ನೊತ್ತಿದ. ಕಂಪ್ಯೂಟರ್ ಕರ್ರನೆ ಕೆಲಸ ಮಾಡತೊಡಗಿತು. ಎಲ್ಲರೂ ಕುತೂಹಲದಿಂದ ತಮ್ಮ ತಮ್ಮ ಮಾನಿಟರ್‌ಗಳನ್ನು ದಿಟ್ಟಿಸಿದರು.

ಮಾನಿಟರ್‌ನ ಮೇಲೆ ಅನೇಕ ಸಂದೇಶಗಳು, ಅಂಕಿಗಳೂ ಮೂಡತೊಡಗಿದವು. ವಿಜ್ಞಾನಿಗಳು ಅದನ್ನು ಅರ್ಥ ಮಾಡಿಕೊಂಡ ಮುಖಭಾವದಿಂದ ಕುತೂಹಲವಾಗಿ ನೋಡುತ್ತಿದ್ದರೆ, ಕಂಪ್ಯೂಟರ್ ಜ್ಞಾನವಿಲ್ಲದ ರಾಜಕಾರಣಿಗಳು ಕಣ್ಣು ಕಣ್ಣು ಬಿಟ್ಟುಕೊಂಡು ಸುಮ್ಮನೆ ಕುಳಿತರು. ಹೇಮಚಂದ್ರ ಮುಂದುವರಿಸಿದ. "ಈಗ ಹೇಮ್ ಧೂಮಕೇತುವಿನ ಪ್ರಮಾಣಗಳು ಈ ರೀತಿಯಿದೆ." ಎಂದು ಅದರ ಗಾತ್ರ, ತೂಕ, ಸಾಂದ್ರತೆ ಇತ್ಯಾದಿಗಳನ್ನು ತೋರಿಸಿದ. ಇದು ಕಳೆದ ತಿಂಗಳು ನಾನು ಪ್ರಕಟಿಸಿದ ಪ್ರಮಾಣಗಳಿಗಿಂತ ಭಿನ್ನವಾಗಿದೆ. ಅದು ಅಗಾಧ ವೇಗವಾಗಿ ಸೂರ್ಯನತ್ತ ಧಾವಿಸುತ್ತಿರುವುದರಿಂದ ಶಾಖಕ್ಕೆ ಕಳೆದುಕೊಂಡ ಅನಿಲ, ಧೂಳು, ಅಣುಗಳು, ಇವುಗಳಿಂದ ಈ ವ್ಯತ್ಯಾಸ ಉಂಟಾಗಿದೆ" ಎಂದು ವಿವರಿಸಿದ.

"ನಮ್ಮ ಲೆಕ್ಕಾಚಾರದ ಪ್ರಕಾರ ಧೂಮಕೇತು ಭೂಮಿಯ ಕಕ್ಷೆಯನ್ನು ಹಾದು ಹೋಗುವಾಗ ಭೂಮಿಯ ಗಾತ್ರದ ಇನ್ನೂರರಷ್ಟಿರುತ್ತದೆ. ಆ ಲೆಕ್ಕಗಳ ವಿವರಗಳು ಹೀಗಿವೆ" ಎಂದು ಮಾನಿಟರ್ ಮೇಲೆ ಧೂಮಕೇತು ಈಗ ಭೂಮಿಯಿಂದ ಎಷ್ಟು ದೂರದಲ್ಲಿದೆ, ಎಷ್ಟು ವೇಗವಾಗಿ ಧಾವಿಸಿ

ಬರುತ್ತಿದೆ, ಸೂರ್ಯನ ಹತ್ತಿರ ಬಂದಂತೆ ಅದು ಕರಗಿ ಅದರ ಗಾತ್ರ ಎಷ್ಟು ಬದಲಾಗಿರುತ್ತದೆ. ಭೂಮಿಯ ಸಮೀಪ ಬಂದಾಗ ಇರುವ ಅದರ ತೂಕ, ಗಾತ್ರಗಳನ್ನು ಸಮೀಕರಣಗಳ ಮೂಲಕ ನಿಖರವಾಗಿ ಲೆಕ್ಕ ಹಾಕಿ ತೋರಿಸಿದ.

ಅವನು ಆತ್ಮವಿಶ್ವಾಸದಿಂದ ನಿಖರವಾಗಿ ಮಾತನಾಡುತ್ತಿದ್ದ. ಜಾಸ್ತಿ ತಾಂತ್ರಿಕ ಭಾಷೆ ಉಪಯೋಗಕ್ಕೆ ಹೋಗದೆ ಅಲ್ಲಿಗೆ ಬಂದಿದ್ದ ವಿಜ್ಞಾನಿಗಳಲ್ಲದವರಿಗೂ ಅರ್ಥವಾಗುವಂತೆ ಸರಳವಾಗಿ ವಿವರಿಸುತ್ತಿದ್ದ. ಇಲ್ಲಿವರೆಗೂ ಅಲ್ಲಿದ್ದ ವಿಜ್ಞಾನಿಗಳಾಗಲೀ, ಇತರರಿಗಾಗಲಿ ಇದರಿಂದ ತಮಗೆ ಅಂದರೆ ಭೂಮಿಗೆ ಅಪಾಯವೇನು ಎಂದು ತಿಳಿಯಲಿಲ್ಲ.

"ಡಾ॥ ಹೇಮಚಂದ್ರರವರೇ, ಈ ಧೂಮಕೇತು ಹಾದು ಬರುವಾಗ ನಮ್ಮ ಸೌರವ್ಯೂಹದ ಗ್ರಹಗಳು ಯಾವ ಯಾವ ಸ್ಥಳಗಳಲ್ಲಿರುತ್ತವೆ ಅಭ್ಯಸಿಸಿದ್ದೀರಾ?" ಹಿರಿಯ ವಿಜ್ಞಾನಿಗಳೊಬ್ಬರು ಪ್ರಶ್ನಿಸಿದರು.

"ಹೌದು, ಅದೇ ವಿಷಯಕ್ಕೆ ಬರುತ್ತಿದ್ದೇನೆ. ಈಗ ಗ್ರಾಫಿಕ್‌ನಲ್ಲಿ ನಮ್ಮ ಸೌರವ್ಯೂಹದ ಗ್ರಹಗಳು ಈಗ ಯಾವ ಯಾವ ಸ್ಥಳದಲ್ಲಿವೆ ಎಂದು ತೋರಿಸುತ್ತೇನೆ. ದಯವಿಟ್ಟು ನಿಮ್ಮ ಮಾನಿಟರನ್ನು ಗಮನಿಸಿ" ಎಂದು ಕೀಬೋರ್ಡಿನಿಂದ ಆಜ್ಞೆಗಳನ್ನಿತ್ತ. ಸ್ವಲ್ಪ ಹೊತ್ತು ಪರದೆ ಶೂನ್ಯವಾಗಿದ್ದು ನಂತರ ಕೆಂಪಾದ ದೊಡ್ಡ ವೃತ್ತವೊಂದು ಮೂಡಿತು.

"ಇದು ನಮ್ಮ 'ರೆಫರೆನ್ಸ್'- ಕೇಂದ್ರವಾದ ಸೂರ್ಯ" ಅಂದ ಹೇಮಚಂದ್ರ. ಬಳಿಕ ಅಂಡಾಕಾರದ ಬಿಳಿಯ ರೇಖೆ ಅದರ ಸುತ್ತಲೂ ಎಳೆಯಲ್ಪಟ್ಟಿತು. ಟಕ್ಕನೆ ಹೊಳೆಯುವ ನೀಲಿಯ ಸಣ್ಣ ಚುಕ್ಕೆಯೊಂದು ಕೆಲವು ಅಂಕೆಗಳೊಡನೆ ಆ ರೇಖೆಯ ಮೇಲೆ ಮೂಡಿತು.

"ಇದು ಬುಧಗ್ರಹದ ಕಕ್ಷೆ ಮತ್ತು ಈಗ ಬುಧ ಇರುವ ಸ್ಥಳ, ಪಕ್ಕದಲ್ಲಿ ಆಗಾಗ್ಗೆ ಬದಲಾಗುತ್ತಿರುವ ಅಂಕಿಗಳು ಸೂರ್ಯನನ್ನು ಕೇಂದ್ರವಾಗಿಟ್ಟುಕೊಂಡು ಲೆಕ್ಕ ಹಾಕಿದ ಬುಧನ ಎಕ್ಸ್, ವೈ ಮತ್ತು ಝಡ್ ಕೋ-ಆರ್ಡಿನೇಟುಗಳು" ಎಂದು ವಿವರಿಸಿದ. ಅದರಂತೆಯೇ ಶುಕ್ರನ, ಭೂಮಿಯ, ನಂತರ ಮಂಗಳದ, ಹಾಗೆಯೇ ಎಲ್ಲಾ ಒಂಭತ್ತು ಗ್ರಹಗಳು ಇರುವ ಸ್ಥಳಗಳನ್ನೂ, ಅವುಗಳ ಪಥವನ್ನೂ ಮಾನಿಟರ್‌ನ ಮೇಲೆ ಮೂಡಿಸಿದ. ಕ್ಷಣಕ್ಷಣಕ್ಕೂ ಅವುಗಳ ಕೋ-ಆರ್ಡಿನೇಟ್‌ಗಳೂ ಬದಲಾಗುತ್ತಿದ್ದು, ಅವು ಸೂರ್ಯನ ಸುತ್ತ ಗತಿಸುತ್ತಿದ್ದ ಪಯಣವನ್ನು ನೈಜವಾಗಿ ಪರದೆಯ ಮೇಲೆ ಮೂಡಿಸಿದ್ದವು.

"ಇದು ನಮ್ಮ ಸೌರವ್ಯೂಹದ ಸದ್ಯದ ನೈಜ ಚಿತ್ರ"

"ಈಗ ಧೂಮಕೇತು ಇರುವ ಸ್ಥಳವನ್ನು ನೋಡೋಣ." ಎಂದ

ಹೇಮಚಂದ್ರ ಮತ್ತಷ್ಟು ಆಜ್ಞೆಗಳನ್ನು ಕಂಪ್ಯೂಟರ್‌ಗೆ ರವಾನಿಸಿದ.

ಸೌರವ್ಯೂಹದ ಕಡೆಯ ಗ್ರಹವಾದ ಪ್ಲೂಟೋನ ಕಕ್ಷೆಯಿಂದಾಚೆಗೆ ಸ್ವಲ್ಪ ದೂರದಲ್ಲಿ ಕಿತ್ತಳೆ ಬಣ್ಣದ ವೃತ್ತವೊಂದು 'ಟೀಪ್-ಟೀಪ್' ಎಂದು ಮಿಣುಕತೊಡಗಿತು. ನಂತರ ಅದರಿಂದ ಪ್ರಾರಂಭವಾಗಿ ಢಾಳವಾದ ಬಿಳಿ ರೇಖೆಯೊಂದು ಬೆಳೆಯುತ್ತಾ ಹೈಪರ್ಬೋಲ ಆಕಾರದಲ್ಲಿ ಸೂರ್ಯನನ್ನು ಸುತ್ತಿ ಹಿಂದೆ ತಿರುಗಿ ಪುನಃ ಪರದೆಯ ಕೊನೆಗೆ ಸೇರಿತು.

"ಇದು ಧೂಮಕೇತುವಿನ 'ಪಥ'. ಈಗ ಅದು ನಮ್ಮ ಪೃಥ್ವಿಯಿಂದ ಎಷ್ಟು ದೂರವಿದೆ ಹಾಗೂ ಧೂಮಕೇತುವಿರುವ ಸ್ಥಳದ ಕೋ ಆರ್ಡಿನೇಟ್‌ಗಳನ್ನು ಪರದೆಯ ಮೂಲೆಯಲ್ಲಿ ಕೆಂಪಕ್ಷರಗಳಲ್ಲಿ ತೋರಿಸಿದೆ, ಗಮನಿಸಿ" ಎಂದು ಬಾಗಿ ತನ್ನ ಮಾನಿಟರ್ ಅನ್ನು ದಿಟ್ಟಿಸಿ ನೋಡಿ, "ಈಗ ಧೂಮಕೇತು ಭೂಮಿಯಿಂದ 575.35 ಕೋಟಿ ಕಿಲೋ ಮೀಟರ್ ದೂರದಲ್ಲಿದೆ ಮತ್ತು ಪ್ಲೂಟೋವಿನಿಂದ..." ಎಂದು ಮತ್ತೆ ಕೆಲವು ಬಟನ್ನಗಳನ್ನೊತ್ತಿ, "6.24 ಕೋಟಿ ಕಿಲೋ ಮೀಟರ್ ದೂರವಿದೆ" ಎಂದ.

"ಮಾನಿಟರ್‌ನ ಚಿಕ್ಕ ಪರದೆಯ ಮೇಲೆ ಗ್ರಹಗಳ ಚಲನೆ ಕಾಣಿಸುವುದಿಲ್ಲ. ಅದರಿಂದ ನಾನು ಹತ್ತು ಹತ್ತು ದಿನಗಳ ಅಂತರದಲ್ಲಿ ಅವು ಯಾವ ಯಾವ ಸ್ಥಳವನ್ನಾಕ್ರಮಿಸುತ್ತವೆ ಅನ್ನುವುದನ್ನು ಕಂಪ್ಯೂಟರ್ ಮೂಲಕ ತೋರಿಸುತ್ತೇನೆ. ಧೂಮಕೇತುವಿನ ಈಗಿನ ವೇಗ ಸೆಕೆಂಡಿಗೆ 245 ಕಿ.ಮೀ ದಯವಿಟ್ಟು ಎಚ್ಚರಿಕೆಯಿಂದ ಎಲ್ಲರಿಗೂ ಗಮನಿಸಿ" ಎಂದು ಹೇಮಚಂದ್ರ ಮಾನಿಟರ್‌ನ ಒಂದು ಕೀಯನ್ನು ಒತ್ತತೊಡಗಿದ.

ಅವನು ಒಂದು ಸಾರಿ ಒತ್ತಿದರೆ ಎಲ್ಲಾ ಗ್ರಹಗಳೂ ಹತ್ತು ದಿನಗಳಲ್ಲಿ ಕ್ರಮಿಸಬಹುದಾದ ದೂರದಷ್ಟು ಕುಪ್ಪಳಿಸಿ ತಮ್ಮ ಪಥದಲ್ಲಿ ಮುಂದಕ್ಕೆ ಜರುಗುತ್ತಿದ್ದವು. ಅದರೊಂದಿಗೇ ಧೂಮಕೇತುವೂ ತನ್ನ ಪಥದಲ್ಲಿ ಮುಂದೆ ಬರಲಾರಂಭಿಸಿತು. ಗ್ರಹಗಳ ಪಕ್ಕದಲ್ಲಿ ಅವುಗಳ ಮೂರೂ ಅಳತೆಗಳ ಕೋ ಆರ್ಡಿನೇಟುಗಳು ಅವು ಜಾಗ ಬದಲಾಯಿಸುತ್ತಿದ್ದಂತೆ ತಾವೂ ಬದಲಾಗುತ್ತಿದ್ದವು.

ಖಗೋಳಶಾಸ್ತ್ರದ ಗಂಧವೇ ಇಲ್ಲದೆ ಪ್ರತಿನಿಧಿಗಳಾಗಿ ಅಲ್ಲಿಗೆ ಬಂದಿದ್ದ ರಾಜಕಾರಣಿಗಳಿಗೂ ಸ್ವಲ್ಪವೂ ಅನುಮಾನ ಉಳಿಯದೇ ಅರ್ಥವಾಗುವಂತೆ ಕಂಪ್ಯೂಟರ್ ಉಪಯೋಗಿಸಿ ಬಹಳ ಜಾಣ್ಮೆಯಿಂದ ವಿವರಿಸುತ್ತಿದ್ದ ಹೇಮಚಂದ್ರ.

ಧೂಮಕೇತು ಎರಡು ದಿನ, ಹನ್ನೊಂದು ಘಂಟೆ ಐವತ್ತೈದು ನಿಮಿಷದಲ್ಲಿ ಪ್ಲೂಟೋನ ಪಥವನ್ನು ಸಂಧಿಸಿತು. ದಿನ ಸಾಗಿದಂತೆ ಅದು ನೆಪ್ಚೂನ್, ಯುರೇನಸ್, ಶನಿಯನ್ನು ದಾಟಿ ಸೂರ್ಯನತ್ತ ಧಾವಿಸಿ ಮುಂದೆ ಮುಂದೆ

ಬಂತು. ಅಷ್ಟರಲ್ಲಿ ಗ್ರಹಗಳೆಲ್ಲಾ ಸೂರ್ಯನ ಒಂದೇ ಭಾಗಕ್ಕೆ ಬಂದಿದ್ದವು.

"ಸೂರ್ಯನ ಒಂದೇ ಭಾಗದಲ್ಲಿ ಒಂಭತ್ತೂ ಗ್ರಹಗಳಿವೆ. ಹಲವಾರು ಮಿಲಿಯನ್ ವರ್ಷಗಳಲ್ಲಾಗುವ ಒಂದು ಅಪರೂಪದ ಘಟನೆ ಇದು" ಎಂದು ಹೇಳಿದ ಹೇಮಚಂದ್ರ.

ಈಗ ದೊಡ್ಡ ಗ್ರಹವಾದ ಗುರು ಧೂಮಕೇತುವಿನ ಪಥಕ್ಕೆ ಬಹಳ ಸಮೀಪಕ್ಕೆ ಬರಬಹುದು ಎನಿಸಿತು. ಆದರೆ ಹಾಗಾಗಲಿಲ್ಲ. ಗುರುವಿನಿಂದ ಸಾಕಷ್ಟು ದೂರದಲ್ಲೇ ಅದರ ಪಥವನ್ನು ದಾಟಿ ಧೂಮಕೇತು ಮುಂದೆ ಹೋಯಿತು. ಅಲ್ಲಿಗೆ ಸುಮಾರು 244 ದಿನಗಳಾಗಿದ್ದವು.

ನಂತರ ಉದ್ವೇಗದ ಕ್ಷಣಗಳು ಪ್ರಾರಂಭವಾದವು. ಧೂಮಕೇತು ಮಂಗಳ ಗ್ರಹಕ್ಕೆ ಡಿಕ್ಕಿ ಹೊಡೆಯಬಹುದೆಂಬ ಅನುಮಾನವಾಗುವಂತೆ ಎರಡು ಗ್ರಹಗಳೂ ಒಂದೇ ದಿಕ್ಕಿಗೆ ಚಲಿಸಿ ಸಮೀಪಿಸುತ್ತಿದ್ದವು. ನೋಡ ನೋಡುತ್ತಿದ್ದಂತೆ ಮಂಗಳ ಗ್ರಹದ ಪಥಕ್ಕೆ ಸ್ವಲ್ಪವೇ ಮೇಲಿಂದ ಹಾದು ಧೂಮಕೇತು ಮುಂದೆ ಹೋಯಿತು. ಮಂಗಳದ ಎಕ್ಸ್‌ಕೋ ಆರ್ಡಿನೇಟ್ ಧೂಮಕೇತುವಿನ ಎಕ್ಸ್‌ಕೋ ಆರ್ಡಿನೇಟಿಗೆ ಸಮವಾದಾಗ, ಅವೆರಡರ 'ವೈ' ಕೇವಲ ಐವತ್ತು ಸಾವಿರ ಕಿಲೋಮೀಟರ್‌ನಷ್ಟು ವ್ಯತ್ಯಾಸವಿತ್ತು. ಮತ್ತು 'ಝೆಡ್' ಇನ್ನೂ ಕಮ್ಮಿ, ಕೇವಲ ಹದಿಮೂರು ಸಾವಿರ ಕಿಲೋಮೀಟರ್ ವ್ಯತ್ಯಾಸ !

ಮಂಗಳದ ಪಥ ಹಾದು ಧೂಮಕೇತು ಮುಂದೆ ಸಾಗಿದಾಗ ಹೇಮಚಂದ್ರ ಏನನ್ನು ಹೇಳಲು ಹೊರಟಿದ್ದಾನೆ, ಯಾತಕ್ಕಾಗಿ ಈ ತುರ್ತು ಸಭೆ ಕರೆಯಲಾಗಿದೆ ಎಂದು ಉಸಿರು ಬಿಗಿ ಹಿಡಿದು ನೋಡುತ್ತಿದ್ದ ವಿಜ್ಞಾನಿಗಳಿಗೆ ತಟ್ಟನೆ ತಿಳಿದುಹೋಯಿತು.

ಇನ್ನೂರ ಎಪ್ಪತ್ಮೂರು ದಿನಗಳು, ಎಂಟು ಘಂಟೆ ನಲವತ್ಮೂರು ನಿಮಿಷಕ್ಕೆ ಸರಿಯಾಗಿ ಧೂಮಕೇತು ಭೂಪಥ ತಲುಪಿತು. ಅದೇ ಸಮಯಕ್ಕೆ, ಅದೇ ಜಾಗಕ್ಕೆ ಭೂಮಿಯೂ ಬಂದು ತಲುಪಿತು. ಟಕ್ಕನೆ ಹೇಮಚಂದ್ರ ಕಂಪ್ಯೂಟರ್‌ನ ಗುಂಡಿ ಒತ್ತಿ ಆ ದೃಶ್ಯವನ್ನು ಸ್ಥಿರೀಕರಿಸಿದ.

ಧೂಮಕೇತುವಿನ ಮೂರು ಕೋ ಆರ್ಡಿನೇಟುಗಳು ಭೂಮಿಯ ಕೋ ಆರ್ಡಿನೇಟುಗಳಿಗೆ ಮೂರನೆಯ ದಶಾಂಕದವರೆಗೆ ಸರಿಸಮವಾಗಿತ್ತು!

ಅದೇ ಸಮಯಕ್ಕೆ ಎಲ್ಲಾ ಗ್ರಹಗಳೂ ಸೂರ್ಯನ ಒಂದು ಪಕ್ಕದಲ್ಲಿ ಒಂದೇ ರೇಖೆಯಲ್ಲಿದ್ದವು.

ಈ ನಂಬಲಾಗದ, ಆದರೆ ಖಗೋಳ ಶಾಸ್ತ್ರದ ಕರಾರುವಕ್ಕಾದ ಲೆಕ್ಕಾಚಾರದ ಪ್ರಕಾರ ಸಂಭವಿಸಲಿರುವ ಅಂತರಿಕ್ಷ ವೈಪರೀತ್ಯವನ್ನು ನೋಡಿ

ನೆರೆದಿದ್ದ ವಿಜ್ಞಾನಿಗಳ ಸಮೂಹ ಬಿಟ್ಟ ಬಾಯಿ ಬಿಟ್ಟಂತೆ ಮೂಕರಾಗಿ ಕುಳಿತಿದ್ದರು. ಯಾರೂ ಉಸಿರೆತ್ತದೆ, ಮಿಸುಕಾಡದೆ ಕ್ಷಣಕಾಲ ಅಲ್ಲಿ ಸ್ಮಶಾನ ಮೌನ ಆವರಿಸಿತ್ತು. ಕಂಪ್ಯೂಟರ್‌ನ 'ಚರ್' ಹಾಗೂ ಹವಾನಿಯಂತ್ರಣದ ಕಿಟಕಿಗಳು ಮುಕ್ಕಳಿಸುತ್ತಿದ್ದ ಗಾಳಿಯ 'ಸ್ಯುಮ್' ಶಬ್ದ ಬಿಟ್ಟರೆ ಉಳಿದವರು ಎಲ್ಲಾ ಸತ್ತವರಂತೆ ನಿಶ್ಚೇತರಾಗಿ ಕುಳಿತಿದ್ದರು.

ಹೇಮಚಂದ್ರನೇ ಕ್ಷೀಣವಾಗಿ ಮೌನವನ್ನು ಒಡೆದು ಹೇಳಿದ.

"ಹೌದು ನನ್ನ ಗೆಳೆಯರೇ, ಇನ್ನೂ ಸುಮಾರು ಹತ್ತು ತಿಂಗಳಲ್ಲಿ ನಿಖರವಾಗಿ ಹೇಳಬೇಕೆಂದರೆ ಬರುವ ಅಕ್ಟೋಬರ್ ಮೂರನೇ ತಾರೀಕು ಬೆಳಗ್ಗೆ ಧೂಮಕೇತು ಅಗಾಧ ವೇಗದಿಂದ ಬಂದು ಭೂಮಿಗೆ ಅಪ್ಪಳಿಸಲಿದೆ. ಅದರಿಂದ ನಮ್ಮ ವಿಶ್ವ ಮಾನವ ಜನಾಂಗ ನಾಶವಾಗಿ ಹೋಗಲಿದೆ"

ಅವಾಕ್ಕಾಗಿ ಕೂತಿದ್ದ ಸಭಿಕರು ಇನ್ನೂ ಚೇತರಿಸಿಕೊಂಡಿರಲಿಲ್ಲ. ಸ್ವಲ್ಪ ಹೊತ್ತು ಸುಮ್ಮನಿದ್ದು ಹೇಮಚಂದ್ರ ಪುನಃ ಹೇಳಿದ. "ಗೆಳೆಯರೇ, ಮಾನವ ಜನಾಂಗದ ಉಳಿವಿಗೆ ನಾವು ಮುಂದೆ ಮಾಡಬೇಕಾದ ಕೆಲಸದ ಬಗ್ಗೆ ನಾವು ನಿಮ್ಮೆಲ್ಲರ ಅಮೂಲ್ಯ ಸಲಹೆ ಬೇಡುತ್ತಿದ್ದೇವೆ."

ಬರಲಿರುವ ದುರಂತದ ಚಿತ್ರ ನಿಧಾನವಾಗಿ ಸಭೆ ಕರೆಗೆ ತಲೆಯಲ್ಲಿಳಿಯುತ್ತಿದ್ದಂತೆ ದಿಗ್ಭ್ರಾಂತಿಯಿಂದ ಮೂಕರಂತೆ ಕೂತರು. ನಂತರ ಗುಸುಗುಸು ಮಾತುಗಳು ಪ್ರಾರಂಭವಾಯಿತು. ಮಹಾಮೇಧಾವಿ ವಿಜ್ಞಾನಿಗಳಿದ್ದ ಆ ಸಭೆಯಿಂದ,

"ಏನಿದು ಹುಚ್ಚು!"

"ಇದು ನಂಬಲು ಅಸಾಧ್ಯ!"

"ಓಹ್, ಮೈ ಗಾಡ್!"

"ಇವನೊಬ್ಬ ತಲೆಕೆಟ್ಟವನಂತಿದ್ದಾನೆ" ಇತ್ಯಾದಿ ಮಾತುಗಳು ಹೊರಬರತೊಡಗಿದವು.

ಗುಜುಗುಜುವಿನಿಂದ ಶುರುವಾದ ಗಲಾಟೆ ಕೂಗಾಟಕ್ಕೆ ತಿರುಗಿ ಒಬ್ಬರ ಮಾತು ಇನ್ನೊಬ್ಬರಿಗೆ ಕೇಳಿಸದಂತಾಯಿತು. ಹೇಮಚಂದ್ರ ಧ್ವನಿಯೇರಿಸಿ ಕೆಲವರು ಕೇಳಿದ ಪ್ರಶ್ನೆಗಳನ್ನು ಉತ್ತರಿಸಲು ಪ್ರಯತ್ನಿಸಿ ವಿಫಲವಾದ. ಅಸಹಾಯಕನಾಗಿ ಅವನು ಪ್ರೊಫೆಸರ್ ಆರ್ನಾಲ್ಡ್ ಕಡೆಗೆ ನೋಡಿದ. ವಿಷಣ್ಣರಾಗಿ ನಿಂತಿದ್ದ ಪ್ರೊಫೆಸರ್ ಸ್ಟೇಜಿನ ಮೇಲೇರಿ ಬಂದು ಗಟ್ಟಿಯಾಗಿ 'ಎಲ್ಲಾ ನಿಶ್ಯಬ್ದವಾಗಿರಿ' ಎಂದು ವಿನಂತಿಸಿಕೊಂಡನು. ಗಲಾಟೆ ಸ್ವಲ್ಪ ಹಿಡಿತಕ್ಕೆ ಬಂತು.

"ಡಾ॥ ಹೇಮಚಂದ್ರ ಹೇಳುವುದನ್ನು ನಾವು ಮತ್ತೆ ಮತ್ತೆ ಪರಿಶೀಲಿಸಿದ್ದೇವೆ. ನಮ್ಮ ದೌರ್ಭಾಗ್ಯದಿಂದ 'ಹೇಮ್ ಧೂಮಕೇತು' ನೇರವಾಗಿ ಬಂದು ನಮ್ಮ ಭೂಮಿಗೆ ಡಿಕ್ಕಿ ಹೊಡೆಯುವುದು ನಿಸ್ಸಂಶಯ. ಭೂಮಿ ಬಹುಶಃ ಕೋಟ್ಯಂತರ ಹೋಳುಗಳಾಗಿ ಛಿದ್ರ ಛಿದ್ರವಾಗಬಹುದು. ಗೆಳೆಯರೇ, ನಮ್ಮ ಕೈಲಾದಷ್ಟು ಮಟ್ಟಿಗೆ ನಿಮಗೆ ಸಂಶಯ ಉಳಿಯದೇ ಎಲ್ಲವನ್ನೂ ವಿವರಿಸಿ ಹೇಳಿದ್ದೇವೆ. ಇನ್ನು ಅನುಮಾನ ಉಳಿದವರು ನಮ್ಮ ಅಬ್ಸರ್ವೇಟರಿಗೆ ಬಂದು ಸ್ವತಃ ಪರಿಶೀಲಿಸಿ ಖಾತ್ರಿ ಮಾಡಿಕೊಳ್ಳಬಹುದು. ಈ ಬಗ್ಗೆ ಏನಾದರೂ ಪ್ರಶ್ನೆಗಳಿದ್ದರೆ ಕೇಳಿ. ಎಲ್ಲರೂ ಸೇರಿ ಚರ್ಚಿಸಿ ಪ್ರಶ್ನೆಗಳಿಗೆ ಸಮಾಧಾನವನ್ನು ಕಂಡುಕೊಳ್ಳೋಣ" ಎಂದರು.

"ಪ್ರೊಫೆಸರ್, ಧೂಮಕೇತುವು ಗುರು, ಆಕಾಶಕಾಯಗಳ ಸಮೂಹ ಮತ್ತು ಮಂಗಳ ಗ್ರಹಕ್ಕೆ ಅತಿ ಸಮೀಪದಲ್ಲಿ ಹಾದು ಬರುತ್ತದೆ. ದೈತ್ಯಾಕಾರದ ಗ್ರಹಗಳು ಅಥವಾ ಆಕಾಶಕಾಯಗಳು ಎಷ್ಟು ಸಮೀಪಕ್ಕೆ ಬಂದಾಗ ಧೂಮಕೇತುವಿನ ಮೇಲೆ ಆಗುವ ಗುರುತ್ವಾಕರ್ಷಣೆಯ ಏರುಪೇರಿನ ಬಗ್ಗೆ ಸ್ವಲ್ಪ ಆಳವಾಗಿ ಯೋಚಿಸಬೇಕಲ್ಲವೇ?" ವಿಜ್ಞಾನಿಯೊಬ್ಬರು ಪ್ರಶ್ನಿಸಿದರು.

ಸಭೆಯಲ್ಲಿ ಗುಸು ಗುಸು ಅಡಗದಿದ್ದರೂ, ಮತ್ತೆ ಆಸಕ್ತಿ ಮೂಡಿತು.

ಡಾ॥ ಹೇಮಚಂದ್ರರವರೇ ಮೊನ್ನೆ ಈ ಅನುಮಾನ ವ್ಯಕ್ತಪಡಿಸಿದ್ದರು. ಅದಕ್ಕೆ ನಾವು ನಮ್ಮ ವಿಜ್ಞಾನಿಗಳ ವಿಶೇಷ ಅಧ್ಯಯನದ ಸಮಿತಿಗೆ ಈ ಬಗ್ಗೆ ಸೂಪರ್ ಕಂಪ್ಯೂಟರ್ ಮೇಲೆ ಆಳವಾಗಿ ಅಧ್ಯಯನ ನಡೆಸಿ ತಿಳಿಸಿ ಎಂದು ಹೇಳಿದ್ದೆವು. ನಮ್ಮ ವಿಜ್ಞಾನಿ ಮಿತ್ರ ಡಾ॥ ಹಿಷೋಮ ಅವರ ನೇತೃತ್ವದಲ್ಲಿ ನಾಲ್ಕು ದಿನಗಳ ಸತತ ಪರಿಶೀಲನೆಯ ನಂತರ ಸಮಿತಿ ತಮ್ಮ ಅಭಿಪ್ರಾಯವನ್ನು ತಿಳಿಸಿದ್ದಾರೆ. ಸಂಕ್ಷಿಪ್ತವಾಗಿ ಹಿಷೋಮರವರೇ ಅದನ್ನು ತಿಳಿಸಲಿ" ಎಂದು ಪ್ರೊಫೆಸರ್ ಸ್ಟೇಜ್ ನ್ನು ಡಾ॥ ಹಿಷೋಮ ಅವರಿಗೆ ಬಿಟ್ಟುಕೊಟ್ಟರು.

ಡಾ॥ ಹಿಷೋಮ ಜಪಾನಿನ ಅತ್ಯಂತ ಪ್ರತಿಭಾವಂತ ಖಗೋಳ ಶಾಸ್ತ್ರಜ್ಞ ಮತ್ತು ನಮ್ಮ ಸೌರವ್ಯೂಹದ ಬಗ್ಗೆ ವಿಶೇಷವಾಗಿ ಗ್ರಹಗಳ ಪರಸ್ಪರ ಗುರುತ್ವಾಕರ್ಷಣೆಯ ಬಗ್ಗೆ ಆಳವಾಗಿ ಅಭ್ಯಾಸ ಮಾಡಿ ವಿಶ್ವಮಟ್ಟದಲ್ಲಿ ಆ ವಿಷಯದಲ್ಲಿ ಅಥಾರಿಟಿ ಎಂದು ಪ್ರಖ್ಯಾತಿಯಾದವರು.

ಹಿಷೋಮ ಗಂಟಲು ಸರಿ ಮಾಡಿಕೊಂಡು ಗಂಭೀರವಾಗಿ ಹೇಳಿದರು. "ಗೆಳೆಯರೇ ನವಗ್ರಹಗಳ ಕೂಟವನ್ನು ಮೊದಲೇ ಸುಮಾರಾಗಿ ತಿಳಿದಿದ್ದೆವಾದರೂ ಅವುಗಳ ಪರಿಧಿಗೆ ಬರಲಿರುವ ಹೇಮ್ ಧೂಮಕೇತುವಿನ ಆಗಮನ ತೀರ ಅನಿರೀಕ್ಷಿತ. ಅದು ಗುರುವಿನಿಂದ ಸಾಕಷ್ಟು ದೂರದಲ್ಲಿ

ಸಾಗುತ್ತದೆ. ಅದರ ಗಾತ್ರ ಅಗಾಧವಾಗಿರುವುದರಿಂದ ನಮ್ಮ ಅಧ್ಯಯನದಲ್ಲಿ ತಿಳಿದು ಬಂದ ಪ್ರಕಾರ ಗುರುವಿನ ಆಕರ್ಷಣೆ ಅದರ ಮೇಲೆ ತೀವ್ರವಾದ ಪರಿಣಾಮವನ್ನೇನೂ ಮಾಡಲಾರದು. ಆದರೆ ಗುರುವಿಂದ ಮೇಲ್ಮೈ ಮೇಲೆ ಅದು ಬಿರುಗಾಳಿ ಅಥವಾ ಚಂಡಮಾರುತವನ್ನುಂಟು ಮಾಡಬಹುದು. ಗುರು ಚಂದ್ರರು ತಮ್ಮ ಪದಗಳನ್ನು ಸ್ವಲ್ಪ ತಪ್ಪಬಹುದು. ಇದನ್ನು ಮೀರಿ ಇನ್ನಾವುದೇ ರೀತಿಯ ಪರಿಣಾಮ ಆಗಲಾರದು.

ಅಕಸ್ಮಾತ್ ಧೂಮಕೇತುವೇನಾದರೂ ಗಾತ್ರದಲ್ಲಿ ಚಿಕ್ಕದಾಗಿದ್ದಿದ್ದರೆ ಅದು ಗುರುವಿನ ಆಕರ್ಷಣೆಯಲ್ಲಿ ಸಿಕ್ಕಿ ತನ್ನ ಪಥವನ್ನೇ ಬದಲಾಯಿಸಿ ಭೂಮಿಗೆ ನೇರ ಅಪ್ಪಳಿಸುವ ಸಾಧ್ಯತೆಯು ಬಹುಶಃ ತಪ್ಪುತ್ತಿತ್ತು. ಹಾಗಾಗಿದ್ದರೂ ಅದು ಭೂಮಿಗೆ ಬಹಳ ಸಮೀಪದಲ್ಲಿ ಸಾಗಿ ಭೂಮಿಯ ವಾತಾವರಣದಲ್ಲಿ ತೀವ್ರ ಏರುಪೇರು ಮಾಡಿ ಇಲ್ಲಿನ ಜೀವಸಂಪತ್ತನ್ನು ಹೆಚ್ಚು ಕಡಿಮೆ ಸಂಪೂರ್ಣವಾಗಿ ನಾಶ ಮಾಡುತ್ತಿತ್ತು. ಬಹಳ ಬಲಶಾಲಿಯಾದ ಕೆಲವು ಜೀವರಾಶಿಗಳು ಉಳಿದುಕೊಳ್ಳುತ್ತಿದ್ದವೋ ಏನೋ. ಆದರೆ ಇದು ಕೇವಲ ಕಾಲ್ಪನಿಕ ಊಹೆ. ಧೂಮಕೇತು ಗಾತ್ರದಲ್ಲಿ ಈಗಿರುವುದರ ಅರ್ಧದಷ್ಟಿರುತ್ತಿದ್ದರೆ ಮಾತ್ರ ಹೀಗಾಗಬಹುದಿತ್ತು" ಎಂದು ಸ್ವಲ್ಪ ನಿಲ್ಲಿಸಿ ಮತ್ತೆ ಮುಂದುವರಿಸಿದರು.

"ಗುರುವಿನಿಂದ ತಪ್ಪಿಸಿಕೊಂಡು ಧೂಮಕೇತು ಆಕಾಶಕಾಯಗಳ ಸಮೂಹದ ಮಧ್ಯೆ ಹಾದು ಬರುವಾಗ ನಿಸ್ಸಂದೇಹವಾಗಿ ಸಾವಿರಾರು ಆಕಾಶಕಾಯಗಳೊಂದಿಗೆ ಡಿಕ್ಕಿ ಹೊಡೆಯುತ್ತದೆ. ಕ್ಷುದ್ರವಾದ ಈ ಆಕಾಶಕಾಯಗಳು ಧೂಮಕೇತುವಿನ ಮೇಲೆ ಏನೂ ಪ್ರಭಾವ ಬೀರಲಾರವು. ಡಿಕ್ಕಿ ಹೊಡೆಯಲು ಬರುವ ಆಕಾಶಕಾಯಗಳನ್ನು ನುಂಗಿ ಧೂಮಕೇತು ನೇರವಾಗಿ ಮುಂದೆ ಸಾಗಿ ಬರುತ್ತದೆ. ಮುಂದೆ ಮಂಗಳ ಗ್ರಹಕ್ಕೆ ಧೂಮಕೇತು ಬಹಳ ಸಮೀಪದಲ್ಲಿ ಬರುವುದರಿಂದ ಗುರುತ್ವಾಕರ್ಷಣೆಯ ಶಾಸ್ತ್ರದ ಪ್ರಕಾರ ಹಗುರವಾದ ಮಂಗಳ ಗ್ರಹ ಧೂಮಕೇತುವಿನ ಅಪಾರ ಆಕರ್ಷಣೆಯ ಬಲದಿಂದ ಸೆಳೆಯಲ್ಪಟ್ಟು ಅದರೊಂದಿಗೇ ಭೂಮಿಯತ್ತ ಸಾಗಿ ಬರಬಹುದು" ಡಾ|| ಹಿಷೋಮ ಸ್ವಲ್ಪ ತಡೆದರು. "ಅದು ಧೂಮಕೇತುವಿನೊಳಕ್ಕೆ ಸೆಳೆಯಲ್ಪಡುವಷ್ಟರಲ್ಲಿ ಭೂಮಿಯ ಪಥವನ್ನು ತಲುಪುವುದರಿಂದ ಅದೂ ಕೂಡ ಭೂಮಿಗೆ ಅಪ್ಪಳಿಸಬಹುದು"

'ಹ್ಞಾಂ!' ಎಂದು ವಿಜ್ಞಾನಿಗಳ ಸಮುದಾಯ ಉದ್ಗರಿಸಿತು.

ಅಂದರೆ, ಧೂಮಕೇತುವಿನ ಆಘಾತ ಒಂದು ಪಕ್ಷ ತಪ್ಪಿದರೂ, ಮಂಗಳಗ್ರಹ ಬಂದು ಭೂಮಿಗೆ ಅಪ್ಪಳಿಸುವುದೇ?

ಸಭಿಕರಲ್ಲಿ ಹೆಚ್ಚು ಕಡಿಮೆ ಚೀರಾಟ ಪ್ರಾರಂಭವಾಯಿತು. ಭಯ

ಭ್ರಾಂತರಾದ ಅವರ ಗಲಾಟೆ ಮಿತಿಮೀರಿ ಎಷ್ಟೇ ವಿಶ್ವ ಪ್ರಯತ್ನ ಪಟ್ಟರೂ ಒಬ್ಬರ ಮಾತನ್ನು ಇನ್ನೊಬ್ಬರು ಕೇಳುವಷ್ಟು ಶಿಸ್ತನ್ನು ತರಲಾಗಲಿಲ್ಲ.

ಡಾ||ಹೀಷಿಮಾ ತಮ್ಮ ವರದಿಯನ್ನು ಮುಂದುವರಿಸಲಾರದೆ ವೇದಿಕೆ ಬಿಟ್ಟು ಕೆಳಗಿಳಿದರು. ನಂತರ ವೇದಿಕೆಯ ಮೇಲೆ ಔಪಚಾರಿಕವಾಗಿ ಅಂತರಿಕ್ಷ ವಿಜ್ಞಾನದಲ್ಲಿ ಮುಂದುವರಿದ ದೇಶಗಳ ಪ್ರತಿನಿಧಿಗಳನ್ನು ಕರೆತಂದು ಕೂಡಿಸಲಾಯಿತು. ಈ ದಿಗ್ಗಜಗಳು ವೇದಿಕೆಯನ್ನು ತುಂಬಿದ್ದನ್ನು ನೋಡಿ ಪುನಃ ಸಭಿಕರಲ್ಲಿ ಸ್ವಲ್ಪ ನಿಶ್ಯಬ್ದ ಮೂಡಿತು.

ಸಭೆ ಶುರುವಾಗಿ ನಾಲ್ಕೈದು ಘಂಟೆಗಳಾದರೂ ವಿವರಗಳೇನೂ ತಿಳಿದು ಬರದೇ ಇದ್ದುದರಿಂದ ಹೊರಗೆ ಕಾದಿದ್ದ ಪತ್ರಕರ್ತರು ಅಸಹನೆಯಿಂದ ಸಭಾಂಗಣದ ದ್ವಾರಪಾಲಕರೊಡನೆ ವಾಗ್ಯುದ್ಧ ಪ್ರಾರಂಭಿಸಿದರು.

ಅಮೇರಿಕಾದ ಸ್ಟೇಟ್ ಸೆಕ್ರೆಟರಿ ಎದ್ದು ನಿಂತು ಭೂಮಂಡಲ ಏಕಾಏಕಿ ಎದುರಿಸಬೇಕಾಗಿರುವ ಈ ಜೀವನ್ಮರಣದ ಪ್ರಶ್ನೆಯನ್ನು ಎಲ್ಲರೂ ಸೇರಿ ಗಂಭೀರವಾಗಿ ಪರಿಗಣಿಸಿ ಎದುರಿಸಬೇಕೆಂದು ವಿನಂತಿಸಿಕೊಂಡರು. ಕ್ಷಿಪ್ರವಾಗಿ ತಮ್ಮ ಮಾತನ್ನು ಮುಗಿಸುತ್ತಾ, "ಈಗ ವಿಶ್ವದ ವಿಜ್ಞಾನಿಗಳ ಸಮುದಾಯದ ಮುಂದೆ ನಮ್ಮ ವಿನಂತಿ ಏನೆಂದರೆ ವಿಶ್ವವನ್ನುಳಿಸಲು, ಮಾನವ ಜನಾಂಗವನ್ನುಳಿಸಲು ತಾವೆಲ್ಲ ಉದ್ವೇಗ ಬಿಟ್ಟು, ಶಾಂತವಾಗಿ ಯೋಚಿಸಿ ತಮ್ಮ ತಮ್ಮ ಸಲಹೆಗಳನ್ನು ಕೊಟ್ಟರೆ ಎಲ್ಲಾ ಒಂದಾಗಿ ಸೇರಿ ಪ್ರಯತ್ನವನ್ನು ಮಾಡೋಣ" ಎಂದು ಹೇಳಿ ಕುಳಿತರು.

ಭಯವಿಹ್ವಲರಾದ ಸಭಿಕರು ಒಬ್ಬರಾದ ಮೇಲೆ ಒಬ್ಬರು ಭೂಮಿಯನ್ನುಳಿಸಲು ಯಾರಾದರೂ, ಏನಾದರೂ ಮಾಡಬೇಕೆಂದು ಆವೇಶವಾಗಿ, ಕಳಕಳಿಯಿಂದ ಮಾತನಾಡಿದರೇ ವಿನಃ ಯಾರಿಗೂ ನಿಖರವಾಗಿ ಏನು ಮಾಡಬೇಕೆಂದು ಹೇಳಲಾಗಲಿಲ್ಲ.

ಮತ್ತೆ ಕೆಲವು ಗಂಟೆಗಳ ಉದ್ವೇಗಭರಿತ ಚರ್ಚೆಯಾದ ನಂತರ ಮುಂದುವರಿದ ದೇಶಗಳ ಪ್ರತಿನಿಧಿಗಳ ಒಂದು ಸಮಿತಿ ಮಾಡಿ, ವಿಜ್ಞಾನಿಗಳ ಸಹಾಯದಿಂದ ಜಗತ್ತನ್ನುಳಿಸಲು ಒಂದು ತುರ್ತು ಕಾರ್ಯಕ್ರಮ ಹಾಕಬೇಕೆಂದು ಒಮ್ಮತದಿಂದ ನಿರ್ಧರಿಸಲಾಯಿತು. ಉಳಿದ ದೇಶಗಳ ಪ್ರತಿನಿಧಿಗಳು ತಮ್ಮ ತಮ್ಮ ಸರ್ಕಾರಗಳೊಂದಿಗೆ ಚರ್ಚಿಸಿ, ಆ ತುರ್ತು ಕಾರ್ಯಕ್ರಮಕ್ಕೆ ಎಲ್ಲಾ ರೀತಿಯ ಸಹಕಾರ, ಸಹಾಯ ಕೊಡಲು ಒಪ್ಪಿಸಬೇಕೆಂದು ತಿಳಿಸಲಾಯಿತು. ಎಲ್ಲಾ ವಿಷಯಗಳನ್ನೂ ಕಟ್ಟುನಿಟ್ಟಾಗಿ ಗುಪ್ತವಾಗಿಡಬೇಕೆಂದೂ, ಮುಖ್ಯವಾಗಿ ಪತ್ರಕರ್ತರುಗಳಿಂದ ಮುಚ್ಚಿಡಬೇಕೆಂದೂ ತಿಳಿಸಲಾಯಿತು. ಪ್ರಪಂಚದ ಜನ

ಭೀತಿಯಿಂದ ಹುಚ್ಚರಂತೆ ವರ್ತಿಸುವುದನ್ನು ತಡೆಯಲು ಇದು ಅತ್ಯವಶ್ಯವೆಂದು ಒತ್ತಿ ಹೇಳಿ, ಹೊರಗೆ ಕಾದಿದ್ದ ಪತ್ರಕರ್ತರಿಗೆ ಏನು ಹೇಳಬೇಕೆಂಬುದನ್ನೂ ತಿಳಿಸಲಾಯಿತು.

ಎಲ್ಲಾ ದೇಶದ ಪ್ರತಿನಿಧಿಗಳೂ ಮಾನವ ಜನಾಂಗವನ್ನುಳಿಸಲು ತಮ್ಮೆಲ್ಲಾ ಶಕ್ತಿಮೀರಿ ಶ್ರಮಿಸುವುದಾಗಿ, ರಾಜಕೀಯ, ಭೌಗೋಳಿಕ, ಜನಾಂಗ ಭೇದ ಮರೆತು ಒಟ್ಟಾಗುವುದಾಗಿ ಪ್ರತಿಜ್ಞೆ ಮಾಡಿ, ಕಳೆಗುಂದಿದ ಮುಖದಿಂದ ಹೃದಯದಲ್ಲಿ ಭಾರಹೊತ್ತು ಹೊರ ಬಂದರು.

ಕಂಗೆಟ್ಟ ಮುಖ ಹೊತ್ತು ಹೊರಕ್ಕೆ ಬಂದ ಈ ಪ್ರತಿನಿಧಿಗಳನ್ನು ನೋಡಿ ಪತ್ರಕರ್ತರು ಆಶ್ಚರ್ಯಚಕಿತರಾಗಿ ಸುತ್ತುವರೆದು ನೂರಾರು ಪ್ರಶ್ನೆಗಳನ್ನು ಸುರಿದರು. ಮೊಟ್ಟಮೊದಲ ಬಾರಿಗೆ, ಎಲ್ಲಾ ದೇಶದ ಪ್ರತಿನಿಧಿಗಳೂ ಒಂದೇ ಧ್ವನಿಯಿಂದ, ಮೊದಲೇ ನಿರ್ಧರಿಸಿದ್ದಂತೆ ಪತ್ರಕರ್ತರಿಗೆ ಜಾರಿಕೆಯ ಉತ್ತರ ನೀಡಿ ತಮ್ಮ ಐಕ್ಯತೆ ಪ್ರದರ್ಶಿಸಿದರು.

******

ಭಾರತದಲ್ಲೆಲ್ಲ ಈಗ ಒಂದೇ ಮಾತು.

'ನವಗ್ರಹ ಕೂಟ' ಮತ್ತು ಭೂಮಿಯ ಮೇಲೆ ದೈತ್ಯಾಕಾರದ ಧೂಮಕೇತುವಿನ ಪ್ರಹಾರ! ಕೆಲವರು ಈ ವಿಷಯ ನಂಬಿ ಭಯಭೀತರಾದರೂ ಬಹಳ ಜನರು ಮೊದಮೊದಲು ಮೂಗುಮುರಿದರು.

'ಹಿಂದೊಮ್ಮೆ ಆಗಿತ್ತಲ್ಲಾ ಈ ನವಗ್ರಹ ಕೂಟ? ಪ್ರಳಯವಾಗುತ್ತೆ ಅಂತ ಆಗಲೂ ಎಷ್ಟು ಭಯ ಹುಟ್ಟಿಸಿದ್ದರು! ಈ ಸನ್ಯಾಸಿಗಳಿಗೆ, ಢೋಂಗಿ ಪೂಜಾರಿಗಳಿಗೆ ಬೇರೆ ಕೆಲಸವಿಲ್ಲ. ಹೀಗೆ ಏನೋ ಸುದ್ದಿ ಹುಟ್ಟಿಸಿ ತಮ್ಮ ಬೇಳೆ ಬೇಯಿಸಿಕೊಳ್ಳಲು ನೋಡುತ್ತಾರೆ' ಎಂದು ಹೇಳುವವರೇ ಹೆಚ್ಚು ಮಂದಿ. ಆದರೆ ದಿನ ಕಳೆದಂತೆ ಪೂಜೆ, ಪುನಸ್ಕಾರ, ಹೋಮ ಹವನಗಳು ಅದ್ಧೂರಿಯಾಗಿ ಎಲ್ಲ ಕಡೆ ಪ್ರಾರಂಭವಾದಾಗ ನಂಬುವವರ ಸಂಖ್ಯೆ ಹೆಚ್ಚಾಗತೊಡಗಿತು.

ನ್ಯೂಯಾರ್ಕ್ ಸಭೆಯ ವಿವರಗಳನ್ನು ತಮ್ಮ ವಿಜ್ಞಾನಿ ಸಲಹೆಗಾರರಿಂದ ತಿಳಿದ ಮೇಲೆ ಪ್ರಧಾನಿಗಳು ಡಾ॥ ಹೇಮಚಂದ್ರರ ಜೊತೆ ಮಾತಾಡಿ, ಮಂತ್ರಿಮಂಡಲದಲ್ಲಿ ಇದನ್ನು ಗಹನವಾಗಿ ಚರ್ಚಿಸಿದರು. ನಂತರ ಕೆಲವು ದಿನಗಳ ಹಿಂದೆ ತಮ್ಮನ್ನು ಭೇಟಿ ಮಾಡಿ ಮನವಿ ಮಾಡಿದ್ದ ತ್ರಿವೇದಿಗೆ ಹೇಳಿ ಕಳಿಸಿ ಹೋಮ, ಯಾಗ ಯಜ್ಞಗಳನ್ನು ನಡೆಸಲು ಸರ್ಕಾರ ಪ್ರತ್ಯಕ್ಷವಾಗಿ, ಪರೋಕ್ಷವಾಗಿ ಎಲ್ಲಾ ಸಹಾಯ ನೀಡುವುದಾಗಿ ಹೇಳಿದರು. ಅದಕ್ಕಾಗಿ ಖರ್ಚು ಎಷ್ಟೇ ಆದರೂ ಒದಗಿಸಿ ಕೊಡುವುದಾಗಿ ಆಶ್ವಾಸನೆ ನೀಡಿದರು.

ತ್ರಿವೇದಿ ತನ್ನ ಕಿವಿಗಳನ್ನು ತಾನೇ ನಂಬಲಿಲ್ಲ. ಇವೆಲ್ಲಾ ಗುರೂಜಿಯವರ ಮಹಿಮೆಯೆಂದೇ ನಂಬಿದ. ಸರ್ಕಾರವೇ ಕುಮ್ಮಕ್ಕಾಗಿ ನಿಂತ ಮೇಲೆ ಹವನ ಹೋಮಗಳ ತಯಾರಿ ಅಡೆತಡೆಯಿಲ್ಲದೆ ಒಂದಕ್ಕೆ ಹತ್ತು ಪಟ್ಟು ಜೋರಾಗಿ ನಡೆಯಿತು. ಗುರೂಜಿಯವರು ದೇಶದಾದ್ಯಂತ ಸಂಚರಿಸಿ ಹಳ್ಳಿ ಹಳ್ಳಿಯಲ್ಲೂ ಪ್ರಶಸ್ತವಾದ ಸ್ಥಳ ಆಯ್ಕೆ ಮಾಡಿ ಪ್ರತಿಯೊಂದು ಸ್ಥಳದಲ್ಲೂ ಕಾರ್ಯಕರ್ತರುಗಳ ಒಂದು ಸಮಿತಿ ರಚಿಸಿ ಅದರ ನೇತೃತ್ವದಲ್ಲಿ ಅಖಂಡ ಪೂಜೆ, ನವಗ್ರಹ ಹೋಮ, ಭಜನಾ ಕಾರ್ಯಕ್ರಮಗಳು ನಡೆಯುವಂತೆ ಏರ್ಪಾಡು ಮಾಡಿದರು.

ದೇಶದ ಎಲ್ಲಾ ದೇವಸ್ಥಾನಗಳಲ್ಲೂ, ಚರ್ಚುಗಳಲ್ಲೂ, ಮಸೀದಿಗಳಲ್ಲೂ ದಿನವೂ ವಿಶೇಷ ಪೂಜೆ, ಪ್ರಾರ್ಥನೆ, ನಮಾಜುಗಳು ಪ್ರಾರಂಭವಾದವು. ಇದರಿಂದ ಬೇರೆ ಕೆಲಸಗಳೆಲ್ಲಾ ಸ್ಥಗಿತಗೊಂಡವು. ಪ್ರಳಯವಾಗುವ ಸುದ್ದಿ ಈಗ ಖಚಿತವಾಗಿ ಹಗಲಿನ ಬೆಳಕಿನಷ್ಟೇ ನಿಚ್ಚಳವಾಗಿ ಎಲ್ಲರ ಮನಸ್ಸಿನಲ್ಲಿ ನಿಂತುಬಿಟ್ಟಿತು.

******

ಸತತ ಚರ್ಚೆಯ ನಂತರ ವಿಜ್ಞಾನಿಗಳು ಮಾನವ ಜನಾಂಗವನ್ನು ಉಳಿಸಲು ಮುಖ್ಯ ಸಮಿತಿಯ ಮುಂದೆ ತಮ್ಮ ಸಲಹೆ ಮಂಡಿಸಿದರು.

'ವಿಶ್ವದ ಎಲ್ಲಾ ವಿಜ್ಞಾನಿಗಳೂ ಸೇರಿ ಒಂದು 'ಅಂತರಿಕ್ಷ ಗೃಹ' ನಿರ್ಮಾಣ ಮಾಡಿ, ಪ್ರಳಯಕ್ಕೆ ಎರಡು ತಿಂಗಳ ಮುಂಚೆಯೇ ಅದನ್ನು ಉಡಾಯಿಸಿ ಭೂಮಿಯಿಂದ ದೂರದಲ್ಲಿರುವ ಗುರು ಗ್ರಹದಲ್ಲಿ ಇಳಿಸಬೇಕು. ಗುರುಗ್ರಹವೇ ಯಾಕೆಂದರೆ, ಸೂರ್ಯನಿಗೆ ಸಮೀಪವಿರುವ ಗ್ರಹಗಳು ತಡೆಯಲಾರದಷ್ಟು ಉಷ್ಣತೆಯಿಂದ ಕೂಡಿ ಮನುಷ್ಯವಾಸಕ್ಕೆ ಯೋಗ್ಯವಾಗಿಲ್ಲ ಮತ್ತು ಸೂರ್ಯನಿಂದ ದೂರವಿರುವ ಮಂಗಳ ಗ್ರಹ ಧೂಮಕೇತುವಿನಿಂದ ನೇರವಾಗಿ ಪಲ್ಲಟಗೊಂಡು ನಾಶವಾಗಲಿದೆ. ಗುರುವಿಗಿಂತ ದೂರದ ಗ್ರಹಗಳು ಅತಿ ಶೀತದಿಂದ ಕೂಡಿವೆ. ಅದರಿಂದ ಗುರುಗ್ರಹವೇ ಅತೀ ಸಮಂಜಸ.

ಈ ಅಂತರಿಕ್ಷ ಗೃಹಕ್ಕೆ 'ರೆಸ್ಕ್ಯೂ' ಅಂತ ಹೆಸರಿಟ್ಟು ಅದರಲ್ಲಿ ಸುಮಾರು ಎರಡು ವರ್ಷಗಳಿಗೆ ಸಾಕಾಗುವಷ್ಟು ಸಾಂದ್ರೀಕರಿಸಿದ ಗಾಳಿ, ಆಹಾರ, ನೀರು, ಇತ್ಯಾದಿ ಅತ್ಯವಶ್ಯವಾದ ವಸ್ತುಗಳ ಸಂಗ್ರಹಣೆ ಇರಬೇಕು. ಎಲ್ಲಾ ದೇಶಗಳಿಂದ ಒಂದು ಜೋಡಿ ಆರೋಗ್ಯವಂತರಾದ, ಬುದ್ಧಿವಂತರಾದ, ಸುಂದರವಾದ, ದೃಢಕಾಯರಾದ ಗಂಡು ಮತ್ತು ಹೆಣ್ಣನ್ನು ಆರಿಸಿ ಅದರೊಂದಿಗೆ ಕಳುಹಿಸಬೇಕು.

ಆ ಜೋಡಿಗಳು ಎರಡು ವರ್ಷಗಳು 'ರೆಸ್ಕ್ಯೂ'ನಲ್ಲೇ ಇದ್ದು ಸಾಧ್ಯವಾಗುವುದಾದರೆ ಗುರುವಿನ ವಾತಾವರಣಕ್ಕೆ ಹೊಂದಿಕೊಂಡು ಮಾನವ

ಸಂತತಿಯನ್ನು ಬೆಳೆಸಬೇಕು. ಇಲ್ಲವೇ ಎರಡು ವರ್ಷದ ನಂತರ ಪುನಃ ಅಲ್ಲಿಂದ ಮೇಲೇರಿ ಅಳಿದುಳಿದ ಭೂಮಿಯ ಯಾವುದಾದರು ಒಂದು ದೊಡ್ಡ ತುಕಡಿಯ ಮೇಲಿಳಿದು ವಾತಾವರಣ ಶಾಂತವಾಗಿ, ವಾಸ ಯೋಗ್ಯವಾಗಿದ್ದರೆ, ನಾಶವಾದ ಮಾನವ ಜನಾಂಗವನ್ನು ಪುನಃ ಭೂಮಿಯ ಮೇಲೆ ಬೆಳೆಸಬೇಕು.

ಗುರುವಿನ ವಾತಾವರಣದಲ್ಲಿ ಇವರು ಜೀವದೊಂದಿಗೆ ಉಳಿಯಬಲ್ಲರೇ ಎನ್ನುವುದೇ ನಿಖರವಾಗಿ ಗೊತ್ತಿಲ್ಲ. ಅಲ್ಲಿ ಹೊಂದಿಕೊಳ್ಳಲು ಆಗದೆ ಆಕಸ್ಮಾತ್ ಜೀವ ಸಹಿತ ಪುನಃ ಬಂದರೂ ಭೂಮಿಯ ತುಣುಕುಗಳು ಇರುತ್ತವೆಯೋ ಇಲ್ಲವೋ, ಇದ್ದರೆ ವಾಸ ಯೋಗ್ಯವಾಗಿರುತ್ತವೆಯೋ ಇಲ್ಲವೋ ಯಾವುದೂ ಖಾತ್ರಿಯಾಗಿ ಹೇಳಲು ಬರುವಂತಿರಲಿಲ್ಲ. ಆದರೂ ಇದನ್ನು ಬಿಟ್ಟು ಬೇರೆ ಏನು ಮಾಡುವುದಕ್ಕೂ ಸಾಧ್ಯವಿರಲಿಲ್ಲ. ತಾವೆಲ್ಲಾ ಅಳಿದು ಹೋದ ಮೇಲೆ ಪುನಃ ಯಾರೋ ಬಂದು ಮಾನವ ಜನಾಂಗವನ್ನು ಬೆಳೆಸಬೇಕು ಅನ್ನುವ ಸಲಹೆ ಎಲ್ಲಾ ದೇಶದ ಗಣ್ಯರಿಗೆ ಅಷ್ಟು ಸರಿ ಕಾಣದಿದ್ದರೂ, ಬೇರೆ ದಾರಿ ಕಾಣಲಿಲ್ಲ.

ಈ ಸಲಹೆಯನ್ನು ಎಲ್ಲರೂ ಒಪ್ಪಿದ್ದೇ ತಡ, ಮಿಂಚಿನಂತೆ ಕೆಲಸಗಳು ಪ್ರಾರಂಭವಾದವು. ಎಲ್ಲಾ ವಿಜ್ಞಾನಿಗಳು ಭೇದಭಾವ ಮರೆತು ಹಗಲಿರುಳು ಶ್ರಮಿಸಿ ಅಂತರಿಕ್ಷ ಗೃಹ ನಿರ್ಮಾಣ ಪ್ರಾರಂಭಿಸಿದರು. ಎಲ್ಲಾ ದೇಶಗಳು ತಮ್ಮ ಐಶ್ವರ್ಯದ ಬಹುಪಾಲನ್ನು ಆ ನಿರ್ಮಾಣದಲ್ಲಿ ತೊಡಗಿಸಲು ಒಪ್ಪಿದ್ದರಿಂದ ಕೆಲಸ ಶರವೇಗದಲ್ಲಿ ಮುಂದುವರೆಯತೊಡಗಿತು. ನೋಡು ನೋಡುತ್ತಿದ್ದಂತೆ ರೆಸ್ಕ್ಯೂ ಆಕಾರ ತಾಳತೊಡಗಿತು.

ವಿಜ್ಞಾನಿ ಗಣ್ಯರು ಎಷ್ಟೇ ಪ್ರಯತ್ನಿಸಿದರೂ ಈ ಭೂನಾಶದ ವಿಷಯವನ್ನು ಬಹಳ ದಿನಗಳು ರಹಸ್ಯವಾಗಿ ಇಡಲಾಗಲಿಲ್ಲ. ವಿಷಯ ರಾಕ್ಷಸಾಕಾರ ತಳೆದು ವಿವಿಧ ಪತ್ರಿಕೆಗಳಲ್ಲಿ ಬಣ್ಣ ಬಣ್ಣವಾಗಿ ಪ್ರಕಟವಾಯಿತು. ಜನರು ಭಯದಿಂದ ಕಂಗಾಲಾದರು.

ದೇಶ ದೇಶಗಳ ಮಧ್ಯೆ ನಡೆಯುತ್ತಿದ್ದ ಯುದ್ಧಗಳು ತಟ್ಟನೆ ನಿಂತು ಹೋದವು. ಭೂಮಿಯ ಅವಸಾನ ಬಂತು ಅಂತ ಖಾತ್ರಿಯದ ಮೇಲೆ ಅಂತರಿಕ ಕಲಹ, ಹೊರಗಿನ ಆಕ್ರಮಣ, ಭಯ, ಭಯೋತ್ಪಾದನೆ ಎಲ್ಲವೂ ಅರ್ಥ ಕಳೆದುಕೊಂಡವು. ವಿದೇಶಗಳ ಜೊತೆ ವ್ಯಾಪಾರವಹಿವಾಟಿನ ಮೇಲಿನ ಉತ್ತೇಜನವನ್ನಾಗಲೀ, ನಿರ್ಬಂಧಗಳನ್ನಾಗಲೀ ಎಲ್ಲಾ ಸರ್ಕಾರಗಳೂ ಏಕಾಏಕಿ ನಿಲ್ಲಿಸಿದವು.

ಪ್ರತಿ ದೇಶದವರೂ ಒಂದು ಜೋಡಿ ಗಂಡು, ಹೆಣ್ಣುಗಳನ್ನು ಆರಿಸುವುದರಲ್ಲಿ

ಉದ್ಯುಕ್ತರಾದರು. ಆ ದೇಶದ ಸರಾಸರಿಯ ಆಧಾರದ ಮೇಲೆ ಆಯ್ಕೆಯಾಗುವ ಜೋಡಿ ಇಷ್ಟೇ ಎತ್ತರ, ಇಷ್ಟೇ ದಪ್ಪ, ಇಷ್ಟೇ ತೂಕ, ಇದೇ ಬಣ್ಣದವರಾಗಿರಬೇಕು, ದೇಶವನ್ನು ಪ್ರತಿನಿಧಿಸಿ ಜೀವಿಸಿರಲು ಅರ್ಹರಾಗಬೇಕಾದರೆ ಅವರು ಎಲ್ಲಾ ದೃಷ್ಟಿಯಿಂದಲೂ ಶ್ರೇಷ್ಠವಾಗಿ, ಸಮರ್ಪಕವಾಗಿ ಇರಬೇಕು ಎಂದು ನಿರ್ಧರಿಸಲಾಗಿ ಅಂತಹವರಿಗಾಗಿ ದೇಶದಾದ್ಯಂತ ಶೋಧನೆ ಪ್ರಾರಂಭವಾಯಿತು. ಹೊರನೋಟಕ್ಕೆ ಸುಮಾರು ಚೆನ್ನಾಗಿರುವ ಸಾವಿರಾರು ಜನರನ್ನು ಆರಿಸಿ ಅವರನ್ನು ಮತ್ತಷ್ಟು ಕಠಿಣ ಗುಣವಿಶೇಷಗಳಿಗಾಗಿ ಪರೀಕ್ಷೆ ಮಾಡಿ ಅದರಲ್ಲಿ ಯೋಗ್ಯರಾದವರನ್ನು ಮುಂದಿನ ಪರೀಕ್ಷೆಗೆ ಗುರಿ ಮಾಡಿ, ಹೀಗೆ ಹತ್ತು ಹಲವಾರು ಬಾರಿ ಆಯ್ಕೆಗಾಗಿ ಪರೀಕ್ಷೆ ನಡೆಸಲಾಯಿತು.

ಎಲ್ಲಾ ಸರ್ಕಾರಿ ಕಛೇರಿಗಳ ಮುಂದೆ ಜನ ಊಟ, ನಿದ್ದೆ ಬಿಟ್ಟು ಹಗಲಿರುಳು ಕಾದು ನಿಂತು ಜೀವಸಹಿತ ಉಳಿಯುವ ಅದೃಷ್ಟಶಾಲಿ ತಾವಾಗಲು ತಮ್ಮ ಹೆಸರು ನೋಂದಾಯಿಸಲು ಮುನ್ನುಗ್ಗುತ್ತಿದ್ದರು. ಎಲ್ಲಾ ಕಡೆಗಳಲ್ಲೂ ಜನರನ್ನು ಶೋಧಿಸಿ ಆಯ್ಕೆ ಮಾಡುವ ಕೇಂದ್ರಗಳು ನಿರ್ಮಾಣವಾಗಿ ಕೇವಲ ಕೆಲವು ವಾರಗಳಲ್ಲಿ ಪ್ರತಿಯೊಬ್ಬರನ್ನು ಶೋಧಿಸಿ, ಪರೀಕ್ಷಿಸಿ, ರೆಸ್ಕ್ಯೂನೊಂದಿಗೆ ಜೀವ ಸಹಿತ ಹೋಗಲು ಯೋಗ್ಯತೆ, ಅರ್ಹತೆಯಿರುವ ಅದೃಷ್ಟಶಾಲಿ ಜೋಡಿಯನ್ನು ಆಯ್ಕೆ ಮಾಡುವ ಕೆಲಸವನ್ನು ಮುಗಿಸಲಾಯಿತು. ಮಕ್ಕಳು, ಮುದುಕರು, ರೋಗಿಗಳು ಹಾಗೂ ಎಲ್ಲಾ ಸರಿ ಇದ್ದೂ ಆಯ್ಕೆಯಾಗದೇ ತಿರಸ್ಕೃತರಾದವರ ನಿರಾಶೆ ಹೇಳಲಸದಳ!

ತಿಂಗಳುಗಳು ಉರುಳಿದಂತೆ ದೂರದ ಆಕಾಶದಲ್ಲೆಲ್ಲೋ ರಾತ್ರಿಯಲ್ಲಿ ಮಾತ್ರ ಕಾಣುತ್ತಿದ್ದ ಧೂಮಕೇತು ಈಗ ಹಗಲಿನ ಬೆಳಕಿನಲ್ಲೂ ಸ್ಪಷ್ಟವಾಗಿ ಕಾಣಲು ಆರಂಭಿಸಿತು. ಭೂಮಿಗೆ ಮೃತ್ಯು ಸ್ವರೂಪವಾಗಿ ಬರುತ್ತಿದ್ದ ಅದನ್ನು ನೋಡಿ ಜನರಲ್ಲಿ ಹಾಹಾಕಾರವೆದ್ದಿತು. ವಿಜ್ಞಾನಿಗಳು ಹಾಗೂ ಆಸ್ತಿಕ ಶಿಖಾಮಣಿಗಳು ಇಬ್ಬರೂ ಪ್ರಳಯವಾಗಿ ಭೂಮಿ ನಾಶವಾಗುವ ವಿಷಯವನ್ನು ಪುಷ್ಟೀಕರಿಸಿದ್ದರಿಂದ ಇದರ ಬಗ್ಗೆ ಜನಗಳಿಗೆ ಸ್ವಲ್ಪವೂ ಅನುಮಾನವಿಳಿಯದೆ ಭೀತಿಯಿಂದ ಹುಚ್ಚರಂತಾದರು. ಕೇವಲ ದೇವರು ಮಾತ್ರ ತಮ್ಮನ್ನು ಉಳಿಸಿಬಲ್ಲನೆಂಬ ವೈರಾಗ್ಯಭಾವ ತಳೆದು ಎಲ್ಲಾ ಕೆಲಸ ಕಾರ್ಯಗಳನ್ನು ಮರೆತು ಪೂಜೆ, ಪ್ರಾರ್ಥನೆಗಳಲ್ಲಿ ಕಾಲ ಕಳೆಯತೊಡಗಿದರು. ದೇವರೆಂದರೆ ಮೂಗು ಮುರಿಯುತ್ತಿದ್ದ ನಾಸ್ತಿಕರು ಜೀವ ಸಹಿತ ಇರುವಷ್ಟು ದಿನ ಆನಂದವಾಗಿ ಕಳೆಯಬೇಕೆಂದು ಮಿತಿಮೀರಿ ಸ್ವೇಚ್ಛಾಚಾರ ಪ್ರಾರಂಭಿಸಿದರು. ಎಲ್ಲರದೂ ಒಂದೇ ಯೋಚನೆ. 'ಹೇಗೂ ಇನ್ನು ಕೆಲವೇ ದಿನಗಳಲ್ಲಿ ಪ್ರಪಂಚನಾಶ! ನಾವಿಲ್ಲ– ಈ ಪ್ರಪಂಚವಿಲ್ಲ! ಇನ್ನು ಹೇಗಿದ್ದರೇನು?' ಎಂಬುದು.

ಕೊಟ್ಟು ಹುಟ್ಟದವರ ಬದುಕು

*****

"ಗುರೂಜೀ, ಈ ಹವನ ಹೋಮಗಳಿಂದ ಆಗಲಿರುವ ಪ್ರಳಯ ತಪ್ಪುತ್ತದೆಯೇ?" ವಿದೇಶಿ ಪತ್ರಕರ್ತನೊಬ್ಬ ಮೈಕನ್ನು ಗುರೂಜಿಯ ಮುಂದೆ ಹಿಡಿದು ಗಟ್ಟಿಯಾಗಿ ಪ್ರಶ್ನಿಸಿದ.

ಈ ಗುರೂಜಿ ಅವರು ಪ್ರಳಯವನ್ನು, ನವಗ್ರಹ ಕೂಟವನ್ನು ತಮ್ಮ ದಿವ್ಯ ದೃಷ್ಟಿಯಿಂದ ವಿಜ್ಞಾನಿಗಳಿಗಿಂತ ಮೊದಲೇ ಕಂಡುಕೊಂಡು ವಿಶ್ವದ ಉಳಿವಿಗಾಗಿ ನಡೆಸುತ್ತಿರುವ ಹೋಮದ ವಿಷಯ ಪ್ರಪಂಚದಲ್ಲೆಲ್ಲಾ ಕಾಡ್ಗಿಚ್ಚಿನಂತೆ ಹರಡಿ, ಮೂಲೆ ಮೂಲೆಗಳಿಂದ ಜನರು ಸಮುದ್ರದಂತೆ ಭಾರತಕ್ಕೆ ಬಂದು ಸೇರತೊಡಗಿದ್ದರು.

ಕಿಕ್ಕಿರಿದು ಸೇರಿದ್ದ ಜನರ ಮಧ್ಯ ಶಾಂತವಾಗಿ ಕುಳಿತ ಗುರೂಜಿ ಸಾವಧಾನವಾಗಿ ಸ್ಪಷ್ಟವಾದ ಇಂಗ್ಲೀಷಿನಲ್ಲಿ ಉತ್ತರಿಸಿದರು. "ಖಂಡಿತಾ ತಪ್ಪುತ್ತದೆ. ನವಗ್ರಹಗಳು ಕ್ರೂರವಾದರೆ ಈ ಹವನ ಹೋಮಗಳಿಂದ ಅವನ್ನು ಪ್ರಸನ್ನಗೊಳಿಸಿ ಆಗುವ ಅನಾಹುತವನ್ನು ತಡೆಯಬಹುದು."

"ಗುರೂಜಿ, ಧೂಮಕೇತು ಅಪ್ಪಳಿಸುವುದರಿಂದಾಗುವ ಅನಾಹುತವನ್ನು ಈ ಗ್ರಹಗಳು ಹೇಗೆ ತಪ್ಪಿಸಬಲ್ಲವು. ತಿಳಿಸುವಿರಾ?"

"ಯಾವ ಕೆಟ್ಟ ಗತಿಯಾದರೂ ಕ್ರೂರ ಗ್ರಹಗಳಾದ ಕೇತು, ಕುಜ ಅಥವಾ ಶನಿಯ ಪ್ರಭಾವದಿಂದ ಉಂಟಾಗುವ ಹಾಗೆ ಒಳ್ಳೆಯ ಪರಿಣಾಮಗಳನ್ನು ಸೂರ್ಯ, ಗುರು, ಶುಕ್ರ ಗ್ರಹಗಳು ಉಂಟುಮಾಡುತ್ತವೆ. ನಾವು ನಮ್ಮ ಹವನ ಹೋಮದ ಮೂಲಕ ಹಾಗೂ ಮಂತ್ರ ಘೋಷಗಳ ಸಹಾಯದಿಂದ ಈ ಒಳ್ಳೆಯ ಗ್ರಹಗಳನ್ನು ಪ್ರಚೋದಿಸುತ್ತೇವೆ. ಅವು ಉತ್ತೇಜನಗೊಂಡು, ಅವುಗಳ ಪ್ರಭಾವ ಜಾಸ್ತಿಯಾಗಿ ಎಂಥಾ ಅನಾಹುತಗಳೇ ಆದರೂ ತಪ್ಪುತ್ತವೆ" ಗುರೂಜಿ ಆತ್ಮವಿಶ್ವಾಸದಿಂದ ಹೇಳಿದರು.

ನೂರಾರು ವೇದ ಶಾಸ್ತ್ರ ಪಂಡಿತರು ಒಕ್ಕೊರಲಿನಿಂದ ಮಾಡಿದ ವೇದ ಘೋಷ ನಾಲ್ಕೂ ದಿಕ್ಕುಗಳಲ್ಲಿ ತುಂಬಿ ಹೋದವು. ಅಗ್ನಿಕುಂಡದಿಂದ ಹೋಮದ ಹೊಗೆ ಮೇಲೇರಿ ಆಕಾಶ ಕಪ್ಪಾಗತೊಡಗಿತು. ಲಕ್ಷಾಂತರ ಜನರು ದೇಶ, ಜಾತಿಗಳ ಭೇದ ಮರೆತು, ಆಕಾಶದ ಕಡೆ ಕೈಜೋಡಿಸಿ ದೇವರ ಭಜನೆ ಮಾಡುತ್ತಿದ್ದರು. ಭಾರತದಾದ್ಯಂತ ನಡೆಯುತ್ತಿದ್ದ ಭಜನೆ, ಪೂಜೆ, ಹೋಮ, ಯಾಗ ಯಜ್ಞಗಳನ್ನು ನೋಡಿ ವಿದೇಶಿಯರು ಮೂಕರಾದರು.

ಮುಳುಗುವವನು ಹುಲ್ಲನ್ನೇ ಆಸರೆಗೆ ಹಿಡಿಯುವಂತೆ ಆಸ್ತಿಕರಲ್ಲಿ ಭಯಭೀತರಾದ ಕೆಲವರು ಈ ಚಟುವಟಿಕೆಗಳಲ್ಲಿ ತಾವೂ ಭಾಗವಹಿಸಲು

ಸೇರಿಕೊಂಡರೆ, ನಂಬದವರು ಪ್ರಪಂಚದ ವಿನಾಶವೇ ಹತ್ತಿರ ಬಂದಿದ್ದರೂ ಸಹ ಈ ಜನಗಳು ತಮ್ಮ ಮೂಢನಂಬಿಕೆಗಳಿಂದ ಮುಕ್ತರಾಗಿಲ್ಲವೆಲ್ಲಾ ಎಂದು ವಿಷಾದಿಸಿದರು. ಎಲ್ಲೆಡೆ ಹವನ, ಹೋಮಗಳು ನಿರ್ವಿಘ್ನವಾಗಿ ಮುಂದುವರೆಯುತ್ತಿದ್ದವು.

*****

ಅಂತರಿಕ್ಷ ಯಾನದ ದಿನಬಂದಿತು. ಉಡಾವಣೆಗೆ ಸಜ್ಜಾಗಿ ಹೊಳೆಯುತ್ತಾ ನಿಂತಿತ್ತು ಅಂತರಿಕ್ಷದ ಗೃಹ 'ರೆಸ್ಕ್ಯೂ'. ಹಗಲಿರುಳು ಕೆಲಸ ಮಾಡಿದ ವಿಜ್ಞಾನಿಗಳು ನಿಗದಿಯಾದ ಸಮಯಕ್ಕಿಂತ ಮುಂಚಿತವಾಗಿಯೇ 'ರೆಸ್ಕ್ಯೂ'ವಿನ ನಿರ್ಮಾಣ ಮುಗಿಸಿದ್ದರು. ಸಣ್ಣದ್ವೀಪದಂತಿದ್ದ 'ರೆಸ್ಕ್ಯೂ'ವಿನ ಉಡಾವಣೆಯನ್ನು ವೀಕ್ಷಿಸಲು ಲಕ್ಷಾಂತರ ಜನರು ಸೇರಿದರು.

ಅಪಾರ ವೆಚ್ಚದ ಈ ನಿರ್ಮಾಣ ಕಾರ್ಯದಲ್ಲಿ ತೊಡಗಿದ ವಿಜ್ಞಾನಿಗಳು ತಾವು ಯಾವ ದೇಶದವರು, ಯಾವ ಜನಾಂಗ, ಯಾವ ಬಣ್ಣದವರು ಅನ್ನುವುದನ್ನು ಮರೆತು ಒಂದಾಗಿ ಕೆಲಸ ಮಾಡಿದ್ದರು. ಎಲ್ಲಿಂದಲೋ ಬಂದು, ಭೂಮಿಗೆ ಅಪ್ಪಳಿಸಿ ನಾಶ ಮಾಡಲಿರುವ ಧೂಮಕೇತು ಪ್ರಪಂಚದಲ್ಲೇ ಒಂದು ಹೊಸ ಸಹೋದರ ಭಾವನೆ ಬೆಳೆಯುವಂತೆ ಮಾಡಿತ್ತು.

ನಂಬಲಾಗದ ವೇಗದಲ್ಲಿ ಅದು ಭೂಮಿಯಿಂದ ಮೇಲೆ ಹಾರಿ ಅಂತರಿಕ್ಷದಲ್ಲಿ ಸುಮಾರು ಎಪ್ಪತ್ತು ಕೋಟಿ ಕಿಲೋ ಮೀಟರ್ ಕ್ರಮಿಸಿ ಗುರುಗ್ರಹದ ಮೇಲೆ ಇಳಿದು ಎರಡು ವರ್ಷಗಳಾದ ನಂತರ ತಾನೇ ತಾನಾಗಿ ಮತ್ತೆ ಮೇಲೇರಿ ಹಿಂತಿರುಗಿ ಬಂದು ಭೂಮಿಯ ಮೇಲೆ ಉಳಿದಿರಬಹುದಾದ ಯಾವುದಾದರೂ ಸಾಗರದಲ್ಲಿ ಧುಮುಕಿ, ತೇಲುತ್ತ, ಸಿಗುವ ಯಾವುದಾದರೂ ಭೂ ದಡ ತಲುಪಬೇಕು. ಇದಕ್ಕೆ ಬೇಕಾದ ಪರಮಾಣು ಇಂಧನದ ಪ್ರಮಾಣ ಅಗಾಧ. ಅದರಿಂದ ಎಲ್ಲಾ ದೇಶಗಳೂ ತಮ್ಮಲ್ಲಿರುವ ಎಲ್ಲಾ ಪರಮಾಣು ಕೇಂದ್ರಗಳಿಂದ, ಪರಮಾಣು ಅಸ್ತ್ರಗಳಿಂದ ಇಂಧನವನ್ನು ಸಂಗ್ರಹಿಸಿ ಕೊಟ್ಟ ನಂತರ ಅದನ್ನು ಈ ಅಂತರಿಕ್ಷ ಗೃಹದಲ್ಲಿ ತಂದು ತುಂಬಲಾಯಿತು. ಈ ನಿಟ್ಟಿನಲ್ಲಿ ಎಷ್ಟು ಸೌಹಾರ್ದ ಬೆಳೆಯಿತೆಂದರೆ, ಇವೇ ದೇಶಗಳು ಕೆಲವೇ ತಿಂಗಳುಗಳ ಕೆಳಗೆ ಪ್ರಪಂಚವನ್ನೇ ನುಂಗಿ ಹಾಕುವ ಪರಮಾಣು ಯುದ್ಧಕ್ಕೆ ಸಜ್ಜಾಗಿದ್ದವು ಎಂದರೆ ನಂಬಲಾಗುತ್ತಿರಲಿಲ್ಲ.

'ರೆಸ್ಕ್ಯೂ'ನಲ್ಲಿ ಸುಮಾರು ಎರಡು ಮೂರು ವರ್ಷಗಳಿಗಾಗುವಷ್ಟು ಕೆಡದಂಥ ಆಹಾರ, ಗಾಳಿ, ನೀರು ಇತ್ಯಾದಿಗಳನ್ನು ಶೇಖರಿಸಿಡಲು ಉಗ್ರಾಣವಿತ್ತು. ವ್ಯಾಯಾಮ ಗೃಹ, ಮನೋರಂಜನೆಗೆ ಸ್ಥಳ, ಅಮೂಲ್ಯ ಜ್ಞಾನ

ಭಂಡಾರದ ಲೈಬ್ರರಿ, ಎಲ್ಲವನ್ನೂ ಅಳವಡಿಸಿದ್ದರು. ವಿಜ್ಞಾನದ ಪ್ರಗತಿಯ ಎಲ್ಲಾ ಹಂತಗಳನ್ನೂ ಮೈಕ್ರೋಫಿಲ್ಮ್ ಮಾಡಿ ಅದರೊಳಗಿಟ್ಟರು.

ಆಯ್ಕೆಯಾದ ಅದೃಷ್ಟಶಾಲಿ ಜೋಡಿಗಳಿಗೆ ಕಠಿಣವಾದ ತರಬೇತಿ ಕೊಟ್ಟು ತಯಾರು ಮಾಡಲಾಗಿತ್ತು. ದೇವರು ನಿಗದಿಮಾಡಿದ್ದ ಇವರ ಮೃತ್ಯುವನ್ನು ಮಾನವ ಎದುರಿಸಿ, ಇವರನ್ನು ಜೀವ ಸಹಿತ ಉಳಿಸಲು ಸಾಹಸ ಮಾಡುತ್ತಿದ್ದ!

ಎಲ್ಲರನ್ನೂ ಕಡೆ ಘಳಿಗೆಯ ಸೂಚನೆಗಳಿಂದ ಎಚ್ಚರಿಸಿ 'ರೆಸ್ಕ್ಯೂ'ನಲ್ಲಿ ಕೂಡಿಸಲಾಯಿತು. ತಿಂಗಳುಗಳಿಂದ ಊಟ ನಿದ್ರೆಯಿಲ್ಲದೆ ಶ್ರಮವಹಿಸಿದ್ದ ವಿಜ್ಞಾನಿಗಳಂತೂ ಉದ್ವೇಗದಿಂದ ನಡುಗುತ್ತಿದ್ದರು. ಅವರೆಲ್ಲರ ಶ್ರಮದ, ಬುದ್ಧಿ ಮತ್ತೆಯ ಅಗ್ನಿಪರೀಕ್ಷೆಯಾಗಲಿತ್ತು.

"ಹತ್ತು... ಒಂಭತ್ತು...." ಎಣಿಕೆ ಪ್ರಾರಂಭವಾಯಿತು. ಪ್ರಪಂಚದ ಪ್ರತಿಯೊಂದು ಚಟುವಟಿಕೆಗಳೂ ಸ್ಥಗಿತಗೊಂಡು ಎಲ್ಲರೂ ತಮ್ಮ ಟಿ.ವಿ.ಗಳ ಮುಂದೆ ಕಣ್ಣು ಕೀಲಿಸಿ ಕೂತರು.

"ಎರಡು... ಒಂದು.... ಗೋ" ಉಸಿರು ಬಿಗಿ ಹಿಡಿದು ಪ್ರಪಂಚವೇ ಕಾತರದಿಂದ ನೋಡಿತು.

ಎಲ್ಲಾ ಪ್ರತಿಭಾವಂತ ವಿಜ್ಞಾನಿಗಳ ಮೆದುಳನ್ನು ಎರಕಹೊಯ್ದು ಮಾಡಿದ ಅಪೂರ್ವವಾದ 'ರೆಸ್ಕ್ಯೂ' ಕಣ್ಣು ಕೋರೈಸುವ ಬೆಂಕಿಯುಗುಳುತ್ತಾ ಘಳಘಳನೆ ಹೊಳೆಯುತ್ತಾ ಮೇಲೇರಿ, ಕ್ಷಣಮಾತ್ರದಲ್ಲಿ ಕಣ್ಮರೆಯಾಯಿತು.

ಅದನ್ನು ತಮ್ಮ ಟೀವಿಗಳ ಮೇಲೆ ನೋಡುತ್ತಿದ್ದ ಕೋಟ್ಯಂತರ ಜನ ಕಣ್ಣೀರೊರೆಸಿಕೊಂಡು ತಮ್ಮ ಅಳಿವಿನ ಹಿಂದೆ ಉಳಿದು ಬೆಳೆಯಲಿರುವ ಪುಣ್ಯವಂತರಾದ ಈ 'ರೆಸ್ಕ್ಯೂ' ಯಾತ್ರಿಗಳಿಗೆ ಶುಭಕೋರಿದರು.

ಅಗಾಧವಾಗಿದ್ದ 'ರೆಸ್ಕ್ಯೂ'ವಿನ ಉಡಾವಣೆಯ ಸಮಯದಲ್ಲಿ ಎದ್ದ ಸುಡುವ ಬೆಂಕಿ, ಬಿಸಿಹೊಗೆ ಹಾಗೂ ಭೂಮಂಡಲವನ್ನು ಸುತ್ತುತ್ತಾ ಅದು ಉಗುಳಿದ ಹೊಗೆ, ಶಾಖ, ಬೆಳಕಿನಿಂದಲೋ ಅಥವಾ ವಿಕಿರಣದಿಂದಲೋ, ಏನೋ ಅಂದು ಭೂ ಮೇಲ್ಮೈ ಶಾಖ ಇದ್ದಕ್ಕಿದಂತೆ ಹತ್ತಿಪ್ಪತ್ತು ಸೆಲಿಷಿಯಸ್ ಮೇಲೇರಿತು. ಪ್ರಪಂಚದ ಎಲ್ಲಾ ಭಾಗಗಳಲ್ಲೂ ಅತಿ ಶಾಖದ ಅಲೆ, 'ಹೀಟ್ ವೇವ್' ಉಂಟಾಯಿತು. ಅದರಿಂದ ಲಕ್ಷಾಂತರ ಜನರು ಪ್ರಜ್ಞೆತಪ್ಪಿ ಸಾವಿರಾರು ಜನ ನಿಂತಲ್ಲೇ ಕುಸಿದು ಸಾವನ್ನಪ್ಪಿದ್ದರು. ಸಾಗರ, ನದಿಗಳ ನೀರು ಬಿಸಿಯೇರಿತು. ಹಾರುತ್ತಿದ್ದ ಹಕ್ಕಿಗಳು ಸತ್ತು ಬಿದ್ದವು. ಎಳೆ ಚಿಗುರು ಗಿಡಗಳು ಬಾಡಿ ನೆಲಕಚ್ಚಿದವು. ಈ ಪ್ರಮಾಣದ ವಿಕಿರಣ, ಶಾಖವನ್ನು ನಿರೀಕ್ಷಿಸಿರದಿದ್ದ

ವಿಜ್ಞಾನಿಗಳು ಕಂಗಾಲಾದರು. ಆದರೆ ಭೂಮಿಯ ವಿನಾಶದ ಎದುರು ನೋಡುತ್ತಿದ್ದ ವಿಶ್ವದ ಜನತೆ ಇದನ್ನು ಹೆಚ್ಚು ಗಂಭೀರವಾಗಿ ತೆಗೆದುಕೊಳ್ಳಲಿಲ್ಲ.

'ರೆಸ್ಕ್ಯೂ'ವಿನ ನಿರ್ಮಾಣ ಹಾಗೂ ಉಡಾವಣೆಗಾಗಿ ಜೀವ ತೇದು ಅದರ ಸಫಲತೆಯಲ್ಲಿ ತಮ್ಮೆಲ್ಲ ಲಕ್ಷ್ಯವಿಟ್ಟು ಅದೇ ಉದ್ವೇಗದಲ್ಲಿದ್ದ ವಿಜ್ಞಾನಿಗಳ ಗಮನದಿಂದ ತಪ್ಪಿಹೋದ ಇನ್ನೂ ಒಂದು ಪ್ರಮುಖ ಅಂಶವೆಂದರೆ, ಉಡಾವಣೆಯ ಸಮಯದಲ್ಲೇ ಸೂರ್ಯನಲ್ಲುಂಟಾದ ಅಪೂರ್ವಭೂತವಾದ, ಅತಿದೊಡ್ಡ ಪ್ರಮಾಣದ 'ಪ್ರಾಮಿನೆನ್ಸ್'– ಅಂದರೆ ಲಕ್ಷಾಂತರ ಮೈಲಿಯಷ್ಟು ಎತ್ತರಕ್ಕೆ ಭುಗಿಲೆದ್ದ ಸೂರ್ಯನ ಉರಿಯುವ ಜ್ವಾಲೆ! ಅದರಿಂದ ಅಳೆಯಲಾಗದಷ್ಟು, ಊಹಿಸಲಾಗದಷ್ಟು ಶಾಖ ಹಾಗೂ ವಿಕಿರಣ ಅಂತರಿಕ್ಷಕ್ಕೆ ಸೂಸಲ್ಪಟ್ಟಿತು.

ತಮ್ಮ ಅಳಿವಿನ ಭಯದಲ್ಲಿ ಉಳಿದೆಲ್ಲವನ್ನೂ ನಿರ್ಲಕ್ಷಿಸಿದ್ದ ಮಾನವನ ನೆನಪಿನಲ್ಲಿರುವಂತೆ ಹಿಂದೆಂದೂ ಆಗಿರದಷ್ಟು ದೊಡ್ಡ ಪ್ರಮಾಣದ ಈ 'ಭುಗಿಲು'– ಸೂರ್ಯನ ಅಪೂರ್ವದ ಕ್ರಿಯೆ, ವಿಜ್ಞಾನಿಗಳ ಗಮನಕ್ಕೆ ಬರಲೇ ಇಲ್ಲ! ಅವರೆಲ್ಲರೂ ರೆಸ್ಕ್ಯೂವಿನ ಯಾನವನ್ನು ನಿಯಂತ್ರಿಸುವುದರಲ್ಲಿ ಸಂಪೂರ್ಣ ಮಗ್ನರಾಗಿದ್ದರು. ಸೂರ್ಯನಿಂದೆದ್ದ ಇಷ್ಟು ದೊಡ್ಡ ಪ್ರಮಾಣದ ಭುಗಿಲು ಬರಿಗಣ್ಣಿಗೆ ಕೂಡ ಕಾಣುವಂತಿತ್ತು. ಆದರೆ ಕಣ್ಣು ಕುರುಡಾಗುವಂತೆ ಕೋರೈಸುವ ಬೆಂಕಿ ಉಗುಳುತ್ತಾ ಮೇಲೇರಿದ ರೆಸ್ಕ್ಯೂವಿನ ಪ್ರಖರವಾದ ಬೆಳಕಿನಲ್ಲಿ ಅದು ಮುಚ್ಚಿ ಹೋಗಿ ವಿಜ್ಞಾನಿಗಳ ಅರಿವಿಗೆ ಬರಲಿಲ್ಲ.

ಅದೇ ಸಮಯಕ್ಕೆ 'ಹೇಮ್ ಧೂಮಕೇತು' ಶನಿ ಗ್ರಹದ ಹಿಂದೆ ಮರೆಯಾಗಿದ್ದುದರಿಂದ ಅದರ ಬಗ್ಗೆಯೂ ವಿಜ್ಞಾನಿಗಳಿಗೆ ಏನೂ ಮಾಹಿತಿಗಳು ಸಿಗದಂತಾಯಿತು. ಭೂವಾಸಿಗಳು ಉಳಿದಿರುವ ಕೆಲವೇ ದಿನಗಳನ್ನು ಎಣಿಸುತ್ತಾ ಪ್ರಳಯವನ್ನು ಎದುರು ನೋಡತೊಡಗಿದರು.

******

ಮೇಲೇರಿದ 'ರೆಸ್ಕ್ಯೂ'ವಿನಲ್ಲಿದ್ದ ಜನಗಳಿಗೆ ತಮ್ಮ ಕಣ್ಣುಗಳನ್ನು ತಾವೇ ನಂಬಲಾಗಲಿಲ್ಲ. ಸೆಕೆಂಡಿಗೆ 400 ಕಿಲೋಮೀಟರ್ ಕ್ರಮಿಸುತ್ತಿದ್ದ 'ರೆಸ್ಕ್ಯೂ'ವಿನ ಈ ವೇಗವನ್ನು ಮಾನವ ಸಾಧಿಸಬಲ್ಲನೇ ಎಂಬ ಅನುಮಾನವನ್ನು ತಮ್ಮ ಜನಾಂಗದ ಉಳಿವಿನ ಪ್ರಶ್ನೆಗಾಗಿ ವಿಜ್ಞಾನಿಗಳು ಸಾಧಿಸಿ ದೂರಮಾಡಿದ್ದರು. ಎರಡಡಿ ದಪ್ಪದ ಶಾಖ, ವಿಕಿರಣ ನಿರೋಧ ವಿಶೇಷ ಗಾಜಿನ ಕಿಟಕಿಗಳನ್ನು ಅಳವಡಿಸಿದ್ದರು. ಅದರಿಂದ ನೋಡುತ್ತಿದ್ದಂತೆ ಅವರು ಹುಟ್ಟಿ, ಬೆಳೆದ ಭೂಮಿ ಕ್ಷಣಾರ್ಧದಲ್ಲಿ ಸುಂದರವಾದ ಗೋಳವಾಗಿ, ಕ್ಷೀಣಿಸುತ್ತಾ ಕಣ್ಮರೆಯಾಗಿತ್ತು.

ನಂತರ ಸುತ್ತಲೂ ಕತ್ತಲೆ ಬಿಟ್ಟರೆ ಮತ್ತೇನೂ ಕಾಣಿಸದು- ಉರಿಯುವ ಸೂರ್ಯನನ್ನುಳಿದು.

ರೆಸ್ಕ್ಯೂವಿನ ವೇಗದ ಅರಿವು ಅವರಿಗಾಗದಿದ್ದರೂ, ಮೀಟರಿನ ಮೂಲಕ ತಿಳಿದು ತಾವು ನಿಜವಾಗಿಯೂ ಅಷ್ಟು ವೇಗವಾಗಿ ಚಲಿಸುತ್ತಿದ್ದೇವೆಯೇ ಎಂದು ದಿಗ್ಭ್ರಾಂತರಾಗುತ್ತಿದ್ದರು. ದಿನಗಳೆದಂತೆ ಕ್ರಮೇಣ ಆ ಹೊಸಭಾವನೆಗಳಿಗೆ ಹೊಂದಿಕೊಂಡರು.

'ದಿನ' ಅವರಿಗೆ ಕೇವಲ ಸಮಯದ 'ಪ್ರಮಾಣ'ವಾಗಿತ್ತೆ ವಿನಃ ದಿನ, ರಾತ್ರಿ ಎಂಬ ಭೇದ ಅವರಿಗೆ ತಿಳಿಯುತ್ತಲೇ ಇರಲಿಲ್ಲ. ಭೂಮಿಯೊಂದಿಗೆ ಆಗಾಗ ರೇಡಿಯೋ ಸಂಪರ್ಕ ಸಿಗುತ್ತಿದ್ದರೂ ಅವರೊಂದಿಗೆ ಸ್ಪಷ್ಟವಾಗಿ ಮಾತನಾಡಲಾಗುತ್ತಿರಲಿಲ್ಲ. ಹೀಗೆ ಮೂವತ್ತು ದಿನಗಳನ್ನು ಅವರು ಕಳೆಯಬೇಕಿತ್ತು ಗುರು ಗ್ರಹವನ್ನು ತಲುಪಲು.

ಎಷ್ಟೋ ದಿನಗಳ ಈ ಗುರಿಯಿಲ್ಲದ ಪ್ರಯಾಣದ ನಂತರ ಅವರ ಕಣ್ಣಿಗೆ ಸಣ್ಣ ಚುಕ್ಕಿಯಂತೆ ಕಂಡಿತು ಅವರ ಹೊಸ ತಾತ್ಕಾಲಿಕ ಮನೆಯಾದ ಗುರುಗ್ರಹ. ದೂರದಿಂದ ಅದು ಅದರ ಉಪಗ್ರಹಗಳೊಂದಿಗೆ ಹೊಳೆಯುವ ಕೆಂಪು, ಕಂದು ಬಣ್ಣದ ಸಣ್ಣಗೋಲಿಯಂತೆ ಕಂಡು ನಂತರ ಬೇಗ ಬೇಗ ದೊಡ್ಡದಾಗತೊಡಗಿತು.

ಮುಂದಿನ ಕೆಲವು ದಿನಗಳಲ್ಲಿ ಅದರ ಅಗಾಧ ಗಾತ್ರದ ಅಂದಾಜು ಮೂಡಿ ಇವರೆಲ್ಲಾ ಆಶ್ಚರ್ಯದಿಂದ ನಿಬ್ಬೆರಗಾದರು. ಈ ಗ್ರಹದ ಮುಂದೆ ತಮ್ಮ ಭೂಮಿ ಸಣ್ಣ ಫುಟ್ಬಾಲ್ನಂತಿದೆಯಲ್ಲಾ, ದೇವರ ಸೃಷ್ಟಿ ಎಷ್ಟು ಅದ್ಭುತ ಎಂದು ಉದ್ಗಾರ ತೆಗೆದರು. ಅವರು ಜೀವ ಬಿಗಿ ಹಿಡಿದು ನೋಡುತ್ತಿದ್ದಂತೆಯೇ ಸುಮಾರು ಭೂಮಿಯಷ್ಟೇ ಗಾತ್ರದ ಅದರ ಹನ್ನೆರಡೂ ಉಪಗ್ರಹಗಳನ್ನು ಬಳಸಿಕೊಂಡು 'ರೆಸ್ಕ್ಯೂ' ನಿಧಾನವಾಗಿ ಗುರುಗ್ರಹದ ಜಲಜನಕದ ವಾತಾವರಣ ಪ್ರವೇಶಿಸಿ ಮೆಲ್ಲಗೆ ಮಂಜು ಮುಸುಕಿದ, ವಿಶಾಲವಾದ ಬಯಲಲ್ಲಿ ಇಳಿಯಿತು.

ಕಣ್ಣಗಲಿಸಿ ನೋಡುತ್ತಿದ್ದ ಇವರ ಆಶ್ಚರ್ಯಕ್ಕೆ ಎಣೆಯೇ ಇಲ್ಲವಾಯಿತು. ಆಕಾಶದ ಸುತ್ತಲೂ ಹೊಳೆಯುವ ಅನೇಕ ಚಂದ್ರರು! ದಟ್ಟವಾಗಿ ಹೊಗೆಯಂತೆ ಇವರನ್ನು ಹಾದು ಬೀಸುತ್ತಿದ್ದ ಹೈಡ್ರೋಜನ್, ಹೀಲಿಯಂ ಸುಳಿಗಾಳಿ. ಕೆಲವೊಮ್ಮೆ ಧೂಳುಕೂಡಿದ ಬಿರುಗಾಳಿ!

ಭೂಮಿಯಿಂದ 'ಬೀಪ್... ಬೀಪ್' ಸದ್ದು ಬರುತ್ತಲೇ ಇತ್ತು. ಸುಮಾರು ಮೂವತ್ತು ದಿನಗಳಲ್ಲಿ ಧೂಮಕೇತು ಭೂಮಿಗೆ ಅಪ್ಪಳಿಸಲಿದೆ. ಇಷ್ಟರಲ್ಲಿ ಧೂಮಕೇತು ತಮಗೂ ಇಲ್ಲಿಂದ ಕಾಣಿಸಬೇಕು ಎಂದು ಒಳಗಿನಿಂದಲೇ

ರೆಸ್ಕ್ಯೂವಿನ ಮೇಲೆ ಅಳವಡಿಸಿದ್ದ ರೇಡಿಯೋ ಟೆಲಿಸ್ಕೋಪನ್ನು ಸುತ್ತಲೂ ತಿರುಗಿಸಿದರು. ಅವರು ಕಂಡ ದೃಶ್ಯದಿಂದ ಎಲ್ಲರ ಜೀವ ಹಾರಿಹೋದಂತಾಯಿತು. ಭೂಮಿಯಿಂದ ಸಣ್ಣ ಪೊರಕೆಯಂತೆ ಕಾಣುತ್ತಿದ್ದ ಧೂಮಕೇತು ಇಲ್ಲಿ ದೈತ್ಯಾಕಾರವಾಗಿ ಕಣ್ಣು ಕೋರೈಸುವಂತೆ ಹೊಳೆಯುತ್ತಾ ಆಗಸದಲ್ಲಿ ಬೆಳಗುತ್ತಿದೆ! ಈ ರಾಕ್ಷಸ ಗಾತ್ರದ ಧೂಮಕೇತು ಭೂಮಿಗೆ ಬಡಿದರೆ ಭೂಮಿಯ ಒಂದು ಸಣ್ಣ ಚೂರೂ ಉಳಿಯಲಾರದು, ತಾವು ಪುನಃ ಭೂಮಿಗೆ ಹಿಂದಿರುಗಲಾರೆವು ಎಂದು ಅವರು ಕಂಗಾಲಾದರು.

ಅಷ್ಟರಲ್ಲಿ ಭೂಮಿಯಿಂದ ಮಾತು ಕೇಳಿಸಿತು. ಅಸ್ಪಷ್ಟವಾಗಿ ಅವರು ಧೂಮಕೇತುವು ಗುರುವಿನ ಹಿಂಭಾಗದಲ್ಲಿರುವುದರಿಂದ ತಮಗೆ ಕಾಣುವುದಿಲ್ಲವೆಂದೂ, ಅದರ ವಿವರಗಳನ್ನು ತಿಳಿಸಬೇಕೆಂದು ಕೇಳುತ್ತಿದ್ದರು. ಒಳಗಿದ್ದ ಕಂಪ್ಯೂಟರ್ ತೋರಿಸಿದ ವಿವರಗಳನ್ನು ಇವರು ತಿಳಿಸಿದಾಗ ಅವರು ನಂಬದವರಂತೆ ಮತ್ತೆ ಪರಿಶೀಲಿಸಿ ಹೇಳಿ ಎಂದು ಕೇಳಿದರು. ಇವರಿಗೆ ಅರ್ಥವಾಗದೆ ಪುನಃ ಅದೇ ವಿವರಗಳನ್ನು ಕಳಿಸಿದರು.

ಭೂಮಿಯ ಮೇಲಿನ ವಿಜ್ಞಾನಿಗಳಿಗೆ ಇದನ್ನು ನಂಬಲಾಗಲಿಲ್ಲ. ತನ್ನ ಅಗಾಧವಾದ ದೂರವನ್ನು ಕ್ರಮಿಸುತ್ತಿರುವ ಧೂಮಕೇತು, ಸೂರ್ಯನಲ್ಲಿ ಅನಿರೀಕ್ಷಿತವಾಗಿ ಭುಗಿಲೆದ್ದ ಜ್ವಾಲೆಯಿಂದ ಹೊರಬಿದ್ದ ಅಗಾಧ ಶಾಖದ, ಅಪರಿಮಿತ ವಿಕಿರಣದ ಫಲವಾಗಿ ನಂಬಲಾಗದಷ್ಟು ಕರಗಿ ಹೋಗಿ ತನ್ನಗಾತ್ರವನ್ನು ತೀವ್ರವಾಗಿ ಕಳೆದುಕೊಂಡಿತ್ತು. ಗುರುವಿನ ಪಥವನ್ನು ಸಮೀಪಿಸಿದ್ದ ಅದು ಈಗ ಕೇವಲ ಭೂಮಿಯ ನಾಲ್ಕರಷ್ಟು ಗಾತ್ರಕ್ಕೆ ಇಳಿದಿತ್ತು! ಇದರ ಪರಿಣಾಮ ಏನಾಗುವುದು ಎಂದು ವಿಜ್ಞಾನಿಗಳಿಗೆ ತಕ್ಷಣ ಊಹಿಸಲಾಗಲಿಲ್ಲ.

ಆದರೆ ಭೂಮಿಯಿಂದ ಸುಮಾರು 63 ಕೋಟಿ ಕಿಲೋ ಮೀಟರ್ ದೂರದಲ್ಲಿ ತಾವು ಸೌಖ್ಯವೆಂದು, ಸುರಕ್ಷಿತರೆಂದು ನಿಶ್ಚಿಂತರಾಗಿ ಕುಳಿತಿದ್ದ ರೆಸ್ಕ್ಯೂಯಾನಿಗಳು ನೋಡುತ್ತಿದ್ದುದೇ ಬೇರೆ.

ಅವರ ಗಡಿಯಾರದಲ್ಲಿ ಮೂರು ಘಂಟೆಯಾದಾಗ ದಿಢೀರನೆ ಸೂರ್ಯ ಮುಳುಗಿ, ಕತ್ತಲಾಗಿ ಪುನಃ ರಾತ್ರಿ ಹನ್ನೆರಡರ ಹತ್ತಿರ ಬಂದಂತೆ ಬೆಳ್ಳಿ ಮೂಡಿ ಬೆಳಕಾಗುತ್ತಿತ್ತು. ಈ ವೈಪರೀತ್ಯದ ಬಗ್ಗೆ ಅವರು ಆಶ್ಚರ್ಯದಿಂದ ಮೂಕರಾಗಿದ್ದರು. ಆದರೆ ಅದಕ್ಕಿಂತ ಮೂಕರಾಗುವಂತೆ ಅವರಿಗೆ ಆಗಿದ್ದು ಶಾಂತವಾಗಿದ್ದ ಅಲ್ಲಿಯ ವಾತಾವರಣ ಕಳೆದೆರಡು ದಿನಗಳಿಂದ ಇದ್ದಕ್ಕಿದ್ದಂತೆ ಕಲಕಿ ಪ್ರಳಯವಾಗುವಂತೆ ಬದಲಾಗಿದ್ದು.

ತೂಕ ಕಳೆದುಕೊಂಡು ನಿರ್ವೀರ್ಯವಾದ ಧೂಮಕೇತು ಗುರುವಿನ

ಆಕರ್ಷಣಕ್ಕೆ ಸಿಕ್ಕಿಕೊಂಡ ಕಾರಣ ಅದರ ಪಥದಲ್ಲಿ ಅಗಾಧ ಬದಲಾವಣೆಯಾಗಿ ಯಮವೇಗದಲ್ಲಿ ಗುರುವಿನತ್ತಲೇ ಧಾವಿಸುತ್ತಿತ್ತು. ಗುರುವಿನ ಚಂದ್ರರು ಹಾಗೂ ಗುರುಗ್ರಹ ಕೂಡ ಅನಿರೀಕ್ಷಿತವಾಗಿ ತಮ್ಮ ಪರಿಧಿಗೆ ಬಂದ ಹೊಸ ದೈತ್ಯಾಕಾರದ ಧೂಮಕೇತುವಿನ ಪ್ರಭಾವದಿಂದ ತಮ್ಮ ಪಥಗಳಲ್ಲಿ ಸ್ವಲ್ಪ ತಪ್ಪಿದರು. ಗುರುವಿನ ವಾತಾವರಣದಲ್ಲಿ ಗುರುತ್ವಾಕರ್ಷಣೆಗಳ ಏರುಪೇರಿನಿಂದಾಗಿ ತೀವ್ರ ಬದಲಾವಣೆಗಳುಂಟಾಯಿತು. ಗಾಳಿಯ ಚಂಡಮಾರುತಗಳೆದ್ದು ಸಾಗರಗಳಲ್ಲಿ ಮೈಲಿಗಳೆತ್ತರದ ಅಲೆಗಳು ಭೋರ್ಗರೆದು ಉಕ್ಕಿದವು. ಜ್ವಾಲಾಮುಖಿಗಳು ಸಿಡಿಯತೊಡಗಿದವು. ನೆಲದಲ್ಲಿ ಕಂಪನಗಳುಂಟಾಗಿ ಭಯಂಕರವಾಗಿ ಬಿರಿಯಿತು. ನೇರವಾಗಿ ಸಾಗಿ ಗುರುವಿನಿಂದ ತಪ್ಪಿಸಿಕೊಳ್ಳಬೇಕಿದ್ದ ಧೂಮಕೇತುವಿನ ಪಥ ಈಗ ಸಂಪೂರ್ಣ ಬದಲಾಗಿ ಗುರುವಿನ ಕಡೆಗೇ ನೇರವಾಗಿ ಧಾವಿಸತೊಡಗಿತು. ಏನಾಗುತ್ತಿದೆ ಎಂದು ತಿಳಿಯುವಷ್ಟರಲ್ಲಿ ಮತ್ತೊಂದು ಮಹಾ ಘಟನೆ ಅಂತರಿಕ್ಷದಲ್ಲಿ ನಡೆದು ಹೋಯಿತು.

ಬೃಹದಾಕಾರದ ಗುರುವಿನ ಗರ್ಭದೊಳಗೆ ಸುಮಾರು ಭೂಮಿಯ ಹತ್ತರಷ್ಟು ಗಾತ್ರಕ್ಕೆ ಕರಗಿದ್ದ ಹೇಮ್ ಧೂಮಕೇತು ಅಪ್ಪಳಿಸಿ ಹುದುಗಿ ಹೋಯಿತು! ಗುರುಗ್ರಹ ಒಮ್ಮೆ ಗಡಗಡನೆ ನಡುಗಿ ನಂತರ ಏನೂ ನಡೆಯಲೇ ಇಲ್ಲವೆಂಬಂತೆ ತನ್ನ ಪಥದಲ್ಲಿ ಮುಂದೆ ಸಾಗತೊಡಗಿತು.

ಆದರೆ ಧೂಮಕೇತುವಿನಿಂದ ಆಘಾತದಿಂದ ಗುರುವಿನಲ್ಲಿ ಪ್ರಳಯವುಂಟಾದಂತಾಯಿತು. ಗುರುವಿನ ಮೇಲ್ಮೈ ಕಿವಿ ಸೀಳುವ ಶಬ್ದದೊಂದಿಗೆ ನಡುಗಿತು. ಬಂಡೆಗಳು ನೂರಾರು ಮೈಲಿಗಳೆತ್ತರ ಹಾರಿದವು. ಪರ್ವತಗಳು ಕುಸಿದು, ಸಾವಿರಾರು ಮೈಲಿ ವೇಗದ ಬಿರುಗಾಳಿಯೊಂದಿಗೆ ಧೂಳು, ಅನಿಲಗಳು, ದಟ್ಟವಾಗಿ ಮೇಲೇರಿದವು. ಮೇಲೆದ್ದ ಧೂಳು, ಕಪ್ಪನೆಯ ಹೊಗೆ ಶರವೇಗದಲ್ಲಿ ಗುರುವಿನ ಸುತ್ತ ಆವರಿಸಿ ಸೂರ್ಯನ ಬೆಳಕು ಬೀಳದಂತೆ ತಡೆದು ಕಾರ್ಗತ್ತಲು ಕವಿಯಿತು. ಭಾರಿ ಕಂಪನಗಳಾಗಿ ನೆಲ ಬಿರಿಯಿತು. ಕ್ಷುಲ್ಲಕವಾದ ಮಾನವ ನಿರ್ಮಿತ 'ರೆಸ್ಕ್ಯೂ' ಕ್ಷಣಾರ್ಧದಲ್ಲಿ ಧೂಮಕೇತುವಿನ ಆಘಾತದಿಂದ ಬಾಯ್ತೆರೆದ ಗುರುವಿನ ಗರ್ಭದಲ್ಲಿ ಸೇರಿ ಕಣ್ಮರೆಯಾಯಿತು.

ಅದೇ ಸಮಯದಲ್ಲಿ ಸಾವಿರಾರು ಸ್ಥಳಗಳಲ್ಲಿ ಏಕಕಾಲದಲ್ಲಿ ಅರ್ಪಿಸಿದ ಯಜ್ಞದ ಪೂರ್ಣಾಹುತಿಯ ಧೂಮವೂ ಭರತ ಖಂಡದ ಮೇಲೆ ಕಪ್ಪಾದ ಹೊದಿಕೆಯಂತೆ ಆವರಿಸಿತು. ಲಕ್ಷಾಂತರ ಜನರು ಸಾಮೂಹಿಕವಾಗಿ ಮಾಡಿದ ಪ್ರಾರ್ಥನೆ ಭಗವಂತನಿಗೇ ತಲುಪುವ ಹಾಗೆ ಮುಗಿಲುಮುಟ್ಟಿತು. ಭಗವಂತನ ಚಮತ್ಕಾರವಲ್ಲದೆ ತಮ್ಮನ್ನು ಇನ್ನಾವ ಶಕ್ತಿಯೂ ಉಳಿಸಲಾರದು ಎಂದು

ಮನದಟ್ಟಾದ ಜನರು ಭಾವಾವೇಶದಿಂದ ಜೋರಾಗಿ ಪ್ರಾರ್ಥಿಸುತ್ತಿದ್ದರು.

ಮೌಂಟ್ ಪಾಲೋಮಾರ್‌ನಲ್ಲಿ ಗುರು ಗ್ರಹದ ವೀಕ್ಷಣೆ ಮಾಡುತ್ತಿದ್ದ ವಿಜ್ಞಾನಿಗಳು ಮೂಕರಾಗಿ ಕುಳಿತಿದ್ದರು. ಯಾವ ಅನಾಹುತವನ್ನು ತಪ್ಪಿಸಲು ಸಾಧ್ಯವಿಲ್ಲ ಎಂದು ಭಾವಿಸಿದ್ದರೋ ಅದು ತಪ್ಪಿಯೇ ಹೋಗಿತ್ತು.

ಭೂಮಿಯನ್ನು ಛಿದ್ರ ಮಾಡಲು ಧಾವಿಸುತ್ತಿದ್ದ ಧೂಮಕೇತುವಿನ ಪ್ರಳಯದಿಂದ ಮಾನವ ಜನಾಂಗವನ್ನು ಉಳಿಸಲೋ ಎಂಬಂತೆ ಗುರುಗ್ರಹ ಅದನ್ನು ಕಬಳಿಸಿತ್ತು. ಯಾರನ್ನು ಭೂಮಿಯ ಪ್ರಳಯದಿಂದ ತಪ್ಪಿಸಿ ಉಳಿಸಲೆಂದು ವಿಜ್ಞಾನಿಗಳು ಇಲ್ಲಿಂದ ದೂರ ಕಳಿಸಿದ್ದರೋ ಅವರು ಕಣ್ರೆಪ್ಪೆ ಹಾಕುವುದರೊಳಗಾಗಿ 'ಗುರುಗತ'ರಾಗಿದ್ದರು. ಭೂಮಿ ಕೋಟ್ಯಂತರ ಹೋಳುಗಳಾಗಿ ಹೋಗುವುದರೊಂದಿಗೆ ತಮ್ಮ ಅವಸಾನವಾಗುತ್ತದೆ ಎಂದು ಭಯ ಭ್ರಾಂತರಾಗಿ ನಿರೀಕ್ಷಿಸುತ್ತಿದ್ದ ಜಗತ್ತಿನ ಜೀವಕೋಟಿಗಳು ಕಾಣದ ಯಾವುದೋ ಶಕ್ತಿಯ ಚಮತ್ಕಾರದಿಂದಲೋ ಎಂಬಂತೆ ಪ್ರಳಯದಿಂದ ಪಾರಾಗಿದ್ದರು.

ಈ ಸುದ್ದಿ ಹರಡುತ್ತಿದ್ದಂತೆ ಪ್ರಪಂಚದಾದ್ಯಂತ ಹರ್ಷಘೋಷ ಕೇಳಿ ಬರತೊಡಗಿತು.

ಗೆಲುವು ಅನ್ನುವ ಸೋಲು

ಕ್ಲಾಸಿನ ಕಡೆಯ ಬೆಂಚಿನಲ್ಲಿ ಕೂತಿದ್ದ ಸಂಜಯ್ ಅನ್ಯಮನಸ್ಕನಾಗಿ ನೋಟ್ ಬುಕ್ಕಿನ ಮೇಲೆ ಗೆರೆಗಳನ್ನೆಳೆಯುತ್ತಿದ್ದ. ಅವನ ಗುಂಗುರು ಕೂದಲು ಹಣೆಯ ಮೇಲೆ ಕವಿದು ಬಂದಿತ್ತು. ಚಿಗುರು ಮೀಸೆಯ ಕೆಳಗಿನ ತೆಳುವಾದ ತುಟಿಯನ್ನು ಕಚ್ಚಿ ಅವನು ಗಾಢವಾಗಿ ಯೋಚಿಸುತ್ತಿದ್ದ. ಪ್ರೊಫೆಸರ್ ಆಸಕ್ತಿಯಿಂದ ವಿವರಿಸುತ್ತಿದ್ದ ವಿಷಯ ಇವನ ಕಿವಿಯ ಮೇಲೆ ಬೀಳುತ್ತಿದ್ದರೂ ತಲೆಯ ಒಳಗೆ ಹೋಗುತ್ತಿರಲಿಲ್ಲ. ನಾಡಿದ್ದು ತರಗತಿಯ ವಿದ್ಯಾರ್ಥಿ ಪ್ರತಿನಿಧಿಯ ಆಯ್ಕೆ ಇದೆ ಅಂತ ತಿಳಿದ ಮೇಲೆ ಎಲ್ಲರೂ ತಮ್ಮ ತಮ್ಮಲ್ಲಿ ಗುಸುಗುಸನೆ ಚರ್ಚೆ ಶುರು ಮಾಡಿದ್ದರು. ಸಂಜಯನ ತಲೆಯೊಳಗೂ ಅದೇ ವಿಷಯ ತುಂಬಿಕೊಂಡಿತ್ತು.

ಸಂಜಯ್ ನಗರದ ಪ್ರಖ್ಯಾತ ಉದ್ಯಮಿ ವಿಜಯ ಸತ್ಪಾಲರ ಒಬ್ಬನೇ ಮಗ. ಸತ್ಪಾಲರು ಮಗ ಕೇಳಿದ್ದನ್ನು ಇಲ್ಲ ಎನ್ನದೆ ಮುದ್ದು ಮಾಡಿ ಬೆಳೆಸಿದ್ದರು. ದುರದೃಷ್ಟವಶಾತ್ ಅವರ ಪತ್ನಿ ಕಾಲವಾದಾಗ ಇನ್ನೂ ಸ್ಕೂಲಿನಲ್ಲಿ ಓದುತ್ತಿದ್ದ ಮಗನಿಗೆ ತಾಯಿಯ ಪ್ರೀತಿಯ ಕೊರತೆ ಕಾಣದಿರಲಿ ಎಂದು ಮತ್ತಷ್ಟು ತಲೆಯ ಮೇಲಿಟ್ಟುಕೊಂಡು ಬೆಳೆಸಿದ್ದರು. ಅವನಾಡಿದ ಮಾತಿಗೆ ಎದುರಾಡುವವರಿಲ್ಲದೆ ನಿರಂಕುಶನಾಗಿ ಬೆಳೆದ ಸಂಜಯ್ ಈಗ ಇಂಜಿನಿಯರಿಂಗ್‌ನ ಕೊನೆಯ ವರ್ಷ ಓದುತ್ತಿದ್ದ. ಮಗನ ಓದು ಮುಗಿದ ಕೂಡಲೇ ತಮ್ಮ ಜೊತೆ ಉದ್ಯಮದಲ್ಲಿ ಅವನನ್ನು ತೊಡಗಿಸಬೇಕೆಂದು ಸತ್ಪಾಲರು ಕಾಯುತ್ತಿದ್ದರು. ಸಂಜಯನೂ ಉತ್ತಮ ದರ್ಜೆಯಲ್ಲೇ ಪಾಸಾಗಿ ಬರುತ್ತಿದ್ದ.

ಸಂಜಯನ ಮನಸ್ಸಿನಲ್ಲಿ ತೊಯ್ದಾಟ ಶುರುವಾಗಿತ್ತು. ಈ ಸಲ ತಾನು ವಿದ್ಯಾರ್ಥಿ ಪ್ರತಿನಿಧಿ ಆಗಬೇಕು ಎನ್ನುವ ಅವನ ಸುಪ್ತ ಆಸೆಗೆ ಈಗ ಅವಕಾಶ ಬಂದಿದೆ. ಅದನ್ನು ಅವನೇ ಹೇಗೆ

ಬಾಯಿಬಿಟ್ಟು ಹೇಳುವುದು? ಧಾರಾಳವಾಗಿ ಖರ್ಚು ಮಾಡುತ್ತಿದ್ದ ಇವನ ಸುತ್ತಲೂ ಯಾವಾಗಲೂ ಮುಖಸ್ತುತಿ ಮಾಡುವ ಗೆಳೆಯರ ಗುಂಪೇ ಇರುತ್ತಿತ್ತು. ಪ್ರತಿ ವರ್ಷವೂ ಅವರು ಇವನನ್ನು ಪ್ರತಿನಿಧಿಯ ಆಯ್ಕೆಗೆ ಸ್ಪರ್ಧಿಸು ಎಂದು ಹೇಳುತ್ತಿದ್ದರು. ಇವನು ತೋರಿಕೆಯ ಬಡಿವಾರದಿಂದ "ಬೇಡ" ಅಂದರೆ, ಹಠಮಾರಿಯಾದ ಇವನ ಸಿಡುಕಿಗೆ ಎಲ್ಲಿ ಗುರಿಯಾಗಬೇಕಾಗುತ್ತದೆಯೋ ಎಂದು ಅವರು ಸುಮ್ಮನಾಗಿ ಬಿಡುತ್ತಿದ್ದರು. ಅವರು ಧೈರ್ಯವಹಿಸಿ ಸ್ವಲ್ಪ ಒತ್ತಾಯ ಮಾಡಿದ್ದರೆ ಹೋದ ವರ್ಷಾನೇ ಇವನು ಒಪ್ಪಿಕೊಂಡುಬಿಡುತ್ತಿದ್ದ. ದಾಕ್ಷಿಣ್ಯಕ್ಕೆ ಇವನು ಬೇಡ ಅಂದದ್ದಕ್ಕೆ ಆ ಬಾರಿ ಕ್ಲಾಸಿನಲ್ಲಿ ಇದ್ದೂ ಇಲ್ಲದಂತಿರುತ್ತಿದ್ದ ಗಿರೀಶ ಆಯ್ಕೆಯಾಗಿದ್ದ.

ಸ್ವಭಾವತಃ ಮಿತಭಾಷಿ, ಹಸನ್ಮುಖಿ ಗಿರೀಶ ಪ್ರತಿನಿಧಿಯಾಗಿ ಆಯ್ಕೆಯಾದ ಮೇಲೆ ತರಗತಿಯಲ್ಲಿ ಎಲ್ಲರಿಗೂ ಹತ್ತಿರದವನಾಗಿ, ಅದರಲ್ಲೂ ಕ್ಲಾಸಿನಲ್ಲಿದ್ದ ಹುಡುಗಿಯರಿಗೆ ಸಮೀಪವಾಗಿದ್ದು ಸಂಜಯನಿಗೆ ಒಳಗೇ ಕರುಬುವಂತಾಗಿತ್ತು. ಹುಡುಗಿಯರೊಂದಿಗೆ ಜೊತೆ ಓಡಾಡುವುದು ಅವನ ದೃಷ್ಟಿಯಲ್ಲಿ ಅಷ್ಟೇನೂ ಪ್ರಾಮುಖ್ಯವಾದ ವಿಷಯವಲ್ಲದಿದ್ದರೂ ಒಂದಲ್ಲ ಒಂದು ಕಾರಣದಿಂದ ಅವರೊಡನೆ ಮಾತಾಡಿ ಓಡಾಡುತ್ತಿದ್ದ ಗಿರೀಶನ ಭಾಗ್ಯಕ್ಕೆ ಇವನು ಸಣ್ಣದಾಗಿ ಒಳಗೆ ಅಸೂಯೆ ಪಡುತ್ತಿದ್ದ.

ಎಲ್ಲ ಕಡೆ ಧೈರ್ಯದಿಂದ ಮುನ್ನುಗ್ಗುತ್ತಿದ್ದ ಅವನು ಹುಡುಗಿಯರ ಮುಂದೆ ಮಾತ್ರ ಗಲಿಬಿಲಿಯಾಗುತ್ತಿದ್ದ. ಅವರೊಡನೆ ಸ್ವಾಭಾವಿಕವಾಗಿರಲು ಅವನಿಗೆ ಸಾಧ್ಯವಾಗುತ್ತಲೇ ಇರಲಿಲ್ಲ. ಅವರತ್ತ ನೋಡಿದರೆ ಅವನ ಕಣ್ಣುಗಳು ಅವರ ಮುಂಗುರುಳು, ಕೊರಳು, ತುಟಿಗಳತ್ತ ಹರಿದಾಡಿ ಮೈ ಬಿಸಿಯೇರಿ, ಮನಸ್ಸು ಶೂನ್ಯವಾದಂತಾಗಿ ತಡವರಿಸಿ ಏನೋ ಹೇಳಬಯಸಿದವನು ಏನೋ ಹೇಳಿ ಒದ್ದಾಡುತ್ತಿದ್ದ. ದಿನಾ ಕ್ಲಬ್ಬಿನಲ್ಲಿ ಕಾಲ ಕಳೆದು ರಾತ್ರಿ ತಡವಾಗಿ ಬರುತ್ತಿದ್ದ ಅಪ್ಪನ ಜೊತೆಯಲ್ಲಿ ಬರುತ್ತಿದ್ದ ರಂಗು ರಂಗಾದ ಹೆಣ್ಣುಗಳೊಂದಿಗೆ ಇವನು ತನ್ನ ಕ್ಲಾಸಿನ ಹುಡುಗಿಯರನ್ನು ತಾಳೆ ಹಾಕಿ ನೋಡಿ ಇವರಲ್ಲಿ ಯಾರಾದರೂ ತನ್ನೊಡನೆ ಓಡಾಡಲು ಬರಬಹುದೇ ಎಂದು ಲೆಕ್ಕ ಹಾಕುತ್ತಿದ್ದ.

ಸಂಜಯನ ದುರಾದೃಷ್ಟಕ್ಕೆ ಅವನ ಕ್ಲಾಸಿನ ಸ್ನೇಹಿತೆಯರಾರೂ ಅವನ ಈ ಆಸೆಗೆ ನೀರೆರೆಯಲಿಲ್ಲ. ಏನಾದರೂ ಅವಕಾಶ ಸಿಕ್ಕಿ ಇವನೇ ಅವರನ್ನು ಮಾತನಾಡಿಸಿದರೆ ಅವರು ಸಂಕೋಚಕ್ಕೋ ಅಥವಾ ಇನ್ಯಾತಕ್ಕೋ ತೀರ ಔಪಚಾರಿಕವಾಗಿ ಉತ್ತರಿಸಿ. ಮಾತು ಬೆಳೆಸದೆ ಹೊರಟು ಹೋಗುತ್ತಿದ್ದರು. ಆಗೆಲ್ಲಾ ಸಂಜಯ್ ಮನಸ್ಸಿನಲ್ಲೇ ಅವಮಾನದಿಂದ ಕುದಿಯುತ್ತಿದ್ದ. ಆದರೆ

ಯಾವುದರಲ್ಲೂ ತನಗೆ ಸಾಟಿಯಿರದ ಗಿರೀಶ ಮಾತ್ರ ಹುಡುಗಿಯರೊಡನೆ ಮುಕ್ತವಾಗಿ ಮಾತಾಡಿ, ಒಮ್ಮೊಮ್ಮೆ ಸಲುಗೆಯಿಂದ ರೇಗಿಸಿದರೂ ಅವರು ಅವನನ್ನು ತಪ್ಪು ತಿಳಿದುಕೊಂಡಂತಾಗಲೀ ಅವನ ಮೇಲೆ ಕೋಪ ಮಾಡಿಕೊಂಡವರಂತೆ ಆಗಲಿ ನಡೆದುಕೊಳ್ಳುತ್ತಿರಲಿಲ್ಲ. ಇದು ಸಂಜಯನಿಗೆ ನುಂಗಲಾರದ ತುತ್ತಾಗಿತ್ತು.

ವರ್ಕ್‌ಶಾಪ್‌ನಲ್ಲಿ ಲ್ಯಾಬೋರೇಟರಿಗಳಲ್ಲಿ ತನ್ನ ಬ್ಯಾಚಿನವಳಾದ ಶೀಲ ಕೂಡ ಡೈರಿ, ರೆಕಾರ್ಡ್‌ಗಳನ್ನು ಬರೆಯಲು ತನ್ನನ್ನು ಬಿಟ್ಟು ಗಿರೀಶನನ್ನು ಆಶ್ರಯಿಸುತ್ತಿದ್ದುದು ಸಂಜಯನಿಗೆ ಸಹಿಸಲಾಗದ ಅವಮಾನವಾಗುತ್ತಿತ್ತು. ರೆಕಾರ್ಡ್‌ಗಳನ್ನು ಬರೆಯುವುದರಲ್ಲಿ ತಾನೇನು ಗಿರೀಶನಿಗಿಂತ ಕಡಿಮೆಯೇನಲ್ಲ. ಒಂದು ಕೈ ಮೇಲೇನೇ. ಆದರೂ ಶೀಲ ಗಿರೀಶನಿಗೇ ಮೊರೆಹೋಗುತ್ತಿದ್ದುದು ಇವನಲ್ಲಿ ಒಳಗೊಳಗೇ ಅಸೂಯೆಯ ಅಲೆಗಳನ್ನೆಬ್ಬಿಸುತ್ತಿತ್ತು.

ಶೀಲ ಅಂತ ಚೆಲುವೆಯೇನಲ್ಲ. ಸಾಧಾರಣ ರೂಪದ ಸಾಮಾನ್ಯ ಹುಡುಗಿ. ದೊಡ್ಡ ಸಂಸಾರದ ಹೊರೆಹೊತ್ತಿದ್ದ ಅವಳಪ್ಪ ಹೆಚ್ಚು ಖರ್ಚು ಮಾಡುವ ಸ್ಥಿತಿಯಲ್ಲಿ ಇರಲಿಲ್ಲವಾದ್ದರಿಂದ ಅವಳ ಉಡುಪುಗಳು ಅಷ್ಟಕ್ಕಷ್ಟೇ! ಅದರಿಂದ ಅವಳು ತನ್ನ ಬಗ್ಗೆ ಆಸಕ್ತಿ ತೋರಿಸದೆ ಗಿರೀಶನೊಂದಿಗೆ ಓಡಾಡುತ್ತಿದ್ದುದು ಅಷ್ಟೇನೂ ನೋವು ಉಂಟು ಮಾಡದಿದ್ದರೂ ಈ ಗಿರೀಶನ ಮುಂದೆ ತಾನೆಲ್ಲೋ ಸೋತಿದ್ದೀನಿ ಎನ್ನುವ ಭಾವನೆ ಕಾಡುತ್ತಿತ್ತು.

ಇನ್ನೇನಕ್ಕಲ್ಲದಿದ್ದರೂ, ಈ ಭಾವನೆಯನ್ನು ಹತ್ತಿಕ್ಕುವುದಕ್ಕಾಗಿ ಈ ಸಲ ತಾನು ವಿದ್ಯಾರ್ಥಿ ಪ್ರತಿನಿಧಿಯಾಗಿ ಎಲ್ಲರ ಒಲುಮೆ ಗಳಿಸಬೇಕು ಅಂತ ನಿರ್ಧರಿಸಿಕೊಂಡ ಸಂಜಯ್. ಕೊನೆಯ ಬೆಲ್ಲಾಗಿ ಪ್ರೊಫೆಸರ್ ಡಸ್ಟರ್ ಕೊಡವಿಕೊಳ್ಳುತ್ತಾ ಕ್ಲಾಸಿನಿಂದ ಆಚೆ ಹೋದರು.

"ಏನಮ್ಮಾ ಸಂಜಯ್, ಈ ಸಲವಾದ್ರೂ ನೀನು ಸ್ಪರ್ಧಿಸ್ತೀಯೋ ಇಲ್ವೋ?" ಜಯಕರ್ ಯೋಚನೆಯಲ್ಲಿ ಮುಳುಗಿದ್ದ ಸಂಜಯನನ್ನು ವಾಸ್ತವಕ್ಕಿಳಿಸಿದ.

'ಹೂಂ' ಅನ್ನುವುದರಲಿದ್ದ ಸಂಜಯ್ ಬಾಯಿ ಬಿಗಿದು ಸುಮ್ಮನೆ ಪುಸ್ತಕ ಮುಚ್ಚಿ ಪೆನ್ನು ಜೇಬಿಗಿರಿಸಿದ. ಅಷ್ಟರಲ್ಲಿ ಅಲ್ಲಿಗೆ ಬಂದ ಪ್ರಕಾಶ್, ಮಂಜುನಾಥರೂ ಅದೇ ಮಾತನ್ನು ಒತ್ತಿ ಹೇಳಿದರು. ಈಗ ಸಂಜಯ್ ತುಟಿ ವಕ್ರಮಾಡಿಕೊಂಡು ಒಂದು ಅಲಕ್ಷ್ಯದ ನಗು ಹಾರಿಸಿದನಾದರೂ "ಬೇಕು ಅಥವಾ ಬೇಡ" ಎಂದು ಹೇಳಲಿಲ್ಲ.

ಮಾರನೆಯ ದಿನ ಪ್ರತಿನಿಧಿಯ ಆಯ್ಕೆಗೆ ಜಯಕರ ತನ್ನ ಹೆಸರು ಸೂಚಿಸಿದಾಗ ಸಂಜಯ್ ಒಲ್ಲೆ ಅನ್ನದೆ ಸುಮ್ಮನಿದ್ದ. ಸ್ಪರ್ಧೆಗೆ ಮತ್ತೂ ಕೆಲವು ಹೆಸರುಗಳು ಬಂದವು. ಸ್ಪರ್ಧೆಯಿಂದ ತಮ್ಮ ಹೆಸರು ಹಿಂದೆ ತೆಗೆದುಕೊಳ್ಳಬಯಸುವವರು

ಮಧ್ಯಾಹ್ನದೊಳಗೆ ಬಂದು ತಮಗೆ ತಿಳಿಸಬೇಕೆಂದು ಹೇಳಿ ಪ್ರೊಫೆಸರ್ ಹೊರಟುಹೋದ ಮೇಲೆ ಕ್ಲಾಸಿನಲ್ಲಿ ಗಲಭೆಯ ಚರ್ಚೆ ಶುರುವಾಯಿತು.

ಗಿರೀಶ್ ಹವ್ಯಾಸಿ ಕಂಪ್ಯೂಟರ್ ಚಟುವಟಿಕೆಗಳಿಗಾಗಿ ಒಂದು ಸಂಘ ಕಟ್ಟಿ ಕಾಲೇಜಿನಿಂದ ಕೊಠಡಿ, ಕಂಪ್ಯೂಟರ್‌ಗಳು, ಇತ್ಯಾದಿ ಅನುಕೂಲಗಳನ್ನು ಕೇಳಿದ್ದ. ಅವನ ಬೇಡಿಕೆಯನ್ನು ಒಪ್ಪಿದ್ದ ಪ್ರಿನ್ಸಿಪಾಲರು ಅದನ್ನು ಕಾಲೇಜಿನ ಆಡಳಿತ ವರ್ಗದ ಅನುಮತಿಗಾಗಿ ಕಳಿಸಿದ್ದರು. ಅವನು ಪ್ರತಿನಿಧಿಯ ಸ್ಥಾನವನ್ನು ಸಂಜಯನಿಗೆ ಬಿಟ್ಟುಕೊಟ್ಟರೆ ಆ ಚಟುವಟಿಕೆ ಅಲ್ಲಿಗೇ ನಿಂತುಹೋಗುತ್ತೆ ಅಂತ ಕಂಪ್ಯೂಟರ್ ಬಗ್ಗೆ ಒಲವಿದ್ದ ಅನೇಕ ವಿದ್ಯಾರ್ಥಿಗಳು ಗಿರೀಶನನ್ನು ಈ ವರ್ಷವೂ ಪ್ರತಿನಿಧಿಯಾಗಿ ಮುಂದುವರಿಯುವಂತೆ ಒತ್ತಾಯಿಸಿದರು. ಹುಡುಗಿಯರಂತೂ ಗಿರೀಶನನ್ನೇ ಬೆಂಬಲಿಸುವುದು ಖಂಡಿತವಾಗಿತ್ತು.

ಬಿಸಿ ಬಿಸಿ ಚರ್ಚೆಯ ನಂತರ ಸ್ಪರ್ಧೆಯಲ್ಲಿ ಉಳಿದವರು ಸಂಜಯ್ ಮತ್ತು ಗಿರೀಶ್ ಇಬ್ಬರೇ. ಪ್ರತಿನಿಧಿಯಾಗಿ ಅವರು ತರಗತಿಗಾಗಿ ಏನು ಮಾಡಲಿದ್ದಾರೆ ಎನ್ನುವುದರ ಬಗ್ಗೆ ಸಣ್ಣ ಭಾಷಣ ಮಾಡಬೇಕೆಂದು ಇಬ್ಬರನ್ನೂ ಕೇಳಿದರು ವಿದ್ಯಾರ್ಥಿಗಳು.

ಗಿರೀಶ್ ಸ್ಟೇಜಿನ ಮೇಲೆ ಹೋಗಿ ಇದುವರೆಗೂ ತಾನು ಮಾಡಿದ ಕೆಲಸಗಳು, ಈ ವರ್ಷಕ್ಕಾಗಿ ತಾನು ಹಮ್ಮಿಕೊಂಡ ಹೊಸ ಕಾರ್ಯಕ್ರಮಗಳ ಮೇಲೆ ಮಾತಾಡಿದ. ವಿಶೇಷವಾಗಿ ಅವನು ಕಂಪ್ಯೂಟರ್ ಕಾರ್ನರ್ ಬಗ್ಗೆ ಪ್ರಸ್ತಾಪಿಸಿ ಅದರ ಉಪಯೋಗಗಳನ್ನು ವಿಸ್ತಾರವಾಗಿ ಹೇಳಿದ.

ಸಂಜಯನಿಗೆ ಹೇಳಿಕೊಳ್ಳಲು ಹಿಂದಿನ ಸಾಧನಗಳೇನೂ ಇರಲಿಲ್ಲ. ಅದಕ್ಕೆ ಅವನು ಗಿರೀಶನ ಕೆಲಸಗಳನ್ನು ಕಟುವಾಗಿ ಟೀಕಿಸಿದ. ಅವನ ಹೊಸ ಕಾರ್ಯಕ್ರಮಗಳ ನ್ಯೂನತೆಗಳನ್ನು ಎತ್ತಿ ತೋರಿಸಿದ. ಕಂಪ್ಯೂಟರ್ ಕಾರ್ನರ್ ನಂಥಾ ದುಬಾರಿ ಯೋಜನೆಯಲ್ಲಿ ಕಾಲೇಜಿನ ಹಣ ತೊಡಗಿಸಿ ಅದರಲ್ಲಿ ಆಸಕ್ತಿಯಿರುವ ಕೆಲವೇ ವಿದ್ಯಾರ್ಥಿಗಳಿಗೆ ಉಪಯೋಗವಾಗುವಂತೆ ಮಾಡುವುದು ಅರ್ಥಹೀನ ಎಂದು ವಾದಿಸಿದ. ಕಾನ್ವೆಂಟ್ ಇಂಗ್ಲೀಷ್‌ನ ಪೂರ್ತಿ ಉಪಯೋಗ ಮಾಡಿಕೊಂಡು ಅಬ್ಬರದ ಪದಗಳನ್ನು ಪ್ರಯೋಗಿಸಿ ಪ್ರಭಾವಶಾಲಿಯಾಗಿ ಮಾತಾಡಿದರೂ ಅವನಿಗೇ ಅವನ ವಾದದಲ್ಲಿ ನಂಬಿಕೆ ಇದ್ದಂತೆ ಅನಿಸಲಿಲ್ಲ. ಅವನು ಮಾತು ಮುಗಿಸಿದಾಗ ಕೇವಲ ಅವನ ಬೆಂಬಲಿಗರು ಮಾತ್ರ ಚಪ್ಪಾಳೆ ತಟ್ಟಿದಾಗ ಬಹುಶಃ ಗಿರೀಶನೇ ಪುನಃ ಆಯ್ಕೆಯಾಗಬಹುದು ಅನಿಸಿ ಒಳಗೇ ಕುದಿಯತೊಡಗಿದ.

ಸಂಜಯನ ಬೆಂಬಲಿಗರು ಎದೆಗುಂದದೆ ಗೆಳೆಯರೊಂದಿಗೆ ಅವನ ಪರವಾಗಿ

ವಾದ ಶುರು ಮಾಡಿದರು. ಚರ್ಚೆ ಬಿಸಿಯೇರಿತು. ಧ್ವನಿಗಳು ತಾರಕಕ್ಕೇರಿ ಎರಡೂ ಕಡೆಯವರು ತಮ್ಮ ತಮ್ಮ ಮುಖಂಡನ ಗುಣಗಾನ ಮಾಡಿ ಎದುರಾಳಿಯನ್ನು ಅವಹೇಳನ ಮಾಡಲು ಪ್ರಾರಂಭಿಸಿದರು. ಅಷ್ಟರಲ್ಲಿ ಇದುವರೆಗೂ ಸುಮ್ಮನೆ ಕುಳಿತು ಇವರ ವಾಗ್ಯುದ್ಧವನ್ನು ಕೇಳುತ್ತಿದ್ದ ಗಿರೀಶ ಎದ್ದು ಸಂಜಯನ ಹತ್ತಿರ ಬಂದು, "ಸಂಜಯ್ ನಾನು ನನ್ನ ಹೆಸರು ಹಿಂದೆ ತಗೋತೀನಿ. ನೀನು ಪ್ರತಿನಿಧಿಯ ಕೆಲಸವನ್ನು ಚೆನ್ನಾಗಿ ನಿಭಾಯಿಸುತ್ತೀ ಅನ್ನೋ ನಂಬಿಕೆ ನನಗಿದೆ" ಎಂದು ಹೇಳಿ ಸೀದಾ ಪ್ರೊಫೆಸರ್ ರೂಮಿಗೆ ಹೋಗಿ ತನ್ನ ನಿರ್ಧಾರ ತಿಳಿಸಿದ.

ಸಂಜಯನ ಬೆಂಬಲಿಗರು ಇದರಿಂದ "ಹೋ..." ಎಂದು ಕೂಗಿ ಕುಣಿದಾಡಿದರೂ, ಸಂಜಯನಿಗೆ ಕೆನ್ನೆಗೆ ಹೊಡಿಸಿಕೊಂಡ ಅನುಭವವಾಯಿತು. ಅಕಸ್ಮಾತ್ ಗಿರೀಶ ಏನಾದರೂ ಸ್ಪರ್ಧೆಗಿಳಿದಿದ್ದರೆ ಶಕ್ತಿಮೀರಿ ಪ್ರಯತ್ನಿಸಿ ಅವನನ್ನು ಸೋಲಿಸಿ ತಾನು ಮೆರೆಯಬಹುದಾಗಿತ್ತು. ತಾನಾಗಿ ಸ್ಥಾನ ಬಿಟ್ಟುಕೊಟ್ಟ ಗಿರೀಶ್ ತನ್ನನ್ನು ಸಣ್ಣವನನ್ನಾಗಿ ಮಾಡಿದ ಅನಿಸಿತು ಸಂಜಯನಿಗೆ. ಅವನಿಗೆ ಈಗ ವಿದ್ಯಾರ್ಥಿ ಪ್ರತಿನಿಧಿಯ ಸ್ಥಾನ ತೀರ ನೀರಸವಾಗಿ, ನಿರಾಕರ್ಷಕವಾಗಿ ಕಂಡಿತು. ಆದರೆ ಅವಿರೋಧವಾಗಿ ತಾನು ಆಯ್ಕೆಯಾಗಿದ್ದರಿಂದ ಮನಸ್ಸಿಲ್ಲದೆ ಆ ಜವಾಬ್ದಾರಿಯನ್ನು ಒಪ್ಪಲೇಬೇಕಾಯಿತು.

******

ತಿಂಗಳುಗಳುರುಳಿ ಡಿಸೆಂಬರ್ ಹತ್ತಿರ ಬಂತು. ಕೊನೆಯ ವರ್ಷದ ಇಂಜಿನಿಯರಿಂಗ್ ವಿದ್ಯಾರ್ಥಿಗಳು ದೇಶದ ಕೆಲವು ಪ್ರಮುಖ ಉದ್ಯಮಗಳಿಗೆ ಭೇಟಿ ಕೊಟ್ಟು ಅವುಗಳ ಬಗ್ಗೆ ಪ್ರಬಂಧ ಬರೆದು ಒಪ್ಪಿಸಬೇಕಾಗಿತ್ತು. ಉದ್ಯಮಗಳಿಗೆ ಹೋಗುವುದು ಕೇವಲ ನೆಪವಷ್ಟೇ, ಪ್ರವಾಸ ಪ್ರೇಕ್ಷಣೀಯ ಸ್ಥಳಗಳನ್ನು ನೋಡುವ "ಜಾಲಿ ಟೂರ್" ಆಗುತ್ತಿದ್ದರಿಂದ ವಿದ್ಯಾರ್ಥಿಗಳಿಗೆ ಎಲ್ಲಿಲ್ಲದ ಸಡಗರ.

ಕ್ಲಾಸಿನ ಪ್ರತಿನಿಧಿಯಾಗಿದ್ದ ಸಂಜಯನಿಗೆ ಈಗ ಬಿಡುವಿಲ್ಲದ ಕೆಲಸವಾಯಿತು. ವಿದ್ಯಾರ್ಥಿಗಳಿಂದ ಪ್ರವಾಸಕ್ಕೆ ಹಣ ವಸೂಲಿ ಮಾಡುವುದು, ಹೊರ ಊರುಗಳಲ್ಲಿ ವಸತಿಗೆ ಏರ್ಪಡಿಸುವುದು, ಪ್ರೇಕ್ಷಣೀಯ ಸ್ಥಳಗಳಿಗೆ ಹೋಗಿ ಬರಲು ವ್ಯವಸ್ಥೆ ಮಾಡುವುದು, ಉದ್ಯಮಗಳಿಗೆ ಪತ್ರ ಬರೆದು ಅವರಿಂದ ಅನುಮತಿ ಪಡೆಯುವುದು, ಹೀಗೆ ಹತ್ತು ಹಲವು ಕೆಲಸಗಳಲ್ಲಿ ಮುಳುಗಿಹೋದ. ಇದು ಒಬ್ಬನಿಂದ ನಿಭಾಯಿಸಲು ಆಗುವ ಕೆಲಸ ಅಲ್ಲವಾದ್ದರಿಂದ ತನ್ನ ಬಲಗೈ ಬಂಟ ಜಯಕರನನ್ನು ಸಹಾಯಕನನ್ನಾಗಿ ಮತ್ತು ತಲೆನೋವಿನ ಹಣಕಾಸಿನ ವಿಷಯ ನೋಡಿಕೊಳ್ಳಲು ಖಜಾಂಚಿಯಾಗಿ ಗಿರೀಶನನ್ನು ಆರಿಸಿಕೊಂಡ.

ಮೂವರೂ ಆಸಕ್ತಿ ವಹಿಸಿ ಪ್ರವಾಸವನ್ನು ಯಶಸ್ವಿ ಮಾಡುವುದಕ್ಕೆ ಬೇಕಾದ

ಸಿದ್ಧತೆಗಳನ್ನು ಮಾಡತೊಡಗಿದರು. ಪ್ರಾರಂಭದಲ್ಲೇ ಸಂಜಯನಿಗೆ ತೊಂದರೆ ಎದುರಾಯಿತು. ಪ್ರವಾಸದಲ್ಲಿ ಹುಡುಗರು ತಲೆ ಹರಟೆ ಮಾಡಿ ಸತಾಯಿಸುತ್ತಾರೆ, ನಾವು ಬರುವುದಿಲ್ಲ ಅಂತ ಹುಡುಗಿಯರು ಹಿಂದೆಗೆದರು. ಹುಡುಗಿಯರಿಲ್ಲದೆ ಬರೀ ಹುಡುಗರು ಟೂರ್ ಹೋಗುವುದರಲ್ಲೇನಿದೆ ಮಜಾ ಎಂದು ಹುಡುಗರು ನಿರಾಶರಾದರು.

ಹುಡುಗಿಯರನ್ನು ಒಪ್ಪಿಸುವುದು ಈಗ ಸಂಜಯನಿಗೆ ಒಂದು ಸವಾಲಾಯಿತು. ಅವನ ಭಗೀರಥ ಪ್ರಯತ್ನದ ನಂತರ ಕೆಲವು ಹುಡುಗಿಯರು ಬರಲು ಅರೆಮನಸ್ಸಿನಿಂದ ಒಪ್ಪಿದರೂ ಅರ್ಧದಷ್ಟು ಹುಡುಗಿಯರು ಒಪ್ಪಲಿಲ್ಲ. ಅದರಲ್ಲಿ ಶೀಲಾಳೂ ಒಬ್ಬಳು. ಇದ್ದುದರಲ್ಲಿ ಹುಡುಗಿಯರ ಪರವಾಗಿ ಧೈರ್ಯವಾಗಿ ಹುಡುಗರೊಂದಿಗೆ ಮಾತಾಡುತ್ತಿದ್ದ ಶೀಲಾಳೇ ಹೋಗುವುದಿಲ್ಲ ಎಂದು ತಿಳಿದ ಮೇಲೆ ಅರೆ ಮನಸ್ಸಿನಲ್ಲಿದ್ದ ಹುಡುಗಿಯರೂ ಹೋಗುವುದರ ವಿರುದ್ಧ ತೀರ್ಮಾನಿಸಿದರು. ಶೀಲಾಳನ್ನು ಒಪ್ಪಿಸದೆ ತನ್ನ ಕಾರ್ಯ ಸುಲಭವಲ್ಲ ಎಂದು ಸಂಜಯ್ ಅವಳನ್ನು ಪುಸಲಾಯಿಸಲು ನಿರ್ಧರಿಸಿದ.

"ಯಾಕೆ ಶೀಲಾ, ನೀನು ಬರಲ್ವಂತೆ ಟೂರಿಗೆ?" ವರ್ಕ್‌ಶಾಪಿನಲ್ಲಿ ಕೆಲಸ ಮಾಡುತ್ತಿದ್ದಾಗ ಸಿಕ್ಕ ಏಕಾಂತವನ್ನು ಉಪಯೋಗಿಸಿಕೊಂಡು ಸಂಜಯ್ ಕೇಳಿದ. ಕೆಂಪಗೆ ಕಾದ ಕಬ್ಬಿಣವನ್ನು ಇಕ್ಕಳದಲ್ಲಿ ಹಿಡಿದು ಇವನು ಎತ್ತಿ ಹೊಡೆಯುತ್ತಿದ್ದ ದೊಡ್ಡ ಸುತ್ತಿಗೆಯ ಏಟಿಗೆ ಸರಿಯಾಗಿ ಅದನ್ನು ಹೀಗೂ ಹಾಗೂ ತಿರುಗಿಸುತ್ತಿದ್ದ ಶೀಲ ಕಬ್ಬಿಣವನ್ನು ಮತ್ತೆ ನಿಗಿನಿಗಿಸುತ್ತಿದ್ದ ಕಲ್ಲಿದ್ದಲಿನ ಕೆಂಡದೊಳಗ ಕಾಯಿಸಲು ಇಟ್ಟು ಬೆವರೊರೆಸಿಕೊಂಡು ಹೇಳಿದಳು,

"ಇಲ್ಲ ಸಂಜಯ್ ಟೂರ್‌ಗೆ ತುಂಬಾ ಖರ್ಚು ಬರತ್ತೆ, ಕಳಿಸಕ್ಕೆ ಆಗಲ್ಲ ಅಂದರು ನಮ್ಮಪ್ಪ."

ಸಂಜಯ್ ಅವಳನ್ನು ದಿಟ್ಟಿಸಿದ. ಸಾಧಾರಣ ರೂಪದ ಶೀಲ ಕುಲುಮೆಯ ಪ್ರಖರವಾದ ಕೆಂಬೆಳಕಿನಲ್ಲಿ ಅವನ ಕಣ್ಣಿಗೆ ಚೆಲುವಾಗಿಯೇ ಕಂಡಳು. ಇವಳನ್ನು ಹೇಗಾದರೂ ಟೂರಿಗೆ ಬರುವಂತೆ ಮಾಡಬೇಕೆಂಬ ಅವನ ಛಲ ಬಲವಾಯಿತು. ಆದರೆ ಅವಳು ಹೇಳಿದ ಕಾರಣಕ್ಕೆ ಏನು ಉತ್ತರಿಸುವುದು ಅಂತ ತಿಳಿಯದೆ ಮಾತಾಡದೆ ಪುನಃ ಸುತ್ತಿಗೆಯನ್ನು ಕೈಗೆ ತೆಗೆದುಕೊಂಡು ಕೆಲಸ ಮುಂದುವರೆಸಿದ. ಸ್ವಲ್ಪ ಹೊತ್ತು ಅವನು ಮೌನವಾಗಿ ಅವಳು ಹೇಳಿದ್ದರ ಬಗ್ಗೆ ಯೋಚಿಸಿದ.

"ಒಂದೇ ಕ್ಲಾಸಿನಲ್ಲಿ ಒಬ್ಬರು ಬಂದು ಇನ್ನೊಬ್ಬರು ಬರದಿದ್ದರೆ ಚೆನ್ನಾಗಿರಲ್ಲ ಶೀಲ. ಇದೇ ಕಾರಣಕ್ಕೆ ಇನ್ನೂ ಇಬ್ಬರು ಬರೋದಿಲ್ಲ ಅಂತ ಹೇಳ್ತಿದಾರೆ. ಅದಕ್ಕೆ ನಾವು ಅವರ ಖರ್ಚನ್ನು ಸದ್ಯಕ್ಕೆ ಹಂಚಿಕೊಂಡು ಆಮೇಲೆ ಅವರಿಂದ

ಇಸ್ಕೊಳ್ಳೋಣ ಅಂತ ನಿರ್ಧರಿಸಿದ್ದೀವಿ. ನೀನು ಬಾ ಟೂರಿಗೆ. ಖರ್ಚಿನ ಚಿಂತೆ ಮಾಡಬೇಡ" ಆ ರೀತಿ ಯಾರು ನಿರ್ಧರಿಸಿಲ್ಲದಿದ್ದರೂ ಹೇಳಿದ ಸಂಜಯ್.

"ಖರ್ಚಿನ ಚಿಂತೆ ಇಲ್ಲದಿದ್ದರೂ ಹುಡುಗರ ಜೊತೆ ಊರಿಗೆ ಕಳಿಸಲು ನಮ್ಮಮ್ಮ ಒಪ್ಪಲ್ಲ."

ಸಂಜಯ್ ನಿರುತ್ತರನಾದ. ಶೀಲಳ ಅಮ್ಮನ ಮೇಲೆ ಅವನಿಗೆ ಅಸಾಧ್ಯ ಕೋಪ ಬಂತು. ನಾವೇನು ತಿಂದು ಹಾಕಿಬಿಡುತ್ತೇವಾ ಇವಳನ್ನು? ಇವಳು ಬರದಿದ್ದರೆ ಉಳಿದವರು ಬರಲು ಒಪ್ಪುವುದಿಲ್ಲ. ಹುಡುಗಿಯರನ್ನು ಒಪ್ಪಿಸಿಯೇ ಒಪ್ಪಿಸುತ್ತೀನಿ ಅಂತ ಛಲ ಹಿಡಿದಿದ್ದ ಅವನು ಈಗ ವಿಫಲನಾದ್ದರಿಂದ ಗೆಳೆಯರ ಮುಂದೆ ಆಗುವ ಅವಮಾನ ನೆನೆದು ಚಿಂತಿತನಾದ. ಆ ಸಂಜೆ ಗಿರೀಶ್, ಜಯಕರ್ ಭೇಟಿಯಾದಾಗ ಅವನು ತನ್ನ ಸಂದಿಗ್ಧವನ್ನು ಅವರಲ್ಲಿ ಹೇಳಿಕೊಂಡ.

"ಶೀಲಾನಾ? ನಾನು ಅವಳನ್ನೊಪ್ಪಿಸುತ್ತೀನಿ ಬಿಡು" ಎಂದು ಗಿರೀಶ್ ಅಲಕ್ಷ್ಯವಾಗಿ ಹೇಳಿದಾಗ ಸಂಜಯನಿಗೆ ಒಳಗೆ ಕರುಬುವಂತಾಯಿತು. ಎಷ್ಟು ಖಾತ್ರಿಯಾಗಿ ಅವಳನ್ನು ಒಪ್ಪಿಸುತ್ತೀನಿ ಅಂತಿದಾನೆ, ಅವರಪ್ಪ ದುಡ್ಡು ಕೊಡಲಾರೆ ಅಂದ್ರೆ ಇವನು ಏನು ಮಾಡ್ತಾನೆ ಎಂದು ತಿರಸ್ಕಾರವಾಗಿ ಅವನನ್ನು ನೋಡಿದ.

ಆದರೆ ಗಿರೀಶ ಶೀಲಾಳ ಮನೆಗೆ ಹೋಗಿ ಅವರಪ್ಪನ ಹತ್ತಿರ ಮಾತಾಡಿ ಒಪ್ಪಿಸಿ ಅವರಮ್ಮನಿಗೆ ಹುಡುಗಿಯರ ಸುರಕ್ಷತೆ ಬಗ್ಗೆ ಭರವಸೆ ಕೊಟ್ಟು ಬಂದು ಹೇಳಿದಾಗ, ಸಂಜಯನಿಗೆ ಹುಡುಗಿಯರು ಜೊತೆಯಲ್ಲಿ ಬರುವರೆಂಬ ಸಂತೋಷಕ್ಕಿಂತ ಗಿರೀಶನ ಗೆಲುವಿಗೆ ಹೆಚ್ಚು ಹೊಟ್ಟೆ ಉರಿದಿತ್ತು.

ಹದಿನೈದು ಹುಡುಗಿಯರು ಮತ್ತು ಮೂವತ್ತೈದು ಹುಡುಗರ ದೊಡ್ಡ ಗುಂಪು ಊಟಿಯ ಚಳಿಯಲ್ಲಿ ನಡುಗಿ, ಮಧುರೆಯ ಬಿಸಿಲಲ್ಲಿ ಬೆಂದು, ಕೊಡೈಕೆನಾಲಿನ ಸೌಂದರ್ಯಕ್ಕೆ ಬೆರಗಾಗಿ, ಕನ್ಯಾಕುಮಾರಿಯ ಸಮುದ್ರದ ಅಬ್ಬರಕ್ಕೆ ಬೆದರಿ ಮದರಾಸು, ಹೈದರಾಬಾದುಗಳ ಕಿಕ್ಕಿರಿದ ರಸ್ತೆಗಳಲ್ಲಿ ತಿರುಗಾಡಿ ಬಳಲಿ ಬೆಂಡಾಗಿ ಹಿಂದಿರುಗಿ ಬಂದರು.

ಈ ಪ್ರವಾಸ ಎಲ್ಲರನ್ನೂ ಒಂದು ಹೊಸ ಗೆಳೆತನದ ಬಂಧನದಲ್ಲಿ ಬಂಧಿಸಿತು. ಪ್ರವಾಸದ ಸಮಯದಲ್ಲಿ ಸಂಜಯ್ ಹುಡುಗೀರನ್ನು ವಿಶೇಷ ಕಾಳಜಿ ವಹಿಸಿ ನೋಡಿಕೊಂಡರೂ, ಅವರು ತಮ್ಮ ತಮ್ಮ ಗುಂಪುಗಳಲ್ಲೇ ಓಡಾಡಿ ಇವನಿಂದ ದೂರವೇ ಉಳಿದಿದ್ದರು. ಅದೇ ಹುಡುಗಿಯರು ಗಿರೀಶನೊಡನೆ ನಿರ್ಭಯವಾಗಿ ಮಾತಾಡಿ, ಓಡಾಡಿ ನಿಸ್ಸಂಕೋಚದಿಂದ ತಮಗೆ ಬೇಕಾದ ಸಹಾಯವನ್ನು ಪಡೆಯುತ್ತಿದ್ದರು. ಕಡೆಕಡೆಗೆ ಶೀಲಾಳಿದ್ದ ಹುಡುಗಿಯರ ಗುಂಪು ಗಿರೀಶನ ಗೆಳೆಯರೊಂದಿಗೇ ಇರುತ್ತಿದ್ದರು. ಇದು ಸಂಜಯನಿಗೆ ವಿಶೇಷ ಅಸೂಯೆ

ಉಂಟು ಮಾಡಿತ್ತು. ಇವನ ಒಳಗುದಿಯ ಗಂಧವೇ ಇಲ್ಲದ ಗಿರೀಶ ಒಮ್ಮೊಮ್ಮೆ ಇವನಿಗೇ ಅವರ ಕೆಲಸಗಳನ್ನೊಪ್ಪಿಸುತ್ತಿದ್ದ. ಒಂದು ಸಲ ಹೈದರಾಬಾದಿನಲ್ಲಿ ಗಿರೀಶ್ ತನಗೆ ಬಿಡುವಿಲ್ಲದಿರುವುದರಿಂದ ಶೀಲಾಳಿಗೆ ತಲೆನೋವಿನ ಮಾತ್ರೆಯೊಂದನ್ನು ಅಂಗಡಿಯಿಂದ ತಂದು ಕೊಡು ಎಂದು ಹೇಳಿದ. ಸಂಜಯ್ ಮಾತ್ರೆ ಕೊಡಲು ಹೋದಾಗ ಅವಳು ಸಂಕೋಚದಿಂದ ಮುದುಡಿ ಹೋಗಿದ್ದಳು.

"ತುಂಬಾ ಸಾರಿ ಸಂಜಯ್, ನಿನಗೆ ಸುಮ್ಮನೆ ತೊಂದರೆಯಾಯಿತು. ನಾನು ಗಿರೀಶನಿಗೆ ತಂದುಕೊಡು ಅಂತ ಹೇಳಿದರೆ ಅವನು ನಿನಗೆ ಹೇಳಿದ್ದಾನೆ ನೋಡು" ಎಂದು ಅವಳು ಹೇಳಿದಾಗ ಇವನಿಗೆ ಆದ ಮುಖಭಂಗ ಹೇಳಲಸದಳ. ಆ ದಿನವೆಲ್ಲಾ ಸಂಜಯನಿಗೆ ಮನಸ್ಸು ಸರಿ ಇರಲಿಲ್ಲ. ಆಮೇಲೆ ಕೆಲವು ದಿನ ಶೀಲಾಳ ಜೊತೆ ಅವನಿಗೆ ಸರಿಯಾಗಿ ಮಾತಾಡಲಾಗಲಿಲ್ಲ. ಈ ಅವಮಾನವನ್ನು ಮರೆಯುವಷ್ಟರಲ್ಲಿ ಪುನಃ ಬೊಂಬಾಯಿಯಲ್ಲಿ ಅದೇ ಅವಮಾನದ ಪುನರಾವರ್ತನೆಯಾಯಿತು.

ಬೊಂಬಾಯಿ ಸುತ್ತಾಡಲು ಎಲ್ಲರೂ ಹೋಟೆಲಿನಿಂದ ಬೇರೆ ಬೇರೆ ಹೊರಟಿದ್ದರು. ಸಂಜಯನ ಗುಂಪು ದಿನವೆಲ್ಲಾ ಊರು ಸುತ್ತಾಡಿ ದಣಿದು ಸಾಯಂಕಾಲ ಜುಹು ಬೀಚಿಗೆ ಬಂತು. ಮುಳುಗುತ್ತಿದ್ದ ಸೂರ್ಯನಿಂದ ಸಾಗರ ರಕ್ತವರ್ಣಕ್ಕೆ ತಿರುಗಿತ್ತು. ಸಮುದ್ರದ ತಂಗಾಳಿ ನಡೆದಿದ್ದ ದೇಹಕ್ಕೆ ಹಾಯೆನಿಸುತ್ತಿತ್ತು. ಮಧ್ಯಾಹ್ನ ಊಟದೊಂದಿಗೆ ಕುಡಿದಿದ್ದ ಬೀರಿನ ನಶೆಯಲ್ಲಿದ್ದ ಅವನ ಮನಸ್ಸು ಸುತ್ತಲಿನ ಸೌಂದರ್ಯ ನೋಡಿ ಮುದಗೊಂಡಿತು. ಅಷ್ಟರಲ್ಲಿ ಅಲ್ಲಿಗೆ ಗಿರೀಶನ ಗುಂಪು ಬಂತು.

ನಿರ್ಭಿಡೆಯಿಂದ ಓಡಾಡುವ ಚೆಲುವೆಯರನ್ನು ದಿನವೆಲ್ಲಾ ನೋಡಿ ಕಣ್ಣಿಗೆ ಹಬ್ಬ ಮಾಡಿಕೊಂಡಿದ್ದ ಸಂಜಯ್ ಗಿರೀಶನ ಜೊತೆಯಲ್ಲಿದ್ದ ಹುಡುಗಿಯರನ್ನು ಲಕ್ಷಿಸಲಿಲ್ಲ. ಆದರೂ ಜೊತೆಯಲ್ಲಿ ಹುಡುಗಿಯರಿದ್ದಾರೆ ಅನ್ನುವ ಭಾವನೆ ಮನಸ್ಸಿಗೆ ಇನ್ನಷ್ಟು ಖುಷಿ ಕೊಟ್ಟಿತ್ತು. ಮೊಣಕಾಲಿನ ಮಟ್ಟದ ನೀರಿನಲ್ಲಿ ನಿಂತು ಸಮುದ್ರದ ಅಲೆಗಳು ಕಾಲಿನ ಕೆಳಗಿನ ಮರಳನ್ನು ಕಚಗುಳಿಯಿಟ್ಟು ಕೊರೆದು ಹಾಕಿದಾಗ ಆಗುವ ವಿಚಿತ್ರ ಅನುಭವವನ್ನು ಆನಂದಿಸುತ್ತಾ ನಿಂತ ಇವರಿಗೆ ಸಮಯ ಜಾರಿದ್ದೇ ತಿಳಿಯಲಿಲ್ಲ. ಕತ್ತಲಾದಾಗ ಹುಡುಗಿಯರು ವಾಪಸ್ಸು ಹೋಗಲು ಆತುರ ತೋರಿಸಿದರು. ಓಡಾಡಿ ದಣಿದಿದ್ದ ಅವರು ಎಲ್ಲರನ್ನೂ ಬೇಗ ಹೊರಡಲು ಒತ್ತಾಯ ಮಾಡಿದರು.

"ಸಿನಿಮಾಗೆ ಹೋಗೋಣ ಅಂತ ಹೇಳ್ತಿದ್ರೀ..?" ಗಿರೀಶ ಕೇಳಿದ.

"ಸಾಯಂಕಾಲದ ಷೋಗೆ ಟಿಕೆಟ್ ಸಿಗಲಿಲ್ಲವೆಲ್ಲಾ. ಸಿನಿಮಾನೂ ಬೇಡ ಏನೂ ಬೇಡ. ಈಗ ವಾಪಸ್ಸು ಹೋಟೆಲಿಗೆ ಹೋಗೋಣ" ಶೀಲಾ ಒತ್ತಾಯಿಸಿದಳು.

ಗಿರೀಶನ ಗೆಳೆಯರಿಗೆ ಸಿನಿಮಾ ನೋಡದೆ ವಾಪಸ್ಸು ಹೋಗಲು ಮನಸ್ಸಿರಲಿಲ್ಲ. ಸಿನಿಮಾ ನೋಡಿ ವಾಪಸ್ಸು ಹೋಗಲು ರಾತ್ರಿ ಒಂದು ಗಂಟೆಯ ಮೇಲಾಗುತ್ತೆ, ಆ ಹೊತ್ತಿನಲ್ಲಿ ಟ್ಯಾಕ್ಸಿಯಲ್ಲಿ ಅಥವಾ ಲೋಕಲ್ ರೈಲಿನಲ್ಲಿ ಹೋಗುವುದು ಅಪಾಯ ಅಂತ ಹುಡುಗಿಯರ ಹಿಂದೇಟು.

"ನಾವು ಈಗಲೇ ಹೋಟೆಲಿಗೆ ವಾಪಸ್ಸು ಹೋಗುತ್ತಿದ್ದೀವಿ. ನಮ್ಮ ಜೊತೆ ಬನ್ನಿ" ಸಂಜಯ್ ಆಹ್ವಾನಿಸಿದ. ಒಂದು ಕ್ಷಣ ಅಲ್ಲಿ ಮೌನ ಆವರಿಸಿತು.

"ನೀವು ಅವರ ಜೊತೆ ಹೋಗಿ. ನಾವು ಸಿನಿಮಾ ನೋಡಿಕೊಂಡು ಬರುತ್ತೇವೆ" ಗಿರೀಶನೂ ಹೇಳಿದ. ಹುಡುಗಿಯರಲ್ಲಿ ಯಾರು ಹೂಂ, ಉಹೂಂ ಎನ್ನಲಿಲ್ಲ. ಅದನ್ನು ಅವರ ಒಪ್ಪಿಗೆ ಎಂದೇ ಭಾವಿಸಿದ ಸಂಜಯ್.

ಹುಡುಗಿಯರಿಗೆ ಅವರಿಗೆ ಬೆಂಗಾಲಾಗಿ ಹೋಗುವ ಅವಕಾಶ ಸಿಕ್ಕಿದ್ದರಿಂದ ಅವನು ಉತ್ತೇಜಿತನಾದ. ಗುಲಾಬಿ ಬಣ್ಣದ ಹೂಗಳ ಕಪ್ಪು ಸೀರೆ ಉಟ್ಟಿದ್ದ ಶೀಲಾ ಅವನ ಕಣ್ಣುಗಳಿಗೆ ಈಗ ಅಪ್ರತಿಮ ಸುಂದರಿಯಾಗಿ ಕಂಡಳು. ಅವಳನ್ನು ಸ್ನೇಹಿತೆಯರೊಂದಿಗೆ ಸುರಕ್ಷತೆಯಿಂದ ಹೋಟೆಲಿಗೆ ಕರೆದುಕೊಂಡು ಹೋಗುವ ಜವಾಬ್ದಾರಿಯಿಂದ ಅವನು ಉತ್ಸಾಹಿತನಾದ.

ಎಲ್ಲರೂ ಹತ್ತಿರದ ಹೋಟೆಲಿನಲ್ಲಿ ಊಟ ಮುಗಿಸಿದರು. ಊಟ ಮಾಡುವಾಗ ಸಂಜಯ್ ತನ್ನ ಲೆಕ್ಕದಲ್ಲಿ ಸಿಹಿ ತರಿಸಿ ಎಲ್ಲರಿಗೂ ಉಪಚಾರ ಮಾಡಿದ. ಮೀಟಾ ಬೀಡಾ ಏರಿಸಿಕೊಂಡು ವಾಪಸ್ಸು ಹೊರಟಾಗ ಹುಡುಗಿಯರು ಜೊತೆಯಲ್ಲಿ ಹೊರಡದಿರುವುದನ್ನು ನೋಡಿ ಅವನು, "ಬನ್ನಿ ಹೋಗೋಣ" ಎಂದು ಕರೆದ.

"ನೀವು ಹೋಗಿ ಸಂಜಯ್, ನಾವು ಗಿರೀಶ್ ಜೊತೆ ಸಿನಿಮಾಗೆ ಹೋಗ್ತಿವಿ" ಶೀಲ ಉತ್ತರಿಸಿದಳು.

ಸಂಜಯ್ ಅವಾಕ್ಕಾದ. "ಈಗ ತಾನೇ ರಾತ್ರಿ ಒಂದು ಗಂಟೆಯವರೆಗೂ ನಾವಿರಲ್ಲ ಅಂತ..." ಮುಂದೆ ಹೇಳಲು ಆಗದೆ ಅವನು ತಡವರಿಸಿದ.

"ಆದರೆ ಈಗ ಸಿನಿಮಾ ನೋಡೋಣ ಅಂತ ನಿರ್ಧರಿಸಿದ್ದೇವೆ"

ತಮ್ಮ ಜೊತೆ ಬರುವುದಕ್ಕೆ ಅವರು ಅನುಮಾನಿಸುತ್ತಿದ್ದಾರೆ ಅಂತ ಸಂಜಯನಿಗೆ ಚೆನ್ನಾಗಿ ಗೊತ್ತಾಯಿತು. ಅವಮಾನದಿಂದ ಅವನ ಮುಖ ಕೆಂಪಾಯಿತು. ಶೀಲಾ ಮೇಲೆ ಕೋಪ ಕೆರಳಿತು. ಅವನು ಛಲದಿಂದ ಗಡಸಾಗಿ ಹೇಳಿದ.

"ನಾನು ಕ್ಲಾಸಿನ ಪ್ರತಿನಿಧಿಯಾಗಿ ಹೇಳ್ತಿದೀನಿ. ನಿಮ್ಮ ಕ್ಷೇಮದ ಜವಾಬ್ದಾರಿ

ನನ್ನ ತಲೆ ಮೇಲಿದೆ. ರಾತ್ರಿ ಎರಡು ಗಂಟೆಗೆ ಹುಡುಗಿಯರು ಲೋಕಲ್‌ನಲ್ಲಿ ಪ್ರಯಾಣ ಮಾಡುವುದು ಸರಿಯಲ್ಲ"

"ಪರವಾಗಿಲ್ಲ, ಗಿರೀಶ್ ಇರ್ತಾನೆಲ್ಲಾ ಜೊತೆಗೆ. ಏನೂ ತೊಂದರೆಯಾಗಲ್ಲ" ನಗುತ್ತಾ ದೃಢವಾಗಿ ಹೇಳಿದಳು ಶೀಲಾ. ಇವರ ಕ್ಷೇಮದ ಬಗ್ಗೆ ಅವನಿಗೆ ಹುಟ್ಟಿದ ದಿಢೀರ್ ಕಾಳಜಿ ಹುಡುಗಿಯರಿಗೆ ಮೋಜೆನಿಸಿ ಕುಹಕವಾಗಿ ನಕ್ಕರು ಎಂದು ಅವಮಾನವಾಯಿತು ಅವನಿಗೆ. ಸಂಜಯ್ ಕೋಪದಿಂದ ಮೂಕನಾದ. ಮಂಗೋಪಿಯಾದ ಇವನು ಇನ್ನೇನು ಕೂಗಾಡಿ ರಂಪ ಮಾಡುತ್ತಾನೋ ಎಂದು ಅವನ ಗೆಳೆಯರಿಗೆ ಚಿಂತೆಯಾಯಿತು.

"ಸರಿ ಬಾ ಸಂಜಯ್, ನಾವು ಹೋಗೋಣ" ಎಂದು ಜಯಕರ್ ಅವನನ್ನು ಹೆಚ್ಚು ಕಮ್ಮಿ ಅಲ್ಲಿಂದ ಎಳೆದುಕೊಂಡು ಹೊರಟ. ಸಂಜಯ್ ಕೂಗಾಡದಿದ್ದರೂ ಅವಮಾನದಿಂದ ಕುಗ್ಗಿ ಹೋದ. ಗೆಳೆಯರೆದುರು ತನ್ನನ್ನು ಕೀಳಾಗಿ ಕಂಡ ಶೀಲಾಳನ್ನು ಹಿಡಿದು ಹೊಡೆಯುವಷ್ಟು ಸಿಟ್ಟು ಬರುತ್ತಿತ್ತು ಅವನಿಗೆ. ಅಂದಿನಿಂದ ಅವನಿಗೆ ಟೂರಿನಲ್ಲಿ ಆಸಕ್ತಿಯೇ ಹೋಯಿತು.

ಟೂರಿಂದ ಹಿಂತಿರುಗಿ ಬಂದ ಮೇಲೆ ಒಂದು ವಾರ ಸುಧಾರಿಸಿಕೊಂಡು ಸಂಜಯ್, ಗಿರೀಶ್ ಕೂತುಕೊಂಡು ಪ್ರವಾಸದ ಖರ್ಚಿನ ಲೆಕ್ಕಚಾರ ಹಾಕಿದರು. ಗಿರೀಶ ಖರ್ಚು ವೆಚ್ಚದ ಲೆಕ್ಕವನ್ನು ಕರಾರುವಕ್ಕಾಗಿ ಬರೆದಿಟ್ಟಿದ್ದ. ಖಜಾಂಚಿಯಾಗಿ ಅವನು ಕೈ ಬಿಗಿ ಹಿಡಿದಿದ್ದರಿಂದ ಸಂಗ್ರಹದ ಹಣದಲ್ಲಿ ಖರ್ಚು ಕಳೆದು ಇನ್ನೂ ಸ್ವಲ್ಪ ಹಣ ಮಿಕ್ಕಿತ್ತು. ಇದನ್ನು ವಿದ್ಯಾರ್ಥಿಗಳಿಗೆ ಹಿಂತಿರುಗಿಸೋಣ ಎಂದು ಗಿರೀಶ್ ಸಲಹೆ ಮಾಡಿದ. ಸಂಜಯ್ ಅದಕ್ಕೆ ಒಪ್ಪಲಿಲ್ಲ. ಈ ಹಣದಲ್ಲಿ ಒಂದು ಜಬರ್‌ದಸ್ತಾದ ಪಾರ್ಟಿ ಏರ್ಪಡಿಸೋಣ ಅಂತ ಹೇಳಿದ. ಇದು ಅನಾವಶ್ಯಕ ಖರ್ಚು ಎನಿಸಿ ಗಿರೀಶ ಅದಕ್ಕೆ ಒಪ್ಪಲಿಲ್ಲ. ಅವರಲ್ಲಿ ಸ್ವಲ್ಪ ಹೊತ್ತು ಈ ಬಗ್ಗೆ ವಾದವಾಯಿತು.

"ಯಶಸ್ವಿಯಾಗಿ ಮುಗಿಸಿದ ಈ ಪ್ರವಾಸವನ್ನು ಒಳ್ಳೆ ಪಾರ್ಟಿಯಲ್ಲಿ ಮುಕ್ತಾಯ ಮಾಡಿದರೆ ಎಲ್ಲರೂ ಇಷ್ಟಪಡುತ್ತಾರೆ. ಅದು ಬಿಟ್ಟು ಈ ಜುಜುಬಿ ಹಣವನ್ನು ಹಿಂತಿರುಗಿಸುವುದರಲ್ಲಿ ಅರ್ಥವಿಲ್ಲ" ಎಂದು ಸಂಜಯನ ವಾದ.

ಗಿರೀಶ್ ಜಾಸ್ತಿ ಮಾತು ಮುಂದುವರಿಸದೆ, "ಸರಿ, ಯಾರು ಯಾರು ಪಾರ್ಟಿ ಬೇಡ ಅಂತಾರೋ ಅವರಿಗೆ ಹಣ ವಾಪಸ್ ಮಾಡೋಣ. ಉಳಿದವರು ಪಾರ್ಟಿಗೆ ಬರಲಿ" ಅಂದ.

"ವಾಪಸ್ಸು ಮಾಡೋದು ಏನೂ ಬೇಕಾಗಿಲ್ಲ. ಪಾರ್ಟಿ ಇದೆ ಬನ್ನಿ ಅಂದರೆ ಎಲ್ಲಾ ಬರ್ತಾರೆ" ಅಂತ ಸಂಜಯ್ ಹಠ ಮಾಡಿದ. ಅವರ ನಿರ್ಧಾರಕ್ಕೇ ಬಿಟ್ಟರೆ

ಹೆಚ್ಚು ವಿದ್ಯಾರ್ಥಿಗಳು ಪಾರ್ಟಿಗೆ ಬರುವುದಿಲ್ಲವೆಂದು ಅವನಿಗೆ ಅನುಮಾನ. ಇವನೊಡನೆ ವಾದ ಉಪಯೋಗವಿಲ್ಲ ಎಂದು ಗಿರೀಶ ಏನಾದರೂ ಮಾಡು ಎಂದು ಹಣವನ್ನು ಅವನ ಕೈಗೇ ಒಪ್ಪಿಸಿ ಎದ್ದು ಬಂದ. ಸಂಜಯ್ ತಾನೇ ಕಾರಲ್ಲಿ ಹೋಗಿ ನಗರದ ಪ್ರತಿಷ್ಠಿತ ಪಂಚತಾರಾ ಹೋಟೆಲ್ನಲ್ಲಿ ಪಾರ್ಟಿಗೆ ವ್ಯವಸ್ಥೆ ಮಾಡಿ ಬಂದ.

ಪಂಚತಾರಾ ಹೋಟೆಲ್ಲು, ಪಾರ್ಟಿ ಎಂದೊಡನೇ 'ಕುಡುಮಿ' ವಿದ್ಯಾರ್ಥಿಗಳು ಮತ್ತು ಸುಮಾರು ವಿದ್ಯಾರ್ಥಿನಿಯರು ಮೂಗು ಮುರಿದರು.

ಗಿರೀಶ್ ಎಲ್ಲರೊಡನೆ "ಟೂರನ್ನು ಯಶಸ್ವಿಯಾಗಿ ಮುಗಿಸಿದೀನಿ ಅಂತ ಸಂತೋಷಕ್ಕೆ ಸಂಜಯ್ ಪಾರ್ಟಿ ಇಟ್ಟಿದ್ದಾನೆ. ಹೋಗೋಣ ಬನ್ನಿ" ಅಂತ ಹೇಳಿದ್ದು ಸಂಜಯನಿಗೂ ಗೊತ್ತಾಗಿ ಮನಸ್ಸಿನಲ್ಲೇ ನಕ್ಕ. ಆದರೂ ಅವನಿಗೆ ಮನಸ್ಸಿನಲ್ಲೆಲ್ಲೋ 'ಇಷ್ಟು ರಗಳೆ ಮಾಡಿ ಏರ್ಪಡಿಸಿದ ಪಾರ್ಟಿ ಚೆನ್ನಾಗಿ ಆಗಲಾರದು' ಎನಿಸುತ್ತಿತ್ತು.

* * * *

ಯಾವ ಕಾರಣಕ್ಕೋ ಏನೋ, ಸಂಜಯ್ ಅನುಮಾನಿಸಿದ್ದಂತೆ ಪಾರ್ಟಿಗೆ ಅರ್ಧದಷ್ಟು ವಿದ್ಯಾರ್ಥಿಗಳು ಹೋಗಲಿಲ್ಲ. ಸಂಜಯನಿಗೆ ನೋವಾಗದಿರಲಿ ಎಂದೋ ಅಥವಾ ತಮ್ಮಲ್ಲಿನ ಒಗ್ಗಟ್ಟು ಈ ಸಣ್ಣ ಕಾರಣಕ್ಕೆ ಒಡೆಯದಿರಲಿ ಎಂದೋ ಗಿರೀಶ ಹೋದ. ಹುಡುಗಿಯರಲ್ಲಿ ಇಬ್ಬರೇ, – ಶೀಲಾ ಮತ್ತು ವರ್ಷ ಬಂದಿದ್ದರು. ಬೇರೆ ಯಾವ ಹುಡುಗಿಯರೂ ಬಂದಿಲ್ಲ ಎಂದು ಅವರೂ ವಾಪಸು ಹೊರಟು ಹೋಗುವುದರಲ್ಲಿದ್ದರು. ಅಷ್ಟರಲ್ಲಿ ಅಲ್ಲಿಗೆ ಬಂದ ಗಿರೀಶ್ "ನಾವೆಲ್ಲಾ ಇಲ್ಲವಾ, ನಿಮಗೇನೂ ತೊಂದರೆಯಾಗಲ್ಲ. ಹೇಗೂ ಬಂದಿದೀರ, ಊಟ ಮಾಡಿಕೊಂಡು ಹೋಗಿ" ಅಂತ ಒಪ್ಪಿಸಿದ.

ಸಂಜಯ್ ಖುಷಿಯಲ್ಲಿದ್ದ. ಕೇವಲ ಒಂದೇ ಒಂದು ರೌಂಡು ಅಂತ ಅವನು ಬೀರ್ ತರಿಸಿದಾಗ ಶೀಲಾ, ವರ್ಷ ಮುಜುಗರದಿಂದ ಚಡಪಡಿಸಿದರು. ಗಿರೀಶನಂತೆ ಅವರೂ ನಿಂಬೆಹಣ್ಣಿನ ಶರಬತ್ತು ತರಿಸಿ ಹನಿ ಹನಿಯಾಗಿ ಚಪ್ಪರಿಸುತ್ತಾ ಕುಳಿತರು. ಬೀರು ಹೊಟ್ಟೆಗೆ ಇಳಿಯುತ್ತಿದ್ದಂತೆ ಹುಡುಗರು ಚುರುಕುಗೊಂಡು ಉತ್ಸಾಹಿತರಾದರು. ಲೋಕಾಭಿರಾಮವಾಗಿ, ಹಾಸ್ಯವಾಗಿ ಇದ್ದ ಅವರ ಮಾತುಗಳು ಎರಡನೇ ರೌಂಡ್ ಮುಗಿಯುವುದರೊಳಗೆ ಸ್ವಲ್ಪ ರೋಚಕವಾಗತೊಡಗಿದವು. ಹುಡುಗಿಯರು ಸೋಗಿನ ಧೈರ್ಯವಹಿಸಿ ಇವರ ಮಾತುಗಳು ಕೇಳಿಯೂ ಕೇಳಿದವರಂತೆ ತಮ್ಮಲ್ಲೇ ಹರಟುತ್ತಾ ಕುಳಿತರು. ಮತ್ತೊಂದು ರೌಂಡ್ ಬೀರ್ ಬಂದಾಗ ಶೀಲಾ ಪ್ರತಿಭಟಿಸಿದಳು. ಗಿರೀಶ್

ಸಂಜಯನನ್ನು ಎಚ್ಚರಿಸಿದ. ಆದರೆ ಆನಂದದ ಅಲೆಯ ಮೇಲೆ ತೇಲುತ್ತಿದ್ದಂತೆ ಕಾಣುತ್ತಿದ್ದ ಸಂಜಯ್ ಅವರ ಆಕ್ಷೇಪಣೆಯನ್ನು ಲಕ್ಷ್ಯ ಮಾಡಲಿಲ್ಲ.

ಈಗ ಅವರ ಹಾಸ್ಯ ತಮ್ಮನ್ನು ಆಕ್ಷೇಪಿಸುತ್ತಿದ್ದ ಗಿರೀಶನ ಕಡೆಗೆ ತಿರುಗಿತು. ಈಗಿನ ಕಾಲದಲ್ಲೂ ಬೀರ್ ಕುಡಿಯದ ಅವನ ಮಡಿವಂತಿಕೆಯನ್ನು ಅವರು ಗೇಲಿ ಮಾಡಿ ನಕ್ಕರು. ಕುಡಿದಿದ್ದ ಅವರಂತೇ ಅವರ ಮಾತುಗಳು ಹಗುರವಾಗುತ್ತಾ, ಆಗಾಗ ಅಶ್ಲೀಲವಾಗತೊಡಗಿತು. ಶೀಲ, ವರ್ಷ ಮೇಲೆದ್ದರು. ಇವರ ದ್ವಂದ್ವಾರ್ಥದ ಮಾತುಗಳಿಗೆ ಶೀಲ ಮುಖ ದಪ್ಪ ಮಾಡಿಕೊಂಡು, "ನಾವು ಹೋಗ್ತೀವಿ, ಹೊತ್ತಾಯಿತು" ಅಂದಳು.

ಎಲ್ಲರೂ ಮಾತು ನಿಲ್ಲಿಸಿದರು. ಸ್ವಲ್ಪ ಕ್ಷಣದ ಮೌನದ ನಂತರ ಸಂಜಯ್ ಸ್ವಲ್ಪ ಅಸಭ್ಯವೆನಿಸುವಂತೆ ಕುಹುಕದ ನಗು ನಕ್ಕು ಹೇಳಿದ, "ಕೂತ್ಕೊಳ್ರಿ ಮೇಡಂಗಳೇ, ನಾವೇನು ನಿಮ್ಮನ್ನು ತಿಂದು ಹಾಕಲ್ಲ".

ಅವರು ಉತ್ತರಿಸದೆ ತಮ್ಮ ಕುರ್ಚಿ ಹಿಂದೆ ಸರಿಸಿ ಟೇಬಲ್ ನಿಂದ ದೂರ ಹೋದರು.

"ಸಂಜಯ್, ಊಟ ಹೇಳಿ ಬಿಡೋಣ, ಬೇಗ ಮನೆಗೆ ಹೋಗಬೇಕಾಗಿರುವವರು ಹೊರಟು ಹೋಗಬಹುದು" ಗಿರೀಶ ಹೇಳಿದ.

"ಇನ್ನೂ ಎಂಟು ಘಂಟೆ, ಈಗಲೇ ಊಟಾನ? ಏಯ್ ಗಿರಿ, ಅವರನ್ನು ಕೂತುಕೊಳ್ಳಕ್ಕೆ ಹೇಳೋ" ಸಂಜಯ್ ಸ್ವಲ್ಪ ದನಿ ತಗ್ಗಿಸಿ ಹೇಳಿದ.

"ನೀವೆಲ್ಲಾ ಹೀಗೆ ಸುಮ್ಮನೆ ಕುಡೀತಾ ಕೂತಿದ್ದರೆ ಅವರಿಗೆ ಬೇಜಾರಾಗಲ್ವಾ?..." ಗಿರೀಶ್ ಮಾತು ಮುಗಿಸುವಷ್ಟರಲ್ಲೇ ಸಂಜಯ್ ಅವನನ್ನು ತಡೆದ.

"ನಮ್ಮ ಪಾಡಿಗೆ ನಾವು ಕುಡಿತಿದೀವಿ. ಅವರಿಗೆ ಏನು ತೊಂದರೆ ಮಾಡ್ತಿದೀವಿ? ಬೇಕಾದ್ರೆ..." ಸಂಜಯ್ ಅಸಹ್ಯವಾಗಿ ನಗುತ್ತಾ ಹೇಳಿದ "ಬೇಕಾದ್ರೆ ಅವರೂ ಕುಡೀಲಿ" 'ಹ...ಹ...ಹಾ' ಎಂದು ನಕ್ಕರು ಉಳಿದವರು.

ಗಿರೀಶ್ ಕೆಣಕುವ ಇವನ ಮಾತಿನಿಂದ ಕೋಪಗೊಂಡವನಂತೆ ಕಂಡರೂ ಅದನ್ನು ಹತ್ತಿಕ್ಕಿಕೊಂಡು ಉಳಿದವರನ್ನು ಲಕ್ಷಿಸದೆ ಹೇಳಿದ "ಈಗಲೇ ಊಟಕ್ಕೆ ಆರ್ಡರ್ ಮಾಡಿದರೆ ಅವರನ್ನು ಇರಿ ಅಂತ ಹೇಳುತ್ತೀನಿ."

ಸಂಜಯ್ ಅವನನ್ನು ದುರದುರನೇ ನೋಡಿದ. ಒಂದು ಕ್ಷಣ ಸುಮ್ಮನಿದ್ದು ಉದ್ಧಟತನದಿಂದ ಧಡಾರನೆ ಎದ್ದು ಕುರ್ಚಿಯನ್ನು ಹಿಂದಕ್ಕೆ ತಳ್ಳಿ ಅಸ್ಥಿರವಾದ ಹೆಜ್ಜೆ ಇಡುತ್ತ ಶೀಲಾಳ ಹತ್ತಿರ ಹೋದ. ಅವಳಿಗೆ ಮುಜುಗರವಾಗುವಷ್ಟು ಹತ್ತಿರ ನಿಂತು "ಏಯ್..." ಬೇಕೆಂದೇ ಅವನು ಅವಳ ಹೆಸರಿಗಾಗಿ ತಡಕಾಡುವಂತೆ

ನಟಿಸಿದ. "ಆಂ... ಶೀಲಾ... ಪ್ಲೀಸ್, ಇರು. ಇನ್ನು ಸ್ವಲ್ಪ ಹೊತ್ತು ಅಷ್ಟೇ, ಡಿನ್ನರ್ ಹೇಳೋಣ. ನನಗೋಸ್ಕರ... ಪ್ಲೀಸ್... ಇರು" ಅವನ ಬಾಯಿಂದ ಬೀರಿನ ವಾಸನೆ ಗಬ್ಬನೆ ಅವರಿಗೆ ಬಡೆಯಿತು. ಅವರು ಮುಖ ತಿರುಗಿಸಿದರು. ಸಂಜಯ್ ಅವರ ದಾರಿಗೆ ಅಡ್ಡ ನಿಂತು ಇರಿ ಅಂತ ಹಠ ಮಾಡಿದ.

"ಸಾರಿ ಸಂಜಯ್, ನಾವು ದೂರ ಹೋಗಬೇಕು. ಈಗಾಗಲೇ ಲೇಟಾಗಿದೆ." ಶೀಲ ಸ್ವಲ್ಪ ಅಸಹನೆಯಿಂದ ಹೇಳಿದಳು. ಪಾರ್ಟಿಗೆ ಬಂದಿದ್ದೇ ತಪ್ಪಾಯಿತು ಅನಿಸತೊಡಗಿತ್ತು ಅವಳಿಗೆ.

"ಸಂಜಯ್, ಅವರು ಹೋಗಬೇಕು ಅಂದ್ರೆ ಅವರ ದಾರಿಗೆ ಅಡ್ಡಹಾಕೋದು ಚೆನ್ನಾಗಿಲ್ಲ. ದಾರಿ ಬಿಡು ಅವರಿಗೆ" ಅಂತ ಗಿರೀಶ್ ಅವನನ್ನು ಪಕ್ಕಕ್ಕೆ ಎಳೆದುಕೊಂಡ. ಶೀಲಾ ಮತ್ತು ವರ್ಷ ಬಿಡುಗಡೆಯಾದವರಂತೆ ದಡದಡನೆ ಹೊರಗೆ ಹೊರಟು ಹೋದರು.

ಕೋಪದಿಂದ ಸಂಜಯನ ಮುಖ ಕೆಂಪಗಾಯಿತು. ಅವನು ಧುಮುಗುಡುತ್ತಾ ಗಿರೀಶನನ್ನು ಉರಿಯುವ ಕಣ್ಣುಗಳಿಂದ ನೋಡಿದ. ಆಮೇಲೆ ಮಾತಾಡದೆ ಹೋಗಿ ತನ್ನ ಕುರ್ಚಿಯಲ್ಲಿ ಕೂತು, "ಬೇರರ್ ಎಲ್ಲರಿಗೂ ಬೀರ್ ರಿಪೀಟ್ ಮಾಡು" ಅಂತ ಕೂಗಿ ಹೇಳಿದ. ಗಿರೀಶ್ ಸಹ ತನ್ನ ಕುರ್ಚಿಯಲ್ಲಿ ಕೂತುಕೊಂಡ. ಪಾರ್ಟಿ ಈಗ ಮೌನವಾಗಿ ಮುಂದುವರೆಯಿತು. ಮತ್ತೊಂದು ಗಂಟೆ ಕಳೆಯುವುದರಲ್ಲಿ ಗ್ಲಾಸಿನ ಮೇಲೆ ಗ್ಲಾಸು ಬೀರು ಕುಡಿಯುತ್ತಿದ್ದ ಸಂಜಯನ ಬಗ್ಗೆ ಗಿರೀಶನಿಗೆ ಆತಂಕವಾಯಿತು. ಈಗಾಗಲೇ ಐದಾರು ಗ್ಲಾಸ್ ಕುಡಿದಿದ್ದ ಸಂಜಯನ ಕಣ್ಣುಗಳು ರಕ್ತವರ್ಣಕ್ಕೆ ತಿರುಗಿ ತೇಲಾಡುತ್ತಿದ್ದವು. ಮುಖ ಬಿಗಿದುಕೊಂಡು ಕೆಂಪಡರಿತ್ತು. ಗಿರೀಶ್ ಮೆಲ್ಲಗೆ ಮುಂದೆ ಬಗ್ಗಿ ತಗ್ಗಿದ ದನಿಯಲ್ಲಿ, "ಸಂಜಯ್ ನೀನು ಸಾಕು ಮಾಡು. ತುಂಬಾ ಜಾಸ್ತಿ ಕುಡಿದಿದೀಯಾ" ಅಂತ ಎಚ್ಚರಿಸಿದ.

ಸಂಜಯ್ ಗಿರೀಶನ ಕಡೆ ತಿರುಗಿದರೂ ಅಮಲಿನಿಂದ ಅವನ ಮೇಲೆ ದೃಷ್ಟಿ ಕೇಂದ್ರೀಕರಿಸಲು ಸಾಧ್ಯವಾಗಲಿಲ್ಲ. ಕಣ್ಣುಗಳನ್ನು ತೇಲಾಡಿಸುತ್ತಾ, "ಯಾಕಮ್ಮಾ ಹಾಗಂತೀ?.. ನಾನು ಪರ್ಫೆಕ್ಟ್ ಕಂಟ್ರೋಲ್ನಲ್ಲಿ ಇದೀನಿ. ಬೇಕಾದ್ರೆ ಇನ್ನೂ ಎರಡು ಗ್ಲಾಸ್ ಕುಡಿದು ಮೈಸೂರಿನ ತನಕ ಡ್ರೈವ್ ಮಾಡ್ತೀನಿ" ಅಂತ ತೊದಲಿದ. ಎಲ್ಲರೂ ಗೊಳ್ಳೆಂದು ನಕ್ಕರು.

ಸಂಜಯ್ ಇನ್ನೊಂದು ಗ್ಲಾಸ್ ಬೀರ್ ಮುಗಿಸಿ, "ಏಯ್ ಗಿರಿ, ಏನಮ್ಮಾ ನಿನ್ನ ಸೀಕ್ರೆಟ್? ಹುಡುಗಿಯರ ಡಾರ್ಲಿಂಗ್ ಆಗಿದ್ದೀಯಲ್ಲಾ?" ಅಂತ ಹೇಳಿ ಕುಹಕವಾಗಿ ನಕ್ಕ. ಉಳಿದವರು ಅಬ್ಬರಿಸಿ ನಕ್ಕು ಪ್ರತಿಕ್ರಿಯಿಸಿದರು. ಗಿರೀಶ್ ಮಾತಾಡದೆ ಸುಮ್ಮನೆ ಸಂಜಯನನ್ನು ದಿಟ್ಟಿಸಿದ. ಸಂಜಯನೇ ಪುನಃ "ಲೇಯ್,

ನೀನು ಖದೀಮ ಕಣೋ. ನೋಡಕ್ಕೆ ಅಮಾಯಕನ ತರ ಕಾಣಿಸ್ತೀ, ಆದರೆ ಪಕ್ಕಾ ಹಲಾಲ್ ಖೋರ" ಅಂದ. ಎಲ್ಲರೂ ಹೋ ಎಂದು ನಕ್ಕರು.

"ಸಂಜಯ್" ಗಿರೀಶ್ ಗದರಿ ಅವನನ್ನು ಸುಮ್ಮನಿರಿಸಲು ಪ್ರಯತ್ನಿಸಿದ. ಸಂಜಯ್ ನಗುವಿನ ಮಧ್ಯಾನೇ ಮುಂದುವರಿಸಿದ. "ಪಾಪ! ಈ ಗಿರೀಶನಿಂದ ಏನೂ ಡೇಂಜರ್ ಇಲ್ಲ ಅಂತ ಹುಡುಗಿಯರಿಗೆ ಗೊತ್ತು. ಅದಕ್ಕೇ ಅವನ ಹತ್ತಿರ ನಿರ್ಭಯವಾಗಿ ಹೋಗ್ತಾರೆ. ನಮ್ಹತ್ರ ಬಂದ್ರೇ..." ಕುಲುಕುಲು ನಗುತ್ತಾ ಅವನು ಗಿರೀಶನ ಕಡೆಗೆ ಬಗ್ಗಿ ಮುಂದುವರಿಸಿದ, "ನಮ್ಹತ್ರ ಬಂದ್ರೇ... ಬರೋದು ಬೇಡ... ನಾವು ನೋಡಿದ್ರೇ ಸಾಕು, ಬಸುರಿ ಆಗ್ಬಿಡ್ತೀವಿ ಅಂತ ಭಯ ಇರಬೇಕು ಅವರಿಗೆ"

"ಹ್ಹೊ... ಹ್ಹೊ... ಹೋ...!" ಅಂತ ಎಲ್ಲರೂ ಮೇಜು ಕುಟ್ಟಿ ನಕ್ಕು ಸಂಜಯನ ಮಾತುಗಳನ್ನು ಆನಂದಿಸಿದರು.

"ಸಂಜಯ್, ಹುಚ್ಚುಚ್ಚಾಗಿ ಮಾತಾಡ್ಬೇಡ" ಗಿರೀಶ್ ಕೋಪದಿಂದ ಗಟ್ಟಿಯಾಗಿ ಸಂಜಯನ ಭುಜ ಹಿಡಿದು ಜೋರಾಗಿ ಅಲ್ಲಾಡಿಸಿ ಹೇಳಿದ.

"ಯಾವನೋ ಹುಚ್ಚು ಹುಚ್ಚಾಗಿ ಮಾತಾಡ್ತಿರೋದು?... ನೀನೇನು ಗಾಂಧಿನಾ? ನೀನು ಕುಡಿಯಲ್ವಾ? ಎಷ್ಟೋ ನಿನ್ನ ಬೆಲೆ? ಕೊಂಡುಕೊಂಡು ಬಿಡ್ತೀನಿ ಬೇಕಾದ್ರೆ" ಸಂಜಯ್ ಗಿರೀಶನ ಕೈಗಳನ್ನು ಕಿತ್ತೆಸೆದು ತೂರಾಡುತ್ತಾ ರಪ್ಪನೆ ಗಿರೀಶನ ಕೆನ್ನೆಗೆ ಹೊಡೆದ.

ಎಲ್ಲರೂ ಚಕಿತರಾಗಿ ಮೂಕರಾಗಿ ಕೂತರು. ಮಾತು, ನಗು ಸ್ತಬ್ಧವಾಯಿತು. ಅನಿರೀಕ್ಷಿತವಾದ ಈ ಆಕ್ರಮಣದಿಂದ ಗಿರೀಶ ಅಪ್ರತಿಭನಾಗಿ ಒಂದು ಕ್ಷಣ ಸುಮ್ಮನಿದ್ದು ಆಮೇಲೆ ಮಾತಾಡದೆ ಎದ್ದು ಹಾಲಿನಿಂದ ಆಚೆ ಹೋದ. ಅಲ್ಲಿಂದ ಮುಂದೆ ಅವರ ಪಾರ್ಟಿಯಾಗಿ ಮುಂದುವರೆಯುವಂತೆ ಕಾಣಲಿಲ್ಲ. ಎಲ್ಲರೂ ಇದ್ದದ್ದು ಇದ್ದ ಹಾಗೇ ಬಿಟ್ಟು ಮೆಲ್ಲನೆ ಜಾಗ ಖಾಲಿ ಮಾಡಿದರು.

ಹಾಲಿನಲ್ಲಿ ಸಂಜಯ ಒಬ್ಬನೇ ಉಳಿದ. ಹೊರಗಿನ ತಂಗಾಳಿಯಲಿ ನಿಂತು ಮನಸ್ಸು ಸ್ತಿಮಿತಕ್ಕೆ ಬಂದ ಮೇಲೆ ಗಿರೀಶ್ ಮತ್ತೆ ಹಾಲಿಗೆ ಬಂದಾಗ ಸಂಜಯ್ ಟೇಬಲಿನ ಮೇಲೆ ತಲೆಯಿಟ್ಟು, ಮುಖ ಮುಚ್ಚಿ ಕೂತಿದ್ದ. ಅವನು ಮನೆಗೆ ಹಿಂದಿರುಗುವ ಸ್ಥಿತಿಯಲ್ಲಿ ಇರುವಂತೆ ಕಾಣಲಿಲ್ಲ. ಕೊಟ್ಟ ಬಿಲ್ಲು ಪ್ರವಾಸದಲ್ಲಿ ಮಿಕ್ಕಿದ ಹಣಕ್ಕಿಂತ ಜಾಸ್ತಿಯಾಗಿತ್ತು. ಮಂಕಾಗಿ ತಲೆ ಬಗ್ಗಿಸಿ ಕೂತಿದ್ದ ಸಂಜಯನ ಹತ್ತಿರ ಬಂದು ಗಿರೀಶ ದುಡ್ಡು ಕೊಡು ಅಂದ. ಸಂಜಯ್ ಜೇಬಿನಿಂದ ಪರ್ಸು ತೆಗೆದುಕೊಟ್ಟ, ಅದರಲ್ಲಿದ್ದ ಹಣಕ್ಕೆ ಗಿರೀಶ ತನ್ನ ಹತ್ತಿರ ಇದ್ದ ಹಣವನ್ನೂ ಸೇರಿಸಿ ಬಿಲ್ಲು ಕೊಟ್ಟು ಸಂಜಯನನ್ನು ಮೇಲೆಬ್ಬಿಸಿದ.

ತನ್ನ ಕಾಲಿನ ಮೇಲೆ ನಿಂತು ಸಮತೋಲನದಿಂದ ನಡೆಯಲು ಆಗದೆ ಕೆಳಕ್ಕೆ

ಮುಗ್ಗರಿಸುತ್ತಿದ್ದ ಸಂಜಯನನ್ನು ಹೆಗಲ ಮೇಲೆ ಆನಿಸಿಕೊಂಡು ಹೋಟೆಲಿನಿಂದ ಹೊರಕ್ಕೆ ಬಂದ ಗಿರೀಶ. ಸಂಜಯ್ ಅಸಂಬದ್ಧವಾಗಿ ಮಧ್ಯೆ ಮಧ್ಯೆ ಏನೇನೋ ಮಾತನಾಡುತ್ತಿದ್ದ. ಮಾತಿನ ಮಧ್ಯೆ ಕೈಗಳನ್ನು ಬಲವಾಗಿ ಗಾಳಿಯಲ್ಲಿ ಬೀಸಿ ಹೊಡೆಯುತ್ತಿದ್ದ. ಗಿರೀಶನ ಬೆನ್ನ ಮೇಲೂ ಒಂದೆರಡು ಏಟುಗಳು ಬಿದ್ದವು. ಗಿರೀಶ್ ಸಂಜಯ್ ಆಡುತ್ತಿದ್ದ ಮಾತುಗಳಿಗೆ ಏನೂ ಪ್ರತಿಕ್ರಿಯಿಸದೆ ಆಟೋ ಒಂದನ್ನು ಕರೆದು ಅವನನ್ನು ಅದರಲ್ಲಿ ಕೂಡಿಸಿದ.

"ಏಯ್, ನೀನು ಬಾರೋ... ಕುತ್ಕೊಳೋ... ಗಿರಿ, ನಾನು ಹೇಳಿದ ಹಾಗೆ ಕೇಳು. ಬಾ... ಕೂತ್ಕೋ" ಸಂಜಯ್ ಗಟ್ಟಿಯಾಗಿ ತೊದಲಿದ.

ಗಿರೀಶ್ ಸ್ವಲ್ಪ ಯೋಚಿಸಿ ನಂತರ ಅವನ ಪಕ್ಕ ಕೂತು ರಿಕ್ಷಾದವನಿಗೆ ಸಂಜಯನ ಮನೆಗೆ ಹೋಗುವ ದಾರಿ ಹೇಳಿದ. ರಿಕ್ಷಾ ಜೋರಾಗಿ ಓಡಲು ಪ್ರಾರಂಭಿಸಿದಾಗ ರಾತ್ರಿಯ ತಣ್ಣನೆಯ ಗಾಳಿ ಮುಖಕ್ಕೆ ಬಡಿದು ಸಂಜಯ್‌ಗೆ ಜೊಂಪು ಬಂದಂತಾಗಿ ಗಿರೀಶನ ಮೇಲೆ ಒರಗಿ ಮಂಪರಿನಿಂದ ಏನೇನೋ ಬಡ ಬಡಿಸ ಹತ್ತಿದ.

ನಗರದ ಶ್ರೀಮಂತ ಬಡಾವಣೆಯ ರಸ್ತೆಗಳನ್ನು ಹಾದು ಆಟೋ ಸಂಜಯನ ದೊಡ್ಡ ಬಂಗಲೆಯ ಮುಂದೆ ಬಂದು ನಿಂತಿತು. ಗಿರೀಶ್ ಕೆಳಗಿಳಿದು ರಿಕ್ಷಾದವನಿಗೆ ಕಾಯಲು ಹೇಳಿ ಸಂಜಯನನ್ನು ಎಬ್ಬಿಸಲು ಪ್ರಯತ್ನಿಸಿದ. ಪೂರ್ತಿ ಅಮಲಿನಲ್ಲಿದ್ದ ಸಂಜಯ್ ಏಳುವುದಿರಲಿ ಅಲ್ಲಾಡಲೂ ಇಲ್ಲ. ರಿಕ್ಷಾದವನ ಸಹಾಯದಿಂದ ಅವನನ್ನು ಇಳಿಸಿ ಬಂಗಲೆಯ ದೊಡ್ಡ ಗೇಟಿನ ಬಳಿಗೆ ಬಂದು ಜೋರಾಗಿ ಚಿಲಕ ಸದ್ದು ಮಾಡಿದ ಗಿರೀಶ.

ಬಂಗಲೆಯಲ್ಲಿ ಅಲ್ಲಲ್ಲಿ ದೀಪ ಕಾಣಿಸುತ್ತಿತ್ತು. ಗೇಟಿನ ಸದ್ದು ಕೇಳಿ ಹುಲಿಯಂಥಾ ನಾಯಿಯೊಂದು ಜೋರಾಗಿ ಬೊಗಳುತ್ತಾ ಧಾವಿಸಿ ಬಂತು. ಹಿಂದೆ ಮನೆಯ ಆಳು ಬಂದು ತನ್ನ ಚಿಕ್ಕ ಯಜಮಾನರ ಅವಸ್ಥೆ ನೋಡಿ ಮೌನವಾಗಿ ನಾಯಿಯನ್ನು ಕಟ್ಟಿಹಾಕಿ ಗೇಟ್ ತೆಗೆದು ರಿಕ್ಷಾದವನ ಜಾಗದಲ್ಲಿ ತಾನು ಸಂಜಯನಿಗೆ ಆಸರೆ ಕೊಟ್ಟು ಒಳಗೆ ಕರೆದುಕೊಂಡು ಹೋದ.

ಸ್ವಲ್ಪ ಅರಿವಿಗೆ ಬಂದಂತ ಕಂಡ ಸಂಜಯ್, "ಏಯ್ ಬಿಡ್ರೋ... ಯಾವನೋ... ಒದ್ದು ಬಿಡ್ತೀನಿ... ಬಿಡ್ರೋ" ಅಂತ ಕೂಗುತ್ತಾ ಕೊಸರಾಡಿ ಬಿಡಿಸಿಕೊಳ್ಳಲು ಹೆಣಗಾಡಿದ. ಅವನನ್ನು ಹೆಚ್ಚು ಕಡಿಮೆ ಎತ್ತಿಕೊಂಡು ಹೋಗುತ್ತಿದ್ದ ಜವಾನ ಆಯತಪ್ಪಿ ಜಾರಿ ಸಂಜಯನನ್ನು ಕೆಳಕ್ಕೆ ಬೀಳಿಸಿಬಿಟ್ಟ.

"ಓಹ್... ಓ...ಊಹೂ..." ಕಾರ್ಪೆಟ್ಟಿನ ಮೇಲೆ ದೊಪ್ಪನೆ ಬಿದ್ದ ಸಂಜಯ್ ಹೊರಳಾಡಿ ನೋವಿನಿಂದ ನರಳಿದ.

ಕೊಟ್ಟು ಹುಟ್ಟದವರ ಬದುಕು

"ಸಂಜಯ್, ಏಳು, ನಿನ್ನ ರೂಮಿನಲ್ಲಿ ಮಲಕ್ಕೊ ಏಳು" ಬೆವರೊರೆಸಿಕೊಳ್ಳುತ್ತಾ ಗಿರೀಶ ಅವನನ್ನು ಎಬ್ಬಿಸಲು ಪ್ರಯತ್ನಿಸಿದ. ಅರ್ಧ ಕಣ್ಣು ತೆಗೆದು ಸಂಜಯ್ ಗಿರೀಶನನ್ನು ಅಸ್ಪಷ್ಟವಾಗಿ ನೋಡಿದ. ಆಮೇಲೆ ಮತ್ತೆ ಹೊರಳಾಡುತ್ತಾ, "ಗಿರಿ... ನನಗೆ ಏನೋ ಆಗ್ತಿದೆ... ಮೈಯೆಲ್ಲಾ ಉರೀತಿದೆ... ತಲೆ ಸುತ್ತುತಿದೆ..." ಅಂತ ನರಳಿದ.

ಗಿರೀಶನಿಗೆ ಏನೂ ಮಾಡಲು ತೋರದೆ ಅಸಹಾಯಕನಾಗಿ ಜವಾನನನ್ನು ನೋಡಿದ. ಅವನು ಅಸಹಾಯಕ ನೋಟ ಹಿಂತಿರುಗಿಸಿದ.

"ಅಂಕಲ್ ಬಂದಿಲ್ವಾ?" ಗಿರೀಶ್ ಕೇಳಿದ.

"ಏನ್ ಸಾರ್?"

"ಸಂಜಯನ ಅಪ್ಪ ಬಂದಿಲ್ವಾ?"

"ದೊಡ್ಡ ಬುದ್ದಿಯೋರು ಬರೋದು ಇನ್ನಾ ಲೇಟಾಗತ್ತೆ."

ಗಿರೀಶ ಹಾಲಿನ ಗೋಡೆಯ ಮೇಲೆ ರಾರಾಜಿಸುತ್ತಿದ್ದ ದೊಡ್ಡ ಗಡಿಯಾರ ನೋಡಿದ. ರಾತ್ರಿ ಹನ್ನೆರಡು ಸಮೀಪಿಸುತ್ತಿತ್ತು. ಸಂಜಯ್ ಮೈ ಉರಿ, ಉರಿ ಅಂತ ಹೊರಳಾಡಿ ಕೂಗಾಡುವುದು ಜಾಸ್ತಿಯಾಯಿತು. ಜವಾನ ಗಾಬರಿಗೊಂಡ. ಸ್ವಲ್ಪ ಯೋಚಿಸಿ ಗಿರೀಶ್ ಸಂಜಯನ ತೋಳುಗಳ ಕೆಳಗೆ ಕೈ ಹಾಕಿ ಎತ್ತಿ ಜವಾನನಿಗೆ ಕಾಲು ಹಿಡಿದು ಎತ್ತಲು ಹೇಳಿ ಅವನನ್ನು ಮನೆಯ ಆಚೆ ತಂದ. ಇಬ್ಬರೂ ಸೇರಿ ಅವನನ್ನು ಪೋರ್ಟಿಕೋದ ಮಧ್ಯೆ ಕೂಡಿಸಿದರು.

"ಒಂದು ಬಕೆಟ್ ನೀರು ತಗೊಂಡ್ಬಾ" ಗಿರೀಶ್ ಆಜ್ಞಾಪಿಸಿದ.

ಜವಾನ ಒಂದು ಕ್ಷಣ ಹಿಂಜರಿದರೂ ಆಮೇಲೆ ಮಾತಾಡದೆ ಹೋಗಿ ಮನೆಯ ಪಕ್ಕದಲ್ಲಿ ಗಿಡಕ್ಕೆ ನೀರು ಹಾಕಲು ಇಡಿಸಿದ್ದ ನಲ್ಲಿಯಿಂದ ಬಕೆಟ್ ತುಂಬಾ ನೀರು ಹಿಡಿದು ತಂದ. ಗಿರೀಶ್ ಒಂದು ಚೆಂಬು ತಣ್ಣೀರನ್ನು ತೂರಾಡುತ್ತಾ ಕೂತಿದ್ದ ಸಂಜಯನ ತಲೆಯ ಮೇಲೆ ಅನಾಮತ್ತಾಗಿ ಸುರಿದ. ಹಠಾತ್ತಾಗಿ ಮೈಮೇಲೆ ಬಿದ್ದ ಕೊರೆಯುವ ತಣ್ಣೀರಿಗೆ ಸಂಜಯ್ ದಮ್ಮು ಹಿಡಿದುಕೊಂಡವನಂತೆ ಉಸಿರಿ ಎಳೆದು ದೇಹ ಮುದುರಿ 'ಹೋ' ಎಂದು ಕೂಗಿಕೊಂಡ. ಗಿರೀಶ್ ಅವನ ಕೂಗಾಟ ಲಕ್ಷಿಸದೆ ಬಕೆಟ್ ಖಾಲಿಯಾಗವವರೆಗೂ ಒಂದೇ ಸಮನೆ ಹುಯ್ದು ಮತ್ತೊಂದು ಬಕೆಟ್ ತರಲು ಹೇಳಿದ. ಸಂಜಯನ ಬಟ್ಟೆ ತೋಯ್ದು ತೊಪ್ಪೆಯಾಯಿತು. ಚಳಿಗೆ ಗಡಗಡ ನಡುಗಿ ಅವನ ಹಲ್ಲುಗಳು ಕಟ ಕಟಿಸಿದವು.

ಸುಮಾರು ಹತ್ತು ಹದಿನೈದು ನಿಮಿಷ ಗಿರೀಶ ಒಂದೇ ಸಮನೆ ಅವನ ತಲೆಯ ಮೇಲೆ ತಣ್ಣೀರನ್ನು ಸುರಿದ. ಸಂಜಯ್ ಈಗ ಮುಲುಗುವುದನ್ನು

ನಿಲ್ಲಿಸಿದ್ದ. ಅವನು ಪೂರ್ತಿ ಅರಿವಿಗೆ ಬಂದಿರದಿದ್ದರೂ ಮೊದಲಿನ ನಶೆಯಲ್ಲಿದ್ದಂತೆ ಕಾಣಿಸಲಿಲ್ಲ.

ಜವಾನನಿಗೆ ಟವಲ್ ತೊಗೊಂಡು ಬರಲು ಹೇಳಿ ಗಿರೀಶ ಕೆಳಗೆ ಬಗ್ಗಿ, "ಸಂಜಯ್, ಈಗ ಹೇಗಿದೀಯಾ?" ಅಂತ ಕೇಳಿದ.

ಸಂಜಯ್ ಮೆಲ್ಲನೆ ತಲೆ ಎತ್ತಿ ಗಿರೀಶನನ್ನು ನೋಡಿ ಮಂಕಾಗಿ ತಲೆಯಾಡಿಸಿದ. ಅವನಿಗೆ ಸುತ್ತಲಿನ ವಸ್ತುಗಳು ಗರಗರ ಸುತ್ತುತ್ತಿರುವಂತೆ ಅನಿಸಿತು. ಕೈಯೆತ್ತಿ ಗಿರೀಶನನ್ನು ಹಿಡಿದುಕೊಂಡು ಬಿಗಿಯಾಗಿ ಕಣ್ಣು ಮುಚ್ಚಿಕೊಂಡ. ಸ್ವಲ್ಪ ಸ್ತಿಮಿತಕ್ಕೆ ಬಂದ ಮೇಲೆ ಕಣ್ಣು ಬಿಟ್ಟು ಗಿರೀಶನಿಗೆ ಏನೋ ಪಿಸು ದನಿಯಲ್ಲಿ ಹೇಳಿದ. ನಸುನಕ್ಕ ಗಿರೀಶ್ ಸುತ್ತಲೂ ನೋಡಿ,

"ಈಗ ನಿನ್ನ ರೂಮಿನ ತನಕ ಹೋಗುವುದೇನೂ ಬೇಡ. ಇಲ್ಲೇ ಆ ಮರದ ಬುಡದಲ್ಲಿ ಹೋಗು" ಎಂದು ಅವನನ್ನು ಕೈ ಹಿಡಿದು ಮೇಲೆಬ್ಬಿಸಿದ.

ನೀರು ತೊಟ್ಟಿಕ್ಕುತ್ತಿದ್ದ ತಲೆ ಕೊಡವಿಕೊಂಡು ಮೇಲೆದ್ದ ಸಂಜಯ್ ಚಳಿಗೆ ಗಡಗಡನೆ ನಡುಗಿದ. ತೇಲಿ ಹೋಗುತ್ತಿದ್ದ ಕಣ್ಣುಗಳನ್ನು ಕಿರಿದು ಮಾಡಿಕೊಂಡು ತೂರಾಡುತ್ತ ಅವನು ಗಿರೀಶನ ಸಹಾಯದಿಂದ ನಡೆದು ಬಂಗಲೆಯ ಪಕ್ಕದಲ್ಲಿದ್ದ ಮರದ ಹಿಂದೆ ಹೋದ. ಗಿರೀಶ ಅವನನ್ನು ಬಿಟ್ಟು ದೂರ ಬಂದು ನಿಂತ.

ಗೇಟಿನ ಹತ್ತಿರ ಕಾರು ಕಾಣಿಸಿಕೊಂಡಿತು. ಟವಲ್ ತಂದಿದ್ದ ಜವಾನ ಅದನ್ನು ಗಿರೀಶನಿಗೆ ಕೊಟ್ಟು ಓಡಿ ಹೋಗಿ ಗೇಟು ತೆಗೆದ. ಭರ್ರೆಂದು ಒಳಗೆ ಬಂದ ಕಾರು ಪೋರ್ಟಿಕೋನಲ್ಲಿ ನಿಂತಿತು. ಬಾಗಿಲು ತೆಗೆದು ಸತ್ಪಾಲರು ಕೆಳಗಿಳಿದರು.

ದೊಡ್ಡ ಉದ್ಯಮಿ ಎಂದು ದೇಶದಲ್ಲಿ ಪ್ರಸಿದ್ಧರಾಗಿದ್ದ ಅವರನ್ನು ಗಿರೀಶ ಈ ಮುಂಚೆ ನೋಡಿರಲಿಲ್ಲ. ಆದರೂ ಅವರೇ ಸಂಜಯನ ಅಪ್ಪ ಇರಬೇಕು ಎಂದು ಊಹಿಸಿದ. ಸತ್ಪಾಲರಿಗೆ ವಯಸ್ಸಾಗಿದ್ದರೂ ಅವರ ಚೆಲುವು ಮಾಸಿರಲಿಲ್ಲ. ಶ್ರೀಮಂತಿಕೆ, ದರ್ಪ ಅವರ ಮುಖದಲ್ಲಿ ಎದ್ದು ಕಾಣುತ್ತಿದ್ದವು. ಅವರು ಧರಿಸಿದ್ದ ಸಿಲ್ಕಿ ಶರ್ಟ್‌ನ ಗುಂಡಿಗಳು ಬಿಚ್ಚಿದ್ದವು. ಕೊರಳಲ್ಲಿದ್ದ ಚಿನ್ನದ ಸರ ದೀಪದ ಬೆಳಕಿನಲ್ಲಿ ಫಳ್ಳನೆ ಮಿಂಚಿತು. ವಯಸ್ಸಿನಲ್ಲಿದ್ದಾಗ ಅವರು ಸಂಜಯನಿಗಿಂತ ಚೆಲುವರಾಗಿದ್ದರೇನೋ ಅಂದುಕೊಂಡ ಗಿರೀಶ.

ಕೈಲಿ ಹಿಡಿದಿದ್ದ ಕೋಟನ್ನು ಹೆಗಲಿನ ಮೇಲೆ ಹಾಕಿಕೊಂಡು ಸತ್ಪಾಲರು ಗಲಿಬಿಲಿಯಿಂದ ತಲೆ, ಶರ್ಟ್ ಸರಿ ಮಾಡಿಕೊಂಡರು. ಗಿರೀಶನನ್ನು ನೋಡಿ ಯಾರು ಎಂದು ಕೇಳಲಿದ್ದವರು ಪ್ಯಾಂಟಿನ ಗುಂಡಿಯನ್ನೂ ಹಾಕಿಕೊಳ್ಳದೆ ಒದ್ದೆ ಬಟ್ಟೆಯಲ್ಲಿ ಓಲಾಡುತ್ತಾ ಬಂದ ಮಗನನ್ನು ಕಂಡು ಚಕಿತರಾದರು. ಅವರ ಕಣ್ಣುಗಳು ಮುಜುಗರದಿಂದ ಕಾರಿನ ಕಡೆ ಹೊರಳಿದವು. ಕಾರಿನ ಒಳಗೆ ಏರಿಸಿದ್ದ

ಕಪ್ಪು ಗಾಜಿನ ಹಿಂದೆ ಥಳಥಳಿಸುತ್ತಿದ್ದ ಸೀರೆಯುಟ್ಟಿದ್ದ ಹೆಣ್ಣೊಂದು ಕೂತಿರುವುದು ಗಿರೀಶನಿಗೆ ಅಸ್ಪಷ್ಟವಾಗಿ ಕಾಣಿಸಿತು.

ಅಪ್ಪನನ್ನು ನೋಡಿ ಸುಮಾರು ಪ್ರಜ್ಞೆಗೆ ಬಂದ ಸಂಜಯ್ ಕಣ್ಣನ್ನು ಪ್ರಯತ್ನ ಪೂರ್ವಕವಾಗಿ ಅಗಲಿಸಿ ನೋಡಿದ. ಅಪ್ಪ ಮಗ ಇಬ್ಬರೂ ಒಂದೂ ಮಾತಾಡಲಿಲ್ಲ. ಗಿರೀಶ ಸಂಕೋಚದಿಂದ ಸತ್ಪಾಲರ ದೃಷ್ಟಿಗೆ ಅಡ್ಡವಾಗಿ ಮುಂದೆ ಹೋಗಿ ಸಂಜಯನ ಪ್ಯಾಂಟಿನ ಜಿಪ್ ಮೇಲೆಳೆದು ಸರಿ ಮಾಡಿದ. ಸಂಜಯ್ ಅಪ್ಪನನ್ನು ನಿರ್ಲಕ್ಷಿಸಿ ಅಸ್ಥಿರವಾದ ಹೆಜ್ಜೆ ಹಾಕುತ್ತ ಮನೆಯೊಳಗೆ ನಡೆದು ಹೋದ. ಸತ್ಪಾಲರಿಗೆ ಕೊಂಚ ನಿರಾಳವಾದಂತಾಯಿತು.

"ಅಂಕಲ್, ನಾನು ಸಂಜಯನ ಕ್ಲಾಸ್ಮೇಟ್ ಗಿರೀಶ. ಇದು ಸಂಜಯನ ಕಾರಿನ ಕೀ. ಈಸ್ಟ್ ಎಂಡ್ ಹೋಟೆಲಿನಲ್ಲಿದೆ" ಅಂತ ಗಿರೀಶ್ ಸಂಜಯನ ಪರ್ಸ್ ಮತ್ತು ಕೀ ಗೊಂಚಲನ್ನು ಸತ್ಪಾಲರ ಕೈಗೆ ಕೊಟ್ಟ. 'ಹಾ...ಹಾಂ' ಎಂದು ಅವರು ತಡವರಿಸುತ್ತಾ ತೆಗೆದುಕೊಂಡರು. ಅವರಿಗೆ ಗುಡ್ನೈಟ್ ಹೇಳಿ ನಡೆದು ಗೇಟಿನ ಹೊರಗೆ ಬಂದ. ಒಂದು ಕಾಲು ಹೊರಗೆ ಚಾಚಿ ಬಿಡಿ ಸೇದುತ್ತಾ ಕೂತಿದ್ದ ರಿಕ್ಷಾದವನು ಎದ್ದು,

"ಏನ್ಸಾರ್ ಇಷ್ಟು ಹೊತ್ತು ಮಾಡಿಬಿಟ್ರಿ" ಎಂದು ಗೊಣಗುತ್ತಾ ಇಂಜಿನ್ ಸ್ಟಾರ್ಟ್ ಮಾಡಿದ.

******

ಪಾರ್ಟಿಯ ಘಟನೆಯ ನಂತರ ಸಂಜಯ್ ಗಿರೀಶ್ ತುಂಬಾ ಹತ್ತಿರವಾದರು. ಪರೀಕ್ಷೆ ಹತ್ತಿರ ಬಂದಿದ್ದರಿಂದ ಎಲ್ಲರೂ ಗಮನ ಕೊಟ್ಟು ಓದತೊಡಗಿದರು. ಪರೀಕ್ಷೆಗೆ ವಾರವಿದೆ ಎನ್ನುವಾಗ ನಿದ್ದೆ ಊಟವನ್ನು ಲಕ್ಷಿಸದೆ ಓದುವುದು ಶುರುವಾಯಿತು. ನಿದ್ದೆ ತಡೆಯಲು ರಾತ್ರಿ ಹನ್ನೆರಡಕ್ಕೆ ಸಂಜಯ್ ಗಿರೀಶನ ಮನೆಗೆ ಬರುತ್ತಿದ್ದ. ಕಾರಿನ ದೀಪ ನೋಡಿದ ಕೂಡಲೆ ಓದುತ್ತಿದ್ದ ಗಿರೀಶ್ ದೀಪವಾರಿಸಿ ಮಲಗಿದ್ದ ತಂಗಿಯರು, ತಂದೆತಾಯಿಗಳಿಗೆ ಎಚ್ಚರವಾಗದಂತೆ ಮೆಲ್ಲನೆ ಹೊರ ಬರುತ್ತಿದ್ದ. ಒಳಗಿನಿಂದ ಯಾರೂ ಚಿಲಕ ಹಾಕಿಕೊಳ್ಳಲ್ಲವಾ ಎಂದು ಸಂಜಯ್ ಆಶ್ಚರ್ಯಪಟ್ಟರೆ ಒಳಗೆ ಏನಿದೆ ಅಂತ ಚಿಲಕ ಹಾಕ್ಬೇಕು? ಯಾವನಾದರೂ ಕಳ್ಳ ಬಂದರೆ ಅವನೇ ಕನಿಕರಿಸಿ ಸ್ವಲ್ಪ ಹಣ ಇಟ್ಟು ಹೋಗ್ಬೇಕು ಅಷ್ಟೆ ಅಂತ ಗಿರೀಶ ನಕ್ಕು ಹೇಳುತ್ತಿದ್ದ.

ಇಬ್ಬರೂ ತಾವು ಓದಿದ್ದನ್ನು ಚರ್ಚಿಸುತ್ತಾ ನಡೆದುಕೊಂಡು ರಸ್ತೆ ಕೊನೆಯಲ್ಲಿದ್ದ ಅಯ್ಯಂಗಾರ್ ಬೇಕರಿಗೆ ಹೋಗಿ ಬಾದಾಮಿ ಹಾಲು ತೊಗೊಂಡು ಗಿಜಿ ಗಿಜಿ ಎನ್ನುತ್ತಿದ್ದ ಬೇಕರಿಯಿಂದ ದೂರದಲ್ಲಿ ನಿಂತು ಹಬೆಯಾಡುತ್ತಿದ್ದ

ಹಾಲು ಗುಟುಕರಿಸುತ್ತಾ ಚರ್ಚೆ ಮುಂದುವರೆಸುತ್ತಿದ್ದರು.

ಸಂಜಯನಿಗೆ ಒಂದು ಸಾರಿ ಓದಿದರೆ ಪುಸ್ತಕದಲ್ಲಿನ ಪ್ರತಿ ಅಕ್ಷರವೂ ಜ್ಞಾಪಕದಲ್ಲಿರುವಂಥಾ ಅಸಾಧ್ಯ ಜ್ಞಾಪಕ ಶಕ್ತಿ. ಓದಿದ್ದ ವಿಷಯವನ್ನು ಅರ್ಥ ಮಾಡಿಕೊಂಡು ಅರಗಿಸಿಕೊಂಡು ಬಿಡುತ್ತಿದ್ದ. ಆದರೆ ಗಿರೀಶಗೆ ಅಂಥ ಜ್ಞಾಪಕಶಕ್ತಿ ಅಥವಾ ಬುದ್ಧಿಶಕ್ತಿ ಇರಲಿಲ್ಲ. ಆ ಕೊರತೆಯನ್ನು ಸರಿ ಹೊಂದಿಸಲು ಅವನು ಹಗಲಿರುಳು ಓದಿ ವಿಷಯಗಳನ್ನು ಜ್ಞಾಪಕದಲ್ಲಿಟ್ಟುಕೊಳ್ಳಲು ಹೆಣಗಾಡುತ್ತಿದ್ದ. ಮಧ್ಯಾಹ್ನದ ವೇಳೆ ಶೀಲಾಳ ಮನೆಗೆ ಹೋಗಿ ಅವಳಿಗೂ ಅರ್ಥವಾಗದಿದ್ದನ್ನು ಹೇಳಿಕೊಡುತ್ತಿದ್ದ. ಅವನಿಗೂ ಕಷ್ಟವಾದ ಕೆಲವು ವಿಷಯಗಳನ್ನು ಸಂಜಯನಿಗೆ ವಿವರಿಸು ಅಂದರೆ ಸಂಜಯ್ ಶೀಲಳಿಗೆ ಹೇಳಿಕೊಡಲು ಸಾರಸಗಟಾಗಿ ನಿರಾಕರಿಸುತ್ತಿದ್ದ. ಯಾವಾಗಲಾದರೂ ಒಮ್ಮೆ ಸಂಜಯನೂ ಗಿರೀಶನೊಡನೆ ಶೀಲಾಳ ಮನೆಗೆ ಹೋದರೆ ಅವನು ಪಾಠ ಹೇಳಿಕೊಡುವಷ್ಟು ಹೊತ್ತೂ ಸುಮ್ಮನೆ ಕೂತು ಅವರನ್ನೇ ದಿಟ್ಟಿಸುತ್ತಿದ್ದ. ಪಾರ್ಟಿಯ ಘಟನೆಯಾದಾಗಿನಿಂದ ಶೀಲಾಳ ಜೊತೆ ಮಾತಾಡುವ ಪ್ರಯತ್ನವನ್ನೇ ಮಾಡುತ್ತಿರಲಿಲ್ಲ ಸಂಜಯ್.

ಪರೀಕ್ಷೆಗೆ ಇನ್ನು ಮೂರೇ ದಿನಗಳಿದ್ದಾಗ ಗಿರೀಶ್ ತನಗೆ ಕಬ್ಬಿಣದ ಕಡಲೆಯಾದ ಮೆಷಿನ್ ಡಿಸೈನ್‌ನಲ್ಲಿದ್ದ ಕೆಲವು ಅನುಮಾನ ಕೇಳಲು ಸಂಜಯನ ಮನೆಗೆ ಬಂದ. ಸಂಜಯ್ ಸ್ನಾನ ಕೂಡ ಮಾಡದೆ ನೈಟ್ ಡ್ರೆಸ್‌ನಲ್ಲಿ ಕೂತು ಓದುತ್ತಿದ್ದ. ಗಿರೀಶ್ ಒಳಗೆ ಬರುತ್ತಿದ್ದಂತೆಯೇ ಹಿಂದಿನಿಂದ ಭರ್ರೆಂದು ಸತ್ಪಾಲರ ಕಾರು ಬಂದು ನಿಂತಿತು. ಸತ್ಪಾಲರು ಕಳೆಗಿಳಿಯುತ್ತಾ ತತ್ತರಿಸುತ್ತಿರುವಂತೆ ಕಂಡರು. ತಡೆಯಲಾಗದ ಯಾವುದೋ ನೋವನ್ನು ನುಂಗುತ್ತಿರುವವರಂತೆ ಅವಡು ಕಚ್ಚಿದ್ದರು. ಅವರ ಮುಖ ಕೆಂಪೇರಿ ವ್ಯಗ್ರವಾಗಿತ್ತು. ಕಾಲುಗಳು ಅಸ್ಥಿರವಾಗಿ ತೂರಾಡುತ್ತಿದ್ದವು. ತಂದೆ ಅನಿರೀಕ್ಷಿತವಾಗಿ ಮಧ್ಯಾಹ್ನ ಬಂದಿದ್ದು ನೋಡಿ ಆಶ್ಚರ್ಯಪಡುತ್ತಿದ್ದ ಸಂಜಯ್ ಅವರು ನೋವಿನಿಂದ ವಿಚಿತ್ರವಾಗಿ ಮುಖ ಕಿವುಚುತ್ತಾ ಒದ್ದಾಡುತ್ತಿದುದನ್ನು ನೋಡಿ ಗಾಬರಿಯಾದ.

"ಡ್ಯಾಡಿ, ಏನಾಯಿತು" ಎಂದು ದಡ ದಡನೆ ಮಹಡಿಯಿಂದ ಕೆಳಗಿಳಿದು ಓಡುತ್ತಾ ಬಂದ. ಹಾಲಿನ ಬಾಗಿಲಲ್ಲಿ ನಿಂತಿದ್ದ ಗಿರೀಶನ ಮುಂದೆ ಹೋಗುತ್ತಿದ್ದ ಸತ್ಪಾಲರು ಹಟಾತ್ತನೆ ಕೆಳಕ್ಕೆ ಕುಸಿದರು. ಅವರ ಮುಖ ಅಪಾರವಾದ ನೋವಿನಿಂದ ಕಂಗೆಟ್ಟಿತು. ನೋವು ಹತ್ತಿಕ್ಕಲು ಅವರು ಅವಡುಕಚ್ಚಿ ಒಳಗೇ ನರಳಿದರು. ಹಣೆಯ ಮೇಲೆ ಬೆವರು ಹನಿಗಟ್ಟಿತು.

"ಅಂಕಲ್" ಗಿರೀಶ್ ಮುಂದೆ ನುಗ್ಗಿ ಬೀಳುತ್ತಿದ್ದ ಅವರಿಗೆ ಆಸರೆ ಕೊಟ್ಟ. ಅಷ್ಟರಲ್ಲಿ ಓಡಿ ಬಂದಿದ್ದ ಸಂಜಯ್ ತಂದೆಯ ಕೈ ಹಿಡಿದುಕೊಂಡ. ಇಬ್ಬರೂ

ಅವರನ್ನು ನಿಧಾನವಾಗಿ ನಡೆಸಿ ಹಾಲಿನ ಮಧ್ಯದಲ್ಲಿದ್ದ ದೊಡ್ಡ ಸೋಫಾದ ಮೇಲೆ ಮಲಗಿಸಿದರು. ಸತ್ಪಾಲರು ಅಷ್ಟು ನಡೆದಿದ್ದಕ್ಕೆ ಬಳಲಿ ಹೋದರು. ಮೈಯೆಲ್ಲಾ ಬೆವರಿ ಬಟ್ಟೆ ತೊಪ್ಪೆಯಾಗಿ ಹೋಯಿತು. ಎದೆಯಲ್ಲಿ ಛಳುಕು ಹುಟ್ಟಿ ತಡೆಯಲಾಗದೆ ಅವರು "ಹಾಂ" ಎಂದು ವಿಕಾರವಾಗಿ ಚೀರಿದರು. ಕಣ್ಣುಗುಡ್ಡೆಗಳು ತೇಲಿ ಮೇಲಕ್ಕೆ ಸಿಕ್ಕಿಕೊಂಡಿತು. ಏನೋ ಹೇಳುವುದಕ್ಕೆ ಪ್ರಯತ್ನಿಸಿ ಅವರು ಕೈ ಎತ್ತಿ ಸಂಜಯನನ್ನು ಬಿಗಿಯಾಗಿ ಹಿಡಿದುಕೊಂಡರು.

"ಡ್ಯಾಡಿ!" ಭಯದಿಂದ ಸಂಜಯ್ ಕೂಗಿಕೊಂಡ ಅವನ ಮುಖ ಗಾಬರಿಯಿಂದ ಕಂಗೆಟ್ಟಿತು.

"ಬಸವಾ ಬಸವಾ" ಅವನು ಹುಚ್ಚನಂತೆ ಜೋರಾಗಿ ಕೂಗಿದ. ಜವಾನ ಎಲ್ಲೂ ಕಾಣಿಸಲಿಲ್ಲ, ಬರಲಿಲ್ಲ.

"ನಿಮ್ಮ ಡಾಕ್ಟರಿಗೆ ಫೋನ್ ಮಾಡು ಸಂಜಯ್" ಗಿರೀಶ ಹೇಳಿದ.

ಸತ್ಪಾಲರು ಅಮಾನುಷ ಬಲದಿಂದ ಸಂಜಯನನ್ನು ಗಟ್ಟಿಯಾಗಿ ಹಿಡಿದು ಉಸಿರಿಗಾಗಿ ಕಷ್ಟದಿಂದ ಉಬ್ಬಸಪಡುತ್ತಿದ್ದರು. ಅವರ ಎದೆ ಏರಿ ಏರಿ ಕೆಳಗಿಳಿಯುತ್ತಿತ್ತು. "ಗಿರಿ, ನಮ್ಮ ಡಾಕ್ಟರ್ ಭಾರತಿಯವರ ಫೋನ್ ನಂಬರ್ ಡೈರಿಯಲ್ಲಿದೆ. ಬೇಗ ಬರಕ್ಕೆ ಹೇಳು" ಸಂಜಯನ ಧ್ವನಿ ನಡುಗುತ್ತಿತ್ತು.

ಗಿರೀಶ್ ಧಾವಿಸಿ ಡಾಕ್ಟರರ ನಂಬರ್ ಹುಡುಕಿ ಡಯಲ್ ಮಾಡಿದ. ಫೋನು ಕ್ಯುಯ್ ಕ್ಯುಯ್ ಅಂತ ಕುಯ್ಗುಟ್ಟಿತು. ಮತ್ತೆ ಮತ್ತೆ ಪ್ರಯತ್ನಿಸಿ ಗಿರೀಶ್ ನಿರಾಶನಾಗಿ "ಲೈನ್ ಸಿಗುತ್ತಿಲ್ಲ ಸಂಜಯ್" ಅಂದ.

"ನೋಡು, ಡಾಕ್ಟರ್ ಮನೆ ಇಲ್ಲಿಂದ ಬಲಗಡೆಗೆ ಐದನೇ ಮನೆ. ಮುಂದೆ ಬೋರ್ಡ್ ಹಾಕಿದಾರೆ, ನೀನು ಬೇಗ ಹೋಗಿ..." ಸಂಜಯ್ ಮಾತು ಪೂರ್ತಿ ಮಾಡುವುದಕ್ಕೆ ಕಾಯದೆ ಗಿರೀಶ ಹೊರಗೆ ಓಡಿದ. ಗೇಟಿನ ಹತ್ತಿರ ಕಟ್ಟಿದ್ದ ನಾಯಿ ಒಂದೇ ಸಮನೆ ಬೊಗಳುತ್ತಿತ್ತು. ಓಡುತ್ತಲೇ ಗಿರೀಶ್ ಡಾಕ್ಟರರ ಮನೆಗಾಗಿ ಹುಡುಕಾಡಿದ. ಎದ್ದು ಕಾಣುವಂತೆ ಬೋರ್ಡ್ ಹಾಕಿದ್ದ ಅವರ ಮನೆ ಸುಲಭವಾಗಿ ಕಂಡಿತು. ತೆಗೆದಿದ್ದ ಗೇಟಿನೊಳಕ್ಕೆ ಓಡಿ ಗಿರೀಶ್ ಮನೆಯೊಳಗೆ ನುಗ್ಗಿದ. ವರಾಂಡದಲ್ಲಿ ಇಬ್ಬರು ಕುಳಿತು ಕಾಯುತ್ತಿದ್ದರು.

"ಡಾಕ್ಟರಿದ್ದಾರಾ" ಆತುರವಾಗಿ ಕೇಳಿದ ಗಿರೀಶ.

ಅವರು ಇವನನ್ನು ವಿಚಿತ್ರವಾಗಿ ನೋಡಿದರು. "ಒಳಗೆ ಇದ್ದಾರೆ" ಅವರಲ್ಲೊಬ್ಬ ನಿರ್ವಿಕಾರವಾಗಿ ಉತ್ತರಿಸಿದ. ಪಕ್ಕದ ರೂಮಿನ ಬಾಗಿಲು ಮುಂದೆ ಮಾಡಿತ್ತು. ಒಳಗೆ ಡಾಕ್ಟರು ಪೇಷೆಂಟಿನೊಂದಿಗೆ ಮಾತಾಡುತ್ತಿದ್ದದು ಅಸ್ಪಷ್ಟವಾಗಿ

ಕೇಳಿಸಿತು. ಒಳಗೆ ನುಗ್ಗಿ ಹೋಗಲೇ ಬೇಡವೇ ಎಂದು ಅನಿಶ್ಚಿತತೆಯಿಂದ ಗಿರೀಶ್ ಚಡಪಡಿಸಿದ. ನಿಮಿಷಗಳು ಗಂಟೆಗಳಂತೆ ನಿಧಾನವಾಗಿ ಸರಿಯುತ್ತಿವೆ ಅನಿಸಿ ಅವನು ಬೆಂಕಿಯ ಮೇಲೆ ನಿಂತವನಂತೆ ಒದ್ದಾಡಿದ. ಎಷ್ಟೋ ಹೊತ್ತಿನ ನಂತರ ಸಶಬ್ಧವಾಗಿ ಬಾಗಿಲು ತೆರೆದುಕೊಂಡಿತು. ಜೋರಾಗಿ ಏನೋ ಹೇಳುತ್ತಾ ಸ್ಥೂಲಕಾಯದ, ಕೆಂಪು ಮುಖದ ಡಾಕ್ಟರು ಪೇಷೆಂಟಿನ ಜೊತೆ ಹೊರಗೆ ಬಂದರು. ಅವರ ಹೊಳೆಯುವ ಬಿಳಿಕೂದಲು, ಮಾತಿನಲ್ಲಿದ್ದ ಗತ್ತಿನಿಂದ ಅವರೇ ಡಾಕ್ಟರ್ ಎಂದು ಊಹಿಸಿದ ಗಿರೀಶ್ ತಕ್ಷಣವೇ ಹತ್ತಿರ ಹೋಗಿ,

"ಡಾಕ್ಟರ್, ನಾನು ಸತ್ಪಾಲರ ಮನೆಯಿಂದ ಬಂದಿದೀನಿ. ಅವರಿಗೆ ಸೀರಿಯಸ್ಸಾಗಿದೆ. ಆಫೀಸಿನಿಂದ ಬಂದವರೇ ಕುಸಿದು ಬಿದ್ದು ಬಿಟ್ಟಿದ್ದಾರೆ. ದಯವಿಟ್ಟು ನೀವು ಬೇಗ ಬನ್ನಿ" ಅಂದ.

ಗಿರೀಶ, ಅವನ ಬಣ್ಣಗೆಟ್ಟಿದ್ದ ಉಡುಪು, ಸತ್ಪಾಲ್‌ರವರು ಕುಸಿಯುವುದು ಎಲ್ಲವನ್ನೂ ಹೊಂದಿಸಿ ಅರ್ಥಮಾಡಿಕೊಳ್ಳಲು ಡಾಕ್ಟರಿಗೆ ಒಂದು ಕ್ಷಣ ಬೇಕಾಯಿತು.

"ಯಾವ ಸತ್ಪಾಲರಪ್ಪಾ? ಯಾರು ನೀನು?" ಅಂದರು.

"ನಾನು ಅವರ ಮಗ ಸಂಜಯನ ಫ್ರೆಂಡು. ಇಲ್ಲಿಂದ ನಾಲ್ಕನೇ ಮನೆಯಲ್ಲಿ ಇದ್ದಾರಲ್ಲಾ ಸತ್ಪಾಲ್, ಅವರು ಆಫೀಸಿನಿಂದ ಬಂದವರೇ ಕುಸಿದು ಬಿದ್ದರು. ಸಂಜಯ್ ಅವರ ಜೊತೆಯಲ್ಲೇ ಇದ್ದಾನೆ. ನಿಮ್ಮನ್ನ ಕರೆದುಕೊಂಡು ಬಾ ಅಂತ ಹೇಳಿದ" ಗಿರೀಶ ಆತುರದಿಂದ ಹೇಳಿದ.

ಅಷ್ಟರಲ್ಲಿ "ಟ್ರಂ... ಟ್ರಂ" ಅಂತ ಫೋನ್ ಹೊಡೆದುಕೊಂಡಿತು. ಡಾಕ್ಟರ್ ಹೋಗಿ ರಿಸೀವರನ್ನೆತ್ತಿಕೊಂಡು ಸಾವಕಾಶವಾಗಿ "ಹಲೋ, ಡಾಕ್ಟರ್ ಭಾರತಿ ಸ್ಪೀಕಿಂಗ್" ಅಂದರು. ಅರ್ಧ ನಿಮಿಷ ಮೌನವಾಗಿ ಆಲಿಸುತ್ತಿದ್ದು "ಈಗಲೇ ಬರ್ತೀನಿ" ಅಂತ ರಿಸೀವರ್ ಇಟ್ಟು, ರೂಮೊಳಗಿನಿಂದ ಬ್ಯಾಗ್ ತೆಗೆದುಕೊಂಡು ಬಂದು, "ಸಂಜಯನೇ ಫೋನ್ ಮಾಡಿದ್ದ ಈಗ. ನಡಿ ಹೋಗೋಣ" ಎಂದು ಹೊರಟರು.

"ನಾವು ಬರ್ತೀವಿ ಡಾಕ್ಟರೇ" ಅಂತ ಕುಳಿತಿದ್ದವರು ಮೇಲೆದ್ದರು.

"ಸರಿ, ಏನೂ ಯೋಚನೆ ಮಾಡ್ಬೇಡಿ. ನಾನು ಕೊಟ್ಟಿರುವ ಮಾತ್ರೆಗಳನ್ನ ಮೂರು ದಿನ ತೊಗೊಂಡು ಆಮೇಲೆ ಬನ್ನಿ ನೋಡೋಣ" ಅಂತ ಹೇಳುತ್ತಲೇ ಡಾಕ್ಟರ್ ಹೊರಗೆ ಬಂದರು. ಇವರು ಬಂದಾಗ ಸಂಜಯ್ ಬಾಗಿಲಲ್ಲಿ ಚಡಪಡಿಸುತ್ತಾ ನಿಂತಿದ್ದ. ಅವನ ಮುಖ ಕಪ್ಪಿಟ್ಟಿತ್ತು. ಆತಂಕದಿಂದ ಅವನ ಕಣ್ಣುಗಳು ಅಗಲವಾಗಿದ್ದವು. ಡಾ|| ಭಾರತಿ ಸೀದಾ ಸೋಫಾದ ಮೇಲೆ ಮಲಗಿದ್ದ

ಸತ್ಪಾಲರ ಹತ್ತಿರ ಹೋದರು.

ಸತ್ಪಾಲರು ಅಲುಗಾಡದೆ ಮಲಗಿದ್ದರು. ಅವರ ಕಣ್ಣುಗಳು ಅರ್ಧ ತೆಗೆದುಕೊಂಡು ಸ್ಥಿರವಾಗಿತ್ತು. ಗಿರೀಶ ಸಂಜಯನ ಕಡೆ ನೋಡಿದ. ಸಂಜಯ್ ಮೌನವಾಗಿ ಗಿರೀಶನನ್ನು ದಿಟ್ಟಿಸಿದ. ಅವನ ಕಣ್ಣುಗಳಲ್ಲಿ ದುಃಖ ಹೆಪ್ಪುಗಟ್ಟಿತ್ತು. ಬಾಯಿಂದ ವಿವರಿಸಲಾಗದ ತನ್ನ ಕಂಗೆಟ್ಟ ಪರಿಸ್ಥಿತಿಯನ್ನು ಅವನು ನೋವಿನ ನೋಟದಿಂದ ಗಿರೀಶನಲ್ಲಿ ತೋಡಿಕೊಂಡ. ಗಿರೀಶ ಅವನ ಹತ್ತಿರ ಹೋಗಿ ಸಂತೈಸುವಂತೆ ಬೆನ್ನ ಮೇಲೆ ಕೈ ಆಡಿಸಿದ.

ಡಾ॥ ಭಾರತಿ ಸತ್ಪಾಲರ ನಾಡಿ ಹಿಡಿದು ನೋಡಿದರು. ಅವರ ಹಣೆಯಲ್ಲಿ ನೆರಿಗೆಗಳು ಮೂಡಿದವು. ಒಂದು ಸಾರಿ ಸಂಜಯನ ಕಡೆ ದೃಷ್ಟಿ ಹಾಯಿಸಿದರು. ಆಮೇಲೆ ಯೋಚಿಸಿ ಬ್ಯಾಗಿನಿಂದ ಒಂದು ಇಂಜೆಕ್ಷನ್ ತೆಗೆದು ಕೈಯಲ್ಲಿ ಹಿಡಿದು ಸತ್ಪಾಲರ ಟೈ ಸಡಿಲಿಸಿ ಶರ್ಟಿನ ಗುಂಡಿ ಬಿಚ್ಚಲು ಪ್ರಯತ್ನಿಸಿದರು. ಅವರು ಮಾಡುವುದನ್ನೇ ದಿಟ್ಟಿಸುತ್ತಿದ್ದ ಗಿರೀಶ ಸಂಜಯನ ಕಡೆ ನೋಡಿದ. ಸಂಜಯ್ ಅಲುಗಾಡದೆ ಶಿಲೆಯಂತೆ ನಿಂತಿದ್ದ. ಗಿರೀಶ ಮುಂದೆ ಹೋಗಿ ಸತ್ಪಾಲರ ಶರ್ಟಿನ ಗುಂಡಿ ಬಿಚ್ಚಿದ.

"ಇನ್ನೂ ಎರಡು ಗುಂಡಿಗಳನ್ನು ಬಿಚ್ಚು, ಟೈ ತೆಗೆದು ಬಿಡು" ಡಾಕ್ಟರ್ ಹೇಳಿದರು.

ಗಿರೀಶ ಗುಂಡಿ ಬಿಚ್ಚಿ ಶರ್ಟನ್ನು ಸರಿಸಿದ. ಹರವಾದ ಸತ್ಪಾಲರ ಎದೆ ನಿಶ್ಚಲವಾದ ಬಂಡೆಯಂತೆ ಕಂಡಿತು. ಬೆರಳಿನಿಂದ ಅಲ್ಲಲ್ಲಿ ಒತ್ತಿದ ಡಾಕ್ಟರು ಒಂದು ಜಾಗ ಗುರುತಿಸಿ ಸೂಜಿಯನ್ನು ನೇರವಾಗಿ ಎದೆಯೊಳಗೆ ಚುಚ್ಚಿ ಇಂಜೆಕ್ಷನ್ ಕೊಟ್ಟರು. ನಂತರ ರಭಸದಿಂದ ಎದೆ ಉಜ್ಜಿದರು. ಅವರು ಉಜ್ಜಿದ ರಭಸಕ್ಕೆ ಸತ್ಪಾಲರ ದೇಹ ಜೋರಾಗಿ ಅಲ್ಲಾಡಿತು. ಸ್ವಲ್ಪ ಹೊತ್ತು ಹಾಗೇ ಉಜ್ಜುತ್ತಿದ್ದ ಡಾಕ್ಟರ್ ಒಂದು ಕ್ಷಣ ಯೋಚಿಸಿ ಕೈ ಎತ್ತಿ ಒಂದು ಸಾರಿ ಜೋರಾಗಿ ಎದೆಗೆ ಗುದ್ದಿದರು. ನಂತರ ಬಲವಾಗಿ ಪಕ್ಕೆಗಳನ್ನು ಒತ್ತಿ ಸತ್ಪಾಲರನ್ನು ಉಸಿರಮಾಡುವಂತೆ ಮಾಡಿಸಲು ಪ್ರಯತ್ನಿಸಿದರು. ಸತ್ಪಾಲರಿಗೆ ಪ್ರಜ್ಞೆ ಬರುವಂತೆ ಕಾಣಲಿಲ್ಲ. ಯಾವುದೂ ಉಪಯೋಗವಾಗುತ್ತಿಲ್ಲ ಎನಿಸಿ ಅವರು, "ನೋಡಪ್ಪಾ ನೀನು ಸ್ವಲ್ಪ ಹೀಗೆ ಎದೇನ ಒತ್ತುತ್ತಿರು" ಅಂತ ಗಿರೀಶನಿಗೆ ಹೇಳಿ ಮೇಲೆದ್ದು ಸತ್ಪಾಲರ ಮುಖದ ಕಡೆಗೆ ಹೋಗಿ ಬಾಗಿ ಬಾಯಿಂದ ಉಸಿರನ್ನು ಜೋರಾಗಿ ಊದಲು ಶುರು ಮಾಡಿದರು. ಗಿರೀಶ ಅವರು ಹೇಳಿದಂತೆ ತನ್ನ ಬಲವನ್ನೆಲ್ಲಾ ಬಿಟ್ಟು ಎದೆಯನ್ನು ಒತ್ತತೊಡಗಿದ. ಸ್ವಲ್ಪ ಹೊತ್ತು ಒತ್ತುವುದರಲ್ಲೇ ಬೆವರು ಬರಲಾರಂಭಿಸಿದರೂ ಬಿಡದೆ ಮುಂದುವರೆಸಿದ. ಡಾಕ್ಟರ್ ಇವನ ಕಡೆ ತಿರುಗಿ,

"ಇನ್ನೂ ವೇಗವಾಗಿ, ಜೋರಾಗಿ ಒತ್ತಬೇಕು" ಎಂದು ಹೇಳಿ ಊದುವುದನ್ನು ಮುಂದುವರೆಸಿದರು. ಇವನು ಎದೆ ಒತ್ತುವ ವೇಗಕ್ಕೆ ಹೊಂದಿಸಿಕೊಂಡು ಅವರು ಗಟ್ಟಿಯಾಗಿ ಉದುತ್ತಿದ್ದರು. ಸುಮಾರು ಹತ್ತು ನಿಮಿಷ ಹೀಗೇ ಮಾಡಿದ ಮೇಲೆ ಸತ್ಪಾಲರ ಮೈಯಲ್ಲಿ ಚೈತನ್ಯವುಂಟಾಗಿದೆ ಎನಿಸಿತು ಗಿರೀಶನಿಗೆ.

ಡಾಕ್ಟರ್ ಗಡಬಡಿಸಿ ಎದ್ದು ಗಿರೀಶನನ್ನು ಪಕ್ಕಕ್ಕೆ ತಳ್ಳಿ ಅವರೇ ಎದೆಯನ್ನು ಒತ್ತಿ ಒತ್ತಿ ನೀವಲು ಶುರು ಮಾಡಿದರು. ಬೆವರೊರೆಸಿಕೊಳ್ಳುತ್ತಾ ಗಿರೀಶ್ ಕಾತರದಿಂದ ಸತ್ಪಾಲರ ಮುಖವನ್ನು ನೋಡಿದ. ಅವರ ಕಣ್ಣುಗಳು ಸ್ವಲ್ಪ ಚಲಿಸಿದಂತೆ ಅನಿಸಿ ಅವನಿಗೆ ರೋಮಾಂಚನವಾಯಿತು.

"ಡಾಕ್ಟರ್ ಕಣ್ಣು ಅಲ್ಲಾಡಿಸುತ್ತಿದ್ದಾರೆ" ಗಿರೀಶ ಆತುರದಿಂದ ಹೇಳಿದ. ಅವನ ಮಾತನ್ನು ಅಲಕ್ಷಿಸಿ ಡಾಕ್ಟರ್ ಎದೆ ನೀವುದನ್ನು ಮುಂದುವರೆಸಿದರು. ಬಲವಾಗಿ ಊರಿ ಊರಿ ಅವರಿಗೂ ಕೈ ಸೋತು ಹೋಗಿದ್ದು ಸ್ಪಷ್ಟವಾಗಿತ್ತು. ಅವರ ಮುಖದಿಂದ ಬೆವರಿಳಿಯುತ್ತಿತ್ತು. ಸಂಜಯ್ ನಿರ್ವಿಕಾರದಿಂದ ಅಲುಗಾಡದೆ ನಿಂತೇ ಇದ್ದ.

ಸತ್ಪಾಲರ ಕಣ್ಣುಗಳು ಸ್ವಲ್ಪ ಹೊರಳಿದವು. ಅವರು ಕ್ಷೀಣವಾಗಿ ನರಳಿದರು. ಅವರ ತುಟಿ ಮೆಲ್ಲನೆ ಅಲುಗಿ ಏನೋ ಹೇಳುತ್ತಿದ್ದಾರೆ ಅನಿಸಿ ಗಿರೀಶ ಬಾಗಿ ಕೇಳಿಸಿಕೊಳ್ಳಲು ಪ್ರಯತ್ನಿಸಿದ. ಸಂಜಯ್ ಚೇತರಿಸಿಕೊಂಡು ನಿಂತ ಜಾಗದಿಂದ ಮುಂದೆ ಬಂದು ಅವರ ಕಡೆಗೆ ಬಾಗಿದ. ಅವನ ಕಣ್ಣುಗಳಲ್ಲಿ ತನ್ನ ಡ್ಯಾಡಿ ಚೇತರಿಸಿಕೊಳ್ಳಬಹುದು ಎಂಬ ಆಸೆ ಕಾಣಿಸಿತು.

"ಸ...ಸಂಜ..ಯ್.." ಸತ್ಪಾಲರ ಬಾಯಿಂದ ಕೇಳಿಯೂ ಕೇಳದಂತೆ ಅಸ್ಪಷ್ಟವಾಗಿ ದನಿ ಹಿಡಿದು ಹಿಡಿದು ಹೊರಗೆ ಬಂತು. ಬಹಳ ಕಷ್ಟದಿಂದ ಅವರು ಉಸಿರನ್ನು ಎಳೆದುಕೊಳ್ಳುತ್ತಿದ್ದರು.

"ಡ್ಯಾಡಿ... ಡ್ಯಾಡಿ" ಉದ್ವೇಗದಿಂದ ಸಂಜಯ್ ಕೂಗಿಕೊಂಡ.

ಅವರಿಗೆ ಅದು ಕೇಳಿಸಿತೋ ಇಲ್ಲವೋ. ಮುಖದ ಮೇಲೆ ಅವರು ಯಾವ ಭಾವನೆಯನ್ನೂ ತೋರಿಸಲಿಲ್ಲ. ಭರಿಸಲಾಗದ ಯಾತನೆಯಿಂದ ಮುಖ ಕಿವುಚಿದರು. "ಊಂ..." ಎಂದು ಗಂಟಲಿನಿಂದ ದನಿ ಗೊರಸಾಗಿ ಹೊರಬಂತು. ಮತ್ತೆ ದೇಹ ಸೆಡವಿಕೊಂಡು ನಿಶ್ಚೇಷ್ಟಿತವಾಯಿತು.

ತುಟಿ ಕಚ್ಚಿ ಮುಖ ಪಕ್ಕಕ್ಕೆ ತಿರುಗಿಸಿಕೊಂಡು ಸಂಜಯ್ ಅಲ್ಲಿಂದ ದೂರ ಓಡಿ ಕಿಟಕಿಯಲ್ಲಿ ತಲೆಹಾಕಿ ನಿಂತುಕೊಂಡ. ಡಾಕ್ಟರ್ ಗಿರೀಶನ ಸಹಾಯದಿಂದ ಮತ್ತೆ ಅರ್ಧ ಗಂಟೆ ಅವರನ್ನು ಬದುಕಿಸಲು ಪ್ರಯತ್ನ ಮಾಡಿದರು. ಏನೂ

ಉಪಯೋಗ ಕಾಣದೆ ಅಸಹಾಯಕರಾಗಿ ಕಡೆಗೆ ಉಸ್ಸೆಂದು ಕೈ ಚೆಲ್ಲಿ ಕುಳಿತರು.

"ಡಾಕ್ಟರ್, ಇನ್ನೊಂದು ಸಲ ಪ್ರಯತ್ನ ಮಾಡಿ" ಗಿರೀಶ ಅವರು ಉಳಿಯುವುದಿಲ್ಲ ಎಂದು ನಂಬಲಾಗದೆ ಕೇಳಿಕೊಂಡ.

"ಉಪಯೋಗವಿಲ್ಲಪ್ಪ. ಇನ್ನು ಏನೂ ಮಾಡಲು ಸಾಧ್ಯವಿಲ್ಲ" ಡಾಕ್ಟರ್ ವಿಷಾದದಿಂದ ಕ್ಷೀಣವಾಗಿ ಹೇಳಿದರು.

"ಗಿರೀಶ ದಿಙ್ಮೂಢನಾಗಿ ಕೂತ. ಸ್ವಲ್ಪ ಹೊತ್ತಿನ ಮುಂಚೆ ಜೀವಂತವಾಗಿದ್ದ ಸ್ವತಃ ಕಾರನ್ನು ಡ್ರೈವ್ ಮಾಡಿಕೊಂಡು ಬಂದ ಸತ್ಪಾಲರು ಈಗ ಬದುಕಿಲ್ಲ ಎಂದರೆ ಅವನಿಗೆ ನಂಬಲು ಅಸಾಧ್ಯವಾಯಿತು. ಅವನ ಕಣ್ಣುಗಳು ಅಪ್ರಯತ್ನವಾಗಿ ಸಂಜಯನ ಕಡೆ ತಿರುಗಿದವು. ಸಂಜಯ್ ಕಿಟಕಿಗೆ ಮುಖ ಆನಿಸಿ ದಿಗಂತದತ್ತ ನೋಡುತ್ತಿದ್ದ. ಅವನ ಕಣ್ಣುಗಳಲ್ಲಿ ಹೇಳಲಾಗದ ಯಾವುದೋ ಭಾವನೆ ಹೆಪ್ಪು ಕಟ್ಟಿತ್ತು.

ವಿಷಯ ತಿಳಿದೊಡನೆ ಸತ್ಪಾಲರ ಆಫೀಸಿನವರು ಒಬ್ಬೊಬ್ಬರಾಗಿ ಬಂದು ಹಾಲಿನ ಮೂಲೆಯಲ್ಲಿ ಮೌನವಾಗಿ ನಿಂತರು. ಸಂಜಯನ ಅಸಂಖ್ಯ ಸ್ನೇಹಿತರೂ ಬಂದು ವಿಷಾದ ವ್ಯಕ್ತಪಡಿಸಿದರು. ಅವನು ಯಾರೊಂದಿಗೂ ಏನು ಮಾತಾಡಲಿಲ್ಲ. ಅವರ ಸಂತಾಪದ ಮಾತುಗಳಿಗೆ ಪ್ರತಿಕ್ರಿಯಿಸಲೂ ಇಲ್ಲ. ಅಲ್ಲಿ ನಡೆಯುತ್ತಿರುವುದು ತನಗೆ ಸಂಬಂಧವಿಲ್ಲ ಎನ್ನುವಂತೆ ನಿರ್ವಿಕಾರವಾಗಿ ನಿಂತಿದ್ದ.

ಸತ್ಪಾಲರ ದೇಹಕ್ಕೆ ಯಾರೋ ಹೂವಿನ ಹಾರ ಹಾಕಿದರು. ಒಂದಷ್ಟು ಬಿಡಿ ಹೂವು ತಂದಿಟ್ಟು ಬಂದವರೆಲ್ಲಾ ದೇಹದ ಪ್ರದಕ್ಷಿಣೆ ಹಾಕಿ ಹೂವು ಹಾಕಲು ಆಗುವಂತೆ ಏರ್ಪಡಿಸಿದರು. ಸತ್ಪಾಲರ ಬಂಧುಗಳು ಬಂದು ಜವಾಬ್ದಾರಿ ವಹಿಸಿಕೊಂಡಂತೆ ಗಿರೀಶ ಹಿಂದೆ ಸರಿದು ನಿಂತ. ಎಲ್ಲಾ ಕೆಲಸಗಳು ಮುಗಿಯುವವರೆಗೂ ಅವನು ಸಂಜಯನ ಜೊತೆಯಲ್ಲೇ ಇದ್ದ. ಎಲ್ಲರೂ ಗಿರೀಶ್ ಸಮಯದಲ್ಲಿ ಮಾಡಿದ ಸಹಾಯವನ್ನು ಕೇಳಿ ಒಳ್ಳೆಯ ಸ್ನೇಹಿತ ಎಂದು ಹೊಗಳಿದರು. ಸತ್ಪಾಲರ ಅಂತ್ಯ ಕರ್ಮ ಮುಗಿದು ಗಿರೀಶ ಮನೆ ಮುಟ್ಟುವ ವೇಳೆಗೆ ರಾತ್ರಿ ಎರಡು ಮೀರಿತ್ತು.

ಪರೀಕ್ಷೆಯ ದಿನದವರೆಗೂ ಗಿರೀಶ ಸಂಜಯನ ಮನೆಯವರಲ್ಲಿ ಮನೆಯವನಾಗಿ ಓಡಾಡಿ ಮುಂದಿನ ಕೆಲಸಗಳಲ್ಲಿ ನೆರವಾದ.

*****

ಪರೀಕ್ಷೆಯ ಫಲಿತಾಂಶ ಹೊರಬಂದಾಗ ಎಲ್ಲರಿಗೂ ಆಶ್ಚರ್ಯವಾಗುವಂತೆ ಸಂಜಯ್ ರ್‍ಯಾಂಕ್ ಗಳಿಸಿದ್ದ. ಆದರೆ ಗಿರೀಶ ಮಾತ್ರ ಸೆಕೆಂಡ್ ಕ್ಲಾಸ್ನಲ್ಲಿ ಪಾಸಾಗಿದ್ದ.

ಶೀಲ ಫಸ್ಟ್ ಕ್ಲಾಸಿನಲ್ಲಿ ತೇರ್ಗಡೆಯಾಗಿದ್ದಳು. ಪರೀಕ್ಷೆಯ ನಂತರದ ಮೂರು ತಿಂಗಳ ದೀರ್ಘ ರಜೆಯಲ್ಲಿ ಗಿರೀಶ, ಶೀಲರ ಸ್ನೇಹ ಗಾಢವಾಗಿ ಬೆಳೆದಿದ್ದರೆ ತಂದೆಯ ಉದ್ಯಮದ ಜವಾಬ್ದಾರಿ ಹೆಗಲಿಗೆ ಏರಿಸಿಕೊಂಡಿದ್ದ ಸಂಜಯ್ ಇವರಿಂದ ದೂರವಾಗಿದ್ದ. ಫಲಿತಾಂಶದ ದಿನವೂ ಅವನು ಕಾಲೇಜಿಗೆ ಬರಲಿಲ್ಲ.

ಗಿರೀಶ್, ಜಯಕರ ಮತ್ತು ಇತರ ಕೆಲವು ಸ್ನೇಹಿತರು ಸಂಜಯನ ಮನೆಗೆ ಅವನನ್ನು ಅಭಿನಂದಿಸಲು ಹೋದರು. ಸಂಜಯ್ ಮನೆಯಲ್ಲಿ ಸಿಗಲಿಲ್ಲ. ದಿನವೂ ಬೆಳಗ್ಗೆ ಬೇಗ ಆಫೀಸಿಗೆ ಹೊರಟು ಹೋಗುತ್ತಾನೆ ಎಂದು ಜವಾನ ಹೇಳಿದ. ರ್‍ಯಾಂಕ್ ಗಳಿಸಿದ ಅವನಿಂದ ಪಾರ್ಟಿ ವಸೂಲು ಮಾಡಲೇಬೇಕು, ಪ್ರತಿವರ್ಷ ಫಲಿತಾಂಶ ಬಂದ ದಿನ ಮಾಡುವಂತೆ ಇವತ್ತು ಎಲ್ಲರೂ ಸೇರಿ ಕೂತು, ಕುಡಿದು, ತಿಂದು ಮಾಡಬೇಕು ಎಂದು ಆಫೀಸಿಗೇ ಹೋಗಿ ಅವನನ್ನು ಎಳೆದುಕೊಂಡು ಬರಲು ನಿರ್ಧರಿಸಿದರು.

ಗೆಳೆಯರ ಒಂದು ಸಣ್ಣ ಗುಂಪು ಬಸ್ಸು ಹಿಡಿದು ಊರ ಹೊರವಲಯದಲ್ಲಿದ್ದ ಅವನ ಫ್ಯಾಕ್ಟರಿಗೆ ಉತ್ಸಾಹದಿಂದ ಪ್ರಯಾಣ ಬೆಳೆಸಿದರು. ಉರಿಯುವ ಬಿಸಿಲಿನಲ್ಲಿ ಕಿಕ್ಕಿರಿದಿದ್ದ ಬಸ್ ಪ್ರಯಾಣ ಅವರಿಗೆ ಸಾಕು ಸಾಕಾಯಿತು. ಒಂದು ಗಂಟೆಯ ಉಸಿರು ಸಿಕ್ಕಿಸುವ ಪ್ರಯಾಣದ ನಂತರ ಬಸ್ ಇಳಿದು ಸಂಜಯನ ಫ್ಯಾಕ್ಟರಿಯ ಕಡೆಗೆ ನಡೆದರು.

ಬಸ್‌ಸ್ಟ್ಯಾಂಡಿನಿಂದ ಸಂಜಯನ ಫ್ಯಾಕ್ಟರಿ ಸುಮಾರು ದೂರವಿತ್ತು. ಎತ್ತರವಾದ ಕಲ್ಲಿನ ಕಾಂಪೌಂಡು ಅವನ ಫ್ಯಾಕ್ಟರಿಯ ಸುತ್ತ ಕೋಟೆಯಂತೆ ನಿಂತಿತ್ತು. ಸುಮಾರು ಅರ್ಧ ಮೈಲಿಯಷ್ಟು ಕಾಂಪೌಂಡಿನ ಪಕ್ಕದ ರೋಡಿನಲ್ಲೇ ಬಿಸಿಲಿನಲ್ಲಿ ಬೇಯುತ್ತಾ ನಡೆದು ಫ್ಯಾಕ್ಟರಿಯ ಗೇಟ್‌ಗೆ ಬಂದರು. ದೊಡ್ಡ ಗೇಟಿನ ಮುಂದಿದ್ದ ಸೆಕ್ಯೂರಿಟಿ ಆಫೀಸಿನಲ್ಲಿ ಗಿರೀಶ ಬೆವರು ಒರೆಸಿಕೊಳ್ಳುತ್ತಾ ತಾವು ಸಂಜಯನನ್ನು ನೋಡಲು ಬಂದಿರುವುದಾಗಿ ಹೇಳಿದ. ಸೆಕ್ಯೂರಿಟಿ ಅವರ ಹೆಸರುಗಳನ್ನು ರಿಜಿಸ್ಟರ್‌ನಲ್ಲಿ ಬರೆದು ಯಾವ ಕಂಪನಿಯವರು ಎಂದು ಬರೆಯಲಿ ಎಂದು ಕೇಳಿ ಇವರನ್ನು ತಬ್ಬಿಬ್ಬು ಮಾಡಿದ.

"ನಾವು ಸಂಜಯನ ಸ್ನೇಹಿತರು. ಅವನನ್ನು ನೋಡಲು ಬಂದಿದ್ದೀವಿ. ಯಾವ ಕಂಪನಿಯವರೂ ಅಲ್ಲ" ಗಿರೀಶ್ ವಿವರಿಸಿದ.

ದೊಡ್ಡ ಸಾಹೇಬರನ್ನು 'ಅವನು' ಎಂದು ಏಕವಚನದಲ್ಲಿ ಸಂಬೋಧಿಸಿದ ಇವನನ್ನು ಸೆಕ್ಯೂರಿಟಿಯವನು ವಿಚಿತ್ರವಾಗಿ ನೋಡಿ, ಪಾಸ್ ಬರೆದು ಸ್ವಲ್ಪ ದೂರದಲ್ಲಿದ್ದ ಸ್ವಾಗತಕಾರರ ಕಛೇರಿಗೆ ಹೋಗುವಂತೆ ಹೇಳಿದ.

ಫ್ಯಾಕ್ಟರಿಯ ಆವರಣ ಇವರು ಊಹಿಸಿರದಷ್ಟು ಅಂದವಾಗಿತ್ತು. ನೀಟಾಗಿ

ಕತ್ತರಿಸಿ ನಳನಳಿಸುತ್ತಿದ್ದ ಹಚ್ಚ ಹಸಿರು ಹುಲ್ಲಿನ ಹಾಸಿನ ಮೇಲೆ ಪನ್ನೀರಿನಂತೆ ನೀರನ್ನು ಹನಿಹನಿಯಾಗಿ ಸಿಂಪಡಿಸುತ್ತಿದ್ದ ಸ್ಪ್ರಿಂಕ್ಲರ್‌ಗಳು, ಬಣ್ಣ ಬಣ್ಣವಾಗಿ ಬೆಳೆಸಿದ್ದ ಹೂವಿನ ಗಿಡಗಳು, ಹುಲುಸಾಗಿ ಬೆಳೆದು ತೂಗುತ್ತಿದ್ದ ಮರಗಳು, ಇವುಗಳ ಮಧ್ಯೆ ನಡೆಯುತ್ತಾ ಹೋದಾಗ ಇವರಿಗೆ ಹಾಯೆನಿಸಿದರೂ ಇಲ್ಲಿಯ ಸೆಕ್ಯೂರಿಟಿಯ ನಿಯಮದಿಂದ ಮನಸ್ಸು ಸ್ವಲ್ಪ ಪಿಚ್ಚೆನಿಸಿತು. ಬಂದಾಗಿದೆ ನೋಡಿ ಹೋಗೋಣ ಎಂಬಂತೆ ಇವರು ಸ್ವಾಗತಕಾರಿಣಿಯ ಆಫೀಸಿನೊಳಗೆ ಹೋದರು.

"ಸಂಜಯ್? ಯಾವ ಡಿಪಾರ್ಟ್ಮೆಂಟ್?" ಮುದ್ದುಮುಖದ, ಜೇನಿನಂಥ ದನಿಯ ಸ್ವಾಗತಕಾರಿಣಿ ಹುಬ್ಬೇರಿಸಿದಳು.

"ಸಂಜಯ್, ಈ ಫ್ಯಾಕ್ಟರಿಯ ಮಾಲೀಕ" ಅಂದ ಜಯಕರ.

"ಪ್ರೆಸಿಡೆಂಟ್ರನ್ನು ನೋಡಬೇಕಾ? ಅಪಾಯಿಂಟ್ಮೆಂಟ್ ಇದೆಯಾ?" ಅನಾಮತ್ತಾಗಿ ಬಂದು ತಮ್ಮ ದೊಡ್ಡ ಬಾಸ್‌ನನ್ನು ನೋಡಬೇಕು ಎಂದು ಕೇಳಿದ ಇವರನ್ನು ಆಶ್ಚರ್ಯದಿಂದ ಪ್ರಶ್ನಿಸಿದಳು ಅವಳು.

"ನಾವೆಲ್ಲಾ ಸಂಜಯನ ಜೊತೆಯಲ್ಲಿ ಓದಿದ ಸ್ನೇಹಿತರು. ಸುಮ್ಮನೆ ನೋಡಕ್ಕೆ ಬಂದಿದೀವಿ. ಕೆಲಸವೇನು ಇಲ್ಲ. ಅಪಾಯಿಂಟ್ಮೆಂಟ್ ತೊಗೊಂಡಿಲ್ಲ" ಜಯಕರ ರೋಸಿ ಕೊಂಚ ಅಸಹನೆಯಿಂದ ಹೇಳಿದ.

"ಇರಲಿ, ಸಹನೆ ಕಳೆದುಕೊಳ್ಳಬೇಡ. ಅವಳ ಕೆಲಸ ಅವಳು ಮಾಡ್ತಿದಾಳೆ" ಗಿರೀಶ ಪಿಸುದನಿಯಲ್ಲಿ ಜಯಕರನನ್ನು ಸಮಾಧಾನ ಮಾಡಿದ.

"ಒಂದು ನಿಮಿಷ" ಎಂದು ಆ ಬೆಡಗಿ ಇಂಟಕಾರ್ಂ ಮೇಲೆತ್ತಿ ಸಂಜಯನ ಕಾರ್ಯದರ್ಶಿಯೊಂದಿಗೆ ಮಾತಾಡಿದಳು. ಇವರು ಆಸಕ್ತಿಯಿಂದ ಅವಳ ಮಾತುಗಳನ್ನು ಆಲಿಸಿದರು.

"ಸರ್, ಪ್ರೆಸಿಡೆಂಟ್ರ ಸ್ನೇಹಿತರಂತೆ, ನೋಡಬೇಕು ಅಂತಿದಾರೆ"

"ಇಲ್ಲ ಸರ್. ಅಪಾಯಿಂಟ್ಮೆಂಟ್ ಇಲ್ಲವಂತೆ"

"ಸುಮ್ಮನೆ ನೋಡಬೇಕು, ಕೆಲಸವೇನೂ ಇಲ್ಲ ಅಂತಿದಾರೆ"

ಅವಳು ಸ್ವಲ್ಪ ಹೊತ್ತು ರಿಸೀವರ್ ಕಿವಿಗೆ ಹಿಡಿದು ಆ ಕಡೆಯಿಂದ ಬಂದ ಆದೇಶಗಳನ್ನು ಕೇಳಿದಳು. ಆಮೇಲೆ "ಸರಿ ಸರ್" ಅಂದು ಇಂಟರ್‌ಕಾಂ ಕೆಳಗಿಟ್ಟು, "ನೋಡಿ, ಪ್ರೆಸಿಡೆಂಟ್ ಈಗ ಮೀಟಿಂಗ್‌ನಲ್ಲಿದ್ದಾರೆ. ಒಂದು ಗಂಟೆಗೆ ಮೀಟಿಂಗ್ ಮುಗಿಯುತ್ತೆ. ಅಷ್ಟು ಹೊತ್ತಿಗೆ ಬಂದರೆ ಭೇಟಿ ಮಾಡಬಹುದು" ಎಂದಳು.

ಆಗಿನ್ನೂ ಹನ್ನೆರಡು ಗಂಟೆ. ಇನ್ನೂ ಒಂದು ಗಂಟೆ ಈ ಊರಾಚೆಯಲ್ಲಿ

ಎಲ್ಲಿ ಕಳೆಯೋದು ಎಂದು ಯೋಚನೆಯಾಯಿತು ಅವರಿಗೆ.

"ನಾವು ಇಲ್ಲೇ ಕಾಯಬಹುದಾ?" ಗಿರೀಶ ನೇರವಾಗಿ ಕೇಳಿದ.

"ಆಗಲಿ. ನೋಡಿ ಪ್ರೆಸಿಡೆಂಟ್ ಆಫೀಸು ಎದುರಿಗಿರುವ ಕಟ್ಟಡದಲ್ಲಿದೆ. ಅಲ್ಲಿ ನೀವು ಕಾಯಬಹುದು" ಅವಳು ಚೀಟಿ ಬರೆದು ಅವರನ್ನು ಸಂಜಯ್ ಆಫೀಸಿನ ಕಡೆಗೆ ನಿರ್ದೇಶಿಸಿ ಕಳಿಸಿದಳು.

ಹೊರಡುವಾಗ ಇದ್ದ ಉತ್ಸಾಹ ಈಗ ಇವರಿಗೆ ಉಳಿದಿರಲಿಲ್ಲ. ನಿಧಾನವಾಗಿ ನಡೆದು ಆಫೀಸಿನ ಒಳಗೆ ಬಂದರು. ಆಫೀಸು ಶಿಸ್ತಾಗಿ ಅಲಂಕೃತವಾಗಿತ್ತು. ಮೂಲೆಮೂಲೆಗೂ ಕರಿಮರದ ಹಲಗೆಯ ಚೌಕಟ್ಟಿನೊಳಗೆ ಹೊಳೆಯುವ ಹಿತ್ತಾಳೆಯ ಚಿತ್ತಾರದ ಕುಂಡಗಳಲ್ಲಿ ನಳ ನಳಿಸುವ ಗಿಡಗಳನ್ನಿರಿಸಿದ್ದರು. ನೆಲದ ಮೇಲೆ ಮೆತ್ತನೆಯ ಕಾರ್ಪೆಟ್ಟು, ಗೋಡೆಗಳ ಮೇಲೆ ಬೆಲೆಬಾಳುವ ತೈಲ ಚಿತ್ರಗಳು. ಅಲ್ಲಲ್ಲಿ ಶೋಭಿಸುವ ಕಂಚಿನ ಪುರಾತನ ವಿಗ್ರಹಗಳು. ಹವಾ ನಿಯಂತ್ರಣದ 'ಸ್ಯುಂ' ಎಂಬ ಶಬ್ದ ಬಿಟ್ಟರೆ ಒಂಥರಾ ಮುಜುಗರವೆನಿಸುವ ನಿಶ್ಯಬ್ಧ. ಆಗಾಗ ಎಲ್ಲೋ ಅಸ್ಪಷ್ಟವಾಗಿ ಮಾತಾಡಿದ ಶಬ್ದ, ಮೆಲುವಾಗಿ ರಿಂಗಿಸುವ ಟೆಲಿಫೋನ್ ಶಬ್ದ. ಈ ವೈಭವವನ್ನು ನಿರೀಕ್ಷಿಸರದಿದ್ದ ಇವರಿಗೆ ಮಂಕು ಹಿಡಿದಂತಾಯಿತು. ಸಂಜಯನನ್ನು ನೋಡಲು ಇಲ್ಲಿಗೆ ಬಂದಿದ್ದು ಸರಿಯಾಗಲಿಲ್ಲ ಎನಿಸಿತು. ಇವರು ವಿಶಾಲವಾದ ಹಜಾರ ದಾಟಿ ಕಾರ್ಯದರ್ಶಿಯನ್ನು ಭೇಟಿ ಮಾಡಿದರು. ಅವನು ಸಂದರ್ಶಕರ ರೂಮಿನಲ್ಲಿ ಇವರನ್ನು ಕಾಯಲು ಹೇಳಿದ.

ಮೆತ್ತನೆಯ ಸೋಫಾದಲ್ಲಿ ಇವರು ಅಸಹನೆಯಿಂದ ಚಡಪಡಿಸುತ್ತಾ ಕಾದು ಕುಳಿತರು. ಎದುರಿಗಿದ್ದ ಗಾಜಿನ ಟೀಪಾಯಿಯ ಮೇಲೆ ಇವರಿಗೆ ಆಸಕ್ತಿಯಿರದ ಅನೇಕ ವಿದೇಶೀ ಪತ್ರಿಕೆಗಳನ್ನು ನೀಟಾಗಿ ಜೋಡಿಸಿದ್ದರು. ಅರ್ಧಗಂಟೆ ಕಳೆಯುವಷ್ಟರಲ್ಲಿ ಇವರಿಗೆ ಬೇಸರವಾಗಿ ಯಾಕಾದರೂ ಬಂದೆವೋ ಅನಿಸತೊಡಗಿತು. ಪಿಸುದನಿಯಲ್ಲಿ ಮಾತಾಡಲು ಪ್ರಾರಂಭಿಸಿ ಸ್ವಲ್ಪ ಹೊತ್ತಿನಲ್ಲಿ ಮಾಮೂಲಿ ಧ್ವನಿಗೆ ಏರಿದರು. ಮಾತಿನ ವಿಷಯ ಎಲ್ಲಿಂದ ಎಲ್ಲೆಲ್ಲಿಗೋ ಹಾರಿತು. ಫಲಿತಾಂಶ ತಿಳಿದಾಗ ಇದ್ದ ಉದ್ವೇಗ ಈಗ ಎಲ್ಲೋ ಮಾಯವಾಗಿತ್ತು. ಗಂಟೆ ಒಂದು ಹೊಡೆದು ಅದರ ಮೇಲೆ ಅರ್ಧಗಂಟೆ ಕಳೆಯಿತು. ಹಸಿವಿನಿಂದ ಹೊಟ್ಟೆ ಚುರುಗುಟ್ಟಿ ಇವರು ಕೂತಲ್ಲಿಂದ ಎದ್ದು ಶತಪಥ ಮಾಡಲು ಪ್ರಾರಂಭಿಸಿದರು.

"ಥೂ! ಇಲ್ಲಿಗೆ ಬರಬಾರದಿತ್ತು" ಗೊಣಗಿದ ಪ್ರಕಾಶ.

"ನಾವಿಲ್ಲಿ ಕಾಯುತ್ತಿದ್ದರೂ ಇವನು ಮೀಟಿಂಗ್ ಮಾಡ್ತಿದಾನೆ. ಬೇಗ ಮುಗಿಸಿ ಬರಬಾರದಾ"

"ಕಾರ್ಯದರ್ಶಿ ಹೇಳಿಲ್ಲವೋ ಏನೋ, ನಾವಿಲ್ಲಿದೀವಿ ಅಂತ"

ಕೊಟ್ಟು ಹುಟ್ಟದವರ ಬದುಕು

"ನನಗೆ ಹೊಟ್ಟೆ ತಾಳ ಹಾಕುತ್ತಿದೆ. ಭೇಟಿ ಮಾಡಿದ ತಕ್ಷಣ ಮೊದಲು ಏನಾದರೂ ತಿನ್ನಲು ತರಿಸು ಅಂತ ಹೇಳಬೇಕು ಸಂಜಯನಿಗೆ"

"ಹೌದು, ಆಮೇಲೆ ಬರೀ ಕಾಫಿಯಲ್ಲಿ ಮುಗಿಸಿ ಕಳಿಸಿಬಿಟ್ಟಾನು"

ಎಷ್ಟೋ ಹೊತ್ತು ಹೀಗೇ ಮಾತಿನಲ್ಲಿ ಇವರು ಹಸಿವೆ, ನೀರಡಿಕೆ ಮರೆಯಲು ಪ್ರಯತ್ನಿಸುತ್ತಿದ್ದಾಗ ಸಂಜಯನ ಕಾರ್ಯದರ್ಶಿ ಒಳಗೆ ಇಣುಕಿ "ಪ್ರೆಸಿಡೆಂಟ್‌ನ ನೋಡಬಹುದು, ಬನ್ನಿ" ಎಂದ. ಇವರು ಸಮಾಧಾನದ ದೀರ್ಘ ನಿಟ್ಟುಸಿರು ಬಿಟ್ಟರು.

"ಮೀಟಿಂಗ್ ಮುಗಿಯಲು ಇಷ್ಟು ತಡವಾಯಿತಾ?" ಔಪಚಾರಿಕವಾಗಿ ಕೇಳಿದ ಜಯಕರ.

"ಮೀಟಿಂಗ್ ಆಗಲೇ ಮುಗಿಯಿತು. ಲಂಚ್ ಮಾಡ್ತಿದ್ದರು"

ಅವನ ಉತ್ತರದಿಂದ ಸಂಜಯನನ್ನು ನೋಡುವ ಉತ್ಸಾಹ ಇವರಿಗೆ ಬತ್ತಿಹೋಯಿತು. ಪೆಚ್ಚು ಮುಖದಿಂದ ಅವರು ಅವನ ಚೇಂಬರ್ ಪ್ರವೇಶಿಸಿದರು. ವಿಶಾಲವಾದ ರೂಮಿನಲ್ಲಿ ವಿಸ್ತಾರವಾದ ಟೇಬಲ್ಲಿನ ಹಿಂದೆ ತಿರುಗುವ ಕುರ್ಚಿಯಲ್ಲಿ ಸೂಟ್, ಟೈ ಹಾಕಿ ಕೂತಿದ್ದ ಸಂಜಯ್ ಅವರಿಗೆ ಪೂರ್ತಿ ಅಪರಿಚಿತನಂತೆ ಕಂಡ. ಏನೋ ಪೇಪರನ್ನು ಗಾಢವಾಗಿ ಪರಿಶೀಲಿಸುತ್ತಿದ್ದ ಅವನು ಇವರು ಟೇಬಲ್ಲಿನ ಹತ್ತಿರ ಹೋಗುವರೆಗೂ ಗಮನಿಸಲಿಲ್ಲ.

"ಕಂಗ್ರಾಜುಲೇಷನ್ಸ್ ಸಂಜಯ್" ಗಿರೀಶ ಮೌನವನ್ನೊಡೆದು ಹೇಳಿದ.

ಸಂಜಯ್ ಪೇಪರಿನಿಂದ ತಲೆ ಮೇಲೆತ್ತಿ "ಓಹ್!.. ಗಿರೀಶ್.. ಪ್ರಕಾಶ್.. ಜಯಕರ್" ಎಂದು ಎಲ್ಲರ ಹೆಸರನ್ನೂ ಒಂದು ವಿಚಿತ್ರ ಗತ್ತಿನಲ್ಲಿ ಉಚ್ಚರಿಸಿ ಕೈ ಕುಲುಕಿ ಕೂತುಕೊಳ್ಳಲು ಹೇಳಿದ.

"ರಿಸಲ್ಟ್ ಬಂದ್ಮೇಲೆ ನೀನು ಕಾಲೇಜಿನ ಕಡೆ ಬರಲಿಲ್ಲ. ನಾವೇ ನೋಡಿ ಕಂಗ್ರಾಟ್ಸ್ ಹೇಳಿ ಹೋಗೋಣ ಅಂತ ಬಂದೆವು. ರ‍್ಯಾಂಕ್ ಬಂದಿದೀಯ... ನಮಗೆಲ್ಲಾ ತುಂಬಾ ಸಂತೋಷವಾಯ್ತು. ಪರೀಕ್ಷೆ ಸಮಯದಲ್ಲೇ ನಿಮ್ಮ ತಂದೆ.."

"ರಿಸಲ್ಟ್ ನನಗೆ ಮೂರು ದಿನದ ಮೊದಲೇ ಗೊತ್ತಾಗಿತ್ತು. ಪ್ರೆಸ್‌ನವರು ಫೋನ್ ಮಾಡಿದ್ರು" ಸಂಜಯ್ ಅವರ ಮಾತನ್ನು ಅರ್ಧದಲ್ಲೇ ನಿಲ್ಲಿಸಿ ಹೇಳಿದ. ಮುಂದೆ ಏನು ಮಾತಾಡಲು ಇವರಿಗೆ ತೋಚದೆ ಒಂದು ನಿಮಿಷ ಮೌನ ಆವರಿಸಿತು. ಮುಂದೇನು ಅನ್ನುವಂತೆ ಅವನು ಇವರನ್ನೇ ನೋಡುತ್ತಾ ಕುಳಿತ.

"ನಾವು ಏಕಾಏಕಿ ಬಂದಿದ್ದು ನಿನಗೆ ತೊಂದರೆ ಆಯಿತೇನೋ" ಗಿರೀಶ ಔಪಚಾರಿಕವಾಗಿ ಹೇಳಿದ.

ಸಂಜಯ್ ದೇಶಾವರಿ ನಗೆ ನಕ್ಕು "ಯಾವುದು, ಏನು ಅಂತ ತಿಳಿದುಕೊಳ್ಳಕ್ಕೆ ತುಂಬಾ ಸಮಯ ಹಿಡಿತೀದೆ ನನಗೆ. ರಾತ್ರಿ ಹಗಲು ಕೆಲಸ ಮಾಡಿದರೂ ಮುಗಿಯದು" ಅಂದ. ತೊಂದರೆಯೇನಿಲ್ಲ ಎಂದು ಹೇಳಲಿಲ್ಲ.

"ನಿನಗೇನೋ ಬಿಡುವಿಲ್ಲದ ಕೆಲಸ. ನಮಗೆ ಕೆಲಸದ ತಾಪತ್ರಯವೇ ಇಲ್ಲವೆಲ್ಲಾ, ಅದಕ್ಕೇ ಫಲಿತಾಂಶ ಬಂದಿರೋ ಸಂತೋಷಕ್ಕೆ ಪಾರ್ಟಿ ಮಾಡೋಣ ಅಂತ ನಿರ್ಧರಿಸಿದ್ವಿ" ವಾತಾವರಣ ಹಗುರ ಮಾಡಕ್ಕೆ ನಗುತ್ತಾ ಹೇಳಿದ ಗಿರೀಶ.

"ಹೌದಾ, ವೆರಿಗುಡ್. ಹ್ಯಾವ್ ನೈಸ್ ಟೈಮ್" ಸಂಜಯ್ ಕನಸಿನಲ್ಲೂ ಅವರು ತನ್ನನ್ನು ಕರೆಯಲು ಬಂದಿರಬಹುದು ಎಂದು ಊಹಿಸಿದಂತೆ ಕಾಣಲಿಲ್ಲ. ಸ್ವಲ್ಪ ಹೊತ್ತು ಮತ್ತೆ ಮೌನ ತುಂಬಿತು. ಸಂಜಯ್ ಪುನಃ ಕೇಳಿದ.

"ನಿನ್ನ ರಿಸಲ್ಟ್ ಏನಾಯಿತು ಗಿರೀಶ್?"

"ಸೆಕೆಂಡ್ ಕ್ಲಾಸ್" ನಿಸ್ಸಂಕೋಚವಾಗಿ ಹೇಳಿದ ಗಿರೀಶ.

"ಏನು ಮಾಡ್ತೀಯಾ ಈಗ?"

"ಮಾಡೋದೇನು? ಕೆಲಸ ಹುಡುಕೋದು. ಎಲ್ಲಾದ್ರೂ ಸಿಕ್ಕಿದರೆ ಸೇರಿಕೊಳ್ಳೋದು. ಬೇರೆ ಎಲ್ಲೂ ಸಿಕ್ಕದಿದ್ರೆ ನಿನ್ನ ಫ್ಯಾಕ್ಟರಿ ಇದೆಯಲ್ಲಾ, ನೀನೇ ಒಂದು ಕೆಲಸ ಕೊಟ್ಬಿಡು" ಲಘುವಾಗಿ ಹೇಳಿದ ಗಿರೀಶ.

ಸಂಜಯ ಪೆಚ್ಚುಪೆಚ್ಚಾಗಿ ನಕ್ಕ. ಪುನಃ ಸ್ವಲ್ಪ ಹೊತ್ತಿನ ಮೌನದ ನಂತರ ಲೋಕಾಭಿರಾಮದ ಮಾತುಗಳಾಯಿತು. ಅವನ ಕಾರ್ಯದರ್ಶಿ ಆಗಾಗ ಬಂದು ಸಂಜಯನಿಂದ ಪೇಪರುಗಳಿಗೆ ಸಹಿಹಾಕಿಸಿಕೊಂಡು ಹೋಗುತ್ತಿದ್ದ. ಟೆಲಿಫೋನ್‌ಗಳು ಬಂದರೆ ತನ್ನ ಬಾಸ್ ಗೆ ಹೇಳಿ ಲೈನ್ ಕೊಡುತ್ತಿದ್ದ. ಸಂಜಯ್ ಮಾತಾಡಿ ಮುಗಿಸುವವರೆಗೂ ಇವರು ಮೌನವಾಗಿ ಮುಖ ಮುಖ ನೋಡುತ್ತಾ ಕೂತಿರುತ್ತಿದ್ದರು. ಮೂರು ತಿಂಗಳಲ್ಲಿ ಸಂಜಯ್ ಇಷ್ಟು ದೊಡ್ಡ ಉದ್ಯಮದ ನಾಡಿ ಹಿಡಿದು ಕೆಲಸದಲ್ಲಿ ಎಷ್ಟು ಚೆನ್ನಾಗಿ ಪಳಗಿದ್ದಾನೆ ಎಂದು ಗಿರೀಶ ಮನಸ್ಸಿನಲ್ಲೇ ಮೆಚ್ಚಿಕೊಂಡ. ಕಡೆಗೆ ಹೊರಡುತ್ತೇವೆ ಅಂತ ಎಲ್ಲರೂ ಎದ್ದಾಗ ಸಂಜಯ್ ಕುರ್ಚಿಯಿಂದ ಮೇಲೆದ್ದು ಸ್ವಲ್ಪ ನಾಟಕೀಯವೆನಿಸುವಂತೆ ಬಹಳ ಗೌರವವಾಗಿ ಕೈಕುಲುಕಿ ಬೀಳ್ಕೊಟ್ಟ.

ಬಾಗಿಲಿನಿಂದಾಚೆ ಇವರು ಹೋಗುತ್ತಿರುವಾಗ ಸಂಜಯ್ ಜ್ಞಾಪಿಸಿಕೊಂಡವನಂತೆ ಕೇಳಿದ, "ಗಿರೀಶ್, ಶೀಲಾ ರಿಸಲ್ಟ್ ಏನಾಯಿತು?"

"ಫಸ್ಟ್ ಕ್ಲಾಸ್"

"ವೆರಿ ಗುಡ್"

ಕೊಟ್ಟು ಹುಟ್ಟದವರ ಬದುಕು

ಗೆಳೆಯರ ಗುಂಪು ಫ್ಯಾಕ್ಟರಿಯಿಂದ ಆಚೆ ಬಂದು ಬಿಸಿಲಿನಲ್ಲಿ ನಡೆದುಕೊಂಡು ಬಸ್‌ಸ್ಟ್ಯಾಂಡ್ ತಲುಪಿ ಗಾಡಿಯ ಮೇಲೆ ಮಾರುತ್ತಿದ್ದ ಸೀಬೆ ಕಾಯಿಕೊಂಡು ತಿಂದು ಹಸಿವು ಹಿಂಗಿಸಿಕೊಂಡರು.

"ಸೀಬೆ ಹಣ್ಣಿಗೆ ಇಷ್ಟು ರುಚಿ ಇದೆ ಅಂತ ಈಗಲೇ ಗೊತ್ತಾಗಿದ್ದು" ಅಂತ ಬಾಯಿ ಚಪ್ಪಲಿಸಿದ ಜಯಕರ. ಸಂಜಯ್ ತಮಗೆ ಉಪಚಾರಕ್ಕೆ ಒಂದು ಕಾಫಿಯನ್ನೂ ಕೊಡದಿದ್ದ ವಿಷಯವನ್ನು ಯಾರೂ ಎತ್ತಲು ಇಷ್ಟಪಡಲಿಲ್ಲ.

*****

ಇಂಜಿನಿಯರಿಂಗ್ ಮುಗಿಸಿ ಒಂದು ವರ್ಷವಾದರೂ ಗಿರೀಶನಿಗೆ ಸರಿಯಾದ ಕೆಲಸ ಸಿಗಲಿಲ್ಲ. ಸಣ್ಣಮಟ್ಟ ಕಂಪನಿಗಳಲ್ಲಿ ಎರಡು ತಿಂಗಳು ಮೂರು ತಿಂಗಳು ಕೆಲಸಮಾಡಿ ಗಳಿಸಿದ್ದಕ್ಕಿಂತ ಖರ್ಚು ಮಾಡಿದ್ದೇ ಹೆಚ್ಚಾಗಿತ್ತು. ಸರ್ಕಾರೀ ಕಂಪನಿಗಳಲ್ಲಿ ಫಸ್ಟ್ ಕ್ಲಾಸ್ ಬರದೆ ಇದ್ದರೆ ಅರ್ಜಿ ಹಾಕಿಕೊಳ್ಳುವ ಅರ್ಹತೆಯೇ ಇರಲಿಲ್ಲ. ಖಾಸಗಿ ಕಂಪನಿಗಳವರು ಅರ್ಜಿ ಕರೆಯದೇನೆ ಬೇಕಾದವರನ್ನು ತೊಗೊಂಡು ಬಿಡುತ್ತಿದ್ದರು. ಅಕಸ್ಮಾತ್ ಹಾಗೇನಾದರೂ ಸಂದರ್ಶನಕ್ಕೆ ಕರೆ ಬಂದರೆ ವರ್ಷದಿಂದ ನಿರುದ್ಯೋಗಿಯಾಗಿ ಅಲೆಯುತ್ತಿರುವವನು ಎನ್ನುವ ಕಾರಣದ ಮೇಲೇ ಆಯ್ಕೆಯಾಗುತ್ತಿರಲಿಲ್ಲ. ಮೈತುಂಬ ಸಾಲ ಮಾಡಿ ತನ್ನನ್ನು ಓದಿಸಲು ಕಷ್ಟಪಟ್ಟ ಅಪ್ಪ ಇನ್ನೂ ದುಡಿದು ಸಂಸಾರ ತುಂಬಿಸಲು ಪಡುತ್ತಿರುವ ಬವಣೆ ನೋಡಿ ಇವನು ಸಂತಾಪದಿಂದ ಬೆಂದುಹೋಗುತ್ತಿದ್ದ. ಜೀವನದಲ್ಲಿ ಮೊದಲ ಬಾರಿಗೆ ಗಿರೀಶನ ಮುಖದ ನಸು ನಗು ಮಾಸಿತು.

ಇವನಿಗೆ ಹೋಲಿಸಿದರೆ ಶೀಲಾಳ ಅದೃಷ್ಟ ಚೆನ್ನಾಗಿತ್ತು. ಅವಳು ಅರ್ಜಿ ಹಾಕಿದ್ದ ಅನೇಕ ಕಂಪನಿಗಳಲ್ಲಿ ಸಂದರ್ಶನಕ್ಕೆ ಕರೆ ಬಂದಿತ್ತು. ಸಂಜಯನ ಕಂಪನಿಯು ಇಂಜಿನಿಯರ್‌ಗಳಿಗಾಗಿ ಜಾಹೀರಾತು ಹಾಕಿದಾಗ ಅವಳು ಅರ್ಜಿ ಹಾಕಿದ್ದಳು. ಫಸ್ಟ್ ಕ್ಲಾಸ್ ಇಂಜಿನಿಯರಿಂಗ್ ಪದವಿಯೇ ಕನಿಷ್ಠ ಅರ್ಹತೆ ಅಂತ ಪ್ರಕಟಿಸಿದ್ದರಿಂದ ಗಿರೀಶ ಅರ್ಜಿ ಹಾಕಲೂ ಯೋಚಿಸಲಿಲ್ಲ. ಶೀಳಾಳೇ ಬಲವಂತ ಮಾಡಿದ ಮೇಲೆ ಅವಳ ಒತ್ತಾಯಕ್ಕೆ ಅರ್ಜಿ ಹಾಕಿದ್ದ. ಅವನು ನಿರೀಕ್ಷಿಸಿದ್ದಂತೆ ಅವನಿಗೆ ಸಂದರ್ಶನದ ಕರೆ ಬರಲಿಲ್ಲ. ಆದರೆ ಶೀಲಾಳಿಗೆ ಸಂದರ್ಶನದ ಕರೆಯೂ ಬಂತು. ಕೆಲಸಕ್ಕೆ ಆಯ್ಕೆಯೂ ಆದಳು.

"ಇಂಟರ್ವ್ಯೂನಲ್ಲಿ ಸಂಜಯ್ ಇದ್ದನಾ ಶೀಲ?" ಗಿರೀಶ ಕುತೂಹಲದಿಂದ ಕೇಳಿದ.

"ಇಲ್ಲ ಗಿರಿ. ಕೆಲಸಕ್ಕೆ ಆರಿಸುವ ಡಿಪಾರ್ಟ್ಮೆಂಟ್ ಬೇರೆ ಇದೆ. ಇವೆಲ್ಲಾ ಅವನ ಗಮನಕ್ಕೂ ಹೋಗಲ್ಲ ಅಂತ ಹೇಳಿದ್ರು" ಅಂದ ಶೀಲಾ ಸ್ವಲ್ಪ ತಡೆದು

"ಗಿರಿ, ನೀನು ಯಾಕೆ ಸಂಜಯನನ್ನು ಭೇಟಿ ಮಾಡಿ ನಿನ್ನ ಅರ್ಜಿ ಬಗ್ಗೆ ಮಾತಾಡಬಾರದು" ಅಂದಳು.

"ನಿಗದಿ ಮಾಡಿರುವ ಕನಿಷ್ಠ ಅರ್ಹತೆಯನ್ನು ನೀನೇ ಮುರಿದು ನನಗೆ ಕೆಲಸ ಕೊಡು ಅಂತ ಕೇಳಲಾ?" ನಗುತ್ತಾ ಕೇಳಿದ ಗಿರೀಶ. ಅವನು ಹೊರಗೆ ನಗುತ್ತಿದ್ದರೂ ಒಳಗೆ ಎಂಥಾ ವೇದನೆ ಇದೆ ಎಂದು ಅವಳಿಗೆ ಗೊತ್ತಿತ್ತು. ಸ್ವಾಭಿಮಾನಿಯಾದ ಅವನು ಸಂಜಯನನ್ನು ಕೆಲಸ ಕೇಳುವ ಯೋಚನೆಯನ್ನೂ ಮಾಡುವುದಿಲ್ಲ ಎಂದು ಅರಿತಿದ್ದ ಅವಳು ನಿಟ್ಟುಸಿರು ಬಿಟ್ಟು ಸುಮ್ಮನಾದಳು.

ದೂರ ದೂರದ ಕಂಪೆನಿಗಳಲ್ಲಿ ಕೆಲಸಕ್ಕೆ ಹೋಗುವುದಕ್ಕಿಂತ ತಮ್ಮೂರಲ್ಲೇ ಇದ್ದ ಸಂಜಯನ ಫ್ಯಾಕ್ಟರಿಗೇ ಸೇರಿದಳು ಶೀಲ. ಇನ್ನೂ ನಿರುದ್ಯೋಗಿಯಾಗಿದ್ದ ಗಿರೀಶನ ಕೆಲಸದ ವಿಷಯವನ್ನು ತಾನೇ ಸಂಜಯನೊಂದಿಗೆ ಮಾತಾಡಲು ನಿರ್ಧರಿಸಿದಳು ಅವಳು. ಕೆಲಸಕ್ಕೆ ಸೇರಿ ಒಂದು ತಿಂಗಳಾದರೂ ಅವಳಿಗೆ ಸಂಜಯನನ್ನು ಭೇಟಿಯಾಗುವ ಸಂದರ್ಭ ಬರಲಿಲ್ಲ. ಕಡೆಗೆ ಅವಳೇ ಒಂದು ಸಲ ಅವನ ಆಫೀಸಿಗೆ ಹೋಗಿ ಪ್ರೆಸಿಡೆಂಟನ್ನು ನೋಡಬೇಕು ಎಂದು ಕೇಳಿದಳು.

"ಯಾವ ವಿಷಯದ ಬಗ್ಗೆ ಮಾತಾಡಬೇಕು? ನಿಮ್ಮ ಡಿಪಾರ್ಟ್ಮೆಂಟ್ ಹೆಡ್ ಹತ್ತಿರ ಮಾತಾಡಿದ್ದೀರಾ?" ಸೆಕ್ರೆಟರಿ ಕೇಳಿದ.

"ಅಲ್ಲ.. ಇದು ಆಫೀಸಿನ ವಿಷಯ ಅಲ್ಲ. ಪರ್ಸನಲ್" ಆತುರವಾಗಿ ಹೇಳಿದಳು ಶೀಲಾ.

ಸೆಕ್ರೆಟರಿ ಅವಳನ್ನು ಅನುಮಾನವಾಗಿ ಅಳೆಯುವವನಂತೆ ನೋಡಿದ ಆಮೇಲೆ ಒಳಗೆ ಹೋಗಿ ಸಂಜಯನನ್ನು ನೋಡಿ ಬಂದು "ಹೋಗಿ" ಅಂದ.

ಶೀಲಾ ಮೆಲ್ಲನೆ ಬಾಗಿಲ ತಳ್ಳಿ ಒಳಗೆ ಹೋದಳು. ಸಂಜಯ್ ಗುರುತು ಸಿಗದಷ್ಟು ಬದಲಾಗಿದ್ದ. ಮೊದಲಿಗಿಂತ ಆಕರ್ಷಕವಾಗಿ ಕಾಣುತ್ತಿದ್ದ. ಆದರೆ ಮಾಲೀಕನ ದರ್ಪ, ಬಿಗು, ಗತ್ತು ಎಲ್ಲಾ ಅವನಲ್ಲಿ ತುಂಬಿತ್ತು. ಇವಳು ಒಳಗೆ ಹೋದಾಗ ಅವನು ತಲೆ ಎತ್ತಿ, ಪೆನ್ನು ಕೆಳಗಿರಿಸಿ ಕುರ್ಚಿಯಲ್ಲಿ ಹಿಂದಕ್ಕೆ ಒರಗಿ ಪರಿಚಯವೇ ಇಲ್ಲವೇನೋ ಎಂಬಂತೆ ನಿರ್ವಿಕಾರನಾಗಿ,

"ಎಸ್, ಏನ್ ವಿಷಯ?" ಅಂದ.

ಅವನ ಈ ವರ್ತನೆಯಿಂದ ಶೀಲ ತಬ್ಬಿಬ್ಬಾದಳು. ತನ್ನನ್ನು ಸಂಪೂರ್ಣವಾಗಿ ಮರೆತುಬಿಟ್ಟಿದ್ದಾನೇನೋ, ಯಾಕಾದರೂ ಬಂದೆನೋ ಅನಿಸಿತು ಅವಳಿಗೆ. ತನ್ನ ಹಳೆಯ ಗೆಳೆಯ ಈಗ ಗೆಳೆಯನಾಗಿಲ್ಲ, ತನ್ನಂತೆ ನೂರಾರು ಇಂಜಿನಿಯರ್ ಗಳು ದುಡಿಯುತ್ತಿರುವ ಕಂಪನಿಯ ಮಾಲೀಕ ಎಂಬ ಅರಿವು ಅವಳಿಗೆ ಹಠಾತ್ ಮೂಡಿದಂತಾಗಿ ತಡವರಿಸಿದಳು.

"ಏನು?" ಸಂಜಯ್ ಪುನಃ ಕೇಳಿದ.

"ಸರ್" ಅಪ್ರಯತ್ನವಾಗಿ ಅವಳು 'ಸರ್' ಎಂದಳು. "ನಾನು ನಿಮ್ಮ ಕಾಲೇಜಿನಲ್ಲೇ..." ತನ್ನ ಪರಿಚಯವನ್ನು ಹೀಗೆ ಮಾಡಿಕೊಳ್ಳಬೇಕಾಗಿ ಬಂದಿದ್ದಕ್ಕೆ ಅವಳ ಮುಖ ಹೀನಾಯದಿಂದ ಕೆಂಪಗಾಯಿತು. ಸಂಜಯನನ್ನು ಮೊದಲಿನಂತೆ ಸಲಗೆಯಿಂದ "ನೀನು" ಅನ್ನಲು ಆಗಲಿಲ್ಲ.

ಸಂಜಯ್ ಈಗ ಅಚ್ಚರಿಯಿಂದ ಅವಳನ್ನೇ ದಿಟ್ಟಿಸಿದ. ಅವನ ಕಣ್ಣು ಅವಳ ಮೇಲೆ ಸಾವಧಾನವಾಗಿ ಓಡಾಡಿತು. ಕಾಲೇಜಿನಲ್ಲಿದ್ದುದಕ್ಕಿಂತ ಅವಳು ಈಗ ಆಕರ್ಷಕವಾಗಿ ಕಂಡಳು. ಇವಳು ಏನು ಹೇಳಲು ನನ್ನ ಹತ್ತಿರ ಬಂದಿದಾಳೆ ಅಂತ ಅವನು ಕುತೂಹಲಗೊಂಡ. ಮುಖದಲ್ಲಿ ಕಂಡೂ ಕಾಣದಂತೆ ನಸು ನಗು ಮೂಡಿತು.

"ನಾನು ನಿಮ್ಮ ಕಂಪನಿಯಲ್ಲಿ ಕೆಲಸಕ್ಕೆ ಸೇರಿದೀನಿ" ಅವನ ನಗು ನೋಡಿ ಅವಳು ಸ್ವಲ್ಪ ನಿರಾಳವಾಗಿ ಹೇಳಿದಳು.

"ನನಗೆ ಗೊತ್ತು"

ಆಶ್ಚರ್ಯಗೊಳ್ಳುವ ಸರದಿ ಈಗ ಶೀಲಾಳದಾಯಿತು. ತಾನು ಇಲ್ಲಿ ಕೆಲಸ ಮಾಡುತ್ತಿರುವುದು ಸಂಜಯನಿಗೆ ಗೊತ್ತು!

"ನಾನು ಬಂದಿದ್ದು.. ಅದೂ.." ಅವಳು ತಡವರಿಸಿದಳು.

"ಹೂಂ, ಹೇಳು" ಅವನು ಸ್ವಲ್ಪ ತುಂಟತನದಿಂದ ಅವಳನ್ನು ಮುಂದೆ ಮಾತಾಡುವಂತೆ ಪ್ರೋತ್ಸಾಹಿಸಿದ.

ಶೀಲಾ ಸ್ವಲ್ಪ ಯೋಚಿಸಿ "ಗಿರೀಶ್ ಇಲ್ಲಿಗೆ ಕೆಲಸಕ್ಕೆ ಅರ್ಜಿ ಹಾಕಿದ್ದಾನೆ. ಅವನಿಗೆ ಇಷ್ಟು ದಿನಗಳಾದರೂ ಎಲ್ಲೂ ಸರಿಯಾಗಿ ಕೆಲಸ ಸಿಕ್ಕಿಲ್ಲ. ನೀವು.." ಅವಳು ನೇರವಾಗಿ ಕೇಳಲು ಹಿಂಜರಿದಳು.

ಸಂಜಯನ ಮುಖದ ನಗು ಮಾಯವಾಯಿತು.

"ಶೀಲಾ, ಕೆಲಸಕ್ಕೆ ತೆಗೆದುಕೊಳ್ಳುವ ವಿಷಯದಲ್ಲಿ ನಾನು ಮಧ್ಯಪ್ರವೇಶಿಸುವುದಿಲ್ಲ. ಅದಕ್ಕೆ ಪರ್ಸನಲ್ ಡಿಪಾರ್ಟ್ಮೆಂಟ್ ಇದೆ ನಿನಗೂ ಗೊತ್ತು. ಅರ್ಹತೆ ಸರಿ ಇದ್ದರೆ ತೊಗೋತಾರೆ. ಇಲ್ಲದಿದ್ದರೆ.." ಸಂಜಯ್ ಭುಜ ಕುಣಿಸಿದ.

"ಗಿರೀಶ್ ಎಷ್ಟು ಶ್ರದ್ಧೆಯಿಂದ ಕೆಲಸ ಮಾಡುತ್ತಾನೆ ಅಂತ ನಿಮಗೂ ಗೊತ್ತು. ಪರೀಕ್ಷೆ ಸಮಯದಲ್ಲಿ ನಿಮ್ಮ ತಂದೆಗೆ ಹೃದಯಾಘಾತವಾದಾಗ ಓದನ್ನು ಕಡೆಗಣಿಸಿ ಓಡಾಡಿದ್ದರಿಂದ ಅವನಿಗೆ ಫಸ್ಟ್ ಕ್ಲಾಸ್ ನಲ್ಲಿ ಪಾಸ್ ಮಾಡಲಾಗಲಿಲ್ಲ.

ಅದಕ್ಕಾದರೂ ಈಗ ನೀವು ಸ್ವಲ್ಪ ಹೆಲ್ಪ್ ಮಾಡಿದರೆ.."

"ಶೀಲಾ" ಸಂಜಯ್ ಎದ್ದುನಿಂತು ಗಡುಸಾಗಿ ಅವಳನ್ನು ತಡೆದ.

ಬಿಗುವಾಗಿದ್ದ ಅವನ ಮುಖ ನೋಡಿ ಶೀಲ ಅಚ್ಚರಿಗೊಂಡಳು.

"ನಿನ್ನ ಕೆಲಸ ನೋಡಿಕೋ ಹೋಗು" ಬಾಗಿಲ ಕಡೆ ಕೈ ತೋರಿಸಿ ಹೇಳಿದ ಸಂಜಯ್.

ಒಂದು ನಿಮಿಷ ಅವಕ್ಕಾಗಿ ನಿಂತಿದ್ದ ಶೀಲಾ ಸರಸರನೆ ಹೊರಗೆ ಹೋದಳು. ಅವಳು ಹೋದ ಮೇಲೆ ಕುರ್ಚಿಯ ಮೇಲೆ ಕುಸಿದ ಸಂಜಯ್ ಬಹಳ ಹೊತ್ತು ಅದನ್ನೇ ಯೋಚಿಸುತ್ತಿದ್ದ.

ಆ ದಿನ ಸಂಜೆ ಗಿರೀಶ ಅಲೆದಾಡಿ ಮನೆಗೆ ಬಂದಾಗ ಆಶ್ಚರ್ಯ ಕಾದಿತ್ತು. ಮನೆಯ ಮುಂದೆ ಸಂಜಯನ ಕಾರು ನಿಂತಿತ್ತು. ಒಳಗೆ ಅಪ್ಪನೊಡನೆ ಸಂಜಯ್ ಮಾತಾಡುತ್ತಾ ಕೂತಿದ್ದ. ಅಪರೂಪಕ್ಕೆ ಬಂದ ಸ್ನೇಹಿತನನ್ನು ನೋಡಿ ಗಿರೀಶನಿಗೆ ಸಂತೋಷವಾಯಿತು. ಇಬ್ಬರೂ ಸುಮಾರು ಹೊತ್ತು ಹರಟಿದರು. ಗಿರೀಶ ಶೀಲಾಳ ವಿಷಯ ಎತ್ತಲಿಲ್ಲ, ಸಂಜಯ್ ಅವಳ ಬಗ್ಗೆ ಮಾತಾಡಲಿಲ್ಲ. ಕಡೆಗೆ ಹೊರಡುವಾಗ ಸಂಜಯ್ ಹೇಳಿದ.

"ಗಿರೀಶ್, ನಮ್ಮ ಫ್ಯಾಕ್ಟರಿಗೆ ಸಪ್ಲೈ ಮಾಡುವ ಒಂದು ಕಂಪನಿಯಲ್ಲಿ ಇಂಜಿನಿಯರ್ ಕೆಲಸ ಖಾಲಿ ಇದೆ ಅಂತ ಹೇಳಿದ್ದರು. ನಿನಗೆ ಬೇಕಾದರೆ ನಾನು ಅವರ ಹತ್ತಿರ ಮಾತಾಡ್ತೀನಿ."

ಗಿರೀಶ ಸಂಕೋಚದಿಂದ ನಕ್ಕ. "ಸಂಜಯ್ ನನಗೆ ಕೆಲಸ ಕೊಡಿಸಕ್ಕೆ ನೀನು ಇನ್ನೊಬ್ಬರ ದಾಕ್ಷಿಣ್ಯಕ್ಕೆ ಸಿಗುವುದು ನನಗೆ ಇಷ್ಟವಿಲ್ಲ. ಈಗ ನನಗೆ ಒಂದು ಕೆಲಸ ಸಿಕ್ಕಿದೆ. ಆದರೆ ಆ ಕಂಪನಿ ಅಸ್ಸಾಮಿನಲ್ಲಿದೆ. ಮನೆಯವರನ್ನೆಲ್ಲಾ ಬಿಟ್ಟು ಅಷ್ಟು ದೂರ ಹೋಗುವುದು ಹೇಗೆ ಅಂತ ಅನುಮಾನಿಸುತ್ತಿದ್ದೀನಿ ಅಷ್ಟೇ" ಅಂದು ಸಂಜಯನ ಮಾತನ್ನು ನಯವಾಗಿ ನಿರಾಕರಿಸಿದ. ಸಂಜಯನ ಮುಖ ಕಳೆಗುಂದಿದಂತೆ ಕಂಡಿತು. ಅವನು ಅನುಮಾನದಿಂದ "ಮತ್ತೇ.." ಅನ್ನುವಷ್ಟರಲ್ಲಿ ಗಿರೀಶ ದೊಡ್ಡದಾಗಿ ನಕ್ಕು,

"ಕೆಲಸ ಸಿಕ್ಕ ವಿಷಯ ಶೀಲ ಹೇಳಲಿಲ್ಲ ಅಂತಾನಾ? ನಾನು ಅಸ್ಸಾಮಿಗೆ ಹೋಗೋದು ಅವಳಿಗೆ ಇಷ್ಟವಿಲ್ಲ. ಅದಕ್ಕೇ ನಿನಗೆ ಹೇಳಿರಲಾರಳು" ಅಂದ. ಇವನು ಅಸ್ಸಾಮಿಗೆ ಹೋಗುವುದು ಶೀಲಾಳಿಗೆ ಯಾಕೆ ಇಷ್ಟವಾಗುವುದಿಲ್ಲ ಅಂತ ಸಂಜಯ ಗಲಿಬಿಲಿಗೊಂಡ. ಅಷ್ಟರಲ್ಲಿ ಗಿರೀಶನೇ ಪುನಃ ಹೇಳಿದ "ಇನ್ನೊಂದು ವಿಷಯ. ನಾನು ಶೀಲಾ ಮದುವೆಯಾಗಲು ನಿರ್ಧರಿಸಿದ್ದೀವಿ. ನನ್ನ ತಂಗಿಯ

ಮದುವೆಯಾಗುವುದಕ್ಕೆ ಕಾಯುತ್ತಿದ್ದೀವಿ"

ಸಂಜಯ ಅವಕ್ಕಾದನವನಂತೆ ಕಂಡರೂ ತಕ್ಷಣವೇ ಚೇತರಿಸಿಕೊಂಡು ಗಿರೀಶನನ್ನು ಅಭಿನಂದಿಸಿದ. ಮತ್ತೆ ಸ್ವಲ್ಪ ಹೊತ್ತು ಮಾತಾಡಿ ಇನ್ನೊಮ್ಮೆ ನೋಡೋಣ ಎಂದು ಹೇಳಿ ಹೊರಟು ಹೋದ.

*****

ಶೀಲಾಗೆ ಈಗ ಟ್ರೈನಿಂಗ್ ಮುಗಿದು ಅವಳನ್ನು ತಾಂತ್ರಿಕ ವಿಭಾಗಕ್ಕೆ ಹಾಕಿದರು. ಸಂಜಯನ ಆಫೀಸಿಗೆ ಹೊಂದಿಕೊಂಡಿದ್ದ ಹಾಲಿನಲ್ಲಿ ಇವಳೊಂದಿಗೆ ಇನ್ನೂ ನಾಲ್ಕು ಇಂಜಿನಿಯರ್‌ಗಳು ಫ್ಯಾಕ್ಟರಿಯ ತಾಂತ್ರಿಕ ಸಮಸ್ಯೆಗಳ ಬಗ್ಗೆ ಟಿಪ್ಪಣಿ ಬರೆದು ಸಂಜಯನಿಗೆ ಕಳಿಸಿ ಅವನೊಂದಿಗೆ ಆ ಬಗ್ಗೆ ಚರ್ಚಿಸಿ ಪರಿಹಾರಕ್ಕೆ ಸೂಕ್ತ ಕ್ರಮ ನಿರ್ಧರಿಸಬೇಕಾಗುತ್ತಿತ್ತು. ಹೊಸದಾಗಿ ತಯಾರಿಸಲು ಹಮ್ಮಿಕೊಂಡಿದ್ದ ವಸ್ತುಗಳ ಬಗ್ಗೆ ತಾಂತ್ರಿಕ ಚರ್ಚೆಗಳು, ಅವುಗಳ ಮೌಲ್ಯಮಾಪನ ಹೀಗೆ ಒಂದಲ್ಲ ಒಂದು ಕಾರಣಕ್ಕೆ ಸಂಜಯನೊಂದಿಗೆ ಶೀಲಾಳ ಭೇಟಿ ದಿನಕ್ಕೆ ಹಲವಾರು ಬಾರಿ ಆಗುತ್ತಿತ್ತು. ಸಂಜಯ್ ಭಾವಿಸಿದ್ದಕ್ಕಿಂತ ಶೀಲಾ ಹೆಚ್ಚು ಬುದ್ಧಿವಂತೆ. ಸಮರ್ಥೆ ಆಗಿದ್ದಳು. ತನ್ನ ಕೆಲಸವನ್ನು ಶ್ರದ್ಧೆಯಿಂದ ಚೊಕ್ಕವಾಗಿ ಮಾಡಿ ಮುಗಿಸುತ್ತಿದ್ದಳು. ಒಂದು ತಿಂಗಳು ಕಳೆಯುವುದರಲ್ಲಿ ಕೆಲಸದ ಸೂಕ್ಷ್ಮಗಳನ್ನು ಚೆನ್ನಾಗಿ ತಿಳಿದುಕೊಂಡಳು. ಮೇಧಾವಿಯಾದ ಸಂಜಯನ ಪ್ರಶ್ನೆಗಳಿಗೆ ಸಮಾಧಾನಕರವಾಗಿ ಉತ್ತರಿಸುವುದಕ್ಕೆ ಅವಳೇ ಸರಿ ಎಂದು ಅವಳ ಬಾಸ್ ಜಯರಾಮನ್ ಕೂಡ ಮೀಟಿಂಗ್‌ಗೆ ಅವಳನ್ನೇ ತಮ್ಮ ಜೊತೆ ಕರೆದುಕೊಂಡು ಹೋಗುತ್ತಿದ್ದರು.

ಈಗ ಸಂಜಯ್ ಮೊದಲಿನ ಬಿಗು ತೋರಿಸುತ್ತಿರಲಿಲ್ಲ. ಶೀಲಾಳೊಂದಿಗೆ ಸಲುಗೆ ತೋರಿಸದಿದ್ದರೂ ಇತರರ ಜೊತೆ ವರ್ತಿಸುವುದಕ್ಕಿಂತ ಶೀಲ ಅವನನ್ನು ಗೌರವವಾಗಿ "ಸರ್" ಎಂದೇ ಸಂಬೋಧಿಸುತ್ತಿದ್ದಳು. "ನೀವು" ಅಂತ ಬಹುವಚನಕೇರಿದ್ದ ಅವಳ ಮಾತು ಪುನಃ ಏಕವಚನಕ್ಕಿಳಿಯಲಿಲ್ಲ. ಕೆಲಸದ ವಿಷಯವಾಗಿ ಅವರಿಬ್ಬರ ನಡುವೆ ಮಾತುಕತೆ, ಮೀಟಿಂಗು, ಚರ್ಚೆ ದಿನದಿನಕ್ಕೆ ಜಾಸ್ತಿಯಾಗುತ್ತಿತ್ತು ಅಥವಾ ಸಂಜಯನೇ ಆ ರೀತಿ ಸಂದರ್ಭವನ್ನು ಕಲ್ಪಿಸಿಕೊಳ್ಳುತ್ತಿದ್ದ. ಸಂಜಯ್ ಶೀಲಾಗೆ ಕೊಡುವ ಪ್ರಾಮುಖ್ಯತೆ ನೋಡಿ ಉಳಿದವರು ಅವಳನ್ನು ಗೌರವದಿಂದ ನೋಡ ತೊಡಗಿದರು.

ಆ ದಿನ ಸಂಜೆ ಆರು ಗಂಟೆಯಾದರೂ ಮೀಟಿಂಗ್ ಮುಗಿಯಲಿಲ್ಲ. ಮಾರನೆಯ ದಿನ ಬರಲಿದ್ದ ವಿದೇಶಿಯರ ಜೊತೆ ತಾಂತ್ರಿಕ ಒಪ್ಪಂದ ಮಾಡಿಕೊಳ್ಳಲು ಇವರು ಸಿದ್ಧವಾಗಿರಬೇಕಾಗಿತ್ತು. ಸುಮಾರು ಒಂದು ತಿಂಗಳಿನಿಂದಲೂ ಶೀಲಾ ಈ ವಿಷಯದಲ್ಲಿ ಬಹಳಷ್ಟು ಶ್ರಮವಹಿಸಿ ಕೆಲಸ ಮಾಡಿ ಮೀಟಿಂಗಿಗೆ ತಯಾರಾಗಿದ್ದಳು.

ಕೊಟ್ಟು ಹುಟ್ಟದವರ ಬದುಕು

ಆ ಒಪ್ಪಂದ ಸಂಜಯನ ಕಂಪನಿಗೆ ಅನುಕೂಲಕರವಾಗಿ ಆಗುವುದರಲ್ಲಿ ಅವಳ ಪಾತ್ರ ಬಲಮುಖ್ಯವಾಗಿತ್ತು. ಅದನ್ನು ಶೀಲಾ ಅಮೋಘವಾಗಿ ಮುಗಿಸಿದಾಗ ಅವಳ ಬಾಸ್ ಜಯರಾಮನ್ ಬಹಳ ಮೆಚ್ಚುಗೆಯಿಂದ ಅವಳನ್ನು ಅಭಿನಂದಿಸಿದರು. ಮೀಟಿಂಗ್ ಮುಗಿದು, ವಿದೇಶಿಯರನ್ನು ಬೀಳ್ಕೊಟ್ಟ ನಂತರ ಎಲ್ಲರೂ ಮುಖ್ಯವಾದ ಕೆಲಸವನ್ನು ಸಮರ್ಪಕವಾಗಿ ಮುಗಿಸಿದೆವು ಎಂಬ ತೃಪ್ತಿಯೊಂದಿಗೆ ಅವರವರ ಟೇಬಲ್ಲುಗಳಿಗೆ ಹಿಂದಿರುಗುವಾಗ ಸಂಜಯ್ ಶೀಲಾಳನ್ನು ತನ್ನ ರೂಮ್ಗೆ ಕರೆಸಿದ. ಪರ್ಸ್ ಹೆಗಲಿಗೆ ಏರಿಸಿಕೊಂಡು ಹೊರಡಲು ಸಿದ್ಧವಾಗಿದ್ದ ಶೀಲಾ ಪರ್ಸ್ ಪುನಃ ಟೇಬಲ್ಲಿನ ಮೇಲಿಟ್ಟು ಒಳಗೆ ಹೋದಳು.

ಶೀಲ ಒಳಗೆ ಬಂದಾಗ ಸಂಜಯ ಒಂದು ಕ್ಷಣ ಯೋಚಿಸಿ, "ಶೀಲ, ನೀನು ತಪ್ಪು ತಿಳಿಯದಿದ್ದರೆ ಒಂದು ಮಾತು ಹೇಳ್ತೀನಿ." ಅಂದ.

"ಹೇಳಿ ಸಾರ್" ಅವಳಿಗೆ ತನ್ನಿಂದ ಏನು ತಪ್ಪಾಗಿದೆಯೋ ಎಂದು ಆತಂಕವಾಯಿತು. ಏನು ವಿಪತ್ತು ಬರಲಿದೆಯೋ ಎಂದು ಬೆದರಿದಳು.

ಸಂಜಯ ಹಿಂಜರಿಯುತ್ತಲೇ "ನಾಳೆ ವಿದೇಶಿಯರೊಂದಿಗಿರುವ ಡಿನ್ನರಿಗೆ ನೀನು ಒಳ್ಳೆಯ ಸೀರೆ ಉಟ್ಟು ಬರಬೇಕು" ಎಂದ.

ಶೀಲಾ ಅಪ್ರತಿಭಳಾಗಿ ನಿಂತಳು. ಸಂಜಯ್ ಈ ಮಾತು ಹೇಳಬಹುದು ಎಂದು ಅವಳು ನಿರೀಕ್ಷಿಸಿರಲಿಲ್ಲ. ಅವಳ ಮುಖ ಕೆಂಪಾಯಿತು. ಅವಮಾನದಿಂದ ಮಾತಾಡಲಾಗದೆ ತಲೆತಗ್ಗಿಸಿ ನಿಂತಳು.

ಸಾಧಾರಣವಾಗಿ ಶೀಲ ಉಡುತ್ತಿದ್ದುದು ವಾಯಿಲ್ ಸೀರೆಗಳನ್ನೇ ಆದರೂ ಚೊಕ್ಕವಾಗಿ ಒಗೆದು ಇಸ್ತ್ರಿ ಮಾಡಿ ಒಪ್ಪವಾಗಿ ಉಡುತ್ತಿದ್ದಳು. ಅವಳ ಉಡುಪು ಸಂಜಯ್ ಎತ್ತಿ ತೋರಿಸಿ ಹೀಯಾಳಿಸುವಷ್ಟು ಕಳಪೆಯಾಗಿ ಎಂದೂ ಇರುತ್ತಿರಲಿಲ್ಲ. ಸಾಧಾರಣ ಉಡುಪಿನಲ್ಲಿ ಅವಳು 'ವ್ಹಾ!' ಎಂದು ಉದ್ಗಾರ ತೆಗೆಯುವಷ್ಟು ಚೆಲುವೆಯಾಗಿ ಅಲ್ಲದಿದ್ದರೂ ಸುಮಾರಾಗಿಯೇ ಕಾಣುತ್ತಿದ್ದಳು. ಆದರೆ ಅಬ್ಬರವಾಗಿ ಮೇಕಪ್ ಮಾಡಿಕೊಂಡು ಫ್ಯಾಶನ್ ಉಡುಪು ಧರಿಸಿ ಬರುತ್ತಿದ್ದ ಕಂಪನಿಯ ಸ್ವಾಗತಕಾರಿಣಿ ಮತ್ತು ಇತರ ಮಹಿಳೆಯರ ಎದುರಿಗೆ ಶೀಲಾ ಮಂಕಾಗಿ ಕಾಣಿಸುತ್ತಿದ್ದಳು.

"ತಪ್ಪು ತಿಳಿದುಕೋ ಬೇಡ ಅಂತ ಮೊದಲೇ ಹೇಳಿದೀನಿ. ನಮ್ಮ ಕಂಪನಿಯ ಬಗ್ಗೆ ವಿದೇಶಿಯರಿಗೆ ಒಳ್ಳೆಯ ಅಭಿಪ್ರಾಯ ಬರಬೇಕಿದ್ದರೆ ನಮ್ಮ ಉಡುಪು, ಇರಸರಿಕೆ ಅವರು ಮೆಚ್ಚಿಕೊಳ್ಳುವಂತೆ ಇರಬೇಕು"

ಸಂಜಯ್ ಚೆಲುವ. ಜೊತೆಗೆ ಬಾಸ್‌ನ ಗತ್ತು, ಠೀವಿ ಸೇರಿ ಅವನು ಸಾಧಾರಣ ಬಟ್ಟೆ ಧರಿಸಿದರೂ ಲಕ್ಷಣವಾಗಿ ಕಾಣುತ್ತಿದ್ದ. ಸ್ವಾಭಾವಿಕವಾಗಿಯೇ ಎಲ್ಲರ ಗಮನ

ಸೆಳೆಯುವಂಥ ಆಕರ್ಷಕ ವ್ಯಕ್ತಿತ್ವ ಅವನದು. ಆದರೂ ಯಾವಾಗಲೂ ಶಿಸ್ತಾಗಿ ಸೂಟು ಹಾಕಿ ಬರುತ್ತಿದ್ದ.

ಎಲ್ಲರಂತೆ ಬೆಲೆ ಬಾಳುವ ಹೊಸ ಹೊಸ ಫ್ಯಾಷನ್ ಬಟ್ಟೆ ಹಾಕಲು ಇವಳಿಗೆ ಆಸೆ ಇದ್ದರೂ ರಿಟೈರ್ ಆಗಿರುವ ಅಪ್ಪನೊಂದಿಗೆ ಹೆಗಲು ಕೊಟ್ಟು ಮನೆ ಖರ್ಚು ನಿಭಾಯಿಸಲು ಕಷ್ಟಪಡುತ್ತಿದ್ದ ಅವಳಿಗೆ ಅದು ಸಾಧ್ಯವಾಗುವ ಹಾಗಿರಲಿಲ್ಲ. ದಿನ ಉಡುವ ಸಾಧಾರಣ ಸೀರೆಗಳನ್ನು ಬಿಟ್ಟರೆ ಅವಳಿಗೆ ಇದ್ದದ್ದು ಅವಳಮ್ಮ ಹಲವಾರು ವರ್ಷ ಹಬ್ಬ, ಮದುವೆಗಳಿಗೆ ಉಟ್ಟು ಉಟ್ಟು ಮಾಸಿದ್ದ ರೇಷ್ಮೆ ಸೀರೆ. ಅದನ್ನು ಉಟ್ಟರೆ ವಿಚಿತ್ರವಾಗಿ ಕಂಡು ತಾನು ಇತರರಿಗೆ ಪರಿಹಾಸ್ಯದ ವಸ್ತುವಾಗುವುದರಲ್ಲಿ ಸಂದೇಹವಿಲ್ಲ. ಇನ್ನೇನು ತೊಡುವುದು? ಶೀಲ ದುಗುಡದಿಂದ ಕುಗ್ಗಿದಳು.

"ಶೀಲಾ" ಮೃದುವಾಗಿ ಕರೆದ ಸಂಜಯ್. ಅವನ ದನಿಯಲ್ಲಿ ಮೂಡಿದ ಮಾಧುರ್ಯಕ್ಕೆ ಅವನೇ ಆಶ್ಚರ್ಯಪಟ್ಟ.

"ಈಗ ಹೇಗೂ ಲೇಟಾಗಿದೆ. ನೀನು ನನ್ನ ಜೊತೆ ಬಾ. ರಸ್ತೆಯಲ್ಲಿ ಸಿಗುವ ಯಾವುದಾದರೂ ಅಂಗಡೀಲಿ ನಿನಗೆ ಒಪ್ಪುವ ಯಾವುದಾದರೂ ಉಡುಪು ತೊಗೋ"

ಶೀಲಾಳ ಮುಖ ಬಿಳುಪೇರಿ ಮತ್ತೆ ಕೆಂಪಾಯಿತು. ಅವಮಾನದಿಂದ ಅವಳಿಗೆ ಅಳು ಬರುವಂತಾಯಿತು. ತಲೆತಗ್ಗಿಸಿ ಕಣ್ಣು ಬಿಗಿಯಾಗಿ ಮುಚ್ಚಿ ಅಳು ನುಂಗಿಕೊಂಡಳು.

"ಏನು, ಹೊರಡೋಣಾ?"

ಸಂಜಯ ಹಿಡಿದ ಹಠ ಬಿಡುವುದಿಲ್ಲ ಅಂತ ಕಾಲೇಜಿನ ದಿನಗಳಿಂದ ಅವಳಿಗೆ ಚೆನ್ನಾಗಿ ಗೊತ್ತು. ಅವನ ಕೈ ಕೆಳಗೆ ಕೆಲಸ ಮಾಡಿದ ಮೇಲಂತೂ ಆ ಸ್ವಭಾವದ ಪೂರ್ತಿ ಪರಿಚಯವಾಗಿತ್ತು. ಅವನು ಹೇಳಿದ್ದಕ್ಕೆ ಒಪ್ಪಿಕೊಳ್ಳುವುದೊಂದೇ ಈ ಸಂದಿಗ್ಧದಿಂದ ತಪ್ಪಿಸಿಕೊಳ್ಳಲು ದಾರಿ. ತಿಂಗಳ ಕೊನೆಯಲ್ಲಿ ತನ್ನ ಬಳಿ ಸೀರೆ ಕೊಳ್ಳುವಷ್ಟು ಹಣ ಇರಲಾರದು ಅಂತ ಇವನಿಗೆ ಗೊತ್ತಾಗುವುದಿಲ್ಲವೇ ಎಂದು ಒದ್ದಾಡಿದಳು. ಏನೋ ಹೇಳಬೇಕು ಅಂತ ಬಾಯಿ ತೆಗೆದವಳು ಉಗುಳು ನುಂಗಿ ಸುಮ್ಮನಾದಳು.

ಅವಳನ್ನೇ ಗಮನಿಸುತ್ತಿದ್ದ ಸಂಜಯ್ ಅವಳ ಮನಸ್ಸನ್ನು ಓದಿದವನಂತೆ, "ಈಗ ನಾನು ನಿನಗೆ ಹಣ ಕೊಡುತ್ತೀನಿ. ನಿನ್ನ ಸಂಬಳದಲ್ಲಿ ಅದನ್ನು ಹಿಡಿದಿಟ್ಟುಕೊಳ್ಳುತ್ತಾರೆ" ಅಂದ. ಶೀಲಾ ಸಮಾಧಾನದ ಉಸಿರು ಬಿಟ್ಟಳು.

ಬಾಸ್‌ನೊಂದಿಗೆ ಕಾರಲ್ಲಿ ಕೂತಾಗ ಅವಳು ಸಂಕೋಚ, ಮುಜುಗರದಿಂದ ಮುದುರಿ ಹೋಗಿದ್ದಳು. ಆಫೀಸಿನವರೆಲ್ಲಾ ಆಶ್ಚರ್ಯ ಅಸೂಯೆಯಿಂದ ಗುಸು

ಗುಸು ಮಾತಾಡಿಕೊಂಡರು. ಕುಗ್ಗಿ ಹೋಗಿದ್ದ ಶೀಲಾ ಬಗ್ಗಿಸಿದ ತಲೆ ಮೇಲೆತ್ತಲಿಲ್ಲ. ಸಂಜಯ್ ಮಾತ್ರ ವಿಶೇಷ ಉತ್ಸಾಹದಲ್ಲಿರುವವನಂತೆ ಕಂಡ. ಪ್ರಯಾಣದುದ್ದಕ್ಕೂ ಒಂದೇ ಸಮನೆ ಮಾತಾಡುತ್ತಿದ್ದ. ಅವಳು ಅವನು ಆಡಿದ ಎಷ್ಟೋ ಮಾತುಗಳಿಗೆ ಬರಿ ಹೂಂ, ಉಹೂಂ ಎಂದು ಉತ್ತರಿಸುತ್ತಿದ್ದಳು. ಯಾವಾಗ ಈ ಪ್ರಯಾಣ ಮುಗಿದು ತಾನು ಕಾರಿನಿಂದ ಇಳಿದು ಹೋಗುತ್ತೀನೋ ಎನಿಸುತ್ತಿತ್ತು ಅವಳಿಗೆ. ಅವನು ಬೇಕೆಂದೇ ಸಾವಕಾಶವಾಗಿ ಕಾರು ನಡೆಸುತ್ತಿದ್ದಾನೆ ಅನಿಸಿತು. ಮಾರುಕಟ್ಟೆ ಬಂದಾಗ ಅವಳು ಸಮಾಧಾನದ ಉಸಿರು ಬಿಟ್ಟಳು.

ತನ್ನನ್ನು ಮಾರುಕಟ್ಟೆ ಬಳಿ ಇಳಿಸಿ ಹಣಕೊಟ್ಟು ಹೊರಟು ಹೋಗುತ್ತಾನೆ ಅಂದುಕೊಂಡಿದ್ದ ಅವಳ ನಿರೀಕ್ಷೆ ಸುಳ್ಳಾಯಿತು. ಕಾರು ನಿಲ್ಲಿಸಿ ನಗರದಲ್ಲೇ ದೊಡ್ಡದಾದ ಬಟ್ಟೆ ಅಂಗಡಿಗೆ ಅವನೇ ಕರೆದುಕೊಂಡು ಹೋದಾಗ ಅವಳು ಸಂಕೋಚದಿಂದ ಮುದ್ದೆಯಾಗಿ ಹೋದಳು. ಸಂಜಯನೇ ಮುಂದೆ ನಿಂತು ಹೊಸ ನಮೂನೆಯ ನಾಕು ಸೀರೆಗಳನ್ನು, ನವೀನ ಫ್ಯಾಷನ್ನಿನ ಉಡುಪುಗಳನ್ನು ಆಯ್ದು ಪ್ಯಾಕ್ ಮಾಡಿಸಿದ. ಅವಳು ಮೂಕಳಂತೆ ಸುಮ್ಮನೆ ಅವನು ಆರಿಸುವುದನ್ನು ನೋಡುತ್ತಾ ಕೂತಿದ್ದಳು. ಬಿಲ್ ಎಷ್ಟಾಯಿತು ಎಂದು ಕೇಳುವ ಧೈರ್ಯ ಮಾಡಲಿಲ್ಲ ಅವಳು. ಅದನ್ನು ತನ್ನ ಸಂಬಳದಲ್ಲಿ ಹಿಡಿದರೆ ಬಹುಶಃ ಮುಂದಿನ ಆರು ತಿಂಗಳು ತನಗೆ ಸಂಬಳ ಬರಬಾರದು ಎನಿಸಿ ಚಿಂತಿತಳಾದಳು ಅವಳು.

ಪ್ಯಾಕ್ ಹಿಡಿದು ಹೊರಗೆ ಬಂದ ಸಂಜಯ ಅಷ್ಟಕ್ಕೇ ಬಿಡದೆ ಅವಳನ್ನು ಪಂಚತಾರಾ ಹೋಟೆಲಿಗೆ ಕರೆದೊಯ್ದ. ಈಗ ಶೀಲ ಸ್ವಲ್ಪ ಪ್ರತಿಭಟಿಸಿದಳು. ಸಂಜಯ್ ಅದನ್ನು ಲಕ್ಷ್ಯ ಮಾಡಲಿಲ್ಲ. ಅವನ ಈ ನಡವಳಿಕೆಗೆ ಅರ್ಥ ಕಾಣದೇ ಶೀಲಾ ಶಿಕ್ಷೆ ಅನುಭವಿಸುವವಳಂತೆ ಮೌನವಾದಳು. ಅವನು ಮಾತ್ರ ಕನಸಿನ ಲೋಕದಲ್ಲಿದ್ದಂತೆ ಉತ್ಸಾಹದ ಬುಗ್ಗೆಯಾಗಿದ್ದ.

"ಶೀಲಾ, ನಾನು ಒಂದು ಡ್ರಿಂಕ್ ತೊಗೋತೀನಿ.. ನಿನ್ನ ಆಕ್ಷೇಪಣೆ ಇಲ್ಲದಿದ್ದರೆ" ಛೇಡಿಸುವ ದನಿಯಲ್ಲಿ ಕೇಳಿದ ಸಂಜಯ್ ಅವಳ ಒಪ್ಪಿಗೆಗೆ ಕಾಯದೆ ಆರ್ಡರ್ ಮಾಡಿ, "ಆಮೇಲೆ ಅವತ್ತು ಪಾರ್ಟಿಯಿಂದ ಓಡಿ ಹೋದ ಹಾಗೆ ಇವತ್ತೂ ಓಡಿ ಹೋಗಬೇಡ" ಎಂದು ನಗುತ್ತಾ ಹೇಳಿದ. ಅವನ ಮಾತಿಗೆ ಪೆಚ್ಚು ಪೆಚ್ಚಾಗಿ ನಕ್ಕಳು ಶೀಲಾ.

"ಶೀಲಾ, ಗಿರಿ ಜೊತೆ ನಿನ್ನ ಮದುವೆ ನಿಷ್ಕರ್ಷೆಯಾಗಿದ್ದು ನನಗೆ ಹೇಳಲೇ ಇಲ್ಲ?" ಅರ್ಧ ಕುಡಿದ ಮೇಲೆ ಸ್ವಲ್ಪ ಕೆಂಪಡರುತ್ತಿದ್ದ ಕಣ್ಣಿಂದ ತೀಕ್ಷ್ಣವಾಗಿ ನೋಡಿ ಕೇಳಿದ ಸಂಜಯ್. ಗಿರೀಶನ ಹೆಸರು ಕೇಳಿಯೇ ಅವಳ ಮುಖದಲ್ಲಿ

ಸ್ವಲ್ಪ ಆನಂದ, ನಾಚಿಕೆ ಸುಳಿಯಿತು ಅಂತ ಅನುಮಾನವಾಯಿತು ಅವನಿಗೆ. ಅಸೂಯೆಯಿಂದಲೋ ಎಂಬಂತೆ ಅವನ ಮುಖ ಬಿರುಸಾಯಿತು.

"ನಿಷ್ಕರ್ಷೆ ಆಗಿಲ್ಲ. ಮದುವೆಯಾಗೋಣ ಅಂದುಕೊಂಡಿದೀವಿ ಅಷ್ಟೆ. ಮೊದಲು ತಂಗಿ ಮದುವೆ ಆಗಬೇಕು ಅಂತಿದಾನೆ ಗಿರಿ"

"ಗಿರಿಗೆ ಅಸ್ಸಾಮಿನಲ್ಲಿ ಕೆಲಸ ಸಿಕ್ಕಿದೆಯಂತೆ, ಅಂದರೆ ನೀನು ಕೆಲಸ ಬಿಡ್ತೀಯಾ?" ಸಂಜಯ್ ಮೈಯೆಲ್ಲಾ ಕಿವಿಯಾಗಿ ಅವಳ ಉತ್ತರಕ್ಕಾಗಿ ಕಾದ.

"ಅಸ್ಸಾಮಿನ ಕೆಲಸ ಬೇಡ ಅಂತಿದೀನಿ ನಾನು... ನೋಡಬೇಕು"

"ಓ!" ಸಂಜಯ್ ಮಾತು ಬದಲಾಯಿಸಿದ. ಅವನು ಹೆಚ್ಚು ಕುಡಿಯದೆ ಮೇಲೆದ್ದಿದ್ದು ಶೀಲಾಗೆ ಸಮಾಧಾನವಾಯಿತು. ಮನೆ ಸಿಗುವವರೆಗೂ ಅವಳು ಮೌನವಾಗಿದ್ದಳು. ಅವಳು ಕಾರಿನಿಂದಿಳಿದು, "ಥ್ಯಾಂಕ್ಸ್ ಸರ್" ಎಂದು ಮೆಲ್ಲಗೆ ಹೇಳಿ ಮನೆಯ ಒಳಗೆ ಮರೆಯಾಗುವವರೆಗೂ ಅಲ್ಲೇ ನಿಂತಿದ್ದು ಆಮೇಲೆ ಕಾರು ತಿರುಗಿಸಿಕೊಂಡು ಹೋದ ಸಂಜಯ್.

ಎರಡು ಬಸ್ಸು ಹಿಡಿದುಕೊಂಡು ಮನೆಗೆ ಬರುವುದಕ್ಕೆ ದಿನಾ ಹೆಚ್ಚು ಕಡಿಮೆ ಅದೇ ಸಮಯವಾಗುತ್ತಿದ್ದರಿಂದ ಶೀಲಾಳ ಮನೆಯಲ್ಲಿ ಅವಳನ್ನು ಯಾರೂ ಪ್ರಶ್ನಿಸಲಿಲ್ಲ. ಶೀಲಾ ತಮ್ಮನೊಡನೆ ಹರಟುತ್ತಾ ಆ ದಿನ ನಡೆದದ್ದನ್ನು ಮರೆಯಲು ಪ್ರಯತ್ನಿಸುತ್ತಿದ್ದಾಗ ಹೊರಗಿನಿಂದ ಅಪ್ಪ ಕೂಗಿದರು.

"ಶೀಲಾ, ಗಿರಿ ಬಂದಿದಾನೆ ನೋಡು"

ಶೀಲಾ ಮೇಲೆದ್ದು ಹೊರಗೆ ಬಂದಳು. ಗಿರೀಶ ನಗುತ್ತಾ ಒಳಗೆ ಬಂದ. ಅವನನ್ನು ನೋಡಿ ಶೀಲಾಳ ಮನಸ್ಸಿನ ಭಾರ ಹಗುರವಾದಂತಾಯಿತು. ಅವರಮ್ಮ ಕಾಫಿ ತರುವಷ್ಟು ಹೊತ್ತು ಅದೂ ಇದೂ ಮಾತಾಡುತ್ತಿದ್ದರು. ಕಾಫಿ ಕುಡಿದು ಒಂದು ರೌಂಡ್ ಓಡಾಡಿ ಬರೋಣ ಅಂತ ಅವರು ಮೇಲಕ್ಕೆ ಎದ್ದಾಗ ಸಂಜಯ್ ಬಾಗಿಲಲ್ಲಿ ಕಾಣಿಸಿಕೊಂಡ. ಶೀಲಾ ಚಕಿತಳಾದಳು. ಗಿರೀಶ ಆಶ್ಚರ್ಯದಿಂದ "ಬಾರಯ್ಯ ಸಂಜಯ್" ಅಂತ ಕರೆದ. ಅವಳ ಅಪ್ಪ, ಅಮ್ಮ ಅವನನ್ನು ನೋಡಿ "ಬಾಪ್ಪ, ಒಳಗೆ ಬಾಪ್ಪ" ಎಂದು ಸಡಗರಪಟ್ಟರು.

"ಶೀಲಾ, ಈ ಪ್ಯಾಕೆಟ್ ನೀನು ಕಾರಲ್ಲೇ ಮರೆತುಬಿಟ್ಟಿದ್ದೆ" ಎಂದು ಸಂಜಯ್ ಬಟ್ಟೆ ಪ್ಯಾಕೆಟ್ ಕೊಟ್ಟು ಗಿರಿ ಕಡೆಗೆ ತಿರುಗಿ, "ಚೆನ್ನಾಗಿದೀಯಾ ಗಿರಿ? ಒಳಗೆ ಬರಲು ಪುರುಸೊತ್ತಿಲ್ಲ. ಒಂಬತ್ತು ಗಂಟೆಗೆ ಯಾರನ್ನೋ ನೋಡಬೇಕು, ಇನ್ನೊಂದು ದಿನ ಸಿಗೋಣ" ಎಂದು ಹೇಳಿ ಹೊರಟ.

"ಸ್ವಲ್ಪ ಕಾಫಿ ಆದರೂ ಕುಡಿದು ಹೋಗಪ್ಪ" ಶೀಲಾಳ ತಾಯಿ ಒತ್ತಾಯಿಸಿದರು.

"ಕ್ಷಮಿಸಿ ಅಮ್ಮ, ಇನ್ನೊಂದು ಸಲ ಬರ್ತೀನಿ" ಅಂತ ನಿಲ್ಲದೆ ಹೊರಟುಬಿಟ್ಟ. ಶೀಲಾ, ಗಿರೀಶ ಒಬ್ಬರ ಮುಖ ಒಬ್ಬರು ನೋಡಿಕೊಂಡರು.

******

ಸಂಜಯನ ವರ್ತನೆ ಇತ್ತೀಚೆಗೆ ತುಂಬಾ ಬದಲಾಗಿತ್ತು. ಆಫೀಸಿನಲ್ಲಿ ವಿನಾಕಾರಣ ಎಲ್ಲರ ಮೇಲೂ ರೇಗುತ್ತಿದ್ದ. ಮೀಟಿಂಗ್‌ಗಳಲ್ಲಿ ದನಿ ಏರಿಸಿ ಕೂಗಾಡುತ್ತಿದ್ದ. ಶೀಲಾಳ ಜೊತೆ ಮೊದಲಿನಂತೆ ಸಲುಗೆಯಿಂದ ಇರುತ್ತಿರಲಿಲ್ಲ. ಅವಳ ಜೊತೆ ತೀರ ಅವಶ್ಯಕವಾಗಿರದಿದ್ದರೆ ಮಾತಾಡುತ್ತಿರಲಿಲ್ಲ. ಬೆಳಗ್ಗೆ ಆಫೀಸಿಗೆ ಬರುವಾಗಲೇ ಕೋಪದಿಂದ ಕೆಂಪಡಿರಿದ ಮುಖ ಹೊತ್ತು ಬರುತ್ತಿದ್ದ. ಈಗ ಆಡಿದ ಮಾತನ್ನು ಸ್ವಲ್ಪ ಹೊತ್ತಿನಲ್ಲೇ ಬದಲಾಯಿಸಿ ಎಲ್ಲರನ್ನೂ ಬೈಯ್ಯುತ್ತಿದ್ದ. ಅವನು ಯಾವಾಗ ಯಾವ ಮೂಡಿನಲ್ಲಿರುತ್ತಾನೋ ತಿಳಿಯದೆ ಎಲ್ಲರೂ ಪೇಚಿಗೊಳಗಾದರು.

ಇವನ ಈ ಅತೀವೃಷ್ಟಿ ನಡವಳಿಕೆ ಶೀಲಾಳಿಗೂ ಕಷ್ಟವಾಯಿತು. ಮೊದಲು ಎಲ್ಲಕ್ಕೂ ಶೀಲಾಳನ್ನೇ ಕರೆಯುತ್ತಿದ್ದ ಅವನು ಈಗ ಅವಳನ್ನು ತನ್ನ ರೂಮಿನ ಒಳಗೆ ಕರೆಯುತ್ತಲೇ ಇರಲಿಲ್ಲ. ಅವಳು ಇರಬೇಕಾದ ಮೀಟಿಂಗ್‌ಗಳನ್ನು ಮುಂದಕ್ಕೆ ಹಾಕುತ್ತಿದ್ದ ಇಲ್ಲವೇ ರದ್ದು ಮಾಡುತ್ತಿದ್ದ. ಅವಳಿಗೆ ಈಗ ಹೆಚ್ಚು ಕಡಿಮೆ ಕೆಲಸವೇ ಇಲ್ಲದಂತಾಯಿತು. ಅವಳ ಫೈಲ್‌ಗಳ ಕೆಲಸ ಸ್ಥಗಿತಗೊಂಡು ಆಫೀಸಿನ ಇತರ ಕೆಲಸಗಳಿಗೆ ಧಕ್ಕೆಯಾಗುತ್ತಿದ್ದುದು ಎಲ್ಲರ ಗಮನಕ್ಕೆ ಬಂತು. ಇವನ ಈ ವಿಚಿತ್ರ ವರ್ತನೆಗೂ ಶೀಲಾಳಿಗೂ ಏನೋ ಸಂಬಂಧವಿದೆ ಎಂದು ಎಲ್ಲರೂ ಗುಸುಗುಸು ಮಾತಾಡಕೊಳ್ಳತೊಡಗಿದರು.

ಅಂದು ಇಂಜಿನಿಯರ್ ಒಬ್ಬ ರಜೆಯಲ್ಲಿದ್ದರಿಂದ ಅವನ ಫೈಲೊಂದನ್ನು ನೋಡಲು ಶೀಲಾಗೆ ಹೇಳಿದ್ದರು ಜಯರಾಮನ್. ಶೀಲಾ ಫೈಲನ್ನು ಮುಗಿಸಿ ಸಂಜಯನ ಒಪ್ಪಿಗೆ ತೆಗೆದುಕೊಳ್ಳಲು ಅವನ ರೂಮಿನ ಒಳಗೆ ಬಂದಳು. ಸುಮಾರು ದಿನಗಳಿಂದ ಅವಳು ಅವನ ಆಫೀಸಿನ ಒಳಗೇ ಬಂದಿರಲಿಲ್ಲ. ಅವನ ಇರಸರಿಕೆ ನೋಡಿ ಅವಳು ಆಶ್ಚರ್ಯದಿಂದ ಚಕಿತಳಾದಳು.

ಸಂಜಯ್ ಸೀಟಿನ ಹಿಂದಕ್ಕೊರಗಿ ಸಿಗರೇಟ್ ಸೇದುತ್ತಾ ಕೂತಿದ್ದ. ಅವನು ಸಿಗರೇಟ್ ಸೇದುವುದಿರಲಿ ಅವನು ಬೇರೆಯವರು ಅವನೆದುರಿಗೆ ಸೇದಿದರೂ ಸಹಿಸುತ್ತಿರಲಿಲ್ಲ. ಈಗ ಅವನ ಮುಂದಿದ್ದ ಆಶ್ ಟ್ರೇನಲ್ಲಿ ತುಂಬಿದ್ದ ಸಿಗರೇಟ್ ತುಂಡುಗಳ ರಾಶಿ ನೋಡಿ ಶೀಲ ಅಳುಕಿದಳು. ಅವನು ತನ್ನ ಉಡುಪುಗಳ ಬಗ್ಗೆಯೂ ಅಷ್ಟಾಗಿ ಲಕ್ಷ್ಯ ಕೊಟ್ಟಿರಲಿಲ್ಲ. ಯಾವಾಗಲೂ ಶಿಸ್ತಾಗಿರುತ್ತಿದ್ದವನು ಇಂದು ನೀಲಿ ಗೆರೆಗಳ ಕಾಟನ್ ಶರ್ಟು, ಕಪ್ಪು ಪ್ಯಾಂಟು ಧರಿಸಿದ್ದ. ಕೆದರಿದ್ದ ತಲೆ,

ಶೇವ್ ಇಲ್ಲದೆ ಒರಟಾಗಿದ್ದ ಮುಖದಲ್ಲೂ ಅವನು ಚೆಲುವಾಗಿಯೇ ಕಾಣುತ್ತಿದ್ದ.

"ಸರ್" ಮೆಲ್ಲನೆ ಕರೆದಳು ಶೀಲಾ.

ಇವಳ ದನಿ ಕೇಳಿ ಸಂಜಯ್ ಚಕ್ಕನೆ ತಿರುಗಿದ. ಇವಳನ್ನು ನೋಡಿ ಅವನ ಮುಖ ವ್ಯಗ್ರವಾಯಿತು. ಕೆಂಪಡಿರಿದ್ದ ಕಣ್ಣುಗಳಿಂದ ತೀಕ್ಷ್ಣವಾಗಿ ಇವಳನ್ನು ದಿಟ್ಟಿಸಿ ಏನು ಎನ್ನುವಂತೆ ಹುಬ್ಬೇರಿಸಿದ.

"ಈ ಫೈಲ್ ಸ್ವಲ್ಪ ನೋಡಿ ನಿಮ್ಮ ಒಪ್ಪಿಗೆ ಕೊಟ್ಟರೆ..."

"ಅಲ್ಲಿಟ್ಟು ಹೋಗು" ಅವಳನ್ನು ಅರ್ಧದಲ್ಲೇ ತಡೆದು ಹೇಳಿದ.

ಸಂಜಯ್ ಯಾವತ್ತೂ ಈಗಿನ ಕೆಲಸ ಆಮೇಲೆ ನೋಡೋಣ ಅಂತ ಹೇಳುತ್ತಿರಲಿಲ್ಲ. ತೆಪ್ಪಗಾಗಿ ಇವಳು ಫೈಲನ್ನು ಟೇಬಲ್ಲಿ ಮೇಲಿಟ್ಟು ಹೊರಟು ಹೋಗುವುದರಲ್ಲಿದ್ದವಳು ಏನೋ ನಿರ್ಧರಿಸಿ ನಿಂತು ಮೆಲ್ಲಗೆ ಕೇಳಿದಳು.

"ಸರ್, ನಿಮಗೆ ಈ ನಡುವೆ ಮನಸ್ಸು ಸರಿ ಇದ್ದಂತೆ ಕಾಣಲ್ಲ.. ಏನಾಯಿತು ಕೇಳಬಹುದಾ?"

"ಯಾಕೆ ಏನಾಗಿದೆ? ಸರಿಯಾಗಿದೀನಲ್ಲಾ"

"ನೀವು ಯಾವತ್ತೂ ಸಿಗರೇಟ್ ಸೇದಿದ್ದೆ ಇಲ್ಲ. ಈಗ ಇಷ್ಟೊಂದು ಸಿಗರೇಟ್ ಸೇದಿದ್ದೀರ. ಈ ನಡುವೆ ನಿಮ್ಮ ಮೂಡು ಸರೀನೆ ಇರಲ್ಲ ಅಂತ ಎಲ್ಲರೂ ಹೇಳ್ತಾರೆ."

"ಸಾಕು ನಿಲ್ಲಿಸು. ಇದನ್ನೆಲ್ಲಾ ಕೇಳುವುದಕ್ಕೆ ನೀನು ಯಾರು ಅಂದುಕೊಂಡಿದೀಯ?" ಅವಳ ಮಾತನ್ನು ಅರ್ಧದಲ್ಲೇ ತಡೆದು ಅಸಹನೆಯಿಂದ ಗಡುಸಾಗಿ ಹೇಳಿದ ಸಂಜಯ್. ಅವನ ಮುಖ ಕೋಪದಿಂದ ಬಿರುಸಾಯಿತು. ಶೀಲಾ ಅಪ್ರತಿಭಳಾದಳು.

"ನಾನು ಯಾರೂ ಅಲ್ಲ ಸರಿ. ಆದರೆ ನಿಮ್ಮ ಕಂಪೆನಿಯವಳಾಗಿ ಅದಕ್ಕಿಂತ ಹೆಚ್ಚಾಗಿ ನಿಮ್ಮ ಸ್ನೇಹಿತೆ ಆಗಿ ಕೇಳಿದೆ. ತಪ್ಪಿದ್ದರೆ ಕ್ಷಮಿಸಿ"

"ಸ್ನೇಹಿತೆ!" ಭುಗಿಲೆದ್ದು ದನಿ ಏರಿಸಿ ಕೂಗಿದ ಸಂಜಯ್. ಕೈಯಲ್ಲಿದ್ದ ಸಿಗರೇಟ್ ಆಶ್ ಟ್ರೇಗರ ತುರುಕಿ ದಢಾರನೆ ಮೇಲೆದ್ದು ಇವಳ ಹತ್ತಿರ ಬಂದು ಇನ್ನೊಂದು ಸಲ ವ್ಯಂಗ್ಯವಾಗಿ "ಸ್ನೇಹಿತೆ! ಅಲ್ಲ?!" ಎಂದು ಪುನರುಚ್ಚರಿಸಿದ. ಅವನ ಬಾಯಿಂದ ಮದ್ಯದ ವಾಸನೆ ಗಬ್ಬನೆ ಮೂಗಿಗೆ ಬಡಿದು ಉಸಿರು ಸಿಕ್ಕಿಕೊಂಡಂತಾಯಿತು ಶೀಲಾಗೆ. ಹೊರಗಿನವರಿಗೆ ಇವನ ಕೂಗು ಕೇಳಿಸಬಹುದೆಂದು ಬೆದರಿದಳು.

"ನನಗೆ ಯಾರಿದ್ದಾರೆ ಸ್ನೇಹಿತರು? ಬದುಕಿದ್ದೀಯಾ, ಸತ್ತಿದ್ದೀಯಾ ಅಂತ ಕೇಳುವುದಕ್ಕೆ ಯಾರಿದಾರೆ? ಈ ತರದ ತೋರಿಕೆಯ ಸಹಾನುಭೂತಿ ಮಾತುಗಳು

ನನಗೆ ಇಷ್ಟವಿಲ್ಲ. ತಿಳೀತಾ" ಕ್ಷಣ ಕ್ಷಣಕ್ಕೂ ಅವನ ದನಿ ಏರುತ್ತಿತ್ತು. ಒಳಗೆ ಬರಲಿದ್ದ ಜಯರಾಮನ್ ಬಾಗಿಲು ತೆಗೆದೊಡನೆ ಕಿವಿಗೆ ಅಪ್ಪಳಿಸಿದ ಸಂಜಯನ ಅಬ್ಬರ ಕೇಳಿ ತಕ್ಷಣವೇ ಬಾಗಿಲು ಮುಚ್ಚಿಕೊಂಡರು.

ಶೀಲಾ ಮಾತಾಡದೆ ನಿಂತಿದ್ದು ಸಂಜಯನನ್ನು ತಪ್ತನನ್ನಾಗಿಸಿತು. ಅವನು ಮುಂದೆ ಬಂದು ಶೀಲಾಳ ಎರಡೂ ಭುಜ ಹಿಡಿದು ಅಲ್ಲಾಡಿಸುತ್ತಾ, "ಹೇಳು ಶೀಲಾ, ನಿನಗೆ ನನ್ನ ಮೇಲೆ, ನನ್ನ ಭಾವನೆಗಳ ಮೇಲೆ ಸ್ವಲ್ಪವಾದರೂ ಲಕ್ಷ್ಯವಿದ್ದಿದ್ದರೆ ಆ ದಿನ ನೀನು ಯಾಕೆ ಹೊಸ ಬಟ್ಟೆ ತೊಟ್ಟು ಬರಲಿಲ್ಲ?"

ಬೆಳಗ್ಗೆ ಬರುವಾಗಲೇ ಸಂಜಯ್ ತುಂಬಾ ಕುಡಿದು ಬಂದಿರಬೇಕು, ಇಲ್ಲವಾದರೆ ಅಭಿಮಾನ ಬಿಟ್ಟು ಮನಸ್ಸಿನ ಮಾತುಗಳನ್ನು ಹೀಗೆ ಎಂದೂ ಹೇಳುವವನಲ್ಲ ಅನಿಸಿತು ಶೀಲಾಳಿಗೆ. ನೋವಾಗುವಂತೆ ಗಟ್ಟಿಯಾಗಿ ತನ್ನನ್ನು ಹಿಡಿದಿರುವುದು ಗಮನಕ್ಕೆ ಬಂದು ಎಚ್ಚೆತ್ತಳು. ಕೆರಳಿದ್ದ ಇವನೊಡನೆ ವಾದ ಮಾಡಲು ಇಷ್ಟಪಡದೆ, "ಸರ್, ನನ್ನನ್ನು ಕ್ಷಮಿಸಿ" ಅಂದಳು.

ಯಾವ ನೆಪವನ್ನೂ ಹೇಳದೆ ಒಂದೇ ಮಾತಿನಲ್ಲಿ ಶೀಲ ಕ್ಷಮೆ ಯಾಚಿಸಿದ್ದರಿಂದ ಸಂಜಯ್ ನಿರುತ್ತರನಾದ. ಇಷ್ಟು ಅನಾಯಾಸವಾಗಿ ಅವಳು ಸೋತಿದ್ದರಿಂದ ಅವನಿಗೆ ಮುಂದೆ ಏನು ಹೇಳಬೇಕು ಎಂದು ತಿಳಿಯಲಿಲ್ಲ. ಆದರೆ ಅಷ್ಟಕ್ಕೇ ಅವನು ಬಿಡಲಿಲ್ಲ.

"ಶೀಲಾ, ನಾನು ನಿನ್ನ ಜೊತೆ ಮಾತಾಡಬೇಕು, ಆದರೆ ಇಲ್ಲಿ ಬೇಡ. ಹೊರಗೆ ಹೋಗೋಣ ಬಾ" ಅಂದ.

ಶೀಲಾ ಹಿಂಜರಿದಳು. ಇವನ ಜೊತೆಗೆ ಹೊರಗೆ ಹೋದರೆ ಆಗುವ ಗುಲ್ಲಿನ ಪುನರಾವರ್ತನೆ ಅವಳಿಗೆ ಬೇಕಿರಲಿಲ್ಲ. ಇವನು ಈ ಸ್ಥಿತಿಗೆ ಬರಲು ನಾನೇ ಕಾರಣ ಅಂತ ಮೊದಲೇ ಎಲ್ಲರೂ ಅನುಮಾನಿಸುತ್ತಿದ್ದಾರೆ. ಪುನಃ ಇವನೊಂದಿಗೆ ಹೊರಗೆ ಹೋದರೆ ಅವರ ಟೀಕೆಗಳಿಗೆ ಎಲ್ಲೆಯಿರುವುದಿಲ್ಲ.

ಶೀಲಾ ನಯವಾಗಿ ಅವನ ಕರೆಯನ್ನು ನಿರಾಕರಿಸಿದಳು. ಅವನು ಹೋಗಲೇಬೇಕೆಂದು ಮೊಂಡು ಹಿಡಿದ. ಅವನ ಬಾಲಿಶ ನಡವಳಿಕೆ, ಹಠಮಾರಿತನ ಕಂಪೆನಿ ಯಜಮಾನನಾದ ಅವನಿಗೆ ತಕ್ಕುದಲ್ಲ ಎಂದು ತಿಳಿಹೇಳಿದಳು. ಅವನು ನಾನು ಯಾರನ್ನೂ ಲಕ್ಷಿಸುವುದಿಲ್ಲ ಎಂಬ ಧೋರಣೆ ತಾಳಿದ. ಈ ರೀತಿ ಕ್ಷುಲ್ಲಕ ವಿಷಯಗಳ ಬಗ್ಗೆ ಭಾವುಕನಾಗಿ ಕೆಲಸ ನಿರ್ಲಕ್ಷಿಸಿದರೆ ಆಗುವ ನಷ್ಟ ಅಪಾರ ಎಂದು ವಿವರಿಸಿದಳು. ತಾನು ಕೆಲಸಕ್ಕೆ ರಾಜೀನಾಮೆ ಕೊಡುವುದಾಗಿ ಬೆದರಿಸಿದಳು. ಅವನು ಯಾವುದಕ್ಕೂ ಜಗ್ಗಲಿಲ್ಲ.

ಕೀ ಕೈಯಲ್ಲಿ ಹಿಡಿದು ಮುಂಬಾಗಿಲನ್ನು ತಳ್ಳಿ "ನಡಿ" ಅಂದ. ವಿಧಿಯಿಲ್ಲದೆ

ಬಲಿಪಶುವಿನಂತೆ ಅವಳು ಹೊರಕ್ಕೆ ನಡೆದಳು. ಜಯರಾಮನ್ ಮತ್ತು ಇತರರ ಕುತೂಹಲ ತುಂಬಿದ ಇರಿಯುವ ನೋಟಕ್ಕೆ ಕುಗ್ಗುತ್ತಾ ಶೀಲ ಅವನ ಕಾರನ್ನೇರಿ ಕೂತಳು. ಕಾರು ಸ್ಟಾರ್ಟ್ ಮಾಡಿ ಬರ್ರನೇ ನಡೆಸಿಕೊಂಡು ಫ್ಯಾಕ್ಟರಿಯ ಆವರಣ ಬಿಟ್ಟ ಸಂಜಯ್. ಯಾರನ್ನೂ ನಾನು ಲಕ್ಷಿಸುವವನಲ್ಲ ಎನ್ನುವ ಅಲಕ್ಷ್ಯ ಭಾವ ಅವನ ಮುಖದಲ್ಲಿ ತುಂಬಿತ್ತು. ಇಂದಿನಿಂದ ತಾನು ಆಫೀಸಿನಲ್ಲಿ ಸಹೋದ್ಯೋಗಿಗಳೊಂದಿಗೆ ಮೊದಲಿನಂತೆ ಮುಖ ಕೊಟ್ಟು ಮಾತಾಡಲು ಸಾಧ್ಯವೇ ಇಲ್ಲ ಎಂದು ಪರಿತಪಿಸುತ್ತಿದ್ದಳು ಶೀಲಾ.

******

ಬಿರುಗಾಳಿಯಂತೆ ಕಾರನ್ನು ರಭಸವಾಗಿ ನಡೆಸುತ್ತಾ ಸಂಜಯ ಅವನ ಮಾಮೂಲು ಪಂಚತಾರಾ ಹೋಟೆಲಿಗೆ ಬಂದ. ಕಾರು ನಿಲ್ಲಿಸಿ ಒಳಗೆ ಬಂದು ಟೇಬಲ್ಲಿನ ಮುಂದೆ ಕೂಡುವವರೆಗೂ ಇಬ್ಬರು ಏನು ಮಾತಾಡಲಿಲ್ಲ. ಸಂಜಯ್ ತನಗೆ ವಿಸ್ಕಿ ಆರ್ಡರ್ ಮಾಡಿದ.

"ಬೆಳಗ್ಗೇನೇ ಯಾಕೆ ಕುಡೀತೀನಿ ಅಂತ ಯೋಚಿಸುತ್ತಾ ಇದೀಯಾ?" ವಿಷಾದದಿಂದ ನಗುತ್ತಾ ಸಂಜಯ್ ಹೇಳಿದ, "ಇವತ್ತೇನು, ದಿನಾ ಕುಡಿತೀನಿ. ಅದೊಂದೇ ನನಗಿರುವ ನಿಜವಾದ ಸಂಗಾತಿ" ಅವಳು ಸುಮ್ಮನಿದ್ದರೂ ತಾನಾಗಿ ವಿವರಣೆ ಹೇಳಿದ ಸಂಜಯ್.

ಕುಡಿದು ಬರುವುದನ್ನು ದೊಡ್ಡ ಘನಂದಾರಿ ಕೆಲಸ ಅಂತ ಹೇಳಿಕೊಳ್ಳುತ್ತಿದ್ದಾನೆ. ಯಾವಾಗಲೂ ನಶೆಯಲ್ಲಿ ಇರುವುದರಿಂದಲೇ ಆಫೀಸಿನಲ್ಲಿ ವಿಪರೀತವಾಗಿ ವರ್ತಿಸುವುದು, ಅಷ್ಟಕ್ಕೂ ಇವನಿಗೆ ಅಂತಹ ದುಃಖವೇನು ಬಂತು ಎಂದು ಯೋಚಿಸಿದಳು ಶೀಲಾ,

ಬೇರರ್ ಗ್ಲಾಸುಗಳನ್ನು ತಂದಿಟ್ಟ, ಶೀಲಾಗೆ ಹಣ್ಣಿನ ರಸ ತಂದಿದ್ದ.

"ಇದು ಕಿತ್ತಳೆ ಹಣ್ಣಿನ ರಸ ತಾನೆ?" ಗ್ಲಾಸಿನ ವಿಚಿತ್ರ ಅಲಂಕಾರ ನೋಡಿ ಅನುಮಾನಿಸುತ್ತಾ ಕೇಳಿದಳು ಶೀಲಾ.

"ಅಲ್ಲ, ಅದರಲ್ಲಿ ಸ್ವಲ್ಪ ವಿಷ ಹಾಕಿರುತ್ತಾರೆ. ಪರವಾಗಿಲ್ಲ ಕುಡಿ. ನಿನ್ನ 'ಸ್ನೇಹಿತ'ನ ಮೇಲೆ ನಂಬಿಕೆ ಇಲ್ಲವಾ?"

ಶೀಲಾ ಅವನ ಕುಹಕಕ್ಕೆ ಪ್ರತಿಕ್ರಿಯಿಸದೆ ಗ್ಲಾಸನ್ನು ಕೈಗೆತ್ತಿಕೊಂಡಳು.

"ಚಿಯರ್ಸ್" ಅಣಕಿಸುವವನಂತೆ ಅವನು ಗ್ಲಾಸ್ ಮೇಲೆತ್ತಿ ಗಟಗಟ ಕುಡಿದು ಖಾಲಿ ಮಾಡಿದ. ಶೀಲಾ ಸ್ವಲ್ಪ ಹಣ್ಣಿನ ರಸವನ್ನು ಗುಟಕರಿಸಿದಳು. ಕಹಿಯಾದ ಹಣ್ಣಿನ ರಸ ಅವಳ ಬಾಯನ್ನೆಲ್ಲಾ ಒಗರು ಮಾಡಿತು. ಸಂಜಯ್

ಒಂದಾದ ಮೇಲೆ ಒಂದರಂತೆ ಆರ್ಡರ್ ಮಾಡಿ ಕುಡಿಯತೊಡಗಿ ಭಾವುಕನಂತೆ ಮಾತಾಡತೊಡಗಿದ. ತಾನು ಒಬ್ಬಂಟಿ, ಯಾರೂ ತನ್ನನ್ನು ಪ್ರೀತಿಸುವವರಿಲ್ಲ, ಕೇಳುವವರಿಲ್ಲ, ಮೇಲೆ ಕಾಣುವಂತೆ ತಾನು ಕಠೋರನಲ್ಲ, ತನಗೂ ಹೃದಯವಿದೆ, ಏನೇನೋ ಹೇಳುತ್ತಿದ್ದ. ಅವನ ಮಾತುಗಳಲ್ಲಿ ಒಂದಕ್ಕೊಂದು ಸಂಬಂಧವಿದ್ದಂತೆ ಅನಿಸುತ್ತಿರಲಿಲ್ಲ. ಏನು ಹೇಳಲು ತನ್ನನ್ನು ಕರೆದುಕೊಂಡು ಬಂದ ಅಂತ ಅವಳಿಗೆ ಅರ್ಥವಾಗಲಿಲ್ಲ. ಅವನ ಅಸಂಬದ್ಧ ಮಾತಿನ ಪ್ರವಾಹದೆದುರು ಮೌನವಾಗಿ ಕೂತು ಕೇಳಿ ಕೇಳಿ ಅವಳ ತಲೆ ಬಿಸಿಯಾಗಿ ನೋವು ಪ್ರಾರಂಭಿಸಿತು. ಕಷ್ಟಪಟ್ಟು ಹಣ್ಣಿನ ರಸ ಕುಡಿದು ಮುಗಿಸಿದಳು. ತಲೆ ಧಿಮ್ಮೆನ್ನತೊಡಗಿತು.

'ಶೀಲಾ... ಶೀಲಾ' ಅಂತ ಮಾತು ಮಾತಿಗೆ ಅವಳ ಹೆಸರನ್ನು ಕರೆಯುತ್ತಿದ್ದ ಅವನನ್ನು ಶೀಲಾ ದಿಟ್ಟಿಸಿ ನೋಡಿದಳು. ಅವನ ಕಣ್ಣುಗಳು ತೇಲಾಡುತ್ತಿದ್ದವು. ಅವನ ಬುದ್ಧಿ ಹಿಡಿತದಲ್ಲಿದೆ ಅನಿಸಲಿಲ್ಲ ಅವಳಿಗೆ. ಹೀಗೆ ಹಠಮಾರಿಯಾಗಿ ಬೇಜವಾಬ್ದಾರಿಯಿಂದ ನಡೆದುಕೊಳ್ಳುವ ಈ ವಿಚಿತ್ರ ವ್ಯಕ್ತಿಯ ಮೇಲೆ ಎಷ್ಟು ದೊಡ್ಡ ಸಂಸ್ಥೆ ಅವಲಂಬಿಸಿದೆ. ಅಲ್ಲಿ ಕೆಲಸ ಮಾಡುವ ನನ್ನಂಥ ಸಾವಿರಾರು ಜನರ ಗತಿಯೇನು ಎಂದು ಚಿಂತೆಯಾಯಿತು. ಸಂಜಯನ ಅಸಂಬದ್ಧ ಮಾತು ವಿಷಯದಿಂದ ವಿಷಯಕ್ಕೆ ಹಾರಿ ಗಿರೀಶನ ಕಡೆಗೆ ತಿರುಗಿತು. ಗಿರಿಯ ನೆನಪು ಬಂದೊಡನೆ ಅವನು ಕೋಪದಿಂದ ಉದ್ರೇಕಗೊಂಡಂತೆ ಕಂಡ.

“ಗಿರಿ... ಅವನೊಬ್ಬ ಫೂಲ್... ತಾನು ಗ್ರೇಟ್ ಅಂದುಕೊಂಡಿದಾನೆ.. ಕೊಬ್ಬು ಜಾಸ್ತಿ ಅವನಿಗೆ.. ಸ್ವಂತ ಕೈಲಾಗದವನು.. ಸಹಾಯ ಮಾಡಿದರೆ ಬೇಡಾಂತಾನೆ ..ದುರಭಿಮಾನ ಅವನಿಗೆ” ಸಂಜಯನ ಪ್ರವರ ಮುಗಿಯುವಂತೆ ಕಾಣಲಿಲ್ಲ ಶೀಲಾಳಿಗೆ.

ಬೇರರನ್ನು ಕರೆದು ಶೀಲ ಅನುಮಾನಿಸುತ್ತಾ “ಇಲ್ಲಿಂದ ಫೋನ್ ಮಾಡಬಹುದಾ?” ಎಂದು ಕೇಳಿದಳು.

“ಮಾಡಿ ಮೇಡಂ,.. ಬನ್ನಿ” ಎಂದ ಬೇರರ್.

“ಫೋನು? ಯಾರಿಗೆ.. ಫೋನ್ ಮಾಡ್ತೀಯಾ ಶೀಲಾ?” ತೇಲುತ್ತಿದ್ದ ದೃಷ್ಟಿಯನ್ನು ಕಷ್ಟದಿಂದ ಅವಳೆಡೆಗೆ ಕೇಂದ್ರಿಸಿ ಕೇಳಿದ ಸಂಜಯ್.

ಶೀಲಾ ಮಾತನಾಡದೆ ಎದ್ದಳು. ಸಂಜಯನಿಗೆ ಅವಳು ಹೊರಟುಹೋಗಬಹುದು ಎಂದು ಅನುಮಾನದಿಂದ ಆತಂಕವಾಯಿತು. ಅವನು ಅವಳಿಗೆ ಅಡ್ಡವಾಗಿ ಕೈ ಹಿಡಿದು, “ಶೀಲಾ ನನ್ನ ಬಿಟ್ಟು ಹೋಗಬೇಡ... ಪ್ಲೀಸ್.. ನೀನು ಹೊರಟು ಹೋದರೆ ನಾನು ಸಹಿಸಲಾರೆ” ಎಂದು ತೊದಲಿದ. ಬೇರರ್ ಗೆ ನಿಂತಿರಲು ಮುಜುಗರವಾಗಿ ದೂರಹೋದ.

ಕೊಟ್ಟು ಹುಟ್ಟದವರ ಬದುಕು

"ಎಲ್ಲೂ ಹೋಗಲ್ಲ ಸರ್, ಈಗಲೇ ಬಂದು ಬಿಡ್ತೀನಿ" ಎಂದು ಕೊಸರಿಕೊಂಡು ಅವಳು ಮುಂದೆ ಹೋದಳು.

"ಶೀಲಾ.. ದಯವಿಟ್ಟು ಹೋಗಬೇಡ. ನೀನಿಲ್ಲದೆ ನಾನು ಇರಲಾರೆ" ಸಂಜಯ ದೀನನಾಗಿ ಅಂಗಲಾಚಿದ. ಶೀಲ ಅವನನ್ನು ಸಂಪೂರ್ಣವಾಗಿ ನಿರ್ಲಕ್ಷಿಸಿ ಫೋನಿನಲ್ಲಿ ಗಿರೀಶನನ್ನು ಸಂಪರ್ಕಿಸಿದಳು. ಗಿರೀಶ ವಿಷಯ ತಿಳಿದು ಬರುವುದಾಗಿ ಹೇಳಿದ. ಅವಳು ವಾಪಾಸ್ಸು ಬಂದಾಗ ಸಂಜಯ್ ಮಂಕಾಗಿ ಕೂತಿದ್ದ. ಇವಳು ಹೋಗಿದ್ದಾಗ ತುಂಬಿದ ವಿಸ್ಕಿ ಗ್ಲಾಸ್ ಅರ್ಧ ಖಾಲಿಯಾಗಿತ್ತು. ಇವಳ ಮೇಲೆ ಸೇಡು ತೀರಿಸಿಕೊಳ್ಳುತ್ತಿದ್ದಾನೇನೋ ಎಂಬಂತೆ ಗ್ಲಾಸ್ ಖಾಲಿ ಮಾಡಿದ ಅವನು.

ಗಿರೀಶ ಬಂದ ಮೇಲೆ ಇಬ್ಬರೂ ಪ್ರಯಾಸ ಪಟ್ಟು ಸಂಜಯನನ್ನನ್ನು ಏಳಿಸಿಕೊಂಡು ಮನೆಗೆ ಕರೆದು ತಂದರು. ಅವನ ರೂಮಿನಲ್ಲಿ ಸಾಲಾಗಿದ್ದ ವಿಸ್ಕಿ ಬಾಟಲುಗಳನ್ನು ನೋಡಿ ಚಕಿತನಾದ ಗಿರೀಶ. "ಶೀಲಾ... ಶೀಲಾ" ಎನ್ನುತ್ತಲೇ ನಿದ್ದೆ ಹೋದ ಸಂಜಯ್.

ಸಂಜಯನ ಇಚ್ಛೆಯಂತೆ ಶೀಲಾ ಕೆಲಸಕ್ಕೆ ರಾಜೀನಾಮೆ ಕೊಟ್ಟು ಮನೆಯಲ್ಲುಳಿದಳು. ಅವಳು ಈಗ ಪ್ರಖ್ಯಾತ ಉದ್ಯಮಿಯಾದ ಸಂಜಯನ ಪತ್ನಿಯಾಗುವುದರಲ್ಲಿದ್ದಳು. ಸಂಜಯ್ ಮನೆಗೆ ಬಂದು ಶೀಲಾಳನ್ನು ಮದುವೆಯಾಗುವ ಇಚ್ಛೆ ತೋರಿಸಿದಾಗ ಅವಳ ಅಪ್ಪ, ಅಮ್ಮ ಶ್ರೀಮಂತ ಅಳಿಯನಿಂದ ಬರಬಹುದಾದ ಅನುಕೂಲಗಳನ್ನು ನೋಡಿ ಅವಳ ತಮ್ಮ ತಂಗಿಯರಿಗೆ ಅನುಕೂಲವಾಗುತ್ತೆ ಅಂತ ಕಾಡಿಬೇಡಿ ಬೆದರಿಸಿ ಅವಳನ್ನೊಪ್ಪಿಸಿದ್ದರು.

ಈ ಮಧ್ಯೆ ಶೀಲಾಳನ್ನು ಬಿಟ್ಟರೆ ಬೇರೆ ಯಾರೂ ಗಿರೀಶನನ್ನು ಲಕ್ಷಿಸಲಿಲ್ಲ. ಅವನು ಮದುವೆ ನಿಶ್ಚಯವಾಗುವುದಕ್ಕೆ ಮುಂಚೆಯೇ ಅಸ್ಸಾಮಿನ ಕೆಲಸಕ್ಕೆ ಹೊರಟುಹೋದ. ಹೋಗುವಾಗಲೂ ಅವನು ನಗುನಗುತ್ತಾ "ಶೀಲಾ, ಸಂಜಯ್ ನನಗಿಂತ ಕೋಟಿ ಪಾಲು ಉತ್ತಮ ಗಂಡು. ನಿನ್ನನ್ನು ತಲೆಯ ಮೇಲಿಟ್ಟು ಮೆರೆಸುತ್ತಾನೆ. ನೀನು ಅದೃಷ್ಟವಂತೆ. ಮೊದಲಿನಿಂದ ಅವನು ನಿನ್ನನ್ನು ಪ್ರೀತಿಸುತ್ತಿದ್ದ ಅಂತ ಕಾಣಿಸುತ್ತೆ. ಬಹುಶಃ ನೀನು ಅದನ್ನು ಅರ್ಥ ಮಾಡಿಕೊಂಡಿರಲಿಲ್ಲ" ಎಂದು ಕಣ್ಣೀರಿಡುತ್ತಿದ್ದ ಶೀಲಾಳಿಗೆ ಸಮಾಧಾನ ಹೇಳಿದ್ದ. ತನ್ನ ಮನಸ್ಸಿನ ತುಮುಲವನ್ನು ಮುಚ್ಚಿಟ್ಟು ಅವನು ನಗುತ್ತಿದ್ದುದು ಶೀಲಾಳಿಗೆ ತನ್ನ ಕನಸು ಚೂರಾಗಿದ್ದಕ್ಕಿಂತಾ ಅತೀವ ಸಂಕಟವನ್ನುಂಟು ಮಾಡಿತ್ತು.

ಪ್ರತಿದಿನ ಸಂಜೆ ಸಂಜಯ್ ಶಿಸ್ತಾಗಿ ಅಲಂಕರಿಸಿಕೊಂಡು ಶೀಲಾಳ ಮನೆಗೆ ಬಂದು ಅವಳನ್ನು ಕರೆದುಕೊಂಡು ಹೊರಗೆ ಹೋಗುತ್ತಿದ್ದ. ನಗರದ ಎಲ್ಲಾ

ಪಂಚತಾರಾ ಹೋಟೆಲ್‌ಗಳು, ಶ್ರೇಷ್ಠ ರೆಸ್ಟೋರೆಂಟ್‌ಗಳಿಗೆ ಹೋಗಿ ಅವಳೊಡನೆ ಕೂತು ಹರಟುತ್ತಿದ್ದ. ಅವಳಿಗೆ ಮುಜುಗರವಾಗುವಷ್ಟು ಉಪಚಾರ ಮಾಡುತ್ತಿದ್ದ. ಅವನು ಅವಳಿಗಾಗಿ ಕೊಳ್ಳದ ವಸ್ತುವಿಲ್ಲ. ತೋರಿಸದ ಜಾಗವಿಲ್ಲ. ತಿನ್ನಿಸದ ತಿನಿಸಿಲ್ಲ. ಹಣ ಏನೆಲ್ಲಾ ಕೊಳ್ಳಬಹುದೋ ಎಲ್ಲವನ್ನೂ ಅವಳಿಗೆ ತಂದು ಒಪ್ಪಿಸಿದ. ಅವನು ಅವಳನ್ನು ಎಷ್ಟು ಪ್ರೀತಿಸುತ್ತಾನೆ ಅಂತ ಪ್ರಪಂಚಕ್ಕೇ ಸಾರಿ ತೋರಿಸುವುದರಲ್ಲಿ ಅವನಿಗೆ ಏನೋ ಹೆಮ್ಮೆ ಇದ್ದಂತೆ ಕಾಣಿಸುತ್ತಿತ್ತು. ಶೀಲಾಳ ಮನೆಯವರು ಗಿರೀಶನನ್ನು ತನಗೆ ಹೋಲಿಸಿ ಅವನಿಗಿಂತಾ ತಾನೇ ಇಷ್ಟು ಶ್ರೇಷ್ಠ ಎಂದು ಅರಿಯಲಿ ಎಂದು ವಿಶೇಷವಾಗಿ ಶ್ರಮವಹಿಸುತ್ತಿರುವಂತೆ ತೋರುತ್ತಿತ್ತು. ಶೀಲಾಳ ಅಪ್ಪ ಮನೆಯ ಮೇಲೆ ಮಾಡಿದ ಸಾಲ ಹಿಂತಿರುಗಿಸಿದರು. ತಮ್ಮ, ತಂಗಿಯರಿಗೆ ಹೊಸ ಹೊಸ ಬಟ್ಟೆ ಬರೆಗಳಾದವು. ಅವಳ ಅಮ್ಮನಿಗೆ ಹಲವಾರು ಹೊಸ ರೇಷ್ಮೆ ಸೀರೆಗಳು ಬಂದವು. ಮನೆಗೂ ಸುಣ್ಣ ಬಣ್ಣಗಳಾಗಿ ಬೆಳಗತೊಡಗಿತು.

ಇದೆಲ್ಲದರ ಮಧ್ಯೆ ಶೀಲಾ ಮಾತ್ರ ತನ್ನ ಚೂರುಚೂರಾದ ಹೃದಯದ ನೋವನ್ನು ನುಂಗಿಕೊಂಡು ಬೊಂಬೆಯಂತೆ ಯಾಂತ್ರಿಕವಾಗಿದ್ದಳು. ಹುಚ್ಚು ಹೊಳೆಯ ಮಧ್ಯದಲ್ಲಿ ನಿಶ್ಚಲವಾಗಿ ನಿಂತ ಶಿಲೆಯಂತೆ ಅವನ ಪ್ರೇಮ ಪ್ರವಾಹದಲ್ಲಿ ನಿರ್ವಿಕಾರಳಾಗಿ ಇರುತ್ತಿದ್ದಳು. ಅವಳು ಹೆಚ್ಚು ಅಂತರ್ಮುಖಿಯಾಗುತ್ತಿದ್ದಂತೆ ಸಂಜಯ್ ಮತ್ತಷ್ಟು ಹೆಚ್ಚು ಬಹಿರಂಗವಾಗಿ ಅವಳನ್ನು ಮೆರೆಸಲು ಪ್ರಾರಂಭಿಸಿದ.

ಶೀಲಾಳ ಮದುವೆ ವಿಜೃಂಭಣೆಯಿಂದ ನಗರದ ದೊಡ್ಡ ಕಲ್ಯಾಣಮಂಟಪದಲ್ಲಿ ನಡೆಯಿತು. ಬಂಗಾರದಂಥಾ ಅಳಿಯ ಸಿಕ್ಕಿದ ಎಂದು ಶೀಲಾಳ ಅಪ್ಪ, ಅಮ್ಮ ಹಿರಿ ಹಿರಿ ಹಿಗ್ಗಿದರು. ಮದುವೆಗೆ ಬಂದ ಗಿರೀಶ ಕೃಶವಾಗಿ ಕಳೆಗುಂದಿದವನಂತೆ ಕಂಡರೂ ಮದುವೆ ಮನೆಯ ತುಂಬಾ ಓಡಾಡಿದ. ಸಾಯಂಕಾಲ ಪ್ರತಿಷ್ಠಿತ ಪಂಚತಾರಾ ಹೋಟೆಲ್ಲಿನ ಮೆತ್ತನೆಯ ಹುಲ್ಲು ಹಾಸಿನ ಮೇಲೆ ಝಗಝಗಿಸುವ ದೀಪಗಳ ಬೆಳಕಿನಲ್ಲಿ ನಿರ್ಮಾಣಗೊಂಡ ಕಿನ್ನರಲೋಕದಲ್ಲಿ ನೀರಿನಂತೆ ಹಣದ ಹೊಳೆ ಹರಿಸಿ ಆರತಕ್ಷತೆ ಏರ್ಪಡಿಸಿದ ಸಂಜಯ್. ಎಲ್ಲರೆದುರಲ್ಲಿ ಮೇಲಿಂದ ಮೇಲೆ ಗಿರೀಶನನ್ನು ಹತ್ತಿರ ಕರೆದು ಮಾತಾಡಿಸುತ್ತಿದ್ದ. ನಗರದ ಮೇಲು ವರ್ಗದ ಪ್ರತಿಷ್ಠಿತ ಜನರೆಲ್ಲಾ ಪಾರ್ಟಿಗೆ ಬಂದಿದ್ದರು. ಅವರಿಗೆಲ್ಲಾ ತನ್ನ ಪ್ರಾಣ ಸ್ನೇಹಿತ ಎಂದು ಅವನ ಪರಿಚಯ ಮಾಡಿಸಿದ.

ರಾತ್ರಿ ಹನ್ನೊಂದು ಗಂಟೆಯ ಹೊತ್ತಿಗೆ ಕುಡಿದು, ಕುಪ್ಪಳಿಸಿ ಮತ್ತರಾದ ಅತಿಥಿಗಳೆಲ್ಲಾ ಹೋದ ಮೇಲೆ ಸಂಜಯ್ ತನ್ನ ಅತ್ತೆ, ಮಾವನ ಮನೆಯವರನ್ನು ಕಾರಲ್ಲಿ ಮನೆಗೆ ಕಳಿಸಿದ. ವಿಶೇಷವಾಗಿ ಅಲಂಕೃತವಾದ ಇನ್ನೊಂದು ಕಾರಲ್ಲಿ ಶೀಲಾಳ ಜೊತೆ ಕುಳಿತು ತನ್ನ ಮನೆಗೆ ಹೊರಟ. ಭರ್ರೆಂದು ಕಾರು ಹೋಟೆಲಿನ

ಗೇಟು ದಾಟಿ ಹೊರಗೆ ಹೋಗುತ್ತಿರುವಾಗ ಕತ್ತಲಲ್ಲಿ ಕಾಂಪೌಂಡಿನ ಪಕ್ಕ ಗಿರಿ ನಡೆದುಕೊಂಡು ಹೋಗುತ್ತಿರುವುದನ್ನು ಯಾರೂ ಗಮನಿಸಲಿಲ್ಲ.

ಸಂಜಯನ ಮನೆ ಪೂರ್ತಿ ಝಗಝುಗಿಸುವ ಸಣ್ಣ ಸಣ್ಣ ದೀಪಗಳ ಸರಣಿಗಳಿಂದ ಅಲಂಕೃತವಾಗಿತ್ತು. ಮಲಗುವ ರೂಮಿನಲ್ಲಿ ಹೂವಿನಿಂದ ಅಲಂಕೃತವಾದ ಹಾಸಿಗೆಯ ಮೇಲೆ ಶೀಲ ಕೂತಿದ್ದಳು. ಅವಳು ಬಯಸದೆ ತನ್ನ ಮಡಿಲಿಗೆ ಬಿದ್ದ ಈ ಭಾಗ್ಯಕ್ಕಾಗಿ ನಗಬೇಕೋ ಅಳಬೇಕೋ ತಿಳಿಯದೆ ಶಿಲೆಯಂತೆ ಯೋಚಿಸುತ್ತಾ ಕೂತಿದ್ದಳು. ಸಂಜಯ್ ನಸುನಗುತ್ತಾ ಒಳಗೆ ಬಂದು ಬಾಗಿಲು ಹಾಕಿದ. ಅವನ ಚೆಲುವಾದ ಮುಖದಲ್ಲಿ ಅನಿರ್ವಚನೀಯವಾದ ಆನಂದ ಮನೆ ಮಾಡಿತ್ತು. ಹೆಮ್ಮೆಯಿಂದ ಅವನು ಬೀಗುತ್ತಾ ಬೀರುವಿನ ಬಾಗಿಲು ತೆಗೆದ. ಇಷ್ಟು ಐಶ್ವರ್ಯವಂತ, ರೂಪವಂತನನ್ನು ಮದುವೆಯಾಗುವ ಅದೃಷ್ಟ ಎಷ್ಟು ಜನಕ್ಕಿದೆ? ಶೀಲ ನಿಟ್ಟುಸಿರು ಬಿಟ್ಟು ಪಕ್ಕಕ್ಕೆ ತಿರುಗಿದಳು.

"ಶೀಲಾ, ಬರುವಾಗ ಗಿರಿ ಎಲ್ಲೂ ಕಾಣಿಸಲಿಲ್ಲ" ಬೀರುವಿನಿಂದ ವಿಸ್ಕಿ ಬಾಟಲ್ ತೆಗೆದು ಗ್ಲಾಸಿಗೆ ಬಗ್ಗಿಸುತ್ತಾ ಕೇಳಿದ ಸಂಜಯ್.

"ಇವತ್ತೂ ಕುಡಿಯಬೇಕಾ ನೀವು?"

"ಇವತ್ತೇ ಮಹಾನಂದದ ದಿನ. ನಿನ್ನಂಥ ಮುದ್ದು ಹುಡುಗಿಯನ್ನು ಕಾಡಿ ಬೇಡಿ ಒಪ್ಪಿಸಿ ಮದುವೆಯಾದ ನನ್ನ ಅದೃಷ್ಟಕ್ಕೆ ನಾನು 'ಚಿಯರ್ಸ್' ಹೇಳಲೇಬೇಕು" ಎಂದು ಸಂಜಯ್ ವಿಸ್ಕಿ ಗುಟುಕರಿಸಿದ.

ಶೀಲ ಮತ್ತೆ ನಿಟ್ಟುಸಿರು ಬಿಟ್ಟಳು. ಅವನು ಕುಡಿಯಲು ಕೂತರೆ ಮುಂದಾಗುವುದು ಅವಳಿಗೆ ಚೆನ್ನಾಗಿ ಗೊತ್ತು. ಮೊಣಕಾಲಿನ ಮೇಲೆ ತಲೆಯಾನಿಸಿ ಅವನು ಗಿರೀಶನ ಬಗ್ಗೆ ಒಂದೇ ಸಮನೆ ಮಾತಾಡುವುದನ್ನು ಕೇಳಿಸಿಯೂ ಕೇಳಿಸದವಳಂತೆ ಕೂತಳು.

ನಶೆ ಏರುತ್ತಿದ್ದಂತೆ ಸಂಜಯ್ ಗಿರೀಶನನ್ನು ಬಯ್ಯತೊಡಗಿದ. 'ಯೋಗ್ಯತೆಯಿಲ್ಲದ ಅವನು ಕಾಲೇಜಿನ ದಿನಗಳಿಂದಲೂ ನನ್ನನ್ನು ಕಂಡರೆ ಅಸೂಯೆ ಪಡುತ್ತಿದ್ದ, ಅದಕ್ಕೇ ಕೆಲಸ ಕೊಡಿಸುತ್ತೀನಿ ಅಂದರೆ ಬೇಡ ಎಂದು ಅಹಂಕಾರ ಮಾಡಿದ' ಎಂದು ಹೀಯಾಳಿಸಿದ. 'ಶೀಲಾ ನಿನ್ನ ಮದುವೆ ಮಾಡಿಕೊಳ್ಳಬೇಕು ಅಂತಿದ್ದ. ತನ್ನನ್ನು ತಾನು ಸಾಕುವಷ್ಟು ಸಂಬಳ ತರಲಾರದ ಅವನು ನಿನ್ನನ್ನು ಮದುವೆಯಾಗಲು ಯೋಚಿಸುವುದಕ್ಕೆ ಎಷ್ಟು ಧೈರ್ಯ!" ಎಂದು ಗುಡುಗಿದ.

"ಶೀಲಾ, ಅವನು ನನ್ನ ಹಣ ನೋಡಿ ದೊಡ್ಡ ಸ್ನೇಹಿತನಂತೆ ನನ್ನ ಹಿಂದೆ

ಸುತ್ತುತ್ತಿದ್ದ. ಸ್ನೇಹ ಅವನ ಸ್ವಾರ್ಥಸಾಧನೆಗೆ ಒಂದು ದಾರಿ ಅಷ್ಟೇ. ನಿನ್ನನ್ನು ಮದುವೆಯಾಗಲು ಪ್ರಯತ್ನಪಟ್ಟಿದ್ದು ನೀನು ಕೈ ತುಂಬಾ ಸಂಪಾದಿಸುತ್ತೀ ಅಂತಾನೇ ಹೊರತು ಅವನಿಗೇನು ನಿನ್ನ ಮೇಲೆ ಪ್ರೀತಿಯಿರಲಿಲ್ಲ. ಯೋಗ್ಯತೆ ಮೀರಿದ ಆಸೆಪಟ್ಟ, ನಿನ್ನ ಜೀವನಾನೇ ಹಾಳುಮಾಡಲು ಹೊರಟಿದ್ದ. ನೀನು ಬುದ್ಧಿವಂತೆ, ಸಮಯದಲ್ಲಿ ಎಚ್ಚೆತ್ತುಕೊಂಡಿ..."

"ಸಂಜಯ್" ತಣ್ಣನೆಯ ದನಿಯಲ್ಲಿ ಕರೆದಳು ಶೀಲಾ.

ಶೀಲ ತನ್ನ ಹೆಸರು ಹಿಡಿದು ಕೂಗಿದ್ದನ್ನು ಗಮನಿಸಿ ಚಕಿತನಾಗಿ ಅವಳನ್ನು ನೋಡಿದ ಸಂಜಯ್.

'ಶೀಲಾ, ಬಾ' ಅಂತ ಗಿರಿ ಒಮ್ಮೆ ಕರೆದಿದ್ದರೆ ಸಾಕಿತ್ತು, ನಾನು ಅಪ್ಪ, ಅಮ್ಮ, ಕೆಲಸ ಎಲ್ಲಾ ಬಿಟ್ಟು ಅವನನ್ನು ಮದುವೆಯಾಗಲು ತಯಾರಿದ್ದೆ. ಅವನೊಡನೆ ಉಪವಾಸವಿದ್ದರೂ ನನಗೆ ಅದು ಒಪ್ಪಿಗೆಯಿತ್ತು. ಆದರೆ ಅವನೇ ನನ್ನನ್ನು ತಡೆದ. 'ಸಂಜಯ್ ಸೂಕ್ಷ್ಮ ಮನಸ್ಸಿನ ಅತೀ ಅಭಿಮಾನಿ, ನೀನು ಅವನನ್ನು ಮದುವೆಯಾಗಲು ಒಪ್ಪದಿದ್ದರೆ ಆ ನಿರಾಶೆಗೆ ಜೀವನವನ್ನೇ ಹಾಳು ಮಾಡಿಕೊಳ್ಳುತ್ತಾನೆ' ಎಂದು ಬಲವಂತದಿಂದ ನನ್ನನ್ನು ಒಪ್ಪಿಸಿದ. ಅವನಿಗಿರುವ ದೊಡ್ಡತನದ ಸಾವಿರದ ಒಂದು ಭಾಗ ನಿನಗೆ ಇಲ್ಲ.."

ಸಂಜಯ್ ದಂಗಾದ. ತನ್ನ ಕಿವಿಗಳನ್ನು ತಾನೇ ನಂಬದಾದ ಅವನು. ತನ್ನ ಸಿರಿತನ, ಚೆಲುವು ನೋಡಿ ಕೆಲಸಕ್ಕೆ ಬಾರದ ಗಿರೀಶನನ್ನು ಶೀಲಾ ನಿರಾಕರಿಸಿ ತನ್ನನ್ನು ಒಲಿದಿದ್ದಾಳೆ ಅಂದುಕೊಂಡಿದ್ದ ಅವನಿಗೆ ಅವಳ ಮಾತುಗಳನ್ನು ನಂಬಲಾಗಲಿಲ್ಲ. ಗೆಲುವಿನಿಂದ ಬೀಗುತ್ತಾ ಆಕಾಶದಲ್ಲಿ ಹಾರಾಡುತ್ತಿದ್ದ ಅವನು ತಳವೇ ಕಾಣದ ಘೋರ ಪ್ರಪಾತದಲ್ಲಿ ಬೀಳುತ್ತಿರುವ ತರಗೆಲೆಯಂತೆ ತತ್ತರಿಸಿದ. ಜೀವನದುದ್ದಕ್ಕೂ ಗಿರಿಯೊಡನೆ ನಡೆಸಿದ ಪೈಪೋಟಿಯಲ್ಲಿ ಕಡೆಗೆ ನಾನೇ ಗೆದ್ದೆ ಎಂದು ಹಿಗ್ಗುತ್ತಿದ್ದ ಅವನಿಗೆ ಗಿರೀಶ ತಾನಾಗೇ ಶೀಲಾಳನ್ನು ನನಗೆ ಬಿಟ್ಟುಕೊಟ್ಟ ಎಂಬ ಅರಿವಾದೊಡನೆ ಕುಡಿದಿದ್ದ ಅಮಲು ಜರ್‍ರನೇ ತಲೆಯಿಂದ ಇಳಿದು ಎಲ್ಲವೂ ಶೂನ್ಯವಾದಂತಾಯಿತು. ಕಾಲೇಜಿನ ದಿನಗಳಿಂದ ಇವತ್ತಿನವರೆಗೂ ತನ್ನ ಮತ್ತು ಗಿರೀಶನ ನಡುವಿನ ಸಂಬಂಧ ಅವನ ನೆನಪಿನಲ್ಲಿ ಹಾದು ಹೋಗಲಾರಂಭಿಸಿತು. ದಿನದಿಂದ ದಿನಕ್ಕೆ ಗಿರೀಶ ಎತ್ತರವಾಗಿ ಬೆಳೆದು ಪರ್ವತಾಕಾರವಾಗಿ ನಿಂತು ತಾನು ಅವನೆದುರು ಕುಬ್ಜನಾಗಿ ಹೋದೆ ಎನಿಸಿ ಸಂಜಯ ಕುಗ್ಗಿ ಹೋದ. ತಾನೇ ನೇಯ್ದ ಅಸೂಯೆ, ದುರಭಿಮಾನಿಗಳ ಬಲೆಯಲ್ಲಿ ತಾನೇ ಸಿಕ್ಕಿಬಲಿಯಾದೆ ಎಂದು ಈಗ ಅವನಿಗೆ ಗೋಚರವಾಯಿತು.

ಅವನು ಶೀಲಾಳ ಕಡೆ ತಿರುಗಿ ಹೊಸಬಳನ್ನು ನೋಡುವಂತೆ ಬಿರಬಿರನೆ

ದಿಟ್ಟಿಸಿದ. ಸುಂದರವಾಗಿ ಅಲಂಕರಿಸಿಕೊಂಡಿದ್ದ ಶೀಲ ಇದ್ದಕ್ಕಿದ್ದಂತೆ ಅವನ ಕಣ್ಣಿಗೆ ತೀರಾ ಅನಾಕರ್ಷಕವಾಗಿ, ಕುರೂಪಿಯಂತೆ ಕಂಡಳು. ಇವಳಲ್ಲಿ ಏನಿದೆ ಎಂದು ನಾನು ಪ್ರಮತ್ತನಾಗಿ, ಹುಚ್ಚನಂತೆ ಹೊಡೆದಾಡಿ ಮದುವೆಯಾದೆ ಎಂದು ಅವನಿಗೇ ಆಶ್ಚರ್ಯವಾಯಿತು. ಅವನ ನೋಟದಲ್ಲಿ ಇದುವರೆಗೂ ತುಂಬಿದ್ದ ಮಾರ್ದ್ರವತೆ, ಮೋಹ ನಿಧಾನವಾಗಿ ಮಾಯವಾಗಿ ಅದರ ಜಾಗದಲ್ಲಿ ಮಂಜಿನಂತೆ ಕೊರೆಯುವ ಕಠೋರತೆ ಮೂಡಿತು. ಮುಖ ಬಿಗಿದುಕೊಂಡಿತು. ಜೋರಾಗಿ ತಲೆ ಕೊಡವಿ, ಅವಡು ಕಚ್ಚಿ ಅವನು ಕೈಯಲ್ಲಿದ್ದ ಗ್ಲಾಸನ್ನು ಎತ್ತಿ ಗೋಡೆಗೆ ಅಪ್ಪಳಿಸಿದ. ಫಳ್ಳನೆ ಗಾಜು ಒಡೆದು ರೂಮಿನ ತುಂಬಾ ಚೂರುಗಳು ಬಿದ್ದವು. ತಾನು ಸೋತೆ ಎಂಬ ಭಾವನೆಯನ್ನು ಭರಿಸಲಾಗದೆ ಮುಖ ಮುಚ್ಚಿಕೊಂಡು ಕೂತ ಸಂಜಯ.

ಬದಲಾಗುತ್ತಿದ್ದ ಇವನ ಮುಖಭಾವವನ್ನು ಕೂಡಲೇ ಗ್ರಹಿಸಿದಳು ಶೀಲ. ಗಿರಿ ಸಂಜಯರ ಅಭಿಮಾನ ದುರಭಿಮಾನಿಗಳ ಪೈಪೋಟಿಯಲ್ಲಿ ತನ್ನ ಜೀವನ ಮಣ್ಣಾಯಿತು ಎಂದು ಅವಳಿಗೆ ನಿಚ್ಚಳವಾಗಿ ಗೊತ್ತಾಯಿತು. ಹೋರಾಡುತ್ತಿರುವ ಗೂಳಿಗಳ ಮಧ್ಯೆ ಸಿಕ್ಕಿದ ನರಿಯಂತೆ ಇವರಿಬ್ಬರ ಹೋರಾಟಕ್ಕೆ ನನ್ನ ಬಾಳನ್ನು ಬಲಿಕೊಟ್ಟಂತಾಯಿತು! ಇನ್ನು ಮುಂದೆ ತನಗೆ ಕಾದಿರುವ ಶೂನ್ಯ ಜೀವನವನ್ನು ನೆನೆಸಿಕೊಂಡು ವಿಷಾದದಿಂದ ನಿಟ್ಟುಸಿರು ಬಿಟ್ಟಳು ಶೀಲಾ.

ರಂಗನಾಯಕಿ

ಓನರ್ ಕಾಮಾಕ್ಷಮ್ಮನ ಮನೇನೂ ಸೇರಿ ಆ ವಠಾರದಲ್ಲಿದ್ದುದು ನಾಲ್ಕು ಮನೆಗಳು. ಊರಾಚೆಯ ರೆವೆನ್ಯೂ ಏರಿಯಾದಲ್ಲಿದ್ದ ಆ ಸಣ್ಣ ಬಡಾವಣೆಯಲ್ಲಿ ಮನೆಗಳು ಇಕ್ಕಟ್ಟಾಗಿ ಒಂದರ ಮೇಲೊಂದು ಒತ್ತರಿಸಿಕೊಂಡು ನಿಂತಿದ್ದವು. ಸಣ್ಣ ಓಣಿಯಂತಿದ್ದ ರಸ್ತೆಯಲ್ಲಿ ಎರಡೂ ಕಡೆ ಗಾಳಿಯಾಡಲೂ ಸ್ಥಳವಿಲ್ಲದಂತೆ ಕಟ್ಟಿದ್ದ ಸಾಲುಮನೆಗಳ ಮಧ್ಯದಲ್ಲಿತ್ತು ಸುಂದರರಾಮನ್‌ರ ನಾಲ್ಕು ಮನೆಗಳ ಈ ಅರಮನೆ! ಮನೆಯ ಯಜಮಾನ ಸುಂದರರಾಮನ್ ಆದರೂ, ಗಯ್ಯಾಳಿ ಕಾಮಾಕ್ಷಮ್ಮನ ವಠಾರ ಅಂತಾನೇ ಅದು ಹೆಸರುವಾಸಿ.

ರಸ್ತೆಯ ಕಡೆಗೆ ಎತ್ತರವಾದ ಗೋಡೆ, ಮಧ್ಯದಲ್ಲಿ ಒಂದು ಸಣ್ಣ ಬಾಗಿಲು. ಬಾಗಿಲುದಾಟಿ ಒಳಗೆ ಹೋದರೆ ಮೂರಡಿಯ ಸಣ್ಣ ಓಣಿ ಪ್ರವೇಶಿಸುತ್ತೀರಿ. ಓಣಿಯ ಎರಡೂ ಕಡೆಗೆ ಎರಡೆರಡು ಮನೆಗಳು. ಎಡಗಡೆಗೆ ಮೊದಲನೆಯದು ಶೇಷಾದ್ರಿಗಳದ್ದು – ಅಥವಾ ಅವರ ಎರಡನೇ ಹೆಂಡತಿ ಸೀತಾಲಕ್ಷಮ್ಮನದು ಅಂತ ಹೇಳಬಹುದು. ಗಂಡನನ್ನು ಸಂಪೂರ್ಣವಾಗಿ ಅಲಕ್ಷಿಸಿ ಸರ್ವಾಧಿಕಾರಿಯಾಗಿದ್ದ ಸೀತಾಲಕ್ಷಮ್ಮ ಸಿಂಡ್ರೆಲಾ ಕಥೆಯಲ್ಲಿ ಬರುವ ಮಲತಾಯಿಯ ಅಪರಾವತಾರ. ಮೂರು ವರ್ಷದ ಮಗುವಾಗಿದ್ದಾಗಿನಿಂದ ಇವರ ದಬ್ಬಾಳಿಕೆಗೆ ಸಿಕ್ಕಿ, ನರಳಿ, ನಲುಗಿ, ಹೆಣವಾಗಿ ಹೋಗಿರುವವಳೇ ರಂಗನಾಯಕಿ. ಅವಳಿಗೀಗ ಮೂವತ್ತು ವರ್ಷಗಳು ತುಂಬಿದೆ. ಅವಳು ಮಲತಾಯಿಯ ಶೋಷಣೆ,

ದೌರ್ಜನ್ಯಕ್ಕೆ ಎಷ್ಟು ಒಗ್ಗಿಹೋಗಿದ್ದಾಳೆಂದರೆ ಮೂದಲಿಕೆ, ಬೈಗುಳಿಲ್ಲದೆ ಅವಳ ದಿನ ಬೆಳಗಾಗುವುದಿಲ್ಲ, ರಾತ್ರಿ ಕತ್ತಲಾಗುವುದಿಲ್ಲ.

ಅವರ ಎದುರು ಮನೆ ಮಧ್ಯ ವಯಸ್ಸಿನ ವಿಧವೆ, ಅನಾಥಾಶ್ರಮದ ಕಾರ್ಯದರ್ಶಿ ಶಾಂತಮ್ಮನದು. ಪುಟವಿಟ್ಟ ಚಿನ್ನದಂತ ಗುಣದ ಶಾಂತಮ್ಮ ತುಂಬಿದ ಕೊಡ. ದುರದೃಷ್ಟದಿಂದ ಮದುವೆಯಾದ ವರ್ಷವೇ ಅಪಘಾತದಲ್ಲಿ ಅವರ ಗಂಡ ತೀರಿ ಹೋಗಿದ್ದರು. ಈಗ ಇಪ್ಪತ್ತೈದು ವರ್ಷಗಳಿಂದ ಅನಾಥಾಶ್ರಮದ ಕೆಲಸದಲ್ಲಿ ಆಕೆ ಧನ್ಯತೆ, ಶಾಂತಿ, ತೃಪ್ತಿ ಕಾಣುತ್ತಿದ್ದಾರೆ. ದೂರದ ಹಳ್ಳಿಯಲ್ಲಿ ಒಂಟಿಯಾಗಿದ್ದ ಇಳಿವಯಸ್ಸಿನ ರೈತನ ಏಕಮಾತ್ರ ಪುತ್ರಿ ಈಕೆ.

ಸೀತಾಲಕ್ಷ್ಮಮ್ಮನ ಮನೆ ಪಕ್ಕ ಓನರ್ ಕಾಮಾಕ್ಷಮ್ಮನದು. ಇಬ್ಬರದೂ ಗಳಸ್ಯ ಕಂಠಸ್ಯ. ಸಂತಾನವಿಲ್ಲದ ಕಾಮಾಕ್ಷಮ್ಮ, ಹೊಟ್ಟೆಯಲ್ಲಿ ಹುಟ್ಟಿದ ಮಗನನ್ನು ಸ್ಥಿತಿವಂತನಾದ ಅಣ್ಣನ ಮನೆಯಲ್ಲಿ ಬಿಟ್ಟು ಮಲಮಗಳ ಜೀವ ಹಿಂಡುತ್ತಿದ್ದ ಸೀತಾಲಕ್ಷ್ಮಮ್ಮ ಇಬ್ಬರೂ ಸೇರಿದರೆ ಬೆಂಕಿ ತುಪ್ಪ ಸೇರಿದಂತೆ. ನರ ಸತ್ತಂತಿದ್ದ ಅವರ ಗಂಡಂದಿರಿಬ್ಬರೂ ಬೆಳಗ್ಗೆ ಮನೆ ಬಿಟ್ಟರೆಂದರೆ ಪುನಃ ಮನೆಯ ನೆನಪು ಮಾಡಿಕೊಳ್ಳುವುದು ರಾತ್ರಿಯಾದಾಗಲೇ. ಮನೆಯ ಹೊರಗಿದ್ದಾಗಲೇ ಅವರಿಗೆ ನೆಮ್ಮದಿ. ಓನರ್ ಕಾಮಾಕ್ಷಮ್ಮನ ಮನೆ ಎದುರೇ ನರ್ಸ್ ಮೇರಿಕುಟ್ಟಿಯ ಮನೆ. ಅಂದರೆ ಶಾಂತಮ್ಮನ ಮನೆಗೆ ಪಕ್ಕದ್ದು. ಓಣಿಯ ಕೊನೆಗೆ ಒಂದು ಕಾಮನ್ ಕಕ್ಕಸ್ಸು. ಪಕ್ಕ ಒಗೆಯೋ ಬಂಡೆಕಲ್ಲು ಮತ್ತು ವಠಾರಕ್ಕಿದ್ದ ಒಂದೇ ನಲ್ಲಿ. ಮನೆಗಳೆಲ್ಲ ಒಂದೇ ತರ. ಸಿಮೆಂಟ್ ಶೀಟ್ ಹೊದೆಸಿದ ಮನೆಗಳು. ಒಳಹೊಕ್ಕರೆ ಅಂಗೈ ಅಗಲದ ಹಜಾರ. ಹಜಾರದ ಒಂದು ಪಕ್ಕಕ್ಕೆ ಸಣ್ಣ ಅಡಿಗೆಮನೆ, ಪಕ್ಕ ಸ್ನಾನದ ಮನೆ. ಇನ್ನೊಂದು ಪಕ್ಕಕ್ಕೆ ಸಣ್ಣ ಕೋಣೆ.

ವಠಾರದಲ್ಲಿ ಅಂದು ಬೆಳಗ್ಗೆ ಸಡಗರ. ದುಬೈನಲ್ಲಿ ಆಸ್ಪತ್ರೆಯಲ್ಲಿ ನರ್ಸಿನ ಕೆಲಸ ಸಿಕ್ಕಿರುವುದರಿಂದ ಸದ್ಯದಲ್ಲಿ ವಠಾರ ಬಿಟ್ಟು ಹೋಗಲಿರುವ ಮೇರಿ ಕುಟ್ಟಿ ಕೊಟ್ಟಾಯಂನಲ್ಲಿ ಮದುವೆಯಾಗಿ ಗಂಡನೊಡನೆ ಹಿಂದಿರುಗಿ ಬಂದಿದ್ದಾಳೆ. ಮೇರಿ ಕುಟ್ಟಿ ಗಂಡನನ್ನೂ ದುಬೈಗೆ ಕರೆಸಿಕೊಳ್ಳುತ್ತಾಳಂತೆ. ಕರೆಸಿಕೊಳ್ಳುವುದಕ್ಕೆ ಮೂರು ತಿಂಗಳೋ, ಆರು ತಿಂಗಳೋ ಆಗಬಹುದು. ಅಲ್ಲಿಯವರೆಗೆ ಅವಳ ಗಂಡ ಈ ವಠಾರದ ಮನೆಯಲ್ಲೇ ಇರುತ್ತಾನೆ. ವಠಾರದ ಎಲ್ಲರೂ ಅವಳನ್ನು ಮಾತಾಡಿಸಿ, ಅವಳ ಗಂಡನನ್ನು ನೋಡಿಕೊಂಡು ಈಗ ತಾನೇ ಹಿಂದಿರುಗಿದ್ದಾರೆ.

"ಅದೇನು ವರಸಾಮ್ಯಾನೋ. ಲಕ್ಷಣವಾಗಿ, ಒಳ್ಳೇ ಸಿನಿಮಾ ನಟನ

ಹಾಗಿರೋ ಆ ಹುಡುಗ ಈ ಕರಿ, ಧಡೂತಿ ಮೈಯಿನ ಮೇರಿಕುಟ್ಟೀಲಿ ಏನು ಕಂಡು ಒಪ್ಪಿಕೊಂಡನೋ ಏನೋ. ಬೇರೆ ಯಾರು ಸಿಗ್ತಾ ಇರಲಿಲ್ವ ಇವನಿಗೆ?" ದನಿ ತಗ್ಗಿಸಿ ಶೇಷಾದ್ರಿ ತಮ್ಮಾಕೆಗೆ ಉಸುರಿದರು.

"ಮೇರಿಕುಟ್ಟಿ ಕಪ್ಪಗಿದ್ರೇನ್ರಿ? ಅವಳಿಗೆ ದುಬೈನಲ್ಲಿ ಒಳ್ಳೆ ಕೆಲಸ ಸಿಕ್ಕಿದೆಯಲ್ಲಾ. ತಿಂಗಳಿಗೆ ಅವಳು ಎಣಿಸಿಕೊಳ್ಳೋ ಸಂಬಳ ನಿಮಗೆ ಒಂದು ವರ್ಷ ದುಡಿದರೂ ಬರಲ್ಲ. ಅವಳ ರೂಪ ಇಟ್ಕೊಂಡು ಅವನೇನು ಉಪ್ಪಿನಕಾಯಿ ಹಾಕ್ಕೊಂತಾನಾ?" ಅವರಿಗೇ ತಿರುಗಿಸಿ ಹಂಗಿಸಿದರು ಸೀತಾಲಕ್ಷಮ್ಮ.

"ಆದ್ರೂ, ಏನೇನೂ ಸಾಮ್ಯ ಬೇಡವೇ?"

ತನ್ನೆಜಮಾನ ಮೇರಿಕುಟ್ಟಿಯನ್ನು ಕುರೂಪಿ ಅಂತ ಹೇಳಿದ್ದು ಸೀತಾಲಕ್ಷಮ್ಮನಿಗೆ ಸಂತೋಷವಾದರೂ ತಮ್ಮ ಮೊಂಡು ಸ್ವಭಾವ ಬಿಡಲಾಗದೆ ಮತ್ತೆ ಹಂಗಿಸಿದರು. "ಸಾಕು ನಿಲ್ಸೀ ನಿಮ್ಮ ಮಾತು. ನಿಮ್ಮ ಮಗಳೂ ಇದ್ದಾಳಲ್ಲಾ ರತಿ! ಇವಳ ಮುಂದೆ ಮೇರಿಕುಟ್ಟಿ ಕೋಟಿ ಪಾಲು ಮೇಲು. ಅವಳಿಗೆ ಕಡೇ ಪಕ್ಷ ವಿದ್ಯೆ ಇದೆ. ಒಳ್ಳೆ ಕೆಲಸವಿದೆ. ನಿಮ್ಮ ಸುಪುತ್ರಿಗೆ ಏನೂ ಇಲ್ಲ. ಇವಳಿಗೆ ಎಂಥಾ ಮನ್ಮಥನ್ನ ತರ್ತೀರೋ ನೋಡ್ತೀನಿ"

ಮಾತು ತಮ್ಮ ಮಗಳ ಕಡೆ ತಿರುಗಿದ್ದು ನೋಡಿ ಶೇಷಾದ್ರಿ ಮುಂದೆ ಮಾತಾಡದೆ ಸುಮ್ಮನಾದರು. ಅವರ ಮೌನದಿಂದ ಇನ್ನಷ್ಟು ಕೆರಳಿದ ಸೀತಾಲಕ್ಷಮ್ಮ "ಈ ಶನಿ ನಮ್ಮ ಗ್ರಹಚಾರಕ್ಕೆ ಹುಟ್ಟಿರೋಳು. ದೇವರು ಒಬ್ಬ ಕುಂಟನ್ನೋ ಕುರುಡನ್ನೋ ಕೂಡ ಇವಳಿಗೆ 'ಗಂಡ' ಅಂತ ಹುಟ್ಸಿಲ್ಲ ಅಂತ ಕಾಣುತ್ತೆ. ಸಾಯೋವರೆಗೂ ನಮ್ಮ ಬೆನ್ನಿಗೆ ಬಿದ್ದ ಕರ್ಮ ಇದು" ಅಂದರು.

ಒಳಗೆ ತರಕಾರಿ ಹೆಚ್ಚುತ್ತಿದ್ದ ರಂಗನಾಯಕಿ ಮೌನವಾಗಿ ಚಿಕ್ಕಮ್ಮನ ಬೈಗಳನ್ನು ಕೇಳುತ್ತಿದ್ದಳು. ಈ ರೀತಿಯ ಕಟುನುಡಿಗಳು ಅವಳಿಗೆ ಅಭ್ಯಾಸವಾಗಿ ಹೋಗಿತ್ತು. ಕುಳ್ಳಗೆ, ಅವಲಕ್ಷಣವಾಗಿದ್ದ ಅಪ್ಪನಿಗೆ ತನ್ನಂಥಾ ರತಿಯಲ್ಲದೆ ಇನ್ಯಾರು ಹುಟ್ಟಲು ಸಾಧ್ಯ? ಇದರಲ್ಲಿ ತನ್ನ ತಪ್ಪೇನು ಎಂದು ಅವಳಿಗೆ ಅರ್ಥವಾಗಲಿಲ್ಲ. ತನ್ನ ಅಮ್ಮ ಹೇಗಿದ್ದಳೋ ಏನೋ? ನೆನಪಿನ ಆಳದಲ್ಲಿ ಹುದುಗಿಹೋಗಿದ್ದ, ಅಸ್ಪಷ್ಟವಾಗಿದ್ದ ತನ್ನ ತಾಯಿಯ ಚಿತ್ರವನ್ನು ಜ್ಞಾಪಿಸಿಕೊಳ್ಳಲು ಪ್ರಯತ್ನಿಸಿದಳು ಅವಳು.

"ನಿಮ್ಮಣ್ಣ ಹೇಳಿದ್ರಲ್ಲಾ, ಯಾವುದೋ ಗಂಡು, ಲಾಯರ್ ರಾಮಣ್ಣನವರ ಮಗ, ವಿಚಾರಿಸಿದರಂತಾ?" – ಸ್ವಲ್ಪ ಹೊತ್ತಿನ ಮೌನದ ನಂತರ ಹಿಂಜರಿಯುತ್ತಾ ಮೆಲ್ಲಗೆ ಕೇಳಿದರು ಶೇಷಾದ್ರಿ.

"ಸರಿ, ಇದು ಸಾವಿರನೇ ಸಲ ನಮ್ಮಣ್ಣ ನಿಮ್ಮ ಮಗಳಿಗೋಸ್ಕರ ಅವರಿವರ ಮನೆ ಬಾಗಿಲಿಗೆ ಅಲೀತಿರೋದು. ಇವಳ ದರಿದ್ರ ರೂಪಕ್ಕೆ ಯಾರೂ ಒಪ್ಪಲ್ಲ.

ಹೇಗೋ ದುಡ್ಡು ಕೊಟ್ಟು ಸಾಗಹಾಕಕ್ಕೆ ನಿಮ್ಮ ಕೈಲಿ ತಾಕತ್ತಿಲ್ಲ. ಸುಮ್ನೆ ಅವರು, ಇವರು ಬಂದು ನೋಡೋದು, ಚೆನ್ನಾಗಿ ತಿಂದು ಆಮೇಲೆ ಬೇಡಾಂತ ಹೇಳಿ ಹೋಗೋದು. ಆ ಖರ್ಚು ಬೇರೆ ದಂಡ. ಬಿದ್ದಿರ್ಲಿ ಮನೆಗೆಲಸ ಮಾಡಿಕೊಂಡು. ಅವಳ ಹಣೇಲಿ ಆ ದೇವರು ಮದುವೆನೇ ಬರೀದಿದ್ರೆ ನಾವೇನು ಮಾಡಕ್ಕಾಗತ್ತೇ?" ನಿಸ್ಸೀಮ ಉದಾಸೀನದಿಂದ ಹೇಳಿದರು ಸೀತಾಲಕ್ಷ್ಮಮ್ಮ.

"ಏನೋ, ಆ ಮೇರಿ ಕುಟ್ಟಿಗೆ ಅಂಥಾ ರೂಪವಂತ ಗಂಡ ಸಿಕ್ಕಿದಾನೆ ಅಂದ್ರೆ ನಮ್ಮ ರಂಗೂಗೂ ಹಾಗೇ ಯಾರಾದರೂ ಸಿಗಲ್ವಾ ಅಂತ ಆಸೆ" ಶೇಷಾದ್ರಿ ನಿಟ್ಟುಸಿರು ಬಿಟ್ಟು ಹೇಳಿಕೊಂಡು ಸುಮ್ಮನಾದರು.

ಸೀತಾಲಕ್ಷ್ಮಮ್ಮ ಗಂಡನತ್ತ ತಿರಸ್ಕಾರವಾಗಿ ನೋಡಿ, ನಂತರ, "ರಂಗೂ... ಏ ರಂಗೂ" ಎಂದು ಕಿರುಚಿದರು.

ರಂಗನಾಯಕಿ ತರಕಾರಿ ಸಿಪ್ಪೇನ ಗುಪ್ಪೆ ಮಾಡಿ ಪೇಪರಿನ ಮೇಲೆ ಹಾಕಿಕೊಂಡು ಮೇಲೆದ್ದಳು.

"ರಂಗೂ... ಏನೇ ಕಿವಿ ಕೇಳ್ಸಲ್ವೇನೇ... ಕಿವುಡಿ" ಸೀತಾಲಕ್ಷ್ಮಮ್ಮ ಮತ್ತೆ ಅಬ್ಬರಿಸಿದರು. ರಂಗನಾಯಕಿ ಅಡುಗೆ ಮನೆ ಬಾಗಿಲಿಗೆ ಬಂದು ನಿಂತಳು.

"ನೀರು ತುಂಬ್ಸೇ ಹಂಡೇಗೆ. ಆಗಲೇ ಒಂಬತ್ತೂವರೆ ಆಯ್ತು. ಇವರು ಆಫೀಸಿಗೆ ಹೋಗ್ಬೇಡ್ವಾ – ದುಡಿದು ನಿನ್ನ ಹೊಟ್ಟೆಗೆ ತಂದು ಸುರಿಯಕ್ಕೆ. ಚಕಚಕಾಂತ ಆಡ್ಸು ಮೈಕೈನ. ಕೂತು ತಿಂದೂ ತಿಂದೂ ಆನೆ ತರ ಬೆಳೆದಿದೀಯ. ನಾಚ್ಕೆ ಆಗಲ್ವಾ ನಿಂಗೆ? ನಿನ್ನ ಮೈ ನೋಡಿದರೆ ನಂಗೇ ಅಸಹ್ಯವಾಗುತ್ತೆ. ಇನ್ನು ನಿನ್ನ ನೋಡಕ್ಕೆ ಬರೋ ಹುಡುಗರು ಹೆಂಗೆ ಮೆಚ್ಕೊಂತಾರೆ? ದ್ರಾಬೆ" ಅಂತ ಮೂತಿ ತಿವಿದು ಹೇಳಿದರು.

ರಂಗನಾಯಕಿ ಮೌನವಾಗಿ ಮನೆ ಮುಂದಿದ್ದ ಟಿನ್ನಿನ ಡಬ್ಬಕ್ಕೆ ಕಸ ಎಸೆದು ಬಕೆಟ್ ಹಿಡಿದು ನಲ್ಲಿ ಬಳಿ ಹೋದಳು. ಶಾಂತಮ್ಮ ನೀರು ಹಿಡಿಯುತ್ತಾ ನಲ್ಲಿಯ ಬಳಿ ನಿಂತಿದ್ದರು.

"ಅಡಿಗೆ ಮುಗೀತಾ ರಂಗೂ" ನಗುತ್ತಾ ಕೇಳಿದರು ಶಾಂತಮ್ಮ. ರಂಗನಾಯಕಿ ಮೌನವಾಗಿ ಇಲ್ಲವೆಂದು ತಲೆಯಾಡಿಸಿದಳು. ನೀರು ತುಂಬಿದ ಮೇಲೆ "ಬರ್ತೀನಿ, ಹೊತ್ತಾಯ್ತು" ಅಂದು ಬಕೆಟ್ ಎತ್ತಿಕೊಂಡು ಮನೆಯೊಳಕ್ಕೆ ಹೋದರು. ಸೀರೆ ಎತ್ತಿ ಕಟ್ಟಿ, ಬಕೆಟ್‌ಗೆ ನೀರು ಬಿಟ್ಟು ನಿಂತಳು ರಂಗನಾಯಕಿ. ಎರಡು ಬಕೆಟ್ ನೀರು ಹಂಡೆಗೆ ಹುಯ್ದು ತಿರುಗಿ ಬಂದಾಗ ಮೇರಿ ಕುಟ್ಟಿನಲ್ಲಿ ಬಳಿ ನೀರು ಹಿಡಿಯುತ್ತಾ ನಿಂತಿದ್ದಳು.

"ನಾನು ಎರಡು ಬಕೆಟ್ ನೀರು ಹಿಡ್ಕೊಂಡು ಬಿಡ್ತೀನಿ ರಂಗೂ.

ಹಾಸ್ಪಿಟಲ್‌ಗೆ ಆಗಲೇ ಹೊತ್ತಾಗಿದೆ. ಊರಿಂದ ನಾವು ಬಂದಿದ್ದೇ ಲೇಟಾಯ್ತು" ಅಂದಳು.

ರಂಗನಾಯಕಿ ಸುಮ್ಮನೇ ನಿಂತಳು. ಬಕೆಟ್ ಅರ್ಧ ತುಂಬುತ್ತಿದ್ದಂತೆ ಮೇರಿ, "ಸ್ವಲ್ಪ ಒಳಗೆ ತಂದು ಬಿಡು ರಂಗೂ, ಪ್ಲೀಸ್" ಅಂದು ಸರಸರ ಒಳಗೆ ಓಡಿದಳು.

ರಂಗನಾಯಕಿ ತುಂಬಿದ ಬಕೆಟ್ ಹಿಡಿದು ಮೇರಿಕುಟ್ಟಿ ಮನೆಯ ಸ್ನಾನದ ಮನೆಯ ಬಾಗಿಲಿಗೆ ಬಂದಳು. ಒಳಗಿದ್ದ ಅವಳ ಗಂಡ ತುಂಬಿದ ಬಕೆಟ್ ಹಿಡಿದು ಒದ್ದಾಡುತ್ತಿದ್ದ ಇವಳಿಂದ ಬಕೆಟ್ ಕೈಗೆ ತೆಗೆದುಕೊಂಡ. ಅವನ ಗುಂಗುರು ಕಪ್ಪು ಕೂದಲು, ನೀಳ ನಾಸಿಕ, ಚಿಗುರು ಮೀಸೆ, ಬಲಿಷ್ಠವಾದ ದೇಹ ನೋಡಿ ರಂಗನಾಯಕಿ, ಅಪ್ಪ ಹೇಳುತ್ತಿದ್ದ ಹಾಗೆ ಮೇರಿಕುಟ್ಟಿಯ ಗಂಡ ತುಂಬಾ ಅಂದವಾಗಿದ್ದಾನೆ, ಅವಳು ನಿಜವಾಗಿಯೂ ಅದೃಷ್ಟವಂತೆ ಅಂದುಕೊಂಡಳು. ಲುಂಗಿ ಮೇಲೆತ್ತಿ ಕಟ್ಟಿ ಅವನು ನೀರನ್ನು ಡ್ರಮ್ಮಿಗೆ ಸುರಿದು ಬಕೆಟ್ ಹಿಂದಿರುಗಿಸಿದ. ಮೇರಿ ಕುಟ್ಟಿಯ ಮನೆಗೆ ಹತ್ತು ಬಕೆಟ್ ನೀರು ಹೊತ್ತು ನಂತರ ತಮ್ಮ ಮನೆಗಾಗಿ ಅವಳು ಪುನಃ ನೀರು ಬಿಟ್ಟು ನಿಂತಳು. ಅವಳು ಮನಸ್ಸಿನಲ್ಲೇ ಮೇರಿಕುಟ್ಟಿಯ ಧೈರ್ಯ, ದಾಷ್ಟಿಕ ಎಲ್ಲರೊಂದಿಗೆ ಹೇಗೋ ಹೊಂದಿಕೊಂಡು ತನ್ನ ಕೆಲಸ ಸಾಧಿಸುವ ಚಾಣಾಕ್ಷತನವನ್ನು ಮೆಚ್ಚಿಕೊಂಡಳು. ಆ ಚಾಲಾಕಿತನ ಇದ್ದುದರಿಂದಲೇ ಕುಳ್ಳಗೆ ಕಪ್ಪಗೆ ಧಡೂತಿಯಾಗಿದ್ದರೂ ಚೆಲುವಾದ ಗಂಡನನ್ನು ಪಡೆದಳು. ಮೊನ್ನೆ ತನ್ನನ್ನು ನೋಡಲು ಬಂದಿದ್ದ ಹುಡುಗ ಒಳ್ಳೆಯವನಂತೆ ಕಂಡಿದ್ದ. ಮೃದುವಾಗಿ ಮಾತಾಡಿಸಿದ್ದ. ಮೂಕಿಯಂತೆ ಕೂತಿದ್ದ ರಂಗನಾಯಕಿಯನ್ನು ಮಾತಿಗೆಳೆಯಲು ಪ್ರಯತ್ನಿಸಿದ್ದ. ರಂಗನಾಯಕಿ ಗಾಢವಾಗಿ ಯೋಚಿಸುತ್ತಿದ್ದಂತೆ ಓನರ್ ಕಾಮಾಕ್ಷಮ್ಮ ಆಚೆ ಬಂದರು. ರಂಗನಾಯಕಿಯನ್ನು ನೋಡಿ,

"ರಂಗೂ, ಸ್ವಲ್ಪ ತರಕಾರಿ ಹಚ್ಚಿ ಕೊಡ್ತೀಯಾ ಬಂದು?" ಅಂದರು. ಯೋಚನೆಯಲ್ಲಿ ಮುಳುಗಿದ್ದ ರಂಗನಾಯಕಿ ಇವರನ್ನು ಗಮನಿಸಲಿಲ್ಲ. ಬಕೆಟ್ ನೀರು ತುಂಬಿ ಹರಿದು ಹೋಗುತ್ತಿತ್ತು.

"ರಂಗೂ ನಾನು ಹೇಳಿದ್ದು ಕೇಳಿಸ್ತೇನೆ ತಾಯಿ?" ಮತ್ತೆ ಕೇಳಿದರು ಕಾಮಾಕ್ಷಮ್ಮ. ಕನಸು ಕಾಣುತ್ತಿದ್ದವಳಂತೆ ನಿಂತಿದ್ದ ರಂಗನಾಯಕಿ ಇವರ ಕಡೆ ತಿರುಗಲಿಲ್ಲ.

"ಏನ್ರೀ, ರೀ ಸೀತಾಲಕ್ಷಮ್ಮಾ, ಏನಿದು ನಿಮ್ಮ ಮಗಳು, ಒಳ್ಳೇ ಮಂಕು ಬಡಿದವಳ ಹಾಗೆ ನಿಂತಿದ್ದಾಳೆ? ಏನಾಗಿದೆ ಇವಳಿಗೆ?" ಕಾಮಾಕ್ಷಮ್ಮ ಕೂಗಿದರು.

ಸೀತಾಲಕ್ಷಮ್ಮ ಮನೆಯಾಚೆ ಬಂದರು. ಮೈಮರೆತು ನಿಂತಿದ್ದ ಅವಳನ್ನು ನೋಡಿ ಅವರಿಗೆ ಪಿತ್ತ ನೆತ್ತಿಗೇರಿತು.

"ಅವಳಿಗೇನಾಗಿದೆ ಧಾಡಿ, ಮಾತಾಡಕ್ಕೆ ಕೊಬ್ಬು ಅಷ್ಟೇ. ಯಾಕೇ... ಸುಪ್ನಾತಿ, 'ಹೂಂ, ಉಹೂಂ' ಅಂತ ತಲೆಯಾಡಿಸಕ್ಕೇನಾಗಿದೆ ನಿಂಗೆ? ಮಾತಾಡದ ಮೂಗಿ ಅಂತ ಬೇರೆ ಬಿರುದು ತಗೋಬೇಕಾ... ಮೂಷಂಡಿ" ಅಂದು ಮೂದಲಿಸಿದರು.

ಕಾಮಾಕ್ಷಮ್ಮ ನಿಟ್ಟುಸಿರು ಬಿಟ್ಟು "ಏನೋಮ್ಮ, ಮಕ್ಕಳಿಲ್ಲ ಅಂತ ನನಗೆ ಚಿಂತೆಯಾದರೆ, ಈ ತರ ಮಗಳಿಂದ ನಿಮಗೂ ಇನ್ನೂ ಚಿಂತೆ" ಅಂದು ಸಂತಾಪ ತೋರಿಸಿದರು.

ಚಪ್ಪಲಿ ಮೆಟ್ಟಿ ಮನೆ ಬಾಗಿಲಿಗೆ ಬೀಗ ಹಾಕುತ್ತಿದ್ದ ಶಾಂತಮ್ಮ ಇವರ ಮಾತು ಕೇಳಿ ಕನಿಕರದಿಂದ ರಂಗನಾಯಕಿಯನ್ನು ನೋಡಿ ಅವಳ ಸೀತಾಲಕ್ಷಮ್ಮನ ಕಡೆ ತಿರುಗಿ ನಗುತ್ತಾ ಹೇಳಿದರು.

"ಅವಳಿಗೇನೂ ಆಗಿಲ್ಲಾರೀ ಸೀತಾಲಕ್ಷಮ್ಮ. ಒಂದು ಒಳ್ಳೇ ಗಂಡು ನೋಡಿ ಆದಷ್ಟು ಬೇಗ ಮದುವೆ ಮಾಡಿಬಿಡಿ. ಆಗ ನೋಡಿ ಹೇಗೆ ಗೆಲುವಾಗ್ತಾಳೇ ಅಂತ"

"ಈ ಅಳುಮೂತೀನ ಯಾರು ಮದುವೆಯಾಗುತ್ತಾರೆ ಶಾಂತಮ್ಮ? ನಾವು ಗಂಡುಗಳ್ನ ನೋಡೀ ನೋಡೀ ಸಾಕಾಗಿದೀವಿ" ರಾಗವಾಗಿ ಎಳೆದೆಳೆದು ಹೇಳಿದರು ಸೀತಾಲಕ್ಷಮ್ಮ.

"ಯಾಕೆ, ಮೊನ್ನೆ ಬಂದಿದ್ದ ಹುಡುಗ ರಂಗೂನ ಒಪ್ಕೊಂಡಿದ್ದ ಅಂತ ಕೇಳಿದೆ?"

"ಒಪ್ಕೊಂಡಿದ್ದ ಒಪ್ಕೊಂಡಿದ್ದ. ಇವಳ ಲಕ್ಷಣಕ್ಕೆ ಯಾರು ಒಪ್ಕೋತಾರ್ರೀ? ಇಪ್ಪತ್ತು ಸಾವಿರ ಕೊಡಿ ಒಪ್ಕೋತೀನಿ ಅಂದ. ನಾವೆಲ್ಲಿಂದ ತರೋಣಮ್ಮ ಆ ಪಾಟಿ ವರದಕ್ಷಿಣೆ?"

ಇವರ ಗುರುತಿನವರ ಸ್ನೇಹಿತರ ಮಗನಾದ ಆ ಹುಡುಗ ತನಗೆ ವರದಕ್ಷಿಣೆ ಬೇಕಾಗಿಲ್ಲ, ತನ್ನ ವಯಸ್ಸಾದ ತಾಯಿಗೆ ಹೊಂದಿಕೊಂಡು ಮನೆ ನಿಭಾಯಿಸಿಕೊಂಡು ಹೋಗುವ ಸಾಧಾರಣ ಹುಡುಗಿಯಾದರೆ ಸಾಕು ಎಂದು ಹೇಳಿದ್ದ. ಶಾಂತಮ್ಮನಿಗೆ ಅವನು ಹಿಂದಿನ ದಿನ ಸಿಕ್ಕಿದ್ದಾಗ 'ರಂಗೂ ನನಗೆ ಒಪ್ಪಿಗೆ, ಆದರೆ ಅವಳ ಚಿಕ್ಕಮ್ಮನೇ ಏನಾದ್ರೂ ಕೊಂಕು ತೆಗೆದು ಎಲ್ಲಾ ಗಂಡುಗಳನ್ನೂ ಬೇಡಾಂತ ತಳ್ಳಿ ಹಾಕ್ತಿದಾರಂತೆ. ಅವರಿಗೆ ನಿಜವಾಗಿ ರಂಗನಾಯಕಿಯ ಮದುವೆ

ಮಾಡಲು ಇಷ್ಟವಿಲ್ಲ ಅಂತ ಕಾಣಿಸುತ್ತೆ. ಅದಕ್ಕೇ ನನ್ನನ್ನೂ ನಿರಾಕರಿಸಿದ್ದಾರೆ" ಅಂತ ಹೇಳಿದ್ದ.

ಶಾಂತಮ್ಮನಿಗೆ ಸುಮ್ಮನಿರಲಾಗಲಿಲ್ಲ. ಬಂಗಾರದಂಥಾ ಹುಡುಗಿ ರಂಗನಾಯಕಿಯ ಜೀವನವನ್ನು ಅನ್ಯಾಯವಾಗಿ ಹಾಳು ಮಾಡುತ್ತಿದ್ದಾರೆ ಅಂತ ಸ್ವಲ್ಪ ಕೋಪದಿಂದಲೇ ಆ ಹುಡುಗ ತಮಗೆ ಹೇಳಿದ್ದನ್ನು ನೇರವಾಗಿ ಹೇಳಿದರು. ಸೀತಾಲಕ್ಷಮ್ಮ ಅಪ್ರತಿಭರಾದರು. ಈ ಹೊಸ ವಿಷಯ ತಿಳಿದಿದ್ದಕ್ಕೆ ಕಾಮಾಕ್ಷಮ್ಮ ಕಣ್ಣರಳಿಸಿದರು.

ಅವರ ಮಾತುಗಳನ್ನು ಕೇಳಿಸದಂತೆ ನಿಂತಿದ್ದ ರಂಗನಾಯಕಿ ನಿರ್ವಿಕಾರವಾಗಿದ್ದರೂ ಅವಳ ಮುಖ ಕಪ್ಪಿಟ್ಟಂತೆ ಕಂಡಿತು. ಅವಳ ಕಣ್ಣುಗಳಲ್ಲಿ ಮೂಡಿದ್ದ ಕನಸುಗಳು ಒಡೆದು ಚೂರಾದವು. ನೀರು ತುಂಬಿದ ಬಕೆಟ್ ಹಿಡಿದು ತುಟಿ ಕಚ್ಚುತ್ತಾ ಅವಳು ತಲೆತಗ್ಗಿಸಿಕೊಂಡು ಮನೆಯೊಳಗೆ ಹೋದಳು. ಶಾಂತಮ್ಮ ಮರುಕದಿಂದ ಅವಳ ಕಡೆಗೊಮ್ಮೆ ನೋಡಿ ಅವಕ್ಕಾಗಿ ನಿಂತಿದ್ದ ಈ ವಾಚಾಳಿ ಹೆಂಗಸರಿಬ್ಬರನ್ನು ಅಲ್ಲೇ ಬಿಟ್ಟು ವಠಾರದ ಆಚೆ ಹೋದರು.

"ಈ ಹೆಂಗಸಿನ ಗತ್ತು ನೋಡಿ ಕಾಮಾಕ್ಷಮ್ಮಾ! ಹೇಗೆ ಮಾತಾಡ್ತಿದಾಳೆ? ನನ್ನಿಂದಲೇ ರಂಗೂ ಮದುವೆ ಆಗ್ತಿಲ್ಲವಂತೆ. ಮಕ್ಕಳಿಲ್ಲದ ಈ ಬಂಜೆಗೇನ್ರೀ ಗೊತ್ತು ಹೆಣ್ಣು ಮಕ್ಕಳ ಜವಾಬ್ದಾರಿ. ಹೌದು ನಾನೇ ಆ ಹುಡುಗ ಬೇಡ ಅಂದೆ. ವರದಕ್ಷಿಣೆಗೋಸ್ಕರ ಮದುವೆಯಾಗೋ ಗಂಡು ನಾಳೆ ಇವಳನ್ನ ಮನೆಯಿಂದ ಆಚೆ ದಬ್ಬಿದರೆ ನಾವೇ ತಾನೇ ಅನುಭವಿಸೋರು? ಇವಳು ಬಂದು ಸಾಕ್ತಾಳಾ? ಈ ಬಜಾರಿಯ ಧಿಮಾಕಿಗೆ ದೇವರು ಅವಳ ಗಂಡನ್ನ ಸಾಯ್ಸಿ ಸರಿಯಾದ ಶಿಕ್ಷೆ ಕೊಟ್ಟಿದ್ದಾನೆ" ಸೀತಾಲಕ್ಷಮ್ಮ ಶಪಿಸಿದರು.

ಶಾಂತಮ್ಮನ ನಡತೆ ಬಗ್ಗೆ ಇಬ್ಬರ ಮಧ್ಯೆ ಬಿಸಿ ಬಿಸಿಯಾಗಿ ಚರ್ಚೆಯಾಯಿತು. ಅಷ್ಟರಲ್ಲಿ ಮೇರಿಕುಟ್ಟಿ ಅವಳ ಗಂಡ ಡ್ರೆಸ್ ಮಾಡಿಕೊಂಡು ಕೈ ಕೈ ಹಿಡಿದುಕೊಂಡು ಹೊರಗೆ ಹೋದರು. ಇವರಿಬ್ಬರೂ ಶಾಂತಮ್ಮನ ವಿಷಯ ಕೈ ಬಿಟ್ಟು ಈ ದಂಪತಿಗಳ ವಿಷಯ ಕೈಗೆತ್ತಿಕೊಂಡು ಟೀಕೆ ಶುರುಮಾಡಿದರು.

"ಕಾಮಾಕ್ಷಮ್ಮ, ಈ ಹುಡುಗ ಹೆಗ್ಗಣದಂತಿರೋ ಮೇರಿಯಲ್ಲಿ ಏನು ನೋಡಿ ಮೆಚ್ಚಿಕೊಂಡಾಂತೀರಾ?"

"ಅಯ್ಯೋ ಬಿಡಿ. ಇವೆಲ್ಲಾ ಅನುಕೂಲಕ್ಕೆ ಮಾಡಿಕೊಂಡಿರೋ ಮದ್ವೆಗಳು. ಕೆಲಸವಿಲ್ಲದ ಅವನಿಗೆ ಅವಳಿಂದ ದುಬೈನಲ್ಲಿ ಕೆಲಸ ಸಿಗತ್ತೆ. ಬೆಳೆದು ನಿಂತಿರೋ ಇವಳಿಗೂ ತನ್ನ ತೀಟೆ ತೀರಿಸ್ಕೊಳಕ್ಕೆ ಚೆಲುವಾದ ಒಂದು ಗಂಡ ಸಿಕ್ಕಿದ. ಸರಿ ಹೋಯ್ತಲ್ಲ? ದುಬೈಗೆ ಹೋದ ಮೇಲೆ ಈ ಮೂದೇವಿನ ಕಟ್ಕೊಂಡು ಎಷ್ಟು

ದಿನ ಇರ್ತಾನೆ ಅವನು? ಇವಳನ್ನು ಬಿಟ್ಟು ಬೇರೆ ಯಾರಾದ್ರೂ ಚೆಲುವೇನ ನೋಡ್ಕೋತಾನೆ ಅಷ್ಟೇ" ಕಾಮಕ್ಷಮ್ಮ ನಿರ್ಧಾರವಾಗಿ ಹೇಳಿದರು.

"ಹಂಗಂತೀರಾ..." ರಾಗವಾಗಿ ಕೇಳಿದರು ಸೀತಾಲಕ್ಷಮ್ಮ.

"ಮತ್ತಿನ್ನೇನು? ಅವನ ಮುಖ ನೋಡಿದ್ರೇ ಗೊತ್ತಾಗಲ್ವೇ? ಶುದ್ಧ ಲಂಪಟನ ತರ ಕಾಣಿಸ್ತಾನೆ"

ಇವರಿಬ್ಬರ ಮಾತು ಹೀಗೆ ಬೆಳೆಯುತ್ತಲೇ ಇತ್ತು. ಅದು ಮುಗಿಯೋದು ಇನ್ನು ಮಧ್ಯಾಹ್ನ ಊಟಕ್ಕೆ ಹೊಟ್ಟೆ ಕರೆದಾಗಲೇ. ಶೇಷಾದ್ರಿ ಸ್ನಾನ ಮಾಡಿ, ಊಟ ಮುಗಿಸಿ ಕ್ಯಾರಿಯರ್ ಹಿಡಿದು ಸೈಕಲ್ಲೇರಿ ಆಫೀಸಿಗೆ ಹೊರಟು ಹೋದರು. ಮನೆಗೆಲಸ ಮುಗಿಸಿ ರಂಗನಾಯಕಿ ಮೂಲೆಯಲ್ಲಿ ಸೂರು ನೋಡುತ್ತಾ ಕೂತಳು.

*****

ಚಿಕ್ಕಂದಿನಿಂದ ರಂಗನಾಯಕಿ ಚಿಕ್ಕಮ್ಮನ ದಬ್ಬಾಳಿಕೆಯನ್ನು, ತನ್ನ ನೋವನ್ನು ಯಾರಲ್ಲಿಯೂ ಹೇಳಿಕೊಳ್ಳಲಾಗದೆ, ಭರಿಸಲಾಗದೇ ಸಹಿಸಿ ಸಹಿಸಿ ಕಲ್ಲಿನಂತಾದಳು. ಹೆಣ್ಣಿನ ಸಹಜವಾದ ಮೃದು ಭಾವನೆಗಳು ಅವಳಲ್ಲಿ ಅರಳಲು ಅವಕಾಶ ಸಿಗದೆ ಒಳಗೇ ದಮನವಾದುವು. ಜೀವನದಲ್ಲಿ ಅವಳು ಕಂಡಿದ್ದು ಬರೀ ಮೂದಲಿಕೆ, ಬೈಗಳು ಮತ್ತು ತಿರಸ್ಕಾರ. ಚಿಕ್ಕಮ್ಮ ತನ್ನನ್ನು ಹೀಯಾಳಿಸುವ ರೀತಿ ಅವಳನ್ನು ಕೀಳರಿಮೆಯ ಕೂಪಕ್ಕೆ ತಳ್ಳಿ ಸ್ವಭಾವತಃ ಮೌನಿಯಾದ ಅವಳನ್ನು ಪೂರ್ತಿ ಅಂತರ್ಮುಖಿಯನ್ನಾಗಿ ಮಾಡಿತು. ಶಿಕ್ಷಿಸಿದಷ್ಟೂ ಸಹಿಸುವ, ದೌರ್ಜನ್ಯಕ್ಕೆ ಕೆರಳದ ಸ್ವಭಾವದ ರಂಗನಾಯಕಿಯನ್ನು ಕಂಡರೆ ಸೀತಾಲಕ್ಷಮ್ಮ ಮತ್ತಷ್ಟು ಕೆರಳುತ್ತಿದ್ದರು.

ಶೇಷಾದ್ರಿಯೂ ತಂದೆಯಾಗಿ ಅವಳ ಜೀವನಕ್ಕೆ ಒಂದು ದಾರಿ ತೋರಿಸಲು ಸಾಧ್ಯವಾಗದ ತಮ್ಮ ವೈಫಲ್ಯವನ್ನು, ಅದರ ಅಳುಕನ್ನು ಮುಚ್ಚಿಕೊಳ್ಳಲು ಒಮ್ಮೊಮ್ಮೆ ಅವಳನ್ನೇ ದಂಡಿಸುತ್ತಿದ್ದರು. ಇದರಿಂದ ರಂಗನಾಯಕಿ ಇಬ್ಬರ ಅನಾದರಣೆಗೂ ಗುರಿಯಾಗಿ ಪೂರ್ತಿ ಮಂಕಾದಳು. 'ಇವಳೊಂದು ಮಫ್' ಒಂಥರಾ 'ಪೆದ್ದು ಪೆದ್ದು' ಅಂತ ಅವಳ ಖ್ಯಾತಿ ಹರಡಿ, ಮೊದಲೇ ಅವಳಿಗೆ ಮದುವೆ ಮಾಡಲು ಮನಸ್ಸಿಟ್ಟು ಪ್ರಯತ್ನಿಸದ ಶೇಷಾದ್ರಿ ಈಗ ಆ ಪ್ರಯತ್ನವನ್ನು ಸಂಪೂರ್ಣವಾಗಿ ಕೈಬಿಟ್ಟರು. ತಾವು ಬದುಕಿರುವವರೆಗೂ ತಮ್ಮ ಜೊತೆಗೆ ಮನೆಯಲ್ಲಿ ಕೆಲಸ ಬೊಗಸೆ ಮಾಡುತ್ತಾ ಇರುತ್ತಾಳೆ. ಆಮೇಲೆ ದೈವೇಚ್ಛೆ ಅಂದುಕೊಂಡು ನಿಶ್ಚಿಂತರಾಗಿ ಇದ್ದುಬಿಟ್ಟರು. ಆದರೂ ಆಗಾಗ್ಗೆ ಕಾಡುತ್ತಿದ್ದ ಅಪರಾಧ ಭಾವದಿಂದ ತಪ್ಪಿಸಿಕೊಳ್ಳಲು ಅವರು ಜವಾಬ್ದಾರಿಯನ್ನು ಹೆಂಡತಿಗೆ

ಬಿಟ್ಟು ಮನೆಯಲ್ಲಿ ಇರುವುದೇ ಕಮ್ಮಿ ಮಾಡಿ ಹೊರಗೆ ಕಾಲ ಕಳೆಯುತ್ತಿದ್ದರು. ಇದರಿಂದ ಸೀತಾಲಕ್ಷ್ಮಮ್ಮನಿಗೆ ಪೂರ್ಣ ಸ್ವಾತಂತ್ರ್ಯ ಸಿಕ್ಕಿದಂತಾಯಿತು. ಅವರು ಈಗ ಅವಳನ್ನು ಮತ್ತಷ್ಟು ನಿರ್ದಯವಾಗಿ ಹುರಿದು ಮುಕ್ಕತೊಡಗಿದರು.

ಮದುವೆಯ ವಯಸ್ಸು ಬಂದಾಗ ನೋಡಲು ಬಂದ ಕೆಲವು ಗಂಡುಗಳು ತನ್ನನ್ನು ಒಪ್ಪಿದ್ದಾರೆ ಎಂದು ಅಪ್ಪ ಹೇಳುತ್ತಿದ್ದನ್ನು ಕೇಳಿದಾಗ ರಂಗನಾಯಕಿಗೆ ಬದುಕಿನಲ್ಲಿ ಮತ್ತೆ ಆಸೆ ಹುಟ್ಟಿತು. ತನ್ನ ಬಿಡುವಿಲ್ಲದ ಮನೆ ಕೆಲಸಗಳ ಮಧ್ಯೆಯೂ ಅವಳು ತನ್ನದೇ ಆದ ಪುಟ್ಟ ಸಂಸಾರದ ಬಗ್ಗೆ ರಂಗು ರಂಗಾದ ಕನಸು ಕಟ್ಟಿದಳು. ಷಂಡ ಜೀವನ ನಡೆಸುತ್ತಿದ್ದ ಅವಳಪ್ಪನನ್ನು ನೋಡಿ ಅವಳ ಕನಸಿನಲ್ಲಿ 'ಗಂಡ' ಎನ್ನುವ ವ್ಯಕ್ತಿಗೆ ಯಾವ ಬೆಲೆಯಿಲ್ಲದಿದ್ದರೂ ತೊದಲ್ನುಡಿಯುತ್ತಾ ತಪ್ಪು ಹೆಜ್ಜೆಯಿಟ್ಟು ಓಡಾಡುವ ತನ್ನ ಕಂದಮ್ಮನ ಚಿತ್ರ ಅವಳ ನಿರ್ಜೀವ ಕಣ್ಣುಗಳನ್ನು ತುಂಬಿತು. ತನ್ನ ಕೊನೆಯಿಲ್ಲದ ಬವಣೆ ಮದುವೆಯೊಂದಿಗೆ ಮುಗಿದರೂ ಮುಗಿಯಬಹುದು ಎಂಬ ಆಸೆ ಅವಳಲ್ಲಿ ತುಡಿಯತೊಡಗಿತು. ಆದರೆ ಬಂದ ಗಂಡುಗಳನ್ನೆಲ್ಲಾ ಚಿಕ್ಕಮ್ಮ ಒಂದಲ್ಲಾ ಒಂದು ಕುಂಟು ನೆಪ ಹೇಳಿ ತಳ್ಳಿ ಹಾಕಿದಾಗ ಅವಳ ಆಸೆ ಕಮರಿ ಹೋಯಿತು. ನರಕಸದೃಶವಾದ ಈ ಮನೆಯಿಂದ ತನಗೆ ಬಿಡುಗಡೆಯಿಲ್ಲ ಎಂಬ ಕಟು ಸತ್ಯದ ಅರಿವಾಗುತ್ತಿದ್ದಂತೆ ಬದುಕಿನಲ್ಲಿ ಅವಳಿಗೆ ಆಸಕ್ತಿಯೇ ಬತ್ತಿ ಹೋಯಿತು.

ವಠಾರದಲ್ಲಿ ರಂಗನಾಯಕಿಯನ್ನು ಸ್ವಲ್ಪ ಸಹಾನುಭೂತಿಯಿಂದ ಕಾಣುತ್ತಿದ್ದವರು ಶಾಂತಮ್ಮ ಒಬ್ಬರೇ. ಅಪರೂಪಕ್ಕೆ ತಮಗೆ ಸಮಯ ಸಿಕ್ಕಾಗ ಅವರು ಅವಳನ್ನು ಕೂಡಿಸಿಕೊಂಡು ಆರೈಕೆಯಿಲ್ಲದೆ ಒಣ ಹುಲ್ಲಿನಂತಾಗಿದ್ದ ಅವಳ ತಲೆಗೆ ಎಣ್ಣೆ ಹಚ್ಚಿ, ಬಾಚಿ ಹೂ ಮುಡಿಸುತ್ತಿದ್ದರು. ಸುಮಾರಾಗಿದ್ದ ತಮ್ಮ ಹಳೆಯ ಸೀರೆ ತೆಗೆದುಕೊಟ್ಟು "ಉಟ್ಟುಕೋ ರಂಗೂ, ನೀನುಟ್ಟಿರುವುದು ತೀರಾ ಹರಿದುಹೋಗಿದೆ. ಮೈಯೆಲ್ಲಾ ಕಾಣಿಸತ್ತೆ" ಎಂದು ಬಲವಂತ ಮಾಡುತ್ತಿದ್ದರು. ಒಳಗೇ ನೋವುಂಡು ಬೇಯುತ್ತಿದ್ದ ರಂಗನಾಯಕಿಯನ್ನು ಕಂಡರೆ ಅವರಿಗೆ ಅಪಾರ ಮರುಕವುಂಟಾಗುತ್ತಿತ್ತು. ಮದುವೆಯಾದ ವರ್ಷದಲ್ಲಿ ಮಗುವಾಗಿದ್ದಿದ್ದರೆ ತಮಗೂ ರಂಗನಾಯಕಿಯ ವಯಸ್ಸಿನ ಮಗಳಿರುತ್ತಿದ್ದಳು ಎಂದು ನಿಟ್ಟುಸಿರು ಬಿಡುತ್ತಿದ್ದರು.

ಈ ಮಧ್ಯೆ ಮೇರಿಕುಟ್ಟಿಗೆ ಪಾಸ್ಪೋರ್ಟ್, ವೀಸಾ ಸಿಕ್ಕಿ ಎಲ್ಲರಿಗೂ 'ಬೈ ಬೈ' ಹೇಳಿ ದುಬೈಗೆ ಹೊರಟುಹೋದಳು. ಈಗ ಅವಳ ಮನೆಯಲ್ಲಿ ಅವಳ ಗಂಡ ಒಬ್ಬನೇ ಇರುತ್ತಿದ್ದ. ಕೆಲವು ತಿಂಗಳುಗಳಲ್ಲಿ ಅವನೂ ವಠಾರ ಬಿಟ್ಟು ಹೊರಟು ಹೋಗುವವನು ತಾನೆ ಎಂದು ಎಲ್ಲರೂ ಅವನನ್ನು ಉದಾರದಿಂದ

ವಿಶ್ವಾಸವಾಗಿ ಕಾಣುತ್ತಿದ್ದರು. ಅವರ ಮನೆಯಲ್ಲಿ ಮಾಡುವ ವಿಶೇಷ ತಿಂಡಿಯನ್ನು ಚೂರು ಅವನಿಗೆ ಕಳುಹಿಸುತ್ತಿದ್ದರು. ಹಬ್ಬ ಹರಿದಿನಗಳಲ್ಲಿ ಮನೆಗೆ ಊಟಕ್ಕೆ ಕರೆಯುತ್ತಿದ್ದರು. ಬೆಳಗ್ಗೆ ಹೋದರೆ ರಾತ್ರಿಯೇ ಮನೆಗೆ ಹಿಂದಿರುಗುತ್ತಿದ್ದ ಅವನ ಮನೆಯನ್ನು ಆಗಾಗ ಸ್ವಚ್ಛ ಮಾಡುವ ಕೆಲಸವನ್ನು ರಂಗನಾಯಕಿಯ ತಲೆಮೇಲೆ ಹಾಕುತ್ತಿದ್ದರು. ಅವನೂ ಎಲ್ಲರೊಂದಿಗೆ ನಗುನಗುತ್ತಾ ಮಾತಾಡಿಕೊಂಡು, ಹೆಚ್ಚು ಇವರ ಟೀಕೆಗಳಿಗೆ ಸಿಕ್ಕದೆ ತನ್ನ ವೀಸಾ ಪಾಸ್ಪೋರ್ಟ್‌ಗಳಿಗಾಗಿ ಓಡಾಡುತ್ತಿದ್ದ.

ಚಿಕ್ಕವಯಸ್ಸಿನಲ್ಲೇ ತನ್ನ ಹುಟ್ಟಿದೂರನ್ನು ಬಿಟ್ಟು ಬಂದು, ದೂರದ ಈ ಊರಿನಲ್ಲಿ ಧೈರ್ಯವಾಗಿ ಒಬ್ಬಳೇ ಇದ್ದು ತನ್ನ ಬದುಕನ್ನು ತಾನೇ ರೂಪಿಸಿಕೊಂಡು ಈಗ ವಿದೇಶಕ್ಕೂ ಹೋಗಿರುವ ಮೇರಿಕುಟ್ಟಿ ರಂಗನಾಯಕಿಯ ದೃಷ್ಟಿಯಲ್ಲಿ ಒಬ್ಬ ಅಸಾಧಾರಣ ವ್ಯಕ್ತಿ. ಅವಳ ದಾಷ್ಟೀಕತನ, ಧೈರ್ಯ ತನಗಿದ್ದಿದ್ದರೆ? ರಂಗನಾಯಕಿ ಊರಿಂದ ದೂರ ಹೋಗುವುದಿರಲಿ, ವಠಾರದಿಂದಾಚೆ ಕೂಡ ಕಾಲಿಟ್ಟವಳೇ ಅಲ್ಲ. ಬೀದಿಯಲ್ಲಿರುವ ಯಾವ ಮನೆಯವರೂ ಅವಳಿಗೆ ಪರಿಚಯವಿರಲಿಲ್ಲ. ತಾನಾಯಿತು, ತನ್ನ ಒಂಟಿ ಜೀವನವಾಯಿತು. ಯಾರೊಡನೆಯೂ ಮಾತಿಲ್ಲ, ಸದಾ ಮೌನಿ. ಎಂದೋ ಎಷ್ಟೋ ವರ್ಷಗಳ ಹಿಂದೆ ಅವಳು ಮಾತಾಡಿದ್ದಿರಬಹುದು. ಆದರೆ ಈಗ ಮಾತಾಡುವುದೇ ಮರೆತಿದ್ದಾಳೇನೋ, ಮೂಗಿಯೇನೋ ಎನ್ನುವಂತೆ ಆಗಿದೆ. ಚಿಕ್ಕಮ್ಮ ಬೈದರೂ, ಅವರಿಗಿಂತ ಎತ್ತರ ಬೆಳೆದ ನಿಂತಿರುವ ತನ್ನನ್ನು ಹೊಡೆದರೂ ಎದುರು ಉತ್ತರಿಸಲು ನಾಲಿಗೆ ಮೇಲೆಳುವುದೇ ಇಲ್ಲ. ಯಾಂತ್ರಿಕವಾಗಿ ದುಡಿಯುವುದೊಂದೇ ಅವಳ ಜೀವನ. ಮನೆಯ ಕೆಲಸ ಮಾಡಿದರೆ ವಠಾರದ ಉಳಿದವರ ಮನೆಗಳಲ್ಲಿ ಏನಾದರೂ ಒಂದು ಕೆಲಸವಿದ್ದೇ ಇರುತ್ತಿತ್ತು.

ನಾಲ್ಕು ತಿಂಗಳು ಕಳೆದದ್ದೇ ತಿಳಿಯಲಿಲ್ಲ. ಮೇರಿಕುಟ್ಟಿಯ ಗಂಡನಿಗೂ ವೀಸಾ ಬಂತು. ಅವನು ಸಾಮಾನು ಸಾಗಿಸಿ ವಠಾರದವರಿಗೆಲ್ಲಾ ಥ್ಯಾಂಕ್ಸ್ ಹೇಳಿ, ಮನೆ ಕೀಲಿ ಕಾಮಾಕ್ಷಮ್ಮನಿಗೆ ಹಿಂತಿರುಗಿಸಿ ಹೊರಟು ಹೋದ. ಹಲವು ವರ್ಷಗಳಿಂದ ತಮ್ಮೊಟ್ಟಿಗೆ ಇದ್ದ ವಠಾರ ಖಾಲಿಯಾದದ್ದಕ್ಕೆ ಎಲ್ಲರಿಗೂ ಬೇಸರವಾಯಿತು. ರಂಗನಾಯಕಿಯ ಮುಖವೂ ವಿಷಾದದಿಂದ ಬಾಡಿತು.

******

ಶಾಂತಮ್ಮನ ಮನೆಯಲ್ಲಿ ಅಪ್ಪ ಮಗಳ ಮಾತು ಆಲಿಸುತ್ತಾ ರಂಗನಾಯಕಿ ಮೌನವಾಗಿ ಮೂಲೆಯಲ್ಲಿ ಕೂತು ದೋಸೆಗೆ ಹಿಟ್ಟು ರುಬ್ಬುತ್ತಿದ್ದಳು. ಶಾಂತಮ್ಮ ಹಳ್ಳಿಗೆ ಹೋಗಲು ಒಪ್ಪಲ್ಲ. ಅವರಪ್ಪ ಬಿಡಲ್ಲ. ಪ್ರತಿ ವರ್ಷ ಅವರು ಬಂದಾಗ ಅದೇ ಮಾತುಗಳ ಪುನರಾವರ್ತನೆ ಆಗುತ್ತಿತ್ತು. ಇದು ಎಷ್ಟನೇ ಸಲವೋ?

"ಅಪ್ಪಯ್ಯಾ, ಹಳ್ಳಿಲಿರೋದನ್ನೆಲ್ಲಾ ಮಾರಿ ನೀನು ಇಲ್ಲಿಗೇ ಬಂದುಬಿಡು. ನಂಗೆ ಈ ಅನಾಥ ಮಕ್ಕಳ ಸೇವೆಯಲ್ಲಿ ಸಿಗೋ ಆನಂದ ಹಳ್ಳೀಲಿ ಸಿಗಲ್ಲ" ಶಾಂತಮ್ಮ ನಿರ್ಧಾರದ ಧ್ವನಿಯಲ್ಲಿ ಹೇಳಿದರು.

"ಹೊಲ ಮನೆ ಮಾರಿ ಇಲ್ಲಿ ಬರಕ್ಕೆ, ಇಲ್ಲಿ ಯಾರಿದ್ದಾರವ್ವಾ ನಮಗೆ?"

"ಹಳ್ಳೀಲಿ ಯಾರು ಇದಾರಪ್ಪಾ? ನಮಗೆ ಎಲ್ಲೂ ಯಾರು ಇಲ್ಲ. ಅದಕ್ಕೇ ನಾನು ಇಷ್ಟು ವರ್ಷದಿಂದ ಹೇಳ್ತಿರೋದು. ನಮ್ಮ ಅನಾಥಾಶ್ರಮದ ಒಂದು ಮಗೂನ ದತ್ತು ತೊಗೊಳೋಣ, ನಮಗೂ ವಯಸ್ಸಾದಾಗ ಒಂದು ಆಸರೆ ಅಂತ ಇರತ್ತೆ. ಆದರೆ ನೀನು ಒಪ್ತಾ ಇಲ್ಲ" ಶಾಂತಮ್ಮ ತಮ್ಮ ವಾದವನ್ನೇ ಮತ್ತೆ ಮುಂದಿಟ್ಟರು. ಯಾವುದೋ ಅನಾಥ ಮಗುವನ್ನು ಸಾಕಿದರೆ ತಮ್ಮನ್ನು ವಯಸ್ಸಾದಾಗ ಅದು ನೋಡಿಕೊಳ್ಳುತ್ತದೆ ಎಂದು ಅವಳಪ್ಪ ನಂಬುತ್ತಿಲ್ಲ. ಆದರೆ ಮಗಳದು ಒಂದೇ ಹಠ.

ಮುದುಕ ಸ್ವಲ್ಪ ಹೊತ್ತು ಸುಮ್ಮನೆ ಯೋಚಿಸುತ್ತಾ ಕೂತಿದ್ದು ಆಮೇಲೆ, "ನಿಂಗೆ ಏಳಕ್ಕಾಗಕ್ಕಿಲ್ಲವ್ವ, ಆ ದೇವ್ರು ಮಾಡ್ಸಿದಂತಾಗಲಿ" ಅಂದು ಸುಮ್ಮನಾದ.

ರಂಗನಾಯಕಿ ತನ್ನ ಅಪ್ಪ ಎಂದಾದರೂ ತನ್ನನ್ನು ವಾತ್ಸಲ್ಯದಿಂದ ಈ ರೀತಿ ಮಾತನಾಡಿಸಿದ್ದಾರೆಯೇ ಎಂದು ನೆನಪಿಸಿಕೊಳ್ಳಲು ಪ್ರಯತ್ನಿಸಿದಳು. ಊಹೂಂ. ಅವಳಿಗೆ ಬುದ್ಧಿ ತಿಳಿದಾಗಿನಿಂದ ಅಪ್ಪ, ಮಗಳು ಒಟ್ಟಿಗೆ ಕೂತು ಮಾತಾಡಿದ್ದಿಲ್ಲ. ಅವಳ ಮನೆಯಲ್ಲಿ ಮಾತಾಡುವ ಅಧಿಕಾರ ಇದ್ದದ್ದು ಕೇವಲ ಅವಳ ಚಿಕ್ಕಮ್ಮನಿಗೆ ಮಾತ್ರ. ಶಾಂತಮ್ಮ ಎಷ್ಟು ಪುಣ್ಯವಂತರು!

"ಹಿಟ್ಟು ರುಬ್ಬಿ ಆಯ್ತಾ ರಂಗೂ?" ಶಾಂತಮ್ಮನ ಮಾತು ರಂಗನಾಯಕಿಯನ್ನು ಎಚ್ಚರಿಸಿತು. ನಿಟ್ಟುಸಿರಿಟ್ಟು ಅವಳು ರುಬ್ಬಿದ ಹಿಟ್ಟನ್ನು ಪಾತ್ರೆಗೆ ಎತ್ತತೊಡಗಿದಳು.

ಆ ರಾತ್ರಿ ಯಥಾಪ್ರಕಾರ ಕಾಮಾಕ್ಷಮ್ಮ, ಸೀತಾಲಕ್ಷ್ಮಮ್ಮ ಸೆಕೆಗೆ ಗಾಳಿ ಬೀಸಿಕೊಳ್ಳುತ್ತಾ ಹೊರಗೆ ಕೂತು ಹರಟುತ್ತಿದ್ದರು. ಶಾಂತಮ್ಮ ಹೊರಗೆ ಬಂದು ಇವರಿದ್ದ ಕಡೆಗೆ ಬಂದರು.

"ಬನ್ನಿ ಶಾಂತಮ್ಮ, ಬನ್ನಿ. ನೀವು ಬಿಡುವಾಗಿರುವುದೇ ಅಪರೂಪ. ತಂದೆ ಬಂದಿದಾರೆ ಅಂತ ಕಾಣಿಸುತ್ತೆ, ಏನು ಹಳ್ಳೀ ಕಡೆ ಸಮಾಚಾರ?" ಕಾಮಾಕ್ಷಮ್ಮ ವಿಚಾರಿಸಿದರು.

"ಅದೇರೀ, ಯಥಾಪ್ರಕಾರ ಹಳ್ಳಿಗೆ ಬಂದು ಬಿಡು ಅಂತ ಬಲವಂತ ಮಾಡ್ತಿದಾರೆ. ಅವರಿಗೂ ವಯಸ್ಸಾಯಿತು. ತೋಟದ ಕೆಲಸ ನೋಡ್ಕೊಳ್ಳೋಕ್ಕಾಗಲ್ಲ. ಹಳ್ಳಿಯಲ್ಲಿರುವ ಆಸ್ತಿ ಮಾರಿ ಇಲ್ಲೇ ಬೇರೆ ಮನೆ

ಮಾಡೋಣಾಂತದೀವಿ"

"ಹೌದಮ್ಮ. ಹಳ್ಳೀಲಿ ಕೆಲಸ ಕಷ್ಟ. ಈ ಇಳಿವಯಸಿನಲ್ಲಿ ಪಾಪ ಅವರ ಮೊಮ್ಮಕ್ಕಳನ್ನು ಆಡಿಸುತ್ತಾ ಕಾಲ ಕಳೆಯಬೇಕು. ದೇವರು ನಿಮಗೆ ತುಂಬಾ ಅನ್ಯಾಯ ಮಾಡಿಬಿಟ್ಟ"

"ಅದಕ್ಕೆ ನಮ್ಮ ಅನಾಥಾಶ್ರಮದಿಂದ ಒಂದು ಮಗೂನ ದತ್ತು ತಗೊಳ್ಳೋಣ ಅಂತ ನಿರ್ಧಾರ ಮಾಡಿದೀನಿ"

ಕಾಮಾಕ್ಷಮ್ಮ, ಸೀತಾಲಕ್ಷ್ಮಮ್ಮ ಆಶ್ಚರ್ಯದಿಂದ ಒಬ್ಬರ ಮುಖ ಒಬ್ಬರು ನೋಡಿಕೊಂಡರು. ಒಂದು ಕ್ಷಣ ಮೌನ ನೆಲೆಸಿತ್ತು. ಆಮೇಲೆ ಕಾಮಾಕ್ಷಮ್ಮಾನೇ ಬಾಯಿ ಬಿಟ್ಟು,

"ಹಾಗಾ, ಅದು ಸರಿ ಅನ್ನಿ. ನಿಮಗೂ ವಯಸ್ಸಾದಾಗ ಒಂದು ದಿಕ್ಕಾಗತ್ತೆ. ಒಂದು ಅನಾಥ ಮಗುವಿಗೆ ಜೀವನ ಕೊಟ್ಟ ಪುಣ್ಯಾನೂ ಬರುತ್ತೆ" ಎಂದು ರಾಗವಾಗಿ ಹೇಳಿದರು.

"ಈಗಿನ ಕಾಲದಲ್ಲಿ ಅನಾಥ ಮಕ್ಕಳನ್ನು ತಂದು ನಮ್ಮದು ಅಂತ ಸಾಕುವಂಥಾ ಪುಣ್ಯವಂತರು ಯಾರಿರ್ತಾರೀ? ಏನೋ, ದೇವರು ನಮಗೆ ಅನುಕೂಲ, ಮನಸ್ಸು ಎರಡು ಕೊಟ್ಟಿದ್ದಾನೆ. ಯಾವ ಮಗುವಿನ ಪುಣ್ಯಾನೋ ಏನೋ, ಮಾಡೀಮ್ಮಾ ಮಾಡಿ" ಸೀತಾಲಕ್ಷ್ಮಮ್ಮನೂ ಅನುಮೋದಿಸಿ ಮಾತಾಡಿದರು.

"ನಮಗಂತೂ ಆ ಧೈರ್ಯವಿಲ್ಲ. ನೀವಾದರೂ ಮಾಡಿ" ಕಾಮಾಕ್ಷಮ್ಮ ಮತ್ತೆ ಹೇಳಿದರು. ಅನಾಥಾಶ್ರಮದ ಯಾವುದಾದರೂ ಮಗುವನ್ನು ಸಾಕಿಕೊಳ್ಳಿ ಎಂದು ಅನೇಕ ಸಾರಿ ಶಾಂತಮ್ಮ ಅವರಿಗೆ ಸೂಚಿಸಿದ್ದರು. ಮಾಡಬಾರದ ಕೆಲಸ ಮಾಡಿ ಎಂದು ಆಕೆ ಹೇಳಿದ್ದಾರೇನೋ ಅನ್ನುವಂತೆ ಕಾಮಾಕ್ಷಮ್ಮ ಅವರ ಸಲಹೆಯನ್ನು ಉಗ್ರವಾಗಿ ತಳ್ಳಿ ಹಾಕಿದ್ದರು.

"ಅದಕ್ಕೆ ನಿಮಗೆ ಹೇಳಿ ಹೋಗೋಣಾಂತ ಬಂದೆ. ನಾನು ಮುಂದಿನ ವಾರ ಮನೆ ಖಾಲಿ ಮಾಡ್ತೀನಿ. ಒಂದು ತಿಂಗಳು ಹಳ್ಳೀಲಿದ್ದು ಆಸ್ತಿ ಬಗ್ಗೆ ಎಲ್ಲಾ ಇತ್ಯರ್ಥ ಮಾಡಿ ಬರ್ತೀವಿ" ಅಂದರು ಶಾಂತಮ್ಮ.

ಕತ್ತಲಲ್ಲೇ ಮನೆ ಬಾಗಿಲಿಗೊರಗಿ ಕೂತಿದ್ದ ರಂಗನಾಯಕಿ ತಟ್ಟನೆ ತಲೆಯೆತ್ತಿ ನೋಡಿದಳು. ತನಗಾಗಿ ಮರುಗುವ ಶಾಂತಮ್ಮನೂ ವಠಾರ ತೊರೆದು ಹೋಗ್ತಿದಾರೆ! ಇನ್ನು ಮೇಲೆ ತಾನು ನಿಜವಾಗಿಯೂ ಒಬ್ಬಂಟಿ. ಇನ್ನು ಮುಂದೆ ಅವರಿಂದ ಸಿಗುತ್ತಿದ್ದ ಅಲ್ಪಸ್ವಲ್ಪ ಪ್ರೀತಿಯಿಂದಲೂ ತಾನು ವಂಚಿತೆ. ಅವಳ ಎದೆ ಭಾರವಾಗಿ ಕಣ್ಣಿನಿಂದ ಹನಿಗಳುದುರಿದವು.

ಶಾಂತಮ್ಮ ಮನೆಯೊಳಗೆ ಹೋಗುವುದನ್ನೇ ಕಾಯುತ್ತಿದ್ದ ಕಾಮಾಕ್ಷಮ್ಮ ತಕ್ಷಣವೇ ಸೀತಾಲಕ್ಷ್ಮಮ್ಮನ ಕಡೆಗೆ ತಿರುಗಿ ಕುಹಕವಾಗಿ ನಕ್ಕು ಹೇಳಿದರು, "ನೋಡಿಮ್ಮಾ, ಇದೊಂದು ಕಡಿಮೆಯಾಗಿತ್ತು ಈಕೆಗೆ. ಈ ವಯಸ್ಸಿನಲ್ಲಿ ದತ್ತು ತಗೋತಾರಂತೆ"

"ನೋಡಿ ವಿಚಿತ್ರ! ಇದಕ್ಕಿಂತ ಮೂರ್ಖತನವಿದೆಯೇನ್ರಿ? ಅಜ್ಜ, ಮುತ್ತಜ್ಜರು ಬೆವರು ಸುರಿಸಿ ಗಳಿಸಿದ ಆಸ್ತಿ ಮಾರಿ ಯಾವುದೋ ಬೆವರ್ಸಿ ಮಗುವಿನ ತಲೆ ಮೇಲೆ ಸುರಿಯೋದು ಅಂದರೇನ್ರೀ?" ಸೀತಾಲಕ್ಷ್ಮಮ್ಮನ ದೃಷ್ಟಿಯಲ್ಲಿ ಮಾನವೀಯತೆ, ಕರುಣೆ, ದಯೆ ಯಾವತ್ತೂ ಮೂರ್ಖತನದ ವಿಷಯಗಳೇ!

"ದತ್ತು ತಗೊಂಡ್ರೆ ಮಗು ನಮ್ಮದಾಗುತ್ತೇನ್ರೀ? ಹಾಗಿದ್ದಿದ್ರೆ ನಾವೆಲ್ಲಾ ಏನು ಮೂರ್ಖರೇ? ಮಕ್ಕಳಿಗಾಗಿ ಕಂಡ ಕಂಡ ದೇವ್ರನ್ನ ಬೇಡಿಕೊಂಡು ಕಡೆಗೆ ಬರಡು ಬಾಳು ಬಾಳುತ್ತಿದ್ದೀವಲ್ಲಾ"

"ಸರಿಹೋಯ್ತು ಬಿಡಿ, ಯಾವಳೋ ನೀತಿಗೆಟ್ಟು ಹಾದರ ಮಾಡಿ ಹೆತ್ತು ಅನಾಥಾಶ್ರಮಕ್ಕೆ ಎಸೆದು ಹೋದ ಮಗೂನ ಇವಳು ತಂದು ಸಾಕಿದ್ರೆ ಬಲು ಚೆನ್ನಾಗಿರುತ್ತೆ. ಆ ಮಗು ಬೆಳೆದು ದೊಡ್ಡದಾದ್ರೆ ಅದರ ನಡತೆ ಹೇಗಿರುತ್ತೆ ಹೇಳಿ" ಸೀತಾಲಕ್ಷ್ಮಮ್ಮ ವ್ಯಂಗ್ಯವಾಡಿದಳು.

ಸ್ಥಿತಪ್ರಜ್ಞಳಂತಿರುತ್ತಿದ್ದ ರಂಗನಾಯಕಿ ಮಾತ್ರ ಶಾಂತಮ್ಮ ಮನೆ ಬಿಟ್ಟು ಹೋಗುವ ವಿಷಯ ತಿಳಿದಾಗಿಂದ ಕಂಗೆಟ್ಟಳು. ಹಸುವಿನ ಬಾಲ ಹಿಡಿಯುವ ಕರುವಿನಂತೆ ಅವರ ಹಿಂದೆಯೇ ತಿರುಗಾಡಿದಳು. ಸಾಮಾನು ಪ್ಯಾಕ್ ಮಾಡುತ್ತಾ ಕಣ್ಣೊರೆಸಿಕೊಳ್ಳುತ್ತಿದ್ದ ಅವಳನ್ನು ಕಂಡು ಶಾಂತಮ್ಮ ತಲೆ ಸವರಿ "ಬೇಜಾರು ಮಾಡ್ಕೋಬೇಡ ರಂಗೂ, ಆಗಾಗ ಬಂದು ನೋಡ್ತಾ ಇರ್ತೀನಿ" ಎಂದು ಸಮಾಧಾನ ಮಾಡಿದರು.

*****

ಹಳ್ಳಿಯಲ್ಲಿನ ಆಸ್ತಿಗಳ ವಿಲೇವಾರಿ ಶಾಂತಮ್ಮನ ನಿರೀಕ್ಷೆ ಮೀರಿ ಸಮಯ ಹಿಡಿಯಿತು. ಮೂರು ತಿಂಗಳು ಅಂದುಕೊಂಡಿದ್ದು ಐದಾರು ತಿಂಗಳಿಗೆ ವಿಸ್ತರಿಸಿತ್ತು. ಊರಿಗೆ ಹಿಂತಿರುಗಿ ಬಂದು ಹೊಸ ಮನೆಯಲ್ಲಿ ಎಲ್ಲಾ ವ್ಯವಸ್ಥೆ ಮಾಡಿ ಬಿಡುವು ಮಾಡಿಕೊಂಡು ವಠಾರಕ್ಕೆ ಬಂದಾಗ ವಠಾರದಲ್ಲಿ ಸ್ಮಶಾನ ಮೌನ ಆವರಿಸಿತ್ತು. ಏನೋ ವಿಪರೀತ ನಡೆದಿದೆ ಎನ್ನಿಸುವಂತೆ ಭೀಕರ ನಿಶ್ಶಬ್ಧ. ಸಾಮಾನ್ಯವಾಗಿ ಹರಟೆ ಕೊಚ್ಚುತ್ತ ಕುಳಿತಿರುತ್ತಿದ್ದ ಕಾಮಾಕ್ಷಮ್ಮ, ಸೀತಾಲಕ್ಷ್ಮಮ್ಮ ಹೊರಗೆ ಕಾಣಿಸಲಿಲ್ಲ.

ಕೊಟ್ಟು ಹುಟ್ಟದವರ ಬದುಕು

ಎಂದೂ ಮುಚ್ಚಿರದ ಸೀತಾಲಕ್ಷಮ್ಮನ ಮನೆ ಮುಂಬಾಗಿಲು ಮುಚ್ಚಿತ್ತು. ಆಶ್ಚರ್ಯದಿಂದ ಶಾಂತಮ್ಮ ಮುಂದೆ ಸಾಗಿ ತೆಗೆದಿದ್ದ ಕಾಮಕ್ಷಮ್ಮನ ಮನೆ ಹೊಕ್ಕರು. ಇವರನ್ನು ನೋಡಿ ಕಾಮಾಕ್ಷಮ್ಮ ಧಡ್ಡನೆ ಎದ್ದು,

"ಓಹೋಹೋ, ಬನ್ನಿ ಬನ್ನಿ ಶಾಂತಮ್ಮ. ಒಳ್ಳೆ ಸಮಯಕ್ಕೆ ಹೇಳಿ ಕಳಿಸಿದ ಹಾಗೆ ಬಂದ್ರಿ" ಎಂದು ಉದ್ವೇಗ ತುಂಬಿದ ದನಿಯಲ್ಲಿ ಹೇಳಿದರು.

"ಯಾಕೆ, ಏನಾಯ್ತು?" ಗಾಬರಿಯಿಂದ ಕೇಳಿದರು ಶಾಂತಮ್ಮ.

ದೀರ್ಘವಾಗಿ ನಿಟ್ಟುಸಿರು ಬಿಟ್ಟು ರಾಗವಾಗಿ ಕಾಮಾಕ್ಷಮ್ಮ, "ಏನು ಹೇಳ್ತೀರಿ. ಆ ರಂಗೂ... ಪಾಪ! ಸೀತಾಲಕ್ಷಮ್ಮ.." ಎಂದು ಒಗಟಾಗಿ ಹೇಳಿದರು.

"ರಂಗೂಗೆ ಏನಾಯ್ತು? ಬಿಡಿಸಿ ಹೇಳಿ ಕಾಮಾಕ್ಷಮ್ಮ"

"ಏನು ಹೇಳ್ಲಿ ಶಾಂತಮ್ಮಾ? ನಾನು ಯಾವ ಬಾಯಿಂದ ಹೇಳಲಿ? ಎಂಥಾ ಅನಿಷ್ಟ... ರಂಗೂ ಬಸರಿಯಂತೆ!"

ಆಶ್ಚರ್ಯದಿಂದ ಬೆರಗಾದರು ಶಾಂತಮ್ಮ.

"ಎಲ್ಲಾ ಮುಂಡೇಮಗ ಮೇರಿಕುಟ್ಟಿ ಗಂಡನ ಕೆಲಸ ಅಂತ ದೂರ್ತಿದಾರೆ ಸೀತಾಲಕ್ಷಮ್ಮ. ನಮ್ಮಗಳ ಎದುರು ಮಳ್ಳೀ ಹಾಗಿದ್ದು ಈ ಹಲ್ಕ ಕೆಲಸ ಮಾಡಿ ಹೋಗಿದಾನೆ. ಅವನ ಮನೆಕಾಯವಾಗ.. ಪಾಪ! ವಿಷಯ ಇವತ್ತೇ ಗೊತ್ತಾಗಿದ್ದು ಸೀತಾಲಕ್ಷಮ್ಮನಿಗೆ. ಪಾತಾಳಕ್ಕಿಳಿದು ಹೋಗಿದಾರೆ. ರಂಗೂಗೆ ಚೆನ್ನಾಗಿ ಬರ್ಲಿನಿಂದ ಥಳಿಸಿದ್ರು. ಶೇಷಾದ್ರಿಯವರಂತೂ ಯಾರಿಗೂ ಮುಖ ತೋರಿಸಲಾಗದ ಬೆಳಗ್ಗೆಯಿಂದ ಮನೆಯಿಂದ ಹೊರಗೇ ಉಳಿದುಬಿಟ್ಟಿದ್ದಾರೆ" ಎಂದು ಕಾಮಾಕ್ಷಮ್ಮ ಕೈ ಬಾಯಿ ತಿರುಗಿಸುತ್ತಾ ಬಣ್ಣವಾಗಿ ವಿವರಿಸಿ ಹೇಳಿದರು.

ಶಾಂತಮ್ಮ ಮೂಕಳಂತೆಕೂತರು. ರಂಗನಾಯಕಿ ಅಮಾಯಕ, ಅಸಹಾಯಕ ಮುಖ ಅವರ ಕಣ್ಣ ಮುಂದೆ ತೇಲಿ ಬಂತು. ಈ ಸುದ್ದಿಯನ್ನು ಅವರು ನಂಬಲಾರರಾದರು.

ಸೀತಾಲಕ್ಷಮ್ಮಂದೂ ತಪ್ಪಿದೇರಿ. ನಾನು ಎಚ್ಚರಿಸ್ತಾನೇ ಇದ್ದೆ. ಬೆಳಗ್ಗೆ ಸಂಜೆ ಆ ಲಂಪಟನ ಮನೆಗೆ ಕೆಲಸ ಮಾಡೋಕೆ ಕಳಿಸ್ತಿದ್ರು. ಗಂಟೆಗಟ್ಟಲೆ ಅವಳೂ ಅವನ ಮನೆಯೊಳಗಿರ್ತಿದ್ಲು. ಇನ್ನೇನಾಗತ್ತೆ? ಆ ಪಾಪಿ ಅವಕಾಶಾನ ಚೆನ್ನಾಗಿ ಉಪಯೋಗಿಸಿಕೊಂಡ ಅಂತ ಕಾಣತ್ತೆ! ಅವನೇನೋ ಬಿಡಿ, ಗಂಡಸು, ಇವಳಿಗೇನಾದರೂ ಬುದ್ಧಿ ಬೇಡವೇನ್ರಿ?"

ಕಾಮಾಕ್ಷಮ್ಮ ರಸವತ್ತಾಗಿ ವರ್ಣಿಸುತ್ತಲೇ ಇದ್ದರು.

ಶಾಂತಮ್ಮ ತಟ್ಟನೆ ಮೇಲೆದ್ದು, "ಬನ್ನಿ, ಅವರ ಮನೆಗೆ ಹೋಗಿ ಬರೋಣ"

ಎಂದು ಹೊರಟರು.

ಕಾಮಾಕ್ಷಮ್ಮ ಲಗುಬಗೆಯಿಂದ ಅವರಿಗಿಂತ ಮುಂದೆ ನಡೆದು ಸೀತಾಲಕ್ಷಮ್ಮನ ಮನೆ ಬಾಗಿಲು ತಟ್ಟಿದರು. ಸ್ವಲ್ಪ ಹೊತ್ತಿನ ಮೌನದ ನಂತರ ಸೀತಾಲಕ್ಷಮ್ಮ ನಿಧಾನವಾಗಿ ಬಾಗಿಲು ತೆಗೆದರು. ಕೋಪದಿಂದ ಅವರ ಮುಖ ಧುಮುಗುಟ್ಟುತ್ತಿತ್ತು. ಹೊರಗೆ ನಿಂತಿದ್ದ ಇವರಿಬ್ಬರನ್ನೂ ನೋಡಿ ಮುಖ ತಿರುಗಿಸಿಕೊಂಡು ಒಳಗೆ ಹೋದರು.

ಇಬ್ಬರೂ ಒಳಗೆ ಹೆಜ್ಜೆಯಿಟ್ಟರು. ಮೊಳಕಾಲ ಮೇಲೆ ಮುಖ ಮುಚ್ಚಿ ಕುಳಿತಿದ್ದ ರಂಗನಾಯಕಿ ತಲೆ ಎತ್ತಿದಳು. ಅವಳ ಕೂದಲು ಕೆದರಿದ್ದವು. ಮೈಮೇಲೆ ಬಾಸುಂಡೆಗಳೆದ್ದಿದ್ದವು. ಕೆನ್ನೆಯ ಮೇಲೆ ಬೆರಳ ಗುರುತುಗಳು ಸ್ಪಷ್ಟವಾಗಿ ಮೂಡಿತ್ತು. ಆದರೆ ಕೆಂಪಡರಿದ್ದ ಅವಳ ಕಣ್ಣುಗಳಲ್ಲಿ ನೀರಿರಲಿಲ್ಲ. ಕಿಡಿಯಿತ್ತು. ಸಿಡಿಯುವ ಜ್ವಾಲಾಮುಖಿಯಂತಿತ್ತು ಅವಳ ಮುಖ. ಒಂದು ಕ್ಷಣ ಸುಮ್ಮನೆ ನಿಂತಿದ್ದು ಶಾಂತಮ್ಮ ಮುಂದೆ ಹೋಗಿ ಅವಳ ತಲೆ ನೇವರಿಸಿದರು.

"ಚಿಂತಿಸಬೇಡ ರಂಗೂ, ನಾವೆಲ್ಲಾ ಇದೀವಿ. ಏನಾದ್ರೂ ಮಾಡೋಣ" ಅಂದರು.

"ಆ ರಂಡೆಗೇನ್ರೀ ಸಮಾಧಾನ ಹೇಳ್ತೀರ? ಹೊಲಸು ಕೆಲಸ ಮಾಡಿದ ಮುಖಕ್ಕೆ ಮಸಿ ಬಳಿದಿದ್ದಲ್ಲದೆ ಅವಳ ಮೊಂಡುತನ ನೋಡ್ರೀ" ಸಿಡಿದೆದ್ದು ಕಿರುಚಿದರು ಸೀತಾಲಕ್ಷಮ್ಮ.

ಶಾಂತಮ್ಮ ತಲೆಯೆತ್ತಿ ಸೀತಾಲಕ್ಷಮ್ಮನನ್ನು ಪ್ರಶ್ನಾರ್ಥಕವಾಗಿ ದೃಷ್ಟಿಸಿದರು.

"ಈ ಹಲ್ಕಾರಂಡೆ, ಪಿಂಡ ತೆಗೆಸೋಣ ಬಾರೇ ಅಂದ್ರೆ ಕೂತ ಜಾಗ ಬಿಟ್ಟು ಏಳ್ತಿಲ್ಲ"

ಶಾಂತಮ್ಮ ಚಕಿತರಾದರು. ಒಂದು ನಿಮಿಷ ಶಾಂತವಾಗಿ ಯೋಚಿಸಿ

"ಹೌದಾ ರಂಗೂ"

ರಂಗನಾಯಕಿ ಮೆಲ್ಲಗೆ ಶಾಂತಮ್ಮನ ಕಡೆ ತಿರುಗಿದಳು. ಅವಳ ಮುಖದಲ್ಲಿ ನಿರ್ಧಾರವಿತ್ತು. ಇಷ್ಟು ವರ್ಷಗಳು ಅವಳನ್ನು ನೋಡಿದ್ದ ಶಾಂತಮ್ಮನಿಗೂ ಅವಳ ಕಣ್ಣುಗಳಲ್ಲಿದ್ದ ಛಲ ಕಂಡು ಆಶ್ಚರ್ಯವಾಯಿತು. ಮೌನವಾಗಿ ಅವಳು ತಲೆ ಆಡಿಸಿದಳು.

"ನೋಡಿದಿರಾ ಅವಳ ಪೊಗರು?" ಸೀತಾಲಕ್ಷಮ್ಮ ದಢಾರನೆ ಮೇಲೆದ್ದು ಕೋಲು ಕೈಗೆ ತೆಗೆದುಕೊಂಡು ಮುಂದೆ ಧಾವಿಸಿದರು. ಅವರನ್ನು ತಡೆಯಲು ಹೋದ ಶಾಂತಮ್ಮನಿಗೆ ಒಂದೆರಡು ಏಟುಗಳು ಬಿದ್ದವು. ಮೈಮೇಲೆ ರಕ್ತ

ಚಿಮ್ಮುವಂತೆ ರಪರಪನೆ ಬೀಳುತ್ತಿದ್ದ ಏಟಿಗೆ ಸ್ವಲ್ಪವೂ ವಿಚಲಿತಳಾಗದೆ ಶಿಲೆಯಂತೆ ತುಟಿ ಕಚ್ಚಿ ಕೂತಿದ್ದ ರಂಗನಾಯಕಿಯ ಅವಸ್ಥೆಯನ್ನು ನೋಡಲಾಗದೆ ಶಾಂತಮ್ಮ ಕಣ್ಣು ಮುಚ್ಚಿಕೊಂಡರು.

ಅರ್ಧ ಗಂಟೆಯ ನಂತರ ಶಾಂತಮ್ಮ ಗಾಯಗೊಂಡು ಬಸವಳಿದು ಕುಸಿಯುತ್ತಿದ್ದ ರಂಗನಾಯಕಿಯನ್ನು ಆಸರೆ ಕೊಟ್ಟು ನಡೆಸಿಕೊಂಡು ಅವರನ್ನು 'ಹಾದರಕ್ಕೆ ಇಂಬುಕೊಡುವ ಹಾದರಗಿತ್ತಿ' ಎಂದು ನೆಟಿಕೆ ಹಾಕಿ ಶಪಿಸುತ್ತಿದ್ದ ಸೀತಾಲಕ್ಷಮ್ಮ, ಕಾಮಾಕ್ಷಮ್ಮನನ್ನು ನಿರ್ಲಕ್ಷಿಸಿ ಕಾಯುತ್ತಿದ್ದ ಆಟೋರಿಕ್ಷಾದಲ್ಲಿ ಕೂತು ಹೊರಟು ಹೋದರು.

ಆ ದಿನ ಬೆಳಗ್ಗೆ ಮನೆ ಬಿಟ್ಟು ಹೋದ ಶೇಷಾದ್ರಿ ಪುನಃ ಮನೆಗೆ ಹಿಂತಿರುಗಲೇ ಇಲ್ಲ. ಸುಂದರರಾಮನ್ ಸೈಕಲ್ಲೇರಿ ಅವರು ಹೋಗುವ ಜಾಗಗಳನ್ನೆಲ್ಲಾ ಹುಡುಕಾಡಿ ಇಲ್ಲವೆಂದು ವಾಪಸ್ಸು ಬಂದರು. ಸೀತಾಲಕ್ಷಮ್ಮ 'ಹೋ..' ಎಂದು ಗೋಳಾಡಿದರು. ತಮ್ಮ ಗಂಡ ಕಣ್ಮರೆಯಾಗಿ ಓಡಿ ಹೋಗುವಂತೆ ಮಾಡಿದ ರಂಗನಾಯಕಿಯನ್ನು ಮನಸಾರೆ ಶಪಿಸಿದರು. ತಿಂಗಳುಗಳು ಉರುಳಿದರೂ ಶೇಷಾದ್ರಿಯವರ ಪತ್ತೆಯಾಗದಿದ್ದರಿಂದ ಸೀತಾಲಕ್ಷಮ್ಮನ ಅಣ್ಣ ಬಂದು ಮನೆ ಖಾಲಿ ಮಾಡಿಸಿ ಅವರನ್ನು ತನ್ನ ಜೊತೆಗೆ ಕರೆದುಕೊಂಡು ಹೊರಟು ಹೋದರು. ಪೂರ್ತಿ ವಠಾರಕ್ಕೆ ಈಗ ಕಾಮಾಕ್ಷಮ್ಮ ಒಬ್ಬರೇ ಆದರು.

*****

ದಿನ ತುಂಬಿದಂತೆ ರಂಗನಾಯಕಿ ಕುಸಿಯತೊಡಗಿದಳು. ಶಾಂತಮ್ಮ ಎಷ್ಟು ಬಲವಂತ ಮಾಡಿದರೂ ಅವಳು ಆಹಾರ ಸರಿಯಾಗಿ ತಿನ್ನುತ್ತಿರಲಿಲ್ಲ. ಯಾವ ಔಷಧಿಯೂ ಮೈಗೆ ಹತ್ತುತ್ತಿರಲಿಲ್ಲ. ಮೌನವಾಗಿ ಕೂತಲ್ಲಿ ಕೂತು ಶೂನ್ಯವಾಗಿ ನೋಡುತ್ತಿದ್ದಳು. ಮೈಯಲ್ಲಿ ಹನಿ ರಕ್ತವಿಲ್ಲದೆ ಬಿಳುಚಿಕೊಂಡಿದ್ದ ಅವಳಿಗೆ ಹೆರಿಗೆಯಾಗುವುದು ಕಷ್ಟ ಅಂತ ಡಾಕ್ಟರ್ ಹೇಳಿದ್ದರು. ಹೆರಿಗೆಯ ದಿನ ಹತ್ತಿರ ಬಂದಂತೆ ಶಾಂತಮ್ಮ ಅನಾಥಾಶ್ರಮಕ್ಕೆ ರಜೆ ಹಾಕಿ ಮನೆಯಲ್ಲೇ ಉಳಿದು ಅವಳ ಆರೈಕೆ ಮಾಡತೊಡಗಿದರು. ಆದರೂ ಅವಳ ಕ್ಷೀಣಿಸುತ್ತಿದ್ದ ಆರೋಗ್ಯ ನೋಡಿ ಅವರಿಗೆ ಆತಂಕವಾಗತೊಡಗಿತು. ಹೀಗೇ ಮುಂದುವರೆದರೆ ಹೆರಿಗೆಯಾಗುವುದಿರಲಿ, ಅವಳು ಉಳಿಯುವುದೂ ಕಷ್ಟ ಎಂದು ಗಾಬರಿಗೊಂಡರು. ಹೆರಿಗೆಗೆ ಮೂರು ದಿನ ಮುಂಚಿತವಾಗಿಯೇ ರಂಗನಾಯಕಿಯನ್ನು ಮುಂಜಾಗರೂಕತೆಯಿಂದ ಆಸ್ಪತ್ರೆಗೆ ಸೇರಿಸಿದರು.

ಹೆರಿಗೆ ದಿನ ಶಾಂತಮ್ಮನ ಅಪ್ಪ ಡಾಕ್ಟರ್ ಬರೆದು ಕೊಟ್ಟಿದ್ದ ಔಷಧಿಗಳನ್ನು

ತೆಗೆದುಕೊಂಡು ಆಸ್ಪತ್ರೆಗೆ ಬಂದಾಗ ಲೇಬರ್ ವಾರ್ಡಿನ ಹೊರಗೆ ಹಾಕಿದ್ದ ಉದ್ದನೆಯ ಮರದ ಬೆಂಚಿನ ದೂರದ ಮೂಲೆಯಲ್ಲಿ ಕುಳಿತಿದ್ದ ಕೃಷ ಕಾಯದ ಮುದುಕನೊಬ್ಬನನ್ನು ಬಿಟ್ಟರೆ ಇನ್ನೆಲ್ಲಾ ಬಿಕೋ ಎನ್ನುತ್ತಿತ್ತು. ಶಾಂತಮ್ಮನಿಗಾಗಿ ಅಲ್ಲಿ ಇಲ್ಲಿ ಹುಡುಕಾಡಿದ ಅವರು ಆಕೆಯನ್ನು ಎಲ್ಲೂ ಕಾಣದೆ ಗೊಣಗುತ್ತಾ ಬಂದು ಬೆಂಚಿನ ಮೇಲೆ ಕೂತರು.

ದಢಬಢನೆ ಬಾಗಿಲು ತಳ್ಳಿ ಹೊರಬಂದ ನರ್ಸ್ ಇವರಿಂದ ಔಷಧಿಯನ್ನು ತೆಗೆದುಕೊಳ್ಳುವಾಗ ಶಾಂತಮ್ಮ ಹರಕೆ ಕೇಳಿಕೊಳ್ಳಲು ದೇವರ ಗುಡಿಗೆ ಹೋದರು ಎಂದು ಹೇಳಿದಾಗ ಅವರಿಗೆ ತುಸು ಕೋಪವೇ ಬಂದಂತೆ ಕಂಡಿತು. ಅವರು ಮಾತಾಡುವ ಮೊದಲೇ ನರ್ಸ್ ಬಾಗಿಲು ಮುಚ್ಚಿಕೊಂಡು ಮರೆಯಾದಳು.

"ಇದೇನು ಹುಚ್ಚು ನೋಡಿ ಇವಳಿಗೆ. ಯಾರದೋ ಹುಡುಗಿಯ ಹೆರಿಗೆಗೆ ಹರಕೆ ಹೇಳಿಕೊಳ್ಳಲು ದೇವಸ್ಥಾನಕ್ಕೆ ಓಡಿದಾಳೆ" ಎಂದು ಆ ಮೂಲೆಯಲ್ಲಿ ಕುಳಿತ ಮುದುಕನೊಂದಿಗೆ ಹೇಳಿಕೊಂಡರು.

ಕುಳಿಬಿದ್ದ ಕಣ್ಣುಗಳಿಂದ ಇವರನ್ನು ದಿಟ್ಟಿಸಿದ ಆ ಮುದುಕ ಏನೂ ಮಾತಾಡದೆ ಸುಮ್ಮನೆ ಕುಳಿತಿದ್ದ. ಕುರುಚಲಾಗಿ ಬೆಳೆದಿದ್ದ ಅವನ ಬಿಳಿ ಗಡ್ಡ, ಚಿಂತಾಕ್ರಾಂತವಾದ ಮುಖ ನೋಡಿ 'ಪಾಪ, ಅವರಿಗೇನು ತೊಂದರೆಯೋ' ಎಂದುಕೊಂಡು ಸುಮ್ಮನಾದರು.

ಎಷ್ಟೋ ಹೊತ್ತಿನ ಹೆಣಗಾಟದ ನಂತರ ಹೆರಿಗೆಯಾದಾಗ ಡಾಕ್ಟರ್ ಗೆದ್ದೆ ಎಂದು ನಿಟ್ಟುಸಿರು ಬಿಟ್ಟರು. ಆಯಾಸದಿಂದ ಪ್ರಜ್ಞೆ ತಪ್ಪಿದ್ದ ರಂಗನಾಯಕಿಯನ್ನು ವಾರ್ಡಿಗೆ ತಂದು ಮಲಗಿಸಿ ಎಂದು ಹೇಳಿ ಮಗು ಆರೋಗ್ಯವಾಗಿದೆ ಎಂದು ಖಾತ್ರಿ ಮಾಡಿಕೊಂಡು ತಮ್ಮ ರೂಮಿಗೆ ಹೋದರು.

ನರ್ಸ್ ಬಂದು ಬಾ ರಂಗನಾಯಕಿ ಪ್ರಜ್ಞೆ ಬಂದಿದೆ, ಅವಳ ಕಡೆಯವರು ಯಾರಾದರೂ ಇದ್ದರೆ ಬಂದು ಮಾತಾಡಿಸಬಹುದು ಎಂದು ಹೇಳಿದಾಗ ಶಾಂತಮ್ಮ ಇನ್ನೂ ಬರಲಿಲ್ಲವೆಲ್ಲಾ ಎಂದು ಚಿಂತಿಸುತ್ತಾ ಅವರಪ್ಪ ತಾವೇ ಮಾತನಾಡಿಸಲು ಎದ್ದು ಹೋದರು.

ರಂಗನಾಯಕಿ ಗುರುತು ಹಿಡಿಯಲಾಗದಷ್ಟು ಬಿಳಿಚಿಕೊಂಡಿದ್ದಳು. ಆಯಾಸದಿಂದ ಅವಳ ಮುಖ ಕಂಗೆಟ್ಟಿತ್ತು. ಆದರೂ ಅವಳು ಯಾವುದೋ ಅನಿರ್ವಚನೀಯವಾದ ಆನಂದದಲ್ಲಿದ್ದವಳಂತೆ ಕಂಡಳು.

"ಏನವ್ವಾ ರಂಗವ್ವಾ, ಹೆಂಗಿದೀಯವ್ವಾ" ಎಂದು ಕೇಳಿ ಮುಂದೆ ಮಾತಾಡಲು ತಿಳಿಯದೆ ಅವರು ಸುಮ್ಮನಾದರು. ರಂಗನಾಯಕಿ ನಿಧಾನವಾಗಿ ಕಣ್ಣುಬಿಟ್ಟಳು. ದೈಹಿಕವಾಗಿ ಅವಳು ಬಳಲಿ ಹೋಗಿದ್ದರೂ ಕಣ್ಣುಗಳಲ್ಲಿ

ವಿಚಿತ್ರವಾದ ತೇಜಸ್ಸು ತುಂಬಿತ್ತು. ಅವರನ್ನು ಶೂನ್ಯವಾಗಿ ದಿಟ್ಟಿಸಿದ ಅವಳ ಕಣ್ಣುಗಳು ಮುಂದಕ್ಕೆ ಹೊರಳಿದವು. ಅವಳ ಕಣ್ಣುಗಳಲ್ಲಿ ಒಮ್ಮೆ ಭಯ ಮೂಡಿ ನಂತರ ಛಲದ ಹೊಳಪೇರಿತು. ಏನೋ ಹೇಳುವವಳಂತೆ ಅವಳ ತುಟಿಗಳು ಅದುರಿದವು.

"ಅಪ್ಪಾ.." ಕ್ಷೀಣವಾಗಿ ಅವಳು ಉಸುರಿದಳು.

ಅವಳು ಮಾತಾಡುವುದನ್ನು ಎಂದೂ ಕೇಳಿರದಿದ್ದ ಶಾಂತಮ್ಮನ ತಂದೆ ಜೊತೆಯಾಗಿ ಹಿಂದೆ ತಿರುಗಿದರು. ಅವರೊಡನೆ ಕೂತಿದ್ದ ಮುದುಕ ಕಣ್ಣುಗಳಲ್ಲಿ ನೀರು ತುಂಬಿ ಮಗಳನ್ನು ದಿಟ್ಟಿಸುತ್ತಿದ್ದರು.

"ಅಪ್ಪಾ.. ನನ್ನ ಮಗೂನ.. ನನ್ನ ಮಗೂನ ನಾನು ಸಾಕ್ತೀನಿ. ನನ್ನ ಪಾಡಿಗೆ ನನ್ನನ್ನು ಬಿಟ್ಟುಬಿಡು. ನಾನು ಈ ಮಗೂನ ಸಾಕೇ ಸಾಕ್ತೀನಿ. ಅದಕ್ಕೆ ಅಪ್ಪ, ಅಮ್ಮನ ಪ್ರೀತಿ ಕೊಡ್ತೀನಿ, ಅದನ್ನು ಚೆನ್ನಾಗಿ ಓದಿಸ್ತೀನಿ, ಸದಾ ನಗ್ತಾ ಇರೋ ಹಾಗೆ ನೋಡ್ಕೋತೀನಿ. ಯಾವತ್ತೂ ಬೈಯಲ್ಲ, ಹೊಡೆಯಲ್ಲ. ದೇವರು ನನಗೆ ಏನೂ ಕೊಡದಿದ್ದರೂ ಪರವಾಗಿಲ್ಲ. ನನಗೆ ಏನೂ ಬೇಡ. ತಾಯಿ ಆಗುವ ಭಾಗ್ಯ ಕೊಟ್ಟ. ನನಗೆ ಅದೇ ಸಾಕು. ನನ್ನ ಮಗು ಕಪ್ಪಗಿದ್ದರೂ ಸರಿ, ಬೆಳ್ಳಗಿದ್ದರೂ ಸರಿ, ಅದನ್ನು ಯಾವತ್ತೂ ಮೂದಲಿಸಲ್ಲ ನಾನು..." ವರ್ಷಾನುಗಟ್ಟಲೆ ಅದುಮಿ ಬಿಗಿ ಹಿಡಿದಿದ್ದ ಮಾತುಗಳ ಪ್ರವಾಹ ಕೋಡಿ ಹರಿದಂತೆ ಭೋರ್ಗರೆದು ಹೊರಬರತೊಡಗಿತು. ಅವಳಿಗೆ ಏದುಸಿರು ಬಂದರೂ ನಿಲ್ಲಿಸಲಿಲ್ಲ.

"ನಾನು ನನ್ನ ಮಗೂನ ತುಂಬಾ ಪ್ರೀತಿಸ್ತೀನಿ, ಅದಕ್ಕೆ ಬೇಕಾದ್ನೆಲ್ಲಾ ಕೊಡಿಸ್ತೀನಿ. ಅವರಿವರ ಮನೆಗೆ ಕೆಲಸಕ್ಕೆ ಕಳಿಸಲ್ಲ"

ಅಷ್ಟರಲ್ಲಿ ಶಾಂತಮ್ಮ ಕೈಯಲ್ಲಿ ಪ್ರಸಾದ ಹಿಡಿದುಕೊಂಡು ಬಂದವರು ಶೇಷಾದ್ರಿಯವರನ್ನು ನೋಡಿ ಆಶ್ಚರ್ಯಗೊಂಡರು. "ಶಾಂತಕ್ಕ.. ಶಾಂತಕ್ಕ.. ನನ್ನ.. ನನ್ನ...ಇವರ ಜೊತೆ ಕಳಿಸಬೇಡಿ. ನಿಮ್ಮ ಮನೆ ಕೆಲಸ ಮಾಡಿಕೊಂಡು ಇರುತ್ತೀನಿ. ನಿಮಗೆ ಬೇಡವಾದರೆ ನನಗೆ ಬೇರೆ ಎಲ್ಲಾದರೂ ಕೆಲಸ ಕೊಡಿಸಿ ಅನಾಥಾಶ್ರಮದ ಜವಾನಿ ಕೆಲಸ ಆದರೂ ಕೊಡ್ಸಿ... ನಾನು ದುಡಿದು ನನ್ನ ಮಗೂನ ಸಾಕ್ತೀನಿ.. ಇಲ್ಲದಿದ್ದರೆ ಭಿಕ್ಷೆ ಬೇಡಿ ನನ್ನ ಮಗೂನ ಸಾಕ್ತೀನಿ. ನಾನು ಮತ್ತೆ ಚಿಕ್ಕಮ್ಮನ ಮನೆಗೆ ಹೋಗಲ್ಲ.." ಅವಳು ನಿಲ್ಲಿಸದೆ ಹೇಳುತ್ತಲೇ ಇದ್ದಳು.

ಎಷ್ಟೋ ವರ್ಷಗಳ ನಂತರ ಮಗಳು ಮಾತಾಡಿದ್ದನ್ನು ಕೇಳಿದ ಶೇಷಾದ್ರಿಯವರು ಕಣ್ಣೀರಿಡುತ್ತಾ ಕಲ್ಲಿನಂತೆ ನಿಂತಿದ್ದರು. ಶಾಂತಮ್ಮ ರಂಗನಾಯಕಿಯ ಕೈಹಿಡಿದು ಭರವಸೆ ನೀಡುವ ಕೈಗಳಿಂದ ಸಾಂತ್ವನಗೊಳಿಸುವಂತೆ ಅಮುಕಿದರು.

ನೋವು ನಲಿವಿನ ಈ ಬಾಳು

ಮೂರು ತಿಂಗಳುಗಳಿಂದ ನಡೆದ ಅನಿರೀಕ್ಷಿತ ಘಟನೆಗಳು ವಾಸುದೇವರಾಯರು ಮತ್ತು ಸಾವಿತ್ರಮ್ಮನನ್ನು ತಲ್ಲಣಗೊಳಿಸಿಬಿಟ್ಟಿದ್ದವು. ಈ ಮುದಿ ವಯಸ್ಸಿನಲ್ಲಿ ತಮಗೆ ದೇವರು ಹೀಗೆ ಪರೀಕ್ಷೆಗಳನ್ನು ಮಾಡುತ್ತಾನೆ ಎಂದು ಅವರು ಎಣಿಸಿರಲಿಲ್ಲ. ತುಂಬಿದ ತಮ್ಮ ಬಾಳಿನ ನದಿ ಅಡೆತಡೆಯಿಲ್ಲದೆ ಸುಗಮವಾಗಿ ಹರಿಯುತ್ತಿದೆ ಎಂದೆನ್ನುಕೊಳ್ಳುತ್ತಿದ್ದ ಅವರು ಈಗ ನಡೆದ ಘಟನೆಗಳಿಂದ ಅವಕ್ಕಾಗಿ ದಿಕ್ಕೆಟ್ಟ ಹಸುವಿನಂತೆ ಕಂಗಾಲಾಗಿದ್ದರು.

ತಮ್ಮ ಬಾಳಿನ ಏಕೈಕ ಆಶಾಕಿರಣವಾಗಿದ್ದ ಸುಮಂತ, ಇಪ್ಪತ್ತು ವರ್ಷಗಳಿಂದ ತಮ್ಮ ಬರಡು ಬಾಳಿನಲ್ಲಿ ಅನಿರ್ವಚನೀಯವಾದ ಆನಂದದ ಬುಗ್ಗೆ ಹರಿಸಿದ್ದ ತಮ್ಮ ಮಗ ಈಗ ಕೈ ಬಿಟ್ಟು ಹೋಗುವುದರಲ್ಲಿದ್ದ. ಮುಂದೊಮ್ಮೆ ಹೀಗಾಗಬಹುದು ಎಂದು ಕನಸಿನಲ್ಲಿಯೂ ಕಲ್ಪಿಸಿಕೊಂಡಿರದಿದ್ದ ಸಾವಿತ್ರಮ್ಮ ಮಾತೇ ನಿಲ್ಲಿಸಿ ಮೂಕರಂತೆ ಒಂದೇ ಸಮನೆ ದೇವರ ಮನೆ ಸೇರಿ ಅಳುತ್ತಿದ್ದರು. ಗಂಡ ಹೆಂಡತಿಯರ ಮಧ್ಯ ನೋವಿನ ದೃಷ್ಟಿಗಳ ವಿನಿಮಯ, ನಿಟ್ಟುಸಿರುಗಳ ಸಂಭಾಷಣೆ ಬಿಟ್ಟರೆ ಬೇರೆ ಮಾತಿಲ್ಲ. ಸುಮಂತನಂತೂ ಹಗಲಿರುಳೂ ಒಂದೇ ಸಮನೆ ತಲೆ ಕೆಟ್ಟವನಂತೆ ರೂಮಿನೊಳಗೇ ಕೂತು ಯೋಚಿಸುತ್ತಿದ್ದಾನೆ. ನಾಳೆಯೇ ಅವನ ನಿರ್ಧಾರಕ್ಕೆ ಕೊನೆಯ ದಿನ. ಹೈಕೋರ್ಟಿನಲ್ಲಿ ಹೇಳಲಿರುವ ಅವನ ನಿರ್ಧಾರದೊಂದಿಗೆ ತಮ್ಮ ಬಾಳಿನ ಆನಂದದ ಹೊನಲು ಬತ್ತುತ್ತದೆ!

ಮೂರು ತಿಂಗಳ ಹಿಂದೆ ನಡೆದದ್ದು ಇಷ್ಟು. ಇವರು ತಮ್ಮ ಸಣ್ಣ

ಮನೆಯಲ್ಲಿ ಕೂತು ಸುಮಂತ್ ರಾಷ್ಟ್ರಮಟ್ಟದ ಈಜುವ ಸ್ಪರ್ಧೆಯಲ್ಲಿ ಚಿನ್ನದ ಪದಕ ಗಳಿಸಿದ ಆನಂದಕ್ಕೆ ಪಾಯಸದ ಅಡುಗೆ ಮಾಡಿಸಿ ಹೆಂಡತಿಯೊಂದಿಗೆ ಊಟ ಮಾಡುತ್ತಿದ್ದಾಗ ಬಾಗಿಲು ಟಿಕ್ ಟಿಕ್ ಮಾಡಿದ ಶಬ್ದ ಕೇಳಿಸಿತು. ಎಂಜಲು ಕೈಯನ್ನು ಹಿಂದೆ ಇರಿಸಿ ಬಾಗಿಲು ತೆಗೆದ ಸಾವಿತ್ರಮ್ಮ ಬೆರಗಿನಿಂದ ಕಣ್ಣರಳಿಸಿದರು. ಆ ಬಡಾವಣೆಯ ಸಣ್ಣ ರಸ್ತೆಯಲ್ಲಿ ಎಂದೂ ಬಂದಿರದಿದ್ದ ಹಾಲು ಬಿಳಿಯ ಬೆಂಜ್ ಕಾರು ಮನೆಯ ಮುಂದೆ ಥಳಥಳಿಸುತ್ತಾ ನಿಂತಿತ್ತು. ಬಾಗಿಲಿನ ಮುಂದೆ ಶ್ರೀಮಂತಿಕೆಯಲ್ಲಿ ಮೆರಗುತ್ತಿದ್ದ. ಮುಖದಲ್ಲಿ ಕಾತರ ತುಂಬಿಕೊಂಡಿದ್ದ ಮಧ್ಯ ವಯಸ್ಸಿನ ದಂಪತಿಗಳು ನಿಂತಿದ್ದರು.

'ಯಾರು ಬೇಕು?' ಸಾವಿತ್ರಮ್ಮನಿಗೆ ಅಚ್ಚರಿ.

'ಇದೂ... ಸುಮಂತ್ ಮನೇನಾ?' ಸ್ವಲ್ಪ ಅನುಮಾನದಿಂದ ಕೇಳಿದರು ಆತ.

ರಾಷ್ಟ್ರೀಯ ಮನ್ನಣೆ ಪಡೆದಿದ್ದ ಈಜುಗಾರ, ಸುಮಂತ ಇಷ್ಟು ಸಾಮಾನ್ಯ ಮನೆಯಲ್ಲಿದ್ದಾನಾ ಎಂದು ಅನುಮಾನಿಸುವಂತಿತ್ತು ಅವರು.

'ರೀ, ಯಾರೋ ಬಂದಿದ್ದಾರೆ ಸುಮಂತನ್ನ ನೋಡಕ್ಕೆ' ಕೂಗುತ್ತಾ ಸಾವಿತ್ರಮ್ಮ ಒಳಗೆ ಹೋದರು. ಊಟ ಮುಗಿಸಿದ್ದ ವಾಸುದೇವರಾಯರು ಕೈ ತೊಳೆದು ಹೆಗಲಿನ ಮೇಲಿದ್ದ ಟವಲಿನಲ್ಲಿ ಕೈ ಒರೆಸುತ್ತಾ ಹೊರಗೆ ಬಂದರು. ಹೊರಗೆ ಕಾದಿದ್ದ ಅಪರಿಚಿತರನ್ನು ನೋಡಿ ಅವರು ಹುಬ್ಬೇರಿಸಿ ಪ್ರಶ್ನಾರ್ಥಕ ಮುಖ ಮಾಡಿದರು.

'ನಮಸ್ಕಾರ, ನಾನು ವೆಂಕಟರೆಡ್ಡಿ. ಇವಳು ನನ್ನ ಹೆಂಡತಿ ಕಮಲಾಕ್ಷಿ. ನೀವು ಸುಮಂತನ ಮನೆಯವರಾ? ನಿಮ್ಮನ್ನೇ ನೋಡಕ್ಕೆ ಬಂದ್ವಿ'

ವ್ಯಾಸರಾಯರು ಸ್ವಲ್ಪ ಗಲಿಬಿಲಿಗೊಂಡು 'ಬನ್ನಿ ಒಳಕ್ಕೆ' ಎಂದು ಕರೆದರು. ಚಿಕ್ಕದಾದ ಹಾಲಿನಲ್ಲಿ ಇವರು ಯಾವಾಗಲೂ ಕುಳಿತು ಪೇಪರ್ ಓದುತ್ತಿದ್ದ ಮರದ ಕುರ್ಚಿ ಬಿಟ್ಟರೆ ಕೂಡಲು ಬೇರೆ ಏನೂ ಇರಲಿಲ್ಲ. ಒಳಗೆ ಬಂದ ಅವರು ಸಂಕೋಚದಿಂದ ಅತ್ತ ಇತ್ತ ನೋಡುವುದನ್ನು ಕಂಡು ವ್ಯಾಸರಾಯರು ಗಡಬಡಿಸಿ ಸುಮಂತನ ರೂಮಿನಲ್ಲಿದ್ದ ಕಬ್ಬಿಣದ ಮಡಿಸುವ ಕುರ್ಚಿ ತಂದು ಹಾಕಿದರು.

ಕುರ್ಚಿಯಲ್ಲಿ ಕೂತ ಅವರು ಆತುರದಿಂದ ಅತ್ತ ಇತ್ತ ನೋಡಿ 'ಸುಮಂತ್ ಎಲ್ಲಿ?' ಎಂದರು.

'ಅವನು, ಫ್ರೆಂಡ್ ಮನೆಗೆ ಹೋಗಿದ್ದಾನೆ. ಮೊನ್ನೆ ರಾಷ್ಟ್ರಪತಿ ಪ್ರಶಸ್ತಿ

ಪಡೆದದ್ದನ್ನು ಅವನ ಗೆಳೆಯರು ರೆಕಾರ್ಡ್ ಮಾಡಿದ್ದಾರೆ, ಅದನ್ನು ನೋಡಕ್ಕೆ ಹೋಗಿದ್ದಾನೆ'

ಅವರ ಮುಖ ನಿರಾಸೆಯಿಂದ ಸ್ವಲ್ಪ ಕಳೆಗುಂದಿದಂತೆ ಕಂಡಿತು. ಮಾತು ಹೇಗೆ ಮೊದಲು ಮಾತನಾಡುವುದು ಎಂದು ತಿಳಿಯದೆ ಅವರು ಹಿಂಜರಿಯುತ್ತಾ ಕುಳಿತರು. ವಾಸುದೇವರಾಯರು ಎರಡು ಬಾರಿ ಒತ್ತಾಯ ಮಾಡಿದ ಮೇಲೆ ಅವರು ಅನುಮಾನವಾಗಿ ಬಾಯಿಬಿಟ್ಟರು. ಅವರಾಡಿದ ಮಾತುಗಳನ್ನು ಕೇಳಿ ವ್ಯಾಸರಾಯರ ಗುಂಡಿಗೆ ಒಡೆಯುವಂತೆ ಆಯಿತು. ಕುತೂಹಲದಿಂದ ಅಡುಗೆಮನೆ ಬಾಗಿಲ ಹಿಂದೆ ನಿಂತು ಕೇಳುತ್ತಿದ್ದ ಸಾವಿತ್ರಮ್ಮ ಕಂಗಾಲಾಗಿ ಹೊರಗೆ ಬಂದು ಅವರ ಮೇಲೆ ಕೂಗಾಡತೊಡಗಿದರು. ಅದರಿಂದ ದಂಪತಿಗಳು ಸ್ವಲ್ಪ ಕಸಿವಿಸಿಗೊಂಡರೂ ವಿಚಲಿತರಾದಂತೆ ಕಾಣಲಿಲ್ಲ. ನಿಧಾನವಾಗಿ ಖಂಡಿತವಾಗಿ ತಾವು ಹೇಳಿದ್ದು ಸತ್ಯವೆಂದೇ ಸಾಧಿಸಿದರು. ಸಾವಿತ್ರಮ್ಮ ಮತ್ತು ಬಂದಿದ್ದ ಕಮಲಾಕ್ಷಿ ತಮ್ಮ ಪ್ರಬಲ ಅಸ್ತ್ರಗಳಾದ 'ಅಳು' ಪ್ರಾರಂಭಿಸಿದರು.

ಅವರ ವಾದ ಸುಮಂತ ಹುಟ್ಟಿದ ದಿನಗಳಿಂದ ಮೊದಲಾಗಿ ಮೊನ್ನೆ ಅವನು ರಾಷ್ಟ್ರಪ್ರಶಸ್ತಿ ಪಡೆಯುವವರೆಗೂ ಸಾಗಿದಂತೆ ವ್ಯಾಸರಾಯರು ಬಲಹೀನರಾಗಿ ಅವರ ಮುಖ ಕಪ್ಪಿಡತೊಡಗಿತು. ಅವರ ಸಂತೋಷದ ಸಂಭ್ರಮ ಯಾವುದೋ ಅವ್ಯಕ್ತ ಭೀತಿಯಿಂದ ದುಃಖಕ್ಕೆ ತಿರುಗಿತು. ವಾದ ಪ್ರತಿವಾದದಲ್ಲಿ ಸಮಯ ಕಳೆದುದರ ಪರಿವೆಯೇ ಅವರಿಗಾಗಲಿಲ್ಲ.

ಗೆಳೆಯನ ಮನೆಗೆ ಹೋಗಿದ್ದ ಸುಮಂತ ಹಿಂತಿರುಗುವುದರಲ್ಲಿ ಇವರು ಹೊರಟು ಹೋಗಬೇಕೆಂದು ವಾಸುದೇವರಾಯರು ವಿನಂತಿಸಿದರು, ಬೇಡಿದರು, ಕೋಪಗೊಂಡು ಕೂಗಿದರು, ಹೊರಗೆ ದಬ್ಬುವುದಾಗಿ ಹೆದರಿಸಿದರು. ಆದರೆ ವೆಂಕಟರೆಡ್ಡಿ ಮತ್ತು ಅವರ ಪತ್ನಿ ಯಾವುದಕ್ಕೂ ಜಗ್ಗದೆ ಕೂತ ಜಾಗದಿಂದ ಕದಲಲಿಲ್ಲ. ಅಸಹಾಯಕರಾಗಿ ಅವಡು ಕಚ್ಚುತ್ತಾ ಸುಮ್ಮನಾದರು ರಾಯರು.

ಸಾಯಂಕಾಲದ ಹೊತ್ತಿಗೆ ಗೆಳೆಯರೊಂದಿಗೆ ಬಂದ ಸುಮಂತ ಮನೆಯ ಮುಂದಿದ್ದ ಕಾರನ್ನು ನೋಡಿ ಆಶ್ಚರ್ಯದಿಂದ ಒಳಗೆ ಬಂದ. 'ಸುಮಂತ, ನನ್ನ ಕಂದ' ಎಂದು ಸಾವಿತ್ರಮ್ಮ ಅವನ ಬಳಿಗೆ ಹೋಗಿ ಆತಂಕದಿಂದ ತೋಳು ಹಿಡಿದುಕೊಂಡು ತಲೆ ನೇವರಿಸಿದರು. ಅತ್ತು ಅತ್ತು ಅವರ ಕಣ್ಣುಗಳು ಕೆಂಪಗೆ ಊದಿಕೊಂಡಿದ್ದವು. ಕೆರಳಿದ ಮುಖ ಹೊತ್ತು ರಾಯರು ನಿಂತಿದ್ದರು. ಬಿಗಿ ಮುಖ ಮಾಡಿಕೊಂಡು ಕುಳಿತಿದ್ದ ಅಪರಿಚಿತರು ಅವನನ್ನು ನೋಡಿ ಆನಂದದಿಂದ ಮುಖ ಅರಳಿಸಿದರು. ಏನೂ ಅರ್ಥವಾಗದೆ ಸುಮಂತ ಪಿಳಿಪಿಳಿ ನೋಡಿದ.

ಆರೋಗ್ಯದಿಂದ ನಳನಳಿಸುತ್ತಿದ್ದ, ಬಲಿಷ್ಠ ದೇಹದ ಸುಮಂತನ ಎತ್ತರ, ಕೊರೆದಂತಿದ್ದ ಮುಖ, ಹಾಲಿನಂತಹ ಮೈಬಣ್ಣಕ್ಕೆ ತದ್ವಿರುದ್ಧವಾಗಿದ್ದರು ಸಾವಿತ್ರಮ್ಮ. ಪೀಚಾಗಿ ಗುಬ್ಬಚ್ಚಿಯಂತಿದ್ದ ಅವರ ಬಣ್ಣ ಮೊದಲೇ ಕಪ್ಪಗಿದ್ದು ಇಳಿವಯಸ್ಸಿನಿಂದಾಗಿ ಮತ್ತಷ್ಟು ಮಾಸಿ ಎಷ್ಟು ಸಾಧಾರಣವಾಗಿರುವ ಈಕೆಯ ಮಗ ಎಷ್ಟು ಚೆಲುವ ಹೇಗಾದ ಎಂದು ಆಶ್ಚರ್ಯ ಪಡುವಂತಿತ್ತು. ವಾಸುದೇವರಾಯರೂ ತಮ್ಮ ಕಪ್ಪು ಮುಖದ ಮೇಲೆ ಕುರುಚಲಾಗಿ ಬೆಳೆದಿದ್ದ ಬಿಳಿಯ ಗಡ್ಡವನ್ನು ಕೆರೆದುಕೊಂಡು ಆತಂಕದಿಂದ ಅವನನ್ನು ನೋಡಿದರು. ಏನೋ ಅನಾಹುತವಾಗಿರಬೇಕೆಂದು ಸುಮಂತ ಗಾಬರಿಯಾದ.

'ಏನಮ್ಮಾ, ಅಪ್ಪಾ ಏನಾಯಿತು? ಇವರು ಯಾರು?'

'ನೋಡಪ್ಪಾ, ಇವರು ಬಂದು ನೀನು ಅವರ ಮಗ ಅಂತ ಹೇಳಿ ನಮಗೆ ವಾಪಸ್ಸು ಕೊಡಿ ಅಂತ ಏನೇನೋ ಹುಚ್ಚುಚ್ಚಾಗಿ ಹೇಳ್ತಿದಾರೆ' ಸಾವಿತ್ರಮ್ಮ ಮತ್ತೆ ಅಳಲು ಶುರು ಮಾಡಿದರು. ಸುಮಂತನನ್ನು ನೋಡಿ ಆನಂದದಿಂದ ಮುಖ ಅರಳಿಸಿದ್ದ ಕಮಲಾಕ್ಷಿಯವರೂ ಪುನಃ ಬಿಕ್ಕಳಿಸಿದರು.

ಸುಮಂತ ಆಶ್ಚರ್ಯದಿಂದ ಅವರನ್ನು ನೋಡಿದ. ಅವರಿಬ್ಬರೂ ಎದ್ದು ನಿಂತು ವಾತ್ಸಲ್ಯದಿಂದ ಅವನನ್ನೇ ನೋಡಿದರು.

'ಹೌದು ಮಗು, ನೀನು ಚಿಕ್ಕ ಮಗುವಾಗಿದ್ದಾಗ ಕಳೆದು ಹೋದೆ. ನೀನು ನಮ್ಮ ಮಗ' ಎಂದರು ರೆಡ್ಡಿ. ಸುಮಂತ ಕಕ್ಕಾಬಿಕ್ಕಿಯಾಗಿ ನಿಂತ.

*****

ವೆಂಕಟರೆಡ್ಡಿ ದೊಡ್ಡ ಕುಳ. ಹೇರಳವಾಗಿದ್ದ ಪಿತ್ರಾರ್ಜಿತ ಆಸ್ತಿಗೆ ದಿನದಿನವೂ ವಹಿವಾಟಿನ ದುಡ್ಡು ಬಂದು ಸೇರಿ ಮತ್ತಷ್ಟು ಜಾಸ್ತಿಯಾಗುತ್ತಿತ್ತು. ಕೆಂಪಗೆ, ಎತ್ತರವಾಗಿ ಆಜಾನುಬಾಹುವಾಗಿದ್ದ ರೆಡ್ಡಿಗೆ ಸಾಟಿಯಿಲ್ಲದ ಚೆಲುವೆಯನ್ನು ಮಡದಿಯಾಗಿ ತರಬೇಕೆಂದು ಅವರಪ್ಪ ರಾಮಿರೆಡ್ಡಿಯ ಆಸೆ. ಮಗನಿಗಾಗಿ ನೋಡಿದ ನೂರಾರು ಚೆಲುವೆಯರಲ್ಲಿ ಅತಿ ಚೆಲುವೆಯಾದ ಕಮಲಾಕ್ಷಿಯನ್ನು ಅವರು ಮೆಚ್ಚಿ ಆರಿಸಿದರು. ಕಮಲಾಕ್ಷಿ ಅವರ ಅಂತಸ್ತಿಗೂ ತಕ್ಕ ಹುಡುಗಿ. ಎಳೆವಯಸ್ಸಿನಲ್ಲೇ ಮದುವೆಯಾದ ಜೋಡಿಗೆ ದಿನಗಳು ಸ್ವರ್ಗದಂತೆ ಕಳೆದವು. ವೆಂಕಟರೆಡ್ಡಿಯ ತಾಯಿ ರೆಡ್ಡಿಯಮ್ಮನ ಆಸೆಗೆ ಮಣಿದು ಮದುವೆಯಾದ ವರ್ಷದಲ್ಲೇ ಮುದ್ದಾದ ಗಂಡು ಮಗುವಿನ ತಾಯಿಯು ಆದಳು. ಕಮಲಾಕ್ಷಿ ಮಗನ ಆಟ ಪಾಠಗಳಲ್ಲಿ ದಿನಗಳು ಸರಿದಿದ್ದೇ ತಿಳಿಯಲಿಲ್ಲ. ಮಗುವಿಗೆ ಅದು ಹುಟ್ಟುವುದಕ್ಕೆ ಮುಂಚೆಯೇ ಸ್ವರ್ಗವಾಸಿಯಾದ ತಾತನ ಹೆಸರಿಟ್ಟು 'ರಾಮಿ ರಾಮಿ' ಅಂತ ಕರೆದು ಕರೆದು ನಲಿಯುತ್ತಿದ್ದಳು ಅವಳು. ಅದರ ಕೆಂದಾವರೆಯ

ಮೈಬಣ್ಣ, ಹೊಟ್ಟೆಯ ಮೇಲಿದ್ದ ಅಗಲವಾದ ಹೂವಿನಾಕಾರದ ಹಸಿರು ನಾಗರ ಮಚ್ಚೆ ನೋಡಿ ನೋಡಿ 'ನನ್ನ ರಾಜ' ಎಂದು ಆನಂದಿಸುತ್ತಿದ್ದಳು. ಆದರೆ ಅವಳ ಆನಂದ ಬಹಳ ದಿನಗಳು ಉಳಿಯಲಿಲ್ಲ.

ಒಂದೂವರೆ ವರ್ಷದ ಮಗುವನ್ನು ಆಡಿಸುತ್ತಾ ಮನೆಯ ಮುಂದಿದ್ದ ವಿಶಾಲವಾದ ಹುಲ್ಲುಹಾಸಿನ ಮೇಲೆ ತಿರುಗಾಡುತ್ತಿದ್ದಾಗ ಮುದುಕಿಯ ವೇಷದ ರಾಕ್ಷಸಿಯಂತೆ ಬಂದಿದ್ದಳು ಅವಳು. ದೀನಳಾಗಿ ಉಡಲು ಯಾವುದಾದರೂ ಹಳೆಯ ಸೀರೆ ಕೊಡಿ ಎಂದು ಅವಳು ಕೇಳಿದಾಗ ಮಾಗಿಯ ಚಳಿಗಾಳಿಗೆ ನಡುಗುತ್ತಿದ್ದ ಅವಳ ಸುಕ್ಕುಗಟ್ಟಿದ್ದ ಮುದಿ ದೇಹವನ್ನು ನೋಡಿ ಕಮಲಾಕ್ಷಿಗೆ 'ಅಯ್ಯೋ' ಅನಿಸಿತು. ಕೆದರಿದ ಅವಳ ಬಿಳಿಗೂದಲು ಹರಿದ ಸೀರೆ, ಬಡಕಲು ದೇಹ ನೋಡಿ ಅವಳು 'ಪೈಲಾ... ಏಯ್ ಪೈಲಾ' ಎಂದು ಕೆಲಸದವನನ್ನು ಕೂಗಿದಳು. ಒಳಗಿನಿಂದ ಪೈಲನ ಬದಲು ಅತ್ತೆ ರೆಡ್ಡಿಯಮ್ಮ ಬಂದು 'ಪೈಲಾ ಅಂಗಡಿಗೆ ಹೋಗಿದಾನೆ, ಏನು ಬೇಕಮ್ಮಾ' ಅಂದಳು. ಸರಿಯಾಗಿ ಕಣ್ಣು ಕಾಣದ ಅತ್ತೆಗೆ ತಿಳಿಯುವುದಿಲ್ಲ ಎಂದು ಕಮಲಾಕ್ಷಿ ತನ್ನ ಹಳೆಯ ಸೀರೆಯೊಂದನ್ನು ಹುಡುಕಿ ತರಲು ತಾನೇ ಒಳಗೆ ಹೋದಳು. ಆದರೆ ಕೈ ಗಾಡಿಯಲ್ಲಿದ್ದ ಮಗುವನ್ನು ಅಲ್ಲೇ ಬಿಟ್ಟಿದ್ದು ತನ್ನ ಜೀವನದುದ್ದಕ್ಕೂ ಕೊರೆಯುವ ಭರಿಸಲಾಗದ ನೋವಿಗೆ ದಾರಿಯಾಗುತ್ತದೆ ಅಂತ ಅವಳು ನಿರೀಕ್ಷಿಸಿರಲಿಲ್ಲ. ಹತ್ತು ನಿಮಿಷ ಹುಡುಕಿ ಕೆಲವು ಸಾರಿ ಉಟ್ಟು ಮಾಸಿದ್ದ ಸೀರೆ ಕೈಯಲ್ಲಿ ಹಿಡಿದು ಹೊರಗೆ ಬಂದಾಗ ಅತ್ತೆ ಮನೆಯ ಮುಂದೆ ಕುಳಿತಿದ್ದರೂ ಮಗುವಾಗಲೀ ಮುದುಕಿಯಾಗಲಿ ಕಾಣಿಸಲಿಲ್ಲ.

'ಅತ್ತೆ, ಆ ಮುದುಕಿ ಎಲ್ಲಿ ಹೋದಳು? ರಾಮಿಯನ್ನು ಯಾರು ಎತ್ತಿಕೊಂಡರು?' ಎಂದು ಕೇಳಿದಳು.

'ಯಾವ ಮುದುಕಿಯಮ್ಮಾ, ಯಾರಿದ್ದರು ಹೊರಗೆ? ನನಗೇನೂ ಕಾಣಿಸಲಿಲ್ಲಮ್ಮ. ಮಗು ಎಲ್ಲಿತ್ತು? ಸದ್ದೇ ಕೇಳಿಸಲಿಲ್ಲವೆಲ್ಲಾ' ಅಂದರು ರೆಡ್ಡಿಯಮ್ಮ.

ಮುಂದಿನ ಘಟನೆಗಳು ಕಮಲಾಕ್ಷಿಗೆ ಭರಿಸಲಾಗದ ಯಾತನಾಮಯವಾಗಿತ್ತು. ತನ್ನ ಜೀವನದ ಕಣ್ಮಣಿ ಮುದ್ದು ರಾಮಿ ತನ್ನ ಅಜಾಗರೂಕತೆಯಿಂದ ಕಣ್ಮರೆಯಾಗಿದ್ದ. ವೆಂಕಟರೆಡ್ಡಿ ಮಗನನ್ನು ಹುಡುಕಿಸಲು ಮಾಡದ ಪ್ರಯತ್ನವಿಲ್ಲ, ಹುಡುಕದ ಜಾಗವಿಲ್ಲ. ಕಾಲು ಹಿಡಿಯದ ಪೊಲೀಸ್ ಅಧಿಕಾರಿಗಳಿಲ್ಲ. ಹಣ ನೀರಿನಂತೆ ಖರ್ಚು ಮಾಡಿದ. ಎಲ್ಲವೂ ವ್ಯರ್ಥವಾಯಿತು. ದಿನಗಳು, ವಾರಗಳು, ತಿಂಗಳುಗಳು, ಉರುಳಿದರೂ ಹಸುಕಂದ ರಾಮಿಯ

ಸುಳಿವು ಸಿಗಲಿಲ್ಲ. ಕಡೆಗೆ ಅದು ಜೀವದಿಂದ ಇದೆಯೋ ಇಲ್ಲವೋ ಎಂಬುದು ತಿಳಿಯದೆ ಇವರಿಗೆ ಜೀವನ ನರಕವಾದಂತಾಯಿತು. ನಂದಗೋಕುಲದಂತಿದ್ದ ಮನೆ ದುಃಖದಿಂದ ಅಂಧಕಾರಮಯವಾಯಿತು. ಕಮಲಾಕ್ಷಿ ಚೈತನ್ಯ ಕಳೆದುಕೊಂಡು ಜೀವಚ್ಛವದಂತಾದಳು. ಮುದುಕಿ ರೆಡ್ಡಿಯಮ್ಮ ಅದೇ ಕೊರಗಿನಲ್ಲಿ ರಾಮಿಗಾಗಿ ಹಂಬಲಿಸುತ್ತಾ ಕೊನೆಯುಸಿರೆಳೆದಳು. ಮನೆಗೆ ಬಂದರೆ ಮಗುವಿನ ನೆನಪು ಕಾಡುತ್ತದೆ ಎಂದು ರೆಡ್ಡಿ ಆಫೀಸಿನಲ್ಲೇ ಸಮಯ ಕಳೆಯತೊಡಗಿದ. ದುಃಖ ತುಂಬಿದ ಮನೆಯ ವಾತಾವರಣದಿಂದ ದೂರವುಳಿಯಲು ದಿನವಿಡೀ ವ್ಯವಹಾರದಲ್ಲಿ ಮುಳುಗಿ ಹೋದ. ಅವರ ದುರಾದೃಷ್ಟಕ್ಕೆ ದೇವರು ಇನ್ನೊಂದು ಮಗುವಿನ ಭಾಗ್ಯವನ್ನು ಕರುಣಿಸಲಿಲ್ಲ. ಅಸಹನೀಯವಾದ ಬರಡು ಬಾಳಿನ ದಿನಗಳನ್ನು ಎಣಿಸುತ್ತಾ ಯಾಂತ್ರಿಕವಾಗಿ ಕಾಲ ಕಳೆಯುತ್ತಿದ್ದರು ರೆಡ್ಡಿ ದಂಪತಿಗಳು.

ಇದೆಲ್ಲಾ ಆಗಿ ಆಗಲೇ ಹದಿನಾರು ವರ್ಷಗಳಾಗಿ ಹೋಗಿದೆ. ಈಗ ಸಂತಾನವಿಲ್ಲದ ಶ್ರೀಮಂತ ರೆಡ್ಡಿಯವರು ಮತ್ತು ಕಮಲಾಕ್ಷಿಯವರು ಅನೇಕ ಅನಾಥ ಮಕ್ಕಳನ್ನು ಕಾಪಾಡುವ ಅನಾಥಾಶ್ರಮಗಳಿಗೆ ಪೋಷಕರು. ದಿಕ್ಕೆಟ್ಟ ಅಬಲೆಯವರಿಗೆ ಆಶ್ರಯ ಕೊಟ್ಟು ಕಾಪಾಡುವ ಅನ್ನದಾತರು. ವೃದ್ಧರಿಗೆ ಆಸರೆ ಕೊಡುವ ವೃದ್ಧಾಶ್ರಮದ ಮಾಲೀಕರು. ಅವರಿಬ್ಬರ ಜೀವನ ಈಗ ಕಷ್ಟದಲ್ಲಿರುವವರ ಸೇವೆಗೆ ಮೀಸಲಾಗಿ ಹೋಗಿದೆ.

ಆದರೆ ಮೊನ್ನೆ ಮೂರು ತಿಂಗಳ ಹಿಂದೆ ನಡೆದ ಘಟನೆ ಅವರ ಜೀವನದ ಗತಿಯನ್ನೇ ಬದಲಾಯಿಸಿತು. ದೇಶದಲ್ಲೇ ಕುತೂಹಲ ಕೆರಳಿಸಿದ್ದ ಅಂತಾರಾಷ್ಟ್ರೀಯ ಸ್ಪರ್ಧೆಗಳನ್ನು ಟೀವಿಯಲ್ಲಿ ನೋಡುತ್ತಾ ಕೂತಿದ್ದ ಕಮಲಾಕ್ಷಿಯವರಿಗೆ ಈಜುವ ಸ್ಪರ್ಧೆಯಲ್ಲಿ ರಾಷ್ಟ್ರದ ಪರವಾಗಿ ಚಿನ್ನದ ಪದಕ ಪಡೆದ ಸುಮಂತನನ್ನು ಅವನ ಹೊಂಬಣ್ಣದ ದೇಹ, ಮಟ್ಟಸವಾದ ಹೊಟ್ಟೆಯ ಮೇಲಿದ್ದ ಅಗಲವಾದ ನಾಗರಮಚ್ಚೆಯನ್ನು ಅವರು ಗರಬಡೆದವರಂತೆ ದಿಟ್ಟಿಸಿದರು. ಅದೇ ಮಚ್ಚೆ, ಹೂವಿನಾಕಾರದ ಆ ಮಚ್ಚೆಯನ್ನು ಅವರು ಹೇಗೆ ತಾನೇ ಮರೆಯಬಲ್ಲರು? ಅವನು ಗಳಿಸಿದ ಚಿನ್ನದ ಪದಕದಿಂದ ತಮ್ಮ ದೇಶಕ್ಕೆ ಬಂದ ಗೌರವಕ್ಕೆ ಆನಂದದಿಂದ ಹುಚ್ಚೆದ್ದು ಚಪ್ಪಾಳೆ ತಟ್ಟುತ್ತಿದ್ದ ಜನಗಳ ಮಧ್ಯೆ ಹೆಮ್ಮೆಯಿಂದ ಕೈ ಮೇಲೆತ್ತಿ ನಡೆಯುತ್ತಿದ್ದ ಅವನೇ ತಮ್ಮ 'ರಾಮಿ' ಎನ್ನುವುದರಲ್ಲಿ ಅವರಿಗೆ ಸ್ವಲ್ಪವೂ ಸಂಶಯ ಉಳಿಯಲಿಲ್ಲ.

'ರೀ...' ಹೆಂಡತಿ ಹುಚ್ಚಳಂತೆ ಚೀರಿದ ಕೂಗು ಕೇಳಿ ಟೈ ಹಾಕಿಕೊಳ್ಳುತ್ತಿದ್ದ ವೆಂಕಟರೆಡ್ಡಿ ಗಾಬರಿಯಿಂದ ಹೊರಗೆ ಬಂದು ನೋಡಿದರು. ಟೀವಿಯ ಕಡೆಗೆ

ಕೈ ತೋರಿಸಿ ಕಮಲಾಕ್ಷಿ 'ರಾಮಿ... ರಾಮಿ...' ಎಂದು ತೊದಲುತ್ತಿದ್ದರು. ಟೀವಿಯಲ್ಲಿ ಹೆಮ್ಮೆಯಿಂದ ಕೈಬೀಸುತ್ತಾ ಮುಗುಳ್ನಗುತ್ತಾ ಹೋಗುತ್ತಿದ್ದ ತಮ್ಮದೇ ಪಡಿಯಚ್ಚು ಯುವಕನನ್ನು ನೋಡಿ ಅವರು ಅಪ್ರತಿಭರಾದರು.

ತಕ್ಷಣವೇ ಅವರು ಟೆಲಿಫೋನೆತ್ತಿ ಕ್ರೀಡೆಗಳು ನಡೆಯುತ್ತಿದ್ದ ರಾಜಧಾನಿಗೆ ತಕ್ಷಣ ಹೋಗಲಿದ್ದ ವಿಮಾನದಲ್ಲಿ ಜಾಗ ಕಾದಿರಿಸಿ ಪತ್ನಿಗೆ ಕೂಡಲೇ ಹೊರಡಲು ಹೇಳಿದರು. ಅವರು ರಾಜಧಾನಿ ತಲುಪುವುದರಲ್ಲಿ ಸುಮಂತನ ರಾಜ್ಯದವರು ಹೊರಟು ಹೋಗಿದ್ದರಿಂದ ಅವನು ವಿಳಾಸ ಇತ್ಯಾದಿ ವಿವರಗಳನ್ನು ಪಡೆದು ಎರಡನೇ ದಿನವೇ ಅವರ ವಿಮಾನ ಹಿಡಿದು ಸುಮಂತನಿದ್ದ ಊರಿಗೆ ಧಾವಿಸಿದರು.

*****

ಸುಮಂತನ ವಿಷಯ ಇಡೀ ದೇಶದಲ್ಲಿ ತೀವ್ರವಾದ ಕುತೂಹಲವನ್ನು ಕೆರಳಿಸಿತು. ಚಿಕ್ಕವನಾಗಿದ್ದಾಗ ಕಳೆದು ಹೋದ ತಮ್ಮ ಮಗು 'ರಾಮಿ' ವಿಶ್ವವಿಖ್ಯಾತ ಈಜುಪಟುವಾದಾದ ಸುಮಂತನೇ! ಅವನನ್ನು ನಮ್ಮ ವಶಕ್ಕೆ ಕೊಡಿಸಿ ಎಂದು ರೆಡ್ಡಿ ದಂಪತಿಗಳು ಕೋರ್ಟಿನಲ್ಲಿ ವಾಸುದೇವರಾಯರು ಮತ್ತು ಸಾವಿತ್ರಮ್ಮನ ವಿರುದ್ಧ ದಾವೆ ಹಾಕಿದ್ದರು. ಕೇಸಿನ ವಾದ ಪ್ರತಿವಾದದ ಪೂರ್ತಿ ವಿವರಗಳನ್ನು ದೇಶದ ಎಲ್ಲ ಪತ್ರಿಕೆಗಳು ಪ್ರಕಟಿಸುತ್ತಿದ್ದವು. ಇಂದು ಕೇಸಿನ ಕೊನೆಯ ದಿನವಾದ್ದರಿಂದ ಜನಗಳು ಕೋರ್ಟ್ ಹಾಲ್‌ನಲ್ಲಿ ತುಂಬಿ ಹೋಗಿದ್ದರು. ಪತ್ರಕರ್ತರು ಕ್ಯಾಮರಾ ಹಿಡಿದು ಕೋರ್ಟಿನ ಹೊರಗೆ ಕಾತರದಿಂದ ಕಾದಿದ್ದರು. ಕಿಕ್ಕಿರಿದಿದ್ದ ಕೋರ್ಟಿನಲ್ಲಿದ್ದ ಜನರ ಗುಜುಗುಜು, ಲಾಯರುಗಳ ಲವಲವಿಕೆಯ ಓಡಾಟ, ಅವರ ಆವೇಶ ವಾಗ್ಯುದ್ಧ ಯಾವುದೂ ಸುಮಂತನ ಲಕ್ಷ್ಯಕ್ಕೆ ಬಂದಂತಿರಲಿಲ್ಲ. ತಲೆಯ ಮೇಲೆ ಗರಗರ ಸುತ್ತುತ್ತಿದ್ದ ಫ್ಯಾನನ್ನೇ ದಿಟ್ಟಿಸುತ್ತಿದ್ದ ಅವನು. ತಾನು ಅಂತರರಾಷ್ಟ್ರೀಯ ಮಟ್ಟದಲ್ಲಿ ಚಿನ್ನದ ಪದಕ ಗಳಿಸುವುದರೊಂದಿಗೆ ಘಟಿಸಿದ ಘಟನೆಗಳು, ಅದರ ಅನಿರೀಕ್ಷಿತ ತಿರುವುಗಳು ಅವನನ್ನು ಮೂಕವಿಸ್ಮಿತನಾಗಿ ಮಾಡಿತ್ತು.

ಬಡತನದಲ್ಲೇ ಬೆಳೆದಿದ್ದ ಅವನು ಹಣಕ್ಕಾಗಿ, ಖ್ಯಾತಿಗಾಗಿ ಚಿಕ್ಕಂದಿನಿಂದ ಹಂಬಲಿಸುತ್ತಿದ್ದ. ಕೇವಲ ನಾಲ್ಕನೇ ದರ್ಜೆ ಕಾರಕೂನರಾಗಿದ್ದ ವಾಸುದೇವರಾಯರು ಅವನ ವಯಸ್ಸಿಗೆ ಸಹಜವಾದ ಯಾವ ಆಸೆಗಳನ್ನೂ ಪೂರೈಸಲು ಶಕ್ತರಿರಲಿಲ್ಲ. ಈಜು ಕಲಿಯಲು ದಿನವೂ ಕೊಡಬೇಕಾಗಿದ್ದ ಈಜುಕೊಳದ ಖರ್ಚು ಐದು ರೂಪಾಯಿಗೆ ಅವರೊಂದಿಗೆ ಎಷ್ಟು ಹೊಡೆದಾಡಬೇಕಾಗಿತ್ತು ತಾನು! ತನಗೆ ಬೇಕಾದ ಈಜುವ ಉಡುಪುಗಳು,

ಟೋಪಿ, ಕನ್ನಡಕ, ಪ್ರತಿಯೊಂದನ್ನೂ ಕೊಳ್ಳುವುದಕ್ಕೆ ಮುಂಚೆ ಮನೆಯಲ್ಲಿ ದೊಡ್ಡ ರಗಳೆ, ರಂಪ ಹಾಗೂ ಹೀಗೂ ಮಾಡಿ ರಾಯರು ಹಣ ಹೊಂದಿಸಿ ಅವನಿಗೆ ಬೇಕಾದ ವಸ್ತುಗಳನ್ನು ಕೊಡಿಸುವುದರಲ್ಲಿ ಸುಸ್ತಾಗಿಬಿಡುತ್ತಿದ್ದರು.

ಮೊನ್ನೆ ರಾಷ್ಟ್ರಮಟ್ಟದ ಸ್ಪರ್ಧೆಯಲ್ಲಿ ಭಾಗವಹಿಸಲು ಹೋಗಬೇಕಾದ ತನಗೆ ಬೇಕಾದ ವಸ್ತುಗಳನ್ನು ಕೊಳ್ಳಲು ಅವನು ದೊಡ್ಡರಂಪವನ್ನೇ ಮಾಡಿದ್ದ. ರಾಜಧಾನಿಗೆ ಹೋಗುತ್ತಿರುವ ತನಗೆ ಹೊಸ ಉಡುಪು ಕೊಂಡು ಹೋಗಬೇಕೆಂದು ಆಸೆ. ಇದ್ದುದರಲ್ಲಿ ನಿಭಾಯಿಸು ಅಂತ ಅಪ್ಪ. ತನಗೆ ಹೊಸ ಉಡುಪು ಕೊಡಿಸದಿದ್ದರೆ ಸ್ಪರ್ಧೆಗೆ ಹೋಗುವುದೇ ಇಲ್ಲ ಎಂದು ಹಠ ಹಿಡಿದಿದ್ದ ಅವನು. ವರ್ಷಾನುಗಟ್ಟಲೇ ಈಜಿ ಸಾಧನೆ ಮಾಡಿದ್ದು ಇವನ ಹಠದಿಂದ ವ್ಯರ್ಥವಾಗುವುದೆಲ್ಲ ಎಂದು ಆತಂಕಗೊಂಡ ರಾಯರು ಕಡೆಗೆ ಹೇಗೇಗೋ ಮಾಡಿ ಹೊಸ ಬಟ್ಟೆ ತಂದು ಕೊಟ್ಟಿದ್ದರು. ಹೆಮ್ಮೆಯಿಂದ ಸ್ಪರ್ಧೆಗೆ ಹೋದ ಅವನು ತನ್ನಪ್ಪನ ಬೆರಳಿನಲ್ಲಿದ್ದ. ಅವರು ಮದುವೆಯಾದಾಗಿನಿಂದ ಎಂದು ತೆಗೆಯದಿದ್ದ ಚಿನ್ನದ ಉಂಗುರ ಕಾಣೆಯಾದದನ್ನ ಗಮನಿಸಲಿಲ್ಲ. ಸಾವಿತ್ರಮ್ಮ ಮಾತ್ರ ಗಂಡನ ಬರಿ ಬೆರಳು ನೋಡಿ ನೋವಿನಿಂದ ಕಣ್ಣೊರೆಸಿಕೊಂಡಿದ್ದರು.

ಸುಮಂತನಿಗೂ ಅವನ ಅಪ್ಪನಿಗೂ ವಯಸ್ಸಿನ ಅಂತರ ತುಂಬಾ ಹೆಚ್ಚಿದ್ದರಿಂದ ಯಾವ ವಿಷಯಕ್ಕೇ ಆಗಲಿ ಅಪ್ಪ-ಮಗ ಒಮ್ಮತಕ್ಕೆ ಬರಲಾಗುತ್ತಿರಲಿಲ್ಲ. ಅವರು ಏತಿ ಎಂದರೆ ಇವನು ಪ್ರೇತಿ. ಹಾಗಂತ ಮನೆಯಲ್ಲಿ ಜಗಳಗಳೇನಾಗುತ್ತಿರಲಿಲ್ಲ. ಇವನ ಮೇಲಿನ ಪ್ರೀತಿಗೆ, ಸಾವಿತ್ರಮ್ಮನ ಒತ್ತಾಯಕ್ಕೂ ಕಿರಿಕಿರಿ ತಪ್ಪಿದ್ದಲ್ಲ ಎಂದು ಸುಮಂತನಿಗೆ ಯಾವಾಗಲೂ ಅಸಮಾಧಾನ. ತನ್ನ ಬಯಕೆಗಳು ತನ್ನ ಅಪ್ಪನ ಶಕ್ತಿಗೆ ಮೀರಿದ್ದು ಎಂದು ಅರ್ಥ ಮಾಡಿಕೊಳ್ಳುವಷ್ಟು ತಾಳ್ಮೆ, ಸಹನೆ ಅಥವಾ ಪ್ರಬುದ್ಧ ಮನಸ್ಸು ಸುಮಂತನಿಗಿದ್ದಿದ್ದಿಲ್ಲ.

ಈಗ ಕೋಟ್ಯಧಿಪತಿಗಳಾದ ರೆಡ್ಡಿಯವರು ಬಂದು 'ನೀನು ನನ್ನ ಮಗ ನಮ್ಮ ಕೋಟ್ಯಂತರ ಆಸ್ತಿಗೆ ಒಡೆಯ', 'ನಮ್ಮೊಡನೆ ಬಂದಿರು' ಅವನಿಗೆ ನಂಬಲಾಗದಂತಾಗಿತ್ತು. ನಡೆಯುತ್ತಿರುವುದೆಲ್ಲ ಕನಸೇನೋ ಎಂಬಂತಾಗಿದೆ ಅವನಿಗೆ. ಮೂರು ತಿಂಗಳಿಂದ ಕೋರ್ಟಿನಲ್ಲಿ ವಿವಿಧ ಸಾಕ್ಷಿ ಪುರಾವೆಗಳನ್ನು ಹಾಜರುಪಡಿಸಲಾಗಿದೆ. ಕಡೆಗೆ ತನ್ನ ವೆಂಕಟರೆಡ್ಡಿಯವರ ಮತ್ತು ಅಪ್ಪನ ವೈದ್ಯಕೀಯ ಪರೀಕ್ಷೆಗಳ ಆಧಾರದ ಮೇಲೆ ನಾನು ವೆಂಕಟರೆಡ್ಡಿ ಮಗನೇ ಅಂತ ಕೋರ್ಟು ತೀರ್ಮಾನಿಸಿದೆ. ಪರಿಸ್ಥಿತಿಯ ಅರಿವಿಲ್ಲದೆ ತನ್ನನ್ನು ಸಾಕಿದ ತಂದೆ ತಾಯಿ ಮಾಡಿದ ಅಪರಾಧವನ್ನು ಕೋರ್ಟು ಉದಾರವಾಗಿ ನೋಡಿ, ಅವರ ವಯಸ್ಸನ್ನು ಗಮನದಲ್ಲಿರಿಸಿಕೊಂಡು ಕ್ಷಮೆ ನೀಡಿದೆ. ಮೊನ್ನೆಗೆ

ಹದಿನೆಂಟು ತುಂಬಿದ ತಾನು ಈಗ ಕಾನೂನಿನ ದೃಷ್ಟಿಯಲ್ಲಿ ವಯಸ್ಕ. ನನ್ನ ಅಭಿಪ್ರಾಯಕ್ಕೆ ಕೋರ್ಟಿನ ಬೆಂಬಲವಿದೆ. ಇವತ್ತು ತಾನು ಹೇಳಿಕೆ ಕೊಡಬೇಕು. ಯಾರೊಂದಿಗಿರಲು ಇಚ್ಚೆಸುತ್ತೀನಿ ಎಂದು ತಿಳಿಸಬೇಕು.

ಅಪ್ಪನತ್ತ ನೋಡಿದ ಸುಮಂತ. ಬಾಡಿದ ಮುಖದಿಂದ ಕಣ್ಣಲ್ಲಿ ದುಃಖ ತುಂಬಿ ಕುಳಿತಿದ್ದರು ಅವರು. ಪಕ್ಕದಲ್ಲಿದ್ದ ಅಮ್ಮನ ಕಣ್ಣು ಅತ್ತು ಅತ್ತು ಊದಿಕೊಂಡಿತ್ತು. ಕಣ್ಣೀರು ಅವರಲ್ಲಿ ಬತ್ತಿ ಹೋಗಿತ್ತು. ಅವರ ಬಣ್ಣಗೆಟ್ಟಿದ್ದ ಸೀರೆ, ಅಪ್ಪನ ಮಾಸಿದ ಕೋಟು ಅವರನ್ನು ನಂಬಿ ಅವರೊಂದಿಗಿದ್ದರೆ ತನಗೆ ಮುಂದೆ ಕಾದಿರುವ ಸೌಭಾಗ್ಯದ ಸ್ಪಷ್ಟ ಚಿತ್ರ ಕೊಡುತ್ತಿದೆ. ಈಜುವುದರಲ್ಲಿ ವಿಶೇಷ ಪರಿಣಿತಿ ಪಡೆಯಲು ತನಗೆ ವಿದೇಶದಿಂದ ಆಹ್ವಾನ ಬಂದಿದೆ. ಅಲ್ಲಿಗೆ ಹೋಗಲು ಬೇಕಾದ ಹಣವಾಗಲೀ. ಬಟ್ಟೆ ಬರೆಗಳನ್ನಾಗಲಿ ಒದಗಿಸುವುದು ಅಪ್ಪನಿಂದ ಸಾಧ್ಯವೇ ಇಲ್ಲ ಎಂದು ಸುಮಂತನಿಗೆ ಚೆನ್ನಾಗಿ ಗೊತ್ತು. ಯಾರೋ ಮುದುಕಿ, ಮಕ್ಕಳಿಲ್ಲದೇ ಕೊರಗುತ್ತಿದ್ದ ತಮಗೆ ತನ್ನನ್ನು ತಂದುಕೊಟ್ಟಳು ಎಂದು ಕೋರ್ಟಿನಲ್ಲಿ ಈಗ ಒಪ್ಪಿಕೊಂಡ ಅವರ ಸ್ವಾರ್ಥದ ಮೇಲೆ ಜಿಗುಪ್ಸೆ ಬಂತು ಅವನಿಗೆ. ತಕ್ಷಣವೇ ಪೊಲೀಸರಿಗೆ ಒಪ್ಪಿಸಬೇಕಿರಲಿಲ್ಲವೆ ತನ್ನನ್ನು? ಇವರ ಸ್ವಾರ್ಥದ ಕಾರಣದಿಂದ ನನ್ನ ಬಾಲ್ಯವೆಲ್ಲ ಬಡತನದಲ್ಲಿ ಬೇಯುತ್ತಲೇ ಕಳೆಯಿತು. ನನ್ನ ಕನಸುಗಳೆಲ್ಲ ಕನಸುಗಳಾಗಿ ಉಳಿದು ಹುಟ್ಟಿನಿಂದ ಆಗರ್ಭ ಶ್ರೀಮಂತನಾದರೂ ಸಮಾಜದಲ್ಲಿ ನಾನು ನಿಕೃಷ್ಟನಾಗಿಯೇ ಬೆಳೆದು ಬರಬೇಕಾಯಿತು. ಈಗ ದೈವಬಲದಿಂದ ಆ ದುರಾದೃಷ್ಟವನ್ನು ಬದಲಿಸಿಕೊಳ್ಳಲು, ನನ್ನ ಭವಿಷ್ಯವನ್ನು ಹಸನಾಗಿ ರೂಪಿಸಿಕೊಳ್ಳಲು ಅವಕಾಶ ಬಂದಿದೆ, ಇದನ್ನು ತಿರಸ್ಕರಿಸುವುದು ಮೂರ್ಖತನ.

ಕಣ್ಣಲ್ಲಿ ಭವಿಷ್ಯದ ಕನಸು ತುಂಬಿಕೊಂಡು ಕಿಟಕಿಯಾಚೆ ನೋಡಿದ ಸುಮಂತ. ಕೋರ್ಟಿನಾಚೆ ಕಾಂಪೌಂಡಿನಲ್ಲಿ ಸಾಲಾಗಿ ಟೈಪ್ ಮಾಡುವವರು ಕೂತಿದ್ದರು. ಜನರು ಗಡಿಬಿಡಿಯಿಂದ ತಮ್ಮ ಕೇಸುಗಳಿಗಾಗಿ ಓಡಾಡುತ್ತಿದ್ದರು. ಗಾಡಿಯಲ್ಲಿ ತಿಂಡಿ ಮಾರುವವನೊಬ್ಬ ನಿಧಾನವಾಗಿ ತಳ್ಳಿಕೊಂಡು ಹೋದ. ಗಾಡಿಯಲ್ಲಿದ್ದ ವಿವಿಧ ತಿಂಡಿಗಳನ್ನು ದಿಟ್ಟಿಸಿದ ಸುಮಂತ. ಇದುವರೆಗೂ ಹೊಟ್ಟೆ ತುಂಬ ತಿನ್ನುವುದಕ್ಕೂ ಆಗದಷ್ಟು ಆರ್ಥಿಕ ಮುಗ್ಗಟ್ಟು ತನಗೆ. ಆದರೆ ಇನ್ನು ಮುಂದೆ ತಾನು ಶ್ರೀಮಂತ! ತಲೆಮಾರುಗಳು ತಿಂದರೂ ಮುಗಿಯದಷ್ಟೇ ಆಸ್ತಿಗೆ ಯಜಮಾನ! ಕೊನೆಯ ದಿನವಾದ ಎಂದು ಕೋರ್ಟಿಗೆ ಕರೆದುಕೊಂಡು ಹೋಗಲು ವೆಂಕಟರೆಡ್ಡಿ ಅವರೇ ಮನೆಗೆ ಬಂದು ತಮ್ಮ ಕಾರಲ್ಲಿ ಕರೆತಂದಿದ್ದರು ಅವನನ್ನು. ಅಪ್ಪ, ಅಮ್ಮ ನಿರಾಕರಿಸಿ ಬಸ್ ಹಿಡಿದೇ ಬಂದಿದ್ದರು. ಅವರನ್ನು ಬಿಟ್ಟು ನಾನೊಬ್ಬನೇ ಕಾರಿನಲ್ಲಿ ಬರಲು ಅವನಿಗೆ ಮುಜುಗರವಾಗಿತ್ತು ಅವರೂ

ಕಾರಲ್ಲಿ ಬಂದಿದ್ದರೆ ಸವೆದು ಹೋಗುತ್ತಿದ್ದರೇ? ಎಂದು ಸಿಡಿಮಿಡಿಗೊಂಡ.

ದೂರದಲ್ಲಿ ಕಾಂಪೌಂಡಿನ ಮೂಲೆಯಲ್ಲಿ ನಿಂತಿದ್ದ ಬೆಂಜ್ ಕಾರು ಬಿಸಿಲಿಗೆ ಫಳಫಳನೆ ಹೊಳೆಯುತ್ತಿತ್ತು. ಹೆಮ್ಮೆಯಿಂದ ಅದನ್ನೇ ನೋಡಿದ ಸುಮಂತ. ಕಾರಿನ ಡ್ರೈವರ್ ಪಕ್ಕದಲ್ಲಿ ಕೂತು ಭಿಕ್ಷೆ ಬೇಡುತ್ತಿದ್ದ. ಮುದುಕನೊಬ್ಬನನ್ನು ದೂರಹೋಗೆಂದು ಬೈಯುತ್ತಿದ್ದ. ಮುದುಕನ ಮೈ ಕೃಶವಾಗಿ ಮೂಳೆಗಳು ಎದ್ದು ಕಾಣುತ್ತಿದ್ದವು. ಅವನ ಹರಿದ ಬಟ್ಟೆ, ಕೆದರಿದ ತಲೆಗೂದಲು, ಕಾಂತಿ ಹೀನ ಕಣ್ಣುಗಳು, ಅವನ ದಯನೀಯ ಸ್ಥಿತಿಯನ್ನು ಸಾರುತ್ತಿದ್ದವು. ಅವನ ಪಕ್ಕ ಮಣ್ಣಿನ ಮೇಲೆ ಹಾಸಿದ್ದ ಕೊಳೆಯಾದ ಬಟ್ಟೆಯ ಮೇಲೆ ಒಬ್ಬ ಮುದುಕಿ ಮಲಗಿದ್ದಳು. ಸುಮಂತ ಆಸಕ್ತಿಯಿಂದ ಅವರನ್ನೇ ದಿಟ್ಟಿಸಿದ. ಮುದುಕಿ ಮೇಲೆದ್ದು ಬಳಿಯಿದ್ದ ಪಾತ್ರೆಯಿಂದ ಭಿಕ್ಷೆಯ ತಿಂಡಿಯನ್ನು ತೆಗೆದು ತಿನ್ನತೊಡಗಿದಳು. ಮುದುಕ ಬೇಡುವುದನ್ನು ನಿಲ್ಲಿಸಿ ಅವಳೊಡನೆ ತಾನೂ ತಿನ್ನತೊಡಗಿದ. ಸುಮಂತ ತದೇಕನಾಗಿ ಅವರನ್ನೇ ದಿಟ್ಟಿಸಿದ. ಮನೆಯಲ್ಲಿ ಸುಖವಾಗಿ ಮಲಗಿ ವಿಶ್ರಾಂತಿ ತೆಗೆದುಕೊಳ್ಳಬೇಕಾದ ಆ ಇಳಿವಯಸ್ಸಿನಲ್ಲಿ ಬೇಡಿ ಹೊಟ್ಟೆ ಹೊರಬೇಕಾದ ಅವರ ಬಡತನ ಅವನಿಗೆ 'ಪಾಪ' ಅನಿಸಿತು.

ಸದ್ಯ! ಇನ್ನು ತನ್ನ ಜೀವನದಲ್ಲಿ ಎಂದಿಗೂ ಬಡತನವೆಂಬುದು ಇರಲಾರದು. ತನಗೆ ಬೇಕಾದ ಬಟ್ಟೆ ತೊಟ್ಟು ಇಷ್ಟವಾದ ತಿನ್ನಿಸು ತಿಂದು ಸ್ವೇಚ್ಛೆಯಾಗಿ ಖರ್ಚು ಮಾಡುತ್ತ ಆರಾಮವಾಗಿ ಮಜಾ ಮಾಡಬಹುದು. ಬೇಕಾದರೆ ಅಪ್ಪ ಅಮ್ಮನಿಗೂ ಸ್ವಲ್ಪ ಹಣ ಕಳಿಸಬಹುದು. ದಿನನಿತ್ಯದ ತೊಂದರೆಯಿಲ್ಲದೆ ಅವರೂ ಸುಖವಾಗಿರಬಹುದು. ಈ ಯೋಚನೆಯಿಂದ ಸುಮಂತನಿಗೆ ಏಕೋ ಕಸಿವಿಸಿಯಾಯಿತು. ವೆಂಕಟರೆಡ್ಡಿಯೂ ತನ್ನ ಬಳಿ ಹಾಗೆ ಹೇಳಿದ್ದರು. ತಾನು ತನ್ನ ನಿಜವಾದ ಮನೆಗೆ ಹೋದ ಮೇಲೆ ತನ್ನನ್ನು ಇದುವರೆಗೂ ಸಾಕಲು ಕಷ್ಟಪಟ್ಟ ಅಪ್ಪ ಅಮ್ಮನಿಗೆ ಇಷ್ಟಬಂದಷ್ಟು ಹಣ ಸಹಾಯ ಮಾಡಬಹುದು ಅಂತ.

'ಸುಮಂತ ಹೋಗಪ್ಪ. ಕರೀತಿದಾರೆ.' ಪಕ್ಕದಲ್ಲಿದ್ದ ವೆಂಕಟರೆಡ್ಡಿ ಕನಸಿನಲ್ಲಿ ಮೈ ಮರೆತಿದ್ದ ಅವನನ್ನು ಎಚ್ಚರಿಸಿದರು.

ಸುಮಂತ ಮೇಲಿದ್ದು ನಿಂತ. ಲಾಯರು ಅವನನ್ನು ಕಟಕಟೆಯಲ್ಲಿ ಹೋಗಿ ನಿಲ್ಲುವಂತೆ ಹೇಳಿದರು. ಕಟೆಕಟೆಯಲ್ಲಿ ನಿಂತ ಸುಮಂತ ಮೌನವಾಗಿ ಅಪ್ಪ ಅಮ್ಮನನ್ನು, ವೆಂಕಟರೆಡ್ಡಿ ಕಮಲಾಕ್ಷಿಯರನ್ನು ನೋಡಿದ. ಕೋರ್ಟಿನಲ್ಲಿ ನಿಶ್ಶಬ್ದ ಆವರಿಸಿತು.

'ಸಾಕ್ಷ್ಯಾಧಾರದಿಂದ, ಸಂಬಂಧಿಸಿದವರ ಹೇಳಿಕೆಗಳಿಂದ ನೀನು

ವೆಂಕಟರೆಡ್ಡಿಯವರ ಮಗ ಅಂತ ಸಾಬೀತಾಗಿ ಈ ಕೋರ್ಟ್ ಸಹ ಹಾಗೆಯೇ ತೀರ್ಪಿತ್ತಿದೆ. ಕೋರ್ಟು ತನ್ನ ಮುಂದಿನ ನಿರ್ಧಾರ ತಿಳಿಸುವ ಮುಂಚೆ ಜವಾಬ್ದಾರಿಯ ವಯಸ್ಸಿಗೆ ಬಂದಿರುವ ನೀನು ನಿನ್ನ ಅಭಿಪ್ರಾಯ ಏನು ಎಂದು ತಿಳಿಸು' ಜಡ್ಜ್ ಕೇಳಿದರು.

ಎಲ್ಲರೂ ಉಸಿರು ಬಿಗಿ ಹಿಡಿದು ಇವನ ಉತ್ತರ ನಿರೀಕ್ಷಿಸಿದರು. ವೆಂಕಟರೆಡ್ಡಿಯವರು ಅಭಿಮಾನ, ವಾತ್ಸಲ್ಯದಿಂದ ಇವನನ್ನೇ ನೋಡುತ್ತಿದ್ದರು. ವಾಸುದೇವರಾಯರು, ಸಾವಿತ್ರಮ್ಮ ಕಂಗೆಟ್ಟು ಆರ್ತರಾಗಿದ್ದರು. ಸುಮಂತ ಒಂದು ನಿಮಿಷ ತಡೆದು ನಿಧಾನವಾಗಿ ಹೇಳಿದ.

'ಸರ್, ನಾನು ನನ್ನ ಸಾಕು ತಂದೆ ತಾಯಿಗಳಾದ ವಾಸುದೇವರಾಯರು ಮತ್ತು ಸಾವಿತ್ರಮ್ಮನ ಜೊತೆಯಲ್ಲಿರುವುದಕ್ಕೆ ಇಷ್ಟಪಡುತ್ತೇನೆ. ಅವರು ನನ್ನನ್ನು ಕಷ್ಟಪಟ್ಟು ಪ್ರೀತಿಯಿಂದ ಬೆಳೆಸಿದ್ದಾರೆ. ಈಗ ನಾನು ಪ್ರಖ್ಯಾತಿಗೆ ಬಂದಿದ್ದರೆ, ಅದಕ್ಕೆ ಅವರ ಉತ್ತೇಜನ, ಸಹಾಯವೇ ಕಾರಣ. ಅದೂ ಅಲ್ಲದೆ ವಯಸ್ಸಾದ ಅವರಿಗೆ ಈ ಇಳಿವಯಸ್ಸಿನಲ್ಲಿ ನಾನೊಬ್ಬನೇ ದಿಕ್ಕು. ಈ ನನ್ನ ಜವಾಬ್ದಾರಿ ಬಿಟ್ಟು ಈಗ ನಾನು ಅವರನ್ನು ತ್ಯಜಿಸಲಾರೆ. ನನ್ನ ಹೆತ್ತ ತಂದೆ ತಾಯಿಗಳಾದ ವೆಂಕಟರೆಡ್ಡಿ, ಕಮಲಾಕ್ಷಮ್ಮನವರ ಮೇಲೆ ನನಗೆ ಪ್ರೀತಿಯಿದೆ. ಗೌರವವಿದೆ. ಆದರೆ ಅವರು ನಾನಿಲ್ಲದೆ ಇರಬಲ್ಲರು. ಇದುವರೆಗೂ ಅವರು ನಾನಲ್ಲದೆಯೇ ಸುಖವಾಗಿದ್ದಾರೆ. ಆರ್ಥಿಕವಾಗಿಯೂ ಅವರಿಗೆ ಆ ಶಕ್ತಿಯಿದೆ. ನನ್ನ ಈ ನಿರ್ಧಾರವನ್ನು ಅವರೂ ಬೆಂಬಲಿಸುತ್ತಾರೆಂಬ ನಂಬಿಕೆ ನನಗಿದೆ.'

ಸುಮಂತನ ಮಾತುಗಳನ್ನು ಕೇಳುತ್ತಾ ವಾಸುದೇವರಾಯರ ಕಣ್ಣುಗಳಲ್ಲಿ ನೀರು ಸುರಿಯಲಾರಂಭಿಸಿತು. ಸಾವಿತ್ರಮ್ಮ ಕಣ್ಣಿಗೆ ಸೆರಗು ಹಚ್ಚಿ ತಮಗಾದ ಆನಂದವನ್ನು ಹತ್ತಿಕ್ಕಲು ಪ್ರಯತ್ನ ಪಡುತ್ತಿದ್ದರು. ರೆಡ್ಡಿಯವರ ಮುಖ ಮೊದಲು ಕಪ್ಪಿಟ್ಟರೂ ನಿಧಾನವಾಗಿ ಅವರು ಚೇತರಿಸಿಕೊಂಡರು. ಅವರ ಮುಖದಲ್ಲಿ ತಮ್ಮ ಮಗ ಸಮಂಜಸವಾದುದನ್ನೇ ಮಾಡಿದ ಎಂಬ ಸಂತೃಪ್ತಿ ಮೂಡಿತು. ಕಮಲಾಕ್ಷಿಯವರು ಹನಿಗೂಡಿದ ಕಣ್ಣುಗಳಲ್ಲಿ ಅಭಿಮಾನ ತುಂಬಿ ಸುಮಂತನನ್ನು ನೋಡಿ ಮೇಲೆದ್ದು ಸಾವಿತ್ರಮ್ಮನನ್ನು ಸಮಾಧಾನ ಮಾಡಲು ಅವರು ಕೂತಿದ್ದಲ್ಲಿಗೆ ಹೋದರು. ನೆರೆದಿದ್ದ ಜನರು ಅವಕ್ಕಾಗಿ ಬಿಟ್ಟ ಬಾಯಿ ಬಿಟ್ಟು ಸುಮಂತ ಸ್ಪಷ್ಟವಾಗಿ ಹೇಳುತ್ತಿದ್ದನ್ನು ಕೇಳುತ್ತಿದ್ದರು.

ಮನವೇ... ನನ್ನೇಕೆ ಹೀಗೆ ಕಾಡುತ್ತೀ?

ತಾವೇಕೆ ಹೀಗೆ? ಎಲ್ಲರೂ ತಮ್ಮಂತೆ ಇರುತ್ತಾರೋ ಅಥವಾ ತಾವು ಮಾತ್ರ ವಿಶಿಷ್ಟ ವ್ಯಕ್ತಿನೋ ಎಂದು ಗುರುಗಳಿಗೆ ಜೀವನದುದ್ದಕ್ಕೂ ಜಿಜ್ಞಾಸೆಯಾಗುತ್ತಿತ್ತು. ಅನಾರೋಗ್ಯದಿಂದಾಗಿ ಎಷ್ಟೋ ವರ್ಷಗಳಿಂದ ಹಾಸಿಗೆಯಲ್ಲಿ ಮಲಗಿದ್ದ ಅವರು ಸದಾ ಇದನ್ನು ಕುರಿತು ಯೋಚಿಸುತ್ತಿದ್ದರು. ತಾವೇಕೆ ಹೀಗೆ? ಇದುವರೆಗೂ ಅವರಿಗೆ ಅದರ ಉತ್ತರ ಸಿಕ್ಕಿರಲಿಲ್ಲ. ಯಾತನೆಯಿಂದ ಸಣ್ಣದಾಗಿ ನರಳಿದರು ಅವರು. ನರಳುವಿಕೆಯ ಸದ್ದು ಹೊರಗೆ ಬರದೆ ಒಳಗೇ ಒಣಗಿಹೋಯಿತು. ಕಾಂತಿಹೀನವಾಗಿದ್ದ ಅವರ ಕಣ್ಣುಗಳು ಪಿಳಿಪಿಳಿ ಎಂದು ಸುತ್ತಲೂ ನೋಡಿದವು. ಅವರ ಸುತ್ತಲೂ ಆಪ್ತ ಶಿಷ್ಯರು ಯಾವುದೋ ಕೆಲಸದಲ್ಲಿ ಮಗ್ನರಾಗಿದ್ದರು. ಅಷ್ಟು ಏಕಾಗ್ರತೆಯಿಂದ ಏನು ಮಾಡುತ್ತಿದ್ದಾರೆ ಎಂದು ಗುರುಗಳಿಗೆ ಅರ್ಥವಾಗಲಿಲ್ಲ. ಇವರ ಬಗ್ಗೆ ಯಾರೂ ಗಮನ ಕೊಡಲಿಲ್ಲ.

ಇಳಿ ವಯಸ್ಸಿನಿಂದ ಕೃಶವಾಗಿದ್ದ ಅವರ ದೇಹ ಕೊರಡಿನಂತೆ ಮಲಗಿಸಿದ ಮೆತ್ತನೆಯ ಸುಪ್ಪತ್ತಿಗೆಯ ಮುದುರು ಪದರಗಳಲ್ಲಿ ಹುದುಗಿ ಹೋಗಿತ್ತು. ಅಂಗಾಂಗಗಳೆಲ್ಲಾ ಹತ್ತಿಯಂತೆ ಮೆತ್ತಗಾಗಿದ್ದವು. ಒಮ್ಮೆ ಸಪೂರವಾಗಿದ್ದ ಅವರ ಭವ್ಯವಾದ ಶರೀರ ಇಂದು ಗುಬ್ಬಚ್ಚಿ ಗಾತ್ರಕ್ಕೆ ಇಳಿದಿತ್ತು. ಗುರುಗಳ ಅನಾರೋಗ್ಯದ ಸುದ್ದಿ ಕಾಡ್ಗಿಚ್ಚಿನಂತೆ ಪ್ರಪಂಚದಾದ್ಯಂತ ಹಬ್ಬಿ ದೇಶವಿದೇಶಗಳಿಂದ ಸಾವಿರಾರು ಸಂಖ್ಯೆಯಲ್ಲಿ ಅವರ ಭಕ್ತರು ಬಂದು ಆಶ್ರಮದಲ್ಲಿ ನೆಲೆಸಿದ್ದರು. ಗುರುಗಳ ಆರೋಗ್ಯ ನಾಜೂಕಾಗಿದೆ. ಅವರು ಯಾರಿಗೂ ಸಂದರ್ಶನ ಕೊಡುವುದಿಲ್ಲ ಎಂದು ಆಶ್ರಮದ ಪ್ರಕಟಣೆ ತಿಳಿಸಿತ್ತು. ಹೊರ ದೇಶಗಳಿಂದ ಬಂದಿದ್ದ ಭಕ್ತರು ಕೆಲ ದಿನಗಳು

ಕಾದು ಆಶ್ರಮದಲ್ಲಿ ಓಡಾಡಿ ವಾಪಸ್ ಹೋಗುತ್ತಿದ್ದರು. ಆದರೂ ಆಶ್ರಮದಲ್ಲಿ ಜನಜಂಗುಳಿ ಕಡಿಮೆಯಾಗಿರಲಿಲ್ಲ. ಗುರುಗಳ ದರ್ಶನ ಭಾಗ್ಯ ಸಿಕ್ಕ ಕೆಲ ಭಕ್ತರಿಗೆ ಕಂಡಿದ್ದು ನಿರಿಗೆಗಳಿಂದ ತುಂಬಿ ಹೋಗಿದ್ದ ಅವರ ಬಿಳಿಚಿಕೊಂಡ ಮುಖ ಮಾತ್ರ. ಅವರ ಪ್ರಖ್ಯಾತವಾದ ನೀಳಕೇಶ ರಾಶಿ ಮಾತ್ರ ಬೆಳ್ಳಿಯಂತೆ ಮಿರುಗುತ್ತಾ ಅವರ ಮುಖದ ಸುತ್ತಲೂ ಹರಡಿಕೊಂಡಿತ್ತು.

ಗುರುಗಳು ಕಿಟಕಿಯಿಂದಾಚೆಗೆ ಕಣ್ಣು ಹಾಯಿಸಿದರು. ದೂರದಲ್ಲಿ ಗಸ್ತು ತಿರುಗುತ್ತಿದ್ದ ಕೆಲವು ಸಮವಸ್ತ್ರಧಾರಿ ಪಹರೆದಾರರನ್ನು ಬಿಟ್ಟರೆ ಉಳಿದಿದ್ದೆಲ್ಲಾ ಕಣ್ಣು ಮನಸ್ಸು ತುಂಬುವ ಹಸಿರು ಮರಗಳು, ಹುಲ್ಲು ಹಾಸು, ಹೂ ಗಿಡಗಳು, ಬಳ್ಳಿಗಳು. ಸುಮಾರು ಸಾವಿರ ಎಕರೆಯಷ್ಟು ಜಾಗದಲ್ಲಿ ಸ್ಥಾಪಿಸಿದ ಪ್ರಪಂಚ ಪ್ರಖ್ಯಾತವಾದ ತಮ್ಮ ಆಶ್ರಮದ ವಿಶೇಷವಾದ ಖಾಸಗಿ ಹವಾನಿಯಂತ್ರಿತ ಕುಟೀರದಲ್ಲಿ ಮಲಗಿದ್ದರು ಅವರು. ಕಟ್ಟುನಿಟ್ಟಾದ ಭದ್ರತೆಯ ವ್ಯವಸ್ಥೆಯಿದ್ದ ಅಲ್ಲಿಗೆ ಪ್ರವೇಶ ನಿಷಿದ್ಧವಾಗಿತ್ತು. ಗುರುಗಳಿಗೆ ಆಪ್ತರಾದ ಕೆಲವು ಶಿಷ್ಯರನ್ನು ಬಿಟ್ಟು ಹೊರಗಿನವರು ಯಾರೂ ಇಲ್ಲಿಯವರೆಗೂ ಬರುವಂತಿರಲಿಲ್ಲ.

ದಿನ ದಿನಕ್ಕೆ ಕುಸಿಯುತ್ತಿದ್ದ ಗುರುಗಳ ಆರೋಗ್ಯದ ಬಗ್ಗೆ ಆಶ್ರಮ ವಾಸಿಗಳಿಗೆ ಚಿಂತೆಯಾಗಿತ್ತು. ನೋಡ ನೋಡುತ್ತಿದ್ದಂತೆ ಗುರುಗಳ ದೇಹ ಕ್ಷೀಣಿಸುತ್ತಿತ್ತು. ಆಹಾರ ಸೇವಿಸುವುದು ಹೆಚ್ಚು ಕಡಿಮೆ ನಿಂತು ಹೋಯಿತು. ದಿನಕ್ರಮೇಣ ಮಾತು ಸಂಪೂರ್ಣ ನಿಂತುಹೋಗಿ ಈಗ ಅವರು ಪಿಳಿಪಿಳಿ ನೋಡುತ್ತಿದ್ದರೆ ವಿನಹ ಕೈ ಕಾಲು ಅಲುಗಾಡಿಸುವುದೂ ಸಾಧ್ಯವಾಗುತ್ತಿರಲಿಲ್ಲ. ತಾವು ಎಷ್ಟು ತಿಂಗಳುಗಳಿಂದ ಹೀಗೆ ಹಾಸಿಗೆ ಹಿಡಿದು ಮಲಗಿದ್ದೀವಿ ಎಂದು ಜ್ಞಾಪಿಸಿಕೊಳ್ಳಲು ಪ್ರಯತ್ನಿಸಿದ್ದರು ಗುರುಗಳು. ಬಹುಶಃ ವರ್ಷದ ಮೇಲಾಗಿರಬೇಕು. ಯಾಕೆ... ಅನೇಕ ವರ್ಷಗಳೇ ಆಗಿರಬೇಕು. ತಮಗೇನಾಗಿದೆ? ಎಂಥ ಖಾಯಿಲೆ ಇದು? ಬದುಕಿ ಉಳಿಯುತ್ತೀವಾ... ದಿನದಂತೆ ಇಂದೂ ಅವರ ಮನಸ್ಸು ಚಿಂತಿಸಿತು.

ಸಂಕಟ ತಡೆಯಲಾರದೆ ಗುರುಗಳು ಜೋರಾಗಿ ಕೂಗಲು ಪ್ರಯತ್ನಿಸಿದರು. ಆದರೆ ಗಂಟಲಿನಿಂದ ಸದ್ದು ಹೊರಗೆ ಬರಲಿಲ್ಲ. ಯಾರಾದರೂ ಈ ಯಾತನೆಯಿಂದ ಬಿಡುಗಡೆ ಮಾಡಲಾರರೇ ಎಂಬಂತೆ ಮುಖದಲ್ಲಿ ನೋವು ತುಂಬಿಕೊಂಡು ಆಯಾಸದಿಂದ ಕಣ್ಣು ಮುಚ್ಚಿಕೊಂಡರು. ಆ ಸಂಕಟದಲ್ಲೂ ಅವರಿಗೆ ನಗು ಬರುವಂತಾಯಿತು. ಹೊರಗಿರುವ ಸಹಸ್ರಾರು ಭಕ್ತರಿಗೆ ಅವರ ಸಂಕಟ ನಿವಾರಿಸುವ ದೇವರು ತಾವು! ಸಂಕಟ ತಡೆಯಲಾಗದೆ ತಾವೇ ಬೇರೆಯವರ ಸಹಾಯ ಯಾಚಿಸುವ ಸ್ಥಿತಿಗೆ ಬಂದಿದ್ದೇವೆ ಎಂದು ತಿಳಿದರೆ ಏನು ಮಾಡುತ್ತಾರೋ?

ಜನರು ಹೀಗೇಕೆ ತಮ್ಮನ್ನು ನಂಬುತ್ತಾರೆ ಎಂದು ಗುರುಗಳು

ಯಾವಾಗಲೂ ಆಶ್ಚರ್ಯಪಟ್ಟಿದ್ದಾರೆ. ನಂಬುವುದಿರಲಿ, ಗುರುಗಳನ್ನು ಜನರು ಸಾಕ್ಷಾತ್ ಭಗವಂತ ಎಂದೇ ತಿಳಿದು ಆರಾಧಿಸುತ್ತಾರೆ. ಅವರ ಕಷ್ಟಗಳನ್ನು ಪರಿಹರಿಸಿ, ಆರೋಗ್ಯ ಐಶ್ವರ್ಯಗಳನ್ನು ಪಾಲಿಸುವ ದೈವ ತಾವು ಎಂದು ಅಂದುಕೊಂಡಿದ್ದಾರೆ. ದೇವರಿರುವ ಸ್ಥಳದಲ್ಲಿ ತಮ್ಮ ವಿಗ್ರಹ ಅಥವಾ ಭಾವಚಿತ್ರ ಇಟ್ಟು ಪೂಜಿಸುತ್ತಾರೆ. ತಮಗಾದ ಒಳಿತಿಗೆ ಗುರುಗಳ ಕೃಪಾಕಟಾಕ್ಷವೇ ಕಾರಣ ಎಂದು ದೃಢವಾಗಿ ನಂಬುತ್ತಾರೆ. ಜನರ ಮೌಢ್ಯಕ್ಕೆ ಗುರುಗಳು ಹಲವಾರು ಬಾರಿ ಚಕಿತರಾಗಿದ್ದರೂ ತೋರಿಸಿಕೊಳ್ಳುತ್ತಿರಲಿಲ್ಲ.

ಜನರನ್ನು ಹೀಗೆ ಮರಳು ಮಾಡುವ ಗುಣ ತಮಗೇನಿದೆ? ಬಹುಶಃ ಸಾಮಾನ್ಯ ಮನುಷ್ಯನಿಗಿರುವ ಆಧ್ಯಾತ್ಮಿಕ ಜ್ಞಾನ ಸಹ ತಮಗೆ ಇಲ್ಲ. ವಿಷಯ ಲಂಪಟತನದಲ್ಲಿ ತಮ್ಮನ್ನು ಮೀರಿಸಿದವರು ಇರಲಾರರು. ಒಬ್ಬ ಮನುಷ್ಯ ಮಾಡಬಾರದದ್ದನ್ನೆಲ್ಲಾ ತಾವು ಮಾಡಿದ್ದೇವೆ. ಹೇಳಿಕೊಳ್ಳಲು ಹೇಸಿಗೆಯಾಗುವ ಚಾರಿತ್ರ್ಯ ತಮ್ಮದು. ಅದನ್ನು ಅರಿಯದ ಜನ ತಮ್ಮನ್ನು ದೈವವೆಂದೇ ಭಾವಿಸಿದ್ದಾರೆ. ಅವಗುಣಗಳ ಆಗರದಂತೆ ಇರುವ ತಮ್ಮ ಬಗ್ಗೆ ಗುರುಗಳಿಗೆ ಇತ್ತೀಚೆಗೆ ತೀರ ಅಸಹ್ಯವಾಗುತ್ತದೆ.

ತಾವೇಕೆ ಹೀಗೆ? ಎಲ್ಲರೂ ಖಾಸಗಿ ಜೀವನದಲ್ಲಿ ತಮ್ಮಂತೆ ಚಾರಿತ್ರ್ಯ ಹೀನರಾಗಿ ಇರುತ್ತಾರಾ? ಅಥವಾ ತಾವು ಮಾತ್ರ ವಿಶಿಷ್ಟ ವ್ಯಕ್ತಿನಾ?

ತಮ್ಮ ಶಿಷ್ಯರಲ್ಲಿ ಜೋರಾಗಿ ಯಾವುದೋ ವಿಷಯದ ಬಗ್ಗೆ ವಾದ ಆಗುತ್ತಿದೆ ಅನಿಸಿ ಗುರುಗಳು ಕಣ್ಣು ಬಿಟ್ಟರು. ಬೆಳಕಿನ ತೀಕ್ಷ್ಣತೆ ತಡೆಯಲಾಗದೆ ಪುನಃ ಕಣ್ಣು ಮುಚ್ಚಿಕೊಂಡರು. ಕಣ್ರೆಪ್ಪೆಗಳು ಸೀಸದಿಂದ ಆಗಿವೆಯೇನೋ ಎಂಬಂತೆ ಯಮಭಾರವೆನಿಸಿತು. ಮನಸ್ಸನ್ನು ಅವರಾಡುತ್ತಿದ್ದ ಮಾತುಗಳಿಗೆ ಕೇಂದ್ರೀಕರಿಸಿ ಅರ್ಥ ಮಾಡಿಕೊಳ್ಳಲು ಸಾಹಸ ಮಾಡಿದರು. ಆಶ್ರಮದ ಹಣಕಾಸಿನ ಬಗ್ಗೆ ಮಾತಾಡುತ್ತಿದ್ದಾರೆ ಎಂಬುದು ಬಿಟ್ಟರೆ ಗುರುಗಳಿಗೆ ಇನ್ನೇನೂ ಅರ್ಥವಾಗಲಿಲ್ಲ. ಅವರಲ್ಲಿ ಧ್ವನಿ ಏರಿಸಿ ಅಧಿಕಾರದಿಂದ ಮಾತಾಡುತ್ತಿದ್ದವಳ ದನಿ ಪರಿಚಯದ್ದೆನಿಸಿತು ಅವರಿಗೆ. ಅವಳು ಭಾರತಿ ಅಲ್ಲವೇ?

ಭಾರತಿಯ ನೆನಪಿನೊಂದಿಗೆ ನೋವು, ವಿಷಾದ, ಖೇದ, ಜಿಗುಪ್ಸೆ ಎಲ್ಲಾ ಭಾವನೆಗಳು ಮೇಲೆದ್ದವು. ಮನಸ್ಸು ಮಂಪರು ಮಂಪರಾಗಿ ಭಾರತಿಯನ್ನು ನೆನೆಸಿಕೊಂಡಿತು.

"ಗುರುಗಳೇ... ನಾನು ಜೀವನದಲ್ಲಿ ಬಹಳ ನೊಂದಿದ್ದೀನಿ... ನೀವೇ ನನಗೆ ದಾರಿ ತೋರಿಸಿ ಕಾಪಾಡಬೇಕು.." ತನ್ನ ಚಂಚಲ ಕಣ್ಣುಗಳಲ್ಲಿ ಹನಿದುಂಬಿ ಅವಳು ಗುರುಗಳ ಪಾದವನ್ನು ಮೃದುವಾಗಿ ಸ್ಪರ್ಶಿಸಿ ನಮಸ್ಕರಿಸಿ ಹೇಳಿದಾಗ ಗುರುಗಳ ಮೈಯಲ್ಲಿ ವಿದ್ಯುತ್ ಸಂಚಾರವಾದಂತೆ ಆಗಿತ್ತು. ಅವಳ

ದುಂಡು ಮುಖ, ಹಾಲಿನ ಬಣ್ಣದ ಮೈಕಾಂತಿಯನ್ನು ಇಮ್ಮಡಿಗೊಳಿಸುತ್ತಿದ್ದ ಕಡುಗಪ್ಪು ಸೀರೆ, ಮೈಮಾಟವನ್ನು ಎತ್ತಿ ತೋರಿಸುತ್ತಿದ್ದ ಬಿಗಿಯಾದ ರವಿಕೆ... ಗುರುಗಳು ನೋಡಿ ನೋಡಿ ತಣಿಯದಾದರೂ, ಅವಳ ಬೆರಗುಗೊಳಿಸುವ ರೂಪ ಗುರುಗಳನ್ನು ಪೂರ್ತಿ ವಿಚಲಿತರನ್ನಾಗಿ ಮಾಡಿತ್ತು. ಅವಳ ಮುಖದಿಂದ ದೃಷ್ಟಿ ತೆಗೆಯಲಾರದಾದರು ಗುರುಗಳು. ಅಭ್ಯಾಸ ಬಲದಿಂದ ಕೈಯಲ್ಲಿ ಅಕ್ಷತೆ ಹಣ್ಣು ತೆಗೆದುಕೊಂಡು ಕನಸಿನಲ್ಲಿದ್ದಂತೆ ಅವಳ ಕೈಗೆ ಹಾಕಿದರು.

ಮುಂದೆ ಕೆಲವೇ ತಿಂಗಳುಗಳಲ್ಲಿ ಭಾರತಿ ತನ್ನ ಗಂಡ, ಸಂಸಾರ ತೊರೆದು ಆಶ್ರಮ ಸೇರಿ, ಗುರುಗಳ ಸೇವೆ ಮಾಡುತ್ತಾ ಅವರ ಆಪ್ತರಲ್ಲಿ ಒಬ್ಬಳಾಗಿ ಬೆಳೆದದ್ದು ಯಾರನ್ನಾದರೂ ಬೆರಗುಗೊಳಿಸುವಂತಿತ್ತು. ಗುರುಗಳ ದೇಶ ವಿದೇಶ ಪರ್ಯಟನೆಯಲ್ಲಿ ಅವಳು ಯಾವಾಗಲೂ ಜೊತೆಗಿರಬೇಕು. ಅವಳೊಂದಿಗೆ ಗುರುಗಳು ಭೇಟಿ ನೀಡದ ದೇಶವಿಲ್ಲ, ಆರಾಮ ಮಾಡದ ಗಿರಿಧಾಮವಿಲ್ಲ, ಏಕಾಂತವಾಗಿ ಕಳೆದ ರಾತ್ರಿಗಳಿಗೆ ಲೆಕ್ಕವಿಲ್ಲ. ಅರವತ್ತನ್ನು ಮೀರಿದ ಗುರುಗಳು ಮೂವತ್ತು ತುಂಬದ ಭಾರತಿಯೊಂದಿಗೆ ನವದಂಪತಿಗಳಂತೆ ಮಧುಚಂದ್ರ ನಡೆಸುತ್ತಿದ್ದುದು ಆಶ್ರಮದಲ್ಲಿ ಗುಸುಗುಸುವಿಗೆ ಎಡೆ ಮಾಡಿಕೊಟ್ಟರೂ ಹೊರಗೆ ಮಾತಾಡುವ ಧೈರ್ಯ ಯಾರೂ ತೋರಿಸಿರಲಿಲ್ಲ. ವಯಸ್ಸು ಮೀರಿದ ಗುರುಗಳು ಭಾರತಿಗೆ ಕೊಟ್ಟ ಅಥವಾ ಪಡೆದ ಸುಖಕ್ಕಿಂತ ಅವಳ ಸಂಗ ಕೇವಲ ತಮ್ಮ ಪುರುಷತ್ವಕ್ಕೆ ಸಿಕ್ಕ ಮನ್ನಣೆ ಅನಿಸಿ ಅವಳ ಮುಂದೆ ಕುಬ್ಜರಾಗುತ್ತಿದ್ದರು. ಆದರೂ ಅವಳ ಸಂಗ ಬಿಡಲಾರದಾದರು. ಪ್ರತಿಯಾಗಿ ಭಾರತಿಯ ಪ್ರಭಾವ ಆಶ್ರಮದಲ್ಲಿ ಇನ್ನಿಲ್ಲದಷ್ಟು ಬೆಳೆಯಿತು. ಕಳೆದ ಹತ್ತು ವರ್ಷಗಳಲ್ಲಿ ಗುರುಗಳನ್ನು ಬಿಟ್ಟರೆ ಆಶ್ರಮದಲ್ಲಿ ಅತ್ಯಂತ ಪ್ರಭಾವಶಾಲಿ ವ್ಯಕ್ತಿ ಅಂದರೆ ಅದು ಭಾರತಿಯೇ ಅನ್ನೋ ಅಷ್ಟರಮಟ್ಟಿಗೆ ಅಧಿಕಾರವನ್ನು ತನ್ನ ಕೈಗೆ ತೆಗೆದುಕೊಂಡಳು ಅವಳು. ಭಾರತಿಯ ಪ್ರಭಾವ ಆಶ್ರಮದಲ್ಲಿ ಬೆಳೆದಂತೆ ಗುರುಗಳು ಅವಳ ಸಾಂಗತ್ಯದಲ್ಲಿ ತಲ್ಲೀನರಾಗಿ ಹೋದರು.

ತಾವೇಕೆ ಹಾಗೆ? ತಾವೇಕೆ ಹಾಗೆ? ಎಂದು ಗುರುಗಳಿಗೆ ಅರ್ಥವಾಗಲಿಲ್ಲ. ಲಕ್ಷಾಂತರ ಭಕ್ತರ ದೈವವಾಗಿರುವ ತಾವು ಹೀಗೆ ಹೆಣ್ಣಿನ ಸಂಗದಲ್ಲಿ ಮೈ ಮರೆಯುವುದು ಸರಿಯೇ? ತಮ್ಮ ಪರಿಸ್ಥಿತಿಯಲ್ಲಿ ಇದ್ದರೆ ಎಲ್ಲರೂ ಹಾಗೆ ಮಾಡುತ್ತಾರಾ ಅಥವಾ ತಾವು ಮಾತ್ರ ವಿಶಿಷ್ಟ ವ್ಯಕ್ತಿನಾ ಎಂದು ಅವರಿಗೆ ಅರ್ಥವಾಗಲಿಲ್ಲ.

ತಮ್ಮ ಶಿಷ್ಯರು ಬಿಸಿಯೇರಿ ವಾದ ಮಾಡುತ್ತಿದ್ದಂತೆ ಗುರುಗಳ ಮನಸ್ಸು ತಮ್ಮ ಜೀವನದ ಕಳೆದ ಘಟನೆಗಳತ್ತ ಜಾರಿತು. ತಮ್ಮ ಪೂರ್ತಿ ಜೀವನದಲ್ಲಿ ಅವರು ಹುಡುಗಿಯೊರಡನೆ ಸಂಬಂಧ ಹೂಡುವುದನ್ನೇ ಗುರಿ ಮಾಡಿಕೊಂಡಿದ್ದಂತೆ

ಅನಿಸಿತು ಅವರಿಗೆ. ಎಲ್ಲರ ಜೀವನವು ಹಾಗೆಯೇ ಇರುತ್ತದಾ ಅಥವಾ ತಾವು ಮಾತ್ರ ಸ್ತ್ರೀಲಂಪಟನಾದ ವಿಶಿಷ್ಟ ವ್ಯಕ್ತಿನಾ ಎಂಬ ಅನುಮಾನ ಎಂದಿನಂತೆ ಅವರನ್ನು ಕಾಡಿತು. ಬುದ್ಧಿ ಬಂದಾಗಿನಿಂದ ಈವರೆಗೂ ಅಂದರೆ ಸುಮಾರು ಎಂಭತ್ತು ವರ್ಷಗಳು ತನ್ನ ಮನಸ್ಸು ಸ್ತ್ರೀಲೋಲುಪತನದಲ್ಲಿಯೇ ಮಗ್ನವಾಗಿದೆಯಲ್ಲಾ, ಇದೇನು ನನ್ನ ವಿಪರೀತದ ನಡವಳಿಕೆಯೋ ಅಥವಾ ಎಲ್ಲರ ಮನಸ್ಸೂ ನನ್ನಂತೆ ಚಂಚಲವಾಗಿಯೇ ಇರುತ್ತಾ ಅಂತ ಅವರಿಗೆ ತೀವ್ರ ಜಿಜ್ಞಾಸೆಯಾಯಿತು.

"ರಘು... ಮಲಕೋಪ್ಪಾ... ಜಾಣಮರಿ..." ಜೀನಿಯ ಮೃದುವಾದ ದನಿ ಗುರುಗಳ ಕಿವಿಯಲ್ಲಿ ಗುಂಯ್ಗುಟ್ಟಿತು.

ಜೀನಿ ತನ್ನ ತಾಯಿ ಸತ್ತಾಗ ಅಪ್ಪ ತನ್ನನ್ನು ನೋಡಿಕೊಳ್ಳಲು ಮನೆಯಲ್ಲಿ ಇರಿಸಿಕೊಂಡಿದ್ದ ಆಯಾ. ಸುಮಾರು ಹದಿನಾರು ವಯಸ್ಸಿನ ಜೀನಿ ಐದು ವರ್ಷದ ನನ್ನನ್ನು ಹಗಲಿರುಳು ಎಚ್ಚರಿಕೆಯಿಂದ ನೋಡಿಕೊಳ್ಳುತ್ತಿದ್ದಳು. ಬಡ ಕುಟುಂಬದಿಂದ ಬಂದ ಅವಳಿಗೆ ಈ ಕೆಲಸ ತುಂಬಾ ಅವಶ್ಯಕವಾಗಿತ್ತು. ಹೆಂಡತಿ ಸತ್ತು ಕೆಲ ವರ್ಷಗಳು ಅಪ್ಪ ಅವಳ ಸಾವಿನಿಂದ ಘಾಸಿಗೊಂಡಿದ್ದೇನೆ ಎಂಬಂತೆ ಮರುಮದುವೆಯಾಗಿರಲಿಲ್ಲ. ಆದರೆ ಜೀನಿ ಜೀವನಕ್ಕೆ ಬಂದಮೇಲೆ ತನಗಿನ್ನೂ ಅರ್ಧ ನಿದ್ದೆ ಹತ್ತಿರುವಾಗಲೇ ಅಪ್ಪ ಅವಳನ್ನು ನಗ್ನ ಮಾಡಿ ಮೇಲೇರುತ್ತಿದ್ದುದನ್ನು ನೋಡಿದಾಗ ಆಗುತ್ತಿದ್ದ ಆಘಾತ ಗುರುಗಳ ಮನಸ್ಸಿನಲ್ಲಿ ಈಗಲೂ ಹಸಿಯಾಗಿದೆ. ಜೀನಿ ಮುಲುಗುವುದನ್ನು ಕೇಳುತ್ತಲೇ ನಿದ್ದೆಗೆ ಜಾರುತ್ತಿದ್ದ ರಘು. ಹದಿವಯಸ್ಸಿನ ಜೀನಿಯೊಂದಿಗೆ ಅಪ್ಪ ಇರಿಸಿಕೊಂಡ ಸಂಬಂಧದಿಂದಲೇ ತನ್ನ ಮನಸ್ಸು ಜೀವನದುದ್ದಕ್ಕೂ ಹುಡುಗಿಯರ ಕಡೆಗೆ ಎಳೆಯುತ್ತದೆ ಎಂದು ಗುರುಗಳು ಎಷ್ಟೋ ಸಾರಿ ಅಂದುಕೊಂಡಿದ್ದಿದೆ. ಇರಬಹುದೇನೋ...

ಗಲಭೆ ಮಾಡುತ್ತಿದ್ದ ಶಿಷ್ಯರು ಸ್ವಲ್ಪ ಶಾಂತರಾದಂತೆ ಕಂಡಿತು. ಗುರುಗಳ ಯೋಚನಾ ಲಹರಿ ಹರಿಯಿತು. ಭಾರತಿ ತಾನು ಬರೆದಿಟ್ಟುಕೊಂಡಿದ್ದ ಕಾಗದದಿಂದ ಎಲ್ಲರಿಗೂ ಕೇಳುವಂತೆ ಗಟ್ಟಿಯಾಗಿ ಏನೋ ಓದಲು ಪ್ರಾರಂಭಿಸಿದಳು. ತಮ್ಮ ಆಶ್ರಮದ ಅಪಾರ ಆಸ್ತಿಯ ಹಂಚಿಕೆಯ ಬಗ್ಗೆ ಮಾಡಿಕೊಂಡ ಒಪ್ಪಂದದ ಪತ್ರ ಓದುತ್ತಿದ್ದಾಳೆ ಅನಿಸಿತು ಗುರುಗಳಿಗೆ. ಛೇ! ಇರಲಾರದು. ಭಾರತಿ ತನ್ನ ಬಗ್ಗೆ ಅಷ್ಟೇನು ಗೌರವ ಇಟ್ಟುಕೊಂಡಿಲ್ಲದಿದ್ದರೂ ಉಳಿದ ದುರಾಸೆಯ ಶಿಷ್ಯರಂತೆ ತಮಗೆ ಮೋಸ ಮಾಡುವುದಿಲ್ಲ ಎಂಬ ನಂಬಿಕೆ ಗುರುಗಳಿಗೆ.

ಆಶ್ರಮದ ಆಸ್ತಿಯ ಒಟ್ಟು ಮೌಲ್ಯದ ಬಗ್ಗೆ ಎಲ್ಲಾ ಕಡೆ ಆಗಾಗ ಚರ್ಚೆಗಳಾಗುತ್ತಿದ್ದವು. ದೇಶ ವಿದೇಶಗಳಿಂದ ರಾಶಿ ರಾಶಿಯಾಗಿ ಆಶ್ರಮಕ್ಕೆ

ಬಂದು ಬೀಳುತ್ತಿದ್ದ ಭಕ್ತರ ಕಾಣಿಕೆಗಳಿಗೆ ಕೊನೆ ಇರುತ್ತಿರಲಿಲ್ಲ. ಪ್ರಪಂಚದ ಅತ್ಯಂತ ಶ್ರೀಮಂತ ಆಶ್ರಮ ಎಂಬ ಹೆಗ್ಗಳಿಕೆ ಇತ್ತು ಗುರುಗಳ ಆಶ್ರಮಕ್ಕೆ. ಅವರ ಬಳಿ ಇದ್ದ ನೂರಾರು ರೋಲ್ಸ್ ರಾಯ್ ಕಾರುಗಳ ಬೆಲೆಯೇ ಕೋಟ್ಯಂತರ ಡಾಲರ್ ಆಗುತ್ತವೆ ಎಂಬ ವದಂತಿಯಿತ್ತು. ತಮ್ಮಲ್ಲಿ ಏನನ್ನು ಕಂಡು ಜನರು ಹೀಗೆ ಕಾಣಿಕೆ ಕೊಟ್ಟು ಸೇವೆ ಮಾಡಲು ಮುಗಿಬೀಳುತ್ತಾರೆ ಎಂದು ಗುರುಗಳು ಅಚ್ಚರಿಗೊಳ್ಳುತ್ತಿದ್ದರು. ಸ್ವತಃ ಆರ್ಥಿಕ ಸಂಕಷ್ಟದಲ್ಲಿದ್ದವರು ತಮಗೆ ಮಾತ್ರ ಧಾರಾಳವಾಗಿ ಕಾಣಿಕೆ ಅರ್ಪಿಸುತ್ತಿದ್ದುದು ನೋಡಿ ಗುರುಗಳು ಅವಕ್ಕಾಗುತ್ತಿದ್ದರು. ಇನ್ನು ಶ್ರೀಮಂತರು, ರಾಜಕಾರಣಿಗಳು, ಕಪ್ಪು ಹಣದ ದಂಧೆಕೋರರ ಮಾತನ್ನು ಹೇಳುವಂತೆಯೇ ಇರಲಿಲ್ಲ. ಒಬ್ಬರ ಮೇಲೊಬ್ಬರು ಪೈಪೋಟಿ ಮಾಡುವಂತೆ ಕಾಣಿಕೆ ಅರ್ಪಿಸಿ ಹಿಗ್ಗುತ್ತಿದ್ದರು. ಸದಾ ಸ್ತ್ರೀಲೋಲ ಲಂಪಟರಾಗಿದ್ದ ತಮ್ಮ ಮೇಲೆ ಎಲ್ಲರಿಗೂ ಏಕೆ ಈ ಭಕ್ತಿ ಎಂದು ಆಶ್ಚರ್ಯ ಪಡುತ್ತಿದ್ದರು ಗುರುಗಳು. ಕ್ಷಣ ಕ್ಷಣಕ್ಕೆ ಬಂದು ರಾಶಿ ಬೀಳುತ್ತಿದ್ದ ಐಶ್ವರ್ಯಕ್ಕೆ ಲೆಕ್ಕ ಇಡುವುದೂ ಸಾಧ್ಯವಿರಲಿಲ್ಲ ಅವರಿಗೆ. ಅದಕ್ಕೆ ಅವರು ತಮ್ಮ ಖಾಸಗಿ ಶಿಷ್ಯ ವೃಂದದ ಮೇಲೆ ಅವಲಂಬಿತರಾಗಿದ್ದರೂ ಪೂರ್ತಿ ಅವರಿಗೇ ಬಿಟ್ಟುಕೊಡದೆ ತಮ್ಮ ಹಿಡಿತ ಇಟ್ಟುಕೊಂಡಿದ್ದರು.

ತಮ್ಮ ಖಾಸಗಿ ಒಳ ಕೊಠಡಿಗಳ ನೆಲಮಾಳಿಗೆಗಳಲ್ಲಿ, ಗೋಡೆಗಳ ರಹಸ್ಯ ಕಪಾಟುಗಳಲ್ಲಿ, ಗುರುಗಳು ಮಲಗುತ್ತಿದ್ದ ವಿಶಾಲವಾದ ಹಂಸತೂಲಿಕಾ ತಲ್ಪದ ಕೆಳಗೆ ಮಾಡಿಸಿದ್ದ ಕೊಪ್ಪರಿಗೆಗಳಲ್ಲಿ ತಾವು ರಹಸ್ಯವಾಗಿ ಬಚ್ಚಿಟ್ಟಿದ್ದ ಅಪರಿಮಿತ ಧನರಾಶಿಯ ಬಗ್ಗೆ ತಮ್ಮ ಶಿಷ್ಯರು ಕರಾರುವಕ್ಕಾಗಿ ಹಂಚಿಕೆ ಮಾತಾಡುತ್ತಿದ್ದುದು ಕೇಳಿ ಗುರುಗಳಿಗೆ ಆಘಾತವಾಯಿತು. ಎಲ್ಲರಿಗೂ ತಮ್ಮ ಗೂಢ ಸಂಪತ್ತಿನ ವಿವರ ಹೇಗೆ ತಿಳಿಯಿತು ಎಂದು ಕಂಗಾಲಾದರು ಅವರು.

ಪುನಃ ಕಣ್ಣನ್ನು ಅರ್ಧ ತೆರೆದು ಯಾರ್ಯಾರು ಇದ್ದಾರೆ ಎಂದು ಅವಲೋಕಿಸಿದರು ಗುರುಗಳು. ನೆರೆದಿದ್ದವರಲ್ಲಿ ಬಹುಪಾಲು ಶಿಷ್ಯೆಯರನ್ನು ಇವರು ಅನುಭವಿಸಿದ್ದವರೇ. ತಮ್ಮೊಂದಿಗೆ ಮೇಲೆ ಮೇಲೆ ಮಲಗಲು ಬೇಸರಗೊಂಡ ಭಾರತಿ ಗುರುಗಳ ಸಾಂಗತ್ಯಕ್ಕೆ ಆಶ್ರಮದ ಬೇರೆ ಬೇರೆ ಯುವತಿಯರನ್ನು ಏರ್ಪಾಟು ಮಾಡುತ್ತಿದ್ದಳು. ಹೊಸದರಲ್ಲಿ ನಗು ನಗುತ್ತಾ ತನ್ನ ಬಾಹುವಿಗೆ ಬಂದು ಸೇರುತ್ತಿದ್ದ ಭಾರತಿ ತಮ್ಮನ್ನು ದೂರಮಾಡಿ ಬೇರೆಯವರನ್ನು ತಮ್ಮ ಬಳಿ ಕಳಿಸುತ್ತಿದ್ದುದು ಅವರಿಗೆ ಕೋಪ ಬಂದರೂ ಹೊಸ ಹೊಸ ಶಿಷ್ಯೆಯರ ಸಂಗದ ಆಸೆಗೆ ಬಿದ್ದು ಸುಮ್ಮನಾಗುತ್ತಿದ್ದರು ಗುರುಗಳು. ತಮ್ಮನ್ನು ಉಪಾಯವಾಗಿ ತಿರಸ್ಕರಿಸಿ ದೂರವಿಟ್ಟ ಭಾರತಿ ಆಶ್ರಮದ ಯುವ ಸನ್ಯಾಸಿಗಳ ಜೊತೆ ಸಂಬಂಧವಿಟ್ಟುಕೊಂಡಿದ್ದಾಳೆ ಎಂದು ತಿಳಿದಾಗ

ಕೆಂಡಮಂಡಲವಾಗಿದ್ದರೂ ಅವರು ಅದನ್ನು ಲೆಕ್ಕಿಸದ ಭಾರತಿ ಧೈರ್ಯವಾಗಿ ಅವರನ್ನು ಎದುರಿಸಿದಾಗ ತಮ್ಮ ಎಲ್ಲಾ ರಹಸ್ಯಗಳನ್ನು ತಿಳಿದಿದ್ದ ಅವಳನ್ನು ಎದುರು ಹಾಕಿಕೊಳ್ಳುವುದು ಜಾಣತನ ಅಲ್ಲ ಎಂದು ಅವಳು ತಮ್ಮೆದುರಿಗೇ ಇತರರೊಂದಿಗೆ ಚೆಲ್ಲಾಟವಾಡಿದರೂ ನೋಡಿಯೂ ನೋಡದವರಂತೆ ಸುಮ್ಮನಾಗಿ ಬಿಡುತ್ತಿದ್ದರು. ಈಗ ಮೈಯ್ಯಲ್ಲಿ ತ್ರಾಣವಿಲ್ಲದೆ ಹಾಸಿಗೆ ಹಿಡಿದು ಮಲಗಿದಾಗ ಅವರಿಗೆ ಅವಳು ಮಾಡಿದ್ದರಲ್ಲಿ ಅಂಥ ತಪ್ಪೇನಿಲ್ಲ ಅನಿಸಿತು. ಅವಳು ಮಾಡಿದ್ದು ಸರಿಯೇ... ಇಷ್ಟವಿಲ್ಲದೆ ಅವಳಿಗಿಂತ ತುಂಬಾ ವಯಸ್ಸಾದ ತನ್ನೊಂದಿಗೆ ಎಷ್ಟು ದಿನ ಬೆರೆಯುತ್ತಾಳೆ? ತನಗೆ ಆ ಅನುಭವವಾಗಿಲ್ಲವೇ ಅಂದುಕೊಂಡರು ಅವರು.

ಗಂಡು ಹೆಣ್ಣಿನ ಆಕರ್ಷಣೆಯ ಸ್ಪಷ್ಟ ಅರ್ಥ ಗೊತ್ತಿಲ್ಲದ ವಯಸ್ಸಿನಲ್ಲಿ ತಮ್ಮ ಮನೆಯಲ್ಲಿ ಓದಲು ಬಂದಿದ್ದ ಅಪ್ಪನ ಸಂಬಂಧಿಗಳ ಮಗಳಾದ ರೋಹಿಣಿಯೊಂದಿಗೆ ಆದ ಅನುಭವ ರಘುವಿಗೆ ಮರೆಯಲಾಗದ್ದು. ಹೈಸ್ಕೂಲಿನಲ್ಲಿ ಓದುತ್ತಿದ್ದ ರೋಹಿಣಿ ಯಾವಾಗಲೂ ಉನ್ಮತ್ತಳಾಗಿಯೇ ಕಾಣುತ್ತಿದ್ದಳು. ಸೊಂಪಾಗಿ ಆಕರ್ಷಕವಾಗಿ ಬೆಳೆದಿದ್ದ ತನ್ನನ್ನು ಒಬ್ಬನೇ ಸಿಕ್ಕಾಗೆಲ್ಲಾ ರೂಮಿಗೆ ಕರೆದು ಏನೆಲ್ಲಾ ಮಾಡುತ್ತಿದ್ದಳು! ಮೊದಮೊದಲು ಅವಳು ಮಾಡುತ್ತಿದ್ದ ಚೇಷ್ಟೆ ಇಷ್ಟವಾದರೂ ಕೆಲವು ದಿನಗಳ ನಂತರ ಅವಳು ಉನ್ಮಾದದಿಂದ ಇವನನ್ನು ಉಸಿರು ಸಿಕ್ಕಿಹಾಕಿಕೊಳ್ಳುವಂತೆ ತಬ್ಬಿಕೊಂಡು ಚಡ್ಡಿ ಕೆಳಗೆಳೆದು ಆಡುವಷ್ಟು ಮುಂದುವರೆದಾಗ ಇವನಿಗೆ ಜಿಗುಪ್ಸೆ, ಅಸಹ್ಯವಾಗಿ ವಾಕರಿಕೆ ಬಂದಂತಾಗಿತ್ತು. ರೋಹಿಣಿಯಿಂದ ದೂರವಿರಲು ಅವನು ಪಡದ ಕಷ್ಟವಿಲ್ಲ. ಆದರೂ ಅವಳ ಹೈಸ್ಕೂಲ್ ಮುಗಿದು ತನ್ನ ಮನೆಗೆ ಹಿಂತಿರುಗುವವರೆಗೆ ರಘುವಿಗೆ ರೋಹಿಣಿಯಿಂದ ಬಿಡುಗಡೆ ಸಿಕ್ಕಿರಲಿಲ್ಲ. ಅದಾಗಿ ಇಷ್ಟು ವರ್ಷಗಳಾಗಿದ್ದರೂ ಗುರುಗಳಿಗೆ ರೋಹಿಣಿ ಉನ್ಮತ್ತಳಾಗಿ ಮಾಡುತ್ತಿದ್ದ ಆ ರೋಚಕ ಚೇಷ್ಟೆಗಳನ್ನು ಮರೆಯಲು ಸಾಧ್ಯವಾಗಿರಲಿಲ್ಲ.

ತಮಗೇಕೆ ಹೀಗೆ ಆಯಿತು?.. ಚಿಕ್ಕ ವಯಸ್ಸಿನಲ್ಲಿ ಎಲ್ಲರಿಗೂ ಹೀಗೆ ಅನುಭವ ಆಗಿರುತ್ತಾ ಅಥವಾ ತಮಗೆ ಮಾತ್ರ ವಿಶಿಷ್ಟವಾಗಿ ಆದ ಅನುಭವವೇ ಇದು ಎಂದು ತಿಳಿಯದೆ ತೊಳಲಾಡಿದರು ಗುರುಗಳು. ಮೂರು ವರ್ಷ ತಮಗಿಂತ ದೊಡ್ಡವಳಾದ ರೋಹಿಣಿಯೊಂದಿಗೆ ಇಷ್ಟವಿಲ್ಲದಿದ್ದರೂ ನಡೆಸಿದ ಸತತವಾದ ಕಾಮಕೇಳಿಯ ಪರಿಣಾಮವಾಗಿ ರಘುವಿನ ಜೀವನ ಹೆಣ್ಣಿನ ಬಗ್ಗೆ ತಪ್ಪು ಅಭಿಪ್ರಾಯದೊಂದಿಗೆ ಪ್ರಾರಂಭವಾಯಿತು. ಭಾರತಿಗಾದರೂ ಹಾಗೆಯೇ ಆಗಿರಬೇಕು. ತನ್ನ ವಯಸ್ಸಿನವರೊಂದಿಗೆ ಸುಖಿಸಬೇಕಾಗಿರುವ ಅವಳು ವಯಸ್ಸಾದ ತಮ್ಮನ್ನು ಎಷ್ಟು ದಿನ ಸಹಿಸುತ್ತಾಳೆ ಎಂದು ಸಮಾಧಾನ

ಮಾಡಿಕೊಂಡರೂ, ಅವಳು ಬೇರೆಯವರ ಜೊತೆ ಬೆರೆಯುವುದನ್ನು ನೆನೆಸಿಕೊಂಡು ಉದ್ವಿಗ್ನರಾಗುತ್ತಿದ್ದರು.

ಹೀಗೆ ತಮ್ಮ ವರ್ಣ ರಂಜಿತ ಬಾಲ್ಯದ ಅನುಭವಗಳನ್ನು ನೆನೆಸಿಕೊಳ್ಳುತ್ತಾ ಗುರುಗಳು ನಿದ್ರೆಗೆ ಜಾರಿದರು. ಎಷ್ಟು ಗಂಟೆಗಳು ನಿದ್ದೆ ಮಾಡಿದರೋ ಏನೋ... ತಮ್ಮ ಸುತ್ತಲೂ ಆದ ಗಲಭೆಯಿಂದ ಎಚ್ಚರಗೊಂಡರು ಅವರು. ಇನ್ನೂ ರಾತ್ರಿ ಕಳೆದಿರಲಿಲ್ಲ. ಹೊರಗೆ ದಟ್ಟವಾದ ಕತ್ತಲು ಆವರಿಸಿತ್ತು. ಕಿಟಕಿಯಿಂದಾಚೆ ಎರಡು–ಮೂರು ಲಾರಿಗಳು ನಿಂತಿರುವುದು ಕಾಣಿಸಿತು. ಈ ಹೊತ್ತಿನಲ್ಲಿ ಲಾರಿಗಳು ಏನು ಮಾಡುತ್ತಿವೆ ಇಲ್ಲಿ ಎಂದು ಕುತೂಹಲವಾಯಿತು ಗುರುಗಳಿಗೆ. ಬಹುಶಃ ಸಾಮಾನುಗಳನ್ನು ತರಿಸಿರಬೇಕು. ಆಶ್ರಮಕ್ಕೆ ಲಾರಿಗಳಲ್ಲಿ ತರಿಸಬೇಕಾದ ಯಾವ ಸಾಮಾನುಗಳಿವೆ ಎಂದು ಯೋಚಿಸುತ್ತಿರುವಾಗ ಭಾರತಿ ಅವಳಿಗೆ ಆಪ್ತರಾದ ಸನ್ಯಾಸಿಗಳೊಂದಿಗೆ ಒಳಕೋಣೆಯಿಂದ ಹೊರಗೆ ಬಂದಳು. ಆ ಕೋಣೆಗಳಿಗೆ ಗುರುಗಳನ್ನು ಬಿಟ್ಟು ಅವಳೊಬ್ಬಳೇ ಪ್ರವೇಶಿಸುತ್ತಿದ್ದುದು. ಇವತ್ತು ಎಲ್ಲರನ್ನೂ ಕರೆದುಕೊಂಡು ಇವಳು ಒಳಗೆ ಯಾಕೆ ಹೋಗಿದ್ದಳು ಎಂದು ಆತಂಕಗೊಂಡರು ಗುರುಗಳು.

ಆ ನಂತರ ಅವರು ನೋಡಿದ ದೃಶ್ಯ ಅವರಿಗೆ ಪ್ರಾಣಾಂತಕವಾದ ಶಾಕ್ ಕೊಟ್ಟಂತೆ ಆಯಿತು. ಕಟ್ಟುಮಸ್ತಾದ ಕೆಲ ಯುವ ಸನ್ಯಾಸಿಗಳು ಒಳ ಕೋಣೆಯಿಂದ ದೊಡ್ಡ ದೊಡ್ಡ ಪೆಟ್ಟಿಗೆಗಳನ್ನು ಹೊತ್ತು ಹೊರಗೆ ತಂದರು. ಹಲವು ವರ್ಷಗಳಿಂದ ಕೋಟ್ಯಂತರ ಹಣವನ್ನು ಸಂಗ್ರಹಿಸಿಟ್ಟಿದ್ದ ಭಾರೀ ಭಾರೀ ಪೆಟ್ಟಿಗೆಗಳು ಅವು. ಗುರುಗಳ ಪ್ರಾಣ ಹಾರಿಹೋದಂತಾಯಿತು. ತಮ್ಮ ಸಮಸ್ತ ಐಶ್ವರ್ಯವನ್ನು ತುಂಬಿ ಇಟ್ಟಿದ್ದ ಪೆಟ್ಟಿಗೆಗಳನ್ನು ಎಲ್ಲಿಗೆ ಸಾಗಿಸುತ್ತಿದ್ದಾರೆ ಇವರು ಎಂದು ತಿಳಿಯದೆ ಮನಸ್ಸಿನಲ್ಲೇ ವಿಲವಿಲನೆ ಒದ್ದಾಡಿದರು. ಇವರು ಅಸಹಾಯಕರಾಗಿ ನೋಡುತ್ತಿದ್ದಂತೆ ಅವರ ಕಣ್ಮುಂದೆ ಅವರು ಎರಡು ದಶಕಗಳು ದೇಶ ದೇಶವನ್ನು ಅಲೆದು ಭಕ್ತರಿಂದ ಸಂಗ್ರಹಿಸಿ ಇಟ್ಟಿದ್ದ ಹಣದ ರಾಶಿಯನ್ನು ಹೊರಗೆ ನಿಂತಿದ್ದ ಲಾರಿಗಳಿಗೆ ಏರಿಸಿದರು. ಗುಪ್ತ ನಿಧಿ ಕಾಯುವ ಸರ್ಪದಂತೆ ತಾವು ಎಷ್ಟು ವರ್ಷಗಳಿಂದ ಆ ಧನರಾಶಿಯನ್ನು ಕಾಯುತ್ತಿದ್ದರು. ಬೆಳಕು ಮೂಡುವುದಕ್ಕೆ ಮುಂಚೆ ಶಿಷ್ಯರು ಎಲ್ಲಾ ಪೆಟ್ಟಿಗೆಗಳನ್ನು ಲಾರಿಗೆ ಹೊತ್ತು ತಂದಿಟ್ಟರು. ಗುರುಗಳಿಗೆ ಈಗ ನಿಜವಾಗಿಯೂ ತಾವು ಸಾಯಬೇಕು ಅನಿಸಿತು. ಕುಳಿಬಿದ್ದು ಬತ್ತಿ ಹೋಗಿದ್ದ ಅವರ ಕಣ್ಣುಗಳಲ್ಲಿ ತೆಳುವಾಗಿ ನೀರಿನ ಪೊರೆ ಮೂಡಿತು. ಬೆಳಗಾಗುವುದರ ಒಳಗೆ ತಮ್ಮ ಕೆಲಸ ಮುಗಿಸುವ ಆತುರದಲ್ಲಿದ್ದ ಶಿಷ್ಯರು ತಮ್ಮ ಗುರುಗಳು ಕಣ್ಣೀರಿಡುತ್ತಿರುವುದನ್ನು ಗಮನಿಸಲಿಲ್ಲ.

ಇವರು ಕಷ್ಟಪಟ್ಟು ಸಂಪಾದಿಸಿದ ಧನರಾಶಿಯನ್ನು ತುಂಬಿದ ಲಾರಿಗಳು

ಗರ್ರನೆ ಶಬ್ದ ಮಾಡುತ್ತಾ ಆಶ್ರಮವನ್ನು ಬಿಟ್ಟು ಹೊರಗೆ ಹೋದವು. ಅವುಗಳ ಶಬ್ದ ಕ್ಷಣವಾಗಿ ಕ್ರಮೇಣ ಕೇಳುವುದು ನಿಲ್ಲುವವರೆಗೂ ಗುರುಗಳು ಅದನ್ನೇ ಆಲಿಸಿದರು. ಹಿಂತಿರುಗಿ ಬಂದ ಭಾರತಿ ಹಾಗೂ ಅವಳ ಸಂಗಾತಿಗಳ ಮುಖದಲ್ಲಿ ಸಂತಸ ತುಂಬಿ ತುಳುಕುತ್ತಿತ್ತು. ಯಾರೂ ಇವರ ಕಡೆಗೆ ತಿರುಗಿ ನೋಡಲಿಲ್ಲ. ತಾವೆಷ್ಟು ಕಷ್ಟಪಟ್ಟು ಸಂಪಾದಿಸಿದ ಹಣ ಅದು ಎಂದು ಇವರಿಗೆ ಗೊತ್ತಿಲ್ಲವೇ... ಹಣಕ್ಕಾಗಿ ತಾವು ಮಾಡಿದ ದುಷ್ಕಾರ್ಯಗಳಿಲ್ಲ. ತಮ್ಮಂಥಾ ಪಾಪಿಗೆ ದೇವರು ಸರಿಯಾದ ಶಿಕ್ಷೆ ಕೊಡುತ್ತಿದ್ದಾನೆ. ಹಣ ಸಂಗ್ರಹಣೆ ಮಾಡಲು ಯಾವ ವಾಮಮಾರ್ಗಕ್ಕೂ ಹೇಸಲಿಲ್ಲ. ಗುರುಗಳ ಮನಸ್ಸಿನಲ್ಲಿ ಹಿಂದೆ ನಡೆದ ಒಂದು ಘಟನೆ ಚಿತ್ರದಂತೆ ತೇಲಿ ಬಂತು.

"ಗುರುಗಳೇ... ತಮ್ಮಲ್ಲಿ ಒಂದು ವಿನಂತಿ" ತಮ್ಮ ಏಕಾಂತ ಕೊಠಡಿಯಲ್ಲಿ ಆಪ್ತ ಸಮಾಲೋಚನೆ ಮಾಡುವ ಸಮಯದಲ್ಲಿ ಸ್ವಲ್ಪ ಹಿಂಜರಿಯುತ್ತಲೇ ಕೇಳಿದ್ದರು ರಾಜ್ಯದ ಮುಖ್ಯಮಂತ್ರಿಗಳು.

"ಹೇಳಿ... ನಮ್ಮ ಬಳಿ ಸಂಕೋಚವೇಕೆ?" ಗುರುಗಳು ಭರವಸೆ ಕೊಡುವ ಧ್ವನಿಯಲ್ಲಿ ಹೇಳಿದರು. ರಾಜ್ಯದ ಮುಖ್ಯಮಂತ್ರಿಗಳು ಭ್ರಷ್ಟಾಚಾರದ ಹಿನ್ನಲೆಯಲ್ಲಿ ರಾಜಕೀಯ ಅನಿಶ್ಚತೆ ಎದುರಿಸುತ್ತಿರುವುದು ಗುರುಗಳಿಗೆ ತಿಳಿದಿತ್ತು. ಗಣಿಗಾರಿಕೆಯ ಹಗರಣದಲ್ಲಿ ಉದ್ಯಮಿಗಳ ಜೊತೆ ಕೈಜೋಡಿಸಿ ಲಕ್ಷಾಂತರ ಕೋಟಿ ರೂಪಾಯಿಗಳ ವ್ಯವಹಾರ ಮಾಡಿರುವ ಆಪಾದನೆ ಎದುರಿಸುತ್ತಿದ್ದ ಮುಖ್ಯಮಂತ್ರಿಗಳು ಸದ್ಯದಲ್ಲೇ ಅಧಿಕಾರ ಕಳೆದುಕೊಂಡು ಪೊಲೀಸರ ತನಿಖೆಗೆ ಸಿಕ್ಕಿಹಾಕಿಕೊಳ್ಳುತ್ತಾರೆ ಎಂಬ ಸುದ್ದಿ ಇತ್ತು. ಅಕ್ರಮವಾಗಿ ಗಳಿಸಿದ ಹಣವನ್ನು ದೇಶದಿಂದ ಹೊರಗೆ ಸಾಗಿಸುವಷ್ಟು ಸಮಯವಿರಲಿಲ್ಲ ಅವರಿಗೆ. ಅದನ್ನು ಇಲ್ಲೇ ಭದ್ರ ಮಾಡಬೇಕಿತ್ತು.

"ತಮ್ಮಲ್ಲಿ ಸ್ವಲ್ಪ ಹಣವನ್ನು ಸುರಕ್ಷಿತವಾಗಿ ಇಟ್ಟುಕೊಳ್ಳಲು ಕೊಟ್ಟಿರುತ್ತೇನೆ. ಕೆಲಸ ಸಮಯದ ನಂತರ ವಾಪಸ್ ತೆಗೆದುಕೊಳ್ಳುತ್ತೀನಿ. ತಮಗೆ ಗೊತ್ತಲ್ಲ?.. ಆದಾಯ ತೆರಿಗೆ ಇಲಾಖೆ ದಾಳಿ, ಪೊಲೀಸರ ತನಿಖೆ... ಹೀಗೆ ಏನೇನೋ ಗಾಳಿಸುದ್ದಿಗಳಿವೆ ಮುಖ್ಯಮಂತ್ರಿಗಳು ಮಾರ್ಮಿಕವಾಗಿ ನಕ್ಕರು. ಕಪ್ಪು ಹಣವನ್ನು ಮುಚ್ಚಿಡಲು ಗುರುಗಳ ಆಶ್ರಮಕ್ಕಿಂತ ಸುರಕ್ಷಿತವಾದ ಸ್ಥಳ ಬೇರೆ ಯಾವುದೂ ಇರಲಾರದು.

"ಹ್ಞೂಂ... ಎಷ್ಟು ಹಣ?" ಗುರುಗಳು ತಮ್ಮ ಕುತೂಹಲವನ್ನು ಧ್ವನಿಯಲ್ಲಿ ತೋರಿಸಿಕೊಳ್ಳದೆ ಕೇಳಿದರು.

"ಒಂದುವರೆ ಲಕ್ಷ ಕೋಟಿ... ಎಲ್ಲಾ ಭದ್ರವಾಗಿ ಪೆಟ್ಟಿಗೆಗಳಲ್ಲಿ ಹಾಕಿ ಇಟ್ಟಿರುತ್ತದೆ.. ತಮ್ಮ ಆಶ್ರಮದಲ್ಲಿ ಸ್ವಲ್ಪ ಸಮಯ ಇಟ್ಟುಕೊಂಡಿದ್ದರೆ ಸಾಕು...

ಆದಷ್ಟು ಬೇಗ ವಾಪಸ್ ತೆಗೆದುಕೊಂಡು ಹೋಗುತ್ತೇನೆ" ಆತುರವಾಗಿ ಹೇಳಿದರು ಮುಖ್ಯಮಂತ್ರಿಗಳು.

"ಇಷ್ಟು ದೊಡ್ಡ ಜವಾಬ್ದಾರಿಯನ್ನು ನಮ್ಮ ಮೇಲೆ ಹೊರಿಸುತ್ತಿದ್ದೀರಿ... ಆದರೂ ತಮ್ಮ ಮೇಲಿನ ಅಭಿಮಾನದಿಂದ ಒಪ್ಪಿಕೊಳ್ಳುತ್ತೇವೆ. ಹೊರಗೆ ಈ ವಿಷಯ ಯಾರಿಗೂ ಸ್ವಲ್ಪವೂ ಗೊತ್ತಾಗಬಾರದು. ಹಾಗೆ ಏನಾದರೂ ಸುದ್ದಿ ಹೊರಗೆ ಬಂದರೆ ನೀವು ಹಣವನ್ನು ಮರೆತು ಬಿಡಬೇಕಾಗುತ್ತದೆ. ನಾವು ಸರ್ಕಾರಕ್ಕೆ ಲೆಕ್ಕ ಕೊಟ್ಟು ವಿದೇಶದಿಂದ ಬಂದ ಕಾಣಿಕೆ ಎಂದು ಹೇಳಬೇಕಾಗುತ್ತದೆ" ಗುರುಗಳು ತೀಕ್ಷ್ಣವಾಗಿ ಹೇಳಿದ್ದರು.

ಮುಖ್ಯಮಂತ್ರಿಗಳು ರಾತ್ರೋ ರಾತ್ರಿ ತಮ್ಮ ರಹಸ್ಯ ಜಾಗಗಳಿಂದ ದೊಡ್ಡ ದೊಡ್ಡ ಪೆಟ್ಟಿಗೆಗಳಲ್ಲಿ ಹಣವನ್ನು ಆಶ್ರಮಕ್ಕೆ ಸಾಗಿಸಿ ಇಡಿಸುವುದಕ್ಕೂ ಕೋರ್ಟಿನ ಆದೇಶ ತಂದ ಪೊಲೀಸರು ಅವರನ್ನು ಬಂಧಿಸಿ ಜೈಲಿಗೆ ಹಾಕುವುದಕ್ಕೂ ಸರಿಹೋಯಿತು. ಮುಖ್ಯಮಂತ್ರಿಯ ದುರಾದೃಷ್ಟವೋ ಏನೋ.. ಎರಡು ವರ್ಷಗಳಾದರೂ ಅವರು ಜೈಲಿನಿಂದ ಬೇಲ್ ಮೇಲೆ ಕೂಡ ಹೊರಗೆ ಬರಲಾಗಲಿಲ್ಲ. ಈ ಮಧ್ಯೆ ಅವರ ರಾಜಕೀಯ ಹಿಂಬಾಲಕರು ಬಂದು ಹಣದ ಬಗ್ಗೆ ವಿಚಾರಿಸಿದಾಗ ಗುರುಗಳು ಸಿಡಿದೆದ್ದಿದ್ದರು.

"ಯಾವ ಹಣ?... ನಮ್ಮ ಪವಿತ್ರವಾದ ಆಶ್ರಮದ ಹೆಸರಿಗೆ ಕಳಂಕ ತರುವ ಹಾಗೆ ನೀವು ರಾಜಕೀಯದವರು ಮಾತಾಡಬೇಡಿ.. ನಿಮ್ಮ ಮುಖಂಡರು ನಮ್ಮ ಆಶ್ರಮದ ಲಕ್ಷಾಂತರ ಭಕ್ತರಲ್ಲಿ ಒಬ್ಬರಾಗಿದ್ದರೆ ವಿನಃ ಅವರೊಂದಿಗೆ ಬೇರೆ ಯಾವ ವ್ಯವಹಾರವೂ ಇರಲಿಲ್ಲ" ಎಂದು ಖಂಡಿತವಾಗಿ ಹೇಳಿದ್ದರು.

ಮಾಜಿ ಮುಖ್ಯಮಂತ್ರಿ ಜೈಲಿನಿಂದ ಹೊರಗೆ ಬಂದ ಮೇಲೆ ಆಶ್ರಮಕ್ಕೆ ಕೊಟ್ಟ ಹಣವನ್ನು ಹಿಂಪಡೆಯಲು ಶತ ಪ್ರಯತ್ನ ಮಾಡಿದರು. ಗುರುಗಳು ಯಾವುದಕ್ಕೂ ಜಗ್ಗಿರಲಿಲ್ಲ. ಅನಾಯಾಸವಾಗಿ ಲಕ್ಷಾಂತರ ಕೋಟಿ ಹಣವನ್ನು ಸಂಪಾದಿಸಿದ ತಮ್ಮ ಚಾಲಾಕಿತನಕ್ಕೆ ಗುರುಗಳು ಹೆಮ್ಮೆಪಟ್ಟುಕೊಂಡಿದ್ದರು.

ಈ ರೀತಿ ದುರ್ಮಾರ್ಗದಿಂದ ತಾವು ಸಂಪಾದಿಸಿದ ಹಣಕ್ಕೆ ಲೆಕ್ಕವಿರಲಿಲ್ಲ. ಈಗ ತಮ್ಮವರಿಂದಲೇ ತಮ್ಮ ಸಂಪತ್ತಿನ ಲೂಟಿಯಾಗುತ್ತಿದ್ದರೂ ಏನೂ ಮಾಡಲಾಗದ ಅಸಹಾಯಕ ಸ್ಥಿತಿಗೆ ತಂದು ತಮಗೆ ತಾವು ಮಾಡಿದ ಘೋರ ಪಾಪಗಳಿಗೆ ಸರಿಯಾದ ಶಿಕ್ಷೆ ಕೊಡುತ್ತಿದ್ದಾನೆ ದೇವರು. ಆ ಹಣದಿಂದ ತಾವು ಹಿಂದೂ ಮಹಾಸಾಗರದ ಒಂದು ದ್ವೀಪವನ್ನು ಕೊಂಡು ಎಲ್ಲಾ ದೇಶಗಳ ಕಾನೂನಿನಂತೆ ತಪ್ಪಿಸಿಕೊಳ್ಳುವ ಹುನ್ನಾರ ನಡೆಸಿದರು ಗುರುಗಳು. ಅದಕ್ಕೆ ಸಮಯವೇ ಸಿಗದೆ ಹೋಯಿತು. ಅಷ್ಟರಲ್ಲಿ ತಮ್ಮ ಆರೋಗ್ಯ ಹದೆಗೆಡುವುದಕ್ಕೆ ಪ್ರಾರಂಭವಾಯಿತು. ವರ್ಷಾನುಗಟ್ಟಲೆಯಿಂದ ಈ ಖಾಸಗಿ ಕೋಣೆಯ

ಹಾಸಿಗೆಯಲ್ಲಿ ಬಂಧಿಯಂತೆ ಮಲಗಿ ಕ್ಷಣ ಎಣಿಸುವುದು ಬಿಟ್ಟು ಏನೂ ಮಾಡಲು ಆಗಿರಲಿಲ್ಲ.

ಈ ಹಲವಾರು ವರ್ಷಗಳ ಅನಾರೋಗ್ಯದ ಸಮಯದಲ್ಲಿ ಅವರು ಭಾರತಿಯ ಮೇಲೆ ಸಂಪೂರ್ಣ ಅವಲಂಬಿಸಬೇಕಾಯಿತು. ಅರವತ್ತನ್ನು ಸಮೀಪಿಸಿದ್ದ ಭಾರತಿ ಈಗಲೂ ಸುಂದರಿಯಾಗಿಯೇ ಗುರುಗಳ ಕಣ್ಣಿಗೆ ಕಾಣಿಸುತ್ತಿದ್ದಳು. ಅಥವಾ ಅದು ಅವರ ಭ್ರಮೆ. ಆದರೂ ಅವಳು ಹತ್ತಿರವಿದ್ದರೆ ಗುರುಗಳಿಗೆ ಏನೋ ಸಮಾಧಾನ. ಅವಳಾದರೋ ಗುರುಗಳ ಸೇವೆಯನ್ನು ಬೇರೆ ಶಿಷ್ಯರಿಂದ ಮಾಡಿಸುತ್ತಿದ್ದಳೆ ವಿನಹ ಗುರುಗಳನ್ನು ಮುಟ್ಟಿಯೂ ಕೂಡ ನೋಡುತ್ತಿರಲಿಲ್ಲ.. ತಾವೇನು ಅಸ್ಪೃಶ್ಯರೇ? ಭಾರತಿಗೆ ತಮ್ಮನ್ನು ಕಂಡರೆ ಸ್ವಲ್ಪವಾದರೂ ಪ್ರೀತಿ ಇಲ್ಲವೇ ಎಂದು ವ್ಯಾಕುಲರಾದರು ಗುರುಗಳು. ಅವರ ಮನಸ್ಸು ಶಿಥಿಲವಾದಂತಾಯಿತು.

ತಾವು ಕೈ ಹಿಡಿದ ಮಡದಿಗಿಂತ ಹೆಚ್ಚು ಪ್ರೀತಿಸಿದ್ದರು ಭಾರತಿಯನ್ನು. ಅವರು ಪ್ರೀತಿಯೋ ಅಥವಾ ಬಹು ವರ್ಷಗಳ ನಂತರ ಸಿಕ್ಕ ಚೆಲುವಿನ ಹೆಣ್ಣು ಎಂಬ ಮೋಹವೋ... ಒಟ್ಟಿನಲ್ಲಿ ಅವಳಷ್ಟು ಪ್ರಾಮುಖ್ಯತೆ ಗುರುಗಳು ತಮ್ಮ ಜೀವನದಲ್ಲಿ ಯಾರಿಗೂ ಕೊಟ್ಟಿರಲಿಲ್ಲ. ಆದರೆ ಅವಳು ಅವರನ್ನು ಸರಿಯಾಗಿ ಅರ್ಥ ಮಾಡಿಕೊಂಡಿದ್ದಳು. ಗುರುಗಳಿಗೆ ಯಾವ ಹೆಣ್ಣಾದರು ಸರಿ... ಅವರ ಸಮಯಕ್ಕೆ ಸಿಗಬೇಕು ಅಷ್ಟೆ. ತಮ್ಮ ಆ ಸ್ವಭಾವ ಭಾರತಿಗೆ ಅರ್ಥವಾಗಿದೆ ಎಂಬುದೇ ಗುರುಗಳಿಗೆ ಮುಜುಗರದ ವಿಷಯವಾಗಿತ್ತು. ಅವಳು ಅರ್ಥ ಮಾಡಿಕೊಂಡಿದ್ದರಲ್ಲಿ ಉತ್ಪ್ರೇಕ್ಷೆ ಏನೂ ಇರಲಿಲ್ಲ. ತಮ್ಮ ಕಾಮ ಪಿಪಾಸೆಯನ್ನು ತೃಪ್ತಿಪಡಿಸಿಕೊಳ್ಳಲು ತಾವು ಎಂಥಾ ಮೋಸಕ್ಕೂ ಸಿದ್ಧರಾಗಿದ್ದೆವು ಎಂದು ಗುರುಗಳು ಸ್ವಲ್ಪವೂ ಅಳುಕಿಲ್ಲದೆ ಒಪ್ಪಿಕೊಳ್ಳುತ್ತಿದ್ದರು. ತಮಗೆ ಬೇಕೆನಿಸಿದ ಹೆಣ್ಣನ್ನು ಪಡೆಯಲು ಅವರು ಯಾವ ಮಟ್ಟಕ್ಕಾದರೂ ಇಳಿಯುತ್ತಿದ್ದರು. ಈ ಬಗ್ಗೆ ನಡೆದ ಒಂದು ಘಟನೆಯನ್ನು ಗುರುಗಳು ಮರೆಯಲು ಸಾಧ್ಯವೇ ಇಲ್ಲ.

ಗುರುಗಳ ಭಕ್ತರಲ್ಲಿ ಇಂಥವರು ಇಲ್ಲ ಎಂಬುದೇ ಇಲ್ಲ. ಬರೀ ರಾಜಕಾರಣಿಗಳು ಮಾತ್ರವಲ್ಲ. ವಿಜ್ಞಾನಿಗಳು, ಸಿನಿಮಾ ನಟರು, ಸಮಾಜ ಸೇವಕರು, ಸರ್ಕಾರದ ಹಿರಿಯ ಅಧಿಕಾರಿಗಳು, ದೇಶವಿದೇಶಗಳ ಪ್ರಮುಖ ಉದ್ಯಮಿಗಳು, ಬಡ ಜನರಿಂದ ಹಿಡಿದು ಅಷ್ಟೈಶ್ವರ್ಯವಂತರು... ಎಲ್ಲರೂ ಇದ್ದರು. ತಮಗಿದ್ದ ಲಕ್ಷಾಂತರ ಜನ ಭಕ್ತರಲ್ಲಿ ದೇಶದ ಅತ್ಯಂತ ಯಶಸ್ವಿ ಚಲನಚಿತ್ರ ನಟ ಪ್ರಭಾಕರ್ ಕಪೂರನ ಹೆಂಡತಿ ವನಮಾಲಾಳ ಮೇಲೆ ಗುರುಗಳಿಗೆ ಮನಸ್ಸಾಗಬೇಕೆ? ಸ್ವತಃ ತಾರೆಯಾಗಿದ್ದ ವನಮಾಲ ಕಣ್ಣು ಕುಕ್ಕುವಂಥ ಸುಂದರಿ. ಸರಿ, ಅವಳನ್ನು ಪಡೆಯಲು ಇವರ ಷಡ್ಯಂತ್ರ ಶುರುವಾಯಿತು. ಪ್ರಭಾಕರ್

ಕಪೂರನಿಗೆ ಗುರುಗಳು ಎಂದರೆ ಅಪರಿಮಿತ ಭಕ್ತಿ. ತನ್ನ ಸಿನಿಮಾ ಜೀವನದ ಯಶಸ್ಸಿಗೆ ಗುರುಗಳೇ ಕಾರಣ ಎಂದು ಧೃಡವಾಗಿ ನಂಬಿದ್ದ ಅವನು. ಹೆಂಡತಿ ಸಮೇತ ಆಶ್ರಮದ ವಿಶೇಷ ಕಾರ್ಯಕ್ರಮಕ್ಕೆ ಆಹ್ವಾನ ಹೋಯಿತು.

ಸಾಯಂಕಾಲ ಸಮಯಕ್ಕೆ ಸರಿಯಾಗಿ ಪ್ರಭಾಕರ್ ಮಡದಿಯೊಂದಿಗೆ ಹಾಜರಾದ. ದೇಶದ ಚಿತ್ರಪ್ರೇಮಿಗಳ ಮನಸೂರೆಗೊಂಡಿದ್ದ ಅವನ ಹಿಂದೆ ಟಿವಿ, ಪತ್ರಕರ್ತರ ಹಿಂಡು ಹಿಂಡೇ ಬಂತು. ಪೂಜೆ ಪುನಸ್ಕಾರ ಇತ್ಯಾದಿಗಳು ಆದಮೇಲೆ ಗುರುಗಳು ಪ್ರಭಾಕರನನ್ನು ಆಶೀರ್ವದಿಸಿ ತಮ್ಮ ಖಾಸಗಿ ಕೋಣೆಗೆ ವಿಶ್ರಮಿಸಲು ಹೋದರು. ಪ್ರಭಾಕರ್ ತನ್ನ ಪರಿಚಯದವರೊಂದಿಗೆ, ಪತ್ರಕರ್ತರೊಂದಿಗೆ ಮಾತನಾಡುತ್ತಿದ್ದಾಗ ವನಮಾಲಾಳನ್ನು ಗುರುಗಳ ವಿಶೇಷ ಸಂದರ್ಶನಕ್ಕೆ ಗುರುಗಳ ಶಯ್ಯಾಗಾರದ ಒಳಗೆ ಕರೆದೊಯ್ಯಲಾಯಿತು. ಗುರುಗಳ ಶಯ್ಯಾಗಾರಕ್ಕೆ ಪ್ರವೇಶ ನಿಷಿದ್ಧವಾದ್ದರಿಂದ ಅಲ್ಲಿ ಯಾರೂ ಇರಲಿಲ್ಲ. ಗುರುಗಳು ಅವಳ ಮೇಲಿದ್ದ ತಮ್ಮ ವಿಶೇಷ ಪ್ರೀತಿಯ ಸಂಕೇತವಾಗಿ ಝುಗಮಗಿಸುವ ವಜ್ರದ ಹಾರ, ಬಳೆ ಹಾಗೂ ಬೆಂಡೋಲೆಯನ್ನು ಹಣ್ಣು ತುಂಬಿದ ಬೆಳ್ಳಿಯ ತಟ್ಟೆಯಲ್ಲಿ ಇಟ್ಟುಕೊಟ್ಟರು. ಸಂಕೋಚದಿಂದ ಬಾಯಿ ಕಟ್ಟಿದ ವನಮಾಲ ಹಿಂಜರಿಯುತ್ತಲೇ ತಟ್ಟೆ ತೆಗೆದುಕೊಂಡರೂ ಒಡವೆಗಳನ್ನು ನೋಡಿ ಸಂತೋಷದಿಂದ ಅವಳ ಕಣ್ಣುಗಳು ಮಿಂಚಿದವು. ಹತ್ತಿರ ಬಂದ ಅವಳ ಕೈ ಹಿಡಿದರು ಗುರುಗಳು. ದಿಗ್ಭ್ರಾಂತಳಾದ ವನಮಾಲ ಕೈ ಬಿಡಿಸಿಕೊಳ್ಳಲು ಕೊಸರಾಡಿದಳು. ಇಂಥ ಪರಿಸ್ಥಿತಿಗಳನ್ನು ಅನೇಕ ಬಾರಿ ಕಂಡಿದ್ದ ಗುರುಗಳು ಬಿಡದೆ ಮುಂದುವರೆದರು. ಮುಂದೆ ನಡೆದದ್ದು ಮಾತ್ರ ಗುರುಗಳು ಊಹಿಸಿದಂತೆ ಆಗಲಿಲ್ಲ.

ಪ್ರಭಾಕರ್ ಸುಮಾರು ಹೊತ್ತು ತನ್ನ ಹೆಂಡತಿಯನ್ನು ಕಾಣದೆ ಪ್ರವೇಶ ನಿಷಿದ್ಧ ಎಂದು ತಡೆಯುತ್ತಿದ್ದ ಶಿಷ್ಯರನ್ನು ಲೆಕ್ಕಿಸದೆ ಖಾಸಗಿ ಆವರಣದ ಒಳಕ್ಕೆ ನುಗ್ಗಿದ. ಅವನ ಹಿಂದೆಯೇ ಸಮಾರಂಭಕ್ಕೆ ಬಂದಿದ್ದ ಯುವಕನೊಬ್ಬನೂ ಒಳಕ್ಕೆ ನುಗ್ಗಿದ. ಗುರುಗಳ ಶಯ್ಯಾಗಾರದ ಮುಚ್ಚಿದ್ದ ಬಾಗಿಲಿನ ಹಿಂದಿನಿಂದ ವನಮಾಲಾಳ ಆಕ್ರಂದನ ಸಣ್ಣದಾಗಿ ಕೇಳಿಸಿತು ಪ್ರಭಾಕರನಿಗೆ. ಕೋಪದಿಂದ ಅವನ ತಲೆಗೆ ಒಮ್ಮೆಗೆ ರಕ್ತ ನುಗ್ಗಿದಂತಾಯಿತು. ಹುಚ್ಚನಂತೆ ಅವನು ಬಾಗಿಲನ್ನು ಕಾಲಿನಿಂದ ಒದೆಯತೊಡಗಿದನು. ಪ್ರಭಾಕರನ ಹಿಂದೆ ಗುರುಗಳ ಖಾಸಾ ಶಿಷ್ಯರು ಓಡಿ ಬರುತ್ತಿದ್ದಂತೆ ಗುರುಗಳು ಬಾಗಿಲು ತೆಗೆದರು. ಪ್ರಭಾಕರನನ್ನು ಅಲ್ಲಿ ನಿರೀಕ್ಷಿಸದಿದ್ದ ಅವರು ತಬ್ಬಿಬ್ಬಾದರು. ಅವರ ಮುಖ ಬಿಳಿಚಿಕೊಂಡಿತು. ನಗ್ನರಾಗಿದ್ದ ಗುರುಗಳು ಹಾಸಿಗೆಯಲ್ಲಿ ಅರ್ಧ ವಿವಸ್ತ್ರಳಾಗಿ ಮಲಗಿದ್ದ ವನಮಾಲಾಳ ಸ್ಥಿತಿ ಪ್ರಭಾಕರನಿಗೆ ಅಲ್ಲಿ ಏನು ನಡೆದಿದೆ ಎಂದು ಸಾರಿ

ಹೇಳಿದವು. ಇವೆಲ್ಲವನ್ನೂ ಬಿಟ್ಟ ಬಾಯಿ ಬಿಟ್ಟಂತೆ ನಂಬಲಾಗದೆ ನೋಡುತ್ತಾ ನಿಂತಿದ್ದ ಆಗಂತುಕ ಯುವಕ. ಎಚ್ಚೆತ್ತುಕೊಂಡ ಶಿಷ್ಯರು ಆ ಯುವಕನ ಬಾಯನ್ನು ಬಲವಾಗಿ ಮುಚ್ಚಿ, ಅವನ ಕೈಗಳನ್ನು ಹಿಂದಕ್ಕೆ ಹೆಡೆಮುರಿ ಕಟ್ಟಿ ದರದರನೆ ಅಲ್ಲಿಂದ ಎಳೆದುಕೊಂಡು ಹೋದರು.

ಒಳಗೆ ನುಗ್ಗಿದ ಪ್ರಭಾಕರ್ ಗುರುಗಳನ್ನು ಹಿಡಿದು ಹಿಗ್ಗಾಮುಗ್ಗ ಥಳಿಸತೊಡಗಿದ. ಗುರುಗಳ ಮೂಗು ಬಾಯಿಂದ ರಕ್ತ ಸುರಿಯತೊಡಗಿತು. ಅವರನ್ನು ರಕ್ಷಿಸಲು ಶಿಷ್ಯರು ಹೆಣಗಾಡಬೇಕಾಯಿತು. ಪರಿಸ್ಥಿತಿ ಸ್ವಲ್ಪ ಹಿಡಿತಕ್ಕೆ ಬಂದಮೇಲೆ ಭಾರತಿ ಪ್ರಭಾಕರನ ಮುಂದೆ ರಾಜಿಯ ಸೂತ್ರವೊಂದನ್ನು ಇಟ್ಟಳು. ವನಮಾಲಾಳ ಮಾನ ಹೋಗುವ ಈ ಪ್ರಸಂಗ ಹೊರಗಿರುವ ಮಾಧ್ಯಮದವರಿಗೆ ತಿಳಿದರೆ ಗುರುಗಳಿಗೆ ಆಗುವ ಅವಮಾನಕ್ಕಿಂತ ಹೆಚ್ಚು ವನಮಾಲಾಳಿಗೆ ಆಗುತ್ತದೆ, ಅದರಿಂದ ಅವಳ ಚಲನಚಿತ್ರದ ಭವಿಷ್ಯ ಹಾಳಾಗುತ್ತದೆ ಎಂಬ ವಿಷಯವನ್ನು ಅವರಿಗೆ ಮನದಟ್ಟು ಮಾಡುವುದರಲ್ಲಿ ಭಾರತಿ ಯಶಸ್ವಿಯಾದಳು. ಅವಳು ಹತ್ತು ಸಿನಿಮಾದಲ್ಲಿ ಸಂಪಾದಿಸದಷ್ಟು ಹಣವನ್ನು ರಾಜಿ ಮೊತ್ತ ಎಂದು ಕೊಟ್ಟು ಅವರನ್ನು ಹೊರಕ್ಕೆ ಕಳಿಸುವುದರಲ್ಲಿ ಭಾರತಿ ತೋರಿಸಿದ ಜಾಣ್ಮೆಯನ್ನು ಗುರುಗಳು ಇಂದೂ ಮೆಚ್ಚುತ್ತಾರೆ. ನಗುನಗುತ್ತಾ ತಮ್ಮೊಂದಿಗೆ ಮಾತಾಡುತ್ತಿದ್ದ ಪ್ರಭಾಕರ್ ಹೋಗುವಾಗ ಮಾತ್ರ ಹೆಂಡತಿಯೊಂದಿಗೆ ದುರ್ದಾನ ತೆಗೆದುಕೊಂಡವನಂತೆ ಸರಸರನೆ ಹೊರಟು ಹೋಗಿದ್ದು ಮಾಧ್ಯಮದವರು ಏನೇನೋ ಊಹೆ ಮಾಡುವುದಕ್ಕೆ ಅವಕಾಶ ಮಾಡಿಕೊಟ್ಟರೂ, ಗುರುಗಳ ನಡತೆ ಬಗ್ಗೆ ಯಾರೂ ಸಂಶಯ ಪಡಲಿಲ್ಲ.

ಪ್ರಭಾಕರನ ಜೊತೆಗೆ ಬಂದಿದ್ದ ಮಾಧ್ಯಮದವರು ಇನ್ನೇನು ಸಮಾರಂಭದಿಂದ ಹೊರಡಬೇಕು ಅನ್ನುವಷ್ಟರಲ್ಲಿ ಗುರುಗಳ ಖಾಸಗಿ ಆವರಣದಿಂದ 'ಢಂ..' ಎಂದು ಕಿವಿಗಡಚಿಕ್ಕುವಂತೆ ಗುಂಡಿನ ಸದ್ದು ಕೇಳಿಸಿತು. ಬೆರಗಾದ ಮಾಧ್ಯಮದವರು ಏನಾಯಿತು ಎಂದು ಆ ಕಡೆಗೆ ಹೋಗುವಷ್ಟರಲ್ಲಿ ಗುರುಗಳ ಖಾಸಗಿ ಶಿಷ್ಯರು ಗುಂಡೇಟಿನಿಂದ ಗಾಯಗೊಂಡಿದ್ದ ಒಬ್ಬ ಯುವಕನನ್ನು ಸರಸರನೆ ಹೊತ್ತುಕೊಂಡು ಹೊರಗೆ ಬಂದರು. ಗುಂಡು ನೇರವಾಗಿ ಎದೆಗೆ ಬಿದ್ದಿದ್ದರಿಂದ ಅವನಿಗೆ ಅತಿಯಾದ ರಕ್ತಸ್ರಾವವಾಗಿ ಅವನ ಉಡುಪು ರಕ್ತದಲ್ಲಿ ತೊಯ್ದುಹೋಗಿತ್ತು. ಆ ಯುವಕನ ಪ್ರಾಣಪಕ್ಷಿ ಆಗಲೇ ಹಾರಿಹೋಗಿತ್ತು. ಮಾಧ್ಯಮದವರಿಗೆ ಸಂಚಲನವುಂಟಾದಂತಾಯಿತು. ಕ್ಲಿಕ್, ಕ್ಲಿಕ್ ಎಂದು ಆ ಯುವಕನ ಫೋಟೋ ತೆಗೆಯುತ್ತಿದ್ದ ಹಾಗೆ ಭರ್ರನೆ ಬಂದ ವ್ಯಾನ್ ಒಂದರಲ್ಲಿ ಅವನ ದೇಹವನ್ನು ಇಟ್ಟು ಹೊರಗೆ ಸಾಗಿಸಲಾಯಿತು.

ಸ್ವಲ್ಪ ಸಮಯದ ನಂತರ ಗುರುಗಳ ಆಶ್ರಮದ ಪರವಾಗಿ ಅವರ

ಶಿಷ್ಯನೊಬ್ಬ ಮಾಧ್ಯಮದವರನ್ನು ಕುರಿತು ಹೇಳಿಕೆ ನೀಡಿದ. ಅತಿಕ್ರಮ ಪ್ರವೇಶ ಮಾಡಿದ್ದ ಆ ಯುವಕ ಗುರುಗಳನ್ನು ಕೊಲ್ಲಲು ಅವರು ವಿಶ್ರಮಿಸಿಕೊಳ್ಳುತ್ತಿದ್ದ ಕೊಠಡಿಯ ಹೊರಗೆ ಹೊಂಚು ಹಾಕುತ್ತಿದ್ದ. ಅವನ ಬಳಿ ಹರಿತವಾದ ಚೂರಿ ಇತ್ತು. ಅಷ್ಟರಲ್ಲಿ ಅವನನ್ನು ಗಮನಿಸಿದ ಭದ್ರತಾ ಸಿಬ್ಬಂದಿಯವರು ಅವನನ್ನು ತಡೆಯಲು ಪ್ರಯತ್ನಿಸಿದಾಗ ಅವನು ಗುರುಗಳ ಮೇಲೆ ಎಗರಿ ಹಲ್ಲೆ ಮಾಡಿದ. ಭದ್ರತಾ ಸಿಬ್ಬಂದಿ ಗುರುಗಳ ಪ್ರಾಣ ಉಳಿಸಲು ಗುಂಡು ಹಾರಿಸಬೇಕಾಯಿತು. ಗುರುಗಳ ಹಾಗೂ ಅವರ ಭಕ್ತವೃಂದದ ಅದೃಷ್ಟದಿಂದ ಗುರುಗಳಿಗೆ ಸಣ್ಣಪುಟ್ಟ ಗಾಯಗಳು ಮಾತ್ರ ಆಗಿ ಅವರು ಸುರಕ್ಷಿತವಾಗಿದ್ದಾರೆ ಎಂದು ತಿಳಿಸಲಾಯಿತು. ಈ ಬಗ್ಗೆ ಪೊಲೀಸರು ತನಿಖೆ ನಡೆಸಿ ಮುಂದೆ ಯಾವ ಕ್ರಮವನ್ನೂ ತೆಗೆದುಕೊಳ್ಳದೆ ಇರುವುದರಲ್ಲಿ ಮತ್ತೆ ಭಾರತಿಯ ಶ್ರಮವಿತ್ತು. ಕಾಲಗರ್ಭದಲ್ಲಿ ರಹಸ್ಯವಾಗಿ ಹುದುಗಿಹೋಯಿತು.

ತಮ್ಮನ್ನು ಎಂತೆಂಥಾ ಪರಿಸ್ಥಿತಿಯಲ್ಲೂ ಕೈ ಬಿಡದೆ ಇದ್ದ ಭಾರತಿ ಹಾಗೂ ಇತರ ಆಪ್ತ ಶಿಷ್ಯರು ಈಗ ತಮ್ಮ ಕಣ್ಣ ಮುಂದೆಯೇ ತಮ್ಮ ಐಶ್ವರ್ಯವನ್ನು ಲೂಟಿ ಮಾಡುತ್ತಿರುವುದು ಯಾಕೆ? ಅವರಿಗೆ ತಮ್ಮ ಮೇಲೆ ಸ್ವಲ್ಪವೂ ಪ್ರೀತಿ ಇಲ್ಲವೇ? ಗುರುಗಳು ಪುನಃ ತಮ್ಮನ್ನು ತಾವೇ ಪ್ರಶ್ನಿಸಿಕೊಂಡರು. ತಮ್ಮನ್ನೇ ಅವಲಂಬಿಸಿದ್ದ ಶಿಷ್ಯರಲ್ಲಿ ಯಾರೂ ತಮ್ಮ ಮೇಲೆ ಪ್ರೀತಿ ಗೌರವ ಇಟ್ಟುಕೊಂಡಿಲ್ಲ ಎಂಬ ಅರಿವು ಮೂಡಿ ಅವರಿಗೆ ಅತೀವ ನೋವುಂಟುಮಾಡಿತು. ತಾವು ಇವರೆಲ್ಲರನ್ನೂ ಎಷ್ಟು ಪ್ರೀತಿ ಪ್ರೇಮಗಳಿಂದ ನೋಡಿಕೊಂಡರು. ಪ್ರತಿಯಾಗಿ ಇವರಲ್ಲಿ ಒಬ್ಬರೂ ತಮ್ಮನ್ನು ಪ್ರೀತಿಸುತ್ತಿಲ್ಲ ಎಂದು ಆಘಾತಗೊಂಡರು ಅವರು.

ಆದರೆ ತಾವು ನಿಜವಾಗಿಯೂ ಇವರನ್ನು ಪ್ರೀತಿ ಪ್ರೇಮದಿಂದ ನೋಡಿಕೊಂಡಿದ್ದೇನೆಯೇ ಎಂಬ ಪ್ರಶ್ನೆ ಮನಸ್ಸಿನಲ್ಲಿ ಮೂಡಿ ಗುರುಗಳಿಗೆ ಮುಜುಗರವಾಯಿತು. ನಿಜ ಹೇಳಬೇಕೆಂದರೆ ತಾವು ಯಾರನ್ನೂ ಮನಸಾರೆ ಪ್ರೀತಿ ಮಾಡಿಲ್ಲ. ಎಲ್ಲರನ್ನೂ ಉಪಯೋಗಿಸಿಕೊಂಡಿದ್ದಾರೆ. ಹುಡುಗಿಯರಾದರೆ ತಮ್ಮ ಸ್ವಂತ ಸುಖಕ್ಕೆ, ಹುಡುಗರಾದರೆ ಆಶ್ರಮದ ಇತರ ಕೆಲಸಗಳಿಗೆ ಉಪಯೋಗಿಸಿಕೊಂಡಿದ್ದರಿಂದ ಯಾರೊಬ್ಬರ ಮೇಲೂ ಅವರಿಗೆ ನಿಜವಾದ ಪ್ರೀತಿ ಪ್ರೇಮಗಳಿರಲಿಲ್ಲ. ಹಾಗೆ ನೋಡಿದರೆ ಗುರುಗಳು ತಮ್ಮ ಇಡೀ ಜೀವನದಲ್ಲಿ ಯಾರನ್ನೂ ಪ್ರೀತಿಸಿರಲಿಲ್ಲ. ಎಲ್ಲಾ ಹುಡುಗಿಯರನ್ನು ಸುಖಪಡುವ ವಸ್ತುವನ್ನಾಗಿ ನೋಡಿದರೇ ಹೊರತು ಅವರನ್ನು ಪ್ರೀತಿಸಲು ಯೋಗ್ಯವಾದ ಮನುಷ್ಯರಂತೆ ಎಂದೂ ನೋಡಲಿಲ್ಲ. ಹಾಗಾಗಿ ತಮ್ಮ ಸುಖಕ್ಕೆ ಒಬ್ಬರಲ್ಲದಿದ್ದರೆ ಇನ್ನೊಬ್ಬರು ಎಂಬ ವ್ಯಾವಹಾರಿಕ ಭಾವನೆ ಬೆಳೆಸಿಕೊಂಡಿದ್ದರು.

ನಿಜವಾಗಿಯೂ ಇಡೀ ಜೀವನದಲ್ಲಿ ತಾವು ಯಾರನ್ನು ಪ್ರೀತಿಸಿರಲಿಲ್ಲವೇ?

ಗುರುಗಳು ತಮ್ಮ ಮನಸ್ಸನ್ನು ಕೆದಕಿ ಕೆದಕಿ ನೋಡಿದರು. ಹರೆಯಕ್ಕೆ ಬಂದಾಗ ಖಂಡಿತವಾಗಿಯೂ ಅವರು ಪ್ರೀತಿಯ ಬಗ್ಗೆ ಯೋಚನೆ ಕೂಡ ಮಾಡಿರಲಿಲ್ಲ. ಪ್ರತಿ ಹುಡುಗಿಯ ಸಾಮಿಪ್ಯ ಅವರಿಗೆ ಕೇವಲ ಸುಖದ ನೆನಪು ಕೊಡುತ್ತಿತ್ತೇ ವಿನಃ ನಿಷ್ಕಲ್ಮಶವಾದ ಪ್ರೀತಿಯ ಅನುಭೂತಿ ಯಾರೊಂದಿಗೂ ಆಗಿರಲಿಲ್ಲ... ಕಲ್ಪನಾಳೊಂದಿಗೆ ಕೂಡ.

ಕಲ್ಪನಾ... ಕಲ್ಪನಾಳನ್ನು ನೆನೆಸಿಕೊಂಡು ಜಡವಾಗಿ ಬಿದ್ದಿದ್ದ ಗುರುಗಳ ದೇಹದಲ್ಲೂ ಮಿಂಚು ಹರಿದಂತಾಯಿತು. ಹೈಸ್ಕೂಲಿನ ಜೊತೆಗಾತಿ, ದಂತದ ಬೊಂಬೆಯಂತಿದ್ದ ಕಲ್ಪನಾಳನ್ನು ನೆನೆಸಿಕೊಂಡರೆ ಹರೆಯದ ಹೊಸ್ತಿಲಲ್ಲಿದ್ದ ರಘುವಿನ ಮೈ ಬಿಸಿಯೇರುತ್ತಿತ್ತು. ಎದೆ ಢವಿಢವಿಸುತ್ತಿತ್ತು. ಬಾಯೊಣಗಿ ಕೈಕಾಲು ನಿತ್ರಾಣವಾಗುತ್ತಿತ್ತು. ಅದೇ ಪ್ರೀತೀನಾ? ಗುರುಗಳಿಗೆ ಖಾತ್ರಿಯಾಗಿ ಗೊತ್ತಾಗಲಿಲ್ಲ. ಆದರೆ ಒಂದಂತೂ ನಿಜ. ನೋಡಿದವರ ಮನ ಸೆಳೆಯುವಂತಿದ್ದ ಚೆಲುವ ರಘು ಎಂದರೆ ಕಲ್ಪನಾಳ ಪ್ರೀತಿ ಹುಚ್ಚೇಳುತ್ತಿತ್ತು. ಅವನು ಹೊತ್ತು ಗೊತ್ತಿಲ್ಲದೆ ಎಲ್ಲಿಂದ ರಲ್ಲಿ ಕಾಮೋನ್ಮತ್ತನಾಗಿ ಅವಳನ್ನು ಸಮೀಪಿಸಿದಾಗ ಒಲ್ಲೆ ಅನ್ನದೆ ತನ್ನನ್ನು ಅವನಿಗೆ ಒಡ್ಡಿಕೊಳ್ಳುತ್ತಿದ್ದಳು. ಕಲ್ಪನಾಳೊಂದಿಗೆ ಪಟ್ಟ ಸುಖದ ಮಟ್ಟಕ್ಕೆ ರಘು ಪುನಃ ಯಾರೊಂದಿಗೂ ಸುಖ ಪಡಲಾಗಲಿಲ್ಲ. ಆಗ ತಾನೇ ಮೂಡುತ್ತಿದ್ದ ಯೌವ್ವನದ ಜೋರೋ ಅಥವಾ ಹೊಸದಾಗಿ ಅರಳಿದ ಹೂವಿನಂತಿದ್ದ ಕಲ್ಪನಾಳಲ್ಲಿದ್ದ ವಿಶೇಷ ಆಕರ್ಷಣೆಯೋ ಅವಳೊಂದಿಗೆ ಬೆರೆಯುವ ಅವಕಾಶ ಸಿಕ್ಕಾಗಲೆಲ್ಲಾ ರಘು ಮೈ ಮರೆಯುತ್ತಿದ್ದ. ಸವಿದಷ್ಟೂ ಸವಿ ಎನಿಸುವ ಹಣ್ಣಿನಂತೆ ಅವನಿಗೆ ಕಲ್ಪನಾ.

ಸತತ ಎರಡು ವರ್ಷಗಳ ಅವಳ ಸಂಗದಿಂದ ಬೇಸತ್ತಂತೆ ಕಂಡ ರಘು ಅವಳಿಂದ ತಪ್ಪಿಸಿಕೊಂಡು ಕ್ಲಾಸಿನ ಇತರ ಹುಡುಗಿಯರ ಹಿಂದೆ ಸುತ್ತಾಡತೊಡಗಿದಾಗ ಕಲ್ಪನಾಳ ಎದೆಯೊಡಿದು ಹುಚ್ಚಳಂತಾದಳು. ಯಾವಾಗಲೂ "ಬೇಕಾದರೆ ನಿನಗಾಗಿ ಪ್ರಾಣವನ್ನೇ ಕೊಡುತ್ತೀನಿ" ಎನ್ನುತ್ತಿದ್ದ ಅವಳು ನಿಜವಾಗಿಯೂ ನೇಣು ಹಾಕಿಕೊಂಡು ಪ್ರಾಣಬಿಟ್ಟಳು. ಅವಳ ಸಾವಿಗೆ ನಿಖರವಾದ ಕಾರಣ ತಿಳಿಯದಿದ್ದರೂ, ಅಪ್ರಾಪ್ತಳಾಗಿದ್ದರೂ ನಾಲ್ಕು ತಿಂಗಳ ಗರ್ಭಿಣಿಯಾಗಿದ್ದ ಕಲ್ಪನಾ ಪ್ರಾಣತ್ಯಾಗ ಮಾಡಿದ್ದೇಕೆ ಎಂದು ಎಲ್ಲರಿಗೂ ಗೊತ್ತಾಯಿತು. ಅವಳ ಸಾವು ರಘುವಿನ ಮೇಲೆ ಸಿಡಿಲಿನಂತೆ ಬಡಿದಿತ್ತು. ಅವರಪ್ಪನ ಹಣದ ಬಲ, ರಾಜಕೀಯ ಧುರೀಣರೊಂದಿಗೆ ಅವರು ಬೆಳೆಸಿದ್ದ ಸಖ್ಯದ ಬಲದಿಂದ ರಘು ಬಚಾವಾಗಿದ್ದ. ಕಲ್ಪನಾ ಸತ್ತ ಕೆಲಕಾಲ ರಘು ದಿಗ್ಮೂಢನಂತೆ ಆಗಿದ್ದ. ತಾನು ಕಲ್ಪನಾಳನ್ನು ಪ್ರೀತಿಸಿರಬಹುದೇ ಎಂದು ರಘುವಿಗೆ ಎಂದಿಗೂ ಅನುಮಾನವೇ. ತನಗೆ ಹೃದಯವೇ ಇಲ್ಲವೇ? ಕಲ್ಪನಾಳನ್ನು ಕೇವಲ

ಉಪಯೋಗಿಸಿಕೊಂಡೆನಾ ಎಂಬ ಪ್ರಶ್ನೆಗಳು ಅವನನ್ನು ಕಾಡುತ್ತಿದ್ದವು.

ತಾವೇಕೆ ಹಾಗೆ? ತಮ್ಮ ಪ್ರೀತಿಗಾಗಿ ತನ್ನನ್ನು ತಾನೇ ಅರ್ಪಿಸಿಕೊಂಡ ಕಲ್ಪನಾಳ ಪ್ರೀತಿಗೆ ತಾವು ಯಾಕೆ ಸ್ಪಂದಿಸಲಾಗಲಿಲ್ಲ? ತಮ್ಮ ಜಾಗದಲ್ಲಿ ಬೇರೆ ಯಾರಾದರೂ ಇದ್ದಿದ್ದರೆ ಅವರು ಏನು ಮಾಡುತ್ತಿದ್ದರು?.. ತಮ್ಮ ಜೀವನದಲ್ಲೇ ಹೀಗೆ ಆಗಿರುವುದೇ ಅಥವಾ ಎಲ್ಲರ ಜೀವನದಲ್ಲೂ ಈ ರೀತಿಯ ಘಟನೆಗಳು ನಡೆದಿರುತ್ತವೆಯೇ?... ಇಲ್ಲಾ ಇದು ತಮ್ಮ ಜೀವನದ ವೈಶಿಷ್ಟ್ಯವೇ? ಗುರುಗಳ ಮನಸ್ಸಿನಲ್ಲಿ ಗೊಂದಲದ ಪ್ರಶ್ನೆಗಳು ಎದ್ದು ನಿಂತವು. ಗುರುಗಳಿಗೆ ಈ ಪ್ರಶ್ನೆಗಳಿಗೆ ಉತ್ತರ ಈಗಲೂ ಸಿಕ್ಕಿಲ್ಲ.

ಯೌವ್ವನದ ಕಾವು ಇಳಿದು, ವಯಸ್ಸಿನ ದಾಳಿಯಿಂದ ಜರ್ಜರಿತರಾಗಿ ಅನಾರೋಗ್ಯದಿಂದ ಬಳಲುತ್ತಿದ್ದ ಗುರುಗಳು ತಮ್ಮ ಆತ್ಮಸಾಕ್ಷಿಯನ್ನು ಕಾಡತೊಡಗಿದ ಕಲ್ಪನಾಳ ನೆನಪಿನಿಂದ ಘಾಸಿಗೊಂಡರು. ತಮ್ಮ ಅವಸಾನದ ಕಾಲ ಬಂದಿದೆಯೇ? ಇಷ್ಟು ವರ್ಷಗಳು ಇಲ್ಲದ್ದು ಹೀಗೇಕೆ ಹಳೆಯ ನೆನಪುಗಳು ಈಗ ತಮ್ಮನ್ನು ಕಾಡಲು ಪ್ರಾರಂಭಿಸಿವೆ ಎಂದು ಚಿಂತಾಕ್ರಾಂತರಾದರು ಗುರುಗಳು. ಯೋಚನೆಯಲ್ಲಿ ದಿನ ಕಳೆದು ಪುನಃ ರಾತ್ರಿಯಾಯಿತು. ಗುರುಗಳು ಆಗಾಗ ನಿದ್ದೆ, ಆಗಾಗ ಎಚ್ಚರದಿಂದ ಘಳಿಗೆ ಘಳಿಗೆ ಮುಂದೆ ಹೋಗುವುದನ್ನು ಲೆಕ್ಕ ಹಾಕುತ್ತಾ ಮಲಗಿದ್ದರು. ಮತ್ತೆ ಮಂಪರು ಹತ್ತಿತ್ತೇನೋ...! ತಮ್ಮ ಶಿಷ್ಯರ ಗಡಿಬಿಡಿಯಿಂದ ಎಚ್ಚೆತ್ತು ಪುನಃ ವಾಸ್ತವಕ್ಕೆ ಬಂದರು ಗುರುಗಳು. ತಮ್ಮ ಶಿಷ್ಯರೇನು ನಿಶಾಚರರಂತೆ ರಾತ್ರಿ ಹೊತ್ತಲ್ಲೇ ಚುರುಕಾಗುತ್ತಾರಲ್ಲಾ.. ಈಗೇನು ಇವರ ಕಾರುಬಾರು ಎಂದು ಕಣ್ಣು ಬಿಟ್ಟು ನೋಡಿದರು. ಕೆಲಸ ರೂಮಿನೊಳಕ್ಕೆ ಏನೇನೋ ತರುತ್ತಿರುವುದನ್ನು ಗಮನಿಸಿದರು ಅವರು. ನಾಲ್ಕಾರು ಶಿಷ್ಯರು ಹೊತ್ತು ತಂದ ಅದನ್ನು ನೋಡಿ ಗುರುಗಳ ಪ್ರಾಣವೇ ಹಾರಿ ಹೋದಂತಾಯಿತು. ಬೆಳ್ಳಿಯ ಹೊದಿಕೆ ಹೊದಿಸಿ ಆಕರ್ಷಕವಾಗಿ ಚಿತ್ತಾರದ ಕೆಲಸ ಮಾಡಿದ್ದ ಶವ ಪೆಟ್ಟಿಗೆ ಅದು. ಒಳಗೆ ನಿಚ್ಚಳವಾಗಿ ಕಾಣುವಂತೆ ಮೇಲೆ ಹಾಗೂ ಬದಿಗಳಲ್ಲಿ ದಪ್ಪ ಗಾಜನ್ನು ಅಳವಡಿಸಿದ್ದರು. ಅದನ್ನು ಯಾರಿಗಾಗಿ ತರಿಸಿದ್ದಾರೆ ಇವರು? ಸ್ವಲ್ಪದರಲ್ಲೇ ಗುರುಗಳಿಗೆ ಅದನ್ನು ತಮಗಾಗಿಯೇ ತರಿಸಿದ್ದಾರೆ ಎಂದು ವೇದ್ಯವಾಯಿತು. ಗಾಬರಿಯಿಂದ ಗುರುಗಳಿಗೆ ಆಗಲೇ ಪ್ರಾಣ ಹೋದಂತಾಯಿತು. ಅದು ಏನು, ಯಾಕೆ ಎಂದು ದಬಾಯಿಸಿ ಕೇಳುವ ಬಲವಾದ ಮನಸ್ಸಾದರೂ, ಜಡವಾಗಿ ಬಿದ್ದಿದ್ದ ದೇಹ ಅಲುಗಾಡಲಿಲ್ಲ. ಕುಸಿದಿದ್ದ ಧ್ವನಿ ಗಂಟಲಿನಿಂದ ಹೊರಗೆ ಬರಲಿಲ್ಲ.

ತಮ್ಮ ಅಸಹಾಯಕತೆಗೆ ತಮ್ಮ ಮೇಲೆ ಜಿಗುಪ್ಸೆಯಾಯಿತು ಗುರುಗಳಿಗೆ. ತಾವು ಇನ್ನೂ ಬದುಕಿರುವಾಗಲೇ ತಮ್ಮನ್ನ ಸಮಾಧಿ ಮಾಡುವುದಕ್ಕೆ ಶಿಷ್ಯವೃಂದ ತಯಾರಿ ನಡೆಸುತ್ತಿದ್ದಾರೆ ಎಂದು ಅವರಿಗೆ ಹೇಳಲಾಗದ ವೇದನೆಯಾಯಿತು.

ಇವರನ್ನೆಲ್ಲಾ ತಾವೇ ಕೈಯಾರ ಆರಿಸಿ ಆಶ್ರಮದಲ್ಲಿ ಅಧಿಕಾರ ಕೊಟ್ಟು ಬೆಳೆಸಿದ್ದು. ಅದಕ್ಕಾದರೂ ತಮ್ಮ ಮೇಲೆ ಸ್ವಲ್ಪ ಪ್ರೀತಿ ಇರಬೇಡವೇ? ತಮ್ಮ ಎಲ್ಲಾ ಹಣವನ್ನು ಲೂಟಿ ಮಾಡಿದ ಮೇಲೆ ಇನ್ನು ತಮಗೇನು ಬೆಲೆ ಕೊಡುವುದು ಎಂದಿರಬೇಕು. ತಾವು ಸ್ವಲ್ಪ ಚೇತರಿಸಿಕೊಂಡ ಮೇಲೆ ಇವರಿಗೆ ತೋರಿಸುತ್ತೇವೆ. ಕೇವಲ ತಮ್ಮ ದರ್ಶನಕ್ಕೆ ಜನ ಹಣ ಸುರಿಯಲು ತಯಾರಿರುತ್ತಾರೆ. ಹೋದ ವರ್ಷ ರಾಜಕೀಯ ಧುರೀಣರು ತಮ್ಮ ಪಾರ್ಟಿ ಭೇದ ಮರೆತು 'ಗುರುವಂದನೆ' ಎಂದು ತಮಗೆ ವಜ್ರಖಚಿತ ಚಿನ್ನದ ಕಿರೀಟ ಹಾಕಿ, ಚಿನ್ನದ ನಾಣ್ಯಗಳಿಂದ ತುಲಾಭಾರ ಮಾಡಿ ಚಿನ್ನದ ಹೂಗಳಿಂದ ಪೂಜಿಸಲಿಲ್ಲವೇ? ಇವರು ನನಗೆ ಮೋಸ ಮಾಡಿ ಲೂಟಿ ಮಾಡಿದ ಸಂಪತ್ತಿನ ನಾಲ್ಕು ಪಟ್ಟು ಸಂಪತ್ತನ್ನು ಕೇವಲ ಕೆಲವು ವರ್ಷಗಳಲ್ಲಿ ಸಂಪಾದಿಸುತ್ತೇನೆ. ಹಣ ಹೋದರೇನು... ಮತ್ತೆ ಸಂಪಾದಿಸಬಹುದು.

"ಹಣ ಹೋದರೆ ಮತ್ತೆ ಸಂಪಾದಿಸಬಹುದು... ವಯಸ್ಸು ಹೋದರೆ ಮತ್ತೆ ಸಿಗಲ್ಲ" ಎಂದು ಕಾಲೇಜಿನಲ್ಲಿ ಸ್ನೇಹಿತರಿಗೆ ತಾವು ಹೇಳುತ್ತಿದ್ದದು ನೆನಪಿಸಿಕೊಂಡರು ಗುರುಗಳು.

ರೋಮನ್ ಶಿಲ್ಪಿ ಮೈಕಲಾಂಜಲೋ ಕೆತ್ತಿದ ಡೇವಿಡ್‌ನ ಕಡಿದ ವಿಗ್ರಹದಂತೆ ಕಟ್ಟು ಮಸ್ತಾಗಿದ್ದ ರಘು ಸ್ಫುರದ್ರೂಪಿ ಎನ್ನುವುದರಲ್ಲಿ ಎರಡು ಮಾತಿರಲಿಲ್ಲ. ಹುಡುಗಿಯರನ್ನು ಕೊಲ್ಲುವ ರೂಪ ಅವನದು. ಅದಕ್ಕೆ ತಕ್ಕ ಹಾಗೆ ಮರುಳು ಮಾಡುವಂತೆ ಮಾತಾಡುವ ಚಾಕಚಕ್ಯತೆ. ಈಗ ತುಂಬು ಯೌವ್ವನದಲ್ಲಿ ಅವನಿಗೆ ವಯಸ್ಸಿನ ಮದ. ಹೃದಯಾಘಾತದಿಂದ ಸತ್ತ ಅಪ್ಪ ಗಳಿಸಿ ಬಿಟ್ಟು ಹೋಗಿದ್ದ ಹಣದ ಮದ. ತಪ್ಪು ಒಪ್ಪುಗಳನ್ನು ತಿದ್ದಲು ಹಿರಿಯರು ಯಾರೂ ಇಲ್ಲದ ಸ್ವಾತಂತ್ರ್ಯ. ಇದಕ್ಕಿಂತ ಬೇಕೇ ರಘುವಿಗೆ? ಕಾಲೇಜಿನ ಕ್ಲಾಸಿಗೆ ಹೋಗಿದ್ದು ಕಮ್ಮಿ. ಬಾರು, ಕ್ಯಾಬರೆ, ಮುಜರಾಗಳಿಗೆ ಹೋಗಿದ್ದೆ ಹೆಚ್ಚು. ಕುಡಿದ ಅಮಲಿನಲ್ಲಿ ತನ್ನ ಮನೆಗೆ ಕರೆದುಕೊಂಡು ಹೋಗುತ್ತಿರುವ ಹೆಣ್ಣು ಹೇಗಿದ್ದಾಳೆ, ಎಷ್ಟು ವಯಸ್ಸು. ಎಷ್ಟು ಬೆಲೆ ಎಂದು ಯೋಚಿಸುತ್ತಿರಲಿಲ್ಲ. ಸ್ವೇಚ್ಛಾಚಾರಕ್ಕೆ ಇತಿಮಿತಿ ಇಲ್ಲದೆ ಕಳೆದ ಆ ದಿನಗಳನ್ನು ನೆನಪಿಸಿಕೊಂಡು ಇಂದು ಸ್ವಲ್ಪ ಅಳುಕಿದರು ಗುರುಗಳು. ಬೆಲೆವೆಣ್ಣುಗಳ ಮೇಲೆ ಅವರು ಮಾಡಿದ ಖರ್ಚಿಗೆ ಲೆಕ್ಕವಿಲ್ಲ. ಹಾಸಿಗೆಯಲ್ಲಿ ಪಕ್ಕದಲ್ಲೊಬ್ಬ ಹುಡುಗಿಯಿಲ್ಲದೆ ರಾತ್ರಿ ಕಳೆದದ್ದೇ ನೆನಪಿಲ್ಲ ಅವರಿಗೆ.

ಗೆಳೆಯರೊಡನೆ ದೇಶದ ಉತ್ತರ ಭಾಗದ ಪ್ರವಾಸಕ್ಕೆಂದು ಹೋಗಿದ್ದಾಗ, ಅಲ್ಲಿನ ಅರಮನೆಗಳ ಅವಶೇಷಗಳನ್ನು ನೋಡುತ್ತಾ ಹಿಂದೆ ರಾಜರು ತಮ್ಮ ಸಾಮ್ರಾಜ್ಯದಲ್ಲಿನ ಪ್ರತಿ ಹೆಣ್ಣನ್ನು ಮೈನೆರೆದ ಮೇಲೆ ಅವಳ ಮೊದಲ ರಾತ್ರಿಯನ್ನು ತಮ್ಮೊಂದಿಗೇ ಕಡ್ಡಾಯವಾಗಿ ಆಚರಿಸಬೇಕು ಎಂದು ತಮ್ಮ ಶಯ್ಯಾಗಾರಕ್ಕೆ ಬಲವಂತದಿಂದ ಕರೆಸಿಕೊಳ್ಳುತ್ತಿದ್ದರು ಎಂದು ಕೇಳಿದ ರಘು

ಆ ರಾಜರ ಅದೃಷ್ಟಕ್ಕೆ ಕರುಬಿದ್ದ. ನಿರಾಯಾಸವಾಗಿ ದಿನಕ್ಕೊಂದು ಹೊಸ ಹುಡುಗಿಯನ್ನು ಅನುಭವಿಸಿದ್ದಕ್ಕೆ ಪುರಾವೆಯಾಗಿ ಸುಮಾರು ಐನೂರು ಬೇಗಮರು ವಾಸಮಾಡುವಂತೆ ಕಟ್ಟಿದ್ದ ಅರಮನೆ ನೋಡಿ ತಾನು ಮೊಘಲ್ ರಾಜನಾಗಿದ್ದಿದ್ದರೆ ಎಷ್ಟು ಮಜವಾಗಿರುತ್ತಿತ್ತು ಎಂದು ಹಲುಬಿದ್ದ ಅವನು. ಗುರುಗಳು ಮನಸ್ಸಿನಲ್ಲಿ ನಕ್ಕರು. ಆ ವಿಷಯದಲ್ಲಿ ತಾವೇನು ಯಾವ ರಾಜನಿಗೂ ಕಮ್ಮಿಯಿಲ್ಲ. ಇದುವರೆಗೂ ತಾವು ಎಷ್ಟು ಹೆಣ್ಣುಗಳ ಸಂಗ ಮಾಡಿರಬಹುದು ಎಂದು ಲೆಕ್ಕ ಹಾಕಲು ಹೋದರು. ಅಂದಾಜು ಕೂಡ ಮಾಡಲು ಆಗದೆ ಆ ಯೋಚನೆ ಕೈಬಿಟ್ಟರು. ನಂತರ ತಮಗೆ ಬಂದ ಆಲೋಚನೆಗೆ ನಾಚಿಕೆಯಾಯಿತು ಗುರುಗಳಿಗೆ.

ತಾವೇಕೆ ಹೀಗೆ? ತಮಗೇಕೆ ಆ ರೀತಿಯ ಆಲೋಚನೆಗಳು ಬರುತ್ತವೆ? ಪ್ರಪಂಚದಲ್ಲಿರುವ ಎಲ್ಲಾ ಸುಂದರ ತರುಣಿಯರನ್ನು ನಿರ್ಭಯವಾಗಿ ಅನುಭವಿಸಬೇಕೆಂಬ ಆಸೆ ಕೇವಲ ತಮಗೆ ಮಾತ್ರ ಬರುತ್ತದೆಯೋ ಅಥವಾ ಎಲ್ಲರಿಗೂ ಆ ರೀತಿಯ ಆಸೆಗಳಿರುತ್ತವೆಯೋ ಎಂದು ಗುರುಗಳಿಗೆ ಅರ್ಥವಾಗಲಿಲ್ಲ.

ಯೋಚನೆಯಲ್ಲಿ ಎಷ್ಟು ಹೊತ್ತು ಹೋಯಿತೋ ತಿಳಿಯಲಿಲ್ಲ. ಮಧ್ಯರಾತ್ರಿಯಾಗಬಹುದು. ಇವರ ಮಂಚ ಅಲುಗಾಡಿದಂತಾಯಿತು. ಭಾರತಿ ಮುಂದೆ ನಿಂತು ಸುಮಾರು ಎಂಟು ಜನ ಶಿಷ್ಯರಿಂದ ಇವರು ಮಲಗಿದ್ದ ಹಾಗೇ ಮಂಚವನ್ನು ಸರಿಸಿ ಪಕ್ಕಕ್ಕೆ ಇಡಿಸುತ್ತಿದ್ದಳು. ಅವಳ ಇಂಗಿತ ಗುರುಗಳಿಗೆ ತಕ್ಷಣವೇ ಗೊತ್ತಾಯಿತು. ಇದನ್ನು ನಡೆಯಲು ಏನಾದರೂ ಬಿಡಲಾರೆ ಎಂಬಂತೆ ಅವರು ಹೋರಾಡಲು ನಿರ್ಧರಿಸಿದರು. ತಮ್ಮೆಲ್ಲ ಶಕ್ತಿ ಉಪಯೋಗಿಸಿ ಕೂಗಲು ಪ್ರಯತ್ನಿಸಿದರು. ಅವರಿಗೂ ಕೇಳದ ಹಾಗೆ ಗೊರಗೊರ ಎಂಬ ಶಬ್ದವಾಯಿತೇ ವಿನಃ ಭಾರತಿಯಾಗಲಿ ಉಳಿದವರಿಗಾಗಲಿ ಏನು ಕೇಳಿಸಿದಂತೆ ಅನಿಸಲಿಲ್ಲ. ಕೈ ಎತ್ತಲು ಪ್ರಯತ್ನಿಸಿದರು. ತಮಗೆ ಕೈ ಇದೆಯೋ ಇಲ್ಲವೋ ಎಂಬಂತೆ ಕೈ ಇದ್ದಲ್ಲಿಂದ ಒಂದು ಚೂರು ಮಿಸುಕಲಿಲ್ಲ. ತಮ್ಮ ಅಸಹಾಯಕತೆಯ ಸಂಪೂರ್ಣ ಅರಿವಾಯಿತು ಗುರುಗಳಿಗೆ. ಇವರನ್ನು ಜರುಗಿಸಿಟ್ಟ ಕಡೆಯಿಂದ ಶಿಷ್ಯರು ಏನು ಮಾಡುತ್ತಿದ್ದಾರೆ ಎಂದು ಕಾಣಿಸಲಿಲ್ಲ ಅವರಿಗೆ. ಆದರೆ ಅವರು ಏನು ಮಾಡುತ್ತಿರಬಹುದು ಎಂದು ಗುರುಗಳಿಗೆ ನಿಖರವಾಗಿ ಗೊತ್ತಿತ್ತು. ಅವರು ಮಾಡಿದ ಶಬ್ದಗಳಿಂದ ತಮ್ಮ ಪಲ್ಲಂಗದ ಕಡೆಗೆ ರಹಸ್ಯವಾಗಿ ಮಾಡಿಸಿದ್ದ ಕೊಪ್ಪರಿಗೆಯಿಂದ ಚಿನ್ನದ ಗಟ್ಟಿಗಳು, ಒಡವೆಗಳು, ರತ್ನಾಭರಣಗಳು, ವಜ್ರಗಳು... ಎಲ್ಲವನ್ನೂ ತೆಗೆದುಕೊಳ್ಳುತ್ತಿದ್ದಾರೆ ಎಂದು ತಿಳಿಯಿತು. ಅಯ್ಯೋ ವಿಧಿಯೇ! ಭಾರತಿಯನ್ನು ನನ್ನ ನಂಬಿಕೆಯ ವ್ಯಕ್ತಿ ಎಂದು

ಅಂದುಕೊಂಡಿದ್ದು ತಮ್ಮ ಮೂರ್ಖತನ. ಹತ್ತು ಜನ್ಮಗಳಿದ್ದರೂ ಸಂಪಾದಿಸಲು ಸಾಧ್ಯವಾಗದಷ್ಟು ಸಂಪತ್ತನ್ನು ಹುದುಗಿಸಿ ಇಟ್ಟಿದ್ದೆ... ಎಲ್ಲಾ ಹೋಯಿತು ಎಂದು ಹಲುಬಿದರು. ಎಷ್ಟೋ ಹೊತ್ತು ಇವರ ಚಿನ್ನ, ರತ್ನಾಭರಣಗಳ ಸಾಗಣೆ ಅವಿರತವಾಗಿ ನಡೆಯಿತು. ನಂತರ ಅವರು ಗುರುಗಳ ಮಂಚವನ್ನು ಪುನಃ ಮೊದಲಿನ ಸ್ಥಾನಕ್ಕೆ ಜರುಗಿಸಿಟ್ಟರು. ಇವರ ಅಮೂಲ್ಯವಾದ ಸಂಪತ್ತನ್ನು ಹೊತ್ತ ದೊಡ್ಡ ವ್ಯಾನ್ ಒಂದು ಭರ್ರನೆ ಹೊರಟು ಕತ್ತಲಲ್ಲಿ ಮಾಯವಾಯಿತು.

ಕೆಲಸವನ್ನು ಸಮರ್ಥವಾಗಿ ಮಾಡಿ ಮುಗಿಸಿದ ಸಮಾಧಾನದಲ್ಲಿ ಬಹುಪಾಲು ಶಿಷ್ಯರು ಹೊರಗೆ ಹೋದರು. ತಮ್ಮೆಲ್ಲರಿಗೂ ಆ ಲೂಟಿಯಲ್ಲಿ ಪಾಲಿದೆ ಎಂದು ಅವರಿಗೆ ಗೊತ್ತು. ಅನಿರೀಕ್ಷಿತವಾಗಿ ತಮಗೆ ಸಿಗಲಿರುವ ದೊಡ್ಡ ಮೊತ್ತದ ಐಶ್ವರ್ಯ ಅವರಲ್ಲಿ ರೋಮಾಂಚನ ಉಂಟುಮಾಡಿತ್ತು. ಗುರುಗಳೊಂದಿಗೆ ಇರಲು ಕೆಲವೇ ಶಿಷ್ಯರು ಮಾತ್ರ ಉಳಿದರು. ಗುರುಗಳು ತಮ್ಮ ಕಣ್ಣುಗಳಲ್ಲಿ ಬೆಂಕಿ ತುಂಬಿ ಅಲ್ಲಿದ್ದವರನ್ನು ದುರ ದುರನೆ ನೋಡಿದರು. ಯಾರೂ ಇವರನ್ನು ಲಕ್ಷಿಸಲಿಲ್ಲ. ಒಬ್ಬ ಶಿಷ್ಯ ತನ್ನ ಕಾವಿ ನಿಲುವಂಗಿಯಿಂದ ಸಣ್ಣ ಪೊಟ್ಟಣ ಹೊರಗೆ ತೆಗೆದು ಅದರಿಂದ ಚಿಟಿಕೆ ಚಿಟಿಕೆಯಾಗಿ ಪುಡಿಯೊಂದನ್ನು ಎಲ್ಲರಿಗೂ ಹಂಚಿದ. ಅದೇನು ಎಂದು ಗುರುಗಳಿಗೆ ಯಾರು ಹೇಳಬೇಕಾಗಿರಲಿಲ್ಲ. ಆಶ್ರಮದ ಸುರಕ್ಷತೆಯಲ್ಲಿ ಅಮಲು ತರಿಸುವ ಮಾದಕ ವಸ್ತುಗಳನ್ನು ಧಾರಾಳವಾಗಿ ಉಪಯೋಗಿಸಲು ಗುರುಗಳೇ ಈ ಮುಂಚೆ ಎಲ್ಲರನ್ನೂ ಉತ್ತೇಜಿಸಿದ್ದರು. ಸ್ವತಃ ತಾವೇ ಅದನ್ನು ಸೇವಿಸುತ್ತಿದ್ದ ಗುರುಗಳು ತಮ್ಮ ಶಿಷ್ಯರು ಅದನ್ನು ಉಪಯೋಗಿಸುವುದಕ್ಕೆ ಅಭ್ಯಂತರ ವ್ಯಕ್ತಪಡಿಸುತ್ತಿರಲಿಲ್ಲ. ಆದರೆ ಅವರ ಎದುರಿಗೇ ಮಾದಕ ವಸ್ತುವಿನ ಸೇವನೆ ಮಾಡುವ ದಾಷ್ಟೀಕ ಇದುವರೆಗೂ ಯಾರೂ ತೋರಿಸಲಿಲ್ಲ. ಮೂಕರಂತೆ ನೋಡುತ್ತಿದ್ದ ಗುರುಗಳ ಎದುರು ನಶೆ ಏರಿದ ಶಿಷ್ಯರು ತಮ್ಮ ಸಂಗಾತಿಗಳೊಡನೆ ಸರಸವಾಡಲು ಶುರು ಮಾಡಿದರು. ಸ್ವೇಚ್ಛ ಲೈಂಗಿಕತೆಯನ್ನು ಪ್ರತಿಪಾದಿಸುತ್ತಿದ್ದ ಆಶ್ರಮದಲ್ಲಿ ಅದು ಸರ್ವೇಸಾಮಾನ್ಯವಾಗಿದ್ದರೂ, ಗುರುಗಳು ಕೋಪದಿಂದ ಕೆಂಡಾಮಂಡಲವಾದರು. ಸುಟ್ಟು ಬೆಂದು ಹೋದ ಬದನೆಕಾಯಿಯಂತೆ ನಿಸ್ಸತ್ವದಿಂದ ಹಾಸಿಗೆಯಲ್ಲಿ ನರಳುತ್ತಾ ಬಿದ್ದಿದ್ದ ತಮ್ಮ ಮುಂದೆಯೇ ಶಿಷ್ಯರು ಸರಸವಾಡಲು ಪ್ರಾರಂಭಿಸಿದ್ದು ಅವರಿಗೆ ಬೆಂಕಿ ಹಚ್ಚಿದಂತಾಯಿತು. ಕಡೆಗೆ ನಿಸ್ಸಹಾಯಕ ಕೋಪ ವೇದನೆಗೆ ತಿರುಗಿತು.

ಈ ರೀತಿಯ ವೇದನೆಯನ್ನು ತಾವು ಎಷ್ಟು ಜನರಿಗೆ ಕೊಟ್ಟಿಲ್ಲ? ಗುರುಗಳ ಮನಸ್ಸು ಪುನಃ ತಮ್ಮ ಯೌವ್ವನದ ದಿನಗಳಿಗೆ ಹಾರಿತು.

ಸ್ವೇಚ್ಛಾಚಾರಕ್ಕೆ ಕಡಿವಾಣವಿಲ್ಲದೆ ಬದುಕಿದ್ದ ರಘುವಿಗೂ ಒಂದು ಕೆಲಸ ಎಂದು ಸಿಕ್ಕಿ ಮದುವೆ ಆಗಿದ್ದು ದೊಡ್ಡ ಆಶ್ಚರ್ಯ. ಕೆಲವು ಕಾಲ ರಘು ಹೊಸ

ಹೆಂಡತಿಯೊಂದಿಗೆ ಸುಖವಾಗಿ ಸಂಸಾರ ನಡೆಸಿದ್ದ. ಆದರೆ ದಿನಾ ಅದೇ ಹೆಂಡತಿಯೊಡನೆ ಇರಲು ಬಹುಬೇಗ ಬೇಸರವಾಯಿತು ಅವನಿಗೆ. ತಾನು ಕೆಲಸ ಮಾಡುತ್ತಿದ್ದ ಆಫೀಸಿನ ಸಹೋದ್ಯೋಗಿಗಳೊಂದಿಗೆ ಹೊಲಸು ಸಂಬಂಧ ಪ್ರಾರಂಭವಾಯಿತು ಅವನದು. ಟೆಲಿಫೋನ್ ಆಪರೇಟರ್ ರೀಟಾ, ಅಕೌಂಟ್ಸ್‌ನ ಅಂಜಲಿ, ಎಚ್ ಆರ್ ಮ್ಯಾನೇಜರ್ ಹರಿಣಿ, ಗೆಳೆಯ ಹರೀಶನ ಪತ್ನಿ ವಸುಧಾ ಇವನ ರಾಸಲೀಲೆ ಪಟ್ಟಿ ಬೆಳೆಯುತ್ತಲೇ ಇತ್ತು. ಇವನ ಲಂಪಟತನಕ್ಕೆ ಇವನ ಪತ್ನಿ ಸಂಪೂರ್ಣ ಬೇಸತ್ತು ಹೋದಳು. ಮನುಷ್ಯನ ರೂಪದಲ್ಲಿ ಹುಟ್ಟಿದ ಪ್ರಾಣಿ ಇವನು ಎಂದು ಅಸಹ್ಯಪಟ್ಟುಕೊಳ್ಳತೊಡಗಿದಳು. ಆದರೆ ಸುಸಂಸ್ಕೃತ ಕುಟುಂಬದಲ್ಲಿ ಬೆಳೆದ ಅವಳು ತನ್ನ ನೋವನ್ನು ನುಂಗಿಕೊಂಡು ಇತರರ ಎದುರು ತನ್ನ ಸಂಸಾರದ ಮರ್ಯಾದೆ ಬೀದಿ ಪಾಲಾಗಬಾರದು ಎಂದು ಇವನೊಡನೆ ಹೆಣಗಾಡುತ್ತಿದ್ದಳು.

ತನ್ನಲ್ಲಿ ಏನನ್ನು ನೋಡಿ ಹೆಂಗಸರು ತನ್ನ ಮೋಡಿಗೆ ಬೀಳುತ್ತಾರೆ ಎಂದು ಅನೇಕ ಬಾರಿ ಆಶ್ಚರ್ಯ ಪಡುತ್ತಿದ್ದ ರಘು ತಾನು ರೂಪವಂತ ಎಂದು ಅವನಿಗೆ ತಿಳಿದಿತ್ತು. ಆದರೆ ನಿರ್ದಿಷ್ಟವಾಗಿ ತನ್ನಲ್ಲಿ ಹುಡುಗಿಯರು ಏನನ್ನು ಮೆಚ್ಚುತ್ತಾರೆ ಎಂದು ಕುತೂಹಲಗೊಳ್ಳುತ್ತಿದ್ದ. ತನ್ನ ನೀಳಕಾಯವೇ, ಹೊಂಬಣ್ಣವೇ, ಆಕರ್ಷಕ ಮುಖವೇ, ತೀಕ್ಷ್ಣ ಕಣ್ಣುಗಳೇ, ಅಲೆ ಅಲೆಯಾದ ಹೇರಳ ಕೇಶವೇ, ಯಾರನ್ನಾದರೂ ಮೋಡಿ ಮಾಡಬಲ್ಲ ಇವನ ಮೋಹಕ ನಗುವೇ ಅಥವಾ ಮಾತಲ್ಲಿ ಸುಲಭವಾಗಿ ಮರುಳು ಮಾಡುವ ತನ್ನ ವ್ಯಕ್ತಿತ್ವವೇ?... ಏನೋ ಹೇಗೋ, ಹುಡುಗಿಯರು ಮಾತ್ರ ಇವನೆಡೆಗೆ ಸುಲಭವಾಗಿ ಆಕರ್ಷಿತರಾಗುತ್ತಿದ್ದರು. ಮೇಲಾಗಿ ಹುಡುಗಿಯ ವಿಷಯದಲ್ಲಿ ರಘು ಎಂದೂ ಕೈಹಿಡಿತ ಮಾಡಿದವನಲ್ಲ. ಅವರ ಮೇಲೆ ಧಾರಾಳವಾಗಿ ಖರ್ಚು ಮಾಡಿ ಅವರನ್ನು ತಾವೊಬ್ಬ ತ್ರಿಲೋಕ ಸುಂದರಿ ಎಂದು ಭ್ರಮಿಸುವಂತೆ ಮಾಡುತ್ತಿದ್ದ. ಅವರನ್ನು ರಮಿಸಲು ಸಾಲ ಮಾಡಿಯಾದರೂ ಖರ್ಚು ಮಾಡುತ್ತಿದ್ದ.

ಹುಡುಗಿಯರ ಬಗ್ಗೆ ತನಗಿರುವ ತಣಿಸಲಾಗದ ಹಸಿವೆಗೆ ರಘು ಒಮ್ಮೊಮ್ಮೆ ಅಚ್ಚರಿಗೊಳ್ಳುತ್ತಿದ್ದ. ತಾನೇಕೆ ಹೀಗೆ? ಎಲ್ಲರೂ ಹುಡುಗಿಯರಿಗಾಗಿ ಹೀಗೆ ಹಾತೊರೆಯುತ್ತಾರಾ? ಅಥವಾ ತಾನು ಮಾತ್ರ ವಿಶಿಷ್ಟ ವ್ಯಕ್ತೀನಾ ಎಂದು ಅವನಿಗೆ ಅರ್ಥವಾಗುತ್ತಿರಲಿಲ್ಲ.

ಜಗತ್ತಿನಲ್ಲಿ ಪ್ರತಿಯೊಂದೂ ಬದಲಾಗಲೇ ಬೇಕಲ್ಲವೇ? ತನ್ನ ಉದ್ಯೋಗದಲ್ಲಿ ಮೇಲೇರುತ್ತಿದ್ದ ರಘು ತಾರುಣ್ಯದ ಭರತದಿಂದ ಮಧ್ಯ ವಯಸ್ಸಿನ ಇಳಿತಕ್ಕೆ ಸಾಗಿದ. ಅದಕ್ಕೆ ತಕ್ಕ ಹಾಗೆ ದೇಹ ಬದಲಾದರೂ ಅವನ ಮನಸ್ಸು ಬದಲಾಗಲಿಲ್ಲ. ಎಚ್ ಆರ್ ಡೈರೆಕ್ಟರ್ ಆಗಿದ್ದ ಅವನು ತನ್ನ ಸ್ವಭಾವ

ಮಾತ್ರ ಬದಲಾಯಿಸಲಿಲ್ಲ. ತನ್ನ ಪದವಿಯ ಉಪಯೋಗ ಮಾಡಿಕೊಂಡು ಹೊಸ ತರುಣಿಯರ ಬೇಟೆಯಾಡಲು ಪ್ರಾರಂಭಿಸಿದ. ಕೆಲಸಕ್ಕಾಗಿ ಬಂದ ಚೆಲುವೆಯರನ್ನು ಏಕಾಂತವಾಗಿ ತನ್ನನ್ನು ಬಂದು ಕಾಣಲು ಹೇಳುತ್ತಿದ್ದ. ಅದನ್ನು ಒಪ್ಪಿ ಬಂದು ಇವನೊಡನೆ ಮಲಗಿದ ಚೆಲುವೆಯರಿಗೆ ಉದ್ಯೋಗ... ಉಳಿದವರಿಗೆ ವಿನಯವಾಗಿ ಮತ್ತೊಮ್ಮೆ ಪ್ರಯತ್ನ ಮಾಡಿ ಎಂದು ಹೇಳಿ ಕಳಿಸುತ್ತಿದ್ದ. ಅದಕ್ಕಾಗಿ ರಘು ಹತ್ತಿರದ ಪಂಚತಾರಾ ಹೋಟೆಲಿನಲ್ಲಿ ತನಗಾಗಿ ಒಂದು ರೂಮನ್ನು ಖಾಯಂ ಆಗಿ ಗೊತ್ತು ಮಾಡಿಕೊಂಡಿದ್ದ. ಈ ವ್ಯವಹಾರ ರಹಸ್ಯವಾಗಿ ಕೆಲ ವರ್ಷಗಳು ಅವ್ಯಾಹತವಾಗಿ ನಡೆಯಿತು.

ಎಲ್ಲವೂ ಚೆನ್ನಾಗಿದೆ ಎಂದುಕೊಳ್ಳುವುದರಲ್ಲಿ ರಘುವಿನ ಅದೃಷ್ಟ ಕೈ ಕೊಟ್ಟಿತ್ತು. ಅವನು ಕೆಲಸ ಕೊಡುತ್ತೇನೆ ಎಂದು ಹೇಳಿ ಸುಖಿಸಿದ್ದ ಹುಡುಗಿಯೊಬ್ಬಳಿಗೆ ಆಫೀಸಿನ ಬಾಸ್‌ನಿಂದಾಗಿ ಕೊಡಲಾಗಲಿಲ್ಲ. ಬೇರೆ ವ್ಯವಸ್ಥೆ ಮಾಡುತ್ತೇನೆ ಸ್ವಲ್ಪ ತಾಳು ಎಂದು ಇವನು ಭರವಸೆ ಕೊಟ್ಟಿದ್ದರೂ ಕೆಲಸದ ಅತೀ ಅವಶ್ಯಕತೆ ಇದ್ದ ಆ ಮೂರ್ಖ ಹುಡುಗಿ ಇವನ ಮಾತನ್ನು ನಂಬದೆ ಇವನು ಮಾಡಿದ ಮೋಸವನ್ನು ಬರೆದಿಟ್ಟು ವಿಷ ತಿಂದು ಪ್ರಾಣ ಬಿಟ್ಟಳು.

ಪೊಲೀಸರು ಆಫೀಸಿಗೆ ಬಂದು ವಿಚಾರಣೆ ಮಾಡಲು ಪ್ರಾರಂಭಿಸಿದ್ದು ದೊಡ್ಡ ಹಗರಣವಾಯಿತು. ಇವನ ಮೇಲೆ ಹಗೆ ಇದ್ದ ಕೆಲವು ಸಹೋದ್ಯೋಗಿಗಳು ಇವನು ಹುಡುಗಿಯರನ್ನು ಕೆಲಸದ ಆಸೆ ತೋರಿಸಿ ಹೇಗೆ ಕೆಡಿಸುತ್ತಿದ್ದಾನೆ ಎಂದು ಬಣ್ಣವಾಗಿ ವಿವರಿಸಿದರು. ಅದಕ್ಕೆ ಪೂರಕವಾಗಿ ಟೆಲಿಫೋನ್ ಆಪರೇಟರ್ ರೀಟಾ ಇವನು ಫೋನಿನಲ್ಲಿ ತನ್ನೊಂದಿಗೆ ಮಲಗಿದರೆ ಮಾತ್ರ ಕೆಲಸ ಕೊಡುತ್ತೇನೆ ಎಂದು ಹುಡುಗಿಯರಿಗೆ ಹೇಳಿದ್ದು ತಾನೇ ಕೇಳಿದ್ದೇನೆ ಎಂದು ದೃಢಪಡಿಸಿದಳು. ರಘುವಿನ ಜಂಘಾಬಲವೇ ಉಡುಗಿಹೋಯಿತು. ಪೊಲೀಸರು ತನ್ನನ್ನು ಬಂಧಿಸಿ ಕರೆದೊಯ್ಯುವ ದೃಶ್ಯ ಅವನ ಕಣ್ಣ ಮುಂದೆ ಮೂಡಿ ನಡುಗಿ ಹೋದ ಅವನು. ಅವರ ಆಪಾದನೆಗಳನ್ನೆಲ್ಲಾ ಅವನು ಸಾರಾಸಗಟಾಗಿ ಅಲ್ಲಗಳೆದರೂ ಪೊಲೀಸರು ಒಪ್ಪುವಂತೆ ಕಾಣಲಿಲ್ಲ. ತನ್ನ ಖಾಸಗಿ ರೂಮಿನಲ್ಲಿ ರಘು ಅವರ ಕಾಲಿಗೆ ಬಿದ್ದು ಅಂಗಲಾಚಿದ. ಅವನ ತಲೆ ಚುರುಕಾಗಿ ಕೆಲಸ ಮಾಡಿತು. ಕಡೆಗೆ ತನ್ನನ್ನು ಸದ್ಯಕ್ಕೆ ಬಂಧಿಸದಿರಲು ದೊಡ್ಡ ಮೊತ್ತ ಕೊಡುವುದಾಗಿ ಹೇಳಿ ಅವರನ್ನು ಒಪ್ಪಿಸಿದ. ಹಣ ತೆಗೆದುಕೊಳ್ಳಲು ಮಾರನೇ ದಿನ ಬೆಳಗ್ಗೆ ಪುನಃ ಬರುವುದಾಗಿ ಹೇಳಿ ಪೊಲೀಸರು ಹೋದರು.

ಅದರ ಆಘಾತದಲ್ಲಿದ್ದ ರಘುವಿಗೆ ಅದಕ್ಕಿಂತ ದೊಡ್ಡ ಆಘಾತ ಕಾದಿತ್ತು. ಪೊಲೀಸರು ಆಫೀಸಿನವರೆಗೂ ಬಂದಿದ್ದರಿಂದ ಕಂಪೆನಿಗೆ ಹತ್ತಿದ ಕಳಂಕ ಹಾಗೂ ಒಬ್ಬ ಅಮಾಯಕ ಹುಡುಗಿಯ ಬದುಕು ದುರಂತವಾಗಿ ಕೊನೆಗೊಂಡಿದ್ದಕ್ಕೆ

ಕಾರಣನಾದ ರಘುವಿನ ನಡವಳಿಕೆಯನ್ನು ಗಂಭೀರವಾಗಿ ಪರಿಗಣಿಸಿ ಕಂಪನಿ ರಘುವನ್ನು ಗೌರವವಾಗಿ ರಾಜೀನಾಮೆ ಕೊಟ್ಟು ಹೋಗಿ ಎಂದು ಕೆಲಸದಿಂದ ತೆಗೆದುಹಾಕಿ ಮನೆಗೆ ಕಳಿಸಿತ್ತು. ಮತ್ತೊಮ್ಮೆ ಆ ರೀತಿಯ ತಪ್ಪು ಮಾಡುವುದಿಲ್ಲ, ತನ್ನನ್ನು ಕ್ಷಮಿಸಿ, ಒಂದು ಅವಕಾಶ ಕೊಡಿ ಎಂದು ಇವನು ಅಂಗಲಾಚಿ ಕೇಳಿಕೊಂಡರೂ ಅವರು ಒಪ್ಪಲಿಲ್ಲ.

ಒಂದರ ಹಿಂದೆ ಒಂದು ಆದ ಆಘಾತದಿಂದ ರಘು ಕಂಗೆಟ್ಟು ಹೋದ. ಈ ಸಂಕಷ್ಟದಿಂದ ಪಾರಾಗುವುದು ಹೇಗೆ ಎಂದು ತಿಳಿಯದೆ ಒದ್ದಾಡಿದ. ಬಂಧನ ತಪ್ಪಿಸಿಕೊಳ್ಳುವ ಆತುರದಲ್ಲಿ ತನ್ನಲ್ಲಿದ್ದದ್ದಕ್ಕಿಂತ ಜಾಸ್ತಿ ಹಣ ಕೊಡುವುದಾಗಿ ಪೊಲೀಸರಿಗೆ ಮಾತು ಕೊಟ್ಟಾಗಿದೆ. ಈಗ ಹಣ ಹೊಂದಿಸಿಕೊಡಬೇಕು. ತನ್ನ ಎಲ್ಲಾ ಬ್ಯಾಂಕ್ ಖಾತೆಗಳನ್ನು ಹುಡುಕಾಡಿದ. ಅವರಿಗೆ ಹೇಳಿದ ಮೊತ್ತದ ಅರ್ಧದಷ್ಟೂ ಹೊಂದಿಸಲಾಗಲಿಲ್ಲ. ಸಹೋದ್ಯೋಗಿಗಳನ್ನು ಕೇಳಿದಾಗ ಇವನನ್ನು ಅವರು ತಿರಸ್ಕಾರವಾಗಿ ನೋಡಿ ತಮ್ಮ ಬಳಿ ಇಲ್ಲವೆಂದರು. ರಘು ದಿಕ್ಕೆಟ್ಟ. ಪೊಲೀಸರ ಬಂಧನದ ಭಯದಿಂದ ಪೂರ್ತಿ ರಾತ್ರಿ ಅವನಿಗೆ ನಿದ್ದೆ ಹತ್ತಲಿಲ್ಲ. ಕಡೆಗೆ ಮಾರನೇ ದಿನ ಬೆಳಗ್ಗೆ ಹೆಂಡತಿಯನ್ನು ಅವಳ ಒಡವೆಗಳನ್ನು ಕೊಡು ಎಂದು ನಯವಾಗಿ ಕೇಳಿದ. ತನ್ನ ಕೆಲಸ ಹೋಗಿದ್ದನ್ನು ಅವಳಿಂದ ಮುಚ್ಚಿಟ್ಟ ರಘು. ಕೆಲಸ ಹೋದ ಕಾರಣ ಅವಳಿಗೆ ತಿಳಿದರೆ ಪ್ರಮಾದವಾಗುತ್ತದೆ ಎಂದು ಅವನಿಗೆ ಗೊತ್ತಿತ್ತು. ಇವನ ದುರ್ವ್ಯಸನಗಳಿಗೆ ಖರ್ಚು ಮಾಡಲು ತಾನು ತನ್ನ ತವರಿನ ಒಡವೆಗಳನ್ನು ಸುತಾರಾಂ ಕೊಡಲಾರೆ ಎಂದು ನಿರ್ದಾಕ್ಷಿಣ್ಯವಾಗಿ ಹೇಳಿಬಿಟ್ಟಳು ಅವಳು. ಅವಳ ಮೇಲೆ ಅಗಾಧವಾದ ಕೋಪ ಬಂದರೂ ರಘು ನುಂಗಿಕೊಂಡು ಮನೆಯಾಚೆ ಹೋದ.

ತಾನು ಈಗ ಹೋಗುವುದೆಲ್ಲಿ ಎಂದು ತಿಳಿಯದೆ ಸೀದಾ ಬಾರಿಗೆ ಹೋಗಿ ಕೂತ. ಬೆಳಗ್ಗೆ ಬೆಳಗ್ಗೆಯೇ ಬಂದು ಕೂತ ರಘುವನ್ನು ನೋಡಿ ಬಾರಿನವನು ಚಕಿತನಾದ. ಮಧ್ಯಾಹ್ನದವರೆಗೂ ಒಂದೇ ಸಮನೆ ಕೂತು ಕುಡಿದ ರಘುವಿನ ತಲೆ 'ಧಿಂ' ಎನ್ನುತ್ತಿತ್ತು. ಸದ್ಯದಲ್ಲೇ ಬಂಧನಕ್ಕೊಳಗಾಗುವ ಭಯಕ್ಕೆ ಅವನ ಮೆದುಳು ನಿಷ್ಕ್ರಿಯವಾದಂತಾಯಿತು. ಎಲ್ಲಿಂದಾದರೂ ಹೇಗಾದರೂ ತನಗೆ ಹಣ ಸಿಗಬಾರದೆ ಎಂದು ಹಲುಬಿದ. ರಾತ್ರಿ ತಡವಾಗುವವರೆಗೂ ಕುಡಿಯುತ್ತಾ ಕುಳಿತಿದ್ದ ರಘು ಕಡೆಗೆ ಬಾರ್ ಮುಚ್ಚುವ ಸಮಯವಾದಾಗ ತೂರಾಡುತ್ತಾ ಎದ್ದು ಮನೆಗೆ ಹೊರಟ.

ತನ್ನ ಬಂಧನ ನಿಶ್ಚಿತ. ಅದರಿಂದ ತಪ್ಪಿಸಿಕೊಳ್ಳಬೇಕಾದರೆ ಹೇಗಾದರೂ ಮಾಡಿ ಹೆಂಡತಿಯನ್ನು ಒಪ್ಪಿಸಿ ಅವಳ ಒಡವೆಗಳನ್ನು ಮಾರಿ ಪೊಲೀಸರ ಋಣ ತೀರಿಸಿ ಕೈತೊಳೆದುಕೊಳ್ಳಬೇಕು ಎಂಬ ನಿರ್ಧಾರದೊಂದಿಗೆ ಮನೆಗೆ

ಬಂದ ರಘು. ಮನೆಯಲ್ಲಿ ಪರಿಸ್ಥಿತಿ ಬೇರೆಯೇ ಇತ್ತು. ರಘು ಆಫೀಸಿನಲ್ಲಿ ಸಿಗಲಿಲ್ಲ ಎಂದು ಮನೆಗೆ ಬಂದ ಪೊಲೀಸರು ಅವನ ಹೆಂಡತಿಯೊಂದಿಗೆ ಮಾತಾಡಿ ಅವನನ್ನು ಠಾಣೆಗೆ ಕಳಿಸಿ ಎಂದು ದಬಾಯಿಸಿ ಹೋಗಿದ್ದರು. ಗಂಡನ ಚಾರಿತ್ರ್ಯದ ಬಗ್ಗೆ ಅವಳಿಗೆ ತಿಳಿದಿದ್ದರೂ ಅವನು ಈ ಕೀಳು ಮಟ್ಟಕ್ಕೆ ಇಳಿಯುತ್ತಾನೆ ಅಂದುಕೊಂಡಿರಲ್ಲ ಅವಳು. ಕುಡಿದು ತೂರಾಡುತ್ತ ಬಂದ ರಘುವನ್ನು ಅವಳು ಉಗ್ರವಾಗಿ ಎದುರಿಸಿದಳು. ಗಂಡ ಹೆಂಡತಿ ಮಧ್ಯೆ ಭಯಂಕರವಾಗಿ ಜಗಳವಾಯಿತು. ಮತ್ತಿನಲ್ಲಿದ್ದ ರಘುವಿಗೆ ಸಂದರ್ಭವನ್ನು ಹೇಗೆ ನಿಭಾಯಿಸಬೇಕು ಎಂದು ತಿಳಿಯಲಿಲ್ಲ.

ಎಂದೂ ಎದುರಾಡದ ಹೆಂಡತಿ ತನ್ನನ್ನು ಧಿಕ್ಕರಿಸಿ ಮಾತಾಡುತ್ತಿದ್ದು ಅವನ ಕೋಪ ಎಲ್ಲೆ ಮೀರುವಂತೆ ಮಾಡಿತು. ಅವಳಿಂದ ಒಡವೆಗಳನ್ನು ಪಡೆಯುವುದು ಈಗ ಅಸಾಧ್ಯವೆನಿಸಿ ಹತಾಶನಾದ ಅವನು. ಪೊಲೀಸರು ಯಾವ ಕ್ಷಣದಲ್ಲಾದರೂ ಬಂದು ತನ್ನನ್ನು ಬಂಧಿಸಬಹುದು. ಇವಳು ಅದನ್ನು ಅರ್ಥ ಮಾಡಿಕೊಳ್ಳದೆ ತನ್ನ ನಡತೆಯ ಬಗ್ಗೆ ಕಾದಾಡುತ್ತಿದ್ದಾಳೆ ಎಂದು ಅವನಿಗೆ ತಡೆಯಲಾರದ ಕೋಪ ಬಂತು. ಪರಸ್ತ್ರೀಯರ ಸಂಗ ಮಾಡುವುದರಲ್ಲಿ ತಪ್ಪೇನಿಲ್ಲ ಎಂದು ಭಾವಿಸಿದ್ದ ರಘುವಿಗೆ ತನ್ನೊಡನೆ ಕಾದಾಡುತ್ತಿದ್ದ ಹೆಂಡತಿ ತನ್ನ ಪರಮ ಶತ್ರು ಎನಿಸಿತು. ತಡೆಯಲಾರದ ಕೋಪ ನೆತ್ತಿಗೇರಿ ಅವಳ ಕಡೆ ಹುಚ್ಚನಂತೆ ಹಲ್ಲು ಕಡಿಯುತ್ತಾ ನುಗ್ಗಿದ. ಧೈರ್ಯವಾಗಿ ಸೆಟೆದು ನಿಂತು ಅವಳ ಕುತ್ತಿಗೆಗೆ ಕೈ ಹಾಕಿ ಬಲವಾಗಿ ಅಮುಕಲು ಶುರು ಮಾಡಿದ. ಅವನಿಂದ ಬಿಡಿಸಿಕೊಳ್ಳಲು ಅವಳು ಹೆಣಗಾಡಿದಳು. ದೈತ್ಯ ಬಲದಿಂದ ಹಿಡಿದಿದ್ದ ಅವನ ಹಿಡಿತ ಜಗ್ಗಾಟದಿಂದ ಮತ್ತಷ್ಟು ಬಿಗಿಯಾಯಿತು. ಅವಳ ಕಣ್ಣುಗಳು ಕೆಕ್ಕರಿಸಿಕೊಂಡು ಆಚೆಗೆ ಬಂದಂತಾಯಿತು. ಹಲ್ಲು ಕಚ್ಚಿ ಇವನು ಅವಳನ್ನು ನೋಡುತ್ತಿದ್ದಂತೆ ಸೆಟೆದಿದ್ದ ಅವಳ ದೇಹ ಸೊರಗಿದ ಬಳ್ಳಿಯಂತೆ ಬಾಗಿ ಜೋತಾಡತೊಡಗಿತು. ತಲೆ ಒಂದು ಕಡೆಗೆ ವಾಲಿ ಅವಳ ಪ್ರತಿಭಟನೆಯೆಲ್ಲ ಒಮ್ಮೆಗೇ ನಿಂತು ತಣ್ಣಗಾಯಿತು. ಅವಳನ್ನು ಕೋಪದಿಂದ ಪಕ್ಕಕ್ಕೆ ಕೆಡವಿ ದೂರಹೋಗಿ ಸ್ವಲ್ಪ ಹೊತ್ತು ಏದುಸಿರು ಬಿಡುತ್ತಾ ಅವಳನ್ನು ಶಪಿಸುತ್ತಾ ನಿಂತ ರಘು. ಕ್ರೌರ್ಯ ತುಂಬಿದ್ದ ಅವನ ಮನಸ್ಸು ಸ್ವಲ್ಪ ತಿಳಿಯಾಗುತ್ತಿದ್ದ ಹಾಗೆ ತಾನೇನಾದರೂ ಮಿತಿಮೀರಿ ವರ್ತಿಸಿಬಿಟ್ಟೆನಾ ಎಂಬ ಭಯ, ಆತಂಕ ಮೂಡಿತು.

ಸುಮಾರು ಸಮಯ ಕಳೆದರೂ ಮೇಲೆ ಏಳದಿದ್ದ ಅವಳನ್ನು ನೋಡಿ ರಘು ಗಾಬರಿಯಾದ. ಹತ್ತಿರ ಹೋಗಿ ನೋಡಿದ. ಉಸಿರಾಡುತ್ತಿದ್ದಂತೆ ಕಾಣಲಿಲ್ಲ. ಕುಡಿದಿದ್ದ ನಶೆ ದಢಾರನೆ ಇಳಿದು ಹೋಯಿತು. ಅವನಿಗೆ ಮೈಯಲ್ಲಿನ ರಕ್ತ

ಮಂಜುಗಟ್ಟಿದಂತಾಯಿತು. ಇದೇನು ಮಾಡಿಬಿಟ್ಟೆ ಎಂದು ಕಂಗಾಲಾದ ಅವನು. ಕೋಪದಲ್ಲಿ ತಲೆಗೆಟ್ಟು ಹೆಂಡತಿಯ ಪ್ರಾಣ ತೆಗೆದುಬಿಟ್ಟೆನಲ್ಲಾ, ಈಗ ನನ್ನ ಗತಿಯೇನು ಎಂದು ಪರಿತಪಿಸಿದ. ಈಗ ಎಷ್ಟು ಪಶ್ಚಾತ್ತಾಪ ಪಟ್ಟರೆ ಏನು, ಮುಂದೇನು ಎಂಬ ಪ್ರಶ್ನೆ ಧುತ್ತೆಂದು ಅವನ ಮುಂದೆ ನಿಂತಿತು. ದಿಙ್ಮೂಢನಾಗಿ ಎಷ್ಟು ಹೊತ್ತು ಕೂತಿದ್ದನೋ ಗೊತ್ತಿಲ್ಲ. ನಂತರ ಏನೋ ನಿರ್ಧರಿಸಿ ಸಾವರಿಸಿಕೊಂಡು ಮೇಲೆದ್ದ. ದಪ್ಪ ಹಗ್ಗವನ್ನು ಹುಡುಕಿ ತಂದು ಅವಳ ಕುತ್ತಿಗೆಗೆ ಕಟ್ಟಿ ಕಷ್ಟಪಟ್ಟು ಅವಳ ದೇಹವನ್ನು ಎತ್ತಿ ಫ್ಯಾನಿಗೆ ನೇತು ಹಾಕಿದನು. ಜಗಳವಾಡಿದ ಗುರುತುಗಳು ಏನೂ ಇಲ್ಲವೆಂದು ಖಾತ್ರಿ ಮಾಡಿಕೊಂಡು ಪೊಲೀಸರಿಗೆ ಫೋನ್ ಮಾಡಿದನು.

ಸುಳ್ಳು ಅಪವಾದದ ಮೇಲೆ ತಾನು ಕೆಲಸ ಕಳೆದುಕೊಂಡಿದ್ದರಿಂದ ಮನೆತನದ ಮರ್ಯಾದೆ ಹಾಳಾಯಿತು ಎಂದು ಹೆಂಡತಿ ಆತ್ಮಹತ್ಯೆ ಮಾಡಿಕೊಂಡಿದ್ದಾಳೆ ಎಂದು ಪೊಲೀಸರನ್ನು ನಂಬಿಸುವುದಕ್ಕೆ ರಘು ಹಣವನ್ನು ನೀರಿನಂತೆ ಹರಿಸಬೇಕಾಯಿತು. ಕೆಲಸ ಕೊಡಿಸಲಿಲ್ಲ ಎಂದು ಸತ್ತಿದ್ದ ಹುಡುಗಿಯ ಕೇಸಿನಲ್ಲಿ ಇವನ ಬಂಧನಕ್ಕೆ ಓಡಾಡುತ್ತಿದ್ದ ಪೊಲೀಸರನ್ನು ಕೆಲ ದಿನಗಳು ದೂರ ಇಡುವುದಕ್ಕೆ ಮತ್ತಷ್ಟು ಖರ್ಚು ಮಾಡಬೇಕಾಯಿತು. ಹೆಂಡತಿಯ ಸಂಸ್ಕಾರ ಮಾಡುವಷ್ಟರಲ್ಲಿ ಪೊಲೀಸರು ಮತ್ತೆ ಮತ್ತೆ ಬಂಧನದ ಬೆದರಿಕೆ ಒಡ್ಡಿ ಹಣ ಸುಲಿಗೆ ಮಾಡಲು ಪ್ರಾರಂಭಿಸಿದರು. ಅಪ್ಪನ ಆಸ್ತಿಯೆಲ್ಲಾ ಇವನ ದುಂದು ವೆಚ್ಚದಿಂದ ಆಗಲೇ ಖಾಲಿಯಾಗಿತ್ತು. ಕೂತು ತಿನ್ನುವವನಿಗೆ ಕುಡಿಕೆ ಹಣ ಸಾಲದು ಅನ್ನುವಂತೆ ಕೇವಲ ತನ್ನ ಗಳಿಕೆಯಲ್ಲಿ ಜೀವನ ನಡೆಸಬೇಕಾದ ಪರಿಸ್ಥಿತಿಯಲ್ಲಿದ್ದ ರಘು ತನ್ನ ಖಯಾಲಿಗಳಿಗಾಗಿ ಮೈತುಂಬಾ ಸಾಲ ಮಾಡಿಕೊಂಡಿದ್ದ. ಇವನನ್ನು ಬಂಧಿಸದೇ ಬಿಡಲು ಪೊಲೀಸರು ದೊಡ್ಡ ಭಂಡಾರದಷ್ಟು ಹಣ ಕೇಳಿದಾಗ ಕಂಗಾಲದ ರಘು. ದಿನಕ್ಕೆ ಹತ್ತು ಬಾರಿ ಫೋನಿನಲ್ಲಿ ಬಂಧನದ ಬೆದರಿಕೆ ಹಾಕುತ್ತಿದ್ದ ಪೊಲೀಸ್ ಇವನ ಪಾಲಿಗೆ ಸಾಕ್ಷಾತ್ ಯಮನಂತಾದ. ಅಪ್ಪನ ಹಿಂದೆಯೇ ಅವರ ರಾಜಕೀಯ ಸಂಬಂಧಗಳೆಲ್ಲಾ ಮುಗಿದು ಹೋಗಿದ್ದರಿಂದ ಇವನನ್ನು ರಕ್ಷಿಸುವವರು ಯಾರೂ ಇಲ್ಲದೆ ದಿಕ್ಕೆಟ್ಟ ರಘು.

ತನ್ನ ಜೀವನದಲ್ಲಿ ಯಾಕೆ ಹೀಗಾಗುತ್ತಿದೆ ಎಂದು ಅರ್ಥವಾಗದೆ ವಿವಶನಾದ ರಘು ತಾನು ಏಕೆ ಹೀಗಿದ್ದೇನೆ? ಮನೆಯಲ್ಲಿ ಸುಂದರವಾದ ಹೆಂಡತಿಯಿದ್ದರೂ ತಾನೇಕೆ ಬೇರೆ ಹುಡುಗಿಯರನ್ನು ಅರಸಿಕೊಂಡು ಹೋದೆ? ಅವರಿಂದ ಸಿಗುವ ಸುಖವೇ ಹೆಂಡತಿಯಿಂದಲೂ ಸಿಗುತ್ತಿದ್ದರೂ ನಾನೇಕೆ ದಿನಕ್ಕೊಂದು ಹೊಸ ಹುಡುಗಿಯ ಬೇಟೆಗೆ ಹೋಗುತ್ತಿದ್ದೆ? ಅನ್ಯಾಯವಾಗಿ ಪ್ರೀತಿಸುವ ಹೆಂಡತಿಯನ್ನು ಬಲಿ ತೆಗೆದುಕೊಂಡೆನಲ್ಲಾ. ಎಲ್ಲಾ ಗಂಡಸರ ಮನಸ್ಸಿನಲ್ಲೂ ಇತರ ಹುಡುಗಿಯರ

ಬಗ್ಗೆಯೇ ಹೀಗೆ ಆಸೆ ಇರುತ್ತದೆಯೇ? ಅಥವಾ ತಾನು ಮಾತ್ರ ವಿಶಿಷ್ಟ ವ್ಯಕ್ತಿಯಾ ಎಂದು ಅರ್ಥವಾಗದೆ ಒದ್ದಾಡುತ್ತಿದ್ದ ರಘು.

ಕೆಲಸ ಕಳೆದುಕೊಂಡು, ಹೆಂಡತಿಯನ್ನು ಕಳೆದುಕೊಂಡು ಮೈತುಂಬಾ ಸಾಲ ಮಾಡಿಕೊಂಡು, ಬೆಳಗಾದರೆ ಪೊಲೀಸರ ಬಂಧನದ ಭೀತಿಯಿಂದ ನಡುಗುತ್ತಿದ್ದ ರಘುವಿನ ಜೀವನ ನಿತ್ಯನರಕವಾಯಿತು. ಹೀಗೆ ದಿಗ್ಭ್ರಮೆ ಹಿಡಿಸುವ ಘಟನಾವಳಿಗಳ ಮಧ್ಯೆ ತತ್ತರಿಸುತ್ತಿದ್ದ ರಘು ಒಂದು ದಿನ ಏಕಾಏಕಿ ಕಣ್ಮರೆಯಾದ. ಕೆಲದಿನಗಳು ಅವನಿಗಾಗಿ ಹುಡುಕಾಡಿದ ಪೊಲೀಸರು ಕೇಸ್ ಕೈಬಿಟ್ಟು ಫೈಲ್ ಮುಚ್ಚಿದರು. ವರ್ಷಗಳು ಉರುಳುತ್ತಿದ್ದಂತೆ ಕ್ರಮೇಣ ರಘು... ಸ್ತ್ರೀಲೋಲ ರಘು.... ವಿಷಯ ಲಂಪಟ ರಘು.... ರಂಗು ರಂಗಿನ ಜೀವನ ನಡೆಸಿದ ರಘು.... ಮೈ ನಡುಗಿಸುವ ಪರಿಸ್ಥಿತಿಯನ್ನು ಎದುರಿಸುತ್ತಿದ್ದ ರಘು ಎಲ್ಲರ ಮನಸ್ಸಿನಿಂದ ಸಂಪೂರ್ಣ ಮರೆಯಾದ. ಹಾಗೆಯೇ ಇಪ್ಪತ್ತು ವರ್ಷಗಳು ಉರುಳಿ ಹೋದವು.

ಆ ಇಪ್ಪತ್ತು ವರುಷಗಳನ್ನು ನೆನೆಸಿಕೊಂಡು ಗುರುಗಳ ಮುಖದಲ್ಲಿ ನಸುನಗು ಮೂಡಿತು. ಆದರೆ ಜೀವನದ ಅತ್ಯಂತ ನಿರಾಳವಾದ, ಆತಂಕವಿಲ್ಲದ, ಕಟ್ಟುಪಾಡು ಇಲ್ಲದ ಕಾಲಾವಧಿ ಅದು. ಹಲವರ ಜೀವನ ಹಾಳು ಮಾಡಿ, ಕೆಲವರ ಜೀವನ ಬಲಿ ತೆಗೆದುಕೊಂಡು ಪರಾರಿಯಾದ ಅಪರಾಧಿ, ಕೊಲೆಗಡುಕ ರಘುವಿನಿಂದ ಅವರು ಶ್ರೀ ಶ್ರೀ ಶ್ರೀಗಳಾಗಿ ಪರಿವರ್ತನೆಯಾದ ಸಮಯ ಅದು. ಅವರು ಆಗ ದೇಶದ ಮೂಲೆ ಮೂಲೆ ಅಲೆಮಾರಿಯಂತೆ ಅಲೆದರು. ಯಾವ ಜಾಗದಲ್ಲೂ ಎರಡು ಮೂರು ದಿನಗಳಿಗಿಂತ ಹೆಚ್ಚು ನಿಲ್ಲುತ್ತಿರಲಿಲ್ಲ. ರೈಲು, ಬಸ್ಸು, ಗಾಡಿ, ಕಾಲ್ನಡಿಗೆ ಹೀಗೆ ಏನು ಸಿಕ್ಕಿದರೆ ಅದರಲ್ಲಿ ಹಳ್ಳಿ ಹಳ್ಳಿ ತಿರುಗಾಡಿದರು. ಕಾಲುದಾರಿಯಲ್ಲಿ ಮಲಗಿದರು. ರಸ್ತೆ ಬದಿಯಲ್ಲಿ ಕೂತು ಕೈಗೆ ಸಿಕ್ಕಿದ್ದನ್ನು ತಿಂದರು. ಮಳೆಯಲ್ಲಿ ನೆಂದು, ಬಿಸಿಲಲ್ಲಿ ಬೆಂದು, ಚಳಿಗಾಳಿಯಲ್ಲಿ ಮಾಸಿ ಅವರ ಚಹರೆ ಸಂಪೂರ್ಣ ಬದಲಾಯಿತು. ಅವರ ಹೊಳೆಯುವ ಕಪ್ಪು ಕೇಶರಾಶಿ ಈಗ ಬೆಳ್ಳಿಯಂತೆ ಮಿಂಚಿ ಹೆಂಗಸರ ಕೇಶವನ್ನು ನಾಚಿಸುವಂತೆ ನೀಳವಾಗಿ ಬೆಳೆದು ಅವರ ಮುಖಕ್ಕೆ ವಿಶೇಷ ಶೋಭೆ ತಂದುಕೊಟ್ಟಿತ್ತು. ಹಾಲಿನಂತೆ ಬೆಳ್ಳಗಿದ್ದ ಅವರ ಮೈಕಾಂತಿ ಮಾಸಿ ಹೊಂಬಣ್ಣಕ್ಕೆ ತಿರುಗಿತು. ಹಸಿವು ನೀರಿಗೆಯೆನ್ನದೆ ತಿರುಗಾಡಿದ್ದರಿಂದ ಅವರ ಮೈ ಕರಗಿ ಶರೀರ ಸದೃಢವಾಯಿತು. ನದಿಯಲ್ಲಿ, ಹೊಳೆಯಲ್ಲಿ, ಕೆರೆಯಲ್ಲಿ, ಕುಂಟೆಯಲ್ಲಿ, ಎಲ್ಲೆಂದರಲ್ಲಿ ಸ್ನಾನ ಮಾಡುತ್ತಿದ್ದರು. ಒದ್ದೆಯಾದ ಬಟ್ಟೆ ಬದಲಿಸದೆ ಬರಿಗಾಲಲ್ಲಿ ನಡೆದುಹೋಗುತ್ತಿದ್ದರು. ಈ ಕಠಿಣವಾದ ದೇಹ ದಂಡನೆಯಿಂದ ಅವರ ಮುಖದಲ್ಲಿ ಅಪೂರ್ವ ತೇಜಸ್ಸು, ಕಣ್ಣುಗಳಲ್ಲಿ ಉರಿಯುವ ತೀಕ್ಷ್ಣತೆ, ಸ್ವಭಾವದಲ್ಲಿ ವಿಶಿಷ್ಟವಾದ ನಿಗೂಢತೆ

ಕಾಣತೊಡಗಿತು. ಪುಟವಿಟ್ಟ ಚಿನ್ನದಂತೆ ಅವರು ಸಂಪೂರ್ಣ ಬದಲಾಗಿ ಅವರ ಈ ಹೊಸ ದೈವೀ ರೂಪದ ಅವತರಿಣಿಕೆಯಾಯಿತು. ಲಂಪಟನಾಗಿದ್ದ ರಘು ಯಾರೂ ನಂಬಲಾಗದ ರೀತಿಯಲ್ಲಿ ಬದಲಾಗಿದ್ದರು.

ಅಲೆಮಾರಿ ರಘು ಕ್ರಮೇಣ ಬದಲಾಗಿ 'ಗುರುಗಳು' ಆಗಿ ಆಶ್ರಮ ಸ್ಥಾಪಿಸಿ ಶ್ರೀ ಶ್ರೀ ಶ್ರೀಗಳಾಗಿ ಪರಿವರ್ತನೆ ಹೊಂದಿದ್ದು ಒಂದು ಪವಾಡವೇ ಸರಿ. ಈ ರೀತಿಯ ಚಮತ್ಕಾರಗಳು, ಪವಾಡಗಳು ಕೇವಲ ನಮ್ಮ ದೇಶದಲ್ಲಿ ಮಾತ್ರ ನಡೆಯಲು ಸಾಧ್ಯ. ಗುರುಗಳ ವ್ಯಕ್ತಿತ್ವದ ಆಕರ್ಷಣೆಯೋ, ಅವರ ನಿಲುವಿನ ಗಾಂಭೀರ್ಯವೋ, ಕಂಗೊಳಿಸುವ ಅವರ ಬೆಳ್ಳಿಕೇಶಿರಾಶಿಯೋ, ಮೋಹಗೊಳಿಸುವ ಅವರ ಮುಕ್ತ ನಗುವೋ, ಏನು ಕಾರಣವೋ... ಅವರ ಭಕ್ತರ ಹಿಂಡು ದಿನದಿನಕ್ಕೆ ಬೆಳೆದು ದೇಶವಿದೇಶಗಳಿಗೆ ಹಬ್ಬಿತು. ಕಳೆದ ಇಪ್ಪತ್ತು ವರ್ಷಗಳಲ್ಲಿ ಅತ್ಯಂತ ವೇಗವಾಗಿ ಬೆಳೆದಿರುವ ಆಶ್ರಮ ಗುರುಗಳದ್ದು. ಅವರ ಆಶ್ರಮ ಪ್ರಪಂಚದ ಐವತ್ತಕ್ಕೂ ಹೆಚ್ಚು ದೇಶಗಳಲ್ಲಿ ತನ್ನ ಶಾಖೆಗಳನ್ನು ನಡೆಸುತ್ತಿದೆ. ಹಣದ ಮಹಾಪೂರವೇ ಹರಿದು ಬರುತ್ತಿದೆ. ಭಕ್ತರು ಗುರುಗಳನ್ನು ಸಾಕ್ಷಾತ್ ದೇವರು ಎಂದು ಪೂಜಿಸುತ್ತಾರೆ. ಅವರ ಒಂದು ದರ್ಶನಕ್ಕೆ ಹಾತೊರೆದು ಸಾವಿರಾರು ಮೈಲಿಗಳಿಂದ ಬಂದು ಆಶ್ರಮದಲ್ಲಿ ಇದ್ದು, ಒಂದು ಕ್ಷಣದ ದರ್ಶನದಿಂದ ಪುಲಕಿತರಾಗುತ್ತಾರೆ. ಅವರ ಮಾತುಗಳನ್ನು ಆಲಿಸಿ ಧನ್ಯರಾದೆವು ಅಂದುಕೊಳ್ಳುತ್ತಾರೆ.

ಗುರುಗಳು ಮಾತಾಡಿದರೆ ಸಾಕು, ಅದರ ಗೂಢಾರ್ಥವನ್ನು ವಿವರಿಸಿ ಪ್ರಪಂಚದ ಅನೇಕ ಭಾಷೆಗಳಲ್ಲಿ ಸಿಡಿಗಳು ಹೊರಬರುತ್ತವೆ. ಗುರುಗಳ ಮಹಿಮೆ, ಅವರ ಮೇಧಾವಿತನ, ಅವರ ಸರಳ ಜೀವನ, ಅವರ ಅಗಾಧವಾದ ದೈವ ಶಕ್ತಿ, ಆಶ್ರಮದ ರೀತಿ ನೀತಿ ಇವುಗಳ ಮೇಲೆ ನೂರಾರು ಪುಸ್ತಕಗಳು ಪ್ರಕಟವಾಗಿವೆ. ಜಗತ್ತಿನ ಯಾವ ಮೂಲೆಯ ಪುಸ್ತಕದ ಅಂಗಡಿಯಾದರೂ, ಸಣ್ಣ ನಗರದ ಫುಟ್ ಪಾತ್ ಅಂಗಡಿಯಾದರೂ ಗುರುಗಳ ಮೇಲೆ ಪುಸ್ತಕವಿದ್ದೇ ಇರುತ್ತದೆ. ಅವರ ಭಾವಚಿತ್ರವಿರುವ ಸಿಡಿಗಳು ಎಲ್ಲೆಂದರಲ್ಲಿ ಸಿಗುತ್ತವೆ. ಗುರುಗಳ ಮೇಲೆ ರಚಿಸಿರುವ ಭಕ್ತಿಗೀತೆಗಳ ಹಾಡುಗಳು ವಿಶ್ವವಿಖ್ಯಾತವಾಗಿ ಎಲ್ಲಾ ಧಾರ್ಮಿಕ ಸ್ಥಳಗಳಲ್ಲಿ ಹಾಕಿರುತ್ತಾರೆ.

ಅವರ ಚಮತ್ಕಾರಗಳು, ಪವಾಡಗಳಿಗೆ ಕೊನೆಮೊದಲಿರಲಿಲ್ಲ. ಖಾಲಿ ಕೈಯಿಂದ ಚಿನ್ನದ ಆಭರಣಗಳನ್ನು ಬರಿಸುವುದು, ಮಣ್ಣನ್ನು ವಿಭೂತಿ ಮಾಡುವುದು, ಆಶ್ರಮದಲ್ಲಿ ಕೂತು ಅಮೆರಿಕಾದ ತಮ್ಮ ಶಿಷ್ಯೆಯ ಶಸ್ತ್ರಚಿಕಿತ್ಸೆ ಮಾಡುವ ಅತಿಮಾನುಷ ಶಕ್ತಿ, ಕುಳಿತಲ್ಲಿಂದಲೇ ಪ್ರಪಂಚದ ಯಾವ ಭಾಗದಲ್ಲಿ ಏನಾದರೂ ಅದನ್ನು ಕರಾರುವಕ್ಕಾಗಿ ಹೇಳುವ ದಿವ್ಯ ಜ್ಞಾನ, ಬರಗಾಲದಲ್ಲಿ

ತಮ್ಮ ಭಕ್ತರಿರುವ ಜಾಗದಲ್ಲಿ ಮಾತ್ರ ಮಳೆ ಬರುವಂತೆ ಮಾಡುವುದು, ಧೋ ಎಂದು ಕೋಡಿ ಸುರಿಯುವ ಮಳೆ ತಮ್ಮ ಆಶ್ರಮದ ಮೇಲೆ ಮಾತ್ರ ಬೀಳದಂತೆ ಮಾಡುವುದು ಇತ್ಯಾದಿ ಇತ್ಯಾದಿಗಳ ಬಗ್ಗೆ, ನಿಜವೋ ಸುಳ್ಳೋ ಸಾವಿರಾರು ದಂತಕಥೆಗಳು ಹಬ್ಬಿದವು. ಗುರುಗಳು ವಾರದ ದಿನಕ್ಕನುಗುಣವಾಗಿ ವಿವಿಧ ದೇವರುಗಳ ವೇಷ ಧರಿಸಿ ಭಕ್ತರ ಮನಸ್ಸನ್ನು ತಣಿಸುತ್ತಿದ್ದರು. ಎಲ್ಲ ದೇವರೂ ತಾವೇ ಎಂದು ಹೇಳುವ ಗುರುಗಳು ಭಾನುವಾರ ಜೀಸಸ್ ಕ್ರಿಸ್ತನಾದರೆ, ಶುಕ್ರವಾರ ಮೊಹಮ್ಮದ್ ಪೈಗಂಬರ್ ಆಗಿ ಅವತರಿಸುತ್ತಿದ್ದರು. ಕೆಲವು ಶುಕ್ರವಾರ ಭಕ್ತರ ವಿಶೇಷ ಬೇಡಿಕೆಯ ಮೇಲೆ ಲಕ್ಷ್ಮೀಯ ರೂಪವನ್ನು ಪ್ರಕಟಿಸುತ್ತಿದ್ದರು. ಭಕ್ತರು ಈ ಜೀವಂತ ದೇವರನ್ನು ನೋಡಿ ಪರವಶರಾಗುತ್ತಿದ್ದರು. ತಮ್ಮ ಇಷ್ಟ ದೈವದ ರೂಪದಲ್ಲಿ ಗುರುಗಳನ್ನು ನೋಡಿ ತಣಿಯದಾದರೂ, ಹೊರಗಿನಿಂದ ಶ್ರೀ ಶ್ರೀ ಶ್ರೀಗಳು ಸಂಪೂರ್ಣ ಬದಲಾಗಿದ್ದರೂ, ಒಳಗಿನಿಂದ ಹಳೆಯ ರಘುವೇ ಆಗಿದ್ದರು. ತಮ್ಮಲ್ಲೇನಿದೆ ಎಂದು ಹೀಗೆ ಭಕ್ತರು ತಮ್ಮನ್ನು ನೋಡಲು ಮುಗಿಬೀಳುತ್ತಾರೆ ಎಂದು ಆಶ್ಚರ್ಯಗೊಳ್ಳುತ್ತಿದ್ದರು ಅವರು. ತಾವೇಕೆ ಹೀಗೆ ಜನರನ್ನು ಆಕರ್ಷಿಸುತ್ತೇವೆ? ಜನರ ನಿರೀಕ್ಷೆಯಂತೆ ತಾವೇಕೆ ದೈವಮನುಷ್ಯರಂತೆ ಇರಲು ಆಗುತ್ತಿಲ್ಲ? ಹೆಣ್ಣಿನ ಆಕರ್ಷಣೆ ತಮ್ಮನ್ನು ಇಂದಿಗೂ ಮೊದಲಿದ್ದಂತೆ ಕಾಡುವುದೇಕೆ? ವಯಸ್ಸಾದ ಮೇಲೆ ಜನರು ಕಾಮಾದಿ ವಿಷಯಗಳ ಬಗ್ಗೆ ನಿರಾಸಕ್ತರಾಗುತ್ತಾರಲ್ಲವಾ? ತಾವೇಕೆ ಹಾಗಾಗಲಿಲ್ಲ. ತಾವೇನು ವಿಶಿಷ್ಟ ವ್ಯಕ್ತಿಯೇ? ಹೀಗೆ ಅವರ ಮನಸ್ಸಿನ ತುಮುಲ ನಡೆದೇ ಇತ್ತು.

ಅವರು ಪ್ರಖ್ಯಾತಿಯ ಉತ್ತುಂಗದಲ್ಲಿದ್ದಾಗ ಅವರ ಜೀವನದಲ್ಲಿ ಭಾರತಿ ಪ್ರವೇಶವಾಯಿತು. ಭಾರತಿಯ ಆಗಮನದಿಂದ ಗುರುಗಳ ಒಳಗೆಲ್ಲೋ ಹುದುಗಿ ಹೋಗಿದ್ದ ವಾಸನೆಗಳು ಧುತ್ತೆಂದು ಮೇಲೆದ್ದವು. ತಡೆಹಿಡಿದಿದ್ದ ಪ್ರವಾಹದಂತೆ ಕೋಡಿ ಹರಿಯತೊಡಗಿತು. ಮೊದಮೊದಲು ರಹಸ್ಯವಾಗಿದ್ದ ಅವರ ನಡವಳಿಕೆಗಳು ಕ್ರಮೇಣ ಬಯಲಿಗೆ ಬಂದು ಸ್ವಚ್ಛಂದ ಲೈಂಗಿಕತೆ ಅವರ ಆಶ್ರಮದ ಅಧಿಕೃತ, ಅಘೋಷಿತ ತತ್ವವಾಯಿತು. ಲೈಂಗಿಕತೆ ಮನುಷ್ಯನ ಸ್ವಾಭಾವಿಕ ಗುಣ. ಲೈಂಗಿಕ ತೃಪ್ತಿ ಇಲ್ಲದೆ ಮನುಷ್ಯ ಏಕಾಗ್ರತೆಯಿಂದ ದೇವರನ್ನು ಸಾಧಿಸಲಾರ. ಮುಕ್ತ ಲೈಂಗಿಕ ನಡವಳಿಕೆಯ ಮೂಲಕ ಮನಶ್ಶಾಂತಿ, ಅಪರಿಮಿತ ಸುಖ, ಕಡೆಗೆ ಮೋಕ್ಷ ಸಂಪಾದಿಸಬಹುದು ಎಂದು ಗುರುಗಳು ಜಗದಾದ್ಯಂತ ಸಾರುತ್ತಾ ಬಂದರು. ಸ್ವೇಚ್ಛಾಚಾರದ ಆಚರಣೆಯ ಆಕರ್ಷಣೆಯಿಂದ ಜಗತ್ತಿನ ಮೂಲೆ ಮೂಲೆಯಿಂದ ಯುವಕರು, ಯುವತಿಯರು, ಧನವಂತರು, ವಿಜ್ಞಾನಿಗಳು, ರಾಜಕೀಯ ಧುರೀಣರು, ಚಲನಚಿತ್ರ ಜಗತ್ತಿನ ನಾಯಕ ನಾಯಕಿಯರು, ದಂಡುದಂಡಾಗಿ ಬಂದು ಆಶ್ರಮಕ್ಕೆ ಸೇರಲು ಪ್ರಾರಂಭಿಸಿದರು. ಗುರುಗಳ

ಪ್ರಭಾವ ಎಷ್ಟು ಬೆಳೆಯಿತೆಂದರೆ ಸರ್ಕಾರ, ಪೊಲೀಸರು, ಮಾಧ್ಯಮಗಳು ಇವರ ಬಗ್ಗೆ ಚಕಾರವೆತ್ತಲೂ ಹಿಂಜರಿಯುತ್ತಿದ್ದರು. ದೇಶದ ಒಟ್ಟು ಆರ್ಥಿಕ ಶಕ್ತಿಯನ್ನು ಮೀರಿ ಆಶ್ರಮದ ವಹಿವಾಟು ಬೆಳೆಯಿತು.

ವರ್ಷ ವರ್ಷ ಕಳೆಯುತ್ತಿದ್ದಂತೆ ಆಶ್ರಮದ ಜನಪ್ರಿಯತೆ ಹೆಚ್ಚಾಗುತ್ತಾ ಹೋಯಿತು. ಆದರೆ ವಯಸ್ಸಾಗುತ್ತಿದ್ದ ಗುರುಗಳು ಕೃಶರಾಗತೊಡಗಿದರು. ಅವರ ದೃಢಕಾಯ ಸೊರಗತೊಡಗಿತು. ಮುಖದಲ್ಲಿದ್ದ ತೇಜಸ್ಸು ನಶಿಸಿ ತುಂಬಿಕೊಂಡಿದ್ದ ಮುಖ ನಿರಿಗೆಗಳಿಂದ ಆವೃತವಾಯಿತು. ಎಲ್ಲರನ್ನೂ ಮೆಟ್ಟಿ ನಿಲ್ಲುವಂತಿದ್ದ ಅವರ ಭವ್ಯವಾದ ಶರೀರ ಕ್ಷೀಣಿಸಿ ಕುಬ್ಜವಾಗತೊಡಗಿತು. ದೇಹ ಕೃಶಿಸಿ ಕ್ಷೀಣಿಸುತ್ತಿದ್ದರೂ ಅವರ ಮನಸ್ಸಿನ ಚಪಲಗಳಿಗೇನೂ ಕಡಿಮೆಯಿರಲಿಲ್ಲ. ಹೀಗಿರುವಾಗಲೇ ಭಾರತಿ ಕೈಯಲ್ಲಾಗದ ಗುರುಗಳಿಗೆ 'ಸೇವೆ' ಮಾಡುವ ಕೆಲಸವನ್ನು ಇತರ ಸನ್ಯಾಸಿಯರಿಗೆ ವಹಿಸಿ ತಾನು ಆಶ್ರಮದ ವ್ಯವಸ್ಥೆಗಳನ್ನು ನೋಡಿಕೊಳ್ಳುವ ಜವಾಬ್ದಾರಿಯನ್ನು ಸಂಪೂರ್ಣವಾಗಿ ತೆಗೆದುಕೊಂಡಿದ್ದು. ಗುರುಗಳು ಈಗ ನಾಮಕಾವಸ್ಥೆ ಆಶ್ರಮದ ಮುಖ್ಯಸ್ಥರು. ಎಲ್ಲಾ ನಿಯಂತ್ರಣಗಳು ಭಾರತಿಯ ಕೈಯಲ್ಲೇ ಇವೆ. ಭಾರತಿಯಿಲ್ಲದೆ ಆಶ್ರಮವಿಲ್ಲ. ಆಶ್ರಮವಿಲ್ಲದೆ ಭಾರತಿಯಿಲ್ಲ ಎನ್ನುವಂತೆ ಆಯಿತು. ಆಡಳಿತಕ್ಕೆ ಸಹಾಯ ಮಾಡಲು ಸಾವಿರಾರು ಶಿಷ್ಯರು ಇದ್ದರೂ ಆಶ್ರಮದ ಹಣಕಾಸಿನ ವ್ಯವಹಾರವನ್ನು ಮಾತ್ರ ಬಹಳ ರಹಸ್ಯವಾಗಿ ಇಡಲಾಗಿತ್ತು. ಅದನ್ನು ನಿಭಾಯಿಸುತ್ತಿದ್ದುದು ಭಾರತಿ ಮತ್ತು ಅವಳಿಗೆ ಆಪ್ತರಾದ ಕೆಲವು ಯುವ ಸನ್ಯಾಸಿಯರು.

ಕಾಲಚಕ್ರ ಉರುಳುತ್ತಿತ್ತು. ತೊಂಭತ್ತು ಮೀರಿದ ಗುರುಗಳಿಗೆ ಈಗ ತೀರ ಅಸ್ವಾಸ್ಥ್ಯ. ಎಲುಬಿನ ಹಂದರವಾಗಿದ್ದ ದೇಹ ಹಾಸಿಗೆಯ ಮೇಲೆ ಜಡವಾಗಿ ಬಿದ್ದಿರುತ್ತಿತ್ತು. ಕುಳಿ ಬಿದ್ದ ಕಣ್ಣುಗಳು ಪಿಳಿ ಪಿಳಿ ನೋಡುತ್ತಿದ್ದವೇ ವಿನಃ ಬಾಯಿಂದ ಮಾತು ಬರುತ್ತಿರಲಿಲ್ಲ. ಗುರುಗಳು ಆಶ್ರಮದ ಹೊರಗೆ ಸಂದರ್ಶನ ಕೊಟ್ಟು ಹಲವಾರು ವರ್ಷಗಳಾಗಿ ಹೋಗಿದ್ದವು. ಭಾರತಿ ಅವರ ಸ್ವಾಸ್ಥ್ಯದ ಬಗ್ಗೆ ಅಪಪ್ರಚಾರ ಹರಡದಂತೆ ಎಚ್ಚರವಹಿಸಿದ್ದರೂ ಗುರುಗಳಿಗೆ 'ಏಡ್ಸ್' ಎಂದು ಜನರು ಗುಸುಗುಸು ಆಡಿಕೊಳ್ಳುವುದನ್ನು ತಪ್ಪಿಸಲಾಗಲಿಲ್ಲ. ಆದರೂ ಗಾಳಿ ಸುದ್ದಿಯಿಂದ ವಿಚಲಿತರಾಗದ ಭಕ್ತರು ಸಾವಿರಾರು ಸಂಖ್ಯೆಯಲ್ಲಿ ಬಂದು ಆಶ್ರಮದಲ್ಲಿ ವಾಸ್ತವ್ಯ ಹೂಡಿದ್ದರು. ನಮ್ಮ ಗುರುಗಳು ಸ್ವತಃ ದೇವರು ಎಂದು ನಂಬಿದ್ದ ಅವರು ಗುರುಗಳಿಗೆ ಸಾವು ಎನ್ನುವುದೇ ಇಲ್ಲ ಎಂದೇ ವಾದಿಸುತ್ತಿದ್ದರು.

ಆದರೆ ಕ್ಷಣಗಣನೆ ಮಾಡುತ್ತಾ ಮಲಗಿದ್ದ ಗುರುಗಳಿಗೆ ತಮ್ಮ ಕಡೆಗಾಲ ಬಂದಿರುವುದು ನಿಶ್ಚಲವಾಗಿ ಗೊತ್ತಾಯಿತು. ಆಶ್ರಮದ ಮೇಲೆ, ಅದರ ಅಪಾರ

ಆಸ್ತಿಯ ಮೇಲೆ, ಸನ್ಯಾಸಿನಿಯರ ಮೇಲೆ ಅವರಿಗೆ ಈಗ ನಿರ್ವಿಕಾರ ಭಾವನೆ ಮೂಡುತ್ತಿತ್ತು. ಅವರ ಕಣ್ಣಮುಂದೆ ಅವರ ಗತ ಜೀವನ ಸಂಪೂರ್ಣವಾಗಿ ಹಾದುಹೋಯಿತು. ಜೀನಿ, ರೋಹಿಣಿ, ಕಲ್ಪನಾ, ಅವರಿಂದಾಗಿ ಪ್ರಾಣ ಕೊಟ್ಟ ಹೆಂಡತಿ, ಭಾರತಿ, ಅವರು ಚೆಲ್ಲಾಟವಾಡಿ ಬಿಟ್ಟ ನೂರಾರು ಹುಡುಗಿಯರು, ಮಾಡಿದ ಸಾವಿರಾರು ಪಾಪಕಾರ್ಯಗಳು, ಮೋಸ, ದಗ, ಕೊಲೆ, ವಂಚನೆ.... ಎಲ್ಲವೂ ಅವರ ಮುಂದೆ ಸಾಲು ಸಾಲಾಗಿ ಬಂದವು.

ಈಗ ಗುರುಗಳ ಮನಸ್ಸಿನಲ್ಲಿ ತಾವೇಕೆ ಹೀಗೆ ಎಂಬ ಪ್ರಶ್ನೆ ಏಳಲಿಲ್ಲ. ತಾವು ಮಾಡಿದ್ದು ತಪ್ಪೋ ಸರಿಯೋ ಎನ್ನುವ ಜಿಜ್ಞಾಸೆಗೂ ಹೋಗಲಿಲ್ಲ. ಜೀವನದುದ್ದಕ್ಕೂ ಅವರು ಮಾಡುತ್ತಿದ್ದ ಆತ್ಮಶೋಧಕ್ಕೆ ಉತ್ತರ ಸಿಕ್ಕಿತ್ತು ಅವರಿಗೆ.

ದೇವರು ಸೃಷ್ಟಿಸಿದ ಕೋಟ್ಯಂತರ ಜೀವಿಗಳಲ್ಲಿ ತಾವೂ ಒಬ್ಬರು. ತಮಗೆ ಸರಿ ಕಂಡ ರೀತಿಯಲ್ಲಿ ತಾವು ಜೀವನ ನಡೆಸಿದ್ದೇವೆ. ಅದರಿಂದ ಉಳಿದವರಿಗೆ ಕಷ್ಟನಷ್ಟಗಳಾಗಿದ್ದರೆ ಅದಕ್ಕೆ ಅವರವರೇ ಕಾರಣ ಹೊರತು ತಾವು ಕಾರಣರಲ್ಲ. ಅವರು ಯಾರನ್ನು ಯಾವುದಕ್ಕೂ ಹೆದರಿಸಿ, ಬೆದರಿಸಿ ತಮ್ಮ ಸ್ವಾರ್ಥ ಸಾಧನೆ ಮಾಡಿಕೊಂಡಿರಲಿಲ್ಲ. ಅವರು ಅನುಭವಿಸಿ ಬಿಟ್ಟ ಹೆಣ್ಣುಗಳು ತಮ್ಮ ತಮ್ಮದೇ ಆದ ಕಾರಣಗಳಿಗೆ ಇವರೊಂದಿಗೆ ಸಹಕರಿಸಿದ್ದರು. ಅವರಿಗೆ ಇಷ್ಟವಿಲ್ಲದಿದ್ದರೆ ನಿರಾಕರಿಸಬಹುದಿತ್ತು. ಗುರುಗಳು ಯಾರಿಗೂ ಬಲಾತ್ಕಾರ ಮಾಡಿರಲಿಲ್ಲ. ತಮ್ಮ ಕೋಟ್ಯಂತರ ಭಕ್ತರು ತಿಳಿದುಕೊಂಡಂತೆ ತಾವೇನು ದೇವರಲ್ಲ. ಉಪ್ಪು ಹುಳಿ ಖಾರ ತಿಂದು ಬೆಳೆದ ಮನುಷ್ಯ. ಎಲ್ಲರಂತೆ ತಮಗೂ ಆಸೆ, ಆಕಾಂಕ್ಷೆ, ರಾಗ, ದ್ವೇಷ, ಕಾಮ, ಮೋಹಗಳಿವೆ. ಜನ ತಮ್ಮನ್ನು ಗುರುಗಳು ಎಂದು ತಿಳಿದ ಮಾತ್ರಕ್ಕೆ ತಾವು ಈ ಎಲ್ಲಾ ವಿಷಯಾಸಕ್ತಿಗಳಿಂದ ಹೊರಬರುವಂಥ ಮನೋನಿಗ್ರಹ ಸಾಧಿಸಿಲ್ಲವಾದ್ದರಿಂದ ಹೊರಬರಲು ಸಾಧ್ಯವೂ ಇಲ್ಲ. ಆ ರೀತಿಯ ಗುರು ಜನರಿಗೆ ಬೇಕಾಗಿದ್ದರೆ ಹಲವಾರು ದಶಕಗಳು ಕಠೋರ ತಪಸ್ಸು ಮಾಡಿ ದಿವ್ಯಜ್ಞಾನವನ್ನೂ, ಮನೋನಿಗ್ರಹವನ್ನೂ ಸಂಪಾದಿಸಿದವರನ್ನು ಹುಡುಕಿ ತಮ್ಮ ಗುರುವನ್ನಾಗಿ ಮಾಡಿಕೊಳ್ಳಬೇಕು.

ಗುರುವಿನ ನಿಜವಾದ ಸ್ವಭಾವ ಹೇಗೇ ಇರಲಿ ತಮ್ಮ ನಿರೀಕ್ಷೆಗೆ ಸರಿಯಾಗಿ ಗುರು ಇರಬೇಕು ಎಂದು ಜನ ಅಪೇಕ್ಷೆ ಪಡುತ್ತಾರೆ. ಅಸಂಭವವಾದುದನ್ನು ಗುರುಗಳು ಸಂಭವ ಮಾಡುತ್ತಾರೆ ಎಂದು ಭ್ರಮಿಸುತ್ತಾರೆ. ಗುರು ಹೇಳಿದ ಮಾತುಗಳನ್ನು ತಮ್ಮ ಅಗತ್ಯಕ್ಕೆ ತಕ್ಕ ಹಾಗೆ ಅರ್ಥೈಸುತ್ತಾರೆ. ಮನುಷ್ಯನ ಕೈಯಲ್ಲಿ ಅಸಾಧ್ಯವಾದ ಚಮತ್ಕಾರಗಳನ್ನು, ಪವಾಡಗಳನ್ನು ತಮ್ಮ ಗುರುಗಳು ಮಾಡುತ್ತಾರೆ ಎಂದು ಸುಳ್ಳು ಸುದ್ದಿ ಹರಡುತ್ತಾರೆ. ಹಾಗೆ ಹರಡಿದ ಸುಳ್ಳು

ಸುದ್ದಿಯನ್ನು ಅವರೇ ನಂಬಿ ಗುರುವನ್ನು ದೇವರ ಮಟ್ಟಕ್ಕೆ ಏರಿಸುತ್ತಾರೆ. ಗುರುವೂ ಒಬ್ಬ ಮನುಷ್ಯ ಎಂಬುದನ್ನು ಸಂಪೂರ್ಣ ಮರೆಯುತ್ತಾರೆ. ಆದರೆ ಗುರು ಕೇವಲ ಒಬ್ಬ ಪಾಮರ ಮನುಷ್ಯ. ಜನರ ಈ ಮಿತಿಮೀರಿದ ನಿರೀಕ್ಷೆಯಿಂದ ಅವರು ತಮ್ಮತನವನ್ನು ಬಿಟ್ಟು ಭಕ್ತರ ಭ್ರಮೆಗೆ ತಕ್ಕಂತೆ ಕುಣಿಯಬೇಕಾಗುತ್ತದೆ. ಅನಿವಾರ್ಯವಾಗಿ ಇಷ್ಟವಿಲ್ಲದ ವೇಷಭೂಷಣ ಧರಿಸಬೇಕಾಗುತ್ತದೆ. ಮನಸ್ಸೊಪ್ಪದ ಜೀವನ ಶೈಲಿ ಅನುಸರಿಸಬೇಕಾಗುತ್ತದೆ. ಗುರು ಸಂಪೂರ್ಣವಾಗಿ ಪರಿಸ್ಥಿತಿಯ ಕೈಗೊಂಬೆ ಆಗಿಬಿಡುತ್ತಾನೆ... ಗುರುಗಳ ಯೋಚನೆ ಸಾಗುತ್ತಲೇ ಇತ್ತು.

ಅದು ಯಾವಾಗ ಬೆಳಗಾಯಿತೋ ಏನೋ. ಗುರುಗಳು ಮಾತ್ರ ಮುಖದಲ್ಲಿ ಅನಿರ್ವಚನೀಯ ಶಾಂತಿ ಮತ್ತು ನಿಗೂಢ ಮಂದಹಾಸ ಬಿಟ್ಟು ಈ ಪ್ರಪಂಚದಿಂದ ಮೇಲೆ ಹಾರಿ ಹೋಗಿದ್ದರು. ಗುರುಗಳ ದೇಹಾಂತದ ಬಗ್ಗೆ ಆಶ್ರಮದಲ್ಲಿ ಸುದ್ದಿ ಹರಡುತ್ತಿದ್ದ ಹಾಗೆ ಅವರ ಭಕ್ತರ ಆಕ್ರಂದನ ಮುಗಿಲು ಮುಟ್ಟಿತು.

ಅವಳೇ ಬಂದಿದ್ದಳು

'ಸ್ಯಂ' ಎಂದು ಇಂಜಿನ್ ಶಬ್ದ ಮಾಡುತ್ತಾ ನಿಂತಿತ್ತು. ದೇಶದ ಎಲ್ಲಾ ಭಾಗಗಳಲ್ಲೂ ಉಗಿಬಂಡಿಗಳು ಡೀಸೆಲ್ ಇಂಜಿನ್‌ಗಳಿಗೆ ಇಲ್ಲವೇ ವಿದ್ಯುತ್ ರೈಲುಗಳಿಗೆ ಬದಲಾಗಿದ್ದರೂ, ದಕ್ಷಿಣದ ಈ ಮೂಲೆಯ ಮೀಟರ್‌ಗೇಜಿನ ಕೆಲವು ಕಡೆಗಳಲ್ಲಿ ಇನ್ನೂ ಚಲಾವಣೆಯಲ್ಲಿದ್ದವು. ಸ್ಟೇಷನ್‌ನಿಂದ ದೂರ ನಿಂತಿದ್ದ ಇಂಜಿನ್‌ಗೆ ಅಂಟಿಕೊಂಡು ಪ್ಯಾಸೆಂಜರ್ ಡಬ್ಬಗಳು ಸ್ಟೇಷನ್‌ಗೆ ಇನ್ನೊಂದು ಕಡೆ ಸ್ವಲ್ಪ ದೂರದವರೆಗೂ ಸಾಲಾಗಿ ನಿಂತಿದ್ದವು. ರೈಲು ಅಷ್ಟು ಉದ್ದ ಅಂತ ಅಲ್ಲ. ಸ್ಟೇಷನ್ ಅಷ್ಟು ಚಿಕ್ಕದು ಅಷ್ಟೇ!

ಟ್ರಿವೆಂಡ್ರಮ್‌ನಿಂದ ಮಧುರೈವರೆಗೆ ಸಾಗುವ ಈ ರೈಲು ಈ ಸಣ್ಣ ಊರಿಗೆ ಸಾಯಂಕಾಲ ಬರುತ್ತಿತ್ತು. ಅಲ್ಲಿಂದ ಹೊರಟು ಮರುದಿನ ಮುಂಜಾನೆ ವೇಳೆಗೆ ಮಧುರೈ ಸೇರುತ್ತಿತ್ತು. ಪ್ರಯಾಣಿಕರು ನೋಡಿದರೆ ಮೂರು ಮತ್ತೊಂದು ಜನ ಸಂಚಾರ ಅಷ್ಟಕಷ್ಟೇ. ಮೇಲಾಗಿ ಈಗ ಮಳೆಗಾಲ ಯಾವಾಗಲೂ ಮೋಡ ತುಂಬಿದ ಮಬ್ಬು ವಾತಾವರಣ. ದಿನವಿಡೀ ಚಿಟಿಚಿಟಿ ಎಂದು ಅನಿಸುತ್ತಲೆ ಇರುವ ಮಳೆ ಆಗಾಗ ಕೊಚ್ಚಿ ಹೋಗುವಂತೆ ಸುರಿಯುವ ಭಾರಿ ಮಳೆ ಇಂಥದ್ದರಲ್ಲಿ ಈ ರೈಲು ಪಶ್ಚಿಮ ಘಟ್ಟಗಳ ಹೊಟ್ಟೆ ಸೀಳಿ ಬಯಲಿನ ಕಡೆಗೆ ಹೋಗಬೇಕು. ದಾರಿಯಲ್ಲಿ ಯಾವಾಗ ಮಣ್ಣು ಕುಸಿದು ಪ್ರಯಾಣಕ್ಕೆ ತಡೆಯಾಗುತ್ತೋ ಗೊತ್ತಿಲ್ಲ. ಹೀಗಾಗಿ ರಾತ್ರಿ ಪ್ರಯಾಣದ ಈ ರೈಲಿನಲ್ಲಿ ಜನ ಸಂಚಾರ ತೀರ ವಿರಳ. ಹೀಗಿದ್ದರೂ ರೈಲ್ವೆ ಮಂಡಳಿ ಈ ಲೈನನ್ನು ರದ್ದು ಮಾಡದೇ ಇರುವುದು ಆಶ್ಚರ್ಯ!

ಕೂಲಿಯವನ ಕೈಲಿ ಲಗೇಜ್ ಹೊರೆಸಿಕೊಂಡು ಗಡಿಬಿಡಿಯಿಂದ ಶಾಮ್ ಸ್ಟೇಷನ್ ಒಳಗೆ ಬಂದು ತನ್ನ ಕಂಪಾರ್ಟ್‌ಮೆಂಟಿಗಾಗಿ

ಹುಡುಕಾಡಿದ. ಇದ್ದ ಆರೋ ಏನೋ ಡಬ್ಬಿಗಳಲ್ಲಿ ಎದುರಿಗೆ ನಿಂತ ಡಬ್ಬಿಯೇ ಫಸ್ಟ್‌ಕ್ಲಾಸ್‌ದು ಎಂದು ಸ್ವಲ್ಪ ಸಮಾಧಾನದಿಂದ ಡಬ್ಬಿ ಹತ್ತಿ, ಕಿಟಕಿಯ ಪಕ್ಕದ ಜಾಗವನ್ನು ಆರಿಸಿಕೊಂಡು ಲಗ್ಗೇಜನ್ನು ಮೇಲೆರಿಸಿದ. ಕೂಲಿಯವನಿಗೆ ಹಣ ಕೊಟ್ಟು ಕಳಿಸಿ ಡಬ್ಬಿಯನ್ನು ಪೂರ್ತಿ ನೋಡಿಬಂದ. ಬೇರೆ ಯಾರೂ ಪ್ರಯಾಣಿಕರು ಇರಲಿಲ್ಲ. ಒಬ್ಬನೇ ಪ್ರಯಾಣ ಮಾಡಬೇಕಲ್ಲ ಎಂದು ಸ್ವಲ್ಪ ಆತಂಕವಾಯಿತು. ಕೆಳಗೆ ಇಳಿದು ಬಂದು ಸಿಗರೇಟ್ ಹತ್ತಿಸಿ ಸುತ್ತಲೂ ನೋಡಿದ.

ಕೊರೆಯುವ ಚಳಿಯನ್ನು ಎದುರಿಸುತ್ತಾ ನಿಂತಿದ್ದ ಅಲ್ಲೊಬ್ಬ ಇಲ್ಲೊಬ್ಬ ಪ್ರಯಾಣಿಕರನ್ನು ಬಿಟ್ಟರೆ, 'ಚಾಯ್ ಚಾಯ್; ಅಂತ ಕೂಗುತ್ತ ಓಡಾಡುತ್ತಿದ್ದ ಹುಡುಗ, ಬೀಡಿ, ಸಿಗರೇಟು ಮಾರುತ್ತಿದ್ದ ಅಂಗಡಿಯವ, ಹರಿದ ಕಂಬಳಿ ಸುತ್ತಿ ಚಳಿಯಲ್ಲಿ ನಡುಗುತ್ತಾ ಬೆಂಚಿನ ಮೇಲೆ ಕುಳಿತಿದ್ದ ಕೆಲವು ಕೂಲಿಗಳು ಅಷ್ಟೇ! ಕತ್ತಲಾಗದಿದ್ದರೂ ಸ್ಟೇಷನ್‌ನಲ್ಲಿ ಸಾಲು ಕಂಬದ ದೀಪಗಳು ಢಾಳಾಗಿ ಉರಿಯುತ್ತಿದ್ದವು. ಕಂಬ ದೂರ ದೂರವಾದಂತೆ ದೀಪದ ಪ್ರಖರತೆ ಮಳೆಯ ತೆರೆಯಿಂದ ಮಬ್ಬಾಗಿ ಕಾಂತಿ ಹೀನವಾದಂತೆ ಕಾಣಿಸುತ್ತಿದ್ದವು. ಟಿ.ಸಿ. ಆಲಸ್ಯದಿಂದ ರೂಮಿನಿಂದ ಹೊರಗೆ ಬಂದು, ಸುತ್ತಲೂ ನೋಡಿ, ಕೈಗಡಿಯಾರ ನೋಡಿಕೊಂಡು ಆಕಳಿಸುತ್ತಾ ಪುನಃ ಒಳಕ್ಕೆ ಹೋದ.

ಆರು ಗಂಟೆಗೆ ಇನ್ನೂ ಐದು ನಿಮಿಷವಿತ್ತು. ಶ್ಯಾಮ್ ಇಂಜಿನ್ ನಿಂತಿದ್ದ ಕಡೆ ನಿರುಕಿಸಿ ನೋಡಿ, 'ಸ್ವಾಮಿ ಬಂದಿರಬಹುದೇನೊ' ಅಂತ ಯೋಚಿಸಿ, ಅಲ್ಲಿಯವರೆಗೂ ಹೋಗಿ ನೋಡಲೇ ಅಂದುಕೊಂಡರೂ, ಲಗೇಜ್ ಬಿಟ್ಟು ಹೋಗಲು ಅನುಮಾನಿಸ ಬೇಡ ಎಂದು ಅಲ್ಲೇ ನಿಂತ.

ಚಳಿಯಿಂದ ಕಟಕಟಿಸುತ್ತಾ ಅವನು ನಿಂತಿದ್ದಂತೆ ಎಂಜಿನ್ ಡ್ರೈವರ್ ಸ್ವಾಮಿ ಬರುತ್ತಿದ್ದದು ಮಳೆಯ ತೆರೆಯ ಹಿಂದೆ ಅಸ್ಪಷ್ಟವಾಗಿ ಕಂಡು ಬಂದು, ಸ್ವಲ್ಪ ಹೊತ್ತಿನಲ್ಲಿ ನಿಚ್ಚಳವಾಗಿ ಕಾಣಿಸಿತು. ಶಾಮ್ ಮುಖ ಅರಳಿತು.

ಸ್ವಾಮಿ ಮತ್ತು ಶಾಮ್ ಬಾಲ್ಯ ಸ್ನೇಹಿತರು. ಸ್ಕೂಲಿನಲ್ಲಿ ಒಟ್ಟಿಗೆ ಓದುತ್ತಿದ್ದ ಅವರು ಸ್ವಾಮಿ ಪಿಯುಸಿ ಪಾಸ್ ಮಾಡಲಾಗದೆ ಓದು ಬಿಟ್ಟು ರೈಲ್ವೆ ಇಂಜಿನ್ ಡ್ರೈವರ್ ಕೆಲಸಕ್ಕೆ ಸೇರಿದ ಮೇಲೆ ಬೇರಾಗಿದ್ದರು. ಸ್ವಾಮಿ ಶಾಮ್‌ಗೆ ಎಲ್ಲ ರೀತಿಯಲ್ಲೂ ತದ್ವಿರುದ್ಧ. ಶಾಮ್ ಹಾಲು ಬಿಳುಪು, ಸ್ವಾಮಿ ಕಡುಗಪ್ಪು. ತೆಳುವಾದ ಮೈಕಟ್ಟಿನ, ಗುಂಗುರು ಕೂದಲಿನ ಸುಂದರ ಎಂದೇ ಹೇಳಬಹುದಾದ ಶಾಮ್‌ನ ಎದುರು ಸೈಂಧವನಂತೆ ಎತ್ತರವಾಗಿ, ಬಲಿಷ್ಠವಾಗಿದ್ದ ಒರಟು ಕೂದಲಿನ ಸ್ವಾಮಿ ದೈತ್ಯನಂತೆ ಕಾಣುತ್ತಿದ್ದ. ತೀಕ್ಷ್ಣ ಕಣ್ಣುಗಳ, ಎಲ್ಲರನ್ನೂ ಮೆಟ್ಟುವ ಗಡಸು

ಧ್ವನಿಯ ಸ್ವಾಮಿ ಯಾವುದಕ್ಕೂ ಹೆದರದ 'ಅಗ್ರೆಸ್ಸಿವ್' ಗಂಡು. ಅದೇ ಶಾಮ್ ಸಂಕೋಚ ಪ್ರವೃತ್ತಿಯ ಸೌಮ್ಯಸ್ವಭಾವದ, ಎಲ್ಲಕ್ಕೂ ಹಿಂಜರಿಯುವ 'ಪುಕ್ಕಲು' ಯಾವುದರಲ್ಲೂ ಒಬ್ಬರಿಗೊಬ್ಬರನ್ನು ಹೋಲಿಸಲಾಗದ ಇವರಿಬ್ಬರ ಗಾಢ ಸ್ನೇಹ ಮಾತ್ರ ಅಸಾಧಾರಣ.

ಸ್ವಾಮಿ ಎಂದರೆ ಶಾಮ್‌ಗೆ ಒಂಥರಾ ಭಯಮಿಶ್ರಿತ ಗೌರವ, ವಿಶ್ವಾಸ. ಅವನಂತೆ ತಾನು ದಾರ್ಷ್ಟೀಕನಲ್ಲವೆಲ್ಲಾ ಎಂಬ ಕೀಳರಿಮೆ ಇದ್ದರೂ ಇದ್ದೀತು. ತಾನು ಮಾಡಬಯಸಿ ಧೈರ್ಯ ಸಾಲದೆ ಬಿಟ್ಟು ಬಿಡಬಹುದಾಗಿದ್ದ ಅನೇಕ ಚೇಷ್ಟೆಗಳನ್ನು ಶಾಮ್ ಸ್ವಾಮಿಯ ಸಹವಾಸದಲ್ಲಿ ಮಾಡಿ ಆನಂದಿಸಿದ್ದ.

ಹೈಸ್ಕೂಲಿನಲ್ಲಿ ಕದ್ದು ಸಿನಿಮಾಗೆ ಹೋಗಿದ್ದು, ಕ್ಲಾಸಿಗೆ ಚಕ್ಕರ್ ಹಾಕಿ ಬೀದಿ ಅಲೆದಿದ್ದು, ಗುಟ್ಟಾಗಿ ಸಿಗರೇಟ್ ಸೇದಿದ್ದು, ಎಗ್ಗಿಲ್ಲದೇ ಹುಡುಗಿಯರ ಬಗ್ಗೆ ಮಾತನಾಡಿ, ಅವರನ್ನು ಹಿಂಬಾಲಿಸಿ ರೇಗಿಸಿದ್ದು, ಬಾರಿನ ಕತ್ತಲಿನ ಮೂಲೆಯಲ್ಲಿ ಕೂತು ಯಾರಿಗೂ ಗೊತ್ತಾಗದಂತೆ ಬೀರ್ ಕುಡಿದದ್ದು, ಗುಟ್ಟಾಗಿ ಇಬ್ಬರೇ ಕ್ಯಾಬರೆ ಡ್ಯಾನ್ಸಿಗೆ ಹೋಗಿ ನುಣುಪಾದ ಅವಳ ಮೈ ಮುಟ್ಟಿ ರೋಮಾಂಚನಗೊಂಡದ್ದು... ಒಂದೇ ಎರಡೇ?

ಆದರೆ ಬುದ್ಧಿವಂತನಾದ ಶಾಮ್ ಎಲ್ಲೂ ಫೇಲಾಗದೆ ಇಂಜಿನಿಯರಿಂಗ್ ಮಾಡಿ ತಂದೆ ಬಳಿಕ ಅವರ ವ್ಯವಹಾರವನ್ನು ದೊಡ್ಡದಾಗಿ ಬೆಳೆಸಿ ಯಶಸ್ವಿ ಉದ್ಯಮಿ ಅಂತ ಹೆಸರು ಮಾಡಿದ್ದ. ಈಗ ಅವನಲ್ಲಿ ಸ್ವಭಾವತಃ ಇದ್ದ ಸಂಕೋಚ ಬಹುಪಾಲು ಕಡಿಮೆಯಾಗಿ ಧೈರ್ಯ, ಆತ್ಮವಿಶ್ವಾಸ ನೆಲೆಸಿತ್ತು.

'ಹಲೋ ಶಾಮ್' – ಸ್ವಾಮಿ ಮುಂದೆ ಬಂದು ಶ್ಯಾಮ್‌ನ ಕೈಗಳನ್ನು ವಿಶ್ವಾಸವಾಗಿ ಹಿಡಿದುಕೊಂಡ.

'ಬಂದಿದೀಯೋ ಇಲ್ಲವೋ ಅಂತ ಯೋಚಿಸುತ್ತಿದ್ದೆ'

'ಆರಕ್ಕೆ ಮುಂಚೇನೆ ಬಂದು ಚಾರ್ಜ್ ತಗೋ ಬೇಕಪ್ಪ ಕೆಲಸಕ್ಕೆ ಬರದಿದ್ದರೆ ನನ್ನ ಹೊಟ್ಟೆಪಾಡು ಹೇಗೆ ನಡೆಯಬೇಕು ಹೇಳು. ಅದಿರಲಿ, ಬರೋ ತಿಂಗಳು ನೀನು ಸಂಸಾರ ಆಗಿಬಿಡ್ತೀಯ... ಎಲ್ಲರನ್ನೂ ಮರೆತು ಬಿಡುತ್ತಿಯೋ ಏನೋ?'

'ಹಾಗೇನಿಲ್ಲಪ್ಪ' ಎಂದು ಶಾಮ್ ಸಂಕೋಚದಿಂದ ನಕ್ಕ. ಆದರೆ ಮುಖದಲ್ಲಿ ಆನಂದವನ್ನು ಮುಚ್ಚಿಡಲಾಗಲಿಲ್ಲ. ಅವನೀಗ ತನ್ನೊಂದಿಗೆ ಮದುವೆ ನಿಶ್ಚಯವಾಗಿದ್ದ ಹುಡುಗಿಯನ್ನು ನೋಡಲೆಂದೇ ಮದುರೈಗೆ ಹೋಗುತ್ತಿದ್ದ.

'ಎನಿವೇ, ಕಂಗ್ರಾಜುಲೇಷನ್ಸ್. ನಿನಗೆ ಮದುವೆಯಾದ ಮೇಲಾದರೂ ನನಗೆ ಒಂದೊಂದು ಸಲ ಮನೆ ಊಟ ಸಿಗಬಹುದು' ದೊಡ್ಡದಾಗಿ ನಗುತ್ತಾ ಹೇಳಿದ ಸ್ವಾಮಿ.

ಪ್ರೀತಿಸಿ ಮದುವೆಯಾಗಿದ್ದ ಪೆನ್ನಿಯ ಜೊತೆ ವಿರಸವಾಗಿ ಸ್ವಾಮಿಯ ಸಂಸಾರ ಮುರಿದು ಹೋಗಿತ್ತು. ಪೆನ್ನಿ ಮನೆ ಬಿಟ್ಟು ಹೋಗಿ ಆಗಲೇ ಎರಡು ವರ್ಷವಾಗಿತ್ತು. ಶಾಮ್ ಸ್ವಲ್ಪ ತಡೆದು ಕೇಳಿದ. 'ಪೆನ್ನಿ ವಾಪಾಸ್ಸು ಬರುವ ಸುದ್ದಿ ಏನು ಇಲ್ಲವಾ?'

ಸ್ವಾಮಿ ಗಂಭೀರನಾದ. ಮುಖದಲ್ಲಿ ದುಃಖ, ಚಿಂತೆಯ ಗೆರೆಗಳು ಮೂಡಿದವು. 'ವಾಪಸು ಬರುವುದಿರಲಿ, ಡೈವೋರ್ಸಿಗೆ ಹಾಕಿದಾಳೆ. ಈಗ ಯೋಚನೆ ಮಾಡಿ ಏನು ಪ್ರಯೋಜನ ಶಾಮ್. ಲವ್ ಅಂತ ತಲೆಕೆಟ್ಟು ಅವಳನ್ನು ಮದುವೆ ಆಗಿದ್ದೇ ತಪ್ಪು, ಈಗ ಅವಳೂ ಇಲ್ಲ, ನಮ್ಮವರು ಇಲ್ಲ.'

ಶಾಮ್ ಅನುಕಂಪದಿಂದ ಸ್ವಾಮಿಯ ಕೈ ಅದುಮಿ ಕೇಳಿದ. 'ಪೆನ್ನಿ ಜೊತೆ ನಾನು ಮಾತಾಡಲಾ?'

'ಏನೂ ಬೇಡ, ಅದು ಉಪಯೋಗಾನೂ ಆಗಲ್ಲ. ಅವಳಿಗೋಸ್ಕರ ನಾನು ಈ ಕೆಲಸ ಬಿಡಲ್ಲ. ವಾರಗಟ್ಟಲೆ ಊರಿಂದ ಹೊರಗೆ ಉಳಿಯಬೇಕಾಗೂ ಈ ಕೆಲಸ ಅವಳಿಗೆ ಇಷ್ಟ ಇಲ್ಲ. ಇನ್ನು ಸುಮ್ನೆ ಯಾಕೆ ಶ್ರಮ. bygone is bygone, ಮರೆತುಬಿಟ್ಟಿದ್ದೀನಿ ಅವಳನ್ನ.'

ಗೆಳೆಯರ ಮಧ್ಯೆ ಒಂದು ನಿಮಿಷ ಮೌನ ನೆಲೆಸಿತ್ತು. 'ಆರು ತಿಂಗಳ ಮೇಲಾಯಿತಲ್ಲ ನಿನ್ನ ನೋಡಿ? ಫೋನ್ ಮಾಡಿದಾಗ ನಿಮ್ಮಮ್ಮ ಹೇಳದೆ ಇದ್ದಿದ್ರೆ ಈ ರೈಲಲ್ಲೇ ಹೋಗ್ತಿದ್ದೀಯ ಅಂತ ಗೊತ್ತಾಗ್ತಾನೇ ಇರಲಿಲ್ಲ.' ಮೌನ ಒಡೆದು ಹೇಳಿದ ಸ್ವಾಮಿ ಬೋಗಿಯೊಳಗೆ ಕಣ್ಣು ಹಾಯಿಸಿ, 'ಯಾರು ಇದ್ದ ಹಾಗಿಲ್ಲ ಪ್ರಯಾಣಿಕರು' ಅಂದ.

'ಹೌದು. ಯಾರೂ ಇಲ್ಲ. ಯಾರಾದರೂ ಬರಬಹುದು ಇನ್ನೂ ಟೈಮ್ ಇದೆಯಲ್ಲಾ?'

'ಯಾವುದಾದರೂ ಒಂಟಿ ಹಕ್ಕಿ ಬಂದರೆ ಒಂದು ಕೈ ನೋಡು, ರಾತ್ರಿ ಪ್ರಯಾಣ ಬೇರೆ ಮಾಡ್ತಿದಿಯಾ. ಈ ಮಳೆ, ಚಳೀಲಿ ಚೆನ್ನಾಗಿರುತ್ತೆ. ಅನುಭವಸ್ಥ ನೀನು' ಸ್ವಾಮಿ ಛೇಡಿಸುತ್ತಾ ಹೇಳಿದ.

ಶಾಮ್ ತಟ್ಟನೆ ಬೆವರಿದ. ಅವನ ಮುಖ ಬಿಳುಪೇರಿತು. ಕಣ್ಣುಗಳಲ್ಲಿ ಯಾವುದೋ ಭೀತಿ ತೋರಿತು. 'ಶಟ್ ಅಪ್ ಸ್ವಾಮಿ. ಆ ಮಾತಾಡಬೇಡಾಂತ ಸಾವಿರ ಸಲ ಹೇಳಿದೀನಿ' ಅಂದು ಗದರಿದ.

ಸ್ವಾಮಿಗೆ ಇವನ ಅವಸ್ಥೆ ನೋಡಿ ನಗು ಬಂತು. 'ಧೈರ್ಯ ಇರಬೇಕು ಕಣೋ, ಆಗಲೇ ಮಾಡುವ ಕೆಟ್ಟ ಕೆಲಸಗಳನ್ನು ಆನಂದವಾಗಿ ಅನುಭವಿಸಬಹುದು.'

ಸ್ವಾಮಿಯ ಮಾತುಗಳು ಶಾಮ್‌ಗೆ ಸ್ವಲ್ಪವೂ ಇಷ್ಟವಾಗಲಿಲ್ಲ. ಯಾವುದೋ

ಅಹಿತ ನೆನಪು ಅವನ ಸ್ವಾಸ್ಥ್ಯವನ್ನೇ ಕೆಡಿಸಿದಂತೆ ಕಂಗೆಟ್ಟ.

'ಸ್ವಾಮಿ ಪ್ಲೀಸ್, ದಯವಿಟ್ಟು ನಾವ್ ಬೇರೆ ಮಾತಾಡೋಣ' ಬೇಡುವ ದನಿಯಲ್ಲಿ ಹೇಳಿದ ಶಾಮ್.

'ಸರಿ. ವರ್ಷಗಳಾದರೂ ನೀನಿನ್ನೂ ಚೇತರಿಸಿಕೊಂಡೇ ಇಲ್ಲ' ಅಂದು ಸ್ವಾಮಿ ಮಾತು ಬದಲಾಯಿಸಿದ.

ಗೆಳೆಯರು ಸ್ವಲ್ಪ ಹೊತ್ತು ಅದೂ ಇದೂ ಹರಟಿದರು. ಶಾಮ್‌ನ ಮನಸ್ಸು ಬೇರೆಲ್ಲೋ ಮುಳುಗಿರುವುದು ಅವನು ಅನ್ಯಮನಸ್ಕನಾಗಿ ಸ್ವಾಮಿಯ ಮಾತುಗಳಿಗೆ ಹೂಂ, ಉಹೂಂ ಎಂದು ಮಾತ್ರ ಉತ್ತರಿಸುತ್ತಿದ್ದುದರಿಂದ ತಿಳಿಯುತ್ತಿತ್ತು.

ಸಮಯ ಹೊರಳಿತು. ಸ್ಟೇಷನ್‌ನಲ್ಲಿ ಜನಗಳು ಜಾಸ್ತಿಯಾದರು. ಟೀ ಮಾರುತ್ತಿದ್ದ ಹುಡುಗ, 'ಇಡ್ಲೀ, ಇಡ್ಲೀ...' ಅಂತ ಕೂಗುತ್ತಿದ್ದ ತಿಂಡಿಯವನು, ಮ್ಯಾಗಜಿನ್‌ಗಳನ್ನು ಗಾಡಿಯಲ್ಲಿ ಮಾರುತ್ತಿದ್ದವನು ಎಲ್ಲರೂ ಚಟುವಟಿಕೆಯಿಂದ ರೈಲಿನ ಉದ್ದಕ್ಕೂ ಕೂಗುತ್ತಾ ಓಡಾಡತೊಡಗಿದರು.

'ಬರ್ತೀನಿ ಶ್ಯಾಮ್. ಮುಂದಿನ ಸ್ಟೇಷನ್‌ನಲ್ಲಿ ಸಿಗ್ತೀನಿ' ಅಂತ ಹೇಳಿ ಸ್ವಾಮಿ ಆತುರವಾಗಿ ಇಂಜಿನ್ ಕಡೆಗೆ ಹೊರಟ. ನಾಲ್ಕು ಹೆಜ್ಜೆ ಹೋಗಿ ಹಿಂತಿರುಗಿ ನೋಡಿ, 'ಪ್ರಯಾಣ ಸುಖಕರವಾಗಿರಲಿ... ಯಾರಾದರೂ ಜೊತೆ ಸಿಕ್ಕಿದರೆ' ಅಂತ ಹೇಳಿ ಕಣ್ಣು ಮಿಟುಕಿಸಿದ. ಶಾಮ್ 'ಥೂ! ಬಾಯಿ ಮುಚ್ಚಿಕೊಂಡು ಹೋಗು ನೀನು' ಅಂತ ರೇಗಿದ. ಯಾವುದೋ ಅಸಹ್ಯ, ಅಹಿತ ಭಾವನೆ ಮೂಡಿ ಅವನು ಸಿಡಿಮಿಡಿಗೊಂಡ.

ಸ್ವಲ್ಪ ಹೊತ್ತಿನಲ್ಲಿ ಎಂಜಿನ್ ಶಿಳ್ಳೆ ಹೊಡೆಯಿತು. ಗಾರ್ಡ್ ಹಸಿರು ದೀಪ ತೋರಿಸುತ್ತಿದ್ದಂತೆ 'ಸುಯ್' ಅಂತ ಹೊರಟ ಗಾಡಿಯನ್ನು ಹತ್ತಿ ಬಾಗಿಲು ಮುಂದೆ ಮಾಡಿದ. ತನ್ನ ಜಾಗಕ್ಕೆ ಹೋಗಿ ಕುಳಿತು ಕಿಟಕಿಯಾಚೆ ನೋಡಿದ. ದೀಪದ ಕಂಬಗಳು, ಕೈಗಾಡಿಯವರು, ಅಂಗಡಿಗಳು, ರೈಲ್ವೆ ಆಫೀಸ್ ರೂಮ್‌ಗಳು ನಿಧಾನವಾಗಿ ಹಿಂದೆ ಹಿಂದೆ ಸಾಗಿದವು. ಈ ಪಕ್ಕ 'ಪುರುಷರು' ಆ ಪಕ್ಕ 'ಸ್ತ್ರೀಯರು' ಎಂಬ ಫಲಕ ಹೊತ್ತ ಮೋಟು ಗೋಡೆ ಹಿಂದೆ ಸಾಗಿದಂತೆ ಸ್ಟೇಷನ್ನಿನ ದೀಪಗಳು ಮುಗಿದು ಹೊರಗೆ ಪೂರ್ತಿ ಕತ್ತಲಾಗಿ ಏನೂ ಕಾಣದಂತಾಯಿತು

ಪೂರ್ತಿ ಬೋಗಿಯಲ್ಲಿ ತಾನೊಬ್ಬನೇ. ಹೊರಗೆ ಕಾರ್ಗತ್ತಲು, ಜಡೆಹಿಡಿದ ಮಳೆ. ಅವನು ಮರೆಯಲು ಪ್ರಯಾಸ ಪಡುತ್ತಿದ್ದ ಯಾವುದೋ ಅಹಿತ ಘಟನೆ ಪುನರಾವರ್ತನೆಯಾಗುತ್ತಿದೆ ಅನಿಸಿ ಶಾಮ್‌ಗೆ ನಿಜವಾಗಿಯೂ ದಿಗಿಲಾಯಿತು. ಅವನ ಕಣ್ಣು ಅಪ್ರಯತ್ನವಾಗಿ ಬೋಗಿಯ ಆ ಕಡೆಗಿದ್ದ ಎದುರು ಬದುರಿನ

ಸೀಟುಗಳ ಕಡೆ ಹರಿಯಿತು. ಗುಲಾಬಿ ಸೀರೆಯೊಂದಿಗೆ ಸ್ಪರ್ಧಿಸುತ್ತಿದ್ದ ಮೈ ಬಣ್ಣದ, ಚಂಚಲ ಕಂಗಳ ಯುವತಿಯ ಮಾಟವಾದ ಸುಂದರ ಶರೀರ ಹಿಂದೊಮ್ಮೆ ಅದೇ ಜಾಗದಲ್ಲಿ ಕೂತಿದ್ದು ಕಣ್ಣು ಮುಂದೆ ಮೂಡಿ ಬೆಚ್ಚಿದ ಶಾಮ್. ಹಣೆಯ ಮೇಲೆ ಬೆವರು ಸಾಲುಗಟ್ಟಿತು. ಅವನು ತಲೆಕೊಡಲಿ 'ಛೆ! ಸಿಲ್ಲಿ' ಅಂದುಕೊಂಡ. 'ನಾನು ಹೀಗೆ ಹೆದರಿದರೆ ರಾತ್ರಿ ಕಳೆದಂತೆಯೇ' ಅಂದುಕೊಂಡು ಭಯ ಕೊಡವಿಹಾಕಲು ಎನ್ನುವಂತೆ ಸಶಬ್ದವಾಗಿ ಸೂಟ್‌ಕೇಸ್ ಇಳಿಸಿ ಟವೆಲ್ ಆಚೆ ತೆಗೆದ.

ಬಾತ್‌ರೂಮಿಗೆ ಹೋಗಿ ಬಾಗಿಲು ಹಾಕಿಕೊಂಡ. ಮುಖಕ್ಕೆ ತಣ್ಣೀರು ಎರಚಿಕೊಂಡಾಗ ಬಿಸಿಯೇರಿದ್ದ ತಲೆ ಕೊಂಚ ತಣ್ಣಗಾದಂತಾಗಿ ಹಾಯೆನಿಸಿತು. ಟವಲಿನಿಂದ ಮುಖವನ್ನು ಒರೆಸಿಕೊಳ್ಳುತ್ತಾ ಹೊರಗೆ ಬಂದಾಗ ಬೋಗಿಯಲ್ಲಿ ಇನ್ನೊಬ್ಬ ಪ್ರಯಾಣಿಕನಿದ್ದಿದ್ದನ್ನು ನೋಡಿ ಶಾಮ್ ಆಶ್ಚರ್ಯಗೊಂಡರೂ ಜೊತೆಗೊಬ್ಬ ಬಂದನಲ್ಲಾ ಎಂದು ಸಮಾಧಾನದ ನಿಟ್ಟುಸಿರು ಬಿಟ್ಟ. ರೈಲು ಹೊರಟ ಮೇಲೆ ಓಡಿಬಂದು ಹತ್ತಿರಬೇಕು ಅಂದುಕೊಂಡ. ಕತ್ತಿಗೆ ಕೆಂಪು ಮಫ್ಲರ್ ಸುತ್ತಿ ಅದೇ ಬಣ್ಣದ ಜರ್ಕಿನ್ ಹಾಕಿದ್ದ ಅವನು ಬಗ್ಗಿ ಸೂಟ್‌ಕೇಸನ್ನು ಸೀಟ್ ಕೆಳಗೆ ತಳ್ಳುತ್ತಿದ್ದ. ಶ್ಯಾಮ್ ಬಂದ ಸದ್ದು ಕೇಳಿ ಅವನು ತಲೆಯೆತ್ತಿ ನೋಡಿದ. ಇನ್ನೂ ಗಡ್ಡ ಮೀಸೆ ಇರದಿದ್ದ ಹದಿವಯಸ್ಸಿನ ಯುವಕ ಅವನು. ಹೊಳೆಯುತ್ತಿದ್ದ ಕಣ್ಣುಗಳಲ್ಲಿ ಇನ್ನೂ ಮುಗ್ಧತೆ ಮಾಸಿರಲಿಲ್ಲ. ಕಪ್ಪಾದ ನೀಳರೆಪ್ಪೆಗಳಿಂದ ಕಣ್ಣುಗಳ ಹೊಳಪು ಇನ್ನೂ ಹೆಚ್ಚಿತ್ತು. ಶಾಮ್ ಅಚ್ಚರಿಯಿಂದ ಅವನನ್ನು ನೋಡಿದ. ಆ ಹುಡುಗನ ಮುಖ, ನೋಟ ಈ ಮುಂಚೆ ಎಲ್ಲೋ ನೋಡಿದ್ದ ಹಾಗೆ ಅನಿಸಿತು.

ಇವನನ್ನು ನೋಡಿದ ಆ ಯುವಕ ಬೇಕೋ ಬೇಡವೋ ಅನ್ನುವಂತೆ ಒಂದು ಕಿರು ನಗು ಚೆಲ್ಲಿದ. ಶಾಮ್ ಒಂದು ಕ್ಷಣ ಗೊಂದಲದಲ್ಲಿ ಬಿದ್ದು ನಂತರ ಕಂಡೂ ಕಾಣದಂತೆ ಸಂಕೋಚದಿಂದ ನಕ್ಕು ಮೌನವಾಗಿ ತನ್ನ ಸೀಟಿನಲ್ಲಿ ಬಂದು ಕುಳಿತ.

ಈಗ ಅವನ ಬಗ್ಗೆ ಅವನಿಗೆ 'ಛೀ!' ಅನಿಸಿತು. ಅವನು ಎಷ್ಟು ಸಲ ಅಂದುಕೊಂಡಿದ್ದ, ಹೊಸಬರನ್ನು ಪರಿಚಯ ಮಾಡಿಕೊಳ್ಳುವಾಗ ನಗುನಗುತ್ತಾ ತಾನೇ ಮೊದಲ ಮಾತಾಡಿಸಬೇಕು ಅಂತ. ಆದರೆ ಇವತ್ತು ಪುನಃ ಹೇಡಿಯಂತೆ ನಡೆದುಕೊಂಡೆ.

ಈ ಮುಖ ಹೇಡಿತನವನ್ನು ತಾನು ಎದುರಿಸಲೇಬೇಕು ಎಂದು ಶಾಮ್ ಪ್ರಯತ್ನಪೂರ್ವಕವಾಗಿ ಮತ್ತೆ ಆ ಯುವಕನ ಕಡೆ ತಿರುಗಿ ನೋಡಿದ. ಅವನು ಬ್ಯಾಗಿನಿಂದ ಹವಾಯಿ ಚಪ್ಪಲಿ ತೆಗೆದು ಕೆಳಗೆ ಹಾಕಿ ನಯವಾಗಿದ್ದ. ತನ್ನ

ಪಾದಗಳನ್ನು ಅದರಲ್ಲಿ ತೋರಿಸಿ ಮೇಲೆದ್ದ. ಕೆಂಪಾದ ಅವನ ಪಾದಗಳನ್ನು ನೋಡಿ ಇವನು ಹುಡುಗನಾಗಿರುವುದಕ್ಕಿಂತ ಹುಡುಗಿಯಾಗಿರುವುದಕ್ಕೇ ಹೆಚ್ಚು ಸರಿಯಾಗಿದ್ದಾನೆ ಅನಿಸಿತು ಶಾಮ್‌ಗೆ.

'ಹಲೋ... ಎಲ್ಲಿಯವರೆಗೆ ನಿಮ್ಮ ಪ್ರಯಾಣ?" ಶಾಮ್ ಪ್ರಯತ್ನಪೂರ್ವಕವಾಗಿ ಮಾತಾಡಿಸಿದ.

ಅವನು ಮುಗುಳ್ನಕ್ಕು 'ಮಧುರೈಗೆ. ನೀವು?' ಅಂದ.

ಅವನ ಧ್ವನಿ ಒರಟಾಗಿರದೆ ಹುಡುಗಿಯರ ದನಿಯಂತೆ ಕೋಮಲವಾಗಿತ್ತು.

'ನಾನು ಮಧುರೈಗೇನೆ...' ಅಂದು ನಂತರ 'ಇಡೀ ಬೋಗಿಲಿ ನಾನು ಒಬ್ಬನೇ ಇದೀನೆಲ್ಲಾ ಅಂತ ಯೋಚನೆ ಮಾಡ್ತಿದ್ದೆ, ಸದ್ಯ ನೀವು ಬಂದಿರಲ್ಲಾ' ಅಂದ.

ಅವನು ನಕ್ಕು ತನ್ನ ಜರ್ಕಿನ್ ಬಿಚ್ಚಿ ಸೀಟಿನ ಮೇಲೆ ಎಸೆದು ಶಾಮನ ಮುಂದೆ ಬಂದು ಕೂತ. ಸ್ವೆಟರ್‌ನ ಒಳಗಿದ್ದ ಗುಲಾಬಿ ಬಣ್ಣದ ಶರ್ಟಿನ ಕಾಲರ್ ಸರಿ ಮಾಡಿಕೊಳ್ಳುತ್ತಾ 'ತುಂಬಾ ಚಳಿ ಅಲ್ಲಾ?' ಅಂದ.

ಶಾಮ್ ನಕ್ಕು ಸ್ವಲ್ಪ ಹೊತ್ತು ಸುಮ್ಮನಿದ್ದು 'ನಿಮ್ಮ ಹೆಸರು?' ಎಂದ.

'ರೂಪ್, ರೂಪ್ ಕುಮಾರ್. ರೂಪ್ ಅಂತ ಎಲ್ಲರೂ ಕರೆಯುವುದು'

ಶಾಮ್ ಬೆಚ್ಚಿದ. 'ರೂಪ?!' ಅಪ್ರಯತ್ನವಾಗಿ ಬಾಯಿಂದ ಪ್ರಶ್ನೆ ಹೊರಟಿತ್ತು. ಆ ಹೆಸರು ಕೇಳಿ ಅವನ ಎದೆ ಡಬಡಬನೆ ಬಡಿದುಕೊಂಡಿತು.

ಅವಳ ಹೆಸರು ರೂಪ ಅಂತಾನೇ ಇತ್ತು ಅಲ್ಲವಾ! ಇವತ್ತೇಕೋ ಅವಳ ನೆನಪುಗಳು ನನ್ನನ್ನು ಸುಮ್ಮನೆ ಬಿಡುವಂತೆ ಕಾಣುತ್ತಿಲ್ಲ. ಆರು ವರ್ಷದಿಂದ ಹೃದಯದಲ್ಲಿ ಅದುಮಿಟ್ಟಿದ್ದ ನೆನಪುಗಳು ಬೃಹದಾಕಾರ ತಾಳಿ ಹೃದಯ ಒಡೆದು ಹೊರಗೆ ಬರುತ್ತವೆಯೇನೋ ಅನಿಸಿ ಅವನ ಬಿಗಿಯಾಗಿ ಬಾಯಿ ಮುಚ್ಚಿದ.

'ರೂಪ ಅಲ್ಲ. ರೂಪ್. ಯಾಕೆ? ಹುಡುಗಿಯರ ಹೆಸರಿದ್ದ ಹಾಗಿದೆ ಅಂತಾನಾ?" ಕಿಲಕಿಲನೆ ಅಂತಾನೇ ಹೇಳಬಹುದು ಹಾಗೆ ನಕ್ಕ ರೂಪ್. ಮುತ್ತುಗಳಂತಿದ್ದ ಅವನ ಹಲ್ಲುಗಳು ಮಿಂಚಿದವು. ಶಾಮ್ ಮತ್ತೆ 'ಇವನು ಹುಡುಗಿಯಾಗುವುದಕ್ಕೆ ಸರಿಯಾಗಿದ್ದಾನೆ.' ಅಂದುಕೊಂಡ.

'ಹಾಗಲ್ಲ, ರೂಪ ಅನ್ನೋ ಹೆಸರಿಗೆ ಸರಿಯಾಗಿದ್ದೀರ'

'ಓಹೋ, ಹಾಗೋ... ಥ್ಯಾಂಕ್ಸ್' ಮತ್ತೆ ಮುದ್ದಾಗಿ ನಕ್ಕ ರೂಪ್.

ರೂಪ್‌ನ ಮುಕ್ತ ನಗು, ಹಾಸ್ಯಮಯ ಮಾತುಗಳು ಬಿಗುವಿಲ್ಲದ ನಡವಳಿಕೆ ಶ್ಯಾಮ್‌ಗೆ ತುಂಬಾ ಮೆಚ್ಚುಗೆಯಾದವು. ಇವನು ಬಂದದ್ದು ಒಳ್ಳೆಯದಾಯಿತು ಅಂದುಕೊಂಡ ಅವನು. ಭಯಪಡುತ್ತಾ ರಾತ್ರಿಯೆಲ್ಲಾ ಒಬ್ಬನೇ ಇರುವುದು ತಪ್ಪಿತು ಅಂತ ಖುಷಿಪಟ್ಟ. ಅದೂ ಇದೂ ಮಾತಾಡುತ್ತ ಎಷ್ಟೋ ಹೊತ್ತು

ಅವರ ಕಾಲ ಕಳೆದರು. ಸಮಯ ಕಳೆದಂತೆ ಇಬ್ಬರ ಮಧ್ಯೆ, ಆತ್ಮೀಯತೆ, ಸ್ನೇಹ ಮೂಡಿತು. ಹರಟೆ ಹೊಡೆಯುತ್ತಾ ಹಾಸ್ಯದ ಮಾತುಗಳಾಡುತ್ತಾ ಅವರಿಗೆ ಹೊತ್ತು ಕಳೆದದ್ದೇ ತಿಳಿಯಲಿಲ್ಲ. ರೂಪ್ ತುಂಬಾ ಸ್ನೇಹಮಯಿ, ಒಳ್ಳೆಯವನು ಅನಿಸಿತು ಶಾಮ್‌ಗೆ. ಬಹುಬೇಗ ಅವನು ಆತ್ಮೀಯನ ತರಹೋದ. ಶಾಮ್‌ಗೆ ಸೂಟ್ ಕೇಸಿನಲ್ಲಿಟ್ಟಿದ್ದ ತನ್ನ ಭಾವಿ ಮಾವನಿಗಾಗಿ ಕೊಂಡಿದ್ದ ಸ್ಕಾಚ್ ನೆನಪಿಗೆ ಬಂತು.

'ಡು ಯು ಮೈಂಡ್ ಎ ಡ್ರಿಂಕ್?' ಅನ್ನುತ್ತಾ ಸೂಟ್ಕೇಸ್ ಹೊರಗೆಳೆದ.

'ಆಗಲಿ ಅದಕ್ಕೇನು' ರೂಪ್ ನಗುತ್ತಾ ಒಪ್ಪಿಗೆ ಸೂಚಿಸಿದ. ಎರಡು ಗ್ಲಾಸುಗಳಲ್ಲಿ ಡ್ರಿಂಕ್ಸ್ ಹಾಕಿ ಇಬ್ಬರೂ 'ನಮ್ಮ ಸ್ನೇಹಕ್ಕೆ ಚಿಯರ್ಸ್' ಎಂದು ಹೇಳಿ ಗುಟುಕರಿಸಿದರು. ಹರಟುತ್ತಾ ಮೂರು ಸುತ್ತು ವಿಸ್ಕಿ ಮುಗಿಸಿದ ಇವರಿಗೆ ನಶೆ ಜೋರಾಗಿ ಏರಿತು. ರೈಲು ಈಗ ವೇಗವಾಗಿ ಹೋಗುತ್ತಿತ್ತು. ರೂಪ್ ಅನೇಕ ಕುತೂಹಲಕರವಾದ ವೈಯಕ್ತಿಕ ಘಟನೆಗಳನ್ನು ಶಾಮ್‌ಗೆ ಹೇಳಿಕೊಂಡ.

'ನಮ್ಮ ಮನೆಯವರು ಒಪ್ಪದಿದ್ದರೂ ನಾನು ಥಾಮಸ್ ಮಧುರೈಗೆ ಹೋಗಿ ಮದುವೆಯಾಗಲು ನಿರ್ಧರಿಸಿದ್ದೇವು. ದುರದೃಷ್ಟದಿಂದ ನನಗೆ ಅಪಘಾತವಾಗಿ ಮದುವೆ ನಿಂತುಹೋಯಿತು' ಭಾವುಕನಾಗಿ ರೂಪ್ ದುಃಖಿಸಿದ.

'ಥಾಮಸ್ ಜತೆ ಮದುವೆ?!' ಶಾಮ್ ಅಚ್ಚರಿಯಿಂದ ಕೇಳಿದ.

'ರೀಟಾ ಥಾಮಸ್' ತಕ್ಷಣ ಸರಿ ಮಾಡಿಕೊಂಡ ರೂಪ್.

'ಹ... ಹ... ಹಾ... ನಶೆ ನಿನಗೆ ಆಗಲೇ ತಲೆಗೇರಿಬಿಟ್ಟಿದೆ. ರೀಟಾ ಬದಲು ಥಾಮಸ್ ಅನ್ನುತ್ತಿದ್ದೀಯ' ಮನಸಾರೆ ನಕ್ಕ ಶ್ಯಾಮ್. ಆಮೇಲೆ ತಾನು ನಕ್ಕಿದ್ದರಿಂದ ರೂಪ್ ಬೇಸರ ಮಾಡಿಕೊಂಡನೇನೋ ಎನಿಸಿ ಗಂಭೀರನಾಗಿ 'ಬೇಜಾರು ಮಾಡ್ಕೋಬೇಡ ರೂಪ್. ಜೀವನದಲ್ಲಿ ಎಂತೆಂಥಾ ಘಟನೆಗಳೋ ನಡೆದು ಹೋಗುತ್ತವೆ. ಮರೆಯಲಾಗದಂಥವು. ಏನು ಮಾಡುವುದು, ನಮ್ಮ ಕೈಲಿ ಏನಿದೆ ಅಲ್ಲವಾ?' ಶಾಮ್ ತೊದಲುತ್ತಾ ಬಿಕ್ಕುತ್ತಿದ್ದ ರೂಪ್‌ನನ್ನು ಸಮಾಧಾನ ಮಾಡಿದ. ರೂಪ್ ದುಃಖ ನುಂಗಿಕೊಂಡು ಹೌದನ್ನುವಂತೆ ಕರೆ ಅಲ್ಲಾಡಿಸಿದ. ಸ್ವಲ್ಪ ಹೊತ್ತು ಇಬ್ಬರು ಮೌನವಾದರು.

'ಸಾರಿ ಶಾಮ್, ನನ್ನದೇ ಪ್ರವರ ಹೇಳಿ ನಿನಗೆ ಬೇಜಾರು ಮಾಡಿದೆ. ನಿನ್ನನ್ನು ವಿಚಾರಿಸಲೇ ಇಲ್ಲ. ನಿನ್ನ ಬಗ್ಗೆ ಹೇಳು' ರೂಪ್ ತನ್ನ ದುಃಖವನ್ನು ಹತ್ತಿಕ್ಕಿಕೊಂಡು ಶಾಮ್ ಬಗ್ಗೆ ಕುತೂಹಲ ವ್ಯಕ್ತಪಡಿಸಿದ.

'ನನಗೇ... ನಿನಗಿಂತ ಭಯಂಕರವಾದ ಅನುಭವವಾಗಿದೆ" ಎಂದು ಏನೋ ಹೇಳಲು ಹೋಗಿ ಶಾಮ್ ನಾಲಿಗೆ ಕಚ್ಚಿಕೊಂಡು ಸುಮ್ಮನಾದ.

'ಏನದು?'

ಶಾಮ್ ಮಾತಾಡಲಿಲ್ಲ. ಘನವಾದ ರಹಸ್ಯದ ವಿಷಯವನ್ನು ಬಾಯಿತಪ್ಪಿ ಪ್ರಸ್ತಾಪ ಮಾಡಿಬಿಟ್ಟೆ ಅನ್ನುವಂತೆ ಮುಖ ಮಾಡಿಕೊಂಡು ಕೂತ.

'ಹೂಂ... ಹೇಳು, ನನಗೆ ಹೇಳಿದರೇನು' ಉತ್ತೇಜಿಸಿದ ರೂಪ್.

'ಹೇಳಿದರೆ ತಪ್ಪು ತಿಳಿಯಲ್ಲ ತಾನೇ?' ಅದನ್ನು ಯಾರಿಗೂ ಹೇಳದೆ ರಹಸ್ಯವಾಗಿ ಇಟ್ಟುಕೊಳ್ಳುತ್ತೀಯಾ?' ಎಂದು ಅನುಮಾನವಾಗಿ ಕೇಳಿದ.

'ಖಂಡಿತವಾಗಿ' ಭರವಸೆ ನೀಡಿದ ರೂಪ್.

ಶ್ಯಾಮ್ ಪುನಃ ಯೋಜನೆಗೆ ಬಿದ್ದ. ತನ್ನ ರಹಸ್ಯವನ್ನು ಇವನಿಗೆ ಹೇಳಲೋ ಬೇಡವೋ ಅಂತ ಅರೆಮನಸ್ಸಿನಿಂದ ರೂಪ್‌ನನ್ನು ಮತ್ತೆ ದಿಟ್ಟಿಸಿ ನೋಡಿದ. ರೂಪನ ಸುಂದರ ಕಣ್ಣುಗಳು ಮತ್ತಿನಿಂದ ಮತ್ತಷ್ಟು ಸುಂದರವಾಗಿ ಕಾಣುತ್ತಿದ್ದವು. ಈ ಕಣ್ಣುಗಳನ್ನು ಎಲ್ಲೋ ನೋಡಿದ ನೆನಪು ಶಾಮ್‌ನನ್ನು ಕಾಡಿತು. ಏಕೋ ಶಾಮ್‌ಗೆ ಇವನ ಮೇಲೆ ಎಲ್ಲಿಲ್ಲದ ಭರವಸೆ ಮೂಡಿತು.

'ರೂಪ್ ನನ್ನ ಜೀವನದಲ್ಲಿ ನಡೆದ ನಂಬಲಾಗದ ಒಂದು ಘಟನೆ ಹೇಳ್ತೀನಿ. ಇದುವರೆಗೂ ನಾನು ಯಾರಿಗೂ ಈ ವಿಷಯ ಹೇಳಿಲ್ಲ'

'ಹೇಳು ಪರ್ವಾಗಿಲ್ಲ'

'ನಾನು ತುಂಬಾ ವರ್ಷಗಳ ಹಿಂದೆ ಇದೇ ರೈಲಿನಲ್ಲಿ ಪ್ರಯಾಣ ಮಾಡುತ್ತಿದ್ದಾಗ ಒಂದು ಭಯಾನಕ ಘಟನೆ ನಡೆಯಿತು'

'ಏನದು?' ರೂಪ್ ಕುತೂಹಲದಿಂದ ಕೇಳಿದ.

'ನೀನು ರಹಸ್ಯವಾಗಿಡಬೇಕು. ಆಮೇಲೆ ಪೂರ್ತಿ ಕೇಳುವವರೆಗೂ ನನ್ನ ಬಗ್ಗೆ ಏನೂ ಅಭಿಪ್ರಾಯ ತಳೆಯಬಾರದು' ಶಾಮ್ ಪುನಃ ಎಚ್ಚರಿಸಿದ.

'ಸರಿ'

'ಅವತ್ತಿನಿಂದ ನಾನು ತೀವ್ರವಾದ ಅಪರಾಧ ಭಾವದಿಂದ ಒದ್ದಾಡುತ್ತಿದ್ದೇನಿ. ನಿನ್ನ ಹತ್ತಿರ ಹೇಳಿಕೊಂಡ್ರೆ ಸ್ವಲ್ಪ ಮನಸ್ಸಿಗೆ ನೆಮ್ಮದಿ ಸಿಕ್ಕುತ್ತೆ ಅಂತ ಆಸೆ. ಏನಾಯಿತು ಹೇಳ್ತೀನಿ ಕೇಳು'

ನಶೆಯಿಂದ ತೇಲಾಡುತ್ತಿದ್ದ ಕಣ್ಣುಗಳಿಂದ ರೂಪ್‌ನನ್ನು ದಿಟ್ಟಿಸಿ ನೋಡಿದ ಶಾಮ್. ತನ್ನ ಅನುಮಾನ ನೋಡಿ ಅವನ ಮನಸ್ಸಿನಲ್ಲೇ ನಗುತ್ತಿದ್ದಾನೆ ಅನಿಸಿತು. ಕೈಯಲ್ಲಿ ಗ್ಲಾಸ್ ಹಿಡಿದು ಹಿಂದಕ್ಕೊರಗಿ ಕಣ್ಣುಮುಚ್ಚಿ ಶಾಮ್ ವಿವರಗಳನ್ನು ನೆನಪಿಸಿಕೊಳ್ಳುತ್ತಾ ಹೇಳಲು ಶುರುಮಾಡಿದ.

'ಇದೇ ಥರ ಜಡಿಮಳೆ ಹಿಡಿದ ರಾತ್ರಿ. ನಾನು, ನನ್ನ ಸ್ನೇಹಿತ ಸ್ವಾಮಿ ಇಬ್ಬರೂ ಮಧುರೈನಲ್ಲಿದ್ದ ರೈಲ್ವೆ ಆಫೀಸಿಗೆ ಹೊರಟಿದ್ವಿ. ನಾನು ಇಂಜಿನಿಯರಿಂಗ್‌ನ ಎರಡನೇ ವರ್ಷದಲ್ಲಿ ಓದುತ್ತಿದ್ದೆ. ಸ್ವಾಮಿ ಓದು ನಿಲ್ಲಿಸಿ ಕೆಲಸಕ್ಕಾಗಿ ವರ್ಷದಿಂದ ಅಲೆದಾಡಿ ಬೇಸತ್ತಿದ್ದ. ಅವನ ಕೆಲಸಕ್ಕಾಗಿ ನಮ್ಮಪ್ಪ ಬರೆದುಕೊಟ್ಟ ಶಿಫಾರಸು

ಕಾಗದ ತೊಗೊಂಡು ಹೊರಟಿದ್ದೆವು. ಹೀಗೆ ಧಾರಾಕಾರವಾಗಿ ಸುರಿಯುತ್ತಿದ್ದ ಮಳೆ. ರೈಲಿನಲ್ಲಿ ಪ್ರಯಾಣಿಕರು ತುಂಬಾ ಕಡಿಮೆ. ನೀನು ಬಂದು ಕೂತೆಯಲ್ಲಾ, ಅದೇ ಜಾಗದಲ್ಲಿ ಒಂದು ಹುಡುಗಿ ಕೂತಿದ್ದಳು' ಶಾಮ್ ಉದ್ವೇಗಗೊಂಡು ಮಾತು ನಿಲ್ಲಿಸಿದ.

ಒಂದು ಕ್ಷಣ ಮೌನವಾಗಿದ್ದು ನೀಳವಾಗಿ ಉಸಿರ ತೊಗೊಂಡು ಮತ್ತೆ ಶುರು ಮಾಡಿದ. 'ಸುಂದರವಾದ ಆ ಯುವತಿ ರೈಲು ಹೊರಡುತ್ತಿದ್ದಾಗ ಓಡುತ್ತಾ ಬಂದು ನಮ್ಮ ಭೋಗಿ ಹತ್ತಿದಳು. ಒಬ್ಬಳೇ ಬಂದಿದ್ದ ಅವಳು ಭಯ ತುಂಬಿದ ಕಣ್ಣುಗಳಿಂದ ಸುತ್ತಲೂ ನೋಡಿದಾಗಲೇ ಅವಳಿಗೆ ತಿಳಿದದ್ದು ಭೋಗೀಲಿ ನಮ್ಮಿಬ್ಬರನ್ನು ಬಿಟ್ಟು ಬೇರೆ ಯಾರು ಇಲ್ಲ ಎಂದು. ಅವಳನ್ನು ನೋಡಿ ನಮಗೆ ರೋಮಾಂಚನವಾಯಿತು. ಈ ಚೆಲುವೆ ನಮ್ಮ ಜೊತೆಗೆ ಪ್ರಯಾಣ ಮಾಡಿದರೆ ಸಮಯ ಹೋಗುವುದೇ ತಿಳಿಯಲಾರದು ಎನಿಸಿತು.

ನಾನು ಸ್ವಭಾವದಲ್ಲಿ ಮೊದಲಿನಿಂದಲೂ ತುಂಬಾ ಪುಕ್ಕಲ. ಹುಡುಗಿಯರೊಂದಿಗೆ ಮಾತಾಡಲು ತುಂಬಾ ಹೆದರುತ್ತಿದ್ದೆ. ಸ್ವಾಮಿ ಹಾಗಲ್ಲ ಹುಡುಗಿಯರನ್ನು ಬುಟ್ಟಿಗೆ ಹಾಕಿಕೊಳ್ಳುವುದರಲ್ಲಿ ಬಲು ಚಾಲಾಕಿ. ಸೇಂಟ್ ಮೇರಿ ಕಾಲೇಜಿನ ಹುಡುಗಿಯರನ್ನು ಪರಿಚಯ ಮಾಡಿಕೊಂಡು ಬೀಚ್‌ಗೆ ಕರೆದುಕೊಂಡು ಹೋಗಿ ನೂರು ರೂಪಾಯಿಯಲ್ಲಿ ಎಲ್ಲಾ ಮಾಡಿ ಮುಗಿಸಿ ಬರ್ತಿದ್ದ ಘಟಿಂಗ ಅವನು. ನನ್ನನ್ನೂ ಬಾರೋ ಅಂತ ಕರೀತಿದ್ದ. ನನಗೂ ಆಸೆಯಿದ್ದರೂ ಧೈರ್ಯ ಸಾಲದೆ ಅವನ ಜೊತೆ ಹೋಗುತ್ತಿರಲಿಲ್ಲ.

ರೈಲು ಹೊರಟ ಮೇಲೆ ಸ್ವಾಮಿ ಕಣ್ಣು ಮಿಟುಕಿಸಿ ಬಾಗಿ ನನ್ನ ಕಿವಿಯಲ್ಲಿ ಪಿಸುಗುಟ್ಟಿದ. 'ಶಾಮ್ ಇವತ್ತು ಇಂತಹ ಹಕ್ಕಿ ಸಿಗತ್ತೆ ಅಂತ ಅಂದುಕೊಂಡಿರಲಿಲ್ಲ'

ನಾನು ಬೆವರಿದೆ. ಇವನು ಏನು ತರಲೆ ಮಾಡುತ್ತಾನೋ ಅಂತ ಹೆದರಿದೆ. ಅವಳು ಭಯದಿಂದಲೇ ನಮ್ಮಿಬ್ಬರನ್ನೂ ಗಮನಿಸುತ್ತಿದ್ದುದು ನೋಡಿ ನನಗೆ ಕಸಿವಿಸಿಯಾಯಿತು.

ಸ್ವಲ್ಪ ಹೊತ್ತು ಸ್ವಾಮಿ ಬಹಳ ಸಂಭಾವಿತನಂತೆ ಪಾಲಿಟಿಕ್ಸ್ ಎಜುಕೇಶನ್ ಬಗ್ಗೆ ನನ್ನೊಡನೆ ಮಾತಾಡಿದ. ಅವಳಿಗೆ ಕೇಳುವ ಹಾಗೆ. ಆದರೆ ತಪ್ಪಿಯೂ ಅವಳ ಕಡೆ ತಿರುಗಿ ನೋಡಲಿಲ್ಲ ಅವನು. ಈಗಿನ ಯುವಕ ಯುವತಿಯರ ಮಾರಲ್ ವ್ಯಾಲ್ಯೂ ಮೇಲೆ ಸಣ್ಣ ಚರ್ಚೆ ಶುರು ಮಾಡಿ ಹುಡುಗ ಹುಡುಗಿಯರ ಮಧ್ಯೆ ಆರೋಗ್ಯವಾದ ಸ್ನೇಹ ಇರಬೇಕು ಎಂದು ವಾದಿಸಿದ.

ಅರ್ಧ ಗಂಟೆಯ ಪ್ರಯಾಣದ ಬಳಿಕ ಬಿಗಿಯಾಗಿದ್ದ ವಾತಾವರಣ ಕೊಂಚ ತಿಳಿಯಾದಂತೆ ಅನಿಸಿತು. ನಮ್ಮಿಂದ ಅಪಾಯವಿಲ್ಲ ಎನಿಸಿ ಅವಳು ನಿರಾಳವಾಗಿ ಕೂತು ನೆಪಕ್ಕೆ ಕೈಯಲ್ಲಿ ಪುಸ್ತಕ ಹಿಡಿದು ನಮ್ಮ ಚರ್ಚೆಗೆ ಕಿವಿಗೊಟ್ಟಿದ್ದಳು.

ಕೊಟ್ಟು ಹುಟ್ಟದವರ ಬದುಕು

ಏನೋ ಮಾತಲ್ಲಿ ಸ್ವಾಮಿ ಜೋರಾಗಿ ತನ್ನ ವಾದವನ್ನು ಮಂಡಿಸುತ್ತಾ, 'ಬೇಕಾದರೆ... ಈ ಸಿಸ್ಟರ್‌ನ ಕೇಳೋಣ ತಾಳು' ಅಂದು 'ಎಕ್ಸ್‌ಕ್ಯೂಸ್ ಮೀ ಸಿಸ್ಟರ್, ನಾನು ಹೇಳಿದ್ದು ಸರಿ ಅಲ್ಲವಾ? ನೀವೇನಂತೀರಿ?' ಅಂತ ನಿರ್ಭಿಡೆಯಿಂದ ಅವಳಿಗೆ ಬಹಳ ದಿನಗಳಿಂದ ಪರಿಚಯವಿರುವವನಂತೆ ಮಾತನಾಡಿಸಿದ.

ಇದನ್ನು ಏಕಾಏಕಿ ಮಾತಾಡಿಸಿದ್ದರಿಂದ ಗಲಿಬಿಲಿಗೊಂಡರೂ 'ಸಿಸ್ಟರ್' ಸಂಭೋಧನೆಯಿಂದ ಅವಳು ಪ್ರಸನ್ನಳಾದಂತೆ ಕಂಡಳು.

'ಹೂಂ, ನೀವು ಹೇಳೋದು ಸರಿ' ಎಂದು ಸಂಕೋಚದಿಂದ ನಸು ನಕ್ಕು ಅನುಮೋದಿಸಿದಳು.

'ನೋಡಿದೆಯಾ?' ಉತ್ಸಾಹದಿಂದ ಸ್ವಾಮಿ ಜೋರಾಗಿ ಹೇಳಿದ, 'ಸಿಸ್ಟರ್ ಕೂಡ ನನ್ನ ವಾದವನ್ನು ಒಪ್ಪುತ್ತಿದ್ದಾರೆ'

ಆಮೇಲೆ ಅವನು ಈ ಬ್ರದರ್‌ನನ್ನು ಪೂರ್ತಿ ಕಡೆಗಣಿಸಿ ಬರೀ ಸಿಸ್ಟರ್‌ನ ಬಗ್ಗೆ ಆಸಕ್ತಿ ವಹಿಸಿ ಅವಳನ್ನು ಮಾತಿಗೆಳೆದ.

ಅವಳ ಹೆಸರು ರೂಪ ಅಂತಲೂ, ತ್ರಿವೇಂಡ್ರಂನಲ್ಲಿ ಸೆಕೆಂಡ್ ಬಿಎಸ್‌ಸಿ ಓದುತ್ತಿದ್ದಾಳೆಂದೂ, ಈಗ ಮಧುರೈಗೆ ಹೋಗ್ತಿದ್ದಾಳೆ ಎಂದು ಗೊತ್ತಾಯಿತು. ರಾತ್ರಿಯಲ್ಲಿ ಒಬ್ಬಳೇ ಯಾಕೆ ಹೊರಟಿದ್ದಾಳೆ ಅನ್ನೋದು ಗೊತ್ತಾಗದಿದ್ದರೂ ಸ್ವಾಮಿ ಅನುಭವದಿಂದ ಬಹುಶಃ ಅವಳು ಮನೆಯಲ್ಲಿ ಹೇಳದೇ ಓಡಿಬಂದಿರಬಹುದು ಎಂದು ಅನುಮಾನಪಟ್ಟ. ಅನುಮಾನವೇನು ಹಾಗೆ ತೀರ್ಮಾನಿಸಿದ. ಆದರೆ ಆ ಬಗ್ಗೆ ಏನೂ ಕೇಳದೆ ಬಹಳ ವಿಶ್ವಾಸವಾಗಿ ಅವಳೊಡನೆ ಮಾತನಾಡಿ ಸ್ವಲ್ಪ ಹೊತ್ತಿನಲ್ಲಿ ಅವಳು ಪೂರ್ತಿ ನಿರಾಳವಾಗಿ ಮಾತನಾಡುವಂತೆ ಮಾಡಿದ. ಆತಂಕದಿಂದ ಬಿಗಿದಿದ್ದ ಅವಳ ಮುಖ ಸಡಿಲವಾಯಿತು. ಮುಖದಲ್ಲಿ ಭರವಸೆಯ ಮಂದಹಾಸ ಮೂಡಿತು. ಆದರೂ ಅವಳು ಒಳಗೆ ಭಯ, ಗಾಬರಿಯಿಂದ ಇದ್ದಳು ಅಂತ ಅನುಮಾನವಿತ್ತು ನನಗೆ.

ಸ್ವಾಮಿ 'ಸಿಸ್ಟರ್... ಸಿಸ್ಟರ್' ಅಂತ ಅವಳ ಬಗ್ಗೆ ವಿಶೇಷ ಕಾಳಜಿ ತೋರಿಸಿದ. ಚಳಿ, ಗಾಳಿ ಅಂತ ಕಿಟಕಿ ಕೆಳಗೆಳೆದು ಮುಚ್ಚಿ ತನ್ನ ಸೂಟ್‌ಕೇಸ್‌ನಿಂದ ಶಾಲು ತೆಗೆದುಕೊಟ್ಟ.

'ಸಿಸ್ಟರ್... ದಯವಿಟ್ಟು ಸಿಗರೇಟ್ ಸೇದಲು ಅನುಮತಿ ಕೊಡಿ' ಅಂತ ಬೇಡಿದ.

'ಓಹೋ ಅಗತ್ಯವಾಗಿ ಸೇದಿ' ನಕ್ಕು ಹೇಳಿದಳು ಅವಳು.

'ಸಿಗರೇಟ್ ಸೇದುವ ಅಭ್ಯಾಸ ಇರುವ ನಮ್ಮಂಥವರಿಗೆ ಈ ಚಳೀಲಿ ಸೇದದೆ ಇರಲು ಆಗೋದೇ ಇಲ್ಲ ನೋಡಿ' ಕ್ಷಮಾಯಾಚನೆಯ ದನಿಯಲ್ಲಿ ಹೇಳಿದ. ಸಿಗರೇಟ್ ಹಚ್ಚಿ ಕಷ್ಟಪಟ್ಟು ಪ್ರತಿಸಾರಿಯೂ ಅವಳಿಂದ ದೂರ ಹೊಗೆ

ಬಿಡುತ್ತಿದ್ದ. ಅವನು ಅವಳ ವಿಶ್ವಾಸ ಗಳಿಸುವುದರಲ್ಲಿ ಸಫಲನಾಗಿದ್ದು ಅವಳ ಮಾತು, ನಡವಳಿಕೆಯಿಂದ ಸ್ಪಷ್ಟವಾಗಿತ್ತು. ನಮ್ಮ ಹರಟೆಯಲ್ಲಿ ಹೊತ್ತು ಕಳೆದದ್ದೇ ತಿಳಿಯಲಿಲ್ಲ.

'ಅರೇ, ಆಗಲೇ ಹನ್ನೊಂದು ಗಂಟೆಯಾಯಿತು. ಹಸಿವೆಯಾಗ್ತಿದೆ ಸಿಸ್ಟರ್ ಊಟ ಮಾಡೋಣ' ಅಂದ ಸ್ವಾಮಿ.

ಅವಳು ಗಲಿಬಿಲಿಗೊಂಡಿದ್ದನ್ನು ಬೇಕೆಂದೇ ಗಮನಿಸದಂತೆ ಸ್ವಾಮಿ ನಮ್ಮ ಹ್ಯಾಟ್‌ಕ್ಯಾರಿಯರ್ ತೆಗೆದ. ಅಮ್ಮ ಕೊಟ್ಟಿದ್ದ ಮಟನ್ ಖೀಮ, ರೊಟ್ಟಿಗಳು ಇನ್ನೂ ಬಿಸಿಯಾಗಿದ್ದವು.

'ಬನ್ನಿ ಸಿಸ್ಟರ್ ಇಲ್ಲೇ' ರೊಟ್ಟಿ, ಪಲ್ಯ, ಖೀಮ ತಟ್ಟೆಯಲ್ಲಿ ಹಾಕಿ ನಮ್ಮ ಸೀಟಿನ ಮುಂದೆನೇ ಇಟ್ಟ ಸ್ವಾಮಿ. ರೂಪ ಮೊದಲು ಸಂಕೋಚದಿಂದ ಎದ್ದು ಬರಲು ಹಿಂಜರಿದು 'ಬೇಡ, ಬೇಡ' ಅಂದರೂ ಸ್ವಾಮಿ ಬಿಡದೆ ಬಲವಂತದಿಂದ ಅವಳನ್ನು ಕರೆದು ತಂದು ತಟ್ಟೆಯ ಮುಂದೆ ಕೂಡಿಸಿದ.

'ನೀವು...?' ಅವಳು ಅನುಮಾನಿಸಿದಳು.

ಜೋರಾಗಿ ನಕ್ಕ ಸ್ವಾಮಿ 'ನಮಗೆ ಇಟ್ಟುಕೊಳ್ಳದೆ ನಿಮಗೆ ಕೊಡಲ್ಲ ಸಿಸ್ಟರ್... ಆದರೆ, ನೀವು ಪರ್ಮಿಟ್ ಮಾಡಿದರೆ, ತಪ್ಪು ತಿಳಿಯದಿದ್ದರೆ ಊಟಕ್ಕೆ ಮುಂಚೆ ನನಗೆ ಇದನ್ನು ಕುಡಿಯದಿದ್ದರೆ ನಿದ್ದೆ ಬರುವುದಿಲ್ಲ' ಅಂತ ವಿಸ್ಕಿ ಬಾಟಲ್ ತೋರಿಸಿದ.

'ಓ!' ಅವಳ ಮುಖದಲ್ಲಿ ಶಂಕೆ, ಭಯ ಸ್ಪಷ್ಟವಾಗಿ ಗೋಚರಿಸಿತು. ಒಂದು ಕ್ಷಣ ಯೋಚಿಸಿ ಕಡೆಗೆ 'ನನ್ನದೇನು ಅಭ್ಯಂತರ' ಎಂದು ಅಡ್ಡ ಗೋಡೆಯ ಮೇಲೆ ದೀಪವಿಟ್ಟಂತೆ ಹೇಳಿದಳು. ಅದು ಒಪ್ಪಿಗೆಯೋ, ಅಸಮ್ಮತಿಯೋ ಎಂದು ಯೋಚಿಸುವ ತೊಂದರೆ ತೆಗೆದುಕೊಳ್ಳಲಿಲ್ಲ ಸ್ವಾಮಿ.

"ಥ್ಯಾಂಕ್ಸ್" ಅಂದು ಲಗುಬಗೆಯಿಂದ ವಿಸ್ಕಿಯನ್ನು ಎರಡು ಗ್ಲಾಸಿಗೆ ಬಗ್ಗಿಸಿ ಒಂದನ್ನು ನನಗೆ ಕೊಟ್ಟು ಇನ್ನೊಂದನ್ನು ತಾನು ಹಿಡಿದ.

ಚಿಂತೆಯಿಂದ ಕುಂದಿದ ಮುಖದಿಂದ ರೂಪ 'ಥ್ಯಾಂಕ್ಸ್, ನನಗೂ ಕೊಡದಿದ್ದಕ್ಕೆ' ಎಂದು ಹೆಚ್ಚಾಗಿ ಹೇಳಿದಳು. ನಾವಿಬ್ಬರೂ ಜೋರಾಗಿ ನಕ್ಕೆವು.

ನನಗೆ ನಶೆ ಏರುತ್ತಿದ್ದರೂ ಸ್ವಾಮಿಗೆ ತನ್ನ ಮೇಲಿದ್ದ ಹಿಡಿತ ಕಂಡು ನಾನು ಆಶ್ಚರ್ಯಪಟ್ಟೆ. ಈಗಲೂ ಅರಳು ಹುರಿದಂತೆ, ಸ್ವಲ್ಪವೂ ತೊದಲದೆ, ಪಟಪಟನೆ ಹರಟುತ್ತಿದ್ದ. ಅವನ ಮಾತು, ನಡವಳಿಕೆ ಒಮ್ಮೆಯೂ ಮರ್ಯಾದೆಯ ಮೇರೆ ಮೀರಲಿಲ್ಲ. ರೂಪಳ ಆತಂಕ ಕಡಿಮೆಯಾಯಿತು. ನಾವು ಎರಡನೇ ರೌಂಡ್ ಮುಗಿಸುವಷ್ಟರಲ್ಲಿ ಅವಳು ನಿರಾತಂಕವಾಗಿ ಅವಳೇ ತಟ್ಟೆಯಲ್ಲಿ ಊಟ ಬಡಿಸಿಕೊಡುವಷ್ಟಾದಳು.

ಊಟ ಮುಗಿದ ಮೇಲೆ ಸ್ವಾಮಿ 'ಸಿಸ್ಟರ್, ನೀವು ಪಕ್ಕದ ಬರ್ತಿನಲ್ಲಿ ನಿಶ್ಚಿಂತೆಯಿಂದ ಮಲಗಿಕೊಳ್ಳಿ. ನಿಮ್ಮ ಜವಾಬ್ದಾರಿ ನಮ್ಮದು. ನಾನು ಶಾಮ್ ಇಲ್ಲೇ ಮಲಗುತ್ತೇವೆ' ಅಂದು ಅವಳಿಗೆ ತನ್ನ ಏರ್ ಪಿಲ್ಲೋ ಊದಿ ಕೊಟ್ಟು, ಬೆಡ್‌ಶೀಟ್ ಹಾಸಿ, ರಗ್ಗನ್ನು ಇಟ್ಟು, ದೀಪಗಳನ್ನೆಲ್ಲಾ ಆರಿಸಿಬಂದ. ಗಾಜಿನ ಕಿಟಕಿಯಿಂದ ಕಾಣುತ್ತಿದ್ದ ಹೊರಗಿನ ಆಕಾಶದ ಮಬ್ಬು ಬೆಳಕು ಬಿಟ್ಟರೆ ಉಳಿದಿದ್ದೆಲ್ಲವೂ ಗಾಢವಾದ ಕತ್ತಲೆಯಾಯಿತು.

ಹೊರಗೆ ಮಳೆ 'ಧೊ' ಎಂದು ಸುರಿಯುತ್ತಿತ್ತು. ರೈಲು ಸ್ವಲ್ಪ ಹೆಚ್ಚೇನಿಸುವಂತೆ ವೇಗವಾಗಿ ಹೋಗುತ್ತಿತ್ತು. ಸ್ವಾಮಿ ಮೆಲ್ಲನೆ ಹತ್ತಿರ ಬಂದು ಕಿವಿಯಲ್ಲಿ ಪಿಸುಗುಟ್ಟಿದ.

'ಏನಮ್ಮ ರೆಡಿನಾ?'

ವಿಸ್ಕಿಯ ನಶೆ ಏರಿದ್ದರೂ ನಾನು ಅಧೀರನಾದೆ. ಎದೆ ಢವ ಢವ ಎನ್ನಲು ಶುರುವಾಗಿ ಕಾಲುಗಳು ತಣ್ಣಗಾದಂತಾಯಿತು.

ಸ್ವಾಮಿ ಐದು ನಿಮಿಷ ಸುಮ್ಮನೆ ಕೂತು ಸಿಗರೇಟ್ ಸೇದಿದ. ಅವನ ಮುಖದ ನರಗಳು ಬಿಗಿದಿದ್ದುದು ಮಬ್ಬು ಬೆಳಕಿನಲ್ಲೂ ಸ್ಪಷ್ಟವಾಗಿ ಕಾಣಿಸಿತು. ಅವನು ಉದ್ವೇಗದಿಂದ ವೇಗವಾಗಿ ಉಸಿರಾಡುತ್ತಿದ್ದ.

"ಬೇಡ ಸ್ವಾಮಿ ಏನಾದರೂ ಗಲಾಟೆ ಆದರೆ"– ಬಹಳ ಹೊತ್ತಿನ ಮೌನದ ನಂತರ ನಾನು ನಡುಗುವ ದನಿಯಲ್ಲಿ ಪಿಸುಗುಟ್ಟಿದೆ.

'ಏನಾಗಲ್ಲ ಕಣೋ... ಧೈರ್ಯವಾಗಿರು' ಬಿರುಸಾಗಿ ಹೇಳಿ ಅವನು ನಿಶಬ್ದವಾಗಿ ಶರ್ಟು ಬಿಚ್ಚಿ ರೂಪ ಮಲಗಿದ್ದ ಕಡೆಗೆ ಹೆಜ್ಜೆ ಹಾಕಿದ. ನಾನು ಥರಥರ ನಡುಗುವ ಕಾಲುಗಳೊಂದಿಗೆ ಅವನನ್ನು ಹಿಂಬಾಲಿಸಿದೆ.

ಸ್ವಾಮಿ ಹೋದವನೆ ರೂಪಾಳ ಪಕ್ಕ ಕೂತು ಅವಳ ಎರಡೂ ಕಡೆ ಕೈ ಊರಿ ಮುಂದೆ ಬಾಗಿದ. ಮುಂದಾಗುವುದನ್ನು ನೋಡಲು ಭಯಪಟ್ಟು ನಾನು ಕಣ್ಣು ಮುಚ್ಚಿದೆ. ರೈಲಿನ ಧಡ ಧಡ ಶಬ್ದ, ಮಳೆಯ 'ಧೋ' ಶಬ್ದದಲ್ಲಿ ರೂಪಾಳ ಪ್ರತಿಭಟನೆ, ಕಿರುಚಾಟ, ಆಕ್ರಂದನ ಮುಚ್ಚಿ ಹೋಯಿತು. ಉದ್ವೇಗದಿಂದ ದೈತ್ಯನಾಗಿದ್ದ ಸ್ವಾಮಿಯ ಶಕ್ತಿಯ ಮುಂದೆ ಅವಳು ಏನೂ ಮಾಡಲಾಗಲಿಲ್ಲ. ಸ್ವಲ್ಪ ಹೊತ್ತಿನಲ್ಲೇ ಅವಳ ಪ್ರತಿರೋಧ ಅಣಗಿ ಹೋಯಿತು. ಅವನನ್ನು ನೋಡುತ್ತಿದ್ದಂತೆ ನನ್ನಲ್ಲೂ ಉದ್ವೇಗ ಹುಟ್ಟಿತು. ಜೀವನದಲ್ಲಿ ಪ್ರಥಮಬಾರಿಗೆ ನಾನು ಒಂದು ಹುಡುಗಿಯ ರುಚಿ ನೋಡಿದೆ. ಅದು ಎಂಥಾ ಸನ್ನಿವೇಶದಲ್ಲಿ!

ಗಡಿಯಾರ ಹನ್ನೆರಡು ತೋರಿಸಿದಾಗ ಸುಸ್ತಾಗಿದ್ದ ನಾವು ಎದ್ದು ನಿಂತೆವು. ರೂಪ ಕೆಳಗೆ ಅಳುತ್ತಾ ಬಿದ್ದಿದ್ದಳು.

'ಆಲ್ ರೈಟ್ ಬೇಬಿ, ಏನೂ ಆಗಲ್ಲ. ಅಳು ನಿಲ್ಲಿಸಿ ಮಲಕ್ಕೋ' ಸ್ವಾಮಿ

ನಿರ್ಲಕ್ಷ್ಯದಿಂದ ಹೇಳಿ ನನ್ನನ್ನು ಕರೆದುಕೊಂಡು ನಮ್ಮ ಬರ್ತಿಗೆ ಬಂದು ಬಿಟ್ಟ. ಇಬ್ಬರೂ ಬರ್ತಿನ ಮೇಲೆ ಆಯಾಸದಿಂದ ಮಲಗಿಕೊಂಡೆವು.

ನಾನು ನಡೆದ ಘಟನೆಯನ್ನು ನಂಬಲಾಗದೆ, ಅದರಲ್ಲಿ ನಾನು ವಹಿಸಿದ ಪಾತ್ರವನ್ನು ಒಪ್ಪಿಕೊಳ್ಳಲಾರದೆ ದಿಘ್ಮೂಢನಾಗಿ ಮಲಗಿದೆ. ರೂಪಾಳ ಬಿಕ್ಕುವಿಕೆ ಆಗಾಗ ಕ್ಷೀಣವಾಗಿ ಕೇಳಿಸುತ್ತಿತ್ತು. ಸ್ವಲ್ಪ ಹೊತ್ತು ಕಳೆದಿರಬಹುದು. ಆಯಾಸದಿಂದ ನನಗೆ ಸ್ವಲ್ಪ ಮಂಪರು ಬಂದಂತಾಯಿತು.

ಇದ್ದಕ್ಕಿದ್ದಂತೆ ರೂಪ ಕಿಟಾರನೆ ಕಿರುಚುತ್ತ ಓಡಿ ಬಂದು ಸ್ವಾಮಿಯ ಮೇಲೆ ಬಿದ್ದಳು. ನಾನು ಬೆದರಿ ಧಡಾರನೆ ಮೇಲಿದ್ದೆ. ಏನಾಗುತ್ತಿದೆ ಎಂದು ಅರ್ಥವಾಗಲು ನನಗೆ ಸ್ವಲ್ಪ ಸಮಯ ಬೇಕಾಯಿತು. ಕೈಯಲ್ಲಿ ಹೊಳೆಯುವ ಚಾಕು ಹಿಡಿದು ರೂಪ ಸ್ವಾಮಿಯ ಮೇಲೆ ಬಿದ್ದು ಆಕ್ರಮಣ ಮಾಡಿದ್ದಳು. ಸ್ವಾಮಿ ಅವಳಿಂದ ತಪ್ಪಿಸಿಕೊಳ್ಳಲು ಹೆಣಗುತ್ತಿದ್ದ. ಅವಳ ದೈತ್ಯಾವೇಶ ಕಂಡು ನನ್ನ ಜಂಘಾಬಲವೇ ಉಡುಗಿ ಹೋಯಿತು. ಕೈಕಾಲುಗಳು ಭಯದಿಂದ ಮರಗಟ್ಟಿದವು. ಬಾಯೊಣಗಿ ಕಣ್ಣು ಕತ್ತಲಿಟ್ಟುಕೊಂಡು ಬಂದಂತಾಯಿತು. ಶಕ್ತಿಶಾಲಿಯಾದ ಸ್ವಾಮಿಗೂ ಕಷ್ಟವಾಗುವಷ್ಟು ಆವೇಶದಿಂದ ರೂಪ ಹೋರಾಡುತ್ತಿದ್ದಳು ಸ್ವಾಮಿಯ ಕೆನ್ನೆಯ ಮೇಲೆ ಹರಿತವಾದ ಗಾಯವಾಗಿತ್ತು. ರಕ್ತ ಬಳಬಳನೆ ಸುರಿಯುತ್ತಿತ್ತು.

ಕ್ರೋಧದಿಂದ ಬಿರುಗಣ್ಣು ಬಿಟ್ಟು ಮಾರಿಯಂತೆ ರೂಪ ಚಾಕುವನ್ನು ಮತ್ತೊಮ್ಮೆ ಬೀಸಿದಳು. ಚಾಕು ಸ್ವಾಮಿಯ ತೋಳಿಗೆ ಬಲವಾಗಿ ಚುಚ್ಚಿತು. 'ಹಾಂ...' ಸ್ವಾಮಿ ನೋವಿನಿಂದ ಚೀರಿದ.

ಸ್ವಾಮಿಯ ಚೀತ್ಕಾರ ಕೇಳಿ ಭಯದಿಂದ ನನ್ನ ರೋಮ ನಿಮಿರಿ ನಿಂತವು. ಹರಿಯುತ್ತಿದ್ದ ಕೆಂಪಾದ ರಕ್ತ ಮಬ್ಬು ಬೆಳಕಿನಲ್ಲಿ ಕಪ್ಪು ಕಪ್ಪಾಗಿ ಕಂಡು ನಾನು ಗಡಗಡ ನಡುಗಿದೆ. ಏನು ಮಾಡವುದು ಎಂದು ತಿಳಿಯದೆ ಹುಚ್ಚನಂತೆ ಮುಂದೆ ನುಗ್ಗಿ ಅವಳನ್ನು ಜೋರಾಗಿ ಹಿಂದಕ್ಕೆಳೆದೆ. ರೂಪ ಆಯತಪ್ಪಿ ಕೆಳಕ್ಕೆ ಬಿದ್ದಳು. ಸ್ವಾಮಿಯ ತೋಳಿಗೆ ಸಿಕ್ಕಿಕೊಂಡಿದ್ದ ಚಾಕುವನ್ನು ಹೊರಗೆಳೆದೆ. 'ಆಂ...' ಎಂಬ ಸ್ವಾಮಿಯ ಆಕ್ರಂಧನ ಕೇಳಿ ಹೊರಳಾಡಿ ನರಳುತ್ತಿದ್ದ ಸ್ವಾಮಿಯನ್ನು ಬಿಟ್ಟು ನನ್ನ ಮೇಲೆ ಬಿದ್ದಳು. ಅವಳು ಮೇಲೆ ಬೀಳುತ್ತಿದ್ದಂತೆ ನಾನು ಚಾಕುವನ್ನು ಅವಳ ಹೊಟ್ಟೆಗೆ ಚುಚ್ಚಿದೆ. ಬಿಸಿ ರಕ್ತ ಭಲ್ಲನೆ ಚಿಮ್ಮಿತು. ಪ್ರಾಣಿಯಂತೆ ವಿಕಾರವಾಗಿ ಕೂಗುತ್ತಾ ರೂಪ ಕಡಿದ ಬಾಳೆದಿಂಡಿನಂತೆ ಕೆಳಗೆ ಬಿದ್ದಳು. ನಾನು ಹುಚ್ಚನಂತೆ ಚಾಕುವಿನಿಂದ ಅವಳ ಹೊಟ್ಟೆ, ಎದೆಗೆ ಬಾರಿ ಬಾರಿ ಚುಚ್ಚಿದೆ. ನಿಮಿಷಗಳಲ್ಲಿ ಅವಳ ದೇಹ ನಿಶ್ಚೇಷ್ಟಿತವಾಯಿತು.

ಸ್ವಾಮಿ ಸಾವರಿಸಿಕೊಂಡು ಮೇಲೆದ್ದು ದೀಪ ಹಾಕಿದ. ಕೈಯಲ್ಲಿ ಚಾಕು ಹಿಡಿದು ನಾನು ನಡುಗುತ್ತ ನಿಂತಿದ್ದೆ. ಕೆಳಗೆ ರೂಪ ಹೆಣವಾಗಿ ಬಿದ್ದಿದ್ದಳು. ಸ್ವಾಮಿ

ಗಾಬರಿಯಿಂದ ಅಗಲವಾಗಿ ಕಣ್ಣು ಬಿಟ್ಟು 'ಶಾಮ್!' ಅಂದ.

ಪರಿಸ್ಥಿತಿಯ ಗಂಭೀರತೆ ಪೂರ್ತಿ ಅರಿವಾಗಲು ನಮಗೆ ಕೆಲವು ಕ್ಷಣಗಳೇ ಬೇಕಾಯಿತು. ಏದುಸಿರು ಬಿಡುತ್ತಾ ಸ್ವಲ್ಪ ಹೊತ್ತು ಇಬ್ಬರೂ ಹಾಗೇ ಶಿಲೆಗಳಂತೆ ನಿಂತಿದ್ದೆವು. ತಕ್ಷಣವೇ ಚೇತರಿಸಿಕೊಂಡು ಸ್ವಾಮಿ ಚುರುಕಾದ. ಅವನ ಮಿದುಳು ವೇಗವಾಗಿ ಓಡಿತು. ರೈಲು ಈಗ ಸ್ವಲ್ಪ ನಿಧಾನವಾಗಿ ಸೇತುವೆಯೊಂದರ ಮೇಲೆ ಸಾಗುತ್ತಿತ್ತು. ಅವನು ಕೆಳಗೆ ಅಡ್ಡವಾಗಿ ಬಿದ್ದಿದ್ದ ರೂಪಾಳ ಹೆಣವನ್ನು ದಾಟಿ ಕಿಟಕಿ ತೆಗೆದು ಬಾಗಿ ಹೊರಗೆ ನೋಡಿದ.

ಆಕಾಶಕ್ಕೆ ತೂತು ಬಿದ್ದಂತೆ ಸುರಿಯುತ್ತಿದ್ದ ಮಳೆಯ ಇರಿಚಲು ಛಲ್ಲನೆ ಒಳಕ್ಕೆ ಹೊಡೆಯಿತು. ಕೊರೆಯುವ ಗಾಳಿ ದೇಹವನ್ನು ನಡುಗಿಸಿತು. ಕೆಳಗೆ ಭೋರ್ಗರೆಯುತ್ತ ಪ್ರವಾಹದಂತೆ ನದಿ ಹರಿಯುತ್ತಿತ್ತು. ರೈಲಿನ ಧಡ್ ಭಡ್ ಶಬ್ದ ಪ್ರತಿಧ್ವನಿಯೊಂದಿಗೆ ಮಿಳಿತು ಭಯಾನಕವಾಗಿ ಕೇಳಿಸುತ್ತಿತ್ತು. ಸ್ವಾಮಿ ನನ್ನ ಕೈಯಿಂದ ಚಾಕು ಕಿತ್ತು ಕಿಟಕಿಯಿಂದಾಚೆ ನದಿಗೆ ಬೀಳುವಂತೆ ಎಸೆದು ದೀಪವಾರಿಸಿದ. ನಂತರ ಅವಳ ತೋಳುಗಳನ್ನು ಹಿಡಿದು ದೇಹವನ್ನು ಮೇಲೆತ್ತುತ್ತಾ 'ಆ ಕಡೆ ಹಿಡಿದುಕೋ' ಅಂದ.

ಶಿಲೆಯಂತೆ ನಿಂತಿದ್ದ ನಾನು ಎಚ್ಚೆತ್ತು ನಡುಗುತ್ತಾ ಅವಳನ್ನು ನೋಡಿದೆ. ಸ್ವಲ್ಪ ಸಮಯದ ಹಿಂದೆ ನನಗೆ ಸ್ವರ್ಗ ಸುಖವುಣಿಸಿದ್ದ ಅವಳ ಸುಂದರ ದೇಹ ಈಗ ಭಯ ಹುಟ್ಟಿಸುವಂತೆ ವಿಕಾರವಾಗಿ ಸತ್ತು ಬಿದ್ದಿತ್ತು. ಅವಳ ತೆರೆದಿದ್ದ ಬಿರುಗಣ್ಣು, ಕಿಸಿದುಕೊಂಡಿದ್ದ ಬಾಯಿ, ರಕ್ತದ ಮಡುವಿನಲ್ಲಿ ಬಿದ್ದಿದ್ದ ನಗ್ನದೇಹ, ನೋಡಲಾಗದೆ ನಾನು ಕಣ್ಣುಮುಚ್ಚಿಕೊಂಡೆ.

'ಹೂಂ, ಶ್ಯಾಮ್ ಬೇಗ ಎತ್ತು' ಸ್ವಾಮಿ ಅವಳ ದೇಹವನ್ನು ಅನಾಮತ್ತಾಗಿ ಎತ್ತಿ ಕಿಟಕಿಯಿಂದ ಆಚೆ ದೂಡತೊಡಗಿದ. ಕನಸಿನಲ್ಲಿದ್ದಂತೆ ನಾನು ಯಾಂತ್ರಿಕವಾಗಿ ಅವಳ ಕಾಲು ಹಿಡಿದು ಅವನಿಗೆ ಸಹಾಯ ಮಾಡಿದೆ. ಇಬ್ಬರೂ ಸೇರಿ ಅವಳ ಹೆಣವನ್ನು ಕಿಟಕಿಯಿಂದಾಚೆ ತಳ್ಳಿದೆವು. ಹೆಣ ಸೇತುವೆ ಮೇಲೆ ಬಿದ್ದು ಪಕ್ಕಕ್ಕೆ ಉರುಳಿ ಪಾತಾಳದಲ್ಲೆಲ್ಲೋ ಭೋರ್ಗರೆದು ಹರಿಯುತ್ತಿದ್ದ ನದಿಯಲ್ಲಿ 'ಧಬ್' ಎಂದು ಬಿತ್ತು.

ಸರಸರನೆ ನಾವು ಅವಳ ಹ್ಯಾಂಡ್ ಬ್ಯಾಗ್, ಸೂಟ್‌ಕೇಸ್, ಚಪ್ಪಲಿ ಎಲ್ಲಾ ನದಿಗೆ ಎಸೆದು ಕುಳಿತಿದ್ದ ಜಾಗ ಬದಲಾಯಿಸಿದೆವು. ತೆರೆದಿದ್ದ ಕಿಟಕಿಯಿಂದ ಬೀಳುತ್ತಿದ್ದ ಎರಚಲು ನೀರು ರೂಪ ಸತ್ತು ಬಿದ್ದಿದ್ದ ಜಾಗದಲ್ಲಿ ನೀರಿನ ಕೆರೆ ಮಾಡುತ್ತಿತ್ತು. ನಾವು ಎಚ್ಚರಿಕೆಯಿಂದ ಎಲ್ಲಾ ರಕ್ತದ ಕಲೆಗಳನ್ನು ತೊಳೆದು ಅವಳು ಅಲ್ಲಿದ್ದ ಕುರುಹು ಒಂದೂ ಉಳಿಯದಂತೆ ಖಾತ್ರಿ ಮಾಡಿಕೊಂಡೆವು.

ಈ ಘಟನೆಯಿಂದ ದಿಙ್ಮೂಢವಾಗಿ ಮರಗಟ್ಟಿಹೋಗಿದ್ದ ನನ್ನ ಮಿದುಳು

ಸ್ವಾಮಿ ಕೊಟ್ಟ ಮತ್ತಷ್ಟು ವಿಸ್ಕಿಯಿಂದಾಗಿ ಸ್ವಲ್ಪ ಸಡಿಲವಾಯಿತು. ಸಿಗರೇಟ್ ಹೊತ್ತಿಸುತ್ತಾ ಸ್ವಾಮಿ ಹೇಳಿದ. 'ಶಾಮ್, ಅವಳಿಗೇನಾಯಿತು ಅಂತ ಯಾರಿಗೂ ಗೊತ್ತಾಗಲ್ಲ. ನೀನು ಯಾರ ಮುಂದೇನೂ ಉಸಿರೆತ್ತಬೇಡ'.

ಮೂರು ದಿನಗಳಾದ ಮೇಲೆ ಪೇಪರಿನಲ್ಲಿ ಕಳೆದು ಹೋದವಳು ಎಂದು ಅವಳ ಫೋಟೋ ಬಂದಿತ್ತು. ಕೆಲವು ದಿನಗಳಾದ ಮೇಲೆ ನಾವು ಅವಳನ್ನೆಸೆದ ಸೇತುವೆಯಿಂದ ಸುಮಾರು ಹತ್ತು ಮೈಲಿ ದೂರದಲ್ಲಿ ಪೂರ್ತಿ ಕೊಳೆತು ಹೋಗಿದ್ದ ಗುರುತಿಸಲಾಗದ ಅವಳ ದೇಹ ಪೊಲೀಸರಿಗೆ ಸಿಕ್ಕಿತು. ಅವಳ ಸಾವಿಗೂ ನಮಗೂ ಯಾವ ರೀತಿಯ ಸಂಬಂಧವನ್ನು ಯಾರಿಂದಲೂ ಕಲ್ಪಿಸಲಾಗಲಿಲ್ಲ.

'ರೂಪ್, ಅಂದಿನಿಂದ ನಾನು ಈ ರಹಸ್ಯಾನ ಎದೆಯಲ್ಲಿ ಹೊತ್ತು ಒಳಗೆ ಬೇಯುತ್ತಿದೀನಿ. ನಾನು ಹೇಗೆ ಈ ಪಾಪಪ್ರಜ್ಞೆಯಿಂದ ತಪ್ಪಿಸಿಕೊಳ್ಳಲಿ ನೀನೇ ಹೇಳು?' ದೀರ್ಘವಾಗಿ ನಿಟ್ಟುಸಿರು ಬಿಟ್ಟು ಶಾಮ್ ನಿಧಾನವಾಗಿ ಕೇಳಿದ.

'ನಿನ್ನನ್ನು ಈ ಕಷ್ಟದಿಂದ ನಾನು ತಪ್ಪಿಸ್ತೀನಿ ಶಾಮ್' ತಣ್ಣಗಿನ ಧ್ವನಿಯಲ್ಲಿ ಹೇಳಿದ ರೂಪ್‌ನ ಮಾತು ಕೇಳಿ ಶಾಮ್ ಕಣ್ಣು ಬಿಟ್ಟ.

ಅವನ ಮುಖ ಬೆಳ್ಳಗಾಯಿತು. ತಲೆಗೆ ಏರಿದ್ದ ನಶೆ ಜರ‍್ರನೆ ಇಳಿದು ಯಾರೋ ಝಾಡಿಸಿ ಒದ್ದಂತೆ ಅವನು ದಢಕ್ಕನೇ ಎದ್ದು ಕುಳಿತ.

'ರೂಪ!' ಗೊಗ್ಗರು ದನಿಯಲ್ಲಿ ಅವನು ಉದ್ಗರಿಸಿದ.

ಕೈಯಲ್ಲಿ ಹೊಳೆಯುವ ಚಾಕು ಹಿಡಿದು ಕ್ರೂರವಾಗಿ ನಗುತ್ತಾ ನಿಂತಿದ್ದಳು ರೂಪ! ರೂಪ್ ಎಲ್ಲಿ ಹೋದ? ಇವಳೆಲ್ಲಿಂದ ಬಂದಳು ಎಂದು ಅರ್ಥವಾಗದೆ ಶಾಮ್ ಕಂಗಾಲಾದ.

'ನಿನ್ನನ್ನು ಪಾಪಪ್ರಜ್ಞೆಯಿಂದಷ್ಟೇ ಅಲ್ಲ ಶಾಮ್, ಜೀವನದಿಂದಲೇ ಮುಕ್ತಿ ಕೊಡಿಸುತ್ತೀನಿ' ತೀಕ್ಷ್ಣವಾಗಿ ಹೇಳಿದಳು ರೂಪ.

'ರೂ... ಪಾ !!' ಅವನು ಭಯದಿಂದ ತೊದಲಿದ.

'ನನ್ನ ಜೀವನ ಹಾಳು ಮಾಡಿದ ನಿನ್ನನ್ನು ನಾನು ಬಿಡಲ್ಲ' ಅಂದವಳೇ ರೂಪ ಅವನ ಮೇಲೆ ಆಕ್ರಮಣ ಮಾಡಿದಳು. ಶಾಮ್ ಜೀವಭಯದಿಂದ ವಿಹ್ವಲನಾಗಿ ಅವಳಿಂದ ತಪ್ಪಿಸಿಕೊಳ್ಳಲು ಹೆಣಗಾಡಿದ. ಅವರ ಹೆಣಗಾಟದಲ್ಲಿ ಅವನ ಸಾಮಾನುಗಳು ಚೆಲ್ಲಾಪಿಲ್ಲಿಯಾದವು. ಬರ್ತಿದಿಂದ ಕೆಳಗೆ ಜಾರಿ ಬಿದ್ದ ಅವನ ಮೇಲೆ ಹಾರಿ ಕುಳಿತ ಅವಳ ಭಯಂಕರ ರೂಪ ಶ್ಯಾಮ್‌ನಲ್ಲಿದ್ದ ಧೈರ್ಯ ಸ್ಥೈರ್ಯವನ್ನು ಸಂಪೂರ್ಣ ಉಡುಗಿಸಿತು. ವಿವಶವಾಗಿ ಅವನು ತನ್ನೆಲ್ಲ ಶಕ್ತಿ ಉಪಯೋಗಿಸಿ ಅವಳ ಕೈಗೆ ಹೊಡೆದ. ಕೈಯಲ್ಲಿದ್ದ ಚಾಕು ಕೆಳಗೆ ಬಿತ್ತು. ಅವಳು ವಿಕಾರವಾಗಿ ಕಿರುಚುತ್ತಾ ಉಗುರುಗಳಿಂದ ಅವನ ಮುಖಕ್ಕೆ

ಬೀಸಿದಳು.

'ಹಾಂ... ಅಮ್ಮ' ನರಳಿದ ಶಾಮ್, ಮುಖದ ಮೇಲೆ ಹರಿತವಾದ ಅವಳ ಐದೂ ಉಗುರುಗಳ ಗೀರು ಸ್ಪಷ್ಟವಾಗಿ ಊರಿ, ರಕ್ತ ಜಿನುಗತೊಡಗಿತು.

ರಾಕ್ಷಸಿಯಂತೆ ಅವಳು ಅಬ್ಬರಿಸಿ ಶಾಮ್‌ನನ್ನು ಕಾಲರ್ ಹಿಡಿದು ಅನಾಮತ್ತು ಮೇಲಕ್ಕೆ ಎತ್ತಿದಳು. ಕಿಟಕಿಯಿಂದ ಅವನ ಕಾಲುಗಳನ್ನು ಹೊರಕ್ಕೆ ತಳ್ಳಿ ದೇಹಸಮೇತ ಅವನನ್ನು ಬೋಗಿಯಿಂದ ಹೊರಕ್ಕೆ ದೂಡತೊಡಗಿದಳು. ಕೈಕಾಲುಗಳ ಚೈತನ್ಯವನ್ನೇ ಕಳೆದುಕೊಂಡಂತೆ ಶಾಮ್ ಭಯ ವಿಹ್ವಲನಾಗಿ ಕೆಳಗೆ ನೋಡಿದ.

ಧಾರಾಕಾರವಾಗಿ ಸುರಿಯುತ್ತಿದ್ದ ಮಳೆಯಲ್ಲಿ ರೈಲು ಅದೇ ಸೇತುವೆಯನ್ನು ನಿಧಾನವಾಗಿ ಸಮೀಪಿಸುತ್ತಿತ್ತು. ತನ್ನ ಕೊನೆ ಬಂತೆಂದು ಶಾಮ್‌ಗೆ ತಿಳಿಯಿತು. ಅವನ ಕಣ್ಣಮುಂದೆ ತನಗಾಗಿ ಮಧುರೈನಲ್ಲಿ ಕಾಯುತ್ತಿರುವ ತನ್ನ ಇನಿಯಳ ಸಿಹಿ ಮೊಗ ತೇಲಿಬಂತು. ಅವಳನ್ನು ಹಿಡಿದುಕೊಳ್ಳಲೋ ಎಂಬಂತೆ ಶಾಮ್ ಕೈ ಮೇಲೆತ್ತಿದ. ಕೈಗೆ ಏನೋ ಸಿಕ್ಕಂತಾಯಿತು. ಅದನ್ನು ಬಲವಾಗಿ ಹಿಡಿದು ಜೋತುಬಿದ್ದ. ಕಣ್ಣು ಕತ್ತಲಿಟ್ಟುಕೊಂಡು ಬಂದು ಸುತ್ತಲೂ ಏನೂ ಕಾಣದಂತಾಯಿತು ಅವನಿಗೆ. ಅವಳ ವಿಕಾರವಾದ ನಗುವನ್ನು ಮೆಟ್ಟಿ 'ಕಿರ್ರೆಂದು' ರೈಲು ನಿಂತ ಶಬ್ದ ಅಸ್ಪಷ್ಟವಾಗಿ ಕೇಳಿಸಿತು ಅವನಿಗೆ.

ರೈಲಿನ ಇಂಜಿನ್‌ನಿಂದ ಸ್ವಾಮಿ ಮತ್ತು ಅವನ ಜೊತೆ ಡ್ರೈವರ್ ಆಶ್ಚರ್ಯದಿಂದ ಕೆಳಗೆ ಇಳಿದರು. ಹಿಂದಿನಿಂದ ಗಾರ್ಡ್ ಕೆಳಗಿಳಿದು ಬಂದ. ಈ ಮಧ್ಯರಾತ್ರಿಯಲ್ಲಿ ಯಾರು ಚೈನ್ ಎಳೆದು ರೈಲು ನಿಲ್ಲಿಸಿದ್ದು. ನಿದ್ದೆ ಹೋಗಿರದಿದ್ದ ಕೆಲವು ಪ್ರಯಾಣಿಕರು ರೈಲು ನಿಂತಿದ್ದೇಕೆಂದು ಕುತೂಹಲದಿಂದ ಕಿಟಕಿ ತೆಗೆದು ಬಗ್ಗಿ ನೋಡಿದರು.

'ಅಲ್ಲಿ ನೋಡಿ. ಯಾರೋ ಕಿಟಕಿಯಿಂದ ನೇತಾಡ್ತಿದ್ದಾರೆ' ಪ್ರಯಾಣಿಕನೊಬ್ಬ ಕೂಗಿಕೊಂಡಿದ್ದು ಕೇಳಿ ಸ್ವಾಮಿ ಆ ಕಡೆಗೆ ಓಡಿದ. ಕಂಪಾರ್ಟ್ಮೆಂಟಿನ ಕಿಟಕಿಯಿಂದ ರೈಲಿನ ಚೈನ್ ಗಟ್ಟಿಯಾಗಿ ಹಿಡಿದು ಶ್ಯಾಮ್ ನೇತಾಡುತ್ತಿದ್ದ. ಸುರಿಯುತ್ತಿದ್ದ ಮಳೆಯಿಂದ ಅವನ ಮೈ ನೆನೆದು ತೊಪ್ಪೆಯಾಗಿಹೋಗಿತ್ತು. ಬಾಯಿಂದ ಅಸ್ಪಷ್ಟವಾಗಿ ಏನೇನೋ ಬಡಬಡಿಸುತ್ತಿದ್ದ.

ನಾಲ್ಕಾರು ಪ್ರಯಾಣಿಕರ ಸಹಾಯದಿಂದ ಸ್ವಾಮಿ ನೇತಾಡುತ್ತಿದ್ದ ಶಾಮ್‌ನನ್ನು ಚೈನಿಂದ ಬಿಡಿಸಿ, ಕೆಳಗಿಳಿಸಿ ಕಂಪಾರ್ಟ್‌ಮೆಂಟ್ ಒಳಕ್ಕೆ ಎತ್ತಿಕೊಂಡು ಹೋದ ಪ್ರಯಾಣಿಕರಲ್ಲಿದ್ದ ಡಾಕ್ಟರೊಬ್ಬ 'ದೂರ ಹೋಗಿ, ಗಾಳಿಯಾಡಲು ಅವಕಾಶ ಕೊಡಿ' ಎಂದು ಎಲ್ಲರನ್ನೂ ಗದರುತ್ತ ಶಾಮ್‌ಗೆ ಪ್ರಥಮ ಚಿಕಿತ್ಸೆ ಶುರು ಮಾಡಿದ.

ಸ್ವಾಮಿ ಆಚೆ ಬಂದು ಸೇತುವೆಯಿಂದ ಕೆಳಗೆ ಬಗ್ಗಿ ನೋಡಿದ. ಕತ್ತಲೆಯಲ್ಲಿ ಕೆಳಗೆ ಏನೂ ಕಾಣಿಸಲಿಲ್ಲ. ಪಾತಾಳದಲ್ಲೆಲ್ಲೋ ಭೋರ್ಗರೆಯುತ್ತಿದ್ದ ನದಿಯ ಶಬ್ದ ಭಯಂಕರವಾಗಿ ಕೇಳಿಸಿತು. ಹಿಂದೆ ಇದೇ ಜಾಗದಲ್ಲಿ ನಡೆದ ಘಟನೆ ನೆನಪಿಗೆ ಬಂದು ಅವನಿಗೂ ಭಯವಾದಂತಾಯಿತು. ಶ್ಯಾಮ್‌ಗೆ ಏನಾಯಿತು? ಅಕಸ್ಮಾತ್ ಚೈನನ್ನು ಹಿಡಿದಿದ್ದ ಕೈಬಿಟ್ಟಿದ್ದರೆ ಈ ಪ್ರಪಾತದಲ್ಲಿ ಬಿದ್ದು ಸಾಯುತ್ತಿದ್ದನಲ್ಲಾ ಎಂದು ಚಿಂತಿಸಿದ. ಪುನಃ ಬೋಗಿ ಹತ್ತಿ ಒಳಗೆ ಹೋಗಿ ಸುತ್ತಲೂ ನೋಡಿದ. ಬೋಗಿಯಲ್ಲಿ ಬೇರೆ ಯಾರೂ ಪ್ರಯಾಣಿಕರು ಇದ್ದ ಕುರುಹಿರಲಿಲ್ಲ. ಶಾಮ್‌ನ ಸೂಟ್‌ಕೇಸ್ ಸೀಟಿನ ಕೆಳಗೆ ಭದ್ರವಾಗಿ ಕೂತಿತ್ತು. ಒಳಗೆ ಯಾರೂ ಬಂದಿದ್ದಂತೆಯೂ ಕಾಣಲಿಲ್ಲ.

ಶಾಮ್‌ಗೆ ಪ್ರಜ್ಞೆ ಬಂತು. 'ರೂಪ... ರೂಪ...' ಎಂದು ಅಸ್ಪಷ್ಟವಾಗಿ ನರಳಿದ ಅವನು. ರೂಪಳ ಹೆಸರು ಕೇಳಿ ಸ್ವಾಮಿ ಆಶ್ಚರ್ಯದಿಂದ ಮುಂದೆ ಬಾಗಿದ. ಅವನ ಮುಖದ ಮೇಲೆ ಆಳವಾಗಿ ಊರಿದ್ದ ಉಗುರಿದ ಗಾಯ ನೋಡಿ ಚಕಿತನಾದ.

ಅಷ್ಟರಲ್ಲಿ ಶ್ಯಾಮ್ ಕಣ್ಣು ತೆರೆದ. ಭಯ ಹೆಪ್ಪುಗಟ್ಟಿದ ಅವನ ಕಣ್ಣುಗಳು ಸ್ವಾಮಿಯನ್ನು ತಕ್ಷಣ ಗುರುತಿಸಲಿಲ್ಲ.

'ಸ್ವಾಮಿ...' ತೊದಲಿದ ಶಾಮ್, 'ಅವಳು... ರೂ... ಪ... ಬಂದಿ...ದ್ದಳು'

ಸ್ವಾಮಿ ಶಾಮ್‌ನನ್ನು ದಿಟ್ಟಿಸಿನೋಡಿದ. ಕಂಪಾರ್ಟ್ಮೆಂಟಿನಲ್ಲಿ ಶಾಮ್ ಒಬ್ಬನೇ ಇದ್ದದ್ದು. ಯಾರನ್ನು ನೋಡಿ ಭಯ ಬಿದ್ದಿದ್ದಾನೆ?

'ಏನಿದು ಶಾಮ್, ಹುಚ್ಚು!' ಮೆಲ್ಲನೆ ಗದರಿದ ಸ್ವಾಮಿ.

'ಸ್ವಾಮಿ... ನಿಜವಾಗಿಯೂ... ಅವಳೇ ಬಂದಿದ್ದಳು' ಬಿಳುಪೇರಿದ ಶಾಮ್ ಒಣಗಿದ ತುಟಿಯನ್ನು ನಾಲಿಗೆಯಿಂದ ಸವರಿಕೊಂಡು ಪಿಸುಗುಟ್ಟಿದ.

'ಶಾಮ್' ಜೋರಾಗಿ ಪುನಃ ಗದರಿದ ಸ್ವಾಮಿ.

'ಅವಳೇ ಬಂದಿದ್ದಳು' ಶಾಮ್ ಮತ್ತೆ ಮತ್ತೆ ಉಸುರಿ ಆಯಾಸದಿಂದ ಕಣ್ಣು ಮುಚ್ಚಿಕೊಂಡ.

ಪಂಚಮಿ ಮೀಡಿಯಾ ಪಬ್ಲಿಕೇಷನ್ಸ್
ಬೆಂಗಳೂರು
ನಮ್ಮ ಪ್ರಕಟಣೆಗಳು

---

1. ಕಲಾವಿದರ ಕಥಾನಕ (ಜೀವನ ಕಥನ) ಲೇ: ಕಗ್ಗೆರೆ ಪ್ರಕಾಶ್ – 350/-
2. ಅಮ್ಮನ ಆಟೋಗ್ರಾಫ್ (ಕಥೆಗಳು) ಲೇ: ಶ್ರೀಧರ ಬನವಾಸಿ – 125/-
3. ಭುವಿಬಾಲೆ (ಕವಿತೆಗಳು) ಲೇ: ಕಗ್ಗೆರೆ ಪ್ರಕಾಶ್ – 130/-
4. ಮಂಕುಮಡೆಯನ ಕೊಂಕು ನುಡಿಗಳು (ಕವಿತೆಗಳು) ಲೇ:ವೀರಭದ್ರ –60/-
5. ಮಾಧ್ಯಮ ಶೋಧ (ಅಂಕಣ ಬರಹಗಳು) ಲೇ: ಸಿಬಂತಿ ಪದ್ಮನಾಭ ಕೆವಿ –130/-
6. ವೈಶಾಲಿ ಕಾಸರವಳ್ಳಿ ಸಂಕಥನ (ಆತ್ಮಕತೆ) ಲೇ : ನಿಖಿತಾ ಅಡವೀಶಯ್ಯ – 110/-
7. ಬಲಿಹಾರ (ಕಾದಂಬರಿ) ಲೇ: ಚೀಮನಹಳ್ಳಿ ರಮೇಶಬಾಬು – 125/-
8. ದೇವರ ಜೋಳಿಗೆ (ಕಥಾಸಂಕಲನ) ಲೇ: ಶ್ರೀಧರ ಬನವಾಸಿ – 150/-
9. ನೆರೆಯವರ ಕಥೆಗಳು (ತೆಲುಗಿನ ಶ್ರೇಷ್ಠ ಕತೆಗಳ ಅನುವಾದ) ಲೇ:ವೀರಭದ್ರ – 60/-
10. ತಿಗರಿಯ ಹೂಗಳು (ಕವಿತೆಗಳು) ಲೇ: ಶ್ರೀಧರ ಬನವಾಸಿ – 100/-
11. ವಿಶ್ವ ಕ್ರಿಕೆಟ್‌ನಲ್ಲಿ ಕರ್ನಾಟಕದ ಆಟಗಾರರು (ಜೀವನಕತೆ) ಲೇ: ಚನ್ನಗಿರಿ ಕೇಶವಮೂರ್ತಿ – 400/-
12. ಬ್ರಿಟಿಷ್ ಬಂಗ್ಲೆ (ಕತೆಗಳು) ಲೇ: ಶ್ರೀಧರ ಬನವಾಸಿ – 180/-
13. ಓ ಹೆನ್ರಿ ಕತೆಗಳು (ಅನುವಾದ) ಲೇ. ಪ್ರೊ.ಎನ್ ಎಸ್ ಶಂಕರ್ – 180/-
14. ಬೇರು (ಕಾದಂಬರಿ) ಲೇ: ಶ್ರೀಧರ ಬನವಾಸಿ – 400/-
15. ಹೇಳೇ ಸಖಿ ಕೇಖೋ ಸಖಿ (ಪತ್ರಸಾಹಿತ್ಯ) ಲೇ: ಕಗ್ಗೆರೆ ಪ್ರಕಾಶ್ – 180/-
16. ವೃಕ್ಷಮಾತೆ ತಿಮ್ಮಕ್ಕ (ಜೀವನ ಕಥನ ನಾಟಕ) ಲೇ: ಶ್ರೀಧರ ಬನವಾಸಿ – 100/-
17. ಭಾರತ ರತ್ನ ಸಚಿನ್ ತೆಂಡೂಲ್ಕರ್ (ಜೀವನ ಕಥನ) ಲೇ: ಚನ್ನಗಿರಿ ಕೇಶವಮೂರ್ತಿ – 400/-
18. ಭಾವಕ್ಕೆ ತಕ್ಕಂತೆ (ಕವಿತೆಗಳು) ಲೇ: ಅನಿತಾ ನಾಡಿಗ್ – 100/-
19. ತೆರೆದ ಕಿಟಕಿ (ಕವಿತೆಗಳು) ಲೇ. ಕೆ ಎಸ್ ಮರಿಯಯ್ಯಸ್ವಾಮಿ – 100/-
20. ಬಿತ್ತಿದ ಬೆಂಕಿ (ಕವಿತೆಗಳು) ಲೇ: ಶ್ರೀಧರ ಬನವಾಸಿ – 150/-
21. ಡಜನ್ನಿಗೆ ಹದಿಮೂರು (ವಿಶ್ವ ಜನಪದ ಕಥೆಗಳು) ಲೇ: ಡಾ.ಎಮ್‌ಎಸ್‌ಎಸ್ ಮೂರ್ತಿ – 240/-
22. ಹಾಲಕ್ಕಿ ಕೋಗಿಲೆ (ಸುಕ್ರಜ್ಜಿಯ ಜೀವನ ಚಿತ್ರಣ) ಲೇ: ಅಕ್ಷತಾ ಕೃಷ್ಣಮೂರ್ತಿ – 140/-
23. ನಾನು ದೀಪ ಹಚ್ಚಬೇಕೆಂದಿದ್ದೆ (ಕವಿತೆಗಳು) ಲೇ: ಅಕ್ಷತಾ ಕೃಷ್ಣಮೂರ್ತಿ – 110/-
24. ವೈಷ್ಣವ ಸಂತರು (ಶ್ರೀ ಚೈತನ್ಯ ಮಹಾಪ್ರಭುಗಳ ಭಕ್ತಪರಂಪರೆ) ಲೇ: ಶ್ರೀಧರ ಬನವಾಸಿ – 300/-
25. ಸಾಂವಿ (ಕುಂದರನಾಡಿನ ಕಥೆಗಳು) ಲೇ. ಸುರೇಶ ಮುದ್ದಾರ – 120/-
26. ಅಜ್ಜ ನೆಟ್ಟ ಹಲಸಿನ ಮರ (ಕಥೆಗಳು) ಲೇ. ಸತೀಶ್ ಶೆಟ್ಟಿ ವಕ್ವಾಡಿ – 120/-
27. ವೈದ್ಯ ಅರಿತ ಬದುಕಿನ ಸತ್ಯಗಳು (ಜೀವನಾನುಭವದ ಚಿಂತನೆಗಳು) ಲೇ: ಡಾ.ಟಿವಿ ಚಂದ್ರಶೇಖರ್ – 130/-
28. ಅಂಧರ ಜ್ಞಾನಜ್ಯೋತಿ (ಲೂಯಿಬ್ರೈಲ್ ಜೀವನ ಕಥನ) ಲೇ: ಡಾ.ಎಮ್‌ಎಸ್‌ಎಸ್ ಮೂರ್ತಿ – 100/-
29. ಪುಷ್ಪಗಂಧಿ (ಎಮ್ ಎನ್ ವ್ಯಾಸರಾವ್ ಅವರ ಸಮಗ್ರ ಕತೆಗಳು) ಸಂ: ಕಗ್ಗೆರೆ ಪ್ರಕಾಶ್ –ಶ್ರೀಧರ ಬನವಾಸಿ – 500/-
30. ಅಗ್ನಿಶಿಖೆ (ಎಮ್ ಎನ್ ವ್ಯಾಸರಾವ್ ಅವರ ಸಮಗ್ರ ಕವಿತೆಗಳು) ಸಂ: ಕಗ್ಗೆರೆ ಪ್ರಕಾಶ್ –ಶ್ರೀಧರ ಬನವಾಸಿ – 600/-
31. ಕಾಲದ ಹಾದಿ (ಕವಿತೆಗಳು) ಲೇ: ನಂದೀಶ್ ಕುಮಾರ್ – 100/-
32. ಬಣ್ಣಗಳು ಮಾತಾಡಲಿ (ಪಿಚ್ಚಿನಿಕಾಡು ಇಳಂಗೊ ಕವಿತೆಗಳು) ಅನು: ಡಾ.ಮಲರ್ ವಿಳಿ ಮತ್ತು ದಿವ್ಯದರ್ಶಿನಿ – 160/-
33. ಶ್ರೀ ಆದಿನಾಥ ವೈಭವ (ಜಿನಸಹಸ್ರನಾಮ ಸ್ತುತಿ) ಲೇ. ವೀಣಾ ರಘುಚಂದ್ರ ಶೆಟ್ಟಿ – 300/-
34. ಪೂರ್ಣಚಂದ್ರನಿಗೆ ಮುಖವಾಡವಿಲ್ಲ (ಕವಿತೆಗಳು) ಲೇ: ಶ್ರೀಧರ ಬನವಾಸಿ – 120/-

35. ಅತ್ತರ್ (ಕತೆಗಳು) ಲೇ: ಕೆ.ನಲ್ಲತಂಬಿ – 140/-
36. ಲೋಟಸ್ ಪಾಂಡ್ (ಕಾದಂಬರಿ) ಲೇ: ತಾರಾ ಭಟ್ – 140/-
37. ಆರದಿರಲಿ ಬೆಳಕು (ವ್ಯಕ್ತಿತ್ವ ವಿಕಸನದ ಚಿಂತನೆಗಳು) ಲೇ. ಮಹಾದೇವ ಬಸರಕೋಡ – 150/-
38. ಬದುಕಿರುವುದೇ ಓದಿ ಬರೆಯಲಿಕ್ಕೆ (ವಿಮರ್ಶೆ) ಲೇ: ಪ್ರೊ.ಶಿವರಾಮಯ್ಯ– 350/-
39. ಅನ್ವೇಷಣೆ (ವ್ಯಕ್ತಿತ್ವ ವಿಕಸನ ಲೇಖನಗಳು) ಲೇ.ಕೆ. ಶ್ರೀನಿವಾಸ ರೆಡ್ಡಿ –170/-
40. ದೇವದತ್ತನ ರಾಜಾವಳಿ ಕಥಾಸಾರ (ಪರಾಮರ್ಶೆ) ಲೇ. ಪ್ರೊ.ಶಿವರಾಮಯ್ಯ – 100/-
41. ಅರಮನೆಯಿಂದ ಅರವಿನರಮನೆಗೆ (ಕವಿತೆಗಳು) ಲೇ. ಸುರೇಶ ಮುದ್ದಾರ – 110/-
42. ಮನೋವತಿ (ನಾಟಕ) ಲೇ: ಶ್ರೀಧರ ಬನವಾಸಿ – 100/-
43. ಮಣಿಹಾರ (ಯಕ್ಷಗಾನ ಪ್ರಕಾರಗಳ ಲೇಖನಗಳು) ಸಂ: ಎಸ್‌ಎನ್ ಪಂಜಾಜೆ – 170/-
44. ಲಾಜಿಕ್ ಬಾಕ್ಸ್ (ವಿದ್ಯುನ್ಮಾನ ಹಾಗೂ ಮನರಂಜನಾ ಕ್ಷೇತ್ರದ ಬರೆಹಗಳು) ಲೇ: ಶ್ರೀಧರ ಬನವಾಸಿ –230/-
45. ಶ್ರೀಮದ್ ಭಗವದ್ಗೀತಾ (ಸಮೃದ್ಧ ಜೀವನದ ಮೌಲ್ಯಗಳ ಗೀತೋಪದೇಶ) ಲೇ: ಸುರೇಶ ಭಾಗವತ– 660/-
46. ಒಂಟಿ ನಾನಲ್ಲ (ಕವಿತೆಗಳು) ಲೇ: ವಿಜಯಲಕ್ಷ್ಮೀ ನಾಗೇಶ್ – 160/-
47. ಕೊಟ್ಟು ಹುಟ್ಟಿದವರ ಬದುಕು (ಕತೆಗಳು) ಲೇ: ಜಂಗಮಕೋಟೆ ಪುರುಷೋತ್ತಮ್ –240/-
48. ನಿಚ್ಚಂ ಪೊಸತು (ಪಂಪ ಕವಿಯ ಕಾವ್ಯಾವಲೋಕನ) ಲೇ: ಪ್ರೊ.ಶಿವರಾಮಯ್ಯ –200/-
49. ಸರಸವಾಣಿಯ ಗಿಣಿಗಳು (ವಿವಿಧ ತಮಿಳು ಲೇಖಕರ ಕತೆಗಳು) ಅನುವಾದ: ಕೆ.ನಲ್ಲತಂಬಿ–160/-
50. ಇರುವ ಭಾಗ್ಯವ ನೆನೆದು (ನಿತ್ಯದ ಬದುಕಿಗೆ ಕಗ್ಗದ ಬೆಳಕು) ಲೇ: ಮಹಾದೇವ ಬಸರಕೋಡ –150/-
51. ಆಹಾರ ಚರಿತೆ (ಅನುವಾದ) ತಮಿಳು ಮೂಲ: ಮುಗಿಲ್, ಅನುವಾದ: ಕೆ.ನಲ್ಲತಂಬಿ– 350/-
52. ಸಹಿ ಹಾಕಲು ನೀ ಬೇಕಿದೆ (ಕಾವ್ಯ), ಲೇ: ಶುಭ ಕೀರ್ತನ ಆಚಾರ್ಯ – 150/-
53. ಬಿಂಬ (ಕಥೆಗಳು) ಲೇ: ಜಯಶ್ರೀ ದೇಶಪಾಂಡೆ– 160/-
54. ಹೆಚ್‌ವಿಎಸ್ ಮೂರ್ತಿ (ಬದುಕು ಹೋರಾಟದ ಅವಲೋಕನ) ನಿ: ವೆಂಕಟೇಶ್ ಮಾನು –275/-
55. ಗರಿ ಬಿಚ್ಚಿದ ಉಸಿರು (ಅನುವಾದಿತ ಕವಿತೆಗಳು) ತೆಲುಗು ಮೂಲ: ಡಾ.ಎನ್ ಗೋಪಿ – 150/-
ಅನುವಾದ: ರಂಗನಾಥ ರಾಮಚಂದ್ರರಾವು
56. ಸುರಧೇನು: ಬದುಕು ಸರ್ವಹಿತವೂ (ಚಿಂತನ ಬರಹಗಳು) : ಮಹಾದೇವ ಬಸರಕೋಡ –140/-
57. ಐದನೇ ಗೋಡೆ ಮತ್ತು ಇತರ ಕತೆಗಳು (ಅನುವಾದ) ತೆಲುಗು ಮೂಲ: ಕಲ್ಪನಾ ರೆಂಟಾಲ
ಅನುವಾದ: ರಂಗನಾಥ ರಾಮಚಂದ್ರರಾವು –240/-
58. ಈವರೆಗಿನ ಕಥೆಗಳು : ಶ್ರೀಧರ ಬನವಾಸಿ – 600/-
59. ಪ್ಲಾಸ್ಟಿಕ್ ಮರಣಃ ಡಾ.ಎಂಎಸ್‌ಎಸ್ ಮೂರ್ತಿ– ಬಿ.ತೇಜ್‌ಕುಮಾರ್ –230/-
60. ಜಯಂತಿಪುರದ ಕಥೆಗಳು: ಶ್ರೀಧರ ಬನವಾಸಿ –300/-
61. ಮಳೆ ಕುಡಿವ ನಗರ (ಸೀನು ರಾಮಸ್ವಾಮಿ ಕವಿತೆಗಳು) : ಅನುವಾದ: ಡಾ.ಮಲರ್ ವಿಳಿ– ಮಧುಮಿತ–400/-
62. ನೆನೆ ಮನವೇ (ನೆನಪಿನ ಚಿತ್ರ ಲೇಖನಗಳು): ಎಂ.ನರಸಿಂಹಮೂರ್ತಿ– 400/-
63. ಜೀವನಾಡಿ ಮತ್ತು ಇತರ ಕಥೆಗಳು (ಮೂಲ: ಇಮಯಮ್) ಅನುವಾದ: ಡಾ.ಸೆಲ್ವಕುಮಾರಿ (ಅಚ್ಚಿನಲ್ಲಿ)

ಕೃತಿಗಳಿಗಾಗಿ ಸಂಪರ್ಕಿಸಿ

ಮೊ: 9739561334

www.ingramcontent.com/pod-product-compliance
Lightning Source LLC
LaVergne TN
LVHW090326051026
849518LV00005B/1893